ಪ್ರಕಾಶಕರ ನುಡಿ

ಭಾರತ ಬಹು ವಿಶಾಲವಾದ ದೇಶ; ದೇಶದ ಪ್ರತಿಯೊಂದು ರಾಜ್ಯವೂ ತನ್ನದೇ ಆದ ಭಾಷೆಯನ್ನು ಹೊಂದಿದೆ. ಉತ್ತರ ಭಾರತದಲ್ಲಿ ಹಿಂದಿಯ ಪ್ರಾಬಲ್ಯವಿದ್ದರೆ, ದಕ್ಷಿಣ ಹಾಗು ಪೂರ್ವೋತ್ತರ ಭಾರತದ ರಾಜ್ಯಗಳಲ್ಲಿ ಹಿಂದಿ ಭಾಷಿಗರು ಸಂವಹನ ನಡೆಸಲು ಸಮಸ್ಯೆ ಎದುರಿಸುತ್ತಾರೆ. ಅದೇ ರೀತಿ, ದಕ್ಷಿಣ ರಾಜ್ಯಗಳವರು ಹಿಂದಿ ಗೊತ್ತಿಲ್ಲದೆ ಹೋದಲ್ಲಿ ಉತ್ತರ ಭಾರತದವರೊಂದಿಗೆ ಸಂಭಾಷಣೆ ನಡೆಸಲು ಕಷ್ಟ ಪಡಬೇಕಾಗಿ ಬರುತ್ತದೆ. ಇಂಗ್ಲಿಷ್ ಭಾಷೆಯ ಒಂದು ವೈಶಿಷ್ಟ್ಯ ಏನೆಂದರೆ, ಹಿಂದಿ ಗೊತ್ತಿಲ್ಲದ ಭಾರತದ ನಾನಾ ರಾಜ್ಯಗಳು ಮಾತ್ರವಲ್ಲದೆ ವಿಶ್ವದ ಬಹುತೇಕ ರಾಷ್ಟ್ರಗಳ ಜನರೊಟ್ಟಿಗೆ ಇಂಗ್ಲಿಷ್ ಬಳಸಿ ಸಂವಾದ ನಡೆಸಬಹುದು.

ವಿ ಆ್ಯಂಡ್ ಎಸ್ ಪಬ್ಲಿಷರ್ಸ್ ಹಲವು ವರ್ಷಗಳಿಂದ ಜನರಿಗೆ ಅಗತ್ಯವಾದ, ಶೈಕ್ಷಣಿಕ ಹಾಗು ವ್ಯಕ್ತಿತ್ವ ವಿಕಸನಕ್ಕೆ ಸಂಬಂಧಿಸಿದ ಪುಸ್ತಕಗಳನ್ನು ಪ್ರಕಟಿಸುತ್ತ ಬಂದಿದೆ. ಮಾರುಕಟ್ಟೆಯಲ್ಲಿ ಕನ್ನ ಡದ ಮೂಲಕ ಇಂಗ್ಲಿಷ್ ಕಲಿಕೆಗೆ ಸಂಬಂಧಿಸಿದ ಉತ್ತಮ ಪುಸ್ತಕಗಳ ಕೊರತೆ ಹಾಗೂ ಗ್ರಾಹಕರಿಂದ ಬೇಡಿಕೆಯನ್ನು ಆಧರಿಸಿ, ನಾವು "ಎಕ್ಸೆಲ್ ಇಂಗ್ಲಿಷ್ ಸ್ಪೀಕಿಂಗ್ ಕೋರ್ಸ್' ಎಂಬ ಪುಸ್ತಕ ವನ್ನು ಪ್ರಕಟಿಸಿದ್ದೆವು. ಅತ್ಯಂತ ಕಡಿಮೆ ಸಮಯದಲ್ಲಿ ಅದರ ಲಕ್ಷಾಂತರ ಪ್ರತಿಗಳು ಮಾರಾಟವಾಗಿದ್ದವು. ಆ ಪುಸ್ತಕದಲ್ಲಿ ಎಂಟು ಅಧ್ಯಾಯಗಳಿದ್ದವು. ಪುಸ್ತಕದ ಜೊತೆಗೆ ಒಂದು ಸಿ.ಡಿ ನೀಡಿ ದ್ದು, ಅದರಲ್ಲಿ ಇಂಗ್ಲಿಷ್ ಪದಗಳ ಸರಿಯಾದ ಉಚ್ಚಾರಣೆ ಹೇಗೆ ಎಂಬ ಆಡಿಯೋ ವಿವರಣೆ ಇತ್ತು. ೬೦೦ ಪುಟಗಳ ಈ ಪುಸ್ತಕವು ಸಮಾಜದ ನಾನಾ ವರ್ಗಗಳ ವಾಚಕರಿಗೆ ಭರಪೂರ ಮಾಹಿತಿ ನೀಡುವ ಮೂಲಕ ಜನಪ್ರಿಯಗೊಂಡಿತ್ತು. ಇದರಿಂದ ಉತ್ಸಾಹಗೊಂಡ ನಾವು ಕಡಿಮೆ ಸಮಯ ಹಾಗೂ ವೆಚ್ಚದಲ್ಲಿ ಇಂಗ್ಲಿಷ್ ಕಲಿಯಬೇಕು ಎಂದುಕೊಳ್ಳುವ ಪಾಠಕರಿಗೆ ವಿಶೇಷ ರೂಪದಲ್ಲಿ ನವನವೀನ "ಇಂಗ್ಲಿಷ್ ಸಂಭಾಷಣೆ ಕಲಿಕೆ' ಪುಸ್ತಕವನ್ನು ಪ್ರಕಟಿಸಿದ್ದೇವೆ.

ಪ್ರಸ್ತುತ ಪುಸ್ತಕ "ಇಂಗ್ಲಿಷ್ ಸಂಭಾಷಣೆ ಕಲಿಕೆ', "ಎಕ್ಸೆಲ್ ಇಂಗ್ಲಿಷ್ ಸ್ಪೀಕಿಂಗ್ ಕೋರ್ಸ್' ಪುಸ್ತಕದ ಸಂಕ್ಷಿಪ್ತ ರೂಪ; ಕೆಲವು ಅಧ್ಯಾಯಗಳನ್ನು ಅಂದರೆ, ಕೆಲವು ಲೇಖನ ಇತ್ಯಾದಿಯನ್ನು ತೆಗೆದು ಹಾಕಲಾಗಿದೆ. ಪುಸ್ತಕದಲ್ಲಿ ಉಲ್ಲೇಖಗೊಂಡ ವಿಷಯಗಳೆಂದರೆ, ವರ್ಣಮಾಲೆ-ವಾಚನ, ಮೂಲ ವ್ಯಾಕರಣ, ವ್ಯವಹಾರಿಕ ವ್ಯಾಕರಣ, ಹಲವು ಬಗೆಯ ಸನ್ನಿವೇಶಗಳನ್ನು ಒಳಗೊಂಡ ವಾಕ್ಯಗಳು, ಸ್ಪೋಕನ್ ಇಂಗ್ಲಿಷ್ ಹಾಗೂ ಅಂತ್ಯದಲ್ಲಿ ಸಂಭಾಷಣೆಯನ್ನು ಸಂಯೋಜಿಸಿ ನೀಡಲಾಗಿದೆ. ಪುಸ್ತಕದ ಸಂಯೋಜನೆ ಹೇಗಿದೆ ಎಂದರೆ, ಇಂಗ್ಲಿಷ್‌ನಲ್ಲಿ ಸಂವಾದ ನಡೆಸಬೇಕೆಂದು ಇಚ್ಛಿಸುವ ಓದುಗರು ಹದಿನೈದು ದಿನ ನಿಯಮಿತವಾಗಿ ಈ ಪುಸ್ತಕವನ್ನು ಓದಿದರೆ, ಇಂಗ್ಲಿಷ್ ಸಂಭಾಷಣೆಯನ್ನು ಕರಗತ ಮಾಡಿಕೊಳ್ಳಹುದಾಗಿದೆ.

ನಾವು ಪ್ರಿಯ ಓದುಗರಿಗೆ ಹೇಳಲು ಬಯಸುವುದೇನೆಂದರೆ, ಇಂಗ್ಲಿಷ್‌ನಲ್ಲಿ ಪ್ರಭಾವಶಾಲಿಯಾಗಿ ಸಂವಹನ ನಡೆಸಬೇಕು ಎನ್ನುವುದು ನಿಮ್ಮ ಆಶಯವಾಗಿದ್ದಲ್ಲಿ, ವ್ಯಾಕರಣದ ಅರಿವು ಅತ್ಯವಶ್ಯ: ಅದರಲ್ಲೂ ಮುಖ್ಯವಾಗಿ, ಶಬ್ದಗಳ ಜ್ಞಾನ ಇರಬೇಕಾಗುತ್ತದೆ. ಇಂಗ್ಲಿಷ್ ವಾಕ್ಯಗಳ ಸೂಕ್ತ ಉಚ್ಚಾರಣೆಗೆ ಸರಿಯಾದ ಅಭಿವ್ಯಕ್ತಿ ಕೂಡ ಅಗತ್ಯವಿದೆ. ಜೊತೆಗೆ, ಇಂಗ್ಲಿಷ್ ಶಬ್ದಗಳ ಅರಿವು ಕೂಡ ಇರಬೇಕಾಗುತ್ತದೆ. ಸಂವಾದ

ನಡೆಸುತ್ತಿದ್ದಾಗ ಸೂಕ್ತ ಪದ ಹೊಳೆಯದೆ ಹೋದಲ್ಲಿ ಮಾತನ್ನು ಅರ್ಧದಲ್ಲೇ ಕಡಿತಗೊಳಿಸಿ ಸುಮ್ಮನೆ ನಿಲ್ಲಬೇಕಾಗಿ ಬರುತ್ತದೆ. ಪುಸ್ತಕದಲ್ಲಿ ಪ್ರಮುಖ ಅಂಶಗಳ ಕುರಿತು ಗಮನ ಸೆಳೆಯಲು ಪ್ರತ್ಯೇಕವಾಗಿ ಅಲ್ಲಲ್ಲಿ "ನೆನಪಿನಲ್ಲಿರಬೇಕಾದ್ದು' ಎಂದು ಮಾಹಿತಿ ಕೊಡಲಾಗಿದೆ.

ಆಧುನಿಕ ಸಮಾಜದಲ್ಲಿ ವ್ಯಕ್ತಿತ್ವವನ್ನು ರೂಪಿಸಿಕೊಳ್ಳಲು ಹಾಗೂ ಆತ್ಮವಿಶ್ವಾಸವನ್ನು ಬೆಳೆಸಿಕೊಳ್ಳಲು, ಉತ್ತಮ ಇಂಗ್ಲಿಷ್‌ನಲ್ಲಿ ಸಂಭಾಷಿಸುವ ಅಗತ್ಯವಿದೆ. ಉತ್ತಮ ಭಾಷೆಯಿಂದ ಈವರೆಗೆ ಪ್ರಕಟಗೊಳ್ಳದ ನಿಮ್ಮ ಗುಣ, ಅರಿವು, ಕೌಶಲಗಳಿಗೆ ಮನ್ನಣೆ ಸಿಗುತ್ತದೆ. ಈ ಪುಸ್ತಕದ ಓದಿನಿಂದ ಉತ್ತಮ ಸಾಧನೆಯ ದಿಕ್ಕಿನಲ್ಲಿ ಒಂದು ಮಹತ್ವಪೂರ್ಣ ಹೆಜ್ಜೆಯನ್ನು ಇಡಬಹುದಾಗಿದ್ದು, ಈ ಪ್ರಯಾಣದಲ್ಲಿ ನಾವು ನಿಮಗೆ ನೆರವಾಗಲಿದ್ದೇವೆ.

ವಾಚಕರಿಗೆ ಪುಸ್ತಕವನ್ನು ಸುಲಭ, ಸರಳಗೊಳಿಸಲು ಅಗತ್ಯವಿರುವುದನ್ನೆಲ್ಲ ಮಾಡಲಾಗಿದೆ. ಆದರೆ, ಒಂದು ವೇಳೆ ಯಾವುದೇ ಲೋಪ ಕಂಡುಬಂದಲ್ಲಿ ಅದನ್ನು ನಮ್ಮ ಗಮನಕ್ಕೆ ತರಬೇಕೆಂದು ಕೋರುತ್ತೇವೆ. ಪುಸ್ತಕವನ್ನು ಇನ್ನಷ್ಟು ಉತ್ತಮ-ಉಪಯುಕ್ತಗೊಳಿಸಲು ನಿಮ್ಮ ಅತ್ಯಮೂಲ್ಯ ಸಲಹೆ-ಸೂಚನೆಗಳನ್ನು ಎದುರು ನೋಡುತ್ತಿರುತ್ತೇವೆ.

ವಿಷಯ ಸೂಚಿ
(CONTENTS)

ಇಶಗ್ಲಿಷ್ ವಣ್ವಮಾಲ
(ENGLISH ALPHABET)

ಭಾಷೆ ಎಂಬುದು ವಿಚಾರಗಳನ್ನು ಸಂವಹಿಸುವ ಮಾಧ್ಯಮ. ಯಾವುದೇ ಭಾಷೆಯಾಗಲಿ, ಅದರ ಜ್ಞಾನ ಲಭ್ಯವಾಗಬೇಕೆಂದರೆ, ಮೊದಲಿಗೆ ಈ ಭಾಷೆಯ ವರ್ಣಮಾಲೆಯ ಅರಿವು ಇರಬೇಕಾಗುತ್ತದೆ. ನಾನಾ ಭಾಷೆಗಳನ್ನು ಅವುಗಳದ್ದೇ ಆದ ಲಿಪಿಯಲ್ಲಿ ಬರೆಯಲಾಗುತ್ತದೆ. ಇಂಗ್ಲಿಷ್ ಭಾಷೆಯನ್ನು ರೋಮನ್ ಲಿಪಿಯಲ್ಲಿ ಬರೆಯಲಾಗುತ್ತದೆ. ಕನ್ನಡವನ್ನು ಕನ್ನಡ (ಬ್ರಾಹ್ಮಿ) ಲಿಪಿಯಲ್ಲಿ ಬರೆಯಲಾಗುತ್ತದೆ.

ಇಂಗ್ಲಿಷ್ ವರ್ಣಮಾಲೆಯಲ್ಲಿ ಎ A ಇಂದ Z ಝುಡ್‌ವರೆಗೆ 26 ಅಕ್ಷರಗಳಿವೆ ಇದರಲ್ಲಿ 5 Vowel (ಸ್ವರ) ಹಾಗೂ 21 Consonant (ವ್ಯಂಜನ). ಇಂಗ್ಲಿಷ್‌ನಲ್ಲಿ ಅಕ್ಷರಗಳನ್ನು ಎರಡು ರೀತಿ ಬರೆಯಲಾಗುತ್ತದೆ. Capital (ದೊಡ್ಡಕ್ಷರ) A, B, C, D, E, F, G, ಇತ್ಯಾದಿ, ಹಾಗೂ small ಸಣ್ಣ ಅಕ್ಷರ a, b, c, d, e, f, g, ಇತ್ಯಾದಿ

Alphabets (ವರ್ಣಮಾಲೆ)

A/a	B/b	C/c	D/d	**E**/e	F/f	G/g	H/h	**I**/i
ಎ	ಬಿ	ಸಿ	ಡಿ	ಇ	ಎಫ್	ಜಿ	ಹೆಚ್	ಐ
J/j	K/k	L/l	M/m	N/n	**O**/o	P/p	Q/q	R/r
ಜೆ	ಕೆ	ಎಲ್	ಎಂ	ಎನ್	ಓ	ಪಿ	ಕ್ಯು	ಆರ್
S/s	T/t	**U**/u	V/v	W/w	X/x	Y/y	Z/z	
ಎಸ್	ಟಿ	ಯು	ವಿ	ಡಬ್ಲ್ಯು	ಎಕ್ಸ್	ವೈ	ಝುಡ್	

★ ವರ್ಣ ಮಾಲೆಯಲ್ಲಿ Bold ದಪ್ಪ ಅಕ್ಷರಗಳು Vowel (ಸ್ವರ) ಹಾಗೂ ಉಳಿದವು Consonant (ವ್ಯಂಜನ) ಗಳಾಗಿರುತ್ತವೆ)

Remember (ಮರೆಯದಿರಿ)

★ English ಇಂಗ್ಲಿಷ್‌ನ್ನು ರೋಮನ್ ಲಿಪಿಯಲ್ಲಿ ಬರೆಯಲಾಗುತ್ತದೆ.

★ ಇಂಗ್ಲಿಷ್ ವರ್ಣಮಾಲೆಯಲ್ಲಿ 26 letters ಅಕ್ಷರಗಳಿದ್ದು, 5 ಸ್ವರ (Vowels) ಹಾಗೂ 21 ವ್ಯಂಜನ (Consonants) ಗಳಾಗಿವೆ.

Capital Letters and Small Letters (ದೊಡ್ಡ ಹಾಗೂ ಸಣ್ಣಕ್ಷರ)

ಕನ್ನಡವನ್ನು ಕನ್ನಡ (ಬ್ರಾಹ್ಮಿ) ಲಿಪಿಯಲ್ಲಿ ಬರೆಯುತ್ತಾರೆ. ಅಕ್ಷರಗಳಿವೆ. ಆದರೆ ಇಂಗ್ಲಿಷ್ ನಲ್ಲಿ ಇರುವುದು 26 ಅಕ್ಷರ ಮಾತ್ರ. ಹೀಗಾಗಿ, ಕನ್ನಡದಲ್ಲಿ ಓದಿದಂತೆ ಬರೆಯಬಹುದಾಗಿದೆ. ಇಂಗ್ಲಿಷ್ ನಲ್ಲಿ ಬರೆದಂತೆ ಉಚ್ಚಾರಣೆ ಸಾಧ್ಯವಿಲ್ಲ.

ಇಂಗ್ಲಿಷ್‌ನಲ್ಲಿ ಬರೆಯುವಾಗ ಅಕ್ಷರಗಳು ಪ್ರತ್ಯೇಕಗೊಳ್ಳುವುದರಿಂದ ಮುದ್ರಿತವಾದಾಗಲೂ ಪ್ರತ್ಯೇಕಗೊಂಡಿರುತ್ತವೆ. ಇಂಗ್ಲಿಷ್ ಅಕ್ಷರಗಳಲ್ಲಿ letters ಎರಡು ವಿಧ.

1. Capital Letters (ದೊಡ್ಡಕ್ಷರ)
2. Small Letters (ಸಣ್ಣಕ್ಷರ)

1. Capital Letters (ದೊಡ್ಡಕ್ಷರ)

A B C D E F G H I J

K L M N O P Q R

S T U V W X Y Z

2. Small Letters (ಸಣ್ಣಕ್ಷರ)

a b c d e f g h i j

k l m n o p q r s t

u v w x y z

Remember (ಮರೆಯದಿರಿ)

★ Small Letters ಸಣ್ಣ ಅಕ್ಷರಗಳಾದ b, d, h, k, l ಮತ್ತು t ನ್ನು ಮೇಲಿನ ಮೂರು ರೇಖೆಗಳ ಮಧ್ಯದಲ್ಲಿ ಬರೆಯಲಾಗುತ್ತದೆ.

★ ಇಂಗ್ಲಿಷ್‌ನ Small Letters ಸಣ್ಣ ಅಕ್ಷರಗಳಲ್ಲಿ f ಮತ್ತು p ಯನ್ನು ನಾಲ್ಕು ರೇಖೆಗಳ ಮಧ್ಯದಲ್ಲಿ ಬರೆಯಲಾಗುತ್ತದೆ.

★ Small Letters ಸಣ್ಣ ಅಕ್ಷರಗಳಲ್ಲಿ g, j, q ಮತ್ತು y ನ್ನು ಕೆಳಗಿನ 3 ರೇಖೆಗಳ ಮಧ್ಯೆ ಬರೆಯಲಾಗುತ್ತದೆ

★ 14 ಅಕ್ಷರಗಳನ್ನು a, c, e, i, m, n, o, r, s, u, v, w, x, z ನ್ನು ಮಧ್ಯದ 2 ರೇಖೆಗಳ ನಡುವೆ ಬರೆಯಲಾಗುತ್ತದೆ.

★ English ಇಂಗ್ಲಿಷ್‌ನ್ನು ರೋಮನ್ ಲಿಪಿಯಲ್ಲಿ ಬರೆಯುವುದರಿಂದ ಅದರ ವಿನ್ಯಾಸ ಒಂದೇ ರೀತಿ ಇರುವುದಿಲ್ಲ.

ಇದರಿಂದಾಗಿ ನಾಲ್ಕು ಗೆರೆಗಳ ಪುಸ್ತಕದಲ್ಲಿ ಮೊದಲು ಅಭ್ಯಾಸ ಮಾಡಬೇಕಾಗುತ್ತದೆ, ಬರಹ ಉತ್ತಮಗೊಂಡ ಬಳಿಕ ಒಂದು ಗೆರೆಯ ಪುಸ್ತಕದಲ್ಲಿ ಬರೆಯಲು ಆರಂಭಿಸಬಹುದು.

English ಇಂಗ್ಲಿಷ್‌ನಲ್ಲಿ ಕರ್ಸಿವ್ (Cursive) ಅಕ್ಷರಗಳು ಹೆಚ್ಚು ಪ್ರಚಲಿತದಲ್ಲಿದೆ. ಮಕ್ಕಳಿಗೆ ಪ್ರಾರಂಭದಲ್ಲೇ Cursive ಕರ್ಸಿವ್ ಅಕ್ಷರಗಳನ್ನು ಕಲಿಸಲಾಗುತ್ತದೆ.

Cursive Letters in English (ಕರ್ಸಿವ್ ಅಕ್ಷರಗಳು)

a b c d e f g h i j

k l m n o p q r s

t u v w x y z

Remember (ಮರೆಯದಿರಿ)

★ ಅಕ್ಷರಗಳ ಉಚ್ಚಾರಣೆಯು ಸಮಾನವಾಗಿರಬೇಕು.

ಏ sound	ಇ sound	ಎ sound	ಐ sound	ಒ sound	ಯು sound	ಆರ್ sound	ಝು sound
A	B	F	I	O	Q	R	Z
H	C	L	Y		U		
J	D	M			W		
K	E	N					
	G	S					
	P	X					
	T						
	V						

Use of Capital Letters (ದೊಡ್ಡಕ್ಷರಗಳ ಬಳಕೆ)

ಇಂಗ್ಲಿಷ್‌ನಲ್ಲಿ 26 ಅಕ್ಷರಗಳಿವೆ ಎಂಬುದು ಎಲ್ಲರಿಗೂ ಗೊತ್ತಿದೆ. ಇದರಲ್ಲಿ ಸಣ್ಣ ಮತ್ತು ದೊಡ್ಡ ಅಕ್ಷರಗಳು ಇರುತ್ತವೆ. ದೊಡ್ಡ ಮತ್ತು ಸಣ್ಣ ಅಕ್ಷರಗಳನ್ನು ಎಲ್ಲಿ ಹೇಗೆ ಬಳಸಲಾಗುತ್ತದೆ ಎಂಬ ಅರಿವು ಅಗತ್ಯವಿದೆ. ದೊಡ್ಡ ಅಕ್ಷರದ ಸ್ಥಾನದಲ್ಲಿ ಸಣ್ಣ ಅಕ್ಷರ ಹಾಗೂ ಸಣ್ಣ ಅಕ್ಷರದ ಜಾಗದಲ್ಲಿ ದೊಡ್ಡ ಅಕ್ಷರವನ್ನು ಬರೆಯುವುದು ಸರಿಯಲ್ಲ.

Rules of Writing Capital Letters (ದೊಡ್ಡ ಅಕ್ಷರ ಬರೆಯುವ ಕುರಿತ ನಿಯಮಗಳು)

☞ ಪ್ರತಿ ವಾಕ್ಯದ ಮೊದಲ ಅಕ್ಷರ Capital Letter ನಿಂದ ಆರಂಭವಾಗಬೇಕು. ಉದಾಹರಣೆಗೆ; Mohan is a good boy. He is well-known for his sincerity. Ravi always reaches school on time. He respects his parents. His behaviour impresses everybody.

☞ Proper Nouns (ವ್ಯಕ್ತಿ ವಾಚಕ ನಾಮಪದ)ಗಳು ಹಾಗೂ Proper Adjectives (ವ್ಯಕ್ತಿ ವಾಚಕಗಳು) ಗಳು ಅಂದರೆ Russian, Indian, Chinese etc ಗಳ ಮೊದಲ ಅಕ್ಷರ ದೊಡ್ಡ ಇರಬೇಕು.

☞ ಕವಿತೆ ಇನ್ನಿತರ ಬರಹ ಮೊದಲ ಅಕ್ಷರ ದೊಡ್ಡ ಇರಬೇಕು. ಉದಾಹರಣೆಗೆ,

"Humpty Dumpty sat on a wall
Humpty Dumpty had a great fall
All the king's horses and all the king's men
Couldn't put Humpty together again."

☞ ಯಾವುದೇ ಧಾರ್ಮಿಕ ಇಲ್ಲವೇ ಸಾಹಿತ್ಯ ಪುಸ್ತಕದ ಹೆಸರಿನ ಮೊದಲ ಅಕ್ಷರ ದೊಡ್ಡ ಇರಬೇಕು. ಉದಾಹರಣೆಗೆ,

(a) The Ramayan is a holy book of the Hindus.
(b) I have read the lesson 'Tense' in my grammar book.

☞ ದೇವರ ಹೆಸರು ಇಲ್ಲವೇ ಬಳಸಿದ ಸರ್ವನಾಮದ ಮೊದಲ ಅಕ್ಷರ ದೊಡ್ಡ ಇರಬೇಕು.

(a) The God is everywhere.
(b) He forgives us for our sins and He rewards us for our good deeds.

☞ I ನಾನು Pronoun (ಸರ್ವನಾಮ) ಹಾಗೂ O (ಓ) Interjection (ವಿಸ್ಮಯಾದಿಬೋಧಕ) ಬಂದ ಬಳಿಕ, ಅಂದರೆ,

(a) My friend asked me if I was alright.
(b) O God! Always give me your blessings.

☞ ಇಂಗ್ಲಿಷ್‌ನಲ್ಲಿ ದಿನ ಇಲ್ಲವೇ ತಿಂಗಳಿನ ಮೊದಲ ಅಕ್ಷರ Capital Letter (ದೊಡ್ಡ ಅಕ್ಷರ) ಇರಲಿದೆ.

Sunday, Monday, Tuesday, Wednesday, Thursday, Friday, Saturday, January, February, March, April, May, June, July, August, September, October, November, December.

(a) He will go to Paris in the month of November.
(b) My school remains closed on Sunday.

- Academic Qualifications (ವಿದ್ಯಾರ್ಹತೆ) ಹಾಗೂ titles ಶೀರ್ಷಿಕೆಗಳನ್ನು, ಅವುಗಳ ಸಂಕ್ಷಿಪ್ತ ರೂಪವನ್ನು ಉದಾಹರಣೆಗೆ

  ಪದವಿಗಳು: B.A., M.A., L.L.B., M.Com., M.B.A.

  ಸ್ಥಾನ ನಾಮಗಳು: M.L.A., M.P., P.M., C.M., D.M., S.P.

  ಸನ್ಮಾನ ಸೂಚಕ ಪದಗಳು: Ashoka the Great, Your Majesty, Your Honour

  ಗೌರವ ಪ್ರಶಸ್ತಿಗಳು: Bharat Ratna, Khel Ratna, Padma Vibhushan

- Political Parties and sects (ರಾಜಕೀಯ ಪಕ್ಷಗಳು, ಧಾರ್ಮಿಕ ಗುಂಪುಗಳ ಮೊದಲ ಅಕ್ಷರ)
  (a) Bhartiya Janata Party, Indian National Congress
  (b) The Buddhism was introduced by Gautam Buddha
  (c) The Republicans and Communists joined their hands together.

- Personified objects (ಮಾನವೀಕೃತ ವಸ್ತುಗಳ ಹೆಸರು)
  (a) O Grief! Make me strong enough to bear you.
  (b) O Happiness! I am your slave.

- ಪುಸ್ತಕ ಇಲ್ಲವೇ ಅದರ ಅಧ್ಯಾಯಗಳ ಹೆಸರಿನ ಮೊದಲ ಅಕ್ಷರ Capital letterನಲ್ಲಿ preposition, articles ಮತ್ತು conjuctions ಇತ್ಯಾದಿ small letters ಇರುತ್ತದೆ.
  (a) A Bend in the River
  (b) A Brush with Life
  (c) Accession to Extinction

  ಇದರಲ್ಲಿ in, the, with, to ಇನ್ನಿತರವು small letter ಸಣ್ಣ ಅಕ್ಷರದಿಂದ ಆರಂಭವಾಗಿವೆ.

- Newspapers (ವೃತ್ತಪತ್ರಿಕೆಗಳು), Mountains (ಪರ್ವತಗಳು), Monuments (ಸ್ಮಾರಕಗಳು), Scriptures (ಪುರಾಣಗಳು), Historical buildings (ಚಾರಿತ್ರಿಕ ಕಟ್ಟಡಗಳು), Rivers (ನದಿಗಳು), Ocean (ಸಾಗರ)ಗಳ ಹೆಸರಿನ ಮೊದಲ Capital Letter (ಅಕ್ಷರ ದೊಡ್ಡ) ಇರಬೇಕು.

  The Times of India, The Himalayas, The India Gate, The Geeta, The Lal Quila, The Ganga, The Indian Ocean

- ಧಾರ್ಮಿಕ ಹಾಗೂ ರಾಷ್ಟ್ರೀಯ ಹಬ್ಬಗಳು ಹಾಗೂ ಐತಿಹಾಸಿಕ ದಿನಗಳು ಹೆಸರಿನ ಮೊದಲ ಅಕ್ಷರ.

  Holi, Diwali, Republic Day, Children's Day, Mother's Day, The First World War, The Kargil War.

- Firms and Industries (ಉದ್ಯಮ, ಕೈಗಾರಿಕೆಗಳು)

  The Reliance India, The Hindustan Lever Ltd., The Sahara India, The Aditya Birla Group, The Mahindra and Mahindra, The Cadbury India

- Exclamations (ವಿಸ್ಮಯ ಸೂಚಕ ಪದಗಳು), ಇವು ವಾಕ್ಯದ ಮೊದಲೇ ಬರುತ್ತವೆ
  (a) Oh! It's too hot.
  (b) O God! Always give me your blessings.
  (c) Hurrah! I have won the match.
  (d) Well done! Keep it up.

- Common Nouns ಮತ್ತು Proper nouns (ಸಾಮಾನ್ಯ ಮತ್ತು ವ್ಯಕ್ತಿವಾಚಕ ನಾಮಪದ)ಗಳ ಜತೆಗೆ

  Uncle John, Sister Bhanushali, Mother Teresa, Father Peter. ಇದರಲ್ಲಿ uncle, sister, mother, father ಮುಂತಾದವು (proper nouns) ಗಳ ಜೊತೆಗೂಡಿವೆ. ಇದರಿಂದ ಇವುಗಳ ಮೊದಲ ಅಕ್ಷರ ದೊಡ್ಡ (Capital) ಇರಲಿದೆ.

- ಬ್ಯಾಂಕ್‌ಗಳು, ವಿಮಾ ಕಂಪನಿಗಳು, ವಿಶ್ವವಿದ್ಯಾನಿಲಯಗಳು ಹೆಸರಿನ ಮೊದಲ ಅಕ್ಷರ

  Delhi Metro Rail Corp Ltd., Central Bank of India, Life Insurance Corporation of India (L.I.C.), Delhi University.

- ದಿಕ್ಕನ್ನು ಸೂಚಿಸುವ ಪದಗಳ ಜತೆಗಿನ ಪದದ ಮೊದಲ ಅಕ್ಷರ (Compass Points)
  Left East, Back West, Up North, Down South
- ಋತುಗಳು, ಆಚರಣೆಗಳು ಹಾಗೂ ಕಾಲವನ್ನು ಸೂಚಿಸುವ ಮೊದಲ ಅಕ್ಷರ (Seasons and Events ಹಾಗೂ Calendar References)
  The Christmas Night, Stone Age, World War I.
- Ethnic Terms (ಕುಲ ಸಂಬಂಧಿ) ಪದಗಳ ಮೊದಲ ಅಕ್ಷರ
  Indian, Asian, Native American, African.
- Words with letters or numbers (ಅಕ್ಷರ ಇಲ್ಲವೇ ಸಂಖ್ಯೆಗಳ ಜೊತೆ ಇರುವ ಪದಗಳ ಮೊದಲ ಅಕ್ಷರ)
  Volume III, A.D. 5000, Gate No. 7, Room No. 12.
- Direct speech Capital Letter (ನೇರವಾದ ಮಾತುಗಳನ್ನು ದಪ್ಪ) ಅಕ್ಷರದಿಂದ ಆರಂಭಿಸಲಾಗುತ್ತದೆ.
  "Do you think that Mohan has displaced benches?" asked Bhuwan to Geeta.
  "Yes, I think so. He is quite a naughty child."
  On ಮತ್ತು Upಗಳ ಬಳಕೆಯೂ ದೊಡ್ಡ ಅಕ್ಷರದಿಂದ ಆರಂಭವಾಗುತ್ತದೆ. (Adverbs)
  (a) "Up you come"
  (b) "Climbing up the ladder".

Remember (ಮರೆಯದಿರಿ)

ಇಂಗ್ಲಿಷ್‌ನಲ್ಲಿ ಬರೆಯುವಾಗ ಶಬ್ದದ ಮೊದಲ ಅಕ್ಷರ, ಹೆಸರು, ಪದ, ಧಾರ್ಮಿಕ ಪುಸ್ತಕ, ಕತೆಯ ಪ್ರತ್ಯೇಕ ಸಾಲಿನ ಮೊದಲ ಅಕ್ಷರ, ದೇವರು, ಉದ್ಯಮ ಕೈಗಾರಿಕೆಗಳ ಮೊದಲ Capital letters ಅಕ್ಷರ ದೊಡ್ಡ ಇರಬೇಕು.

Word Knowledge related to Letters (ಅಕ್ಷರಕ್ಕೆ ಸಂಬಂಧಿಸಿದ ಶಬ್ದ ಜ್ಞಾನ)

ಅಕ್ಷರ	ಶಬ್ದ	ಉಚ್ಚಾರಣೆ	ಕನ್ನಡ ಅರ್ಥ	ಅಕ್ಷರ	ಶಬ್ದ	ಉಚ್ಚಾರಣೆ	ಕನ್ನಡ ಅರ್ಥ
A	Aeroplane	ಏರೋಪ್ಲೇನ್	ವಿಮಾನ	N	Nest	ನೆಸ್ಟ್	ಗೂಡು
B	Bat	ಬ್ಯಾಟ್	ಬ್ಯಾಟ್	O	Orange	ಆರೆಂಜ್	ಕಿತ್ತಳೆ
C	Car	ಕಾರ್	ಕಾರು	P	Pen	ಪೆನ್	ಪೆನ್
D	Doll	ಡಾಲ್	ಗೊಂಬೆ	Q	Queen	ಕ್ವೀನ್	ರಾಣಿ
E	Elephant	ಎಲಿಫೆಂಟ್	ಆನೆ	R	Rat	ರ್‍ಯಾಟ್	ಇಲಿ
F	Fan	ಫ್ಯಾನ್	ಪಂಕ	S	Swan	ಸ್ವಾನ್	ಹಂಸ
G	Gun	ಗನ್	ಬಂದೂಕು	T	Tiger	ಟೈಗರ್	ಹುಲಿ
H	Hen	ಹೆನ್	ಕೋಳಿ	U	Umbrella	ಅಂಬ್ರೆಲ್ಲ	ಛತ್ರಿ
I	Inkpot	ಇಂಕ್‌ಪಾಟ್	ಮಸಿಕುಡಿಕೆ	V	Van	ವ್ಯಾನ್	ವ್ಯಾನ್
J	Jug	ಜಗ್	ಜಗ್	W	Woman	ವುಮನ್	ಮಹಿಳೆ
K	King	ಕಿಂಗ್	ಮಹಾರಾಜ	X	X-ray	ಎಕ್ಸ್‌ರೇ	ಕ್ಷಕಿರಣ
L	Lion	ಲಯನ್	ಸಿಂಹ	Y	Yellow	ಯಲ್ಲೋ	ಹಳದಿ
M	Monkey	ಮಂಕಿ	ಕೋತಿ	Z	Zebra	ಜೀಬ್ರಾ	ಹೇಸರಗತ್ತೆ

Qualitative Sound of Capital-Small Letters of English with Hindi Vowel and Consonatnt Letters (ಕನ್ನಡ ಇಂಗ್ಲಿಷ್ ಅಕ್ಷರಗಳ (ಸಣ್ಣ - ದೊಡ್ಡ) ಹೋಲಿಕೆ)

ದೊಡ್ಡ	ಸಣ್ಣ	ಉಚ್ಚಾರಣೆ	ಧ್ವನಿ	ದೊಡ್ಡ	ಸಣ್ಣ	ಉಚ್ಚಾರಣೆ	ಧ್ವನಿ
A	a	ಎ	ಅ, ಆ	N	n	ಎನ್	ನ
B	b	ಬಿ	ಬ	O	o	ಒ	ವ, ಓ
C	c	ಸಿ	ಸ, ಕ	P	p	ಪಿ	ಪ
D	d	ಡಿ	ದ, ಡ	Q	q	ಕ್ಯೂ	ಕ
E	e	ಇ	ಇ, ಈ	R	r	ಆರ್	ರ
F	f	ಎಫ್	ಫ	S	s	ಎಸ್	ಸ, ಜ
G	g	ಜಿ	ಜ, ಗ	T	t	ಟಿ	ತ, ಟ
H	h	ಹೆಚ್	ಹ	U	u	ಯು	ಉ, ಯೂ
I	i	ಐ	ಈ ಐ	V	v	ವಿ	ವ
J	j	ಜೆ	ಜ	W	w	ಡಬ್ಲ್ಯು	ವ
K	k	ಕೆ	ಕ	X	x	ಎಕ್ಸ್	ಕ್ಷ, ಕ್ಸ
L	l	ಎಲ್	ಲ	Y	y	ವೈ	ಇ, ಯ
M	m	ಎಂ	ಮ	Z	z	ಝಡ್	ಜ

Pronunciation Knowledge Based on Vowel and Consonant (ಸ್ವರ ಮತ್ತು ವ್ಯಂಜನ ಆಧರಿಸಿ ಉಚ್ಚಾರಣೆ)

ಕ	ಕಾ	ಕಿ	ಕೀ	ಕು	ಕೂ	ಕೆ	ಕೈ	ಕೊ	ಕೌ	ಕಂ	ಕಃ
Ka	Kaa	Ki	Kee	Ku	Koo	Ke	Kai	Ko	Kau	Kan	Kah
ಖ	ಖಾ	ಖಿ	ಖೀ	ಖು	ಖೂ	ಖೆ	ಖೈ	ಖೊ	ಖೌ	ಖಂ	ಖಃ
Kha	Khaa	Khi	Khee	Khu	Khoo	Khe	Khai	Kho	Khau	Kham	Khah
ಗ	ಗಾ	ಗಿ	ಗೀ	ಗು	ಗೂ	ಗೆ	ಗೈ	ಗೊ	ಗೌ	ಗಂ	ಗಃ
Ga	Gaa	Gi	Gee	Gu	Goo	Ge	Gai	Go	Gau	Gan	Gah
ಘ	ಘಾ	ಘಿ	ಘೀ	ಘು	ಘೂ	ಘೆ	ಘೈ	ಘೊ	ಘೌ	ಘಂ	ಘಃ
Gha	Ghaa	Ghi	Ghee	Ghu	Ghoo	Ghe	Ghai	Gho	Ghau	Gham	Ghah
ಚ	ಚಾ	ಚಿ	ಚೀ	ಚು	ಚೂ	ಚೆ	ಚೈ	ಚೊ	ಚೌ	ಚಂ	ಚಃ
Cha	Chaa	Chi	Chee	Chu	Choo	Che	Chai	Cho	Chau	Cham	Chah
ಛ	ಛಾ	ಛಿ	ಛೀ	ಛು	ಛೂ	ಛೆ	ಛೈ	ಛೊ	ಛೌ	ಛಂ	ಛಃ
Chha	Chhaa	Chhi	Chhee	Chhu	Chhoo	Chhe	Chhai	Chho	Chhau	Chham	Chhah
ಜ	ಜಾ	ಜಿ	ಜೀ	ಜು	ಜೂ	ಜೆ	ಜೈ	ಜೊ	ಜೌ	ಜಂ	ಜಃ
Ja	Jaa	Ji	Jee	Ju	Joo	Je	Jai	Jo	Jau	Jam	Jah
ಝ	ಝಾ	ಝಿ	ಝೀ	ಝು	ಝೂ	ಝೆ	ಝೈ	ಝೊ	ಝೌ	ಝಂ	ಝಃ
Jha	Jhaa	Jhi	Jhee	Jhu	Jhoo	Jhe	Jhai	Jho	Jhau	Jham	Jhah
ಟ	ಟಾ	ಟಿ	ಟೀ	ಟು	ಟೂ	ಟೆ	ಟೈ	ಟೊ	ಟೌ	ಟಂ	ಟಃ
Ta	Taa	Ti	Tee	Tu	Too	Te	Tai	To	Tau	Tam	Tah
ಠ	ಠಾ	ಠಿ	ಠೀ	ಠು	ಠೂ	ಠೆ	ಠೈ	ಠೊ	ಠೌ	ಠಂ	ಠಃ
Tha	Thaa	Thi	Thee	Thu	Thoo	The	Thai	Tho	Thau	Tham	Thah
ಡ	ಡಾ	ಡಿ	ಡೀ	ಡು	ಡೂ	ಡೆ	ಡೈ	ಡೊ	ಡೌ	ಡಂ	ಡಃ
Da	Daa	Di	Dee	Du	Doo	De	Dai	Do	Dau	Dam	Dah

ಢ	ಢಾ	ಢಿ	ಢೀ	ಢು	ಢೂ	ಢೆ	ಢೈ	ಢೊ	ಢೌ	ಢಂ	ಢಃ
Dha	Dhaa	Dhi	Dhee	Dhu	Dhoo	Dhe	Dhai	Dho	Dhau	Dham	Dhah
ಣ	ಣಾ	ಣಿ	ಣೀ	ಣು	ಣೂ	ಣೆ	ಣೈ	ಣೊ	ಣೌ	ಣಂ	ಣಃ
Na	Naa	Ni	Nee	Nu	Noo	Ne	Nai	No	Nau	Nam	Nah
ತ	ತಾ	ತಿ	ತೀ	ತು	ತೂ	ತೆ	ತೈ	ತೊ	ತೌ	ತಂ	ತಃ
Ta	Taa	Ti	Tee	Tu	Too	Te	Tai	To	Tau	Tam	Tah
ಥ	ಥಾ	ಥಿ	ಥೀ	ಥು	ಥೂ	ಥೆ	ಥೈ	ಥೊ	ಥೌ	ಥಂ	ಥಃ
Tha	Thaa	Thi	Thee	Thu	Thoo	The	Thai	Tho	Thau	Tham	Thah
ದ	ದಾ	ದಿ	ದೀ	ದು	ದೂ	ದೆ	ದೈ	ದೊ	ದೌ	ದಂ	ದಃ
Da	Daa	Di	Dee	Du	Doo	De	Dai	Do	Dau	Dam	Dah
ಧ	ಧಾ	ಧಿ	ಧೀ	ಧು	ಧೂ	ಧೆ	ಧೈ	ಧೊ	ಧೌ	ಧಂ	ಧಃ
Dha	Dhaa	Dhi	Dhee	Dhu	Dhoo	Dhe	Dhai	Dho	Dhau	Dham	Dhah
ನ	ನಾ	ನಿ	ನೀ	ನು	ನೂ	ನೆ	ನೈ	ನೊ	ನೌ	ನಂ	ನಃ
Na	Naa	Ni	Nee	Nu	Noo	Ne	Nai	No	Nau	Nam	Nah
ಪ	ಪಾ	ಪಿ	ಪೀ	ಪು	ಪೂ	ಪೆ	ಪೈ	ಪೊ	ಪೌ	ಪಂ	ಪಃ
Pa	Paa	Pi	Pee	Pu	Poo	Pe	Pai	Po	Pau	Pam	Pah
ಫ	ಫಾ	ಫಿ	ಫೀ	ಫು	ಫೂ	ಫೆ	ಫೈ	ಫೊ	ಫೌ	ಫಂ	ಫಃ
Pha	Phaa	Phi	Phee	Phu	Phoo	Phe	Phai	Pho	Phau	Pham	Phah
ಬ	ಬಾ	ಬಿ	ಬೀ	ಬು	ಬೂ	ಬೆ	ಬೈ	ಬೊ	ಬೌ	ಬಂ	ಬಃ
Ba	Baa	Bi	Bee	Bu	Boo	Be	Bai	Bo	Bau	Bam	Bah
ಭ	ಭಾ	ಭಿ	ಭೀ	ಭು	ಭೂ	ಭೆ	ಭೈ	ಭೊ	ಭೌ	ಭಂ	ಭಃ
Bha	Bhaa	Bhi	Bhee	Bhu	Bhoo	Bhe	Bhai	Bho	Bhau	Bham	Bhah
ಮ	ಮಾ	ಮಿ	ಮೀ	ಮು	ಮೂ	ಮೆ	ಮೈ	ಮೊ	ಮೌ	ಮಂ	ಮಃ
Ma	Maa	Mi	Mee	Mu	Moo	Me	Mai	Mo	Mau	Mam	Mah
ಯ	ಯಾ	ಯಿ	ಯೀ	ಯು	ಯೂ	ಯೆ	ಯೈ	ಯೊ	ಯೌ	ಯಂ	ಯಃ
Ya	Yaa	Yi	Yee	Yu	Yoo	Ye	Yai	Yo	Yau	Yam	Yah
ರ	ರಾ	ರಿ	ರೀ	ರು	ರೂ	ರೆ	ರೈ	ರೊ	ರೌ	ರಂ	ರಃ
Ra	Raa	Ri	Ree	Ru	Roo	Re	Rai	Ro	Rau	Ram	Rah
ಲ	ಲಾ	ಲಿ	ಲೀ	ಲು	ಲೂ	ಲೆ	ಲೈ	ಲೊ	ಲೌ	ಲಂ	ಲಃ
La	Laa	Li	Lee	Lu	Loo	Le	Lai	Lo	Lau	Lam	Lah
ವ	ವಾ	ವಿ	ವೀ	ವು	ವೂ	ವೆ	ವೈ	ವೊ	ವೌ	ವಂ	ವಃ
Va	Vaa	Vi	Vee	Vu	Voo	Ve	Vai	Vo	Vau	Vam	Vah
ಶ	ಶಾ	ಶಿ	ಶೀ	ಶು	ಶೂ	ಶೆ	ಶೈ	ಶೊ	ಶೌ	ಶಂ	ಶಃ
Sha	Shaa	Shi	Shee	Shu	Shoo	She	Shai	Sho	Shau	Sham	Shah
ಷ	ಷಾ	ಷಿ	ಷೀ	ಷು	ಷೂ	ಷೆ	ಷೈ	ಷೊ	ಷೌ	ಷಂ	ಷಃ
Sha	Shaa	Shi	Shee	Shu	Shoo	She	Shai	Sho	Shau	Sham	Shah
ಸ	ಸಾ	ಸಿ	ಸೀ	ಸು	ಸೂ	ಸೆ	ಸೈ	ಸೊ	ಸೌ	ಸಂ	ಷಃ
Sa	Saa	Si	See	Su	Soo	Se	Sai	So	Sau	Sam	Sah
ಹ	ಹಾ	ಹಿ	ಹೀ	ಹು	ಹೂ	ಹೆ	ಹೈ	ಹೊ	ಹೌ	ಹಂ	ಹಃ
Ha	Haa	Hi	Hee	Hu	Hoo	He	Hai	Ho	Hau	Ham	Hah

ಕ್ಷ	ಕ್ಷಾ	ಕ್ಷಿ	ಕ್ಷೀ	ಕ್ಷು	ಕ್ಷೂ	ಕ್ಷೆ	ಕ್ಷೈ	ಕ್ಷೊ	ಕ್ಷೌ	ಕ್ಷಂ	ಕ್ಷಃ
Ksha	Kshaa	Kshi	Kshee	Kshu	Kshoo	Kshe	Kshai	Ksho	Kshau	Ksham	Kshah
ತ್ರ	ತ್ರಾ	ತ್ರಿ	ತ್ರೀ	ತ್ರು	ತ್ರೂ	ತ್ರೆ	ತ್ರೈ	ತ್ರೊ	ತ್ರೌ	ತ್ರಂ	ತ್ರಃ
Tra	Traa	Tri	Tree	Tru	Troo	Tre	Trai	Tro	Trau	Tram	Trah
ಜ್ಞ	ಜ್ಞಾ	ಜ್ಞಿ	ಜ್ಞೀ	ಜ್ಞು	ಜ್ಞೂ	ಜ್ಞೆ	ಜ್ಞೈ	ಜ್ಞೊ	ಜ್ಞೌ	ಜ್ಞಂ	ಜ್ಞಃ
Gya	Gyaa	Gyi	Gyee	Gyu	Gyoo	Gye	Gyai	Gyo	Gyau	Gyam	Gyah

Numbers (ಸಂಖ್ಯೆಗಳು)

ಅರ್ಥ	ಇಂಗ್ಲಿಷ್	ಉಚ್ಚಾರಣೆ	ಇಂಗ್ಲಿಷ್ ಅಂಕಿ	ರೋಮನ್	ಕನ್ನಡ
ಶೂನ್ಯ	Zero	ಜೀರೋ	0	0	0
ಒಂದು	One	ಒನ್	1	I	೧
ಎರಡು	Two	ಟು	2	II	೨
ಮೂರು	Three	ಥ್ರೀ	3	III	೩
ನಾಲ್ಕು	Four	ಫೋರ್	4	IV	೪
ಐದು	Five	ಫೈವ್	5	V	೫
ಆರು	Six	ಸಿಕ್ಸ್	6	VI	೬
ಏಳು	Seven	ಸೆವೆನ್	7	VII	೭
ಎಂಟು	Eight	ಯೈಟ್	8	VIII	೮
ಒಂಬತ್ತು	Nine	ನೈನ್	9	IX	೯
ಹತ್ತು	Ten	ಟೆನ್	10	X	೧೦
ಹನ್ನೊಂದು	Eleven	ಇಲೆವೆನ್	11	XI	೧೧
ಹನ್ನೆರಡು	Twelve	ಟ್ವೆಲ್ವ್	12	XII	೧೨
ಹದಿಮೂರು	Thirteen	ಥರ್ಟೀನ್	13	XIII	೧೩
ಹದಿನಾಲ್ಕು	Fourteen	ಫೋರ್‌ಟೀನ್	14	XIV	೧೪
ಹದಿನೈದು	Fifteen	ಫಿಫ್‌ಟೀನ್	15	XV	೧೫
ಹದಿನಾರು	Sixteen	ಸಿಕ್ಸ್‌ಟೀನ್	16	XVI	೧೬
ಹದಿನೇಳು	Seventeen	ಸೆವೆನ್‌ಟೀನ್	17	XVII	೧೭
ಹದಿನೆಂಟು	Eighteen	ಯೈಟೀನ್	18	XVIII	೧೮
ಹತ್ತೊಂಬತ್ತು	Nineteen	ನೈಂಟೀನ್	19	XIX	೧೯
ಇಪ್ಪತ್ತು	Twenty	ಟ್ವೆಂಟಿ	20	XX	೨೦
ಇಪ್ಪತ್ತೊಂದು	Twenty one	ಟ್ವೆಂಟಿಒನ್	21	XXI	೨೧
ಇಪ್ಪತ್ತೆರಡು	Twenty two	ಟ್ವೆಂಟಿಟು	22	XXII	೨೨
ಇಪ್ಪತ್ತಮೂರು	Twenty three	ಟ್ವೆಂಟಿಥ್ರೀ	23	XXIII	೨೩
ಇಪ್ಪತ್ನಾಲ್ಕು	Twenty four	ಟ್ವಂಟಿಫೋರ್	24	XXIV	೨೪
ಇಪ್ಪತ್ತೈದು	Twenty five	ಟ್ವೆಂಟಿಫೈವ್	25	XXV	೨೫
ಇಪ್ಪತ್ತಾರು	Twenty six	ಟ್ವೆಂಟಿಸಿಕ್ಸ್	26	XXVI	೨೬
ಇಪ್ಪತ್ತೇಳು	Twenty seven	ಟ್ವೆಂಟಿಸೆವೆನ್	27	XXVII	೨೭

ಇಪ್ಪತ್ತೆಂಟು	Twenty eight	ಟ್ವೆಂಟಿಯೈಟ್	28	XXVIII	೨೮
ಇಪ್ಪತ್ತೊಂಬತ್ತು	Twenty nine	ಟ್ವೆಂಟಿನೈನ್	29	XXIX	೨೯
ಮೂವತ್ತು	Thirty	ಥರ್ಟಿ	30	XXX	೩೦
ಮೂವತ್ತೊಂದು	Thirty one	ಥರ್ಟಿ ಒನ್	31	XXXI	೩೧
ಮೂವತ್ತೆರಡು	Thirty two	ಥರ್ಟಿ ಟು	32	XXXII	೩೨
ಮೂವತ್ತಮೂರು	Thirty three	ಥರ್ಟಿತ್ರೀ	33	XXXIII	೩೩
ಮೂವತ್ನಾಲ್ಕು	Thirty four	ಥರ್ಟಿಫೋರ್	34	XXXIV	೩೪
ಮೂವತ್ತೈದು	Thirty five	ಥರ್ಟಿಫೈವ್	35	XXXV	೩೫
ಮೂವತ್ತಾರು	Thirty six	ಥರ್ಟಿಸಿಕ್ಸ್	36	XXXVI	೩೬
ಮೂವತ್ತೇಳು	Thirty seven	ಥರ್ಟಿಸೆವೆನ್	37	XXXVII	೩೭
ಮೂವತ್ತೆಂಟು	Thirty eight	ಥರ್ಟಿಯೈಟ್	38	XXXVIII	೩೮
ಮೂವತ್ತೊಂಬತ್ತು	Thirty nine	ಥರ್ಟಿನೈನ್	39	XXXIX	೩೯
ನಲವತ್ತು	Forty	ಫಾರ್ಟಿ	40	XL	೪೦
ನಲವತ್ತೊಂದು	Forty one	ಫಾರ್ಟಿ ಒನ್	41	XLI	೪೧
ನಲವತ್ತೆರಡು	Forty two	ಫಾರ್ಟಿ ಟು	42	XLII	೪೨
ನಲವತ್ತಮೂರು	Forty three	ಫಾರ್ಟಿ ತ್ರೀ	43	XLIII	೪೩
ನಲವತ್ತನಾಲ್ಕು	Forty four	ಫಾರ್ಟಿ ಫೋರ್	44	XLIV	೪೪
ನಲವತ್ತೈದು	Forty five	ಫಾರ್ಟಿ ಫೈವ್	45	XLV	೪೫
ನಲವತ್ತಾರು	Forty six	ಫಾರ್ಟಿ ಸಿಕ್ಸ್	46	XLVI	೪೬
ನಲವತ್ತೇಳು	Forty seven	ಫಾರ್ಟಿಸೆವೆನ್	47	XLVII	೪೭
ನಲವತ್ತೆಂಟು	Forty eight	ಫಾರ್ಟಿಯೈಟ್	48	XLVIII	೪೮
ನಲವತ್ತೊಂಬತ್ತು	Forty nine	ಫಾರ್ಟಿನೈನ್	49	XLIX	೪೯
ಐವತ್ತು	Fifty	ಫಿಫ್ಟಿ	50	L	೫೦
ಐವತ್ತೊಂದು	Fifty one	ಫಿಫ್ಟಿಒನ್	51	LI	೫೧
ಐವತ್ತೆರಡು	Fifty two	ಫಿಫ್ಟಿಟು	52	LII	೫೨
ಐವತ್ತಮೂರು	Fifty three	ಫಿಫ್ಟಿತ್ರೀ	53	LIII	೫೩
ಐವತ್ತನಾಲ್ಕು	Fifty four	ಫಿಫ್ಟಿಫೋರ್	54	LIV	೫೪
ಐವತ್ತೈದು	Fifty five	ಫಿಫ್ಟಿಫೈವ್	55	LV	೫೫
ಐವತ್ತಾರು	Fifty six	ಫಿಫ್ಟಿಸಿಕ್ಸ್	56	LVI	೫೬
ಐವತ್ತೇಳು	Fifty seven	ಫಿಫ್ಟಿಸೆವೆನ್	57	LVII	೫೭
ಐವತ್ತೆಂಟು	Fifty eight	ಫಿಫ್ಟಿಯೈಟ್	58	LVIII	೫೮
ಐವತ್ತೊಂಬತ್ತು	Fifty nine	ಫಿಫ್ಟಿನೈನ್	59	LIX	೫೯
ಅರವತ್ತು	Sixty	ಸಿಕ್ಸ್ಟೀ	60	LX	೬೦
ಅರವತ್ತೊಂದು	Sixty one	ಸಿಕ್ಸ್ಟಿಒನ್	61	LXI	೬೧
ಅರವತ್ತೆರಡು	Sixty two	ಸಿಕ್ಸ್ ಟಿಟು	62	LXII	೬೨
ಅರವತ್ತಮೂರು	Sixty three	ಸಿಕ್ಸ್ ಟಿತ್ರೀ	63	LXIII	೬೩

ಅರವತ್ತನಾಲ್ಕು	Sixty four	ಸಿಕ್ಸ್ ಟಿಫೋರ್	64	LXIV	೬೪
ಅರವತ್ತೈದು	Sixty five	ಸಿಕ್ಸ್‌ಟಿಫೈವ್	65	LXV	೬೫
ಅರವತ್ತಾರು	Sixty six	ಸಿಕ್ಸ್‌ಟಿಸಿಕ್ಸ್	66	LXVI	೬೬
ಅರವತ್ತೇಳು	Sixty seven	ಸಿಕ್ಸ್ ಟಿಸೆವೆನ್	67	LXVII	೬೭
ಅರವತ್ತೆಂಟು	Sixty eight	ಸಿಕ್ಸ್ ಟಿಯ್ಯೆಟ್	68	LXVIII	೬೭
ಅರವತ್ತೊಂಬತ್ತು	Sixty nine	ಸಿಕ್ಸ್‌ಟೀನೈನ್	69	LXIX	೬೯
ಎಪ್ಪತ್ತು	Seventy	ಸೆವೆಂಟೀ	70	LXX	೭೦
ಎಪ್ಪತ್ತೊಂದು	Seventy one	ಸೆವೆಂಟಿಒನ್	71	LXXI	೭೧
ಎಪ್ಪತ್ತೆರಡು	Seventy two	ಸೆವೆಂಟಿಟು	72	LXXII	೭೨
ಎಪ್ಪತ್ತಮೂರು	Seventy three	ಸೆವೆಂಟಿತ್ರೀ	73	LXXIII	೭೩
ಎಪ್ಪತ್ತನಾಲ್ಕು	Seventy four	ಸೆವೆಂಟಿಫೋರ್	74	LXXIV	೭೪
ಎಪ್ಪತ್ತೈದು	Seventy five	ಸೆವೆಂಟಿಫೈವ್	75	LXXV	೭೫
ಎಪ್ಪತ್ತಾರು	Seventy six	ಸೆವೆಂಟಿಸಿಕ್ಸ್	76	LXXVI	೭೬
ಎಪ್ಪತ್ತೇಳು	Seventy seven	ಸೆವೆಂಟಿಸೆವೆನ್	77	LXXVII	೭೭
ಎಪ್ಪತ್ತೆಂಟು	Seventy eight	ಸೆವೆಂಟಿಯ್ಯೆಟ್	78	LXXIII	೭೮
ಎಪ್ಪತ್ತೊಂಬತ್ತು	Seventy nine	ಸೆವೆಂಟಿನೈನ್	79	LXXIX	೭೯
ಎಂಬತ್ತು	Eighty	ಯ್ಯೆಟಿ	80	LXXX	೮೦
ಎಂಬತ್ತೊಂದು	Eighty one	ಯ್ಯೆಟಿ ಒನ್	81	LXXXI	೮೧
ಎಂಬತ್ತೆರಡು	Eighty two	ಯ್ಯೆಟಿಟು	82	LXXXII	೮೨
ಎಂಬತ್ತಮೂರು	Eighty three	ಯ್ಯೆಟಿತ್ರೀ	83	LXXXIII	೮೩
ಎಂಬತ್ತನಾಲ್ಕು	Eighty four	ಯ್ಯೆಟಿಫೋರ್	84	LXXXIV	೮೪
ಎಂಬತ್ತೈದು	Eighty five	ಯ್ಯೆಟಿಫೈವ್	85	LXXXV	೮೫
ಎಂಬತ್ತಾರು	Eighty six	ಯ್ಯೆಟಿಸಿಕ್ಸ್	86	LXXXVI	೮೬
ಎಂಬತ್ತೇಳು	Eighty seven	ಯ್ಯೆಟಿಸೆವೆನ್	87	LXXXVII	೮೭
ಎಂಬತ್ತೆಂಟು	Eighty eight	ಯ್ಯೆಟಿಯ್ಯೆಟ್	88	LXXXVIII	೮೮
ಎಂಬತ್ತೊಂಬತ್ತು	Eighty nine	ಯ್ಯೆಟಿನೈನ್	89	LXXXIX	೮೯
ತೊಂಬತ್ತು	Ninety	ನೈಂಟಿ	90	XC	೯೦
ತೊಂಬತ್ತೊಂದು	Ninety one	ನೈಂಟಿಒನ್	91	XCI	೯೧
ತೊಂಬತ್ತೆರಡು	Ninety two	ನೈಂಟಿಟು	92	XCII	೯೨
ತೊಂಬತ್ತಮೂರು	Ninety three	ನೈಂಟಿತ್ರೀ	93	XCIII	೯೩
ತೊಂಬತ್ತನಾಲ್ಕು	Ninety four	ನೈಂಟಿಫೋರ್	94	XCIV	೯೪
ತೊಂಬತ್ತೈದು	Ninety five	ನೈಂಟಿಫೈವ್	95	XCV	೯೫
ತೊಂಬತ್ತಾರು	Ninety six	ನೈಂಟಿಸಿಕ್ಸ್	96	XCVI	೯೬
ತೊಂಬತ್ತೇಳು	Ninety seven	ನೈಂಟಿಸೆವೆನ್	97	XCVII	೯೭
ತೊಂಬತ್ತೆಂಟು	Ninety eight	ನೈಂಟಿಯ್ಯೆಟ್	98	XCVIII	೯೮
ತೊಂಬತ್ತೊಂಬತ್ತು	Ninety nine	ನೈಂಟಿನೈನ್	99	XCIX	೯೯
ನೂರು	Hundred	ಹಂಡ್ರೆಡ್	100	C	೧೦೦
ಇನ್ನೂರು	Two hundred	ಟುಹಂಡ್ರೆಡ್	200	CC	೨೦೦

ಮುನ್ನೂರು	Three hundred	ತ್ರೀ ಹಂಡ್ರೆಡ್	300	CCC	೩೦೦
ನಾನೂರು	Four hundred	ಫೋರ್ ಹಂಡ್ರೆಡ್	400	CD	೪೦೦
ಐನೂರು	Five hundred	ಫೈವ್ ಹಂಡ್ರೆಡ್	500	D	೫೦೦
ಆರುನೂರು	Six hundred	ಸಿಕ್ಸ್ ಹಂಡ್ರೆಡ್	600	DC	೬೦೦
ಏಳುನೂರು	Seven hundred	ಸೆವೆನ್ ಹಂಡ್ರೆಡ್	700	DCC	೭೦೦
ಎಂಟುನೂರು	Eight hundred	ಯೈಟ್ ಹಂಡ್ರೆಡ್	800	DCCC	೮೦೦
ಒಂಬೈನೂರು	Nine hundred	ನೈನ್ ಹಂಡ್ರೆಡ್	900	CM	೯೦೦
ಸಾವಿರ	Thousand	ಥೌಸಂಡ್	1,000	M	೧೦೦೦
ಲಕ್ಷ	Lakh	ಲ್ಯಾಕ್	10,000		೧,೦೦,೦೦೦
ಹತ್ತು ಲಕ್ಷ	Ten Lakh	ಟೆನ್ ಲ್ಯಾಕ್	10,00,000		೧೦,೦೦,೦೦೦
ಕೋಟಿ	Crore	ಕ್ರೋರ್	1,00,00,000		೧,೦೦,೦೦,೦೦೦

Ordinal Counting (ಕ್ರಮವಾಚಕಎಣಿಕೆ)

ಇಂಗ್ಲಿಷ್ ಪದ	ಸಂಖ್ಯೆ	ಉಚ್ಚಾರಣೆ	ಅರ್ಥ
First	(1st)	ಫರ್ಸ್ಟ್	ಮೊದಲ (ಪ್ರಥಮ)
Second	(2nd)	ಸೆಕೆಂಡ್	ದ್ವಿತೀಯ
Third	(3rd)	ಥರ್ಡ್	ತೃತೀಯ
Fourth	(4th)	ಫೋರ್ಥ್	ಚತುರ್ಥ
Fifth	(5th)	ಫಿಫ್ತ್	ಪಂಚಮ
Sixth	(6th)	ಸಿಕ್ತ್	6ನೆಯ
Seventh	(7th)	ಸೆವೆಂತ್	7ನೆಯ
Eighth	(8th)	ಯೈತ್	8ನೆಯ
Ninth	(9th)	ನೈತ್	9ನೆಯ
Tenth	(10th)	ಟೆಂತ್	10ನೆಯ
Fourteenth	(14th)	ಫೋರ್‌ಟೀನ್ಸ್	14ನೆಯ
Seventy Eighth	(78th)	ಸೆವೆಂಟಿ ಯೈಥ್	78ನೆಯ
Hundredth	(100th)	ಹಂಡ್ರೆಡ್	100ನೆಯ

Qualitative Counting (ಗುಣವಾಚಕ ಎಣಿಕೆ)

ಇಂಗ್ಲಿಷ್ ಪದ	ಉಚ್ಚಾರಣೆ	ಕನ್ನಡ ಅರ್ಥ
Single	ಸಿಂಗಲ್	ಒಂದು
Double	ಡಬಲ್	ಎರಡು
Triple	ಟ್ರಿಪಲ್	ಮೂರು
Quadruple	ಕ್ವಾಡ್ರಪಲ್	ನಾಕುಪಟ್ಟು
Quintuple	ಕ್ವಿನ್‌ಟ್ಯುಪಲ್	ಐದುಪಟ್ಟು
Hextuple	ಹೆಕ್ಸ್‌ಟ್ಯುಪಲ್	ಆರುಪಟ್ಟು
Septuple	ಸೆಪ್ಟುಪಲ್	ಏಳುಪಟ್ಟು
Octople	ಆಕ್ಟೋಪಲ್	ಎಂಟುಪಟ್ಟು
Nonuple	ನಾನುಪಲ್	ಒಂಬತ್ತುಪಟ್ಟು
Decuple	ಡೆಕ್ಯುಪಲ್	ಹತ್ತುಪಟ್ಟು

Numerator Counting (ಅಂಕವಾಚಕ ಎಣಿಕೆ)

ಇಂಗ್ಲೀಷ್ ಪದ	ಸಂಖ್ಯೆ	ಉಚ್ಚಾರಣೆ	ಕನ್ನಡ ಅರ್ಥ
Half	(1/2)	ಹಾಫ್	ಅರ್ಧ
Three-fourth	(3/4)	ತ್ರಿ ಬೈ ಫೋರ್ತ್	ಮುಕ್ಕಾಲು
Two-third	(2/3)	ಟು ಬೈ ಥರ್ಥ್	2/3
One-third	(1/3)	ಒನ್ ಥರ್ಡ್	ಕಾಲು
One-fourth	(1/4)	ಒನ್ ಫೋರ್ತ್	ನಾಲ್ಕನೇ ಒಂದು
One-fifth	(1/5)	ಒನ್ ಫಿಫ್ತ್	ಒಂದನೇ ಐದು
One-sixth	(1/6)	ಒನ್ ಸಿಕ್ತ್	ಒಂದನೇ ಆರು
One-seventh	(1/7)	ಒನ್ ಸೆವೆನ್ತ್	ಒಂದನೇ ಏಳು
One-eighth	(1/8)	ಒನ್ ಯೈಥ್	ಒಂದನೇ ಎಂಟು
One-ninth	(1/9)	ಒನ್ ನೈನ್ತ್	ಒಂದನೇ ಒಂಭತ್ತು
One-tenth	(1/10)	ಒನ್ ಟೇನ್ತ್	ಒಂದನೇ ಹತ್ತು

Seasons (ಋತುಗಳು)

ಋತು	ಉಚ್ಚಾರಣೆ	ಕನ್ನಡ ಅರ್ಥ	ಕಾಲ
Summer	ಸಮ್ಮರ್	ಬೇಸಿಗೆ	ಮೇ-ಜೂನ್
Rainy	ರೈನಿ	ಮಳೆಗಾಲ	ಜುಲೈ-ಸೆಪ್ಟೆಂಬರ್
Autumn	ಹೆಟಂ	ಶರದೃತು	ಅಕ್ಟೋಬರ್-ನವೆಂಬರ್
Pre-winter	ಪ್ರಿ-ವಿಂಟರ್	ಚಳಿಗಾಲದ ಮುನ್ನ	ಡಿಸೆಂಬರ್-ಜನವರಿ
Winter	ವಿಂಟರ್	ಚಳಿಗಾಲ	ಮಾರ್ಚ್- ಏಪ್ರಿಲ್
Spring	ಸ್ಪ್ರಿಂಗ್	ವಸಂತ	ಜನವರಿ-ಫೆಬ್ರವರಿ

Time (ಸಮಯ)

ಇಂಗ್ಲಿಷ್ ಪದ	ಉಚ್ಚಾರಣೆ	ಕನ್ನಡ ಅರ್ಥ
Second	ಸೆಕೆಂಡ್	ಸೆಕೆಂಡ್
Minute	ಮಿನಿಟ್	ನಿಮಿಷ
Hour	ಅವರ್	ಗಂಟೆ
Week	ವೀಕ್	ವಾರ
Fortnight	ಫಾರ್ಟ್‌ನೈಟ್	ಪಾಕ್ಷಿಕ
Month	ಮಂತ್	ತಿಂಗಳು
Quarter	ಕ್ವಾರ್ಟರ್	ಮೂರು ತಿಂಗಳು
Year	ಇಯರ್	ವರ್ಷ
Half Year	ಹಾಫ್ ಇಯರ್	ಅರ್ಧ ವರ್ಷ
Century	ಸೆಂಚುರಿ	ಶತಕ
Tonight	ಟುನೈಟ್	ಇಂದು ರಾತ್ರಿ
Today	ಟುಡೆ	ಇಂದು
Tomorrow	ಟುಮಾರೋ	ನಾಳೆ
Yesterday	ಯಸ್‌ಟರ್‌ಡೆ	ನೆನ್ನೆ
Now	ನೌ	ಈಗ
Later	ಲೇಟರ್	ಬಳಿಕ

Before	ಬಿಫೋರ್	ಮೊದಲು
After	ಆಫ್ಟರ್	ಆನಂತರ
Dawn	ಡಾನ್	ನಸುಕು
Dusk	ಡಸ್ಕ್	ಮುಂಗತ್ತಲು
Morning	ಮಾರ್ನಿಂಗ್	ಬೆಳಗ್ಗೆ
Evening	ಈವನಿಂಗ್	ಸಂಜೆ
Midday	ಮಿಡ್ಡೆ	ಮಧ್ಯಾಹ್ನ
Midnight	ಮಿಡ್‌ನೈಟ್	ಮಧ್ಯರಾತ್ರಿ
Day	ಡೇ	ದಿನ
Night	ನೈಟ್	ರಾತ್ರಿ
Noon	ನೂನ್	ಮಧ್ಯಾಹ್ನ
Afternoon	ಆಫ್ಟರ್‌ನೂನ್	ಮಧ್ಯಾಹ್ನದ ನಂತರ
Twilight	ಟ್ವೈಲೈಟ್	ಮುಸ್ಸಂಜೆ
A.M.	ಎಎಂ (ರಾತ್ರಿ 12 ರಿಂದ ಬೆಳಗ್ಗೆ 12 ಗಂಟೆವರೆಗೆ)	ಪೂರ್ವಾಹ್ನ
P.M.	ಪಿಎಂ (ಮಧ್ಯಾಹ್ನ 12 ರಿಂದ ರಾತ್ರಿ 12 ರವರೆಗೆ)	ಅಪರಾಹ್ನ

12 Months (12 ತಿಂಗಳುಗಳು)

ಇಂಗ್ಲಿಷ್ ಪದ	ಕನ್ನಡ ಪದ	ಇಂಗ್ಲಿಷ್ ಪದ	ಕನ್ನಡ ಪದ
January	ಜನವರಿ	July	ಜುಲೈ
February	ಫೆಬ್ರವರಿ	August	ಆಗಸ್ಟ್
March	ಮಾರ್ಚ್	September	ಸೆಪ್ಟೆಂಬರ್
April	ಏಪ್ರಿಲ್	October	ಅಕ್ಟೋಬರ್
May	ಮೇ	November	ನವೆಂಬರ್
June	ಜೂನ್	December	ಡಿಸೆಂಬರ್

Days of the Week (ವಾರದ ದಿನಗಳು)

ಇಂಗ್ಲಿಷ್ ಪದ	ಉಚ್ಚಾರಣೆ	ಕನ್ನಡ ಅರ್ಥ
Sunday	ಸಂಡೆ	ಭಾನುವಾರ
Monday	ಮಂಡೆ	ಸೋಮವಾರ
Tuesday	ಟ್ಯೂಸ್‌ಡೆ	ಮಂಗಳವಾರ
Wednesday	ವೆನ್ಸ್‌ಡೆ	ಬುಧವಾರ
Thursday	ತರ್ಸ್‌ಡೆ	ಗುರುವಾರ
Friday	ಫ್ರೈಡೆ	ಶುಕ್ರವಾರ
Saturday	ಸಾಟರ್ ಡೆ	ಶನಿವಾರ

Direction-Indicator Words (ದಿಕ್ಕುಗಳನ್ನು ಸೂಚಿಸುವ ಪದಗಳು)

ಇಂಗ್ಲಿಷ್ ಪದ	ಉಚ್ಚಾರಣೆ	ಕನ್ನಡ ಅರ್ಥ
Right	ರೈಟ್	ಬಲ
Left	ಲೆಫ್ಟ್	ಎಡ
North	ನಾರ್ತ್	ಉತ್ತರ
South	ಸೌತ್	ದಕ್ಷಿಣ
East	ಈಸ್ಟ್	ಪೂರ್ವ
West	ವೆಸ್ಟ್	ಪಶ್ಚಿಮ
North East	ನಾರ್ತ್ ಈಸ್ಟ್	ಈಶಾನ್ಯ

North West	ನಾರ್ತ್ ವೆಸ್ಟ್	ವಾಯುವ್ಯ
South East	ಸೌತ್ ಈಸ್ಟ್	ಆಗ್ನೇಯ
South West	ಸೌತ್ ವೆಸ್ಟ್	ನೈಋತ್ಯ

Conditions-Indicator Words (ಸ್ಥಿತಿಯನ್ನು ಸೂಚಿಸುವ ಪದಗಳು)

ಇಂಗ್ಲಿಷ್ ಪದ	ಉಚ್ಚಾರಣೆ	ಕನ್ನಡ ಅರ್ಥ
Old	ಓಲ್ಡ್	ಹಳೆಯ
New	ನ್ಯೂ	ನವೀನ
Good	ಗುಡ್	ಒಳ್ಳೆಯ
Bad	ಬ್ಯಾಡ್	ಕೆಟ್ಟ
Wet	ವೆಟ್	ಒದ್ದೆಯಾದ
Dry	ಡ್ರೈ	ಒಣಗಿದ
Long	ಲಾಂಗ್	ಉದ್ದಗಿನ
Short	ಶಾರ್ಟ್	ಗಿಡ್ಡ
Hot	ಹಾಟ್	ಬಿಸಿಯಾದ
Cold	ಕೋಲ್ಡ್	ತಣ್ಣಗಿನ
Near	ನಿಯರ್	ಹತ್ತಿರದ
Far	ಫಾರ್	ದೂರದ
Big	ಬಿಗ್	ದೊಡ್ಡ
Small	ಸ್ಮಾಲ್	ಸಣ್ಣ
Heavy	ಹೆವಿ	ಭಾರವಾದ
Light	ಲೈಟ್	ಹಗುರವಾದ
Above	ಎಬೋ	ಮೇಲಿನ
Below	ಬಿಲೋ	ಕೆಳಗಿನ

ನೆನಪಿನಲ್ಲಿಡಿ

(i) ಇಂಗ್ಲಿಷ್‌ನ್ನು ರೋಮನ್ ಲಿಪಿಯಲ್ಲಿ ಬರೆಯುತ್ತಾರೆ.

(ii) ಇಂಗ್ಲಿಷ್ ವರ್ಣ ಮಾಲೆಯಲ್ಲಿ 26 ಅಕ್ಷರಗಳಿದ್ದು, ಅದರಲ್ಲಿ 5 ಸ್ವರ ಹಾಗೂ 21 ವ್ಯಂಜನಗಳಿವೆ

(iii) ಪ್ರತಿ ವಾಕ್ಯದ ಮೊದಲ ಅಕ್ಷರವು ದೊಡ್ಡ ಅಕ್ಷರವಾಗಿರಲಿದೆ.

(iv) ಅಕ್ಷರಗಳಲ್ಲಿ 2 ವಿಧ.
ದೊಡ್ಡ ಮತ್ತು ಸಣ್ಣ ಅಕ್ಷರ (Capital Letter ಮತ್ತು Small Letter)

ಉಱಾಇರಣಾಲ ವಯೆಷಯೆ ಕಾಗಯೆಣೆಷದ ನಿಯಯೆವಯೆಗೆಳಯೆ (ENGLISH ALPHABET)

ಧ್ವನಿ

ನಾವು ಮಾತನ್ನಾಡುವಾಗ ಬೇರೆ ಬೇರೆ ಸ್ವರಗಳ ಸರಣಿಯನ್ನು ಉತ್ಪಾದಿಸುತ್ತೇವೆ. ಒಂದು ಶಬ್ದ ಇನ್ನೊಂದಕ್ಕಿಂತ ಹೇಗೆ ಭಿನ್ನ ಎಂಬುದನ್ನು ಅರ್ಥಮಾಡಿಕೊಳ್ಳಲು ಧ್ವನಿಯ ಅತಿ ಸೂಕ್ಷ್ಮವಾದ ಅಧ್ಯಯನ ಮಾಡುವ ಅಗತ್ಯವಿದೆ. ಶಬ್ದಗಳ ಉಚ್ಚಾರಣೆ ಹೇಗೆ ಮತ್ತು ಅದನ್ನು ಗುರುತಿಸುವುದು ಹೇಗೆ ? ಇದನ್ನು ಅರಿತುಕೊಳ್ಳಲು ಇಂಗ್ಲಿಷ್‌ನ ಪ್ರತಿಯೊಂದು ಅಕ್ಷರದ ಉಚ್ಚಾರಣೆ ಬಗ್ಗೆ ತಿಳಿದುಕೊಳ್ಳಬೇಕಿದೆ.

ನಾವು ನಮ್ಮ ಅಕ್ಕಪಕ್ಕದ ಧ್ವನಿಗಳನ್ನು ಕೇಳಿದಾಗ, ಬೇರೆ ಬೇರೆಯದೇ ಆದ ಧ್ವನಿಗಳು ಕೇಳಲ್ಪಡುತ್ತವೆ. ನಾವು ಕೇವಲ ಮಾತನ್ನಾಡುವುದು ಮತ್ತು ಕೇಳುವುದನ್ನು ಮಾತ್ರ ಮಾಡುತ್ತಿರುವುದಿಲ್ಲ. ಜತೆಗೆ, ನಗು, ಅಳು, ಸಿಟ್ಟು, ನೋವಿನಿಂದ ಚೀರುವುದು ಸೇರಿದಂತೆ ಬೇರೆ ಬೇರೆ ಭಾವನೆಗಳನ್ನು ವ್ಯಕ್ತ ಪಡಿಸುತ್ತಿರುವುದನ್ನು ಗಮನಿಸುತ್ತಿರುತ್ತೇವೆ. ಆದರೆ ವೈಶಿಷ್ಟ್ಯವೇನೆಂದರೆ, ಇಂಥ ಭಿನ್ನ ಭಿನ್ನ ಧ್ವನಿಗಳ ವೈವಿಧ್ಯತೆಯಲ್ಲೂ ಯಾರು ಮಾತನ್ನಾಡುತ್ತಿದ್ದಾರೆ, ಯಾರು ಮಾತನ್ನಾಡುತ್ತಿಲ್ಲ ಎಂದು ಗುರುತಿಸುತ್ತೇವೆ. ಇದರ ತಾತ್ಪರ್ಯ ಏನೆಂದರೆ, ನಾವು ಯಾವುದು ನಗು – ಅಳು, ಯಾವುದು ಮಾತು ಎಂಬುದನ್ನು ಅರ್ಥ ಮಾಡಿಕೊಳ್ಳುವ ಸಾಮರ್ಥ್ಯ ಹೊಂದಿದ್ದೇವೆ. ಯಾರು ಮಾತನ್ನಾಡುತ್ತಿದ್ದಾರೆ, ಯಾರು ಅಳುತ್ತಿದ್ದಾರೆ, ಕಿರುಚುತ್ತಿದ್ದಾರೆ ಎಂಬುದನ್ನು ಗುರುತಿಸುತ್ತೇವೆ. ಈ ಬಗ್ಗೆ ನಮಗೆ ಯಾವುದೇ ಸಂಶಯ ಇರುವುದಿಲ್ಲ. ಇದರರ್ಥ, ನಾವು ಪ್ರತ್ಯೇಕವಾಗಿ ಎಲ್ಲ ಶಬ್ದಗಳನ್ನು ಗುರುತಿಸಬಲ್ಲವರಾಗಿದ್ದೇವೆ. ನಾವು ಯಾವಾಗ ಇದನ್ನು ಮಾಡಲು ಸಮರ್ಥರಾಗುತ್ತೇವೋ ಆಗ ನಾವು ಆ ಭಾಷೆಯನ್ನು ಅರ್ಥಮಾಡಿಕೊಂಡಿದ್ದೇವೆ ಎಂದರ್ಥ. ಯಾವಾಗ ನಮಗೆ ಭಾಷೆ ಗೊತ್ತಾಗುತ್ತದೋ, ಆಗ ನಾವು ಶಬ್ದದ ಅರ್ಥವನ್ನು ಅರಿತು, ಗ್ರಹಿಸುತ್ತೇವೆ. ನಮಗ ಭಾಷೆ ಅರ್ಥವಾಗದಿದ್ದಲ್ಲಿ ಸಂವಹನ ಸಾಧ್ಯವಾಗುವುದಿಲ್ಲ. ಜನ ಸಂಪರ್ಕವೂ ಸಾಧ್ಯವಾಗುವುದಿಲ್ಲ.

ನಾವು ಉಚ್ಚಾರಣೆಯ ಮೂಲಕ ಧ್ವನಿಗಳನ್ನು ಗುರುತಿಸಬಹುದು.

1. ಮಾತನ್ನಾಡುವ ಧ್ವನಿಯ ಅತಿ ದೊಡ್ಡ ವಿಶೇಷ ಏನೆಂದರೆ, ಅದರ ಉಚ್ಚಾರಣೆಯನ್ನು ಒಂದರಿಂದ ಇನ್ನೊಂದನ್ನು ಪ್ರತ್ಯೇಕಿಸಬಹುದು. ಉದಾಹರಣೆಗೆ ನಾವು ಸಾಕು' ಎಂಬ ಶಬ್ದವನ್ನು ಕೇಳಿದಾಗ, ಸಾ ಮತ್ತು ಕು ಎಂಬ ಎರಡು ಪ್ರತ್ಯೇಕ ಅಕ್ಷರಗಳನ್ನು ಕೇಳಿಸಿಕೊಳ್ಳುತ್ತೇವೆ. ಆದರೆ, ನಾವು ಕ್ರಿಯೆಗಳನ್ನು ನಗುವುದು ಇಲ್ಲವೇ ಕೆಮ್ಮುವುದನ್ನು ಒಟ್ಟುಗೊಳಿಸುವುದು ಸಾಧ್ಯವಿಲ್ಲ. ಆದರೆ, ಭಾಷೆಯಲ್ಲಿ ಪ್ರತ್ಯೇಕ ಧ್ವನಿಗಳು ಒಟ್ಟುಗೂಡಿ ಆಗುವಂಥದ್ದು. ಆದ್ದರಿಂದ ಅದನ್ನು ಪ್ರತ್ಯೇಕಗೊಳಿಸುವುದು ಸಾಧ್ಯದೆ.

2. ಅಕ್ಷರಮಾಲೆಯ ಅಕ್ಷರಗಳು ಒಟ್ಟಾದರೆ ಮಾತ್ರ ಪದವೊಂದು ಸೃಷ್ಟಿಯಾಗುತ್ತದೆ. ಉದಾಹರಣೆಗೆ b, u, s ಎಂಬ ಪ್ರತ್ಯೇಕ ಅಕ್ಷರಗಳಿಗೆ ಯಾವುದೇ ಅರ್ಥವಿಲ್ಲ, ಆದರೆ ಅವು ಒಂದಾದರೆ, 'bus' ಎಂದಾಗುತ್ತದೆ.

3. ಪ್ರತ್ಯೇಕ ಧ್ವನಿಗಳಿಗೆ ಯಾವುದೇ ಅರ್ಥವಿರುವುದಿಲ್ಲ. ಆದರೆ, ಬೇರೊಂದರ ಜೊತೆಗೆ ಸೇರ್ಪಡೆಗೊಂಡಾಗ ಅರ್ಥ ಸೃಷ್ಟಿಯಾಗುತ್ತದೆ. ಉದಾಹರಣೆಗೆ t, e, l ಎಂಬ ಅಕ್ಷರಗಳನ್ನು ತೆಗೆದುಕೊಳ್ಳೋಣ, ಇದನ್ನು ಸಮರ್ಪಕವಾಗಿ ಜೋಡಿಸಿದರೆ, let ಎಂಬ ಪದಕ್ಕೆ ಅರ್ಥವಿದೆ. ಆದರೆ, tel, elt, tle ಎಂಬ ಪದಗಳಿಗೆ ಯಾವುದೇ ಅರ್ಥವಿಲ್ಲ. ಇಂಗ್ಲಿಷ್‌ನಲ್ಲಿ let ಎಂಬುದು ಸ್ವೀಕೃತ ಪದ. tel, elt ಇವು ನಿರರ್ಥಕ ಪದಗಳು.

4. ಸಾರ್ಥಕ ಧ್ವನಿಯನ್ನು ಬೇರೆ ಧ್ವನಿಗಳಿಂದ ಪ್ರತ್ಯೇಕಿಸುವುದು ಸಾಧ್ಯವಿದೆ. ಏಕೆಂದರೆ, ಅದರಲ್ಲಿ ನಾಲ್ಕು ಅಂಗಗಳು ಇರುತ್ತವೆ.
   ಎ) ಅದು ಅರ್ಥಪೂರ್ಣವಾಗಿರುತ್ತದೆ.

ಬಿ) ಅದರಲ್ಲಿರುವ ಪ್ರತ್ಯೇಕ ಅಕ್ಷರಗಳಿಗೆ ಸ್ವಯಂ ಅರ್ಥ ಇರುವುದಿಲ್ಲ.

ಸಿ) ಒಂದು ವೇಳೆ ಪ್ರತ್ಯೇಕ ಅಕ್ಷರಗಳಿಗೆ ಅರ್ಥ ಬರಬೇಕು ಎಂದಾದಲ್ಲಿ ಅವುಗಳನ್ನು ಒಂದು ಕ್ರಮದಲ್ಲಿ ಜೋಡಿಸಬೇಕು.

ಡಿ) ಒಂದು ವೇಳೆ ಅಕ್ಷರಗಳ ಕ್ರಮವನ್ನು ಬದಲಿಸಿದರೆ, ಬೇರೆ ಶಬ್ದ ಉತ್ಪತ್ತಿಯಾಗಬಹುದು. ಆದರೆ ಅದರ ಅರ್ಥ ಬೇರೆ ಇರಲಿದೆ.

ಧ್ವನಿಯನ್ನು ಗುರುತಿಸುವುದು

ಬೇರೆ ಭಾಷೆಗಳಿಗೆ ಇರುವಂತೆ ಇಂಗ್ಲಿಷ್‌ಗೆ ತನ್ನದೇ ಆದ ಶಿಷ್ಟ ಧ್ವನಿ ಇದೆ. ಇಂಗ್ಲಿಷ್‌ನ ಧ್ವನಿಯನ್ನು ಬೇರೆ ಭಾಷೆಯಲ್ಲೂ ಪ್ರಯೋಗಿಸಬಹದು. 'pot', 'tin', 'keep', 'interest', 'egg' ಮತ್ತು 'art' ನ ಆರಂಭದ ಧ್ವನಿ ಇದಕ್ಕೆ ಉದಾಹರಣೆ. ಆದರೆ ಇಂಗ್ಲಿಷ್‌ನಲ್ಲಿ ಬೇರೆ ಧ್ವನಿಯೂ ಇರಬಹುದು. ಅವು ಬೇರೆ ಭಾಷೆಯಲ್ಲಿ ಇಲ್ಲದೆ ಇರಬಹುದು. 'tool', 'zoo' ನ ಶುರುವಿನ ಧ್ವನಿಯನ್ನು ಗಮನಿಸಿ. ಬಹುತೇಕ ಭಾರತೀಯ ಭಾಷೆಯಲ್ಲಿ ಇಂಥ ಧ್ವನಿಗಳಿಲ್ಲ. 'l' ಮತ್ತು 'n' ಧ್ವನಿ ಭಾರತೀಯ ಭಾಷೆಗಳಲ್ಲಿ ಇದ್ದರೂ , ಇಂಗ್ಲಿಷ್‌ನಲ್ಲಿ ಲಭ್ಯವಿಲ್ಲ. ಇದರಿಂದ ಪ್ರತ್ಯೇಕ ಭಾಷೆಯಲ್ಲಿನ ಶಿಷ್ಟ ಧ್ವನಿಗಳನ್ನು ಗುರುತಿಸಬೇಕಾದ ಅವಶ್ಯಕತೆ ಇದೆ.

ಭಾಷೆಯಲ್ಲಿನ ಧ್ವನಿಯನ್ನು ಗುರುತಿಸಲು ಮಾತಿನಲ್ಲಿನ ಧ್ವನಿಯ 2 ವಿಶಿಷ್ಟ ಗುಣಗಳನ್ನು ಉಪಯೋಗಿಸಿಕೊಳ್ಳಬೇಕಾಗುತ್ತದೆ. ಒಂದು, ಶಬ್ದಗಳ ನಿರ್ಮಾಣಕ್ಕೆ ಶಿಷ್ಟ ರೀತಿಯಲ್ಲಿ ಸಂಕೋಚನಗೊಳಿಸುತ್ತೇವೆ. ಎರಡು ಧ್ವನಿಗಳನ್ನು ಪ್ರತ್ಯೇಕಗೊಳಿಸುತ್ತೇವೆ. ಉದಾಹರಣೆಗೆ, 'pin' ಪದದಲ್ಲಿ 'p' ಜಾಗದಲ್ಲಿ 'b' ಅಳವಡಿಸಿದರೆ, ಹೊಸ ಶಬ್ದ 'bin' ಉತ್ಪತ್ತಿಯಾಗುತ್ತದೆ. 'p' ಮತ್ತು 'b' ಇವೆರಡೂ ಇಂಗ್ಲಿಷ್ ಭಾಷೆಯ ಪ್ರತ್ಯೇಕ ಧ್ವನಿಗಳಾಗಿವೆ.

ಇದೇ ರೀತಿ 'set' ಮತ್ತು 'sit' ಪದಗಳಲ್ಲಿರುವ 'e' ಮತ್ತು 'i' ಬೇರೆಯ ಧ್ವನಿಗಳಾಗಿವೆ. ಇದೇ ರೀತಿಯ ಪ್ರಕ್ರಿಯೆಯ ಮೂಲಕ ಇಂಗ್ಲಿಷ್‌ನ ಎಲ್ಲ ಅಕ್ಷರಗಳನ್ನು ಜೋಡಿಸಬಹುದಾಗಿದೆ. ಉದಾಹರಣೆಗೆ 'pin, bin, tin, kin, din, thin, sin, shin' ಮತ್ತು 'hin' ನ ಶುರುವಿನ ಧ್ವನಿ ಭಿನ್ನವಾಗಿದೆ. ಇವುಗಳ 2ನೇ ಹಾಗೂ 3ನೇ ಧ್ವನಿ ಒಂದೇ ಆಗಿವೆ. ಈ ಮೂಲಕ ನಾವು ಇಂಗ್ಲಿಷ್‌ನ ಧ್ವನಿಗಳನ್ನು ಪಡೆಯಬಹುದು. ಇದರಲ್ಲಿ 20 vowel ಸ್ವರ ಮತ್ತು 24 consonant ವ್ಯಂಜನಗಳು. ಇವು ಪ್ರತ್ಯೇಕ ಧ್ವನಿ ರಚನೆ (Phonemes) ಗಳಾಗಿವೆ. ಶಬ್ದದ ಜೋಡಣೆಗಳು 'sum' ಮತ್ತು 'sun' ಗಳಲ್ಲಿ ಬೇರೆ ಧ್ವನಿಗಳ ಮೂಲಕ ಬೇರೆ ಬೇರೆ ಶಬ್ದಗಳನ್ನು ಗುರುತಿಸುವಲ್ಲಿ ನೆರವಾಗಲಿದೆ. ಒಂದು ನ್ಯೂನತಮ ಜೋಡಿ ಶಬ್ದದಲ್ಲಿನ ನ್ಯೂನತಮ ಜೋಡಿ ಯಾವುದೋ, ಅದು ಒಂದು ಧ್ವನಿಯಲ್ಲಿ ಭಿನ್ನವಾಗಿರುತ್ತದೆ. ಇಂಗ್ಲಿಷ್‌ನಲ್ಲಿ ನ್ಯೂನತಮ ಜೋಡಿಯ ಕೆಲ ಉದಾಹರಣೆಗಳೆಂದರೆ, 'bat' ಮತ್ತು 'mat', 'chip' ಮತ್ತು 'ship'. ಇಲ್ಲಿ ಆರಂಭದ ಧ್ವನಿ ಬೇರೆ ಇದೆ. ಇದೇ ರೀತಿ, 'seat' ಮತ್ತು 'seet' ಯಲ್ಲಿ ಮುಖ್ಯ ಧ್ವನಿ ಬೇರೆ ಇದೆ. 'tan, tin, pen' ಮತ್ತು 'pun' ನಲ್ಲಿ ಮಧ್ಯದಲ್ಲಿನ ಧ್ವನಿ ಭಿನ್ನವಾಗಿದೆ.

ಇಂಗ್ಲಿಷ್ ಭಾಷೆಯಲ್ಲಿ ಶುದ್ಧ ಉಚ್ಚಾರಣೆಗೆ ಹೆಚ್ಚು ಮಹತ್ವವಿದೆ. ಇಂಗ್ಲಿಷ್ ಧ್ವನಿ ಪ್ರಧಾನವಾದ ಭಾಷೆಯಲ್ಲ. ಬರೆದದ್ದನ್ನು ಅಂತೆಯೇ ಓದುವುದು ಸಾಧ್ಯವಿಲ್ಲ. ಕನ್ನಡ ಸೇರಿದಂತೆ ಬೇರೆ ಪ್ರಾದೇಶಿಕ ಭಾಷೆಗಳಲ್ಲಿ ಇಂಥ ಸಮಸ್ಯೆ ಇಲ್ಲ; ಅವು ಧ್ವನಿ ಪ್ರಧಾನವಾದವು. ನಾವು ಏನನ್ನು ಬರೆಯುತ್ತೇವೆಯೋ, ಅದನ್ನೇ ಓದುತ್ತೇವೆ. ಬೇರೆ ಬೇರೆ ದೇಶಗಳ ಜನರು ಇಂಗ್ಲಿಷ್ ಮಾತನ್ನಾಡುವಾಗ, ತಮ್ಮ ಭಾಷೆಯ ಉಚ್ಚಾರಣೆಯನ್ನು ಮಿಶ್ರಗೊಳಿಸುತ್ತಾರೆ. ಇದರಿಂದಾಗಿ, ಭಾರತೀಯ ಇಂಗ್ಲಿಷ್, ಚೈನೀಸ್ ಇಂಗ್ಲಿಷ್, ಜಪಾನಿ ಇಂಗ್ಲಿಷ್ ಮತ್ತು ಅಮೆರಿಕನ್ ಇಂಗ್ಲಿಷ್ ಎಂಬ ನಾನಾ ಪ್ರಕಾರಗಳಿವೆ. ನಮ್ಮ ದೇಶದಲ್ಲೇ ದಕ್ಷಿಣ ಭಾರತೀಯರು, ಉತ್ತರ ಭಾಗದವರು ಮತ್ತು ಬಂಗಾಳಿಯರು ಬೇರೆ ರೀತಿ ಉಚ್ಚಾರಣೆ ಮಾಡುತ್ತಾರೆ.

ಇದರಿಂದಾಗಿ ಬಹುತೇಕ ಪದಗಳನ್ನು ಒಂದಲ್ಲದೆ ಹಲವು ರೀತಿ ಉಚ್ಚರಿಸಲಾಗುತ್ತದೆ. ಬ್ರಿಟಿಷ್ ಬ್ರಾಡ್‌ಕಾಸ್ಟಿಂಗ್ ಕಾರ್ಪೊರೇಷನ್ (BBC) ಇಲ್ಲವೇ ದೂರದರ್ಶನದಲ್ಲಿ ವಾಚಕರು ಉಚ್ಚರಿಸಿದಂತೆ ಹೇಳುವುದು ಸೂಕ್ತ ಎನ್ನಬೇಕಾಗುತ್ತದೆ, ಇಂಗ್ಲೆಂಡ್‌ನಲ್ಲಿ ಜನ ಇಂಗ್ಲಿಷ್ ಬಳಸಿದಂತೆ ನಾವು ಬಳಸಬೇಕೆಂಬುದು ಈ ಪುಸ್ತಕದ ಉದ್ದೇಶ . ನಾವು ಭಾಷೆಯನ್ನು ಅದರ ನಿಯಮಕ್ಕೆ ಅನುಗುಣವಾಗಿ ಬಳಸಬೇಕಿದ್ದು ಇದರಿಂದ ಕೆಲವು ಧ್ವನಿಗಳನ್ನು ಗುರುತಿಸಬಹುದಾಗಿದೆ. (Vowels and consonants) ಸ್ವರ ಮತ್ತು ವ್ಯಂಜನಗಳನ್ನುನಾವು 'ಧ್ವನಿಗ್ರಾಮಿಕ' ಎನ್ನುತ್ತೇವೆ. ಉದಾಹರಣೆಗೆ, 'pin' ಮತ್ತು 'pen'

ಶಬ್ದದಲ್ಲಿ vowel ಸ್ವರದ ಧ್ವನಿ ಪದ್ಧತಿ ಬೇರೆಯೇ ಇದ್ದು ಹಾಗು ಇಂಗ್ಲಿಷ್ ಕಲಿಕೆ ವೇಳೆ ಅಕ್ಷರ ಕಲಿಕೆಗಿಂತ ಹೆಚ್ಚು ಮಹತ್ವವನ್ನು phoneme ಉಚ್ಚಾರಣೆ ಕಲಿಕೆಗೆ ನೀಡಬೇಕಾಗುತ್ತದೆ. ಮಾತನ್ನಾಡುವ ಧ್ವನಿಗಳಿಗೆ ವಿಶೇಷ ಪ್ರಕಾರದ ಚಿಹ್ನೆಗಳನ್ನು ನೀಡಲಾಗಿದೆ. ಇದಕ್ಕಾಗಿ ಪುಸ್ತಕದ ಅಂತ್ಯದಲ್ಲಿ ವಿಶೇಷ ಅಧ್ಯಾಯವೊಂದನ್ನು ನೀಡಿದ್ದೇವೆ. ಶಬ್ದಗಳ ಉಚ್ಚಾರಣೆಯಲ್ಲಿ ಅವುಗಳ ಸ್ವರ ಶೈಲಿಯನ್ನು ಪರಿಗಣಿಸ ಬೇಕಾಗುತ್ತದೆ.

ಭಾಷೆಯ ಬಗ್ಗೆ ತಿಳಿದುಕೊಳ್ಳಬೇಕಾದ್ದೇನೆಂದರೆ, ಅದರ ಉಚ್ಚಾರಣೆ ಭಿನ್ನ ಭಿನ್ನವಾಗಿ ಇರುತ್ತದೆ. ಬೇರೆ ಬೇರೆ ಪ್ರದೇಶದ ಜನರು ಬೇರೆ ಬೇರೆ ರೀತಿಯಲ್ಲಿ ಭಾಷೆಯನ್ನು ಉಚ್ಚರಿಸುತ್ತಾರೆ. ಕಲಿಸುವಾಗ ನಾವು ಬ್ರಿಟಿಷ್ ಶೈಲಿಯ ಬಗ್ಗೆ ಧ್ಯಾನ ಹರಿಸಬೇಕಾಗಿತ್ತದೆ.

Pronunciation of English Vowels and Consonants (ಸ್ವರ ಮತ್ತು ವ್ಯಂಜನದ ಉಚ್ಚಾರಣೆ)

ಇಂಗ್ಲಿಷ್ ಭಾಷೆಯನ್ನು ಯಾವ ರೀತಿ ಉಚ್ಚರಿಸಲಾಗುವುದೋ, ಅದರ ಬದಲು ಬೇರೆ ರೀತಿಯಲ್ಲಿ ಮಾತನ್ನಾಡಲಾಗುತ್ತದೆ. ಆದರೆ, ಬರಹ ಮತ್ತು ಮಾತಿನ ಮಧ್ಯೆ ಅಂತರವಿದೆ. ನಾವು ಇಂಗ್ಲಿಷ್ ಕಲಿಕೆ ಆರಂಭಿಸಿದಾಗ ಓದಿಗೆ ಗಮನಹರಿಸುತ್ತೇವೆಯೇ ಹೊರತು ಕೇಳುವ ಕಡೆ ಗಮನ ಇರಿಸುವುದಿಲ್ಲ. ಹೊಸ ಶಬ್ದಗಳ ಕಾಗುಣಿತ (Spelling) ಅರ್ಥ (Meaning) ಮತ್ತು ಬಳಕೆ (Use) ಗೆ ಗಮನ ನೀಡುತ್ತೇವೆ. ಆದರೆ, ಸರಿಯಾದ ಉಚ್ಚಾರಣೆಗೆ ಹೆಚ್ಚು ಗಮನ ನೀಡುವುದಿಲ್ಲ. ಇಂಗ್ಲಿಷ್‌ನಲ್ಲಿ ಸ್ವರ ಮತ್ತು ವ್ಯಂಜನಗಳ ಉಚ್ಚಾರಣೆ ಬೇರೆ ರೀತಿ ಇರಲಿದ್ದು ಶಬ್ದದ ಮಧ್ಯದಲ್ಲಿ ಬಳಕೆಯಾದಾಗ ಅದರ ಉಚ್ಚಾರಣೆ ಬದಲಾಗುತ್ತದೆ. F, G, H, L, M, N ಇನ್ನಿತರ ಅಕ್ಷರಗಳು ಒಂಟಿಯಾಗಿದ್ದಾಗ ಎಫ್, ಜಿ, ಎಚ್, ಎಲ್, ಎಮ್, ಎನ್ ಎಂದು ಹೇಳಲಾಗುತ್ತದೆ, ಆದರೆ, ಕನ್ನಡದಲ್ಲಿ ಫ, ಗ, ಹ, ಲ, ಮ, ನ ಎಂದು ಬೇರೆಯದೇ ರೀತಿ ಬದಲಾಗುತ್ತದೆ.

ಇಂಗ್ಲಿಷ್‌ನಲ್ಲಿ 5 vowel ಸ್ವರ ಮತ್ತು 21 consonant ವ್ಯಂಜನವಿದ್ದು, ಬೇರೆ ಅಕ್ಷರ ಸ್ವರ ಬಳಸಿ ಪದ ನಿರ್ಮಾಣ ಸಾಧ್ಯವಿಲ್ಲ, 'y' ಯಿಂದ ಅಂತ್ಯಗೊಳ್ಳುವ ಶಬ್ದದಲ್ಲಿ vowel 'a,e,i,o,u' ಇಲ್ಲದೆ ಹೋದಲ್ಲಿ, ಆ ಪದದಲ್ಲಿ 'y' vowel ಸ್ವರವಾಗಿ ಕಾರ್ಯ ನಿರ್ವಹಿಸುತ್ತದೆ. ಉದಾಹರಣೆಗೆ, cry, dry, fry, my, sky, shy ಇತ್ಯಾದಿ.

1. 'ಎ' ('A') Vowel ಸ್ವರದ ನಾನಾ ಉಚ್ಚಾರಣೆ

(i) **'ಎ' Vowel (ಸ್ವರ) ಉಚ್ಚಾರಣೆಯ 'ಅ' ಮತ್ತು 'ಆ' ರೂಪದಲ್ಲಿ ಆಗುತ್ತದೆ.**

ಶಬ್ದ	ಉಚ್ಚಾರಣೆ	ಅರ್ಥ	ಶಬ್ದ	ಉಚ್ಚಾರಣೆ	ಅರ್ಥ
All	(ಆಲ್)	ಎಲ್ಲವೂ	Small	(ಸ್ಮಾಲ್)	ಸಣ್ಣ
Ball	(ಬಾಲ್)	ಚೆಂಡು	Are	(ಆರ್)	ಇವೆ
Call	(ಕಾಲ್)	ಕರೆ	Car	(ಕಾರ್)	ಕಾರು
Fall	(ಫಾಲ್)	ಬೀಳುವುದು	Far	(ಫಾರ್)	ದೂರ
Mall	(ಮಾಲ್)	ಮಾಲ್	Jar	(ಜಾರ್)	ಜಾರ್
Tall	(ಟಾಲ್)	ಎತ್ತರ	Brass	(ಬ್ರಾಸ್)	ಕಂಚು
Wall	(ವಾಲ್)	ಗೋಡೆ	Glass	(ಗ್ಲಾಸ್)	ಗಾಜು

(ii) **'A' ಉಚ್ಚಾರಣೆ 'ಎ' ರೂಪದಲ್ಲಿ**

Way	(ವೇ)	ದಾರಿ	Grain	(ಗ್ರೇನ್)	ಕಾಳು
Game	(ಗೇಮ್)	ಆಟ	Name	(ನೇಮ್)	ಹೆಸರು
Day	(ಡೇ)	ದಿನ	Clay	(ಕ್ಲೇ)	ಮಣ್ಣು

(iii) **'A' ಉಚ್ಚಾರಣೆ 'ಏ' ರೂಪದಲ್ಲಿ**

Bad	(ಬ್ಯಾಡ್)	ಕೆಟ್ಟದು	Sad	(ಸ್ಯಾಡ್)	ಬೇಸರ
Man	(ಮ್ಯಾನ್)	ಮನುಷ್ಯ	Bat	(ಬ್ಯಾಟ್)	ಬ್ಯಾಟ್

(iv) **'A' ಉಚ್ಚಾರಣೆ 'ಐ' ರೂಪದಲ್ಲಿ**

Care	(ಕೇರ್)	ಕಾತರ	Rare	(ರೇರ್)	ಅಪರೂಪ
Share	(ಶೇರ್)	ಹಂಚು	Bare	(ಬೇರ್)	ಬೆತ್ತಲು
Pare	(ಪೇರ್)	ಹೆರೆ	Dare	(ಡೇರ್)	ಧೈರ್ಯ

2. 'ಇ' ('E') ಸ್ವರದ ನಾನಾ ಉಚ್ಚಾರಣೆ

(i) **'ಎ' ರೂಪದಲ್ಲಿ**

Bell	(ಬೆಲ್)	ಗಂಟೆ	Wet	(ವೆಟ್)	ಒದ್ದೆ
Leg	(ಲೆಗ್)	ಕಾಲು	Where	(ವೇಲ್)	ಎಲ್ಲಿ
When	(ವೆನ್)	ಯಾವಾಗ	Were	(ವರ್)	ಇರು

(ii) **'ಇ' ರೂಪದಲ್ಲಿ**

Female	(ಫಿಮೇಲ್)	ಮಹಿಳೆ	Rebate	(ರಿಬೇಟ್)	ರಿಯಾಯಿತಿ
Emancipate	(ಇಮಾನ್ಸಿಪೇಟ್)	ಮುಕ್ತಿ	Endure	(ಎಂಡ್ಯೂರ್)	ಸಹನೆ

(iii) **'ಈ' ರೂಪದಲ್ಲಿ**

Tree	(ಟ್ರೀ)	ಮರ	Knee	(ನೀ)	ಮಂಡಿ
He	(ಹಿ)	ಅವನು	Me	(ಮಿ)	ನಾನು
Legal	(ಲೀಗಲ್)	ಕಾನೂನು	Regal	(ರೀಗಲ್)	ಮಹತ್ವದ
We	(ವೀ)	ನಾವು			

(iv) **'e' ಜತೆ 'a' ಸೇರಿದರೆ 'ಈ' ರೂಪದಲ್ಲಿ**

Read	(ರೀಡ್)	ಓದು	Team	(ಟೀಮ್)	ತಂಡ
Heat	(ಹೀಟ್)	ಬಿಸಿ	Cheat	(ಚೀಟ್)	ಮೋಸ
Beat	(ಬೀಟ್)	ಏಟು	Clean	(ಕ್ಲೀನ್)	ಶುದ್ಧ
Dear	(ಡಿಯರ್)	ಪ್ರಿಯ	Pea	(ಪೀ)	ಬಟಾಣಿ

(v) **'e' ಜತೆ 'e' ಸೇರಿದರೆ 'ಈ' ರೂಪದಲ್ಲಿ**

Wheel	(ವೀಲ್)	ಚಕ್ರ	Weep	(ವೀಪ್)	ಅಳು
Bee	(ಬೀ)	ದುಂಬಿ	See	(ಸೀ)	ನೋಡು
Sleep	(ಸ್ಲೀಪ್)	ನಿದ್ರೆ			

Remember (ನೆನಪಿಡಿ)

★ ಯಾವುದೇ ಶಬ್ದದ ಅಂತ್ಯದಲ್ಲಿ **'e'** ಬಂದಲ್ಲಿ, ಬೇರೆ ಉಚ್ಚಾರಣೆ ಬರುವುದಿಲ್ಲ. ಅದಕ್ಕಿಂತ ಮೊದಲು ಬರುವ ಒಂದು ಇಲ್ಲವೇ ಅಧಿಕ ವ್ಯಂಜನಗಳನ್ನು ಹೊರತು ಪಡಿಸಿ, ಯಾವ ಸ್ವರ ಬರುವುದೋ, ಅದರ ಉಚ್ಚಾರಣೆ ದೀರ್ಘವಾಗಿರಲಿದೆ.

1. 'A' ಗೆ ಮುನ್ನ 'a' ಬಂದಿದ್ದರೆ ಇವು ಉಚ್ಚಾರಣೆ ಆಗುವುದಿಲ್ಲ. Game (ಗೇಮ್), Shame (ಶೇಮ್), Fame 'e' (ಫೇಮ್), Same (ಸೇಮ್), Name (ನೇಮ್)
2. 'I' ಉಚ್ಚಾರಣೆ 'I' ಎಂದಾಗಿದ್ದರೆ, 'E' ಉಚ್ಚಾರಣೆಯಲ್ಲಿ ಬರುವುದಿಲ್ಲ. Wine (ವೈನ್), Life (ಲೈಫ್), Kite (ಕೈಟ್), Fine (ಫೈನ್), Nine (ನೈನ್), Dine (ಡೈನ್), Wife (ವೈಫ್)
3. 'O' ಉಚ್ಚಾರಣೆ 'O' ಎಂದಾಗಿದ್ದಲ್ಲಿ, 'E' ಉಚ್ಚಾರಣೆಯಲ್ಲಿ ಇರುವುದಿಲ್ಲ. Joke(ಜೋಕ್), Nose (ನೋಸ್), Rome (ರೋಮ್), Mock (ಮಾಕ್), Lock (ಲಾಕ್)
4. 'U' ಉಚ್ಚಾರಣೆಯು 'ಊ' ಅಥವಾ 'ಯು' ಆಗಿದ್ದರೆ, 'ಇ' ಉಚ್ಚರಿಸಲ್ಪಡುವುದಿಲ್ಲ. Tune (ಟ್ಯೂನ್), Cute

(ಕ್ಯೂಟ್), Rule (ರೂಲ್), Full (ಫುಲ್), Bull (ಬುಲ್)

3. 'ಐ' ('I') Vowel ಸ್ವರದ ನಾನಾ ಉಚ್ಚಾರಣೆ

(i) 'ಇ'ಯಂತೆ ಬಳಕೆ

Bill	(ಬಿಲ್)	ರಸೀದಿ	Kill	(ಕಿಲ್)	ಹತ್ಯೆ
With	(ವಿಥ್)	ಜತೆಗೆ	Ship	(ಶಿಪ್)	ಹಡಗು
Ink	(ಇಂಕ್)	ಮಸಿ	Dig	(ಡಿಗ್)	ತೋಡು

(ii) 'ಐ'ಯಂತೆ ಬಳಕೆ

Right	(ರೈಟ್)	ಸರಿ/ಬಲ	White	(ವೈಟ್)	ಬಿಳಿ
Tight	(ಟೈಟ್)	ಬಿಗಿ	Blind	(ಬ್ಲೈಂಡ್)	ಅಂಧ
Behind	(ಬಿಹೈಂಡ್)	ಹಿಂದೆ	Kind	(ಕೈಂಡ್)	ಕರುಣೆ

(iii) 'ಆ್ಯ'ಯಂತೆ ಬಳಕೆ

Fire	(ಫೈರ್)	ಬೆಂಕಿ	Tired	(ಟೈರ್ಡ್)	ಆಯಾಸಗೊಳ್ಳು
Wire	(ವೈರ್)	ತಂತಿ	Hire	(ಹೈರ್)	ನೇಮಿಸು

(iv) 'e' ಜತೆ 'e' ಬಳಸಿದರೆ 'I' ಧ್ವನಿ ಬರುತ್ತದೆ

Perceive	(ಪರ್ಸೀವ್)	ನೋಡು	Conceive	(ಕನ್ಸೀವ್)	ಊಹಿಸು (ಗರ್ಭ ಧರಿಸು)
Receive	(ರಿಸೀವ್)	ಸ್ವೀಕರಿಸು	Achieve	(ಅಚೀವ್)	ಸಾಧಿಸು

4. 'ಒ' ('O') Vowel ಸ್ವರದ ನಾನಾ ಉಚ್ಚಾರಣೆ

(i) 'ಓ'ನಂತೆ ಬಳಕೆ

Nose	(ನೋಸ್)	ಮೂಗು	Bold	(ಬೋಲ್ಡ್)	ಧೈರ್ಯಶಾಲಿ
Rosc	(ರೋಸ್)	ಗುಲಾಬಿ	Told	(ಟೋಲ್ಡ್)	ಹೇಳಿದ್ದು
Joke	(ಜೋಕ್)	ನಗೆಹನಿ	Post	(ಪೋಸ್ಟ್)	ಅಂಚೆ

(ii) 'ವ'ನಂತೆ ಬಳಕೆ

Once	(ಒನ್ಸ್)	ಒಮ್ಮೆ	One-sided	(ಒನ್‌ಸೈಡೆಡ್)	ಒಂದೇ ಕಡೆ
One-self	(ಒನ್‌ಸೆಲ್ಫ್)	ಸ್ವಯಂ	One-way	(ಒನ್‌ವೇ)	ಒಂದೇ ರೀತಿ

(iii) 'ಉ'ನಂತೆ ಬಳಕೆ

Hood	(ಹುಡ್)	ಹೆಡೆ	Good	(ಗುಡ್)	ಉತ್ತಮ
Cook	(ಕುಕ್)	ಬಾಣಸಿಗ	Book	(ಬುಕ್)	ಪುಸ್ತಕ
Look	(ಲುಕ್)	ನೋಟ	Foot	(ಫೂಟ್)	ಪಾದ

(iv) 'ಔ'ನಂತೆ ಬಳಕೆ

Now	(ನೌ)	ಈಗ	Cow	(ಕೌ)	ಹಸು
How	(ಹೌ)	ಹೇಗೆ			

(v) 'ಬೂ'ನಂತೆ ಬಳಕೆ

Boom	(ಬೂಮ್)	ಧಮಾಕಾ	Room	(ರೂಂ)	ಕೊಠಡಿ
Boot	(ಬೂಟ್)	ಚಪ್ಪಲಿ/ಲೂಟಿ	Shoot	(ಶೂಟ್)	ಗುಂಡಿಡು
Food	(ಫುಡ್)	ತಿಂಡಿ ತಿನಿಸು	Goose	(ಗೂಸ್)	ಹಂಸ

(vi) 'ಆಯ್'ನಂತೆ ಬಳಕೆ

Toy	(ಟಾಯ್)	ಗೊಂಬೆ	Boy	(ಬಾಯ್)	ಬಾಲಕ
Joy	(ಜಾಯ್)	ಸಂತಸ	Oyster	(ಆಯ್‌ಸ್ಟರ್)	ಕಪ್ಪೆಚಿಪ್ಪು

(vii) 'ಅ'ನಂತೆ ಬಳಕೆ

Hour	(ಅವರ್)	ಗಂಟೆ	Our	(ಅವರ್)	ನಮ್ಮ
Sour	(ಸೋರ್)	ಹುಳಿ			

5. 'ಯು' ('U') ಬಳಕೆ ಉಚ್ಚಾರಣೆ

(i) 'ಯೂ'ರೀತಿ

Union	(ಯೂನಿಯನ್)	ಸಂಯುಕ್ತ	Unique	(ಯೂನಿಕ್)	ಶಿಷ್ಟ
Useful	(ಯೂಸ್‌ಫುಲ್)	ಉಪಯುಕ್ತ	Universal	(ಯೂನಿವರ್ಸಲ್)	ವ್ಯಾಪಕ
Unison	(ಯೂನಿಸನ್)	ತಾಳಮೇಳ			

(ii) 'ಅ'ರೀತಿ

Ultra	(ಅಲ್ಟ್ರಾ)	ಉನ್ನತ	Umpire	(ಅಂಪೈರ್)	ನಿರ್ಣಾಯಕ
Uncle	(ಅಂಕಲ್)	ಚಿಕ್ಕಪ್ಪ	Up	(ಅಪ್)	ಮೇಲೆ

Remember (ನೆನಪಿಡಿ)

★ ಇಂಗ್ಲಿಷ್‌ನಲ್ಲಿ ಯಾವುದೇ ನಿಯಮ ಯಾವಾಗಲೂ ಅನ್ವಯವಾಗದು. ನಿಯಮಗಳು ಬದಲಾಗುತ್ತಿರುತ್ತದೆ. ಉದಾಹರಣೆಗೆ

1. Fag, Fall, Fail, Far ಶಬ್ದಗಳಲ್ಲಿ 'A' ಉಚ್ಚಾರ ಕ್ರಮವಾಗಿ ಫ್ಯಾಗ್ (ಯ), ಫಾಲ್ (ಆ), ಫೇಲ್ (ಏ), ಫಾರ್(ಆರ್) ಆಗಿರುತ್ತದೆ.
2. Deep, Weep, Wet ಗಳಲ್ಲಿ 'ಇ' ಉಚ್ಚಾರಣೆಯು ಡೀಪ್, ವೀಪ್, ವೆಟ್ ಅಂದರೆ, ಈ, ಈ, ಎ ಆಗಲಿದೆ.
3. Mine, Hope, Shame ಗಳಲ್ಲಿ 'ಇ' ಗೆ ಉಚ್ಚಾರಣೆ ಇರುವುದಿಲ್ಲ, ಆದರೆ, ಮೊದಲ ಸ್ವರ ಐ, ಒ, ಎ ಸ್ವಲ್ಪ ದೀರ್ಘವಾಗಲಿದೆ.
4. 'ಐ' ಉಚ್ಚಾರಣೆಯು 'ಆರ್' ಆಗಬಹುದು. ಉದಾ: ವೈರ್. 'ಬರ್ಡ್' ನಲ್ಲಿ 'ಅ' ಆಗುತ್ತದೆ.
5. 'O' ಉಚ್ಚಾರಣೆ 'ಒ', 'U' ಉಚ್ಚಾರಣೆ 'ಉ' ಆಗಲಿದೆ.
6. 'OO' ಉಚ್ಚಾರಣೆ 'Boot' ನಲ್ಲಿ 'ಊ' ಹಾಗೂ 'Cook' ನಲ್ಲಿ 'ಉ' ಆಗಿರಲಿದೆ.

★ Dictionary ಶಬ್ದಕೋಶದಲ್ಲಿ ಇಂಥ ಭಿನ್ನ ಪದಗಳನ್ನು ಹುಡುಕಿ ನೋಡಿ ಇಂಗ್ಲಿಷ್ ಜ್ಞಾನವನ್ನು ಹೆಚ್ಚಿಸಿಕೊಳ್ಳಬಹುದು.

Pronunciation of English Consonants (ಇಂಗ್ಲಿಷ್‌ನಲ್ಲಿ ವ್ಯಂಜನ) ಗಳ ಬಳಕೆ

ಸ್ವರಗಳಂತೆ ವ್ಯಂಜನಗಳ ಉಚ್ಚಾರಣೆಯಲ್ಲೂ ಭಿನ್ನತೆ ಇದೆ. ಉದಾಹರಣೆಗೆ 'C' ಯ ಉಚ್ಚಾರಣೆ 'ಸ' ಇಲ್ಲವೇ 'ಕ' ಎರಡೂ ಆಗಿರಬಹುದು. 'T' ಯ ಉಚ್ಚಾರಣೆಯು 'ಚ', 'ಶ', 'ತ', 'ದ' ಆಗಲಿದೆ.

ಆದ್ದರಿಂದ ಇಂಥ ವ್ಯಂಜನಗಳ ಉಚ್ಚಾರಣೆಯನ್ನು ಸರಿಯಾಗಿ ಅರಿತುಕೊಳ್ಳಬೇಕಿದೆ. ಇದಕ್ಕಾಗಿ ಹೆಚ್ಚು ಅಭ್ಯಾಸದ ಅಗತ್ಯವಿದೆ. 'R' ವ್ಯಂಜನವನ್ನು ತೆಗೆದುಕೊಳ್ಳೋಣ 'ಧರ್ಮ' ಎಂಬಲ್ಲಿ 'R' ಉಚ್ಚಾರಣೆ 'ರ್' ಎಂದಿರುತ್ತದೆ. Role, Rough ನಲ್ಲಿ 'R' ಉಚ್ಚಾರಣೆ ಬೇರೆಯದೇ ರೀತಿ ಇರಲಿದೆ.

1. 'ಸಿ' ('C') Consonant ಬಳಕೆ

(i) e, i, y ಗಳು ಬಂದಲ್ಲಿ 'C' ಉಚ್ಚಾರಣೆ 'ಸ' ಆಗಲಿದೆ.

Cease	(ಸೀಸ್)	ನಿಲ್ಲಿಸು	Cede	(ಸೀಡ್)	ಕೊಡು
City	(ಸಿಟಿ)	ನಗರ	Cycle	(ಸೈಕಲ್)	ಸೈಕಲ್

(ii) a, o, u, k, r, t ಗಳು 'C' ನಂತರ ಬಂದರೆ 'ಕ' ಎಂದು ಉಚ್ಚರಿಸಬೇಕು.

Cable	(ಕೇಬಲ್)	ಕೇಬಲ್	Coach	(ಕೋಚ್)	ತರಬೇತುದಾರ
Culture	(ಕಲ್ಚರ್)	ಸಂಸ್ಕೃತಿ	Dock	(ಡಾಕ್)	ಬಂದರು

(iii) 'ea' ಅಥವಾ 'ia' ಗೆ ಮುನ್ನ 'C' ಬಂದರೆ, ಧ್ವನಿ 'ಶ' ಆಗಲಿದೆ.

Racial (ರೇಷಲ್) ಜನಾಂಗೀಯ Musician (ಮ್ಯೂಜಿಷಿಯನ್) ಸಂಗೀತಗಾರ
Ocean (ಓಷನ್) ಸಮುದ್ರ

2. 'ಜಿ' ('G') Consonant ಬಳಕೆ

(i) ಯಾವುದೇ ಶಬ್ದದಲ್ಲಿ **'G'** ಬಳಿಕ **'e'** ಅಥವಾ **'y'** ಬಂದರೆ, 'ಜಿ' ಯನ್ನು 'ಜ' ಎಂದು ಉಚ್ಚರಿಸಲಾಗುತ್ತದೆ.

Gem (ಜೆಮ್) ರತ್ನ Gym (ಜಿಮ್) ವ್ಯಾಯಾಮಶಾಲೆ
Gender (ಜೆಂಡರ್) ಲಿಂಗ Gene (ಜೀನ್) ವಂಶವಾಹಿ

(ii) **'G'** ನಂತರ **a, i, u, l, r** ಬಂದರೆ 'ಗ' ಎಂದು ಉಚ್ಚರಿಸಲಾಗುತ್ತದೆ.

Gas (ಗ್ಯಾಸ್) ಅನಿಲ Girth (ಗರ್ತ್) ಸುತ್ತಳತೆ
Gully (ಗಲ್ಲಿ) ಗಲ್ಲಿ Glow (ಗ್ಲೋ) ಬೆಳಗು

3. 'ಕೆ' ('K') Consonant ಬಳಕೆ

(ii) 'ಕ' ಎಂದು ಉಚ್ಚಾರಣೆ

Kid (ಕಿಡ್) ಮಗು Kill (ಕಿಲ್) ಕೊಲ್ಲು
Keg (ಕೆಗ್) ಪೀಪಾಯಿ

(ii) ಅನುಚ್ಚಾರಕವಾಗಿ ಬಳಕೆ

Knob (ನಾಬ್) ಬಿರಡೆ Knock (ನಾಕ್) ತಳ್ಳು
Knot (ನಾಟ್) ಗಂಟು Knife (ನೈಫ್) ಚಾಕು

(iii) **'K'** ಪದದ ಅಂತ್ಯದಲ್ಲಿ ಬಂದರೆ, ಅದಕ್ಕಿಂತ ಮೊದಲು **l, c** ಬಂದರೆ ಅವುಗಳ ಉಚ್ಚಾರಣೆ ಇರುವುದಿಲ್ಲ.

Sick (ಸಿಕ್) ಕಾಯಿಲೆ Walk (ವಾಕ್) ನಡೆಯುವುದು
Talk (ಟಾಕ್) ಮಾತು Cock (ಕಾಕ್) ಕೋಳಿ

4. 'ಕ್ಯೂ' ('Q') Consonant ಬಳಕೆ

(i) **'Q'** ನ್ನು **'U'** ನಂತೆ ಹಾಗೂ 'ಕ' ಎಂಬಂತೆ ಬಳಸಲಾಗುತ್ತದೆ.

Quit (ಕ್ವಿಟ್) ಬಿಡು Quality (ಕ್ವಾಲಿಟಿ) ಗುಣಮಟ್ಟ
Quick (ಕ್ವಿಕ್) ಶೀಘ್ರ

5. 'ಎಸ್' ('S') Consonant ಬಳಕೆ

(i) ಯಾವುದೇ ಶಬ್ದದ ಅಂತ್ಯದಲ್ಲಿ **'S'** ಬಂದಿದ್ದು, ಅದಕ್ಕೆ ಮುನ್ನ **be, g, gg, ge, le, ef, y** ಬಂದಿದ್ದರೆ 'ಜ' ಎಂದು ಉಚ್ಚರಿಸಲಾಗುತ್ತದೆ.

Eggs (ಎಗ್ಸ್) ಮೊಟ್ಟೆಗಳು Toys (ಟಾಯ್ಸ್) ಗೊಂಬೆಗಳು
Rays (ರೇಸ್) ಕಿರಣಗಳು Boys (ಬಾಯ್ಸ್) ಹುಡುಗರು

(ii) ಯಾವುದೇ ಶಬ್ದದಲ್ಲಿ **'S'** ಅಥವಾ **'SS'** ಬಳಿಕ **ia, ion** ಬಂದಿದ್ದರೆ, 'ಶ' ಎಂದು ಉಚ್ಚರಿಸಲ್ಪಡುತ್ತದೆ.

Mission (ಮಿಷನ್) ರಾಯಭಾರ Lotion (ಲೋಷನ್) ಮುಲಾಮು, ಲೇಹ್ಯ
Session (ಸೆಷನ್) ಸಭೆ Russia (ರಷಿಯಾ) ರಷಿಯಾ

(iii) **'S'** ಗೆ ಮುನ್ನ **f, p, ke, pe, ght, te** ಬಂದಿದ್ದರೆ, 'ಸ' ಎಂದು ಉಚ್ಚರಿಸಬೇಕಾಗುತ್ತದೆ.

Kites (ಕೈಟ್ಸ್) ಗಾಳಿಪಟ Ships (ಶಿಪ್ಸ್) ಹಡಗುಗಳು
Lips (ಲಿಪ್ಸ್) ತುಟಿಗಳು Hips (ಹಿಪ್ಸ್) ಪೃಷ್ಠಗಳು

6. 'ಟಿ' ('T') Consonant ಬಳಕೆ

(i) **'T'** ಬಳಿಕ **ia, io, ie** ಬಂದರೆ, 'ಶ' ಎಂದು ಉಚ್ಚರಿಸಬೇಕಾಗುತ್ತದೆ.

Patient	(ಪೇಶಂಟ್)	ರೋಗಿ	Initial	(ಇನಿಷಿಯಲ್)	ಆರಂಭದ
Ratio	(ರೇಶಿಯೋ)	ಅನುಪಾತ	Promotion	(ಪ್ರಮೋಶನ್)	ಪದೋನ್ನತಿ

(ii) **'S' ಬಳಿಕ tion ಇಲ್ಲವೇ 'T' ಬಳಿಕ ure ಬಂದಿದ್ದರೆ, 'ಚ' ಎಂದು ಉಚ್ಚರಿಸಬೇಕಾಗುತ್ತದೆ.**

Question	(ಕೊಶ್ಚನ್)	ಪ್ರಶ್ನೆ	Capture	(ಕ್ಯಾಪ್ಚರ್)	ಸೆರೆಹಿಡಿ
Nature	(ನೇಚರ್)	ಪ್ರಕೃತಿ	Creature	(ಕ್ರಿಯೇಚರ್)	ಜೀವಜಂತು

(iii) **'T' ಬಳಿಕ 'h' ಬಂದರೆ, 'ಥ' ಇಲ್ಲವೇ 'ದ' ಎಂಬ ಧ್ವನಿ ಬರುತ್ತದೆ.**

Thick	(ತಿಕ್)	ದಪ್ಪಗಿನ	Thread	(ತ್ರೆಡ್)	ದಾರ
Then	(ದೆನ್)	ಬಳಿಕ	This	(ದಿಸ್)	ಇದು

(iv) **ಕೆಲ ಪದಗಳಲ್ಲಿ 'Th' 'ತ' ಎಂಬಂತೆ ಬಳಕೆಯಾಗತ್ತದೆ.**

Thomos	(ಥಾಮಸ್)	ಥಾಮಸ್	Thames	(ಥೇಮ್ಸ್)	ಥೇಮ್ಸ್ ನದಿ
Thyme	(ಥೈಮ್)	ಓಮದ ಗಿಡ			

7. 'ಡಬ್ಲ್ಯು' ('W') Consonant ಬಳಕೆ

(i) **'ಡಬ್ಲ್ಯು' 'ವ'ದಂತೆ ಉಚ್ಚಾರಣೆ**

Want	(ವಾಂಟ್)	ಬೇಕು	Warm	(ವಾರ್ಮ್)	ಬೆಚ್ಚನೆ
Wash	(ವಾಶ್)	ತೊಳೆ	Walk	(ವಾಕ್)	ನಡೆ

(ii) 'W' ಮೂಕ (silent)ವಾಗಿ ಬಳಕೆ

Whole	(ಹೋಲ್)	ಇಡೀ	Who	(ಹು)	ಯಾರು
Wrist	(ರಿಸ್ಟ್)	ಮುಂಗೈ	Wright	(ರೈಟ್)	ಸರಿ

7. 'ಎಕ್ಸ್' ('X') Consonant ಉಚ್ಚಾರಣೆ

(i) **'X' ಎಕ್ಸ್ ನಂತೆ ಬಳಕೆ**

X-mas	(ಎಕ್ಸ್‌ಮಸ್)	ಕ್ರಿಸ್‌ಮಸ್	Excess	(ಎಕ್ಸೆಸ್)	ಹೆಚ್ಚು
Fax	(ಫ್ಯಾಕ್ಸ್)	ಫ್ಯಾಕ್ಸ್			

(ii) **'X' 'ಕ್ಸ' ರೂಪದಲ್ಲಿ ಬಳಸಲ್ಪಡುತ್ತದೆ**

Example	(ಎಕ್ಸಾಂಪಲ್)	ಉದಾಹರಣೆ	Exit	(ಎಕ್ಸಿಟ್)	ನಿರ್ಗಮನ
Exult	(ಎಕ್ಸಲ್ಟ್)	ಹಿಗ್ಗು	Xylem	(ಕ್ಸೈಲಮ್)	ನೀರ್ನಾಳ

(iii) **'ಜ' ರೀತಿ ಉಚ್ಚಾರಣೆ**

Xyster	(ಜಿಸ್ಟರ್)	ಶಸ್ತ್ರ	Xerox	(ಜೆರಾಕ್ಸ್)	ನೆರಳಚ್ಚು ಪ್ರತಿ
Xenon	(ಜಿನಾನ್)	ಮೂಲವಸ್ತು			

9. 'ವೈ' ('Y') Consonant ಉಚ್ಚಾರಣೆ

(i) **'ಇ' ಯಂತೆ ಬಳಕೆ**

Toy	(ಟಾಯ್)	ಗೊಂಬೆ	Roy	(ರಾಯ್)	ರಾಯ್
My	(ಮೈ)	ನನ್ನ	Fly	(ಫ್ಲೈ)	ಹಾರಾಟ

(ii) **'ಯ' ಅಂತೆ ಬಳಕೆ**

Yes	(ಯಸ್)	ಹೌದು	Yarn	(ಯಾರ್ನ್)	ಎಳೆ
Your	(ಯುವರ್)	ನಿಮ್ಮ	Year	(ಇಯರ್)	ವರ್ಷ

10. 'Gh' ಉಚ್ಚಾರಣೆ 'ಫ' 'ಗ' ದಂತೆ ಬಳಕೆ

Tough	(ಟಫ್)	ಕಠಿಣ	Rough	(ರಫ್)	ಒರಟು
Ghost	(ಘೋಸ್ಟ್)	ದೆವ್ವ	Ghat	(ಘಾಟ್)	ಬೆಟ್ಟದ ಸಾಲು
Laugh	(ಲಾಫ್)	ನಗೆ	Cough	(ಕಾಫ್)	ಕೆಮ್ಮು

11. **'Ch' ನ್ನು 'ಚ' ಇಲ್ಲವೇ 'ಕ' ದಂತೆ ಉಚ್ಚರಿಸಲಾಗುತ್ತದೆ**

Touch	(ಟಚ್)	ಸ್ಪರ್ಶ	Bitch	(ಬಿಚ್)	ಶ್ವಾನ
Chair	(ಚೇರ್)	ಕುರ್ಚಿ	Rich	(ರಿಚ್)	ಶ್ರೀಮಂತ
Chord	(ಕಾರ್ಡ್)	ಸ್ವರಮೇಳ	Charisma	(ಕರಿಷ್ಮಾ)	ಆಕರ್ಷಣೆ

12. **'Ph' ನ್ನು 'ಹೆಚ್' ಇಲ್ಲವೇ 'ಫ' ಎಂದು ಬಳಸಲ್ಪಡುತ್ತದೆ**

Uphill	(ಅಪ್‌ಹಿಲ್)	ಕಷ್ಟ	Uphold	(ಅಪ್‌ಹೋಲ್ಡ್)	ಎತ್ತಿಹಿಡಿ
Phrase	(ಫ್ರೇಸ್)	ನುಡಿಗಟ್ಟು	Photo	(ಫೋಟೋ)	ಛಾಯಾಚಿತ್ರ
Phobia	(ಫೋಬಿಯಾ)	ಭೀತಿ	Physics	(ಫಿಸಿಕ್ಸ್)	ಭೌತಶಾಸ್ತ್ರ
Phone	(ಫೋನ್)	ದೂರವಾಣಿ			

Remember (ನೆನಪಿಡಿ)

1. ಹೆಚ್ಚಿನವರು 'r' ಗೆ ಪ್ರತ್ಯೇಕ ಸ್ಥಾನ ನೀಡಿ, ಉಚ್ಚರಿಸುತ್ತಾರೆ. ಇದು ಸರಿಯಲ್ಲ. 'r' ಬಳಿಕ ಯಾವುದೇ ವ್ಯಂಜನ ಬಂದರೆ, 'r' ಎಂದು ಹೇಳಬಾರದು ಉದಾಹರಣೆಗೆ, Burn, turn, Third, Firm, Harm.
2. 'r' ಗೆ ಮೊದಲು ಯಾವುದೇ ಸ್ವರ ಎಂದರೆ, 'r' ಎನ್ನಲಾಗುತ್ತದೆ. ಉದಾ: Hear, Bear, Father, Mother, Near ಇತ್ಯಾದಿ
3. 'The' ಯನ್ನು 'ದ' ಇಲ್ಲವೇ 'ದಿ' ಎಂದು ಹೇಳಲಾಗುತ್ತದೆ, ಇದು ಎರಡೂ ಸರಿ. ಸ್ವರ ರೂಪದ ಶಬ್ದಕ್ಕೆ ಮುನ್ನ 'ದಿ' ಎನ್ನಲಾಗುತ್ತದೆ. ಉದಾ: The Egg, The anser ವ್ಯಂಜನದ ಪ್ರಾರಂಭಕ್ಕೆ ಬರುವ ಶಬ್ದಕ್ಕೆ ಮುನ್ನ ದ ಎನ್ನಲಾಗುತ್ತದೆ. ಉದಾ: The house (ದ ಹೌಸ್), The rat (ದ ರ್‍ಯಾಟ್), The mouse (ದ ಮೌಸ್), The man (ದ ಮ್ಯಾನ್).
4. ಇಂಗ್ಲಿಷ್‌ನಲ್ಲಿ ವ್ಯಂಜನದ ಉಚ್ಚಾರಣೆಯು ಮುಖ್ಯವಾಗಿ ಆಗುತ್ತದೆ.

B (ಬ)	C (ಸ)	D (ಡ)	F (ಫ)	G (ಗ)	H (ಹ)
J (ಜ)	K (ಕ)				
L (ಲ)	M (ಮ)	N (ನ)	P (ಪ)	Q (ಕ)	R (ರ)
S (ಸ)T (ಟ)					
V (ವ)	W (ವ)	X (ಕ)	Y (ಯ)	Z (ಝ)	

5. ಉಪಯುಕ್ತ ವ್ಯಂಜನಗಳ ಉಚ್ಚಾರಣೆಯು ಬೇರೆ ಬೇರೆ ಸ್ಥಾನಗಳಲ್ಲಿ ಬೇರೆ ಬೇರೆ ರೀತಿ ಇರಲಿದೆ. ಇದನ್ನು ಜ್ಞಾಪಕದಲ್ಲಿ ಇರಿಸಿಕೊಂಡರೆ, ಕಲಿಕೆ ಸುಲಭವಾಗಲಿದೆ.

Silent Letters (ಅನುಚ್ಚಾರಿತ ಅಕ್ಷರಗಳು)

ಇಂಗ್ಲಿಷ್ ಅಕ್ಷರಗಳು ಕೆಲವು ಪದಗಳಲ್ಲಿ ಉಚ್ಚಾರಣೆ ಆಗದೆ ಇರುತ್ತದೆ. ಉದಾಹರಣೆಗೆ, 'Knob, Knock, Knee' ಪದದಲ್ಲಿ 'K' ಉಚ್ಚಾರಣೆ ಆಗುವುದಿಲ್ಲ, ಅವನ್ನು 'ನಾಬ್, ನಾಕ್, ನೀ' ಎಂದು ಉಚ್ಚರಿಸಲಾಗುತ್ತದೆ.

Silent A

Artistically (ಆರ್ಟಿಸ್ಟಿಕಲಿ)	ಕಲಾತ್ಮಕವಾಗಿ	Logically (ಲಾಜಿಕಲಿ)	ತಾರ್ಕಿಕವಾಗಿ
Musically (ಮ್ಯೂಸಿಕಲಿ)	ಸಂಗೀತಾತ್ಮಕವಾಗಿ	Romantically (ರೊಮ್ಯಾಂಟಿಕಲಿ)	ಭಾವುಕವಾಗಿ
Stoically (ಸ್ಟಾಇಕಲಿ)	ಸಂಯಮದಿಂದ		

Silent B

Climb (ಕ್ಲೈಮ್)	ಹತ್ತು	Comb (ಕೂಂ)	ಬಾಚಣಿಗೆ
Crumb (ಕ್ರಂ)	ಚೂರು	Debt (ಡೆಟ್)	ಸಾಲ
Doubt (ಡೌಟ್)	ಸಂದೇಹ	Numb (ನಂ)	ಜೋಮು
Plumber (ಪ್ಲಮರ್)	ಕೊಳಾಯಿಗಾರ	Subtle (ಸಟಲ್)	ಸೂಕ್ಷ್ಮ
Thumb (ಥಮ್)	ಹೆಬ್ಬೆರಳು	Tomb (ಟಾಮ್)	ಗೋರಿ
Womb (ವೂಂ)	ಗರ್ಭಕೋಶ		

Silent C

Acquire (ಅಕ್ವೈರ್)	ಪಡೆದುಕೋ	Muscle (ಮಸಲ್)	ಸ್ನಾಯು
Scissors (ಸಿಸರ್ಸ್)	ಕತ್ತರಿ		

Silent D

Wednesday (ವೆನೆಸ್‌ಡೆ)	ಬುಧವಾರ	Sandwich (ಸ್ಯಾನ್‌ವಿಚ್)	ಸ್ಯಾನ್‌ವಿಚ್
Handsome (ಹ್ಯಾನ್ಸಮ್)	ಮನೋಹರ	Handkerchief (ಹ್ಯಾನ್ ಕರ್ಚಿಫ್)	ಕೈವಸ್ತ್ರ
Edge (ಎಜ್)	ತುದಿ	Bridge (ಬ್ರಿಜ್)	ಸೇತುವೆ

Silent E

Hate (ಹೇಟ್)	ದ್ವೇಷ	Name (ನೇಮ್)	ಹೆಸರು
Like (ಲೈಕ್)	ಇಷ್ಟ	Breathe (ಬ್ರೀಥ್)	ಉಸಿರಾಡು

Silent G

Sign (ಸೈನ್)	ಸಹಿ	Campaign (ಕ್ಯಾಂಪೇನ್)	ಪ್ರಚಾರ
Feign (ಫೇನ್)	ನಟನೆ	Foreign (ಫಾರಿನ್)	ದೇಶ
Gnat (ನ್ಯಾಟ್)	ನುಸಿಹುಳು	Gnaw (ನಾ)	ಅಗಿಯುವುದು
Gnome (ನೋಮ್)	ಸೂಕ್ತ	High (ಹೈ)	ಎತ್ತರ
Light (ಲೈಟ್)	ಬೆಳಕು	Reign (ರೇನ್)	ಪ್ರಭುತ್ವ
Though (ದೋ)	ಆದರೂ	Through (ಥ್ರೂ)	ಮೂಲಕ
Weight (ವೇಟ್)	ತೂಕ		

Silent H

Honest (ಆನೆಸ್ಟ್)	ಪ್ರಾಮಾಣಿಕ	Ghost (ಗೋಸ್ಟ್)	ಭೂತ
Heir (ಏಯರ್)	ಉತ್ತರಾಧಿಕಾರಿ	Hour (ಅವರ್)	ಗಂಟೆ
Whether (ವೆದರ್)	ಯಾವುದಾದರು		

Silent GH

Thought (ಥಾಟ್)	ಯೋಚನೆ	Through (ಥ್ರೂ)	ಮೂಲಕ
Daughter (ಡಾಟರ್)	ಮಗಳು	Light (ಲೈಟ್)	ದೀಪ
Right (ರೈಟ್)	ಸರಿ/ಬಲ	Fight (ಫೈಟ್)	ಕಾದಾಟ
Might (ಮೈಟ್)	ಶಕ್ತಿ		

Silent K

Knead (ನೀಡ್)	ಕಲಸು	Knife (ನೈಫ್)	ಚಾಕು
Knight (ನೈಟ್)	ಸರದಾರ	Knock (ನಾಕ್)	ತಳ್ಳು
Knot (ನಾಟ್)	ಗಂಟು	Know (ನೋ)	ತಿಳಿದುಕೋ
Knee (ನೀ)	ಮಂಡಿ		

Silent L

Calf (ಕಾಫ್) ಕರು
Half (ಹಾಫ್) ಅರ್ಧ
Talk (ಟಾಕ್) ಮಾತು
Yolk (ಯೋಕ್) ನೊಗ
Chalk (ಚಾಕ್) ಸೀಮೆಸುಣ್ಣ
Salmon (ಸಾಮನ್) ಮೀನು
Walk (ವಾಕ್) ನಡೆದಾಡು

Silent M

Mnemonic (ನೆಮಾನಿಕ್) ನೆನಪಿಗೆ ಸಂಬಂಧಿತ

Silent N

Autumn (ಆಟಮ್) ಶರತ್ಕಾಲ
Condemn (ಕಂಡೆಮ್) ಖಂಡಿಸು
Hymn (ಹೈಮ್) ಮಂತ್ರ
Column (ಕಾಲಂ) ಸೈನಿಕರ ಸಾಲು
Damn (ಡ್ಯಾಮ್) ಹಾಳುಮಾಡು
Solemn (ಸಾಲಮ್) ವಿಧಿಯುಕ್ತ

Silent O

Colonel (ಕನಲ್) ಕರ್ನಲ್

Silent P

Corps (ಕಾರ್ಸ್) ದಳ
Pneumonia (ನ್ಯುಮೋನಿಯ) ನ್ಯುಮೋನಿಯ
Receipt (ರಿಸೀಟ್) ರಸೀದಿ
Coup (ಕೂ) ದಂಗೆ
Psychology (ಸೈಕಾಲಜಿ) ಮನಶಾಸ್ತ್ರ

Silent S

Aisle (ಐಲ್) ಪಕ್ಕ
Debris (ಡೆಬ್ರಿ) ಅವಶೇಷ
Bourgeois (ಬೂರ್ಶ್ವಾ) ಬೂರ್ಶ್ವಾ
Island (ಐಲಾಂಡ್) ದ್ವೀಪ
Apropos (ಎಪ್ರೊಪೊ) ಪ್ರಸಂಗೋಚಿತ

Silent T

Asthma (ಅಸ್ತಮಾ) ಗೂರಲು
Castle (ಕಾಸಲ್) ಮಹಲು
Gourmet (ಗುರ್ಮೆಟ್) ಭೋಜನ
Rapport (ರೆಪೋರ್) ಸಂಬಂಧ
Soften (ಸಾಫನ್) ಮೃದುಗೊಳಿಸು
Ballet (ಬ್ಯಾಲೆ) ನೃತ್ಯ
Fasten (ಫಾಸನ್) ಅಂಟಿಸು
Listen (ಲಿಸನ್) ಕೇಳು
Ricochet (ರಿಕೋಚೆಟ್) ಪುಟವೇಳು
Whistle (ವಿಸಲ್) ಶೀಟಿ

Silent U

Biscuit (ಬಿಸ್ಕಟ್) ಬಿಸ್ಕತ್
Guess (ಗೆಸ್) ಊಹೆ
Guide (ಗೈಡ್) ಮಾರ್ಗದರ್ಶಿ
Guitar (ಗಿಟಾರ್) ಗಿಟಾರ್
Colleague (ಕಲೀಗ್) ಸಹೋದ್ಯೋಗಿ
Guard (ಗಾರ್ಡ್) ರಕ್ಷಕ
Guilt (ಗಿಲ್ಟ್) ಅಪರಾಧಭಾವ
Tongue (ಟಂಗ್) ನಾಲಿಗೆ

Silent W

Answer (ಆನ್ಸರ್) ಉತ್ತರ
Two (ಟು) ಎರಡು
Wrist (ರಿಸ್ಟ್) ಮುಂಗೈ
Who (ಹು) ಯಾರು
Sword (ಸೋರ್ಡ್) ಕತ್ತಿ
Whole (ಹೋಲ್) ಪೂರ್ಣ
Write (ರೈಟ್) ಬರಹ

Silent X

Faux pas (ಫೋಪಾಸ್) ಸಾಮಾಜಿಕ ತಪ್ಪು

Silent Z

Rendezvous (ರೆಂಡೆವೋ) ಸಮಾಗಮ ಸ್ಥಾನ

ಇಂತಹ ಅನೇಕ ಶಬ್ದಗಳು ಇರುತ್ತವೆ. ಅವುಗಳಲ್ಲಿ ಕೆಲವು ಅಕ್ಷರಗಳನ್ನು ಉಚ್ಚರಿಸುವುದಿಲ್ಲ. Plough (**ಪ್ಲೌ**), Brought (**ಬ್ರಾಟ್**), Night (**ನೈಟ್**), Haughty (**ಹಾಟಿ**), Colleague (**ಕಲೀಗ್**), Tongue (**ಟಂಗ್**) **ಇನ್ನಿತರ.**

☞ **ನೆನಪಿಡಿ:** ಮೇಲಿನ ಪದಗಳನ್ನು ಉದಾಹರಣೆಗೆ ಕೊಡಲಾಗಿದೆ. ಇಂಗ್ಲಿಷ್‌ನಲ್ಲಿ ಇಂಥ ಅಪಾರ ಪದಗಳಿವೆ. ಇಂಗ್ಲಿಷ್‌ನಲ್ಲಿ ಪ್ರಾವೀಣ್ಯತೆ ಗಳಿಸಲು Dictionary (ಪದಕೋಶ)ಯಲ್ಲಿರುವ ಇಂಥ ಪದಗಳನ್ನು ಹುಡುಕಿ, ಅಭ್ಯಾಸ ಮಾಡಿ, ಮನನ ಮಾಡಿಕೊಳ್ಳಬೇಕು.

How to Write Name (ಹೆಸರು ಬರೆಯುವುದು ಹೇಗೆ?)

ಅಕ್ಷರ			ಉಚ್ಚಾರಣೆ		ಧ್ವನಿ (sound)
a	→	ಅ	ka	→	ಕ
aa or A	→	ಆ	kaa	→	ಕಾ
i	→	ಇ	ki	→	ಕಿ
ii or I or ee	→	ಈ	kii	→	ಕೀ
u	→	ಉ	ku	→	ಕು
uu or U or oo	→	ಊ	kuu	→	ಕೂ
e	→	ಎ	ke	→	ಕೆ
ai	→	ಐ	kai	→	ಕೈ
o	→	ಒ	ko	→	ಕೊ
au	→	ಔ	kau	→	ಕೌ
am	→	ಅಂ	kam	→	ಕಂ
ah	→	ಅಃ	kaha	→	ಕಃ

Consonants (ವ್ಯಂಜನಗಳು)

k or c	→	ಕ	d	→	ದ
kh	→	ಖ	dh	→	ಧ
g	→	ಗ	n	→	ನ
gh	→	ಘ	p	→	ಪ
ch	→	ಚ	ph or f	→	ಫ
Ch or chh	→	ಛ	b	→	ಬ
j	→	ಜ	bh	→	ಭ
jh	→	ಝ	m	→	ಮ

T	→	ಟ	y	→	ಯ
Th	→	ಠ	r	→	ರ
D	→	ಡ	Dh	→	ಢ
L	→	ಲ	N	→	ಣ
v or w	→	ವ	t	→	ತ
sh	→	ಶ	th	→	ಥ
Sh or shh	→	ಷ	s	→	ಸ
Ram = ರಾಮ	Pooja = ಪೂಜಾ		h	→	ಹ
Radha = ರಾಧ	Rani = ರಾಣಿ		ksh	→	ಕ್ಷ

Spelling Study (ಕಾಗುಣಿತದ ಅಧ್ಯಯನ)

English vacabulary ಇಂಗ್ಲಿಷ್ ಶಬ್ದಾವಳಿಯು ಕಠಿಣ ಅನ್ನಿಸುವುದರಿಂದ, English words ಇಂಗ್ಲಿಷ್ ಶಬ್ದಗಳನ್ನು ನಾವು ನಿಯಮಕ್ಕೆ ಅನುಗುಣವಾಗಿ correct ಸರಿಯಾಗಿ pronunciation ಉಚ್ಚರಿಸಲು ಸಾಧ್ಯವಾಗುವುದಿಲ್ಲ. ಇಂಗ್ಲಿಷ್‌ನ ಎಲ್ಲ letter ಅಕ್ಷರಗಳೂ ಭಿನ್ನ sound ಧ್ವನಿಯನ್ನು ಹೊಂದಿರುತ್ತವೆ. ಕೇವಲ 26 alphabet ಅಕ್ಷರಗಳನ್ನು ಹೊಂದಿರುವುದರಿಂದ, ಕನ್ನಡದಲ್ಲಿರುವ ಎಲ್ಲ ಅಕ್ಷರಗಳನ್ನು ಪ್ರತಿನಿಧಿಸುವುದು ಕಷ್ಟಕರ.

ಬಹುತೇಕರು ತಮ್ಮ Mother tongue ಮಾತೃಭಾಷೆಯಲ್ಲಿ ಯೋಚಿಸುತ್ತಾರೆ. ಬಳಿಕ ಅದನ್ನು ಇಂಗ್ಲಿಷ್ ಸೇರಿದಂತೆ ಬೇರೆ ಭಾಷೆಗೆ translation ಅನುವಾದಿಸುತ್ತಾರೆ. ಇಂಗ್ಲಿಷ್‌ನ ಕೆಲ words ಪದಗಳಲ್ಲಿ silent ಅನುಚ್ಚಾರಿತ ಅಕ್ಷರಗಳು ಇರಲು ಕಾರಣವೇನೆಂದರೆ, English words ಇಂಗ್ಲಿಷ್ ಪದಗಳು ಲ್ಯಾಟೀನ್, ಅರೇಬಿಕ್, ಫ್ರೆಂಚ್ ಸೇರಿದಂತೆ ನಾನಾ ಭಾಷೆಗಳಿಂದ ಬಂದಿವೆ. ಉದಾಹರಣೆಗೆ, 'A' ನ್ನು 'Farmer' (ಫಾರ್ಮರ್) ಪದದಲ್ಲಿ 'ಆ' ಎಂಬಂತೆ ಬಳಸಲಾಗಿದೆ. 'Cat' ನಲ್ಲಿ 'ಯ' ದಂತೆ ಬಳಸಲ್ಪಟ್ಟಿದೆ. 'Pneumonia' ಪದವನ್ನು ಕನ್ನಡದಲ್ಲಿ ನ್ಯುಮೋನಿಯಾ ಎನ್ನುತ್ತಾರೆ. 'P' ಇಲ್ಲಿ ಅನುಚ್ಚಾರಗೊಳ್ಳದ ಅಕ್ಷರವಾಗಿದೆ.

ಇಂಗ್ಲಿಷ್‌ನಲ್ಲಿ ಕಾಗುಣಿತ ಕಲಿಕೆಗೆ ಹಲವು ನಿಯಮಗಳಿದ್ದು, ಅವುಗಳ ಅರಿವು ಅಗತ್ಯವಿದೆ.

☞ **Rule 1**: 'Q' ಜತೆಗೆ 'U' ಬರಲಿದೆ. ಉದಾ: queen, quite, quarrel, quality, quick, question.

☞ **Rule 2**: ಶಬ್ದದ ಅಂತ್ಯದಲ್ಲಿ 'full' ಬಂದಲ್ಲಿ ಒಂದು 'l' ಹೇಳಲ್ಪಡುವುದಿಲ್ಲ. ಉದಾ: beautiful, harmful, faithful, blissful.

☞ **Rule 3**: ಯಾವುದೇ ಪದದ ಅಂತ್ಯದಲ್ಲಿ 'y' ಇದ್ದು, ಶಬ್ದದ ಅಂತ್ಯದಲ್ಲಿ 'full' ನ್ನು ಜೋಡಿಸುವಾಗ 'y, i' ಆಗಿ ಬದಲಾಗುತ್ತದೆ. Duty + full = Dutiful, Beauty + full = Beautiful

☞ **Rule 4**: ಯಾವುದೇ ಪದದ ಅಂತ್ಯದಲ್ಲಿ 'l' ಇದ್ದು, ಅದಕ್ಕೆ ಮುನ್ನ ಸ್ವರ ಇದ್ದಲ್ಲಿ, ಉಪಸರ್ಗವನ್ನು ಹಾಕುವಾಗ 'll' ಆಗಲಿದೆ. Label + ed = Labelled, Travel + ed = Travelled. ಇದಕ್ಕೆ ಅಪವಾದವೂ ಇದೆ. Parallel+ed= Paralleled, Legal + ise = Legalise, Quarrel + some = Quarrelsome

☞ **Rule 5**: ಯಾವುದಾದರೂ ಶಬ್ದದ ಅಂತ್ಯದಲ್ಲಿ 'Will' ಇಲ್ಲವೇ 'Well' ಸೇರ್ಪಡೆಯಾದಲ್ಲಿ, ಒಂದು 'l' ಕಡಿಮೆಯಾಗುವುದಿಲ್ಲ. Fare + well = Farewell, Good + will = Goodwill

☞ **Rule 6**: 'i' ಮತ್ತು 'e' ಸೇರ್ಪಡೆಗೊಂಡು 'ee ಈ' ಧ್ವನಿ ಬಂದಲ್ಲಿ 'i' ಮೊದಲು ಹಾಗು 'e' ಬಳಿಕ ಬರಲಿದೆ. believe, seize, niece, piece, relieve, yield ನಲ್ಲಿ ಈ ರೀತಿ ಆಗುವುದಿಲ್ಲ.

☞ **Rule 7**: 'ಈ' ಧ್ವನಿಯ ಮುಂದೆ 'c' ಇದ್ದಲ್ಲಿ, 'e' ಮೊದಲು ಹಾಗೂ ನಂತರ 'i' ಬರಲಿದೆ. deceive, receive, conceive. ಆದರೆ neither, heir ಇದಕ್ಕೆ ಅಪವಾದ.

☞ **Rule 8**: ಯಾವುದಾದರೂ ಕ್ರಿಯಾಪದದ ಅಂತ್ಯದಲ್ಲಿ 'e' ಇದ್ದು 'ing' ಜೋಡಣೆಯಾದಾಗ 'e' ಲೋಪವಾಗುತ್ತದೆ. come + ing = coming, write + ing = writing. ಆದರೆ, Be + ing = Being ಇದಕ್ಕೆ ಅಪವಾದ.

☞ **Rule 9**: ಕ್ರಿಯಾಪದದ ಅಂತ್ಯದಲ್ಲಿ 'ee, oe, ye' ಬಂದಿದ್ದು, 'ing' ಜೋಡಣೆಯಾಗುವಾಗ, ಯಾವುದೇ ಲೋಪವುಂಟಾಗದು. Agree + ing = Agreeing, See + ing = Seeing, Shoe + ing = Shoeing, Eye + ing = Eyeing.

☞ **Rule 10**: ಕ್ರಿಯಾಪದದ ಕೊನೆಯ ಅಕ್ಷರ 'w, r, y' ಜೋಡಣೆಯಾಗಿ ಮೊದಲ ಸ್ವರವಾಗಿದ್ದರೆ, 'ing' ಸೇರ್ಪಡೆ ಮಾಡುವಾಗ ಕೊನೆಯ ಅಕ್ಷರವನ್ನು ಎರಡು ಬಾರಿ ಬರೆಯಲಾಗುತ್ತದೆ. Sit + ing = Sitting, Beg + ing = Begging, ಇದಕ್ಕೆ ಅಪವಾದವೆಂದರೆ, Pardoning, Opening, Burning.

☞ **Rule 11**: ಕ್ರಿಯಾಪದದ ಕೊನೆಯಲ್ಲಿ 'w, r, y' ಇದ್ದು, ಮುನ್ನ ಸ್ವರ ಇದ್ದಾಗ, 'ing' ಜೋಡಣೆಯಾಗುವಾಗ ಅಕ್ಷರವನ್ನು 2 ಬಾರಿ ಬರೆಯುವುದಿಲ್ಲ. Blow + ing = Blowing, Play + ing = Playing.

☞ **Rule 12**: ಕ್ರಿಯಾಪದದ ಅಂತ್ಯದಲ್ಲಿ 'e' ಇದ್ದು, ಜತೆಗೆ 'ed' ಅಥವಾ 'ing' ಸೇರ್ಪಡೆಗೊಳಿಸಿದಲ್ಲಿ, 'k' ಸೇರುತ್ತದೆ. Forlic + ed = Frolicked, Mimic + ing = Mimicking

☞ **Rule 13**: ಪದದ ಕೊನೆಯಲ್ಲಿ 'e' ಇದ್ದು, ಜೊತೆಗೆ 'able, age' ಅಥವಾ 'ish' ಸೇರಿಸುವಾಗ, 'e' ಲೋಪವಾಗುತ್ತದೆ. Move + able = Movable, Mile + age = Milage, Virtue + ous = Virtuous

☞ **Rule 14**: ನಾಮಪದದ ಅಂತ್ಯದಲ್ಲಿ 'o' ಇದ್ದು, ಅದಕ್ಕೆ ಮುನ್ನ ವ್ಯಂಜನವಿದ್ದಲ್ಲಿ, ಬಹುವಚನ ಆಗುವಾಗ 'es' ಜೋಡಿಸಲ್ಪಡುತ್ತದೆ. Mango = Mangoes, Hero = Heroes.

ನೆನಪಿಡಿ

(i). ನೀವು ಕಾಗುಣಿತ ಅಧ್ಯಯನದ Rules (ನಿಯಮ)ಗಳನ್ನು learn (ಕರಗತ) ಮಾಡಿಕೊಳ್ಳದೆ ಇದ್ದಲ್ಲಿ, Speling study ಪುಟ 31 ರಲ್ಲಿರುವ ನಿಯಮಗಳನ್ನು ಇನ್ನೊಮ್ಮೆ ಓದಿ ಮನನ ಮಾಡಿಕೊಳ್ಳಿ.

(ii). ನೀವು ಕೆಲವು Hard word(ಕಠಿಣ ಪದ)ಗಳ spelling ಬರೆಯುವಲ್ಲಿ ಯಶಸ್ವಿಯಾದಲ್ಲಿ, ಓದು ಮುಂದುವರಿಸಿ, ಇನ್ನಷ್ಟು ಕಠಿಣ ಪದಗಳನ್ನು ಅಭ್ಯಸಿಸಿ.

(iii). Word spelling (ಕಾಗುಣಿತ) ಸರಿಯಾಗಿ ಇರದಿದ್ದಲ್ಲಿ, ಅಪಾರ್ಥಕ್ಕೆ ಕಾರಣವಾಗಲಿದೆ ಎಂಬುದನ್ನು ಮರೆಯಬೇಡಿ.

ಶಬ್ದಭೇದಗಳು
(PARTS OF SPEECH)

Definition (ಶೀರ್ಷಿಕೆ)

Words are divided into eight different kinds or classes, called Parts of Speech. ಪದಗಳನ್ನು ಅವುಗಳ ಭಾವಕ್ಕೆ ಅನುಗುಣವಾಗಿ 8 ಭಾಗಗಳಾಗಿ ವರ್ಗೀಕರಿಸಲಾಗಿದೆ. ಅವನ್ನು Parts of Speech ಎಂದು ಕರೆಯಲಾಗುತ್ತದೆ.

ಆ 8 ಭಾಗಗಳೆಂದರೆ,

1. Noun (ನಾಮಪದ) 2. Pronoun (ಸರ್ವನಾಮ) 3. Verb (ಕ್ರಿಯಾಪದ) 4. Adjective (ವಿಶೇಷಣ) 5. Adverb (ಕ್ರಿಯಾ ವಿಶೇಷಣ) 6. Preposition (ಸಂಬಂಧ ಸೂಚಕ) 7. Conjunction (ಸಂಯೋಜಕ) 8. Interjection (ಭಾವಸೂಚಕ)

Noun (ನಾಮಪದ)

A Noun is the name of a person, place, animal, thing, quality, condition and action. ಒಬ್ಬ ವ್ಯಕ್ತಿ, ಸ್ಥಳ, ಪ್ರಾಣಿ, ವಸ್ತು, ಗುಣಮಟ್ಟ, ಸ್ಥಿತಿ ಹಾಗೂ ಕ್ರಿಯೆಯ ಹೆಸರೇ ನಾಮಪದ. ಉದಾಹರಣೆ:

Alok (ಅಲೋಕ್), Nikita (ನಿಕಿತಾ) – ವ್ಯಕ್ತಿಗಳ ಹೆಸರು

Hospital (ಆಸ್ಪತ್ರೆ), Zoo (ಮೃಗಾಲಯ) ಸ್ಥಳದ ಹೆಸರು

Read (ಓದುವುದು), Write (ಬರೆಯುವುದು) – ಕ್ರಿಯೆಯ ಹೆಸರು

Table (ಟೇಬಲ್), Pen (ಪೆನ್) – ವಸ್ತುವಿನ ಹೆಸರು

Good (ಒಳಿತು), Bad (ಕೆಡುಕು) – ಗುಣದ ಹೆಸರು

Sleep (ನಿದ್ರೆ), Childhood (ಬಾಲ್ಯ) – ಅವಸ್ಥೆ- ಸ್ಥಿತಿಯ ಹೆಸರು

★ ವ್ಯಕ್ತಿಗಳ ಹೆಸರಿನ ಜತೆಗೆ ಪಶು ಪಕ್ಷಿಗಳ ಹೆಸರು ಸೇರಿಕೊಂಡಿವೆ. Cow , Horse, Dog, Crow, Parrot ಇತ್ಯಾದಿ.

★ ವಸ್ತುಗಳ ಜತೆಗೆ ಕೆಳಗಿನವು ಸೇರ್ಪಡೆಗೊಳ್ಳುತ್ತವೆ.

ನದಿಗಳ ಹೆಸರು- Ganga, Yamuna, Godavari

ಬೆಟ್ಟಗಳ ಹೆಸರು - Himalayas, Vindhyachal

ಸಮುದ್ರಗಳು - Indian Sea, Atlantic Ocean

ಪುಸ್ತಕಗಳು - Ramayana, Mahabharata, Gita

ದಿನಗಳು - Monday, Tuesday, Wednesday

ತಿಂಗಳುಗಳು - January, February, March

ಮೂಲವಸ್ತುಗಳು - Gold, Silver, Brass

Pronoun (ಸರ್ವನಾಮ)

A Pronoun is a word which is used in place of a Noun. Noun ನಾಮಪದದ ಬದಲಿಗೆ ಬಳಕೆಯಾಗುವ ಪದ.

Example: Ravi went to Mumbai yesterday. **He** will return day after tomorrow. ರವಿ ಮುಂಬಯಿಗೆ ನೆನ್ನೆ ಹೋದ. ಅವನು ನಾಳಿದ್ದು ವಾಪಸಾಗಲಿದ್ದಾನೆ.

★ ಮೇಲಿನ ಸಾಲಿನಲ್ಲಿ ರವಿ ಎಂಬ ಬದಲು **He** (ಅವನು) ಎಂಬ ಪದ ಬಳಕೆಯಾಗಿದೆ. ಆದ್ದರಿಂದ 'He' pronoun.

Adjective (ವಿಶೇಷಣ)

An adjective is a word used to qualify a noun or pronoun. ನಾಮಪದ ಇಲ್ಲವೇ ಸರ್ವನಾಮದ ವಿಶೇಷವನ್ನು ಪ್ರಕಟಗೊಳಿಸಲು ಬಳಕೆಯಾದ ಪದವೇ ವಿಶೇಷಣ.

Example: Ram is a *good* boy. ರಾಮ್ ಒಬ್ಬ ಒಳ್ಳೆಯ ಹುಡುಗ.

★ ವಾಕ್ಯದಲ್ಲಿ good (ಒಳ್ಳೆಯ) ಎಂಬುದು ರಾಮನ ಗುಣವನ್ನು ತೋರಿಸುತ್ತದೆ. ಆದ್ದರಿಂದ 'good' adjective.

Verb (ಕ್ರಿಯಾಪದ)

A verb is a word used for saying something about a person or thing. Verb ವ್ಯಕ್ತಿ ಇಲ್ಲವೇ ವಸ್ತುವಿನ ಬಗ್ಗೆ ಏನನ್ನೋ ಹೇಳುವ ಪದ.

Example: Sohan *writes* a letter. ಸೋಹನ್ ಪತ್ರವನ್ನು ಬರೆಯುತ್ತಿದ್ದಾನೆ.

★ ಇಲ್ಲಿ ವ್ಯಕ್ತಿಯೊಬ್ಬನ ಮೂಲಕ ಪತ್ರ ಬರೆಯುವ ಕ್ರಿಯೆ ನಡೆಯುತ್ತಿದೆ. ಆದ್ದರಿಂದ 'write' verb.

Adverb (ಕ್ರಿಯಾ ವಿಶೇಷಣ)

An Adverb qualifies a Verb, an Adjective or another Adverb. ಕ್ರಿಯಾ ವಿಶೇಷಣವು ನಾಮಪದ, ಸರ್ವನಾಮ, ಭಾವಸೂಚಕಗಳನ್ನು ಹೊರತುಪಡಿಸಿ ಅನ್ಯ ಶಬ್ದಗಳ ಗುಣ, ದೋಷ, ಅವಸ್ಥೆ ಮತ್ತಿತರ ಅರ್ಥವನ್ನು ವೃದ್ಧಿಗೊಳಿಸುತ್ತದೆ. ಅವುಗಳ ವೈಶಿಷ್ಟವನ್ನು ತೋರಿಸುತ್ತದೆ.

Example: **1.** Mohini runs *fast*. ಮೋಹಿನಿ ವೇಗವಾಗಿ ಓಡುತ್ತಾಳೆ.

2. Radhika laughs *sweetly*. ರಾಧಿಕಾ ಚೆನ್ನಾಗಿ ನಗುತ್ತಾಳೆ.

★ ಮೋಹಿನಿ ವೇಗವಾಗಿ ಓಡುತ್ತಾಳೆ ಎಂಬಲ್ಲಿ ಮೋಹಿನಿಯು ಓಟ ಎಂಬ ಕ್ರಿಯೆಯನ್ನು ಮಾಡಿದ್ದಾಳೆ. ಆದರೆ, ವೇಗವಾಗಿ ಓಡುತ್ತಾಳೆ ಎಂದಿದ್ದು, ವೇಗವಾಗಿ ಎಂಬುದು ಕ್ರಿಯಾವಿಶೇಷಣ. ಅದೇ ರೀತಿ ರಾಧಿಕಾ ಚೆನ್ನಾಗಿ ನಗುತ್ತಾಳೆ ಎಂಬ ವಾಕ್ಯದಲ್ಲಿ ಚೆನ್ನಾಗಿ ಎಂಬುದು Adverb.

Preposition (ಸಂಬಂಧ ಸೂಚಕ)

Preposition is a word used with a Noun or a Pronoun to show how the person or thing denoted by the Noun or Pronoun stands in relation to something else. Preposition ಸಂಬಂಧ ಸೂಚಕವು ನಾಮಪದ ಇಲ್ಲವೇ ಸರ್ವನಾಮಕ್ಕೆ ಮೊದಲು ಬಂದು, ಆ ನಾಮಪದ– ಸರ್ವನಾಮ ಸೂಚಿಸುವ ವ್ಯಕ್ತಿ ಇಲ್ಲವೇ ವಸ್ತುವಿನ ಸಂಬಂಧವನ್ನು ಬೇರೆ ನಾಮಪದ– ಸರ್ವನಾಮ ಮೂಲಕ ತೋರಿಸುತ್ತದೆ.

Example: The book is *on* the table. ಪುಸ್ತಕವು ಮೇಜಿನ ಮೇಲೆ ಇದೆ.

★ ವಾಕ್ಯದಲ್ಲಿ ಪುಸ್ತಕ ಮತ್ತು ಮೇಜಿನ ನಡುವೆ 'on' ಮೇಲೆ ಎಂಬ ಪದವು ಸಂಬಂಧ ಕಲ್ಪಿಸುತ್ತದೆ. ಒಂದು ವೇಳೆ ಎರಡು ಪದಗಳ ನಡುವೆ ಮೇಲೆ ಎಂಬ ಪದ ಇಲ್ಲವಾದಲ್ಲಿ, ಪುಸ್ತಕ ಮೇಜಿನ ಇದೆ ಎಂಬಲ್ಲಿ ಅರ್ಥ ಸ್ಪಷ್ಟವಾಗುವುದಿಲ್ಲ. ಇದೇ ರೀತಿ in (ಒಳಗೆ), for (ಅದಕ್ಕಾಗಿ), of ಪದಗಳನ್ನು ಪ್ರಯೋಗಿಸಲಾಗುತ್ತದೆ.

Conjunction (ಸಂಯೋಜಕ)

A conjunction is a word which joins two or more than two phrases, clauses, words or sentences. ಎರಡು ಅಥವಾ ಅದಕ್ಕಿಂತ ಹೆಚ್ಚು ಜಾಣ್ನುಡಿ, ಖಂಡಗಳು, ಪದಗಳು ಇಲ್ಲವೇ ವಾಕ್ಯಗಳನ್ನು ಜೋಡಿಸುವ ಪದವೇ ಸಂಯೋಜಕ.

Example: **1.** Sita *and* Gita are sisters. ಸೀತಾ ಮತ್ತು ಗೀತಾ ಸಹೋದರಿಯರು.

2. Please, give me tea *or* coffee. ದಯವಿಟ್ಟು ನನಗೆ ಕಾಫಿ ಇಲ್ಲವೇ ಟೀ ಕೊಡಿ.

★ ಮೇಲಿನ ವಾಕ್ಯಗಳಲ್ಲಿ and ಹಾಗೂ ಇಲ್ಲವೇ ಸಂಯೋಜಕ ಪದಗಳಾಗಿವೆ. ಸೀತಾ ಮತ್ತು ಗೀತಾ, ಚಹಾ ಇಲ್ಲವೇ ಕಾಫಿ ಎಂಬ ಪ್ರತ್ಯೇಕ ಪದಗಳನ್ನು ಜೋಡಿಸುತ್ತವೆ. ಆದ್ದರಿಂದ 'and' ಮತ್ತು 'or' conjuction ಗಳು.

Interjections (ಭಾವಸೂಚಕ)

An Interjection is a word which expresses some sudden feeling or emotion of the mind. It has no grammatical relation with any other word. Its symbol is (!) ಭಾವಸೂಚಕವು ತತ್‌ಕ್ಷಣ ಭಾವನೆಯೊಂದನ್ನು ಇಲ್ಲವೇ ಸಂವೇದನೆಯನ್ನು ತಿಳಿಸುವಂಥದ್ದು. ಅದನ್ನು! ಚಿಹ್ನೆಯಿಂದ ಸೂಚಿಸಲಾಗುತ್ತದೆ. ಹರ್ಷ, ದುಃಖ, ವಿಸ್ಮಯ ಮತ್ತಿತರ ಮನೋಭಾವವನ್ನು ಇವು ಪ್ರಕಟಿಸುತ್ತವೆ. hurrah, bravo, alas, oh ಇತ್ಯಾದಿ.

★ Interjection ಬಳಿಕ ಬರುವ ಪದದ First letter capital (ಮೊದಲ ಅಕ್ಷರವನ್ನು ದಪ್ಪ ಅಕ್ಷರ)ದಲ್ಲಿ ಬರೆಯಲಾಗುತ್ತದೆ. Interjection ಮೂಲಕ ಭಾವನೆಗಳನ್ನು ವ್ಯಕ್ತ ಪಡಿಸಲಾಗುತ್ತದೆ.

1. ಸಂತೋಷ, ಉಲ್ಲಾಸ, ಖುಷಿ - Hurrah!
2. ದುಃಖ, ಕಷ್ಟ, ವಿಷಾದ- Alas! Ah!
3. ಆಶ್ಚರ್ಯ, ಕುತೂಹಲ- Oh! What!
4. ಅನುಮೋದನೆ, ಸ್ವೀಕೃತಿ, ಒಪ್ಪಿಗೆ- Welldone! Ok!
5. ತಪ್ಪು, ವಂಚನೆ, ದ್ರೋಹ- For Shame! Fie! Bosh!
6. ಕರೆಯುವುದು, ಸ್ವಾಗತ- Hello! Hay!

ನೆನಪಿಡಿ

ನೀವು ನಾಮಪದ, ಸರ್ವನಾಮ ಇನ್ನಿತರ Parts of Speech ಗಳ ಬಗ್ಗೆ ಅಧ್ಯಯನ ಮಾಡಿದ್ದೀರಿ. ಮುಂದಿನ ಅಧ್ಯಾಯದಲ್ಲಿ ಅದನ್ನು ವಿವರವಾಗಿ ಓದಿರಿ.

ನಾಮಪದ
(NOUN)

Definition

A Noun is the name of a person, place, animal, thing, quality, condition and action. ನಾಮಪದ ಎಂಬುದು ವ್ಯಕ್ತಿ, ಸ್ಥಳ, ಪ್ರಾಣಿ, ವಸ್ತು, ಗುಣಮಟ್ಟ, ಪರಿಸ್ಥಿತಿ ಮತ್ತು ಕ್ರಿಯೆಯ ಹೆಸರು. ಸಂದೀಪ್, ನಾಯಿ, ದೆಹಲಿ, ಪುಸ್ತಕ ಇತ್ಯಾದಿ.

Example: **1.** ***Sandeep*** is a good ***boy***. ಸಂದೀಪ ಒಬ್ಬ ಒಳ್ಳೆಯ ಹುಡುಗ.

2. The ***dog*** is a faithful ***animal.*** ನಾಯಿಯು ವಿಶ್ವಾಸಕ್ಕೆ ಅರ್ಹವಾದ ಪ್ರಾಣಿ.

3. ***Delhi*** is the capital of ***India***. ದೆಹಲಿಯು ಭಾರತದ ರಾಜಧಾನಿ.

4. This is a ***book.*** ಇದು ಒಂದು ಪುಸ್ತಕ.

★ ಮೇಲಿನ ವಾಕ್ಯಗಳಲ್ಲಿ ಸಂದೀಪ, ಹುಡುಗ ನಾಯಿ, ಪ್ರಾಣಿ, ದಿಲ್ಲಿ, ಭಾರತ ಮತ್ತು ಪುಸ್ತಕ ನಾಮ ಪದಗಳು.

Kinds of Noun (ನಾಮಪದದ ವಿಧಗಳು)

There are five kinds of Noun (ನಾಮಪದದಲ್ಲಿ 5 ವಿಧ)

1. Proper Noun (ವ್ಯಕ್ತಿ ವಾಚಕ)
2. Common Noun (ಜಾತಿವಾಚಕ)
3. Collective Noun (ಸಮೂಹವಾಚಕ)
4. Material Noun (ದ್ರವ್ಯವಾಚಕ)
5. Abstract Noun (ಭಾವವಾಚಕ)

1. Proper Noun (ವ್ಯಕ್ತಿವಾಚಕ)

The name given to a particular person, animal, place or thing is a Proper Noun. ವ್ಯಕ್ತಿ, ಪ್ರಾಣಿ, ಸ್ಥಳ ಇಲ್ಲವೇ ವಸ್ತುವಿಗೆ ಕೊಟ್ಟ ಹೆಸರೇ ವ್ಯಕ್ತಿವಾಚಕ. Exmp: Sunidhi, Shubham, Patna, chetak, Ramayan (ಸುನಿಧಿ, ಶುಭಂ, ಪಟನಾ, ಚೇತಕ್, ರಾಮಾಯಣ) ಇತ್ಯಾದಿ.

Example: **1.** *Shubham* is watching T.V. ಶುಭಂ ಟಿವಿ ವೀಕ್ಷಿಸುತ್ತಿದ್ದಾಳೆ.

2. He went to *Patna*. ಅವನು ಪಟನಾಕ್ಕೆ ಹೋದ.

3. *Chetak* was a faithful horse. ಚೇತಕ್ ಸ್ವಾಮಿನಿಷ್ಟ ಕುದುರೆ.

4. The *Ramayana* is a sacred book. ರಾಮಾಯಣವು ಪವಿತ್ರ ಗ್ರಂಥ.

★ ಮೇಲಿನ ವಾಕ್ಯಗಳಲ್ಲಿ Shubham (ಶುಭಂ) ಎನ್ನುವುದು ವ್ಯಕ್ತಿಯ, Patna (ಪಟನಾ) ಎನ್ನುವುದು ಸ್ಥಳದ, ಚೇತಕ್ ಎಂಬುವುದು ಪ್ರಾಣಿಯ ಹಾಗೂ Ramayan (ರಾಮಾಯಣ) ಎನ್ನುವುದು ಪುಸ್ತಕದ ಹೆಸರು. ಇವೆಲ್ಲವೂ ವ್ಯಕ್ತಿವಾಚಕ ನಾಮಪದಗಳು.

ಟಿಪ್ಪಣಿ

(i) ಪ್ರತ್ಯೇಕ ವ್ಯಕ್ತಿ ಇಲ್ಲವೇ ಪ್ರಾಣಿಯ ಹೆಸರು Proper Noun (ವ್ಯಕ್ತಿವಾಚಕ ನಾಮಪದ). ಉದಾ: ಗೌತಮ ಬುದ್ದ, ಟಾಮಿ ಇತ್ಯಾದಿ.

(ii) Historical event (ಚಾರಿತ್ರಿಕ ಘಟನೆಗಳು) ವ್ಯಕ್ತಿವಾಚಕ ನಾಮ ಪದಗಳು. ಉದಾ: ಕುತುಬ್ ಮಿನಾರ್, ಇಂಡಿಯಾ-ಚೀನಾ ಯುದ್ಧ.

(iii) Geographical (ಭೂಗೋಳಿಕ) ಮತ್ತು Celestial (ಖಗೋಳ) ಹೆಸರು, ಭೂಮಿ, ಚಂದ್ರ ಇತ್ಯಾದಿ.

(iv) ತಿಂಗಳು ಹಾಗೂ ದಿನದ ಹೆಸರು, ಭಾನುವಾರ, ಡಿಸೆಂಬರ್ (Sunday, December) ಇತ್ಯಾದಿ.

(v) ಪ್ರಶಸ್ತಿ, ವಾಹನ ಹಾಗೂ ಕಂಪನಿಗಳ ಹೆಸರು, ಜ್ಞಾನಪೀಠ ಪ್ರಶಸ್ತಿ, ಹೀರೊ, ವಿಪ್ರೋ ಇತ್ಯಾದಿ.

★ ವ್ಯಕ್ತಿ ಇಲ್ಲವೇ ವಸ್ತುವಿಗೆ ವರ್ಣನಾತ್ಮಕ ರೂಪ ನೀಡಿದಾಗ, Proper Noun (ವಸ್ತುವಾಚಕ)ವು ಜಾತಿವಾಚಕ ನಾಮಪದವಾಗಿ ಬದಲಾಗುತ್ತದೆ.

Ram is the *Dara Singh* of his village. ರಾಮ ತನ್ನ ಗ್ರಾಮಕ್ಕೆ ದಾರಾಸಿಂಗ್ ಇದ್ದಂತೆ.

★ ಇಲ್ಲಿ Dara Singh (ದಾರಾಸಿಂಗ್) ಎಂಬುದು ವಸ್ತುವಾಚಕವಾಗಿದ್ದು, ಅದರ ಪ್ರಯೋಗವು Common Noun (ಜಾತಿವಾಚಕ)ವಾಗಿ ಬಳಕೆಯಾಗಿದೆ.

2. Common Noun (ಜಾತಿವಾಚಕ ನಾಮಪದ)

A Common Noun is a name shared in comman by everyone of the same class or group. ಒಂದು ವರ್ಗ ಇಲ್ಲವೇ ಗುಂಪಿನಲ್ಲಿ ಎಲ್ಲರೂ ಹಂಚಿಕೊಳ್ಳುವ ಹೆಸರು Common Noun (ಜಾತಿವಾಚಕ ನಾಮಪದ). ಉದಾ: Boy (ಬಾಲಕ), Tree(ಮರ), Book (ಪುಸ್ತಕ), Cow (ಹಸು) ಇತ್ಯಾದಿ.

Boy (ಬಾಲಕ): ಎಲ್ಲ ಹುಡುಗರೂ ಈ ಗುಂಪಿಗೆ ಸೇರುತ್ತಾರೆ.

Tree (ಮರ): ಎಲ್ಲ ಮರಗಳಿಗೂ ಅನ್ವಯವಾಗುವ ಸಾಮಾನ್ಯ ಹೆಸರು.

Book (ಪುಸ್ತಕ): ಎಲ್ಲ ಪುಸ್ತಕದ ಪುಸ್ತಕಗಳೂ ಇದರಲ್ಲಿ ಒಳಗೊಂಡಿರುತ್ತದೆ.

Cow (ಹಸು): ಎಲ್ಲ ಹಸುಗಳಿಗೂ ಬಳಕೆಯಾಗುವ ಹೆಸರು.

Example: **1.** The *boy* is writing a *letter*. ಬಾಲಕನು ಪತ್ರವನ್ನು ಬರೆಯುತ್ತಿದ್ದಾನೆ.
2. *Tree* gives us *fruit*. ಮರವು ನಮಗೆ ಹಣ್ಣು ನೀಡುತ್ತದೆ.
3. I read a *book*. ನಾನು ಒಂದು ಪುಸ್ತಕವನ್ನು ಓದುತ್ತಿದ್ದೇನೆ.
4. *Cow* gives us *milk*. ಹಸು ನಮಗೆ ಹಾಲು ಕೊಡುತ್ತದೆ.

★ ಮೇಲಿನ ವಾಕ್ಯಗಳಲ್ಲಿ Boy, Letter, Tree, Fruit, Book, Cow, Milk ಪದಗಳಿಂದ ಅವುಗಳ ಗುಣ ಗೊತ್ತಾಗುತ್ತದೆ. ಇವು Common Nouns.

3. Collective Noun (ಸಮೂಹವಾಚಕ ನಾಮಪದ)

ಸಮಗ್ರವಾಗಿ, ಗುಂಪು ಇಲ್ಲವೇ ಸಂಗ್ರಹವೊಂದಕ್ಕೆ ನೀಡಲಾಗುವ ಹೆಸರು Collective Noun (ಸಮೂಹವಾಚಕ ನಾಮಪದ). ಉದಾಹರಣೆಗೆ: Class, team, army, bunch of flowers ಇತ್ಯಾದಿ.

Example: **1.** He is the monitor of my *class*. ಅವನು ನಮ್ಮ ತರಗತಿಯ ಹಿರೇಮಣಿ.
2. Our *team* won the cricket match. ನಮ್ಮ ತಂಡ ಕ್ರಿಕೆಟ್ ಪಂದ್ಯದಲ್ಲಿ ಗೆದ್ದಿತು.
3. Indian *army* fought bravely. ಭಾರತೀಯ ಸೇನೆಯು ಧೈರ್ಯದಿಂದ ಹೋರಾಡಿತು.
4. She presented him a *bunch of flowers*. ಆಕೆ ಹೂವಿನ ಗುಚ್ಛವನ್ನು ಅವನಿಗೆ ನೀಡಿದಳು.

★ ಮೇಲಿನ ವಾಕ್ಯಗಳಲ್ಲಿ 'class' ನಲ್ಲಿರುವ ವಿದ್ಯಾರ್ಥಿಗಳ ಗುಂಪು. 'Team' ನಲ್ಲಿರುವ ಕ್ರೀಡಾಳುಗಳ ಸಮೂಹ, army, bunch of flowers ಸೂಚಿಸುವ ಸಮೂಹಗಳು Collective Noun ಗಳು.

4. Material Noun (ದ್ರವ್ಯವಾಚಕ ನಾಮಪದ)

A Material Noun is the word used for the substance of which things are made. ವಸ್ತುಗಳನ್ನು ನಿರ್ಮಿಸುವ ಪದಾರ್ಥಗಳಿಗೆ ದ್ರವ್ಯವಾಚಕ ನಾಮಪದ ಎನ್ನುತ್ತಾರೆ. Gold, Copper, Brass ಇತ್ಯಾದಿ.

Example: **1.** *Copper* is useful metal. ತಾಮ್ರ ಉಪಯುಕ್ತ ಲೋಹ.
2. *Brass* is yellow. ಕಂಚು ಹಳದಿ ವರ್ಣ ಇರುತ್ತದೆ.
3. My ring is made of *gold*. ನನ್ನ ಉಂಗುರವನ್ನು ಚಿನ್ನದಿಂದ ಮಾಡಲಾಗಿದೆ.

★ ಮೇಲಿನ ವಾಕ್ಯಗಳಲ್ಲಿ Copper (ತಾಮ್ರ), Brass (ಕಂಚು) ಮತ್ತು Gold (ಚಿನ್ನ) ಪ್ರತ್ಯೇಕ ಧಾತುಗಳಾಗಿದ್ದು, ಇವುಗಳಿಂದ ಬೇರೆ ವಸ್ತುವನ್ನು ತಯಾರಿಸಲಾಗುತ್ತದೆ. ಆದ್ದರಿಂದ ಇವನ್ನು Material Noun (ದ್ರವ್ಯವಾಚಕ ನಾಮಪದ) ಎನ್ನುತ್ತಾರೆ.

5. Abstract Noun (ಭಾವವಾಚಕ ನಾಮಪದ)

An Abstract Noun is the word used for mode of an action, state or quality. ಗುಣ, ಭಾವನೆ ಇಲ್ಲವೇ ಸ್ಥಿತಿಯೊಂದನ್ನು Abstract Noun (ಭಾವವಾಚಕ ನಾಮಪದ) ಸೂಚಿಸುತ್ತದೆ. Poverty, Laugh, Honesty, Beauty ಇದಕ್ಕೆ ಉದಾಹರಣೆ:

Example: **1.** *Poverty* is curse. ಬಡತನ ಒಂದು ಶಾಪ.
2. *Laughter* ಜಿಂ ಠಿಜಿಛಿ best ಞಿಭಿಛಿಜ್ಜಿಜ್ಞಿಛಿ. ನಗು ಅತ್ಯುತ್ತಮ ಔಷಧ.

3. *Honesty* is the best policy. ಪ್ರಾಮಾಣಿಕತೆ ಅತ್ಯುತ್ತಮ ಕಾರ್ಯನೀತಿ.

4. *Beauty* is only a nine days wonder. ಸೌಂದರ್ಯ ಎಂಬುದು ಕೇವಲ 9 ದಿನಗಳ ವಿಸ್ಮಯ.

★ ಮೇಲಿನ ವಾಕ್ಯಗಳಲ್ಲಿ ಬಡತನ ಎಂಬುದು ಒಂದು ಸ್ಥಿತಿ, ನಗು ಎಂಬುದು Laugh (ಕ್ರಿಯೆ), Honest (ಪ್ರಾಮಾಣಿಕತೆ) ಮತ್ತು Beauty (ಸೌಂದರ್ಯ) ಎರಡೂ ಗುಣಗಳು. ಆದ್ದರಿಂದ ಇವು Abstract Noun (ಭಾವವಾಚಕ ನಾಮಪದ)ಗಳು.

★ ನಾವು ಈವರೆಗೆ 5 ಪ್ರಕಾರದ Noun (ನಾಮ ಪದ)ಗಳ ಬಗ್ಗೆ ಓದಿದೆವು. ಈಗ Noun (ನಾಮಪದದ) ನವೀನ ಅವಧಾರಣೆ ಬಗೆಗೆ ತಿಳಿದುಕೊಳ್ಳೋಣ. ನಾಮ ಪದವನ್ನು ಎರಡು ಭಾಗವಾಗಿ ಮಾಡಲಾಗಿದೆ.

Countable Noun (ಲೆಕ್ಕಹಾಕಬಹುದಾದ ನಾಮಪದ)

The nouns that can be counted are called countable nouns. ಈ ನಾಮಪದಗಳನ್ನು ಲೆಕ್ಕ ಹಾಕಬಹುದು. ಉದಾಹರಣೆಗೆ: ಬಾಲಕಿಯರು, ಪುಸ್ತಕಗಳು, ಮರಗಳು, ಮೂಸಂಬಿ, ಚೇರ್ ಇತ್ಯಾದಿ.

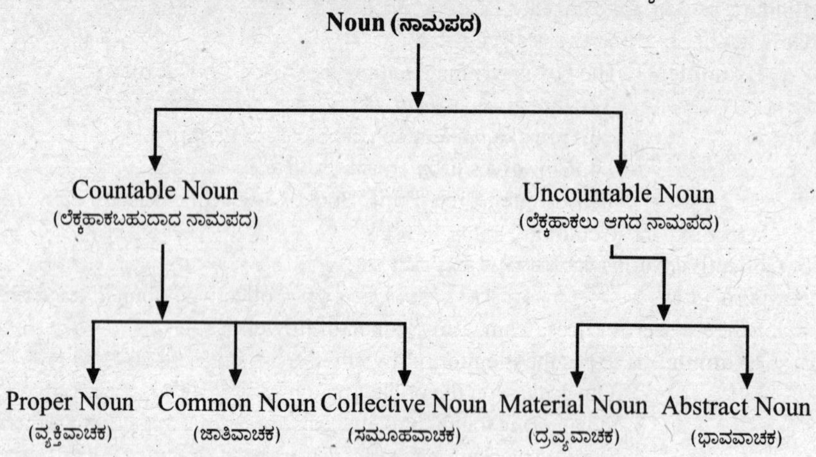

★ Proper Noun, Common Noun (ವ್ಯಕ್ತಿವಾಚಕ, ಜಾತಿವಾಚಕ) ಮತ್ತು Collective Noun (ಸಮೂಹವಾಚಕ ನಾಮಪದ)ಗಳನ್ನು ಲೆಕ್ಕ ಹಾಕಬಹುದು.

Uncountable Noun (ಲೆಕ್ಕಹಾಕಲು ಆಗದ ನಾಮಪದ)

It is the noun which cannot be counted. ಈ ನಾಮಪದಗಳನ್ನು ಲೆಕ್ಕ ಹಾಕಲು ಸಾಧ್ಯವಿಲ್ಲ. ಉದಾ: Gold, Water, Butter ಇತ್ಯಾದಿ.

ನೆನಪಿಡಿ

Noun (ನಾಮಪದ)ನ ಪ್ರಾಚೀನ ಹಾಗೂ ಆಧುನಿಕ ಅವಧಾರಣೆ ಬಗ್ಗೆ ಸಂಕ್ಷಿಪ್ತವಾಗಿ ತಿಳಿದುಕೊಂಡಿದ್ದೇವೆ. ಈ ಅಧ್ಯಾಯದಲ್ಲಿ Spoken English (ಇಂಗ್ಲಿಷ್) ಮಾತನಾಡುವಿಕೆಗೆ ಸಂಬಂಧಿಸಿದ ನಿಯಮಗಳ ಸುಲಭ ವ್ಯಾಕರಣವಲ್ಲದೆ Written English (ಇಂಗ್ಲಿಷ್ ಬರಹ) ಕುರಿತ ಮಹತ್ವಪೂರ್ಣ ನಿಯಮಗಳ ಕುರಿತ ಸಂಕ್ಷಿಪ್ತ ವರ್ಣನೆಯನ್ನುನೀಡಲಾಗಿದೆ. ಇಂಗ್ಲಿಷ್ ಲೇಖನಗಳನ್ನು ಅಧ್ಯಯನ ಮಾಡಬೇಕೆಂದು ಕೊಳ್ಳುವವರು, ವ್ಯಾಕರಣ ಕುರಿತ ಉತ್ತಮ ಪುಸ್ತಕಗಳನ್ನು ಓದಿಕೊಂಡರೆ, ಅವರ ಜ್ಞಾನ ವೃದ್ಧಿಯಾಗಲಿದೆ.

ಸರ್ವನಾಮಪದ
(PRONOUN)

Definition

A Pronoun is a word which is used in place of a Noun. Noun (ನಾಮಪದ)ನ ಬದಲು ಉಪಯೋಗಿಸುವ ಪದವೇ ಸರ್ವನಾಮ. ಅದು Person (ವ್ಯಕ್ತಿ), Animal (ಪ್ರಾಣಿ) ಇಲ್ಲವೇ Place (ಸ್ಥಳ)ನ್ನು ಸೂಚಿಸುತ್ತದೆ.

Example: 1. Sohan is a good boy. ಸೋಹನ್ ಒಳ್ಳೆಯ ಹುಡುಗ.
He is reading. ಅವನು ಓದುತ್ತಿದ್ದಾನೆ.

2. Mumbai is a big city. ಮುಂಬೈ ಬಹಳ ದೊಡ್ಡ ನಗರ
It is in Maharastra. ಅದು ಮಹಾರಾಷ್ಟ್ರ ರಾಜ್ಯದಲ್ಲಿದೆ.

★ ಮೊದಲ ಉದಾಹರಣೆಯಲ್ಲಿ ಸೋಹನ್ ಬದಲು He (ಅವನು) ಪದದ ಪ್ರಯೋಗ ನಡೆದಿದೆ. ಆದ್ದರಿಂದ He ಶಬ್ದ Pronoun ಎರಡನೆಯದಲ್ಲಿ Mumbai (ಮುಂಬೈ) ಹೆಸರಿನ ಬದಲು ಅದು ಪದದ ಬಳಕೆ ಆಗಿದೆ. ಆದ್ದರಿಂದ It ಶಬ್ದ Pronoun ವ್ಯಕ್ತಿಯ ಹೆಸರಿನ ಬದಲು ಬಳಕೆಯಾದ ಅವನು ಹಾಗೂ ಸ್ಥಳದ ಬದಲು ಬಳಕೆಯಾದ It ಅದು ಇವೆರಡೂ ಸರ್ವನಾಮಗಳು.

Kinds of Pronoun (ಸರ್ವನಾಮದ ವಿಧಗಳು)

1. Personal Pronouns (ಪುರುಷವಾಚಕ ಸರ್ವನಾಮ)
2. Demonstrative Pronoun (ಸಂಕೇತವಾಚಕ ಸರ್ವನಾಮ)
3. Interrogative Pronoun (ಪ್ರಶ್ನಾವಾಚಕ ಸರ್ವನಾಮ)
4. Relative Pronoun (ಸಂಬಂಧವಾಚಕ ಸರ್ವನಾಮ)
5. Distributive Pronoun (ವ್ಯಕ್ತಿವಾಚಕ ಸರ್ವನಾಮ)
6. Indefinite Pronoun (ಅನಿಶ್ಚಯವಾಚಕ ಸರ್ವನಾಮ)
7. Reflexive Pronoun (ನಿಜವಾಚಕ ಸರ್ವನಾಮ)
8. Reciprocal Pronoun (ಪರಸ್ಪರಿಕ ಸರ್ವನಾಮ)

1. Personal Pronoun (ಪುರುಷವಾಚಕ ಸರ್ವನಾಮ)

Personal pronouns represent specific people or things. These pronouns are used for persons. ವ್ಯಕ್ತಿ. ಪ್ರಾಣಿ ಇಲ್ಲವೇ ವಸ್ತುವಿನ ಬದಲು ಬಳಕೆಯಾಗುವ ಸರ್ವನಾಮವೇ Personal Pronoun (ಪುರುಷವಾಚಕ). I, You, He, She, It ಇತ್ಯಾದಿ.

Personal Pronouns 3 ವಿಧ.

(a) First Person (ಉತ್ತಮ ಪುರುಷ) The pronoun used for the speaker is known as personal pronoun of first person. ಮಾತನಾಡುವ ವ್ಯಕ್ತಿಗೆ First Person (ಉತ್ತಮ ಪುರುಷ) ಎನ್ನಲಾಗುತ್ತದೆ. ಉದಾ: I, We

Example: 1. *I* am reading. ನಾನು ಓದುತ್ತಿದ್ದೇನೆ.

2. *We* are reading. ನಾವು ಓದುತ್ತಿದ್ದೇವೆ.

★ ಮೇಲಿನ ವಾಕ್ಯಗಳಲ್ಲಿ 'I' ಮತ್ತು 'We' ಉತ್ತಮ ಪುರುಷ (First Person)

(b) Second Person (ಮಧ್ಯಮ ಪುರುಷ) The pronoun used for the hearer is known as personal pronoun of second person. ಮಾತನ್ನು ಕೇಳಿಸಿಕೊಳ್ಳುತ್ತಿರುವವ Second person (ಮಧ್ಯಮ ಪುರುಷ). ಉದಾ: You

Example 1. *You* are reading. ನೀನು ಓದುತ್ತಿರುವೆ

2. *You* are waching cricket. ನೀನು ಕ್ರಿಕೆಟ್ ಪಂದ್ಯ ವೀಕ್ಷಿಸುತ್ತಿರುವೆ.

ಮೇಲಿನ ವಾಕ್ಯದಲ್ಲಿ ಬಳಕೆಯಾದ 'You' (ನೀನು) ಮತ್ತು 'You' (ನೀವು) ಮಧ್ಯಮ ಪುರುಷ. ಮೊದಲ ವಾಕ್ಯದಲ್ಲಿ ನೀನು ಎಂಬುದು Singular Pronoun (ಏಕವಚನ)ನಲ್ಲಿ ಹಾಗೂ 2ನೇ ವಾಕ್ಯದಲ್ಲಿ Pluarl Pronoun (ಬಹುವಚನ)ದಲ್ಲಿ ಪ್ರಯೋಗಿಸಲ್ಪಟ್ಟಿದೆ.

(c) Third Person (ಅನ್ಯ ಪುರುಷ) The pronoun used for the person about whom the speaker and the hearer talk is known as personal pronoun of third person. ಈ ಸರ್ವನಾಮದಲ್ಲಿ ಮಾತನ್ನಾಡುವವ ಮತ್ತು ಕೇಳುಗ ಇಬ್ಬರು Third Person (ಮೂರನೇ ವ್ಯಕ್ತಿ) ಬಗ್ಗೆ ಮಾತನ್ನಾಡುತ್ತಿರುತ್ತಾರೆ. He, She, It, They ಇತ್ಯಾದಿ.

Example: **1.** *He* is going to the school. ಅವನು ಶಾಲೆಗೆ ಹೋಗುತ್ತಿದ್ದಾನೆ.

2. *She* is reading a book. ಅವಳು ಪುಸ್ತಕವನ್ನು ಓದುತ್ತಿದ್ದಾಳೆ.

3. *It* is a toy. ಇದು ಒಂದು ಆಟದ ಸಾಮಾನು.

4. *They* are playing. ಅವರು ಆಟವನ್ನು ಆಡುತ್ತಿದ್ದಾರೆ.

★ ಮೇಲಿನ ವಾಕ್ಯಗಳಲ್ಲಿ He (ಅವನು), She (ಅವಳು) ಮತ್ತು It (ಅದು) ಏಕವಚನದ ಸರ್ವನಾಮಗಳು ಹಾಗೂ they ಅವರು Plural Pronoun (ಬಹುವಚನದ ಸರ್ವನಾಮ).

★ ಪುರುಷವಾಚಕ ಸರ್ವನಾಮದ Number (ವಚನ), Gender (ಲಿಂಗ) ಮತ್ತು Function (ಕಾರ್ಯವನ್ನು) ಕೆಳಗಿನ ಕೋಷ್ಟಕದಲ್ಲಿ ನೀಡಲಾಗಿದೆ.

Person (ಪುರುಷ)	**Number** (ವಚನ)	**Gender** (ಲಿಂಗ)	**Function**		
			Subject (ಕರ್ತೃ)	**Object** (ಕರ್ಮ)	**Possessive** (ವಾಚಕ)
First (ಉತ್ತಮ ಪುರುಷ)	Singular (ಏಕವಚನ)	Common (ಉಭಯ ಲಿಂಗ)	I (ನಾನು)	Me (ನಾನು)	My, Mine (ನಮ್ಮ)
	Plural (ಬಹುವಚನ)	Common (ಉಭಯ ಲಿಂಗ)	We (ನಾವು)	Us (ನಾವು)	Our, Ours (ನಮ್ಮ)
Second (ಮಧ್ಯಮ ಪುರುಷ)	Singular (ಏಕವಚನ)	Common (ಉಭಯ ಲಿಂಗ)	You (ನೀನು)	You	Your, Yours (ನೀನು)
	Plural (ಬಹು ವಚನ)	Common (ಉಭಯ ಲಿಂಗ)	You	You	Your, Yours

Third (ಅನ್ಯ ಪುರುಷ)	Singular (ಏಕವಚನ)	Masculine (ಪುಲ್ಲಿಂಗ)	He (ಅವನು)	Him (ಅವರು)	His (ಅವನ)
	Singular (ಏಕವಚನ)	Feminine (ನಪುಂಸಕ ಲಿಂಗ)	She (ಅವಳು)	Her (ಅವರು)	Her (ಅವಳ)
	Singular (ಏಕವಚನ)	Neuter (ಸ್ತ್ರೀಲಿಂಗ)	It (ಇದು)	It (ಇದು)	Its (ಅದರ)
	Plural (ಬಹುವಚನ)	Common (ಉಭಯ ಲಿಂಗ)	They (ಅವರು)	Them (ಅವರು)	Their Theirs (ಅವರ)

2. Demonstrative Pronoun (ಸಂಕೇತವಾಚಕ ಸರ್ವನಾಮ)

A demonstrative pronoun identifies and specifies a noun or pronoun. These pronouns indicate some nouns. Noun (ನಾಮಪದ) ಇಲ್ಲವೇ Pronoun (ಸರ್ವನಾಮ)ವನ್ನು ಗುರುತಿಸಿ, ವಿವರಿಸುವುದೇ Demon strative Pronoun (ಸಂಕೇತವಾಚಕ ಸರ್ವನಾಮ). This (ಇದು), That (ಅದು), These (ಇವು), Those(ಅವು)

Example: **1.** *This* is my book. ಇದು ನನ್ನ ಪುಸ್ತಕ.
2. *That* is your car. ಅದು ನಿನ್ನ ಕಾರ್.
3. *These* are my pens. ಇವು ನನ್ನ ಲೇಖನಿಗಳು.
4. *Those* are your shirts. ಅವು ನಿನ್ನ ಅಂಗಿಗಳು.

★ ಮೇಲಿನ ವಾಕ್ಯಗಳಲ್ಲಿ This, That, These ಮತ್ತು Thoseನ್ನು Pronoun (ಸರ್ವನಾಮ)ವಾಗಿ ಬಳಸಲಾಗಿದೆ. ಆದ್ದರಿಂದ ಇದು Demonstrative Pronoun (ಸಂಕೇತವಾಚಕ ಸರ್ವನಾಮ)ಗಳು.

★ ಈ ಸರ್ವನಾಮದ ಬಳಿಕ Verb (ಕ್ರಿಯಾಪದ) ಪ್ರಯೋಗ ಆಗಲಿದೆ. This, These ಸಮೀಪವನ್ನು ಹಾಗೂ That, Those ದೂರವನ್ನು ಸೂಚಿಸುತ್ತದೆ.

3. Interrogative Pronoun (ಪ್ರಶ್ನೆವಾಚಕ ಸರ್ವನಾಮ)

These pronouns are used to create questions in the sentence. ಈ ಸರ್ವನಾಮವನ್ನು ಪ್ರಶ್ನೆ ಕೇಳಲು ಬಳಸಲಾಗುತ್ತದೆ. Who, Which, Whose, Whom.

Example: **1.** *Who* is coming? ಯಾರು ಬರುತ್ತಿದ್ದಾರೆ?
2. *Whose* pen is this? ಇದು ಯಾರ ಪೆನ್?

★ ಮೇಲಿನ ವಾಕ್ಯಗಳಲ್ಲಿ 'Who' ಮತ್ತು 'Whose' ನ್ನು ಪ್ರಶ್ನೆ ಕೇಳಲು ಬಳಸಲಾಗಿದೆ. ಆದ್ದರಿಂದ ಇವು Interrogative Pronoun (ಪ್ರಶ್ನವಾಚಕ ಸರ್ವನಾಮ)ಗಳಾಗಿವೆ.

4. Relative Pronoun (ಸಂಬಂಧವಾಚಕ ಸರ್ವನಾಮ)

These pronouns connect two sentences and express their connection with the antecedent. ಎರಡು ವಾಕ್ಯಗಳನ್ನು ಜೋಡಿಸುವ ಹಾಗೂ ಅದ್ದಕಿಂತ ಮುನ್ನ Noun ಕ್ರಿಯಾಪದ (Antecedent) ದ ಮೂಲಕ ಸಂಬಂಧವನ್ನು ಪ್ರಕಟಗೊಳಿಸುವುದೇ Relative Pronoun (ಸಂಬಂಧವಾಚಕ). Who, Whom, That, Which ಇತ್ಯಾದಿ.

ಸಂಬಂಧವಾಚಕ ಸರ್ವನಾಮದ (Relative Pronoun) ಪ್ರಯೋಗ 2 ರೀತಿ ಆಗಲಿದೆ.

(i) **Continuative (ನಿರಂತರತೆ)** ಇದರಲ್ಲಿ Relative Pronoun (ಸಂಬಂಧವಾಚಕ) ಸರ್ವನಾಮವು ತನ್ನ ಮೊದಲಿನ ಕ್ರಿಯಾಪದವನ್ನು ಪ್ರಕಟಗೊಳಿಸುವುದಿಲ್ಲ.

Example: **1.** I met Shayam, *who* bought my books. ನಾನು ಶಾಮನನ್ನು ಭೇಟಿಯಾದೆ, ಆತ ನನ್ನ ಪುಸ್ತಕ ತಂದುಕೊಟ್ಟ.

2. Rashmi broke my slate, *which* I bought yesterday. ರಶ್ಮಿ ನನ್ನ ಪ್ಲೇಟ್ ಒಡೆದುಹಾಕಿದಳು, ನಾನು ಅದನ್ನು ನೆನ್ನೆ ತಂದಿದ್ದೆ.

★ ಮೇಲಿನ ವಾಕ್ಯಗಳಲ್ಲಿ 'who' ಮತ್ತು 'which' ಮೂಲಕ 'Shyam' (ಶ್ಯಾಮ) ಮತ್ತು Pen (ಪೆನ್)ನ ವೈಶಿಷ್ಟ್ಯವನ್ನು ಹೇಳಲಾಗಿಲ್ಲ. 'who' ಮತ್ತು 'which' ನಿರಂತರ Continuative Relative Pronoun (ಸಂಬಂಧವಾಚಕ ಸರ್ವನಾಮ)ಗಳಾಗಿವೆ.

★ **ಮರೆಯದಿರಿ**: Who ಮತ್ತು Which ಎಂಥ ಸರ್ವನಾಮಗಳೆಂದರೆ ಅವನ್ನು ನಿರಂತರ ಸಂಬಂಧವಾಚಕವಾಗಿಯೂ ಬಳಸಬಹುದು. ಇಂಥ ಪ್ರಯೋಗದಲ್ಲಿ ಅದಕ್ಕಿಂತ ಮುನ್ನ Comma (ಅಲ್ಪವಿರಾಮ) ಹಾಕಲಾಗುತ್ತದೆ.

(ii) **Restrictive (ನಿರ್ಬಂಧಿತ ಸರ್ವನಾಮ)** ಇದರಲ್ಲಿ Relative Pronoun (ಸಂಬಂಧವಾಚಕ) ತನ್ನ ಮೊದಲು Andecedent ಸಂಭವಿಸಿದ್ದನ್ನು ಪ್ರಕಟಗೊಳಿಸುತ್ತದೆ.

Example: **1.** Where is the pen *which* you bought yesterday? ನೀನು ನೆನ್ನೆ ತಂದಿದ್ದ ಲೇಖನಿ ಎಲ್ಲಿದೆ?

2. He has read the book *that* you presented yesterday. ನೆನ್ನೆ ನೀನು ಉಡುಗೊರೆ ನೀಡಿದ್ದ ಪುಸ್ತಕವನ್ನು ಅವನು ಓದಿದ್ದಾನೆ.

★ ಮೇಲಿನ ವಾಕ್ಯಗಳಲ್ಲಿ 'Which' ಮತ್ತು 'That' ಮೂಲಕ 'Pen' (ಪೆನ್) ಮತ್ತು 'Book' (ಪುಸ್ತಕ)ನ ವಿಶೇಷವನ್ನು ಹೇಳಲಾಗಿದೆ. ಇವೆರಡೂ ನಿರ್ಬಂಧಿತ ಸಂಬಂಧವಾಚಕ ಸರ್ವನಾಮಗಳು.

5. Distributive Pronoun (ವ್ಯಕ್ತಿವಾಚಕ ಸರ್ವನಾಮ)

A distributive pronoun refers to a person or thing one at a time and is always singular in nature. ಎರಡು ಅಥವಾ ಎರಡಕ್ಕಿಂತ ಹೆಚ್ಚು ವ್ಯಕ್ತಿಗಳು ಇಲ್ಲವೇ ವಸ್ತುಗಳಲ್ಲಿ ಒಂದನ್ನು ಪ್ರತ್ಯೇಕಗೊಳಿಸಿ ಹೇಳುವುದೇ Distributive Pronoun (ವ್ಯಕ್ತಿವಾಚಕ ಸರ್ವನಾಮ). ಇದು ಸದಾ ಏಕವಚನ ಆಗಿರುತ್ತದೆ. Either, Neither, Each, None, Any ಇತ್ಯಾದಿ.

Example: **1.** *Either* of you can play. ನಿಮ್ಮಿಬ್ಬರಲ್ಲಿ ಯಾರಾದರೂ ಆಡಬಹುದು.

2. *Each* of you can read this book. ನೀವಿಬ್ಬರೂ ಈ ಪುಸ್ತಕ ಓದಬಹುದು.

★ ಮೇಲಿನ ವಾಕ್ಯಗಳಲ್ಲಿ 'Either' ಮತ್ತು 'Neither' Distributive Pronoun (ವ್ಯಕ್ತಿವಾಚಕ ಸರ್ವನಾಮ)ನಾಗಿ ಬಳಕೆಯಾಗಿದೆ.

Note: 'Either', 'Neither' ನಂತೆ each, any, no one, none ಗಳ ಬಳಕೆಯು ಎರಡು ಅಥವಾ ಎರಡಕ್ಕಿಂತ ಹೆಚ್ಚು ಸಂಖ್ಯೆಯನ್ನು ಸೂಚಿಸಲು ಬಳಸಲ್ಪಡುತ್ತವೆ.

6. Indefinite Pronoun (ಅನಿಶ್ಚಯವಾಚಕ ಸರ್ವನಾಮ)

Sometimes the pronouns used in a sentence do not refer to any particular object or person. They are used in general. Such pronouns are known as indefinite pronouns. ಕೆಲವೊಮ್ಮೆ ವಾಕ್ಯದಲ್ಲಿ ಬಳಸಿದ ಸರ್ವನಾಮಗಳು ಯಾವುದೇ ನಿರ್ದಿಷ್ಟ ವಸ್ತು ಇಲ್ಲವೇ ವ್ಯಕ್ತಿಯನ್ನು ಉದ್ದೇಶಿಸಿರುವುದಿಲ್ಲ. ಇವು Indefinite Pronoun (ಅನಿಶ್ಚಯವಾಚಕ ಸರ್ವನಾಮ)ಗಳು. Somebody, Nobody ಇತ್ಯಾದಿ.

Example: **1.** *Somebody* has stolen my mobile. ಯಾರೋ ನನ್ನ ಮೊಬೈಲ್ ಕಳವು ಮಾಡಿದ್ದಾರೆ.

2. *Nobody* has come. ಯಾರೂ ಬಂದಿಲ್ಲ.

★ ಮೇಲಿನ ವಾಕ್ಯದಲ್ಲಿ 'Somebody' ಮತ್ತು 'Nobody' ಯಾರನ್ನೂ ನಿರ್ದಿಷ್ಟವಾಗಿ ಉದ್ದೇಶಿಸಿ ಬಳಸಿಲ್ಲ. ಯಾರು ಎಂಬ ಬಗ್ಗೆ ಅನಿಶ್ಚಯತೆ ಇದೆ. ಆದ್ದರಿಂದ Indefinite Pronoun.

7. Reflexive Pronoun (ನಿಜವಾಚಕ ಸರ್ವನಾಮ)

A personal pronoun is referred to as a reflexive pronoun when it indicates that the action performed by the subject is on the subject itself. Pronounನ ಕ್ರಿಯೆಯ ಪ್ರಭಾವವು Subject ಮೇಲೆ ಆದಲ್ಲಿ ಅದು, ಆ ಸರ್ವನಾಮವು Reflexive Pronoun (ನಿಜವಾಚಕ ಸರ್ವನಾಮ) ಆಗಲಿದೆ. Myself, Himself, Herself, Yourself ಇತ್ಯಾದಿ.

Example: **1.** I served *myself*. ನನಗೆ ನಾನೆ ಊಟ ಬಡಿಸಿಕೊಂಡೆ.

2. Do you arrange some fruit for *yourself*? ನೀನು ನಿನಗೆ ಸ್ವಲ್ಪ ಹಣ್ಣುಗಳನ್ನು ಉಳಿಸಿಕೊಂಡೆಯಾ?

★ ಮೇಲಿನ ವಾಕ್ಯಗಳಲ್ಲಿ 'myself' ಮತ್ತು 'yourself' Reflexive Pronoun (ನಿಜವಾಚಕ ಸರ್ವನಾಮ)ಗಳು.

Note: my, him, her, it ಮತ್ತು 'one' ಜೊತೆಗೆ 'self' ಬರುತ್ತದೆ. 'our' ಮತ್ತು 'them' ಜತೆಗೆ 'selves' ಜೋಡಣೆ ಆಗುತ್ತದೆ. 'your' ನ್ನು ಒಬ್ಬ ವ್ಯಕ್ತಿಗೆ ಮಾಡಿದಾಗ, 'self' ಹಾಗೂ ಒಬ್ಬರಿಗಿಂತ ಹೆಚ್ಚು ಜನರಿಗೆ ಬಳಸಿದಾಗ 'selves' ಬರಬೇಕು.

Example: **1.** Mohini hide *herself*. ಮೋಹಿನಿ ತನ್ನಿಂದ ತಾನೇ ಅಡಗಿಕೊಂಡಳು.

2. He has done it *himself*. ಆತ ಅದನ್ನು ತಾನೇ ಮಾಡಿಕೊಂಡ.

★ ಮೇಲಿನ ವಾಕ್ಯದಲ್ಲಿ 'herself', 'himself' Reflexive Pronoun (ನಿಜವಾಚಕ ಸರ್ವನಾಮ)ಗಳಾಗಿವೆ.

8. Reciprocal Pronoun (ಪರಸ್ಪರವಾಚಕ ಸರ್ವನಾಮ)

These pronouns are made with two pronouns, which express mutual relation. We use reciprocal pronouns to indicate that two people can carry out an action and get the consequences of that action at the same time. ಈ ಸರ್ವನಾಮದಲ್ಲಿ 2 ಸರ್ವನಾಮಗಳಿದ್ದು ಅವು ಒಂದಕ್ಕೊಂದು ಸಂಬಂಧಿಸಿರುತ್ತವೆ. ಇಬ್ಬರು ವ್ಯಕ್ತಿಗಳು ಒಂದು ಕ್ರಿಯೆಯನ್ನು ಕೈಗೊಂಡು, ಒಂದೇ ಸಮಯದಲ್ಲಿ ಅದರ ಪ್ರತಿಫಲ ಪಡೆಯುವುದನ್ನು ಸೂಚಿಸಲು Reciprocal Pronoun (ಪರಸ್ಪರ ವಾಚಕ ಸರ್ವ ನಾಮ)ವನ್ನು ಬಳಸುತ್ತೇವೆ. ಉದಾ: Each other, One another.

Example: **1.** The two neighbours helped *each other*. ಇಬ್ಬರು ನೆರೆಹೊರೆಯವರು ಪರಸ್ಪರ ನೆರವಾದರು.

2. Three brothers hated *one another*. ಮೂವರು ಸಹೋದರರು ಪರಸ್ಪರ ಒಬ್ಬರನ್ನೊಬ್ಬರು ದ್ವೇಷಿಸುತ್ತಿದ್ದರು.

★ ಮೇಲಿನ ವಾಕ್ಯದಲ್ಲಿ 'Each other' ಮತ್ತು 'One another' ಪದಗಳು Reciprocal Pronoun (ಪರಸ್ಪರ ವಾಚಕ ಸರ್ವನಾಮ)ಗಳಾಗಿವೆ.

Note: 'Each other' ನ್ನು ಇಬ್ಬರು ಇದ್ದಾಗ ಹಾಗೂ 'One another' ನ್ನು ಇಬ್ಬರಿಗಿಂತ ಹೆಚ್ಚು ಮಂದಿ ಇದ್ದಾಗ ಬಳಸಲಾಗುತ್ತದೆ.

Pronoun ಸರ್ವ ನಾಮಗಳ ಬಳಕೆ ಕುರಿತ ನಿಯಮಗಳು

ಇಂಗ್ಲಿಷ್‌ನಲ್ಲಿ ಸರ್ವ ನಾಮಗಳ ಬಳಕೆ ಕುರಿತು ಹಲವು ನಿಯಮಗಳಿವೆ. ನಾನಾ Pronoun ಸರ್ವನಾಮಗಳನ್ನು ಒಂದೇ ವಾಕ್ಯದಲ್ಲಿ ಬಳಸಿದಲ್ಲಿ, ಅದನ್ನು 231ನೇ ನಿಯಮದ ಅನುಸಾರ ಬಳಸಬೇಕಾಗುತ್ತದೆ. 231ನೇ ನಿಯಮ ಎಂದರೆ, ಮೊದಲು Second Person (ಮಧ್ಯಮ ಪುರುಷ), ಬಳಿಕ Third Person (ಅನ್ಯ ಪುರುಷ), ಅಂತ್ಯದಲ್ಲಿ First Person (ಉತ್ತಮ ಪುರುಷ)ನನ್ನು ಬಳಸಬೇಕು ಎಂದು. ಅಂದರೆ,

I, he and you shall play together. (Incorrect)

ನಾನು, ಅವನು ಮತ್ತು ನೀನು ಒಟ್ಟಾಗಿ ಆಟವಾಡೋಣ ಎಂಬ ಪ್ರಯೋಗ ತಪ್ಪು. You (ನೀನು), He (ಅವನು) ಮತ್ತು I (ನಾನು) ಒಟ್ಟಾಗಿ ಆಟವಾಡೋಣ ಎಂಬುದು Correct (ಸರಿ).

★ ಒಂದೇ ವಾಕ್ಯದಲ್ಲಿ ನಾನಾ Pronoun (ಸರ್ವನಾಮ)ಗಳನ್ನು ಪ್ರಯೋಗಿಸುವಾಗ, ತಮ್ಮ ಲೋಪವನ್ನು ಒಪ್ಪಿಕೊಳ್ಳುವ ಅಥವಾ ಕೆಟ್ಟ ವಿಷಯ ಹೇಳಬೇಕಾಗಿ ಬಂದಲ್ಲಿ, 132 ನಿಯಮ ಅನುಸರಿಸಬೇಕು.

I, he and you shall never play together.

★ ಒಂದು ವೇಳೆ 2 ಅಥವಾ 2ಕ್ಕಿಂತ ಅಧಿಕ Singular Noun (ಏಕವಚನ ನಾಮಪದ)ಗಳನ್ನು ಮತ್ತು ಇಂದ ಜೋಡಿಸಿದಲ್ಲಿ, ಅದಕ್ಕೆ Plural Noun (ಬಹುವಚನ ನಾಮಪದ)ನ Pronoun ಬಳಸಲ್ಪಡುತ್ತದೆ.

Ram and Shayam are brothers.

They study together.

★ Let, Like, Between, But ಮತ್ತಿತರ Preposition ಸಂಬಂಧವಾಚಕಗಳ ಜೊತೆಗೆ Objective Case ಕರ್ಮಕಾರಕವನ್ನು ಬಳಸಲಾಗುತ್ತದೆ.

Let **him** go to the School.

This is between you and **him**.

★ ನಮ್ಮ ಅಭಿಪ್ರಾಯ ಪುರುಷ ಇಲ್ಲವೇ ಸ್ತ್ರೀ ಬಗ್ಗೆ ಇದ್ದಲ್ಲಿ, Masculine genderನ ಪುರುಷ ಲಿಂಗದ ಸರ್ವನಾಮ ಬಳಕೆ ಆಗುತ್ತದೆ.

Anyone can read English if **he** likes. (Correct)

Anyone can read English if **she** likes. (Incorrect)

★ ಮೇಲಿನ ವಾಕ್ಯಗಳಲ್ಲಿ Pronoun ಸರ್ವ ನಾಮದ ಬಳಕೆ ಬಗ್ಗೆ ನಿಯಮಗಳನ್ನು ತಿಳಿದುಕೊಂಡಿದ್ದೇವೆ. ಮೊದಲ ವಾಕ್ಯದಲ್ಲಿ 'He' Pronoun ಪ್ರಯೋಗಿಸಿದ್ದಲ್ಲಿ, ಅದು ಸರಿ. 2ನೇ ವಾಕ್ಯದಲ್ಲಿ 'She' Pronoun ಪ್ರಯೋಗ ಸರಿಯಲ್ಲ.

★ ಪರಿಚಯ ಪದ 'It' ಮುಂದೆ ಕರ್ತೃ ಕಾರಕ (Nominative Case) ದ Pronoun ಸರ್ವನಾಮವನ್ನು ಇರಿಸಲಾಗುತ್ತದೆ.

It is you. ಇದು ನೀನು.

It is I. ಇದು ನಾನು.

ನೆನಪಿನಲ್ಲಿಡಿ

ಇಲ್ಲಿ Pronoun ಸರ್ವನಾಮಗಳ ಸರಿಯಾದ ಬಳಕೆ ಕುರಿತ ಕೆಲವು ನಿಯಮಗಳನ್ನು ಸಂಕ್ಷಿಪ್ತವಾಗಿ ನೀಡಲಾಗಿದೆ. ಈ ಅಧ್ಯಾಯದಲ್ಲಿ Spoken English ಗೆ ಸಂಬಂಧಿಸಿದ ನಿಯಮಗಳ ಸುಲಭ ಕಲಿಕೆ ಹಾಗೂ Written English ನ ಮಹತ್ವಪೂರ್ಣ ನಿಯಮಗಳ ಸಂಕ್ಷಿಪ್ತ ವರ್ಣನೆಯನ್ನು ನೀಡಿದ್ದೇವೆ. ಇಂಗ್ಲಿಷ್ ಪದಕ್ಕೆ ಸಂಬಂಧಿಸಿದ ನಿಯಮಗಳ ವಿಸ್ತಾರವಾದ ಅರಿವಿಗೆ, ಇಂಗ್ಲಿಷ್ ವ್ಯಾಕರಣ ಕುರಿತ ಉತ್ತಮವಾದ ಪುಸ್ತಕವನ್ನು ಓದಿದಲ್ಲಿ'ಜ್ಞಾನವೃದ್ಧಿ ಆಗಲಿದೆ.

ವಿಶಲಯಿಷಣ
(ADJECTIVE)

Definition

An adjective is a word used to qualify a noun or pronoun. ಕ್ರಿಯಾಪದ ಇಲ್ಲವೇ ಸರ್ವನಾಮದ ವೈಶಿಷ್ಟ್ಯವನ್ನು ಪ್ರಕಟಿಸುವ ಶಬ್ದವೇ adjective ವಿಶೇಷಣ. ಉದಾ: Red (ಕೆಂಪು), Three (ಮೂರು).

Example: **1.** She bought a *red* rose. ಅವಳು ಒಂದು ಕೆಂಪು ಗುಲಾಬಿ ಹು ತಂದಳು

2. Ram has *three* books. ರಾಮನ ಬಳಿ ಮೂರು ಪುಸ್ತಕ ಇದೆ.

★ ಮೇಲಿನ ವಾಕ್ಯದಲ್ಲಿ 'Red' ಮತ್ತು 'Three' adjective Noun, rose ಮತ್ತು book ವಿಶೇಷತೆಯನ್ನು ತಿಳಿಸುತ್ತದೆ.

Kinds of Adjectives (ವಿಶೇಷಣದ ವಿಧಗಳು)

Adjective ವಿಶೇಷಣಗಳಲ್ಲಿ 8 ವಿಧ.

1. ಗುಣವಾಚಕ ವಿಶೇಷಣ (Adjective of Quality)

These adjectives indicate the kind, quality, colour or a particular speciality of noun. So they are also called 'Descriptive Adjective'. Adjective, ಕ್ರಿಯಾಪದ Noun ಇಲ್ಲವೇ Pronoun ಸರ್ವನಾಮದ ರೀತಿ, ವರ್ಣ ಅಥವಾ ನಿರ್ದಿಷ್ಟ ವೈಶಿಷ್ಟ್ಯದ ಬಗ್ಗೆ ತಿಳಿಸುತ್ತದೆ. ಆದ್ದರಿಂದ ಇದನ್ನು Adjective of quality ವಿವರಣಾತ್ಮಕ ಗುಣವಾಚಕ ಎಂದೂ ಕರೆಯುತ್ತಾರೆ. Good (ಉತ್ತಮ), Intelligent (ಬುದ್ಧಿವಂತ) ಇತ್ಯಾದಿ.

Example: **1.** Komal is a *good* girl. ಕೋಮಲ ಒಳ್ಳೆಯ ಹುಡುಗಿ.

2. Mohan is an *intelligent* boy. ಮೋಹನ ಬುದ್ಧಿವಂತ ಹುಡುಗ.

★ ಮೇಲಿನ ವಾಕ್ಯದಲ್ಲಿ 'good' ಮತ್ತು 'intelligent' ಪದಗಳು ಕ್ರಮವಾಗಿ ಕೋಮಲ ಮತ್ತು ಮೋಹನನ ಗುಣದ ಬಗ್ಗೆ ಹೇಳುತ್ತವೆ. ಆದ್ದರಿಂದ ಅವು Adjective of quality ಗುಣವಾಚಕ ವಿಶೇಷಣಗಳಾಗಿವೆ. ಇದನ್ನು ಎರಡು ರೀತಿ ಪ್ರಯೋಗಿಸಲಾಗುತ್ತಟೆ.

(a) Attributive (ಉಪಾಧಿ): Adjective ವಿಶೇಷಣದ ಬಳಕೆ Noun ನಾಮಪದಕ್ಕಿಂತ ಮೊದಲು ಆದಲ್ಲಿ, ಅದನ್ನು Attributive ಉಪಾಧಿ ಪ್ರಯೋಗ ಎನ್ನಲಾಗುತ್ತದೆ.

Example: **1.** Ram is an *intelligent* boy. ರಾಮ ಒಬ್ಬ ಬುದ್ಧಿವಂತ ಹುಡುಗ.

2. He has a *red* bike. ಅವನ ಬಳಿ ಒಂದು ಕೆಂಪು ಬಣ್ಣದ ಬೈಕ್ ಇದೆ.

★ ಮೇಲಿನ ವಾಕ್ಯದಲ್ಲಿನ 'intelligent' 'red' ಪದಗಳನ್ನು Noun ನಾಮಪದದ ಮುನ್ನವೇ ಬಳಸಲಾಗಿದೆ. ಇದನ್ನು ಉಪಾಧಿ ಪ್ರಯೋಗ ಎನ್ನಲಾಗುತ್ತದೆ.

(b) Predicative (ಪ್ರತಿಪಾದಿತ): Adjective ವಿಶೇಷಣದ ಪ್ರಯೋಗ Verb (ಕ್ರಿಯಾ) ಪದದ ಬಳಿಕ ಆಗಿದ್ದಲ್ಲಿ, ಅದನ್ನು Predicative ಪ್ರತಿಪಾದಿತ ಪ್ರಯೋಗ ಎನ್ನಲಾಗುತ್ತದೆ.

***Example*:** **1.** My Shirt is *new*. ನನ್ನ ಅಂಗಿ ಹೊಸದು.

2. The diamond is *hard*. ವಜ್ರವು ಕಠಿಣವಾದುದು.

★ ಮೇಲಿನ ವಾಕ್ಯದಲ್ಲಿ Adjective 'new' ಮತ್ತು 'hard' ಎಂಬುದು Verb ಕ್ರಿಯಾಪದದ ಬಳಿಕ ಆಗಿದೆ. ಇದನ್ನು Predicative ಪ್ರಯೋಗ ಎನ್ನುತ್ತೇವೆ.

2. Proper Adjective (ವ್ಯಕ್ತಿ ವಾಚಕ ವಿಶೇಷಣ)

The adjectives which are formed from proper nouns are called Proper Adjectives. ವ್ಯಕ್ತಿ ವಾಚಕ ನಾಮಪದಗಳಿಂದ ಆದ adjective ವಿಶೇಷಣಗಳನ್ನು Proper Adjective (ವ್ಯಕ್ತಿ ವಾಚಕ ವಿಶೇಷಣ) ಎನ್ನುತ್ತಾರೆ.

Example: **1.** *Indian Army* is brave. ಭಾರತೀಯ ಸೇನೆಯು ಧೈರ್ಯಶಾಲಿ.
2. *English language* is liked by all. ಇಂಗ್ಲಿಷ್ ಭಾಷೆಯನ್ನು ಎಲ್ಲರೂ ಇಷ್ಟ ಪಡುತ್ತಾರೆ.

★ ಮೇಲಿನ ವಾಕ್ಯದಲ್ಲಿ Indian (ಭಾರತೀಯ) ಮತ್ತು English (ಇಂಗ್ಲಿಷ್) Proper Noun (ವ್ಯಕ್ತಿ ವಾಚಕ) ನಾಮಪದಗಳು. ಇದರಿಂದ ಉತ್ಪತ್ತಿಯಾದ Indian army (ಭಾರತೀಯ ಸೇನೆ), English Language (ಇಂಗ್ಲಿಷ್ ಭಾಷೆ) Proper Adjective (ವ್ಯಕ್ತಿ ವಾಚಕ ವಿಶೇಷಣ)ಗಳಾಗಿವೆ.

3. Adjective of Quantity (ಪರಿಮಾಣವಾಚಕ ವಿಶೇಷಣ)

These adjectives indicate 'how much' (amount) of a particular thing. ಇವು ನಿರ್ದಿಷ್ಟ ವಸ್ತುವೊಂದು ಎಷ್ಟು ಇದೆ ಎಂಬುದನ್ನು ಸೂಚಿಸುತ್ತವೆ. ಇವನ್ನು Adjective of quantity ಎನ್ನುತ್ತಾರೆ.

Example: **1.** There is *some* milk in the pot. ಪಾತ್ರೆಯಲ್ಲಿ ಸ್ವಲ್ಪ ಪ್ರಮಾಣದ ಹಾಲು ಇದೆ.
2. She has *much* weight. ಆಕೆಯ ತೂಕ ಹೆಚ್ಚು ಇದೆ.

★ Some 'ಸ್ವಲ್ಪ' ಮತ್ತು 'ಹೆಚ್ಚು' much ಪರಿಮಾಣವನ್ನು ಸೂಚಿಸುವಂಥವು.

4. Adjective of Number (ಸಂಖ್ಯಾವಾಚಕ ವಿಶೇಷಣ)

These adjectives indicate the number or order of a particular thing or person. ವ್ಯಕ್ತಿ ಇಲ್ಲವೇ ವಸ್ತುವಿನ ಸಂಖ್ಯೆ ಇಲ್ಲವೇ ಕ್ರಮವನ್ನು ಸೂಚಿಸುತ್ತದೆ. ಇವೇ Adjective of Number.

Example: Ram has *five* books. ರಾಮನ ಬಳಿ ಐದು ಪುಸ್ತಕಗಳು ಇವೆ.

★ ವಾಕ್ಯದಲ್ಲಿ five (5) ಎಂಬುದು ಸಂಖ್ಯೆಯನ್ನು ಸೂಚಿಸುತ್ತದೆ. ಇದು Adjective of Number ಇದರಲ್ಲಿ ಎರಡು ವಿಧ

(i) Definite (ನಿಶ್ಚಿತ) ಸಂಖ್ಯೆ: 5, 7, 9
(ii) Indefinite (ಅನಿಶ್ಚಿತ) ಸಂಖ್ಯೆ: few (ಕೆಲವು), many (ಹಲವು), some (ಕೆಲವು)

5. Demonstrative Adjective (ಸಂಕೇತವಾಚಕ ವಿಶೇಷಣ)

These adjectives point to the nouns that immediately follow it. Adjective ವಿಶೇಷಣಗಳ ಬಳಿಕ ತಕ್ಷಣ ಬರುವ noun (ನಾಮಪದ)ಗಳನ್ನು ಸೂಚಿಸುತ್ತವೆ. ಇವೇ Demonstrative adjective.

Example: **1.** *Those* toys are costly. ಆ ಗೊಂಬೆಗಳು ದುಬಾರಿಯಾದವು.
2. *This* dress is looking fine. ಈ ವಸ್ತ್ರ ಚೆನ್ನಾಗಿ ಕಾಣಿಸುತ್ತಿದೆ.
3. *These* men are labourious. ಈ ಪುರುಷರೆಲ್ಲರೂ ಶ್ರಮಜೀವಿಗಳು.

★ 'those', 'this' ಮತ್ತು 'these' ಬಳಿಕ ಕ್ರಮವಾಗಿ Toys (ಗೊಂಬೆಗಳು), Dress (ವಸ್ತ್ರ) ಮತ್ತು Men (ಪುರುಷರು) ಎಂಬ ಪದದ ಬಳಕೆಯಾಗಿದೆ. ಆದ್ದರಿಂದ ಇವು demonstrative adjectve ಸಂಕೇತವಾಚಕ ವಿಶೇಷಣಗಳಾಗಿವೆ.

6. Interrogative Adjective (ಪ್ರಶ್ನಾವಾಚಕ ವಿಶೇಷಣ)

These adjectives are used to ask questions. ಪ್ರಶ್ನೆಗಳನ್ನು ಕೇಳಲು ಬಳಕೆಯಾಗುವ ವಿಶೇಷಣಗಳು. Interrogative Adjective ಇದರ ಬಳಿಕ ನಾಮಪದ ಬಳಸಲ್ಪಡುತ್ತದೆ.

Example: **1.** *Whose* book is this? ಇದು ಯಾವ ಪುಸ್ತಕ
2. *Which* car is yours? ನಿನ್ನ ಕಾರು ಯಾವುದು?

★ What, Which, Whose ಬಳಿಕ Noun (ನಾಮಪದ)ನ ಬಳಕೆ ಆಗಿದೆ. ಆದ್ದರಿಂದ ಇವನ್ನು ಪ್ರಶ್ನಾವಾಚಕ ವಿಶೇಷಣ Interrogative adjective ಎನ್ನುತ್ತಾರೆ. ಒಂದು ವೇಳೆ ಕ್ರಿಯಾಪದ ಬಂದಿದ್ದರೆ ಅದನ್ನು ಪ್ರಶ್ನಾವಾಚಕ ಸರ್ವನಾಮ ಎನ್ನಲಾಗುತ್ತದೆ.

Example: 1. *Which* is your car? ನಿನ್ನ ಕಾರು ಯಾವುದು?

2. *Whose* is that book? ಈ ಪುಸ್ತಕ ಯಾರದ್ದು?

★ ಮೇಲಿನ ವಾಕ್ಯದಲ್ಲಿ 'which' ಮತ್ತು 'whose' ಬಳಿಕ verb (ಕ್ರಿಯಾಪದ)ನ ಪ್ರಯೋಗ ಆಗಿದೆ. ಆದ್ದರಿಂದ ಇದು Interrogative Adjective (ಪ್ರಶ್ನಾವಾಚಕ ಸರ್ವನಾಮ).

7. Distributive Adjective (ವಿತರಕವಾಚಕ ವಿಶೇಷಣ)

These adjectives represent thing or person (each one of a number or of a particular group). ಈ ವಿಶೇಷಣಗಳು Distributive Adjective ಒಂದು ವಸ್ತು ಇಲ್ಲವೇ ವ್ಯಕ್ತಿಯನ್ನು ಪ್ರತಿನಿಧಿಸುತ್ತವೆ (ನಿರ್ದಿಷ್ಟ ಗುಂಪಿನ ಪ್ರತಿ ಸದಸ್ಯ ವಸ್ತು).

★ Either, every, each, neither ನ ಬಳಿಕ Noun (ನಾಮಪದ) ಬಂದರೆ ಅದು ವಿತರಕವಾಚಕ ವಿಶೇಷಣವಾಗಲಿದೆ. either, every, each, neither ಬಳಿಕ ನಾಮಪದದ ಬದಲು ಬೇರೆ ಶಬ್ದ ಬಂದಲ್ಲಿ, ಅದು Distributive Adjective (ವಿತರಕ ವಾಚಕ) ಸರ್ವನಾಮ ಆಗಲಿದೆ.

Distributive Adjective	Distributive Pronoun
1. **Each** girl reached school.	**Each** of the girls reached in the school.
2. **Neither** statement is false.	**Neither** of the statement is false.

8. Possessive Adjective (ಸಂಬಂಧವಾಚಕ ವಿಶೇಷಣ)

These adjectives are related to some person or thing. ಒಬ್ಬ ವ್ಯಕ್ತಿ ಇಲ್ಲವೇ ವಸ್ತುವಿಗೆ ಸಂಬಂಧ ಹೊಂದಿರುತ್ತದೆ.

Example: *My* pen is costly. ನನ್ನ ಲೇಖನಿ ದುಬಾರಿಯಾದುದು.

★ ಈ ವಾಕ್ಯದಲ್ಲಿ ಲೇಖನಿಯು 'My' (ನನ್ನ) ಜತೆ ಸಂಬಂಧ ಹೊಂದಿದೆ.

Comparative Study of Adjectives (ವಿಶೇಷಣಗಳ ತುಲನಾತ್ಮಕ ಅಧ್ಯಯನ)

ಇಂಗ್ಲಿಷ್‌ನಲ್ಲಿ Degrees of comparision of adjectives ವಿಶೇಷಣಗಳ ಹೋಲಿಕೆಯನ್ನು 3 ವಿಧದಲ್ಲಿ ಮಾಡಲಾಗುತ್ತದೆ.

1. Positive Degree (ಮೂಲ ಶ್ರೇಣಿ)
2. Comparative Degree (ಉಚ್ಚತರ ಶ್ರೇಣಿ)
3. Superlative Degree (ಉಚ್ಚತಮ ಶ್ರೇಣಿ)

1. Positive Degree (ಮೂಲ ಶ್ರೇಣಿ)

ವಿಶೇಷಣವು ನಾಮಪದ ಇಲ್ಲವೇ Pranoun (ಸರ್ವನಾಮದ) ವಿಶೇಷವನ್ನು ಹೇಳದಿದ್ದಲ್ಲಿ ಇಲ್ಲವೇ ತುಲನೆಯನ್ನು ಮಾಡದಿದ್ದಲ್ಲಿ, ಆಗ Positive degree (ಮೂಲ ಶ್ರೇಣಿ)ಯ ಪ್ರಯೋಗ ಆಗುತ್ತದೆ.

Example: Ram is a *good* boy. ರಾಮ ಒಬ್ಬ ಒಳ್ಳೆಯ ಹುಡುಗ.

2. Comparative Degree (ಉಚ್ಚತರ ಶ್ರೇಣಿ)

ವ್ಯಕ್ತಿ, ವಸ್ತು ಇಲ್ಲವೇ ಗುಣವನ್ನು ಮತ್ತೊಬ್ಬ ವ್ಯಕ್ತಿಯ, ವಸ್ತುವಿನ ಇಲ್ಲವೇ ಗುಣಕ್ಕೆ ಹೋಲಿಸಿದರೆ, ಅದು Comparative Degree (ಉಚ್ಚತರ ಶ್ರೇಣಿ)ಆಗಲಿದೆ.

Example: Ram is *better* than Mohan. ರಾಮನು ಮೋಹನನಿಗಿಂತ ಉತ್ತಮ.

3. Superlative Degree (ಉಚ್ಚತಮ ಶ್ರೇಣಿ)

ವ್ಯಕ್ತಿ ಅಥವಾ ಸ್ಥಾನದ ಗುಣ ಅಥವಾ ದೋಷವನ್ನು ಅನ್ಯ ವ್ಯಕ್ತಿ ಅಥವಾ ಸ್ಥಾನದ ಗುಣ ಅಥವಾ ದೋಷದ ಜತೆಗೆ ಹೋಲಿಸಿದಲ್ಲಿ, ಆಗ ಉಚ್ಚತಮ ಶ್ರೇಣಿ ಆಗಲಿದೆ.

Example: Ram is the *best* boy in the class. ರಾಮನು ತರಗತಿಯಲ್ಲಿ ಅತ್ಯುತ್ತಮ ಬಾಲಕನಾಗಿದ್ದಾನೆ.

Formation of Comparative and Superlative Degrees (ಉಚ್ಚತರ ಮತ್ತು ಉಚ್ಚತಮ ಶ್ರೇಣಿಯ ರಚನೆ)

☞ **ನಿಯಮ 1**: Positive Degree (ಮೂಲ ಶ್ರೇಣಿ)ಯ adjective ವಿಶೇಷಣದ ಬಳಿಕ 'er' ಅಳವಡಿಸಿದರೆ ಉಚ್ಚತರ ಹಾಗೂ 'est' ಜೋಡಿಸಿದರೆ, superlative degree (ಉಚ್ಚತಮ ಶ್ರೇಣಿ) ಆಗಲಿದೆ.

Positive	Comparative	Superlative
Rich	Richer	Richest
Fast	Faster	Fastest

☞ **ನಿಯಮ 2**: ವಿಶೇಷಣದ ಅಂತ್ಯದಲ್ಲಿ 'e' ಇದ್ದಲ್ಲಿ ಕೇವಲ r ಜೋಡಿಸುವ ಮೂಲಕ Comparative (ಉಚ್ಚತರ) ಹಾಗೂ 'st' ಜೋಡಿಸಿ, Superlative (ಉಚ್ಚತಮ ಶ್ರೇಣಿ) ಆಗಿಸಬಹುದು.

Positive	Comparative	Superlative
True	Truer	Truest
Wise	Wiser	Wisest
Large	Larger	Largest

☞ **ನಿಯಮ 3**: ಮೂಲ ಶ್ರೇಣಿಯ ಕೊನೆಯ ವ್ಯಂಜನ consonant ಮೊದಲು ಸ್ವರ ಬಂದಿದ್ದಲ್ಲಿ Comparative (ಉಚ್ಚತಮ) ಶ್ರೇಣಿಯಲ್ಲಿ 'er' ಮತ್ತು Superlative degree 'est' ಜೋಡಣೆಯಾಗಿ, ಕೊನೆಯ ವ್ಯಂಜನವು ಎರಡು ಆಗುತ್ತದೆ.

Positive	Comparative	Superlative
Hot	Hotter	Hottest

☞ **ನಿಯಮ 4**: Positive Degree (ಮೂಲ ಶ್ರೇಣಿಯ) ಅಂತ್ಯದಲ್ಲಿ 'y' ಇದ್ದು ಹಾಗೂ 'x' ಗೆ ಮುನ್ನ ಯಾವುದೇ consonant (ವ್ಯಂಜನ) ಇಲ್ಲದೆ ಇದ್ದಲ್ಲಿ, 'er' ಜೋಡಣೆಯಾಗಿ Comparative (ಉಚ್ಚತರ) ಹಾಗೂ 'est' ಜೋಡಣೆಯಾಗಿ Superlative (ಉಚ್ಚತಮ) ಶ್ರೇಣಿ ಆಗಲಿದೆ.

Positive	Comparative	Superlative
Easy	Easier	Easiest
Pretty	Prettier	Prettiest

☞ **ನಿಯಮ 5**: Adjective ವಿಶೇಷಣದ ಅಂತ್ಯದಲ್ಲಿ 'more' ಅಳವಡಿಸಿ ಉಚ್ಚತರ ಹಾಗೂ 'most' ಅಳವಡಿಸಿ ಉಚ್ಚತಮ ಶ್ರೇಣಿಯನ್ನು ಹೇಳಲಾಗುತ್ತದೆ. ಮಹತ್ವವನ್ನು ಕಡಿಮೆ ಗೊಳಿಸಲು 'less' ಇಲ್ಲವೇ 'least' ಅಳವಡಿಸಲಾಗುತ್ತದೆ.

Positive	Comparative	Superlative
Beautiful	More beautiful	Most beautiful
Difficult	More difficult	Most difficult
Delight	Less delight	Least delight

Irregular Comparison (ಅನಿಯತ ಹೋಲಿಕೆ): ಕೆಲವು ವಿಶೇಷಣಗಳನ್ನು comparative or superlative degrre ಗೆ ಮೂಲ ಶ್ರೇಣಿಯಿಂದ ಉಚ್ಚತಮ ಶ್ರೇಣಿಗೆ ಬದಲಿಸುವಾಗ ಮೇಲೆ ಉಲ್ಲೇಖಿಸಿದ ನಿಯಮಗಳಲ್ಲಿ ಕೆಲವು ಸೂಕ್ತವಾಗುವುದಿಲ್ಲ.

Positive	Comparative	Superlative
Little	Lesser	Least
Good	Better	Best
Far	Farther	Farthest
Bad	Worse	Worst

1. interior, exterior, ulterior, major, perfect, excellent ಪ್ರಯೋಗವು Positive Degree (ಮೂಲ ಶ್ರೇಣಿ)ಯಲ್ಲಿ ಮಾತ್ರವಷ್ಟೇ ಆಗಲಿದೆ.

   Example: Ramesh is an excellent artist. ರಮೇಶ್ ಎಲ್ಲರಿಗಿಂತ ಒಳ್ಳೆಯ ಕಲಾವಿದ.

2. ಸಾಧಾರಣ ಉಚ್ಚತರ ಶ್ರೇಣಿಯಲ್ಲಿ 'than' ಬಳಕೆ ಆಗುತ್ತದೆ. superior, inferior, junior, senior, prior, anterior, posterior ಮತ್ತು preferable ಗೆ than ಜಾಗದಲ್ಲಿ 'to' ಬಳಕೆ ಆಗುತ್ತದೆ.

3. ಉಚ್ಚತಮ ಶ್ರೇಣಿಯಲ್ಲಿ 'the' ಬಳಕೆ ಆಗುತ್ತದೆ.

Example: Ram is *the* best student of this college. ರಾಮನು ಈ ವಿದ್ಯಾಲಯದ ಅತ್ಯುತ್ತಮ ವಿದ್ಯಾರ್ಥಿ.

4. Elder ಮತ್ತು Older ಪ್ರಯೋಗ

Example: Seema is *elder* sister of Reema. ಸೀಮಾಳು ರೀಮಾಳ ಹಿರಿಯ ಸೋದರಿ.

Older ಬಳಕೆಯು ವ್ಯಕ್ತಿ ಇಲ್ಲವೇ ವಸ್ತು ಬೇರೆ ಬೇರೆ ಇದ್ದಾಗ ಬಳಕೆ ಆಗುತ್ತದೆ.

Example: Ram is *older* than Shayam. ರಾಮನು ಶ್ಯಾಮನಿಗಿಂತ ಹಿರಿಯ.

5. Many ಮತ್ತು Much ಬಳಕೆ: 'Many' ಸಂಖ್ಯಾವಾಚಕ ವಿಶೇಷಣ, 'Much' ಪರಿಮಾಣವಾಚಕ ವಿಶೇಷಣ.

Many boys ಹಲವು ಬಾಲಕರು, Much water ಹೆಚ್ಚು ನೀರು

Correct uses of some adjectives (ಕೆಲವು ವಿಶೇಷಣಗಳ ಸರಿಯಾದ ಬಳಕೆ)

1. Some ಮತ್ತು Any ಪ್ರಯೋಗ

Some ಬಳಕೆ: Affirmative sentences ಗಳಲ್ಲಿ 'ಕಡಿಮೆ' ಅರ್ಥದಲ್ಲಿ ಬಳಕೆಯಾಗುತ್ತದೆ.

Example: There are *some* boys in this class. ಈ ತರಗತಿಯಲ್ಲಿ ಕೆಲವು ಬಾಲಕರು ಇದ್ದಾರೆ.

ನಿಶ್ಚಯಾತ್ಮಕ ವಾಕ್ಯಗಳಲ್ಲಿ Some ಕೆಲವು ಎಂಬ ಅರ್ಥದಲ್ಲಿ ಬಳಕೆಯಾಗುತ್ತದೆ.

ಪ್ರಶ್ನಾವಾಚಕ ವಾಕ್ಯಗಳಲ್ಲಿ ಇದರ ಬಳಕೆಯಿಂದ ಉತ್ತರವು affirmative ಸಕಾರಾತ್ಮಕ ಆಗಲಿದೆ.

Example: Will you bring some water in the glass? ನೀನು ಲೋಟದಲ್ಲಿ ಸ್ವಲ್ಪ ನೀರು ತರುವೆಯಾ?

Any ಪ್ರಯೋಗ: Any ಅರ್ಥ- ಯಾರಾದರೂ, ಹೇಗಾದರೂ, ಯಾವುದಾದರೊಂದು, ಏನಾದರೂ. ಅದರ ಪ್ರಯೋಗ Negative/Interrogative (ನಕಾರಾತ್ಮಕ/ ಪ್ರಶ್ನಾವಾಚಕ) ವಾಕ್ಯಗಳಲ್ಲಿ ಆಗಲಿದೆ.

Example: **1.** Komal has not read *any* poem? ಕೋಮಲ್ ಯಾವುದಾದರೂ ಕವಿತೆ ಓದಿಲ್ಲವೇ?

2. Is there *any* student in the class? ಈ ತರಗತಿಯಲ್ಲಿ ಯಾರಾದರೂ ವಿದ್ಯಾರ್ಥಿಗಳು ಇಲ್ಲವೇ?

2. All ಮತ್ತು Whole ಬಳಕೆ

All ಎಂದರೆ ಎಲ್ಲವೂ ಎಂದು. ಅದು Quantity ಪರಿಮಾಣ ಇಲ್ಲವೇ Number (ಸಂಖ್ಯೆ)ನ್ನು ಸೂಚಿಸುತ್ತದೆ.

Example: **1.** *All* the girls are present today Number. ಎಲ್ಲ ಹುಡುಗಿಯರೂ ಇಂದು ತರಗತಿಯಲ್ಲಿ ಹಾಜರಿದ್ದಾರೆ.

2. He drank *all* the water. ಅವನು ಎಲ್ಲ ನೀರನ್ನು ಕುಡಿದ.

Whole ಎಂದರೆ ಸಂಪೂರ್ಣ ಎಂದರ್ಥ. 'Whole', 'A whole', 'The whole' Common noun (ಸಾಮಾನ್ಯ ನಾಮಪದ)ನ ಮುನ್ನ Singular (ಏಕ) ಇಲ್ಲವೇ Plural (ಬಹುವಚನ) ಎರಡೂ ಗೂಪದಲ್ಲಿ ಪ್ರಯೋಗಿಸಲ್ಪಡುತ್ತದೆ.

Example: **1.** The thirsty cow drank *a whole* bucket of water. ದಾಹಗೊಂಡಿದ್ದ ಹಸುವು ಬಕೆಟ್‌ನಲ್ಲಿದ್ದ ನೀರನ್ನು ಸಂಪೂರ್ಣವಾಗಿ ಕುಡಿಯಿತು.

2. *The whole* village was under water. ಇಡೀ ಗ್ರಾಮವು ನೀರಿನಲ್ಲಿ ಮುಳುಗಿತ್ತು.

3. Give your answers in *whole* members.ನೀವೆಲ್ಲರೂ ಸೇರಿಕೊಂಡು ನಿಮ್ಮ ಉತ್ತರ ಕೊಡಿ.

★ All ಇಲ್ಲವೇ Whole ಗೆ ಮುನ್ನ The ಬಳಕೆಯಾಗಲಿದೆ.

3. Each ಮತ್ತು Every ಪ್ರಯೋಗ

ಎರಡು ಅಥವಾ ಅದಕ್ಕಿಂತ ಹೆಚ್ಚು ಇದ್ದಲ್ಲಿ **Each** ಬಳಸಲ್ಪಡುತ್ತದೆ. ಸಮೂಹದಲ್ಲಿ ಪ್ರತ್ಯೇಕಿಸಿ, ನಿಶ್ಚಿತ ಸಂಖ್ಯೆಯನ್ನು ಸೂಚಿಸುತ್ತದೆ.

Example: 1. *Each* one of the two boys is intelligent. ಇಬ್ಬರು ಹುಡುಗರಲ್ಲಿ ಇಬ್ಬರೂ ಬುದ್ಧಿವಂತರು.

2. The teacher will call *each* of you. ಶಿಕ್ಷಕರು ಇಬ್ಬರನ್ನೂ ಕರೆಯಲಿದ್ದಾರೆ.

Every ಪದವು ಸಮಸ್ತ ಸಮೂಹಕ್ಕೆ ಅನ್ವಯವಾಗಲಿದ್ದು, ಜತೆಗೆ, ಅನಿಶ್ಚಿತ ಸಂಖ್ಯೆಯನ್ನು ಸೂಚಿಸುತ್ತದೆ.

Example: 1. *Every* citizen should be loyal to the nation. ಪ್ರತಿಯೊಬ್ಬ ನಾಗರಿಕರೂ ದೇಶಕ್ಕೆ ನಿಷ್ಠರಾಗಿರಬೇಕು.

2. It rained *every* day last week. ಕಳೆದ ವಾರ ಪ್ರತಿದಿನವೂ ಮಳೆ ಹುಯಿದ್ದಿತು.

4. Little, A little ಮತ್ತು The little ಪ್ರಯೋಗ

Little ನ್ನು ನಕಾರಾತ್ಮಕ ಅರ್ಥದಲ್ಲಿ ಬಳಸಲಾಗುತ್ತದೆ.

Example: 1. There is *little* milk in the glsass. ಲೋಟದಲ್ಲಿ ಸ್ವಲ್ಪ ಹಾಲು ಮಾತ್ರ ಇದೆ.

2. There is *little* hope of life. ಜೀವನದಲ್ಲಿ ಹೆಚ್ಚು ಭರವಸೆಯೇನೂ ಇಲ್ಲ.

A little Positive Sense ನಕಾರಾತ್ಮಕ ಅರ್ಥದಲ್ಲಿ ಬಳಕೆ ಆಗುತ್ತದೆ. ಸ್ವಲ್ಪ ಎಂದರೆ ಹೆಚ್ಚು ಇಲ್ಲ ಎಂಬಂತೆ ಬಳಸಲ್ಪಡುತ್ತದೆ.

Example: 1. He knows *a little* of astrology. ಅವನಿಗೆ ಸ್ವಲ್ಪ ಮಟ್ಟಿಗೆ ಜೋತಿಶಾಸ್ತ್ರ ಗೊತ್ತಿದೆ.

2. Kangna has *a little* money. ಕಂಗನಳ ಬಳಿ ಸ್ವಲ್ಪ ಹಣವಿದೆ.

The little ಹೆಚ್ಚು ಇಲ್ಲ ಅಂದರೆ ಏನು ಇದೆಯೋ ಅದರ ಸಂಕೇತವಾಗಿರಲಿದೆ.

Example: *The little* knowledge of computer proved helpful to me. ಕಂಪ್ಯೂಟರ್‌ನ ಸ್ವಲ್ಪ ಜ್ಞಾನ ನನಗೆ ಉಪಯುಕ್ತವಾಗಿ ಪರಿಣಮಿಸಿತು.

5. Few, A few, The few ಪ್ರಯೋಗ

Few ಬಳಕೆ ನಕಾರಾತ್ಮಕವಾಗಿ ಆಗಲಿದೆ. ಇದರರ್ಥ ಸ್ವಲ್ಪ ಎಂದು.

Example: 1. Komal has *few* friends. ಕೋಮಲ್‌ಗೆ ಇರುವುದು ಕೆಲವು ಗೆಳೆಯರು ಮಾತ್ರ.

2. *Few* students can solve the sum. ಕೆಲವು ವಿದ್ಯಾರ್ಥಿಗಳು ಮಾತ್ರ ಈ ಲೆಕ್ಕವನ್ನು ಬಿಡಿಸಬಲ್ಲರು.

3. *Few* girls can play this game. ಕೆಲವು ವಿದ್ಯಾರ್ಥಿನಿಯರು ಮಾತ್ರ ಈ ಆಟ ಆಡಬಲ್ಲರು.

A few ಸಕಾರಾತ್ಮಕವಾಗಿ ಬಳಕೆ ಆಗಲಿದೆ. ಅದು ಕಡಿಮೆ ಸಂಖ್ಯೆಯನ್ನು ಸೂಚಿಸುತ್ತದೆ.

Example: 1. They are going to Mumbai for *a few* days. ಅವರು ಮುಂಬೈಗೆ ಕೆಲದಿನಗಳ ಮಟ್ಟಿಗೆ ಹೋಗಲಿದ್ದಾರೆ.

2. *A few* people speak french correctly. ಕೆಲವೇ ಕೆಲವರು ಮಾತ್ರ ಫ್ರೆಂಚ್‌ನ್ನು ಸರಿಯಾಗಿ ಮಾತಾಡುತ್ತಾರೆ.

3. I have *a few* pens. ನನ್ನ ಬಳಿ ಕೆಲವು ಲೇಖನಿಗಳು ಮಾತ್ರ ಇವೆ.

The few ದ ಅರ್ಥ ವ್ಯಾಪ್ತಿ ಹೆಚ್ಚೇನೂ ಇಲ್ಲ.

Example: 1. I have read *the few* religious books I had. ನನ್ನ ಬಳಿ ಇರುವ ಕೆಲವು ಧಾರ್ಮಿಕ ಪುಸ್ತಕಗಳನ್ನು ನಾನು ಓದಿದ್ದೇನೆ.

2. *The few* leaders in our country have served the nation. ದೇಶದಲ್ಲಿರುವ ಕೆಲವು ನಾಯಕರು ಮಾತ್ರ ದೇಶ ಸೇವೆ ಮಾಡಿದ್ದಾರೆ.

Errors in the use of adjectives (ವಿಶೇಷಣಗಳ ಬಳಕೆಯಲ್ಲಿ ಲೋಪ)

★ Omituse of Comparative and Superlative (ಉಚ್ಚತರ ಮತ್ತು ಉಚ್ಚತಮ ಶ್ರೇಣಿಯನ್ನು 2 ಬಾರಿ ಬಳಸ ಕೂಡದು)

Incorrect (ತಪ್ಪು)	Correct (ಸರಿ)
I have no any book.	I have no book.
I have not some money.	I have no money.
She is more stronger than you.	She is stronger than you.

★ Incorrect use of than (ಸರಿಯಾದ ಕ್ರಮದಲ್ಲಿ ಬಳಸದೆ ಇರುವುದು)

This book is superior than that. (Incorrect)

This book is superior to that. (Correct)

★ Incorrect order of words

My all friends are rich. (Incorrect)

All my friends are rich. (Correct)

ನೆನಪಿನಲ್ಲಿಡಿ

ಈ ಅಧ್ಯಾಯದಲ್ಲಿ Adjective ವಿಶೇಷಣಗಳ ಸರಿಯಾದ ಬಳಕೆ ಬಗ್ಗೆ ಸಂಕ್ಷಿಪ್ತವಾಗಿ ವಿವರಿಸಲಾಗಿದೆ. Spoken Englishಗೆ ಸಂಬಂಧಿಸಿದ ನಿಯಮಗಳನ್ನು ಸುಲಭವಾಗಿ ತಿಳಿಸಲಾಗಿದೆ. Written English ನ ಮಹತ್ವ ಪೂರ್ಣ ನಿಯಮಗಳನ್ನು ಸಂಕ್ಷಿಪ್ತವಾಗಿ ತಿಳಿಸಿಕೊಡಲಾಗಿದೆ. ಓದುಗರು ಇಂಗ್ಲಿಷ್ ಬರಹ ಕುರಿತ ನಿಯಮಗಳನ್ನು ವಿವರವಾಗಿ ತಿಳಿದುಕೊಳ್ಳಬೇಕೆಂದು ಇಚ್ಛಿಸಿದರೆ, ಅಂಥವರು ಇಂಗ್ಲಿಷ್ ವ್ಯಾಕರಣದ ಉತ್ತಮ ಪುಸ್ತಕವನ್ನು ಅಭ್ಯಾಸ ಮಾಡಿ, ತಮ್ಮ ಜ್ಞಾನವನ್ನು ಹೆಚ್ಚಿಸಿಕೊಳ್ಳಬಹುದಾಗಿದೆ.

ಕ್ರಿಯಾಪದ
(VERB)

Definition (ಶೀರ್ಷಿಕೆ)

A verb is a word used for saying something about some person or thing. ವ್ಯಕ್ತಿ ಇಲ್ಲವೇ ವಸ್ತುವಿನ ಬಗ್ಗೆ ಏನನ್ನಾದರೂ ಹೇಳಲು ಬಳಕೆಯಾಗುವ ಪದವೇ Verb (ಕ್ರಿಯಾಪದ). ಉದಾ: Read, Write, Eat, Go.

Example: **1.** Ram *reads*. ರಾಮನು ಓದುತ್ತಿದ್ದಾನೆ.
2. The boys are *writing*. ಆ ಹುಡುಗರು ಬರೆಯುತ್ತಿದ್ದಾರೆ.
3. He is *eating*. ಅವನು ತಿನ್ನುತ್ತಿದ್ದಾನೆ.
4. They are *going*. ಅವರು ಹೋಗುತ್ತಿದ್ದಾರೆ.

★ ಮೇಲಿನ ವಾಕ್ಯಗಳಲ್ಲಿ Read, Writing, Eating, Going ಪದಗಳು ರಾಮ, ಹುಡುಗರು, ಅವನು ಮತ್ತು ಅವರು ಮಾಡುತ್ತಿರುವ ಕೆಲಸದ ಬಗ್ಗೆ ತಿಳಿಸುತ್ತಿವೆ. ಆದ್ದರಿಂದ ಅವು Verb (ಕ್ರಿಯಾಪದ)ಗಳು.

Kinds of Verb (ವಿಧಗಳು)

1. Transitive Verb (ಸಕರ್ಮಕ)
2. Intransitive Verb (ಅಕರ್ಮಕ)
3. Linking Verb (ಸಂಯುಕ್ತ)
4. Auxiliary or Helping Verb (ಸಹಾಯಕ)

1. Transitive Verb (ಸಕರ್ಮಕ ಕ್ರಿಯಾಪದ)

In a sentence a transitive verb is a verb that requires one or more objects to complete its sense. ಒಂದು ಇಲ್ಲವೇ ಹೆಚ್ಚು objects ವಸ್ತುಗಳು ಇದ್ದರೆ ಮಾತ್ರ ಅರ್ಥವನ್ನು ನೀಡುವ ಕ್ರಿಯಾಪದ.

Example: **1.** Shubham is *reading* a book. ಶುಭಂ ಪುಸ್ತಕವನ್ನು ಓದುತ್ತಿದ್ದಾಳೆ.
2. Sarita is *playing* tennis. ಸರಿತಾ ಟೆನಿಸ್ ಆಡುತ್ತಿದ್ದಾಳೆ.

★ ಮೇಲಿನ ವಾಕ್ಯಗಳಲ್ಲಿ verb (ಕ್ರಿಯಾಪದ)ನ ಜೊತೆಗೆ book (ಪುಸ್ತಕ) ಮತ್ತು tennis (ಟೆನಿಸ್) Transitive Verb.

2. Intransitive Verb (ಅಕರ್ಮಕ ಕ್ರಿಯಾಪದ)

In a sentence an intransitive verb is a verb that does not require one or more objects to complete its sense. ಅರ್ಥವನ್ನು ನೀಡಲು ಯಾವುದೇ ಒಂದು ಇಲ್ಲವೇ ಹೆಚ್ಚು object ವಸ್ತುವಿನ ಅಗತ್ಯವಿಲ್ಲದ ಕ್ರಿಯಾಪದವೇ interansitive verb ಅಕರ್ಮಕ.

Example: **1.** Shubham *reads*. ಶುಭಂ ಓದುತ್ತಿದ್ದಾಳೆ.
2. He *plays*. ಅವನು ಆಡುತ್ತಿದ್ದಾನೆ.

★ Reads and plays (ಓದು ಮತ್ತು ಆಡು) ಕ್ರಿಯಾಪದಕ್ಕೆ ಯಾವುದೇ ವಸ್ತುವಿನ ಅಗತ್ಯ ಇಲ್ಲ. ಇದು ಅಕರ್ಮಕ ಕ್ರಿಯಾಪದ.

3. Linking Verb (ಸಂಯುಕ್ತ ಕ್ರಿಯಾಪದ)

A verb that connects a subject with an adjective or noun that describes or identifies the subject. ಒಂದು ವಿಷಯವನ್ನು ವಿಶೇಷಣ ಇಲ್ಲವೇ ನಾಮಪದದ ಜತೆಗೆ complement ಪೂರಕವಾಗಿ ಪ್ರಯೋಗ ಗೊಳಿಸುವುದೇ Linking verb (ಸಂಯುಕ್ತ ಕ್ರಿಯಾಪದ).

Example: 1. She *looks* pretty. ಅವಳು ಅಂದವಾಗಿ ಕಾಣಿಸುತ್ತಿದ್ದಾಳೆ.

2. He *is* absent. ಅವನು ಉಪಸ್ಥಿತನಿರಲಿಲ್ಲ.

★ ಮೇಲಿನ ವಾಕ್ಯಗಳಲ್ಲಿ 'looks' ಮತ್ತು 'is' ಸಂಯುಕ್ತ ಕ್ರಿಯಾಪದಗಳು. ಇದರ ಅರ್ಥವನ್ನು ಪೂರ್ಣಗೊಳಿಸಲು pretty ಮತ್ತು absentನ್ನು ಬಳಸಲಾಗಿದೆ.

Complements (ಪೂರಕಗಳಲ್ಲಿ) 2 ವಿಧ.

1. **Subjective Complement (ವಿಷಯ ಪೂರಕ):** ಯಾವುದು subject ವಿಷಯವನ್ನು ವರ್ಣಿಸುತ್ತದೋ ಅದು Subjective Complement (ವಿಷಯ ಪೂರಕ).

Example: 1. Meera is *glad*. ಮೀರಾ ಸಂತೋಷವಾಗಿದ್ದಾಳೆ.

2. He is *angry*. ಅವನು ಸಿಟ್ಟಾಗಿದ್ದಾನೆ.

★ ಮೇಲಿನ ವಾಕ್ಯಗಳಲ್ಲಿ Glad (ಸಂತೋಷ), Angry (ಸಿಟ್ಟು) Subjective Complement (ವಿಷಯ ಪೂರಕಗಳು). ಇವು Meera (ಮೀರಾ) ಮತ್ತು He (ಅವನ) ವರ್ಣನೆ ಮಾಡುತ್ತವೆ.

2. **Objective Complement (ವಸ್ತು ಪೂರಕ):** ಈ ಪೂರಕಗಳು Object ವಸ್ತುವಿನ ವರ್ಣನೆ ಮಾಡುತ್ತವೆ. ಆದ್ದರಿಂದ ಇವು Objective Complement.

Example: 1. We appointed Shayam our *monitor*. ನಾವು ಶಾಮನನ್ನು ಹಿರೇಮಣಿಯಾಗಿ ನೇಮಿಸಿದೆವು.

2. They elected Mr. Singh as their *leader*. ಅವರು ಸಿಂಗ್ ಅವರನ್ನು ತಮ್ಮ ಮುಖಂಡ ನೆಂದು ಆಯ್ಕೆ ಮಾಡಿದರು.

★ ಮೇಲಿನ ವಾಕ್ಯಗಳಲ್ಲಿ Monitor (ಹಿರೇಮಣಿ), Leader (ಮುಖಂಡ) Objective Complements (ವಸ್ತು ಪೂರಕಗಳು). ಇವು Shyam (ಶ್ಯಾಮ) ಮತ್ತು Singh (ಸಿಂಗ್) ಅವರ ವರ್ಣನೆ ಮಾಡಿವೆ.

Auxiliary Verb (ಸಹಾಯಕ ಕ್ರಿಯಾಪದ)

An Auxilary verb (such as have, do, will) determine the mood, tense or aspect of another verb in a verb phrase. ಸಹಾಯಕ ಕ್ರಿಯಾಪದಗಳು (have, do, or will) ಇನ್ನೊಂದು ಕ್ರಿಯಾಪದದ ಮನಸ್ಥಿತಿ, ಕಾಲ ಇಲ್ಲವೇ ವಿಷಯಾಂಶವನ್ನು ನಿರ್ಧರಿಸುತ್ತವೆ. Auxiliary verb (ಸಹಾಯಕ ಕ್ರಿಯಾಪದ)ಗಳು ಯಾವಾಗಲೂ ಮುಖ್ಯ ಕ್ರಿಯಾಪದವನ್ನು ಹಿಂಬಾಲಿಸುತ್ತವೆ. ಇವನ್ನು helping verbs ನೆರವಾಗುವ ಕ್ರಿಯಾಪದಗಳು ಎಂದೂ ಕರೆಯುತ್ತಾರೆ. Tense, mood ಮತ್ತು voice ರಚನೆಗೆ main verbಗೆ ನೆರವಾಗುತ್ತವೆ.

★ **ಕೆಳಗಿನ ಕೋಷ್ಟಕವನ್ನು ಗಮನಿಸಿ.**

1.	Varsha is reading a book. ವರ್ಷ ಪುಸ್ತಕವನ್ನು ಓದುತ್ತಿದ್ದಾಳೆ	I shall help you. ನಾನು ನಿನಗೆ ಸಹಾಯ ಮಾಡುತ್ತೇನೆ
2.	He was writing a letter. ಅವನು ಪತ್ರವನ್ನು ಬರೆಯುತ್ತಿದ್ದ	Rita will read a book. ರೀಟಾ ಪುಸ್ತಕವೊಂದನ್ನು ಓದುತ್ತಿದ್ದಾಳೆ.
3.	You have helped me. ನೀನು ನನಗೆ ಸಹಾಯ ಮಾಡಿದೆ	He can help me. ಅವನು ನನಗೆ ಸಹಾಯ ಮಾಡಬಹುದು.
4.	You do not eat a mango. ನೀನು ಮಾವಿನ ಹಣ್ಣು ತಿನ್ನಬೇಡ	You need not read this book. ನೀನು ಈ ಪುಸ್ತಕವನ್ನು ಓದಬೇಕಿಲ್ಲ.
5.	Did you visit the world book fair? ನೀನು ವಿಶ್ವ ಪುಸ್ತಕ ಮೇಳಕ್ಕೆ ಭೇಟಿ ನೀಡಿದ್ದೆಯಾ?	He should work hard. ಅವನು ಶ್ರಮ ವಹಿಸಿ ಕೆಲಸ ಮಾಡಬೇಕು.

★ ಮೇಲಿನ ವಾಕ್ಯಗಳಲ್ಲಿ is, was, have, shall, will, can, need, should ಮುಂತಾದವು main verb (ಮುಖ್ಯ ಕ್ರಿಯಾಪದ)ಗಳ ಜತೆಗೆ helping verb (ಸಹಾಯಕ ಕ್ರಿಯಾಪದ)ನ ರೂಪದಲ್ಲಿ ಪ್ರಯೋಗಿಸಲ್ಪಟ್ಟಿವೆ. have, had ಗಳ ಬಳಕೆ ಕ್ರಿಯಾಪದದ 3ನೇ ರೂಪದ ಜತೆ, Do ಬಳಕೆ Negative sentense (ನಕಾರಾತ್ಮಕ ವಾಕ್ಯ)ನ ರಚನೆಗೆ ಹಾಗೂ Did ನ್ನು ಪ್ರಶ್ನಾವಾಚಕ ವಾಕ್ಯದ ರಚನೆಗೆ ಬಳಸಲಾಗಿದೆ. Helping verb (ಸಹಾಯಕ ನಾಮಪದ)ಗಳಿಂದ ಭಿನ್ನ ಕಾಲದ ನಿರ್ಮಾಣ ಆಗಿದೆ. ಹೀಗಾಗಿ ಇವನ್ನು Primary Auxiliary Verb (ಪ್ರಾಥಮಿಕ ಸಹಾಯಕ)ಗಳು ಎನ್ನಲಾಗುತ್ತದೆ.

Primary Auxiliary Verb (ಪ್ರಾಥಮಿಕ ಸಹಾಯಕ ಕ್ರಿಯಾಪದ): ಇದರಲ್ಲಿ be, have ಮತ್ತು do ಭಿನ್ನ ರೂಪಗಳಲ್ಲಿ ಪ್ರಯೋಗಿಸಲ್ಪಡುತ್ತವೆ.

Be (ಇರು, ಆಗು)

Present tense (ವರ್ತಮಾನ ಕಾಲದಲ್ಲಿ) 'Be' ಯು is, am, are ನಂತೆ ಬಳಕೆ ಆಗುತ್ತದೆ.

Example: **1.** I *am* a boy. ನಾನು ಒಬ್ಬ ಹುಡುಗ.
2. He is a boy. ಅವನು ಒಬ್ಬ ಹುಡುಗ.

Past Tense (ವರ್ತಮಾನ ಕಾಲದಲ್ಲಿ)

Example: I *was* reading. ನಾನು ಓದುತ್ತಿದ್ದೆ.

Present Continuous Tense (ವರ್ತಮಾನ ನಿರಂತರ ಕಾಲದಲ್ಲಿ)

Example: I *am* reading a book. ನಾನು ಪುಸ್ತಕವೊಂದನ್ನು ಓದುತ್ತಿದ್ದೇನೆ.

Past Continuous Tense (ಭೂತ ನಿರಂತರ ಕಾಲದಲ್ಲಿ)

Example: **1.** I *was* reading a book. ನಾನು ಪುಸ್ತಕವನ್ನು ಓದುತ್ತಿದ್ದೆ.
2. We *were* playing cricket. ನಾವು ಕ್ರಿಕೆಟ್ ಆಡುತ್ತಿದ್ದೆವು.

ಕರ್ಮವಾಚ್ಯ (Passive Voice)

Example: **1.** The book *is* bought by me. ಈ ಪುಸ್ತಕವನ್ನು ನಾನು ಖರೀದಿಸಿದೆ.
2. The book *is* written by Sita. ಈ ಪುಸ್ತಕವನ್ನು ಸೀತಾ ಬರೆದಿದ್ದಾಳೆ.
3. The players *are* honoured by the President. ಆಟಗಾರರನ್ನು ಅಧ್ಯಕ್ಷರು ಗೌರವಿಸಿದರು.

Note: is, are, am, was, were, shall, will ಪದಗಳನ್ನು Auxiliary verb (ಸಹಾಯಕ ಕ್ರಿಯಾಪದ)ನಂತೆ ಬಳಸಿದಾಗ, ಅವು complement ಪೂರಕದಂತೆ ಕಾರ್ಯ ನಿರ್ವಹಿಸಲಿದ್ದು, Linking verb (ಸಂಯುಕ್ತ ಕ್ರಿಯಾಪದ) ಎಂದು ಕರೆಯಲ್ಪಡುತ್ತವೆ.

Have ಬಳಕೆ

Present tense (ವರ್ತಮಾನ ಕಾಲ)ನಲ್ಲಿ have, has ಮತ್ತು Past tense (ಭೂತ ಕಾಲ)ನಲ್ಲಿ had ಬಳಸಲ್ಪಡುತ್ತದೆ.

Example: **1.** I *have* a book. ನನ್ನ ಬಳಿ ಒಂದು ಪುಸ್ತಕ ಇದೆ.
2. She *has* written a book. ಅವಳು ಪುಸ್ತಕವೊಂದನ್ನು ಬರೆದಿದ್ದಾಳೆ.
3. She *had* written a book. ಆಕೆ ಪುಸ್ತಕವೊಂದನ್ನು ಬರೆದಿದ್ದಾಳೆ.

Present Perfect Tense (ಪೂರ್ಣ ವರ್ತಮಾನ ಕಾಲದಲ್ಲಿ)

Example: **1.** I *have* written a book. ನಾನು ಪುಸ್ತಕವೊಂದನ್ನು ಬರೆದಿದ್ದೇನೆ.
2. He *has* eaten a mango. ಅವನು ಮಾವಿನ ಹಣ್ಣನ್ನು ತಿಂದಿದ್ದಾನೆ.

Past Perfect Tense (ಪೂರ್ಣ ಭೂತ ಕಾಲದಲ್ಲಿ)

Example: **1.** I *had* eaten a mango. ನಾನು ಮಾವಿನ ಹಣ್ಣನ್ನು ತಿಂದಿದ್ದೇನೆ.
2. He *had* read this book. ಅವನು ಈ ಪುಸ್ತಕವನ್ನು ಓದಿದ್ದಾನೆ.

Doನ forms:

Do → Do, Does (ವರ್ತಮಾನ ಕಾಲ), Did (ಭೂತಕಾಲ)

(i) Present Indefinite Tense (ಸಾಮಾನ್ಯ ವರ್ತಮಾನ) ಕಾಲದಲ್ಲಿ 'Do' ಪ್ರಯೋಗ

Negative ವಾಕ್ಯ ರಚನೆಗೆ

Example: **1.** I *do* not write a letter. ನಾನು ಪತ್ರವನ್ನು ಬರೆಯಲಿಲ್ಲ.

2. She *does* not wirte a letter. ಆಕೆ ಪತ್ರವನ್ನು ಬರೆಯಲಿಲ್ಲ.

(ii) Exclamatony ಪ್ರಶ್ನಾವಾಚಕ ವಾಕ್ಯ ರಚನೆಗೆ

Example: *Do* I write a letter? ನಾನು ಪತ್ರವನ್ನು ಬರೆದೇನೇ?

(iii) Past Indefinity Tense (ಭೂತ ಸಾಮಾನ್ಯ) ಕಾಲದಲ್ಲಿ

Example: **1.** I *did* not write a letter. ನಾನು ಪತ್ರವನ್ನು ಬರೆದಿಲ್ಲ.

2. Mohini *did* not spend the money. ಮೋಹಿನಿ ಹಣವನ್ನು ವೆಚ್ಚ ಮಾಡಲಿಲ್ಲ.

Interrogative Negative Sentence (ಪ್ರಶ್ನಾವಾಚಕ ನಕಾರಾತ್ಮಕ ವಾಕ್ಯ)

Example: **1.** *Did* I not write a letter? ಏನು ನಾನು ಪತ್ರ ಬರೆಯಲಿಲ್ಲವೇ?

2. *Did* Mohini not spend the money? ಮೋಹಿನಿ ಹಣವನ್ನು ವೆಚ್ಚ ಮಾಡಲಿಲ್ಲವೇ?

***Note*:**

1. Singular Subject ಏಕ ವಿಷಯದ ಜತೆ Singular verb (ಒಂಟಿ ಕ್ರಿಯಾಪದ) ಹಾಗೂ Plural subject (ಬಹು ವಿಷಯ)ನ ಜತೆಗೆ Plural verb (ಬಹು ಕ್ರಿಯಾಪದ)ನ ಪ್ರಯೋಗ ಆಗುತ್ತದೆ.

   Example: **1.** He *plays*. ಅವನು ಆಡುತ್ತಾನೆ.

   2. They *play*. ಅವರು ಆಟವಾಡುತ್ತಿದ್ದಾರೆ.

★ ಮೊದಲ ವಾಕ್ಯದಲ್ಲಿ ವಿಷಯದ ಜತೆ singular verb (ಏಕ ಕ್ರಿಯಾಪದ) ಬಳಕೆಯಾಗಿದೆ. 2ನೇ ವಾಕ್ಯದಲ್ಲಿ They ಜೊತೆಗೆ plural verb (ಬಹುಕ್ರಿಯಾಪದ) ಬಳಕೆಯಾಗಿದೆ.

2. Singular Nouns (ಏಕ ನಾಮಪದ)ವು ಒಬ್ಬ ವ್ಯಕ್ತಿಯ ಬಗ್ಗೆ ಇದ್ದಲ್ಲಿ, ಬಳಕೆಯಾಗುವುದು singular verb (ಏಕ ಕ್ರಿಯಾಪದ) ಆಗಿರಲಿದೆ.

   Example: **1.** The boss and secretary *is* present in the office. ಬಾಸ್ ಮತ್ತು ಕಾರ್ಯದರ್ಶಿ ಕಚೇರಿಯಲ್ಲಿ ಇದ್ದರು.

   2. The father and son *visited* the factory. ತಂದೆ ಮತ್ತು ಮಗ ಕಾರ್ಖಾನೆಗೆ ಭೇಟಿ ಕೊಟ್ಟರು.

3. Past Tense (ಭೂತ ಕಾಲದ) ಜತೆ Future Tense (ಭವಿಷ್ಯತ್ ಕಾಲದ) ಪ್ರಯೋಗ ಆಗಲಿದೆ.

   Example: **1.** They *will* come to Delhi tomorrow. ಅವರು ದಿಲ್ಲಿಗೆ ನಾಳೆ ಬರಲಿದ್ದಾರೆ. Future Tense (ಭವಿಷ್ಯತ್ ಕಾಲ)

   2. I *went* to his home yesterday. ನಾನು ನೆನ್ನೆ ಅವನ ಮನೆಗೆ ಹೋಗಿದ್ದೆ. Past Tense (ಭೂತ ಕಾಲ)

★ ಮೇಲಿನ ವಾಕ್ಯಗಳಲ್ಲಿ is, was, have ಮತ್ತು will Main verb (ಮುಖ್ಯ ಕ್ರಿಯಾಪದ)ನ ಜೊತೆಗೆ Helping verb (ಸಹಾಯಕ ಕ್ರಿಯಾಪದ)ಗಳಾಗಿ ಭಾಗಿಯಾಗಿವೆ.

ಕ್ರಿಯಾಪದದ ನಾನಾ ಪ್ರಕಾರಗಳು (Different Forms of Verbs)

1. Present (1st Form) ವರ್ತಮಾನ(ಮೊದಲನೇ ರೂಪ) ಕಾಲ
2. Past (2nd Form) Verb ಭೂತಕಾಲ (2ನೇ ರೂಪ)
3. Past Participle (3rd Form) Verb ಭೂತಕಾಲ (3ನೇ ರೂಪ)
4. Present Participle (4th Form) Verb ವರ್ತಮಾನ (4ನೇ ರೂಪ) ಕಾಲ

ಟಿಪ್ಪಣಿ: Tense (ಕಾಲದ) ರಚನೆಗಾಗಿ Verb (ಕ್ರಿಯಾಪದ)ನ ಭಿನ್ನ ರೂಪ/ಅವಸ್ಥೆಯ ಪ್ರಯೋಗ ಮಾಡಬೇಕಾಗುತ್ತದೆ.

1. Present (1st Form) Verb (ವರ್ತಮಾನ ಕಾಲದ ಮೊದಲನೇ ರೂಪ): ಕ್ರಿಯಾಪದದ First form (ಮೊದಲನೇ ರೂಪ) ಪ್ರಯೋಗವು Present Indefinite Tense (ಸಾಮಾನ್ಯ ವರ್ತಮಾನ) ಕಾಲದಲ್ಲಿ ಹಾಗೂ Past Indefinite tense (ಸಾಮಾನ್ಯ ಭೂತಕಾಲದ) ಪ್ರಶ್ನಾವಾಚಕ ಹಾಗೂ ನಕಾರಾತ್ಮಕ ವಾಕ್ಯದಲ್ಲಿ ಆಗುತ್ತದೆ.

2. Past (2nd Form) Verb (ಭೂತಕಾಲದ 2ನೇ ರೂಪ): ಕ್ರಿಯೆಯ 2ನೇ ರೂಪದ ಪ್ರಯೋಗವು Past Indefinite ಸಾಮಾನ್ಯ ಭೂತ ಕಾಲದ Affirmative ಸಕಾರಾತ್ಮಕ ವಾಕ್ಯದಲ್ಲಿ ಆಗಲಿದೆ.

3. Past Participle (3rd Form) Verb (ಭೂತಕಾಲದ 3ನೇ ರೂಪ): ಕ್ರಿಯಾಪದದ 3ನೇ ಪ್ರಯೋಗವು Present perfect tense (ಪೂರ್ಣ ವರ್ತಮಾನ ಕಾಲ), Past perfect tense (ಪೂರ್ಣ ಭೂತಕಾಲ), Future perfect tense (ಪೂರ್ಣ ಭವಿಷ್ಯತ್ ಕಾಲ)ನಲ್ಲಿ ಕರ್ಮವಾಚ್ಯದಲ್ಲಿ ನಡೆಯುತ್ತದೆ.

4. Present Participle (ing Form) (ವರ್ತಮಾನ ಕಾಲ 4ನೇ ರೂಪ): ವರ್ತಮಾನ, ಭೂತ ಮತ್ತು ಭವಿಷ್ಯತ್ ನಿರಂತರ ಹಾಗೂ ಪೂರ್ಣ ನಿರಂತರ ವರ್ತಮಾನ, ಭೂತ-ಭವಿಷ್ಯತ್ ಪೂರ್ಣ ನಿರಂತರ ಕಾಲದಲ್ಲಿ ಕ್ರಿಯಾಪದದ 4ನೇ ಪ್ರಯೋಗ ಆಗಲಿದೆ. Present confinuous, Past continuous, Future continuous ಮತ್ತು Present perfect continuous, Past perfect continuous, Future perfect continuous tense ನಲ್ಲಿ ಆಗಲಿದೆ.

Rules of Forms of Verbs (ಕ್ರಿಯಾಪದದ ರೂಪಗಳ ನಿಯಮಗಳು)

ಕ್ರಿಯಾಪದದ 2 ಮತ್ತು 3ನೇ ರೂಪದ ರಚನೆಗೆ ಕೆಲವು ನಿಯಮಗಳಿವೆ.

☞ **Rule 1:** Verb (ಕ್ರಿಯಾಪದ)ನ 2 ಮತ್ತು 3ನೇ ರೂಪ ಆಗುವ ವೇಳೆ ಕ್ರಿಯಾಪದದ ಅಂತ್ಯದಲ್ಲಿ 'ed' ಜೋಡಣೆ ಆಗಲಿದೆ.

Present (1st Form)	Meaning	Past (2nd Form)	Past Participle (3rd Form)	Present Participle (ing Form)
Advice	ಸಲಹೆ	Advised	Advised	Advising
Ask	ಕೇಳು	Asked	Asked	Asking
Wash	ತೊಳೆ	Washed	Washed	Washing
Finish	ಮುಗಿಸು	Finished	Finished	Finishing

☞ **Rule 2:** Verb (ಕ್ರಿಯಾಪದ)ನ ಅಂತ್ಯದಲ್ಲಿ 'e' ಬಂದಲ್ಲಿ ಅದರ 2 ಮತ್ತು 3ನೇ ರೂಪ ಆಗುವಾಗ 'd' ಸೇರ್ಪಡೆಗೊಳ್ಳುತ್ತದೆ.

Present (1st Form)	Meaning	Past (2nd Form)	Past Participle (3rd Form)	Present Participle (ing Form)
Love	ಪ್ರೀತಿಸು	Loved	Loved	Loving
Tire	ಸುಸ್ತಾಗು	Tired	Tired	Tiring
Change	ಬದಲಿಸು	Changed	Changed	Changing
Bake	ಬೇಯಿಸು	Baked	Baked	baking
Close	ಅಂತ್ಯಗೊಳಿಸು	Closed	Closed	Closing

☞ **Rule 3:** Verb (ಕ್ರಿಯಾಪದ)ನ ಮೊದಲನೇ ರೂಪದ ಅಂತ್ಯದಲ್ಲಿ 'y' ಇದ್ದಲ್ಲಿ ಕ್ರಿಯೆಯ 2 ಮತ್ತು 3ನೇ ರೂಪ ಆಗುವಾಗ 'y' ಮತ್ತು 'i' ಯಿಂದ ಬದಲಾಗಿ, 'ed' ಪ್ರತ್ಯಯ ಆಗಲಿದೆ.

Present (1st Form)	Meaning	Past (2nd Form)	Past Participle (3rd Form)	Present Participle (ing Form)
Carry	ತೆಗೆದೊಯ್ಯು	Carried	Carried	Carrying
Try	ಪ್ರಯತ್ನಿಸು	Tried	Tried	Trying
Cry	ಅಳು	Cried	Cried	Crying

Note: ಯಾವುದೇ ಕ್ರಿಯಾಪದದಲ್ಲಿ ಅಂತಿಮ ಅಕ್ಷರ 'y' ಇದ್ದು, 'y' ಗೆ ಮುನ್ನ vowel (ಸ್ವರಗಳು) (a,e,i,o,u)ಇದ್ದರೆ, 'y' ಬಳಿಕ 'ed' ಜೋಡಣೆ ಆಗಲಿದೆ.

Present (1st Form)	Meaning	Past (2nd Form)	Past Participle (3rd Form)	Present Participle (ing Form)
Obey	ವಿಧೇಯತೆ	Obeyed	Obeyed	Obeying
Play	ಆಟವಾಡು	Played	Played	Playing

☞ **Rule 4:** Verb (ಕ್ರಿಯಾಪದ)ನ ಅಂತಿಮ ಅಕ್ಷರಕ್ಕೆ ಮೊದಲು ಸ್ವರ (a,e,i,o,u) ಇದ್ದಲ್ಲಿ, 'ed' ಜೋಡಣೆಗೆ ಮುನ್ನ ಕೊನೆಯ ಅಕ್ಷರ ಪುನರಾವೃತ್ತಿ ಆಗಲಿದೆ.

Present (1st Form)	Meaning	Past (2nd Form)	Past Participle (3rd Form)	Present Participle (ing Form)
Stop	ತಡೆ/ನಿಲ್ಲು	Stopped	Stopped	Stopping
Rub	ತಿಕ್ಕು	Rubbed	Rubbed	Rubbing

☞ **Rule 5:** ಇಂಗ್ಲಿಷ್‌ನಲ್ಲಿ ಕೆಲವು Verb (ಕ್ರಿಯಾಪದ)ಗಳ 2ನೇ ಮತ್ತು 3ನೇ ರೂಪ ನಿಯಮಾನುಸಾರ ಆಗುವುದಿಲ್ಲ. ಅವುಗಳ ಸಂಕ್ಷಿಪ್ತ ಪಟ್ಟಿ ಕೆಳಗಿದೆ.

Present (1st Form)	Meaning	Past (2nd Form)	Past Participle (3rd Form)	Present Participle (ing Form)
Arise	ಎದ್ದೇಳು	Arose	Arisen	Arising
Become	ಸಂಭವಿಸು	Became	Become	Becoming
Blow	ಊದು	Blew	Blown	Blowing
Drink	ಕುಡಿ	Drank	Drunk	Drinking

☞ **Rule 6:** ಕೆಲವು Verb (ಕ್ರಿಯಾಪದ)ಗಳ ಮೂರು forms ರೂಪಗಳು ಒಂದೇ ರೀತಿ ಇರುತ್ತದೆ.

Present (1st Form)	Meaning	Past (2nd Form)	Past Participle (3rd Form)	Present Participle (ing Form)
Bet	ಶರತ್ತು ಒಡ್ಡು	Bet	Bet	Betting
Cost	ವೆಚ್ಚ	Cost	Cost	Costing
Let	ಕೊಡು	Let	Let	Letting
Quit	ಬಿಡು/ತ್ಯಜಿಸು	Quit	Quit	Quitting

ನೆನಪಿನಲ್ಲಿಡಿ

ಈ ಅಧ್ಯಾಯದಲ್ಲಿ Verbs ಗಳ ಸರಿಯಾದ ಬಳಕೆ ಬಗ್ಗೆ ಸಂಕ್ಷಿಪ್ತವಾಗಿ ವಿವರಿಸಲಾಗಿದೆ. Spoken English ಗೆ ಸಂಬಂಧಿಸಿದ ನಿಯಮಗಳನ್ನು ಸುಲಭವಾಗಿ ತಿಳಿಸಲಾಗಿದೆ. Written English ನ ಮಹತ್ವಪೂರ್ಣ ನಿಯಮಗಳನ್ನು ಸಂಕ್ಷಿಪ್ತವಾಗಿ ತಿಳಿಸಿಕೊಡಲಾಗಿದೆ. ಓದುಗರು ಇಂಗ್ಲಿಷ್ ಬರಹ ಕುರಿತ ನಿಯಮಗಳನ್ನು ತಿಳಿದುಕೊಳ್ಳಬೇಕೆಂದು ಇಚ್ಛಿಸಿದರೆ, ಅಂಥವರು ಇಂಗ್ಲಿಷ್ ವ್ಯಾಕರಣದ ಉತ್ತಮ ಪುಸ್ತಕವನ್ನು ಅಭ್ಯಾಸ ಮಾಡಿ, ತಮ್ಮ ಜ್ಞಾನವನ್ನು ಹೆಚ್ಚಿಸಿಕೊಳ್ಳಬಹುದಾಗಿದೆ.

ಕ್ರಿಯಾ ವಿಶಲಯಿಷಣ
(ADVERB)

Definition (ಶಿರ್ಷಿಕೆ)

An Adverb qualifies a Verb, an Adjective or another Adverb. ಕ್ರಿಯಾಪದ, ವಿಶೇಷಣ ಇಲ್ಲವೇ ಇನ್ನೊಂದು ಕ್ರಿಯಾ ವಿಶೇಷಣದ ಅರ್ಥವನ್ನು ವೃದ್ಧಿಸುವುದೇ ಕ್ರಿಯಾ ವಿಶೇಷಣ.

Example: Milkha runs **fast**. ಮಿಲ್ಕಾ ವೇಗವಾಗಿ ಓಡುತ್ತಾನೆ.

Verb (ಕ್ರಿಯಾಪದ) 'run' ವೈಶಿಷ್ಟ್ಯವನ್ನು 'fast' ಹೆಚ್ಚಿಸುತ್ತದೆ. ಅದು Adverb (ಕ್ರಿಯಾ ವಿಶೇಷಣ).

Kinds of Adverbs (ಪ್ರಕಾರಗಳು)

ಕ್ರಿಯಾ ವಿಶೇಷಣದಲ್ಲಿ 3 ವಿಧ

1. Simple Adverb (ಸಾಮಾನ್ಯ ಕ್ರಿಯಾ ವಿಶೇಷಣ)

ಸಾಮಾನ್ಯ ವಿಶೇಷಣದ ಮೂಲಕ Time (ಕಾಲ), Place (ಸ್ಥಳ), Number (ಸಂಖ್ಯೆ), Manner (ವರ್ತನೆ), Reason (ಕಾರಣ), Affirmation (ಸಮ್ಮತಿ) ಇಲ್ಲವೇ Negation (ತಿರಸ್ಕಾರ)ಇನ್ನಿತರವನ್ನು ಅಭಿವ್ಯಕ್ತಗೊಳಿಸಬಹುದು. ಇದರಲ್ಲಿ 7 ವಿಧ.

(i) Adverbs of Manner (ವರ್ತನೆ ಕ್ರಿಯಾವಿಶೇಷಣ)

Example: **1.** Ram runs *fastly*. ರಾಮನು ವೇಗವಾಗಿ ಓಡುತ್ತಾನೆ.

2. Sita walks *slowly*. ಸೀತೆ ನಿಧಾನವಾಗಿ ನಡೆಯುತ್ತಾಳೆ.

Note: Adjective ವಿಶೇಷಣಗಳಿಂದ ಆಗುವ Adverb (ಕ್ರಿಯಾವಿಶೇಷಣ)ಗಳ ಅಂತ್ಯದಲ್ಲಿ 'ly' ಇರುತ್ತದೆ. ಇಂಥವು ವರ್ತನೆ ಕ್ರಿಯಾ ವಿಶೇಷಣಗಳಾಗಲಿವೆ.

★ ಈ ಗುಂಪಿನ ಮುಖ್ಯ Adverb (ಕ್ರಿಯಾವಿಶೇಷಣ)ಗಳೆಂದರೆ, thus, so, well, ill, badly, gladly, quickly, certainly.

(ii) Adverbs of Time (ಕಾಲದ ಕ್ರಿಯಾ ವಿಶೇಷಣ): ಸಮಯವನ್ನು ವ್ಯಕ್ತಪಡಿಸುವ ಕ್ರಿಯಾ ವಿಶೇಷಣಗಳು. after, ago, early, late, now, then soon, today, tomorrow, shortly, immediately, afterwards, yesterday.

Example: **1.** Mohan came *yesterday*. ಮೋಹನ ನೆನ್ನೆ ಬಂದ.

(iii) Adverb of Place (ಸ್ಥಳದ ಕ್ರಿಯಾ ವಿಶೇಷಣ): ಸ್ಥಳವನ್ನು ವ್ಯಕ್ತಪಡಿಸುತ್ತವೆ. above, here, there, near, anywhere, up, down, above, below, inside, outside ಇತ್ಯಾದಿ.

Example: Mohan will go *inside*. ಮೋಹನನು ಒಳಗಡೆ ಹೋಗುತ್ತಾನೆ.

(iv) Adverb of Number (ಸಂಖ್ಯೆಯ ಕ್ರಿಯಾ ವಿಶೇಷಣ): ಸಂಖ್ಯೆಗಳ ಬಗ್ಗೆ ತಿಳಿಸುತ್ತವೆ. frequently, once, twice, again, seldom ಇತ್ಯಾದಿ.

Example: He failed *twice* in board examination. ಅವನು ಬೋರ್ಡ್ ಪರೀಕ್ಷೆಯಲ್ಲಿ ಎರಡು ಬಾರಿ ಅನುತ್ತೀರ್ಣನಾದ.

★ ಮೇಲಿನ ವಾಕ್ಯದಲ್ಲಿ twice ಎರಡು ಬಾರಿ ಎಂಬುದು ಸಂಖ್ಯಾ ವಿಶೇಷಣ.

(v) Adverb of Degree (ಪರಿಮಾಣಗಳ ಕ್ರಿಯಾ ವಿಶೇಷಣ): more, little, fully, any, enough, almost, much, very ಇತ್ಯಾದಿ. ಪರಿಮಾಣವನ್ನು ಸೂಚಿಸುವ Adverbಗಳು.

Example: 1. Seema is *more* intelligent. ಸೀಮಾ ಹೆಚ್ಚು ಬುದ್ಧಿವಂತೆ.

2. She is *little* weak. ಆಕೆ ಸ್ವಲ್ಪ ಸೊರಗಿದ್ದಾಳೆ.

★ ವಾಕ್ಯದಲ್ಲಿ more ಮತ್ತು little ಕ್ರಮವಾಗಿ ಬುದ್ಧಿವಂತಿಕೆ ಮತ್ತು ದುರ್ಬಲತೆಯನ್ನು ಸೂಚಿಸುತ್ತದೆ.

(vi) Adverb of Reason (ಕಾರಣ ಕ್ರಿಯಾ ವಿಶೇಷಣ): ಕಾರಣವನ್ನು ಸೂಚಿಸುವಂಥವು. because, so, hence, therefore, consequently.

Example: He failed in annual exam *because* he did not work hard. ಅವನು ವಾರ್ಷಿಕ ಪರೀಕ್ಷೆಯಲ್ಲಿ ಅನುತ್ತೀರ್ಣನಾಗಲು ಕಷ್ಟ ಪಟ್ಟು ಓದದೇ ಇದ್ದುದೇ ಕಾರಣ.

(vii) (a) **Adverb of Affirmation (ಸಮ್ಮತಿ ಕ್ರಿಯಾ ವಿಶೇಷಣ):** Affirmation ಸಮ್ಮತಿಯನ್ನು ಸೂಚಿಸುವಂಥವು. yes, surely, certainly, truly ಇತ್ಯಾದಿ.

Example: 1. He will *surely* come here. ಅವನು ಖಂಡಿತವಾಗಿಯೂ ಇಲ್ಲಿಗೆ ಬರುತ್ತಾನೆ.

2. The exam will *certainly* be held in March. ಪರೀಕ್ಷೆಯು ಮಾರ್ಚ್ ತಿಂಗಳಲ್ಲಿ ಖಂಡಿತವಾಗಿಯೂ ನಡೆಯುತ್ತದೆ.

(b) **Adverb of Negation (ಅಸಮ್ಮತಿ ಕ್ರಿಯಾ ವಿಶೇಷಣ):** ಅಸಮ್ಮತಿ ಸೂಚಿಸುವ ಇಲ್ಲವೇ ನಕಾರಾತ್ಮಕ ಕ್ರಿಯಾ ವಿಶೇಷಣಗಳಿವು. no, not, never ಇತ್ಯಾದಿ.

Example: We do *not* know him. ನಮಗೆ ಅವನು ಗೊತ್ತಿಲ್ಲ.

★ ಮೇಲಿನ ವಾಕ್ಯದಲ್ಲಿ 'not' ಶಬ್ದದ ಮೂಲಕ ನಕಾರಾತ್ಮಕ ಅಭಿಪ್ರಾಯ ವ್ಯಕ್ತವಾಗಿದೆ.

2. Relative Adverb (ಸಂಬಂಧವಾಚಕ ಕ್ರಿಯಾ ವಿಶೇಷಣ)

Relative adverbಗಳು 2 ವಾಕ್ಯಗಳನ್ನು ಜೋಡಿಸುತ್ತವೆ. ಕಾಲ, ಸ್ಥಳ, ಕಾರಣ ಮತ್ತು ವರ್ತನೆಯನ್ನು ತಿಳಿಸುತ್ತವೆ. ಅವು ಈ ಹಿಂದೆ ಉಲ್ಲೇಖಿಸಿದ Noun ಅಥವಾ Pronoun ಜತೆ time, place, reason ಮತ್ತು manner ಬಗ್ಗೆ ತಿಳಿಸುತ್ತದೆ. when, how, why, where ಇತ್ಯಾದಿ.

Example: 1. This is the reason *why* I was late. ಇದೇ ಕಾರಣದಿಂದಾಗಿ ನಾನು ಬರುವುದು ತಡವಾಯಿತು.

2. This is the place *where* Lord Krishna was born. ಇದೇ ಜಾಗದಲ್ಲಿ ಭಗವಾನ್ ಕೃಷ್ಣನು ಜನ್ಮ ತಾಳಿದನು.

★ ಮೊದಲಿನ ವಾಕ್ಯದಲ್ಲಿ 'why' ಮೂಲಕ Reason (ಕಾರಣ)ನನ್ನು ಹಾಗೂ 2ನೇ ವಾಕ್ಯದಲ್ಲಿ 'where' ಮೂಲಕ Place (ಸ್ಥಾನ)ನನ್ನು ಸೂಚಿಸಲಾಗಿದೆ.

3. Interrogative Adverb (ಪ್ರಶ್ನಾವಾಚಕ ಕ್ರಿಯಾ ವಿಶೇಷಣ)

ಇದು ಪ್ರಶ್ನೆಯನ್ನು ಕೇಳಲು ಬಳಸುವ ಕ್ರಿಯಾ ವಿಶೇಷಣ. How, Where, When ಇತ್ಯಾದಿ Interrogative Adverbಗಳು.

Example: 1. *Where* did you go? ನೀನು ಎಲ್ಲಿಗೆ ಹೋಗಿದ್ದೆ?

2. *Where* has she gone? ಅವಳು ಎಲ್ಲಿಗೆ ಹೋದಳು?

3. *When* will Mohini return? ಮೋಹಿನಿ ಯಾವಾಗ ವಾಪಸು ಬರುತ್ತಾಳೆ?

4. *Why* were you so glad? ನೀನು ಏಕೆ ತುಂಬಾ ಸಂತೋಷದಿಂದಿರುವೆ?

Formation of Adverb (ಕ್ರಿಯಾ ವಿಶೇಷಣದ ರಚನೆ)

☞ **Rule 1:** ವಿಶೇಷಣಗಳ ಕೊನೆಯಲ್ಲಿ 'ly' ಜೋಡಿಸುವ ಮೂಲಕ ವರ್ತನಾ ಕ್ರಿಯಾ ವಿಶೇಷಣಗಳು ರಚನೆಯಾಗುತ್ತವೆ.

Adjective	Adverb
Glad	Gladly
Honest	Honestly
Quick	Quickly

☞ **Rule 2:** ವಿಶೇಷಣದ ಕೊನೆಯಲ್ಲಿ 'le' ಇದ್ದರೆ ಕೊನೆಯಕ್ಷರ 'e' ಯನ್ನು ತೆಗೆದು, 'y' ಯನ್ನು ಸೇರಿಸಿ, ಕ್ರಿಯಾ ವಿಶೇಷಣ ರಚನೆಯಾಗುತ್ತದೆ.

Adjective	**Adverb**
Single	Singly
Double	Doubly

☞ **Rule 3:** Adjective (ವಿಶೇಷಣದ) ಅಂತ್ಯದಲ್ಲಿ 'Y' ಇದ್ದು, ಅದಕ್ಕೆ ಮುನ್ನ Consonant ವ್ಯಂಜನ ಇದ್ದಲ್ಲಿ, 'Y' ಯು 'i' ಆಗಿ ಬದಲಾಗಿ, 'ly' ಜೋಡಣೆಯಾಗಿ, Adverb (ಕ್ರಿಯಾ ವಿಶೇಷಣ) ಆಗಲಿದೆ.

Adjective	**Adverb**
Happy	Happily
Ready	Readily

☞ **Rule 4:** ಕೆಲವು Noun (ನಾಮಪದ)ಗಳಿಗೆ ಸಂಬಂಧ ಸೂಚಕಗಳು ಜೋಡಣೆಯಾಗಿ, Adverb (ಕ್ರಿಯಾ ವಿಶೇಷಣ)ಗಳು ರಚನೆಯಾಗುತ್ತವೆ.

Preposition+Noun	**Adverb**
A + head	ahead
Be + low	below
A + long	along
A + cross	across

Position of Adverb (ಕ್ರಿಯಾ ವಿಶೇಷಣದ ಸ್ಥಾನ)

☞ **Rule 1:** ವಿಶೇಷಣವನ್ನು ಯಾವ ಶಬ್ದದ ಬಳಿ ಇರಿಸಲಾಗುವುದೋ, ಅದನ್ನು modify ಮಾರ್ಪಡಿಸುತ್ತದೆ. Adverb ಪ್ರಯೋಗವು Adjectiveಗೆ ಮುನ್ನ ಆಗಲಿದೆ.

Example: He runs *very* fast. ಅವನು ಬಹಳ ವೇಗವಾಗಿ ಓಡುತ್ತಾನೆ.

★ ಈ ವಾಕ್ಯದಲ್ಲಿ ಓಟದ ವೇಗವನ್ನು 'very' ಎಂಬ ಶಬ್ದದ ಮೂಲಕ ಪ್ರಯೋಗಿಸಲಾಗಿದೆ. ಹೀಗಾಗಿ 'very' ಕ್ರಿಯಾ ವಿಶೇಷಣವಾಗಿದೆ.

☞ **Rule 2:** Auxiliary verb (ಸಹಾಯಕ ಕ್ರಿಯಾಪದ) ಮತ್ತು Main verb (ಮುಖ್ಯ ಕ್ರಿಯಾಪದ)ನ ನಡುವೆ Adverb (ವಿಶೇಷಣ)ನ ಪ್ರಯೋಗ ಆಗುತ್ತದೆ.

Example: He will *surely* achieve his goal. ಅವನು ಖಂಡಿತವಾಗಿಯೂ ತನ್ನ ಗುರಿಯನ್ನು ಸಾಧಿಸುತ್ತಾನೆ.

★ ಈ ವಾಕ್ಯದಲ್ಲಿ 'surely' Adverb (ಕ್ರಿಯಾ ವಿಶೇಷಣ)ದಾಗಿದೆ.

Correct Use of Adverbs (ಕ್ರಿಯಾ ವಿಶೇಷಣಗಳ ಸರಿಯಾದ ಬಳಕೆ)

Use of 'Very'

1. 'ಅತ್ಯಂತ' ಅಥವಾ 'ಬಹಳಷ್ಟು' ಎಂಬ ಅರ್ಥದಲ್ಲಿ good (ಒಳ್ಳೆಯ) ಇಲ್ಲವೇ bad (ಕೆಟ್ಟ) ಗುಣಗಳನ್ನು ವ್ಯಕ್ತಗೊಳಿಸುವ Positive degreeಯ adjective ವಿಶೇಷಣದ ಮುನ್ನ 'very' ಪ್ರಯೋಗಿಸಲ್ಪಡುತ್ತದೆ.

   Example: **1.** Radha is *very* beautiful. ರಾಧಾ ಬಹಳ ಸುಂದರವಾಗಿದ್ದಾಳೆ.
   2. My brother is *very* nice. ನನ್ನ ಸಹೋದರ ಬಹಳ ಒಳ್ಳೆಯವ.

2. The+Very+Superlative degreeಯ ಪ್ರಯೋಗಿಸಲ್ಪಡುತ್ತದೆ.

   Example: **1.** Tansen was the *very* best singer. ತಾನ್‌ಸೇನ್ ಅತ್ಯುತ್ತಮ ಗಾಯಕರಾಗಿದ್ದರು.
   2. She was the *very* best dancer. ಆಕೆ ಅತ್ಯುತ್ತಮ ನೃತ್ಯಗಾರ್ತಿಯಾಗಿದ್ದಳು.

Use of 'Much'

1. Comparative degree (ಉಚ್ಚತರ ಶ್ರೇಣಿಯ) ವಿಶೇಷಣಗಳ ವಿಶೇಷತೆಗೆ ಮುನ್ನ 'much' ಬಳಕೆ ಆಗುತ್ತದೆ.

Example: **1.** Jonson can run *much* faster. ಜಾನ್ಸನ್ ಮತ್ತಷ್ಟು ವೇಗವಾಗಿ ಓಡಬಲ್ಲ.

2. Boss is *much* annoyed at Sunil's behaviour. ಸುನಿಲ್‌ನ ವರ್ತನೆಯಿಂದ ಬಾಸ್‌ಗೆ ಹೆಚ್ಚು ಕಿರಿಕಿರಿಯಾಯಿತು.

2. Verb (ಕ್ರಿಯಾಪದ)ನ ವಿಶೇಷತೆಯನ್ನು ಪ್ರಕಟಗೊಳಿಸಲು 'much' ಬಳಕೆ ಆಗುತ್ತದೆ.

Example: He likes it *much*. ಅವನು ಅದನ್ನು ಹೆಚ್ಚು ಇಷ್ಟ ಪಡುತ್ತಾನೆ.

Use of 'Too'

1. ಅವಗುಣಗಳನ್ನು ವ್ಯಕ್ತಪಡಿಸಲು 'too' ಬಳಕೆ ಆಗುತ್ತದೆ.

Example: Shayam is *too* lazy. ಶ್ಯಾಮ ತುಂಬಾ ಸೋಮಾರಿ.

Use of 'Too much'

1. Noun (ನಾಮಪದ)ಕ್ಕಿಂತ ಮುಂಚೆ 'too much' ಬಳಕೆ ಆಗುತ್ತದೆ

Example: *Too much* of anything is bad. ಯಾವುದೇ ಆಗಲಿ, ತುಂಬಾ ಹೆಚ್ಚಾದರೆ ಒಳ್ಳೆಯದಲ್ಲ.

Use of 'Enough'

1. ಬಹಳ ಇಲ್ಲವೇ ಹೆಚ್ಚು ಎಂಬ ಅರ್ಥದಲ್ಲಿ positive degree (ಮೂಲ ಶ್ರೇಣಿಯ) adverb (ವಿಶೇಷಣ) ಇಲ್ಲವೇ ಕ್ರಿಯಾವಿಶೇಷಣದ ನಂತರ 'enough' ಬಳಕೆ ಆಗುತ್ತದೆ.

Example: Komal is tall *enough*. ಸುನೀಲನು ಸಾಕಷ್ಟು ಎತ್ತರವಾಗಿದ್ದಾನೆ.

2. Sufficient 'ಸಾಕಾದಷ್ಟು' ಎಂಬ ಅರ್ಥದಲ್ಲಿ adjective (ವಿಶೇಷಣ)ನ ರೂಪದಲ್ಲಿ Noun (ನಾಮಪದ)ಗೆ ಮುನ್ನ 'enough' ಪ್ರಯೋಗಿಸಲ್ಪಡುತ್ತದೆ.

Example: **1.** Mukesh Ambani has *enough* money to spend. ಮುಖೇಶ್ ಅಂಬಾನಿ ಬಳಿ ಖರ್ಚು ಮಾಡಲು ಸಾಕಷ್ಟು ಹಣ ಇದೆ.

2. There is *enough* salt in the vegetable. ತರಕಾರಿ ಪಲ್ಯದಲ್ಲಿ ಸಾಕಷ್ಟು ಉಪ್ಪು ಇದೆ.

Use of 'Quite'

1. ಪೂರ್ಣತೆಯ ಭಾವ ಬರಲೆಂದು adjective (ವಿಶೇಷಣ)ಗೆ ಮುನ್ನ 'quite' ಹಾಕಲಾಗುತ್ತದೆ.

Example: **1.** It is *quite* cold today. ಇವತ್ತು ಚಳಿ ಬಹಳವಿದೆ.

2. He thinks she is *quite* well here. ಅವಳು ಇಲ್ಲಿ ಚೆನ್ನಾಗಿದ್ದಾಳೆ ಎಂದು ಆತ ಆಲೋಚಿಸಿದ್ದಾನೆ.

Use of 'Always'

Main verb (ಮುಖ್ಯ ಕ್ರಿಯಾಪದ)ನ ಮುನ್ನ, ಸಹಾಯಕ ಕ್ರಿಯಾಪದದ ಬಳಿಕ 'always' ನ್ನು ಬಳಸಲಾಗುತ್ತದೆ.

Example: **1.** I *always* wake up in the morning. ನಾನು ಯಾವಾಗಲೂ ಬೆಳಗ್ಗೆ ಏಳುತ್ತೇನೆ.

2. The earth *always* moves around the sun. ಭೂಮಿ ಯಾವಾಗಲೂ ಸೂರ್ಯನ ಸುತ್ತ ಸುತ್ತುತ್ತದೆ.

Use of 'Ago'

ಭೂತಕಾಲದ ಅರ್ಥದಲ್ಲಿ 'ago' adverb ಬಳಸಲ್ಪಡುತ್ತದೆ.

Example: I came to Delhi exactly ten years *ago*. ನಾನು ದಿಲ್ಲಿಗೆ 10 ವರ್ಷಗಳ ಹಿಂದೆ ಬಂದೆ.

Use of 'Ever'

1. ಯಾವಾಗಲಾದರೂ, ಯಾವ ಸಮಯದಲ್ಲಾದರೂ ಎಂಬ ಅರ್ಥದಲ್ಲಿ Negative (ನಕಾರಾತ್ಮಕ), Interrogative (ಪ್ರಶ್ನಾವಾಚಕ) ವಾಕ್ಯಗಳಲ್ಲಿ 'ever' ಬಳಸಲ್ಪಡುತ್ತದೆ

Example: **1.** Have you *ever* been to Japan? ನೀನು ಎಂದಾದರೂ ಜಪಾನ್‌ಗೆ ಹೋಗಿದ್ದೆಯಾ?

2. Nothing *ever* happens in this city. ಈ ನಗರದಲ್ಲಿ ಎಂದಿಗೂ ಏನೂ ಸಂಭವಿಸುವುದಿಲ್ಲ.

2. Comparative ಉಚ್ಚತರ ಇಲ್ಲವೇ Superlative degree ಉಚ್ಚತಮ ಶ್ರೇಣಿ ಬಳಿಕ 'ever' ಬಳಸಲ್ಪಡುತ್ತದೆ.

Example: This is the best dish I have *ever* tasted. ನಾನು ಈವರೆಗೆ ತಂದ ತಿನಿಸುಗಳಲ್ಲಿ ಅತ್ಯುತ್ತಮವಾದದ್ದು ಇದು.

'Presently, shortly and directly' ಬಳಕೆ

1. 'Presently' ಶೀಘ್ರವಾಗಿ, ಈಗ ಎಂಬ ಅರ್ಥದಲ್ಲಿ ಪ್ರಯೋಗಿಸಲ್ಪಡುತ್ತದೆ.

   Example: **1.** He will go *presently*. ಅವನು ಈಗ ಹೋಗಲಿದ್ದಾನೆ.

   2. He is *presently* a private employee. ಈಗ ಅವನು ಖಾಸಗಿ ಉದ್ಯಮದಲ್ಲಿ ಕೆಲಸ ಮಾಡುತ್ತಿದ್ದಾನೆ.

2. ಶೀಘ್ರ ಎಂಬ ಅರ್ಥದಲ್ಲಿ 'shortly' ಬಳಸಲ್ಪಡುತ್ತದೆ.

   Example: The train is arriving *shortly*. ರೈಲು ಶೀಘ್ರವೇ ಆಗಮಿಸಲಿದೆ.

Comparison of Adverbs (ಕ್ರಿಯಾ ವಿಶೇಷಣಗಳ ಹೋಲಿಕೆ)

★ Adjective ವಿಶೇಷಣಗಳನ್ನು ಹೋಲುವ Adverb (ಕ್ರಿಯಾ ವಿಶೇಷಣ)ಗಳಲ್ಲೂ 3 ವಿಧದ ಹೋಲಿಕೆ ಶ್ರೇಣಿಗಳು ಇರುತ್ತವೆ.

Positive	Comparative	Superlative
Near	Nearer	Nearest
Soon	Sooner	Soonest
Fast	Faster	Fastest
Cheap	Cheaper	Cheapest
Long	Longer	Longest

★ ಕ್ರಿಯಾ ವಿಶೇಷಣಗಳ positive degree (ಸಕಾರಾತ್ಮಕ ಶ್ರೇಣಿ) ಬಳಿಕ 'ly' ಇದ್ದಲ್ಲಿ, ಶಬ್ದದ ಮುಂದೆ 'more' ಇಲ್ಲವೇ 'most' ಅಳವಡಿಸಿ Comparative ಹಾಗೂ superlative degree (ಉಚ್ಚತರ ಇಲ್ಲವೇ ಉಚ್ಚತಮ ಕ್ರಿಯಾವಿಶೇಷಣ)ಯಾಗಿ ಬದಲಾಗುತ್ತದೆ.

Positive	Comparative	Superlative
Beautifully	More beautifully	Most beautifully
Quickly	More quickly	Most quickly
Happily	More happily	Most happily

★ ಕೆಲವು positive degree (ಸಕಾರಾತ್ಮಕ ಶ್ರೇಣಿಯ) Adverb (ಕ್ರಿಯಾ ವಿಶೇಷಣ)ಗಳು Comparative ಹಾಗೂ superlative degree (ಉಚ್ಚತರ ಮತ್ತು ಉಚ್ಚತಮ ಶ್ರೇಣಿ)ಗೆ ತೀವ್ರ ಭಿನ್ನವಾಗಿರಲಿವೆ.

Positive	Comparative	Superlative
Much	More	Most
Late	Later	Latest
Little	Less	Least
Well	Better	Best

ನೆನಪಿನಲ್ಲಿಡಿ

ಈ ಅಧ್ಯಾಯದಲ್ಲಿ Adverb ವಿಶೇಷಣಗಳ ಸರಿಯಾದ ಬಳಕೆ ಬಗ್ಗೆ ಸಂಕ್ಷಿಪ್ತವಾಗಿ ವಿವರಿಸಲಾಗಿದೆ. Spoken Englishಗೆ ಸಂಬಂಧಿಸಿದ ನಿಯಮಗಳನ್ನು ಸುಲಭವಾಗಿ ತಿಳಿಸಲಾಗಿದೆ. Written English ನ ಮಹತ್ವ ಪೂರ್ಣ ನಿಯಮಗಳನ್ನು ಸಂಕ್ಷಿಪ್ತವಾಗಿ ತಿಳಿಸಿಕೊಡಲಾಗಿದೆ. ಓದುಗರು ಇಂಗ್ಲಿಷ್ ಬರಹ ಕುರಿತ ನಿಯಮಗಳನ್ನು ತಿಳಿದುಕೊಳ್ಳಬೇಕೆಂದು ಇಚ್ಛಿಸಿದರೆ, ಅಂಥವರು ಇಂಗ್ಲಿಷ್ ವ್ಯಾಕರಣದ ಉತ್ತಮ ಪುಸ್ತಕವನ್ನು ಅಭ್ಯಾಸ ಮಾಡಿ, ತಮ್ಮ ಜ್ಞಾನವನ್ನು ಹೆಚ್ಚಿಸಿಕೊಳ್ಳಬಹುದಾಗಿದೆ.

ಸಶಬಶಧಸಂಅಕ ಶಬ್ದ
(PREPOSITION)

Definition (ಶೀರ್ಷಿಕೆ)

Preposition is a word used with a Noun or a Pronoun to show how the person or thing denoted by the Noun or Pronoun stands in relation to something else. Preposition ಎನ್ನುವುದು. Noun (ನಾಮಪದ) ಇಲ್ಲವೇ Pranoun (ಸರ್ವ ನಾಮದ) ಜತೆಗೆ ಬಳಸಲ್ಪಡುವ, ಒಬ್ಬ ವ್ಯಕ್ತಿ ಇಲ್ಲವೇ ವಸ್ತುವಿನ ನಾಮಪದ ಇಲ್ಲವೇ ಸರ್ವ ನಾಮವು ಇನ್ನೊಂದರ ಜತೆಗೆ ಹೇಗೆ ಸಂಬಂಧ ಹೊಂದಿದೆ ಎಂಬುದನ್ನು ತೋರಿಸಲು ಬಳಸುವ ಪದವೇ ಸಂಬಂಧ ಸೂಚಕ.

Example: **1.** The cow is *in* the field. ಹಸು ಹೊಲದಲ್ಲಿ ಇದೆ.
2. He is always *with* me. ಅವನು ಯಾವಾಗಲೂ ನನ್ನ ಜೊತೆ ಇರುತ್ತಾನೆ.

★ ಮೊದಲ ವಾಕ್ಯದಲ್ಲಿ Noun (ನಾಮಪದ) 'cow', 'in' ಪದದ ಮೂಲಕ ಇನ್ನೊಂದು ನಾಮಪದ 'field' ಜೊತೆ ಸಂಬಂಧ ಕಲ್ಪಿಸುತ್ತದೆ. ಎರಡನೇ ವಾಕ್ಯದಲ್ಲಿ 'he' Pranoun (ಸರ್ವನಾಮ)ವು ಇನ್ನೊಂದು Pranoun (ಸರ್ವನಾಮ) 'me' ಜೊತೆ ಸಂಬಂಧ ಹೊಂದಿದೆ. ಈ ಎರಡು ವಾಕ್ಯಗಳಲ್ಲಿ in ಮತ್ತು with prepositionಗಳ ಬಳಕೆ ಆಗಿದೆ.

Kinds of Preposition (ಸಂಬಂಧ ಸೂಚಕಗಳ ಪ್ರಕಾರ)

ಸಂಬಂಧ ಸೂಚಕಗಳಲ್ಲಿ ಐದು ವಿಧ.

1. Simple Prepositions (ಸಾಮಾನ್ಯ ಸಂಬಂಧ ಸೂಚಕ) to, by, from, with, on, up, for
2. Compound Prepositions (ಸಂಯುಕ್ತ ಸಂಬಂಧ ಸೂಚಕ) below, between, beside, inside.
3. Double Prepositions (ದ್ವಿಮುಖ ಸಂಬಂಧ ಸೂಚಕ) outside of, from behind, out of, from out, from beneath.
4. Participle Prepositions (ಪೂರ್ವ ಕಾಲಿಕ ಸಂಬಂಧ ವಾಚಕ) notwithstanding, concerning, pending, considering.
5. Phrasal Preposition (ಸಂಬಂಧ ವಾಚಕ) because of, on account, with a view to, with regard to, in opposition to, in the event of, for the sake of, on behalf of.

Correct use of some important Prepositions (ಕೆಲವು ಮುಖ್ಯ ಸಂಬಂಧ ಸೂಚಕಗಳ ಸರಿಯಾದ ಬಳಕೆ)

Use of 'In'

1. ದೊಡ್ಡ ಅಧಿಕಾರ ಸ್ಥಾನಗಳು, ರಾಜ್ಯ ಹಾಗೂ ದೇಶಗಳ ಹೆಸರಿಗೆ ಮುನ್ನ 'in' ಬಳಕೆಯಾಗುತ್ತದೆ.

Example: **1.** I live *in* Delhi. ನಾನು ದಿಲ್ಲಿಯಲ್ಲಿ ವಾಸಿಸುತ್ತೇನೆ.
2. Pinki is *in* the room. ಪಿಂಕಿ ಕೊಠಡಿಯಲ್ಲಿ ಇದ್ದಾಳೆ.

2. ನಿಶ್ಚಿತ ಸ್ಥಾನದ ಮಧ್ಯೆ ಯಾವುದೇ ವಸ್ತುವಿನ ಅಗತ್ಯವನ್ನು ಪ್ರಕಟಿಸಲು 'in' ಬಳಸಲಾಗುತ್ತದೆ.

Example: **1.** Water is *in* the glass. ನೀರು ಲೋಟದಲ್ಲಿ ಇದೆ.

2. Sandeep works *in* the hospital. ಸಂದೀಪನು ಆಸ್ಪತ್ರೆಯಲ್ಲಿ ಕೆಲಸ ಮಾಡುತ್ತಾನೆ.

Use of 'From'

1. ಪ್ರತ್ಯೇಕ ಸ್ಥಿತಿಯನ್ನು ವ್ಯಕ್ತಗೊಳಿಸಲು From ಬಳಸಲ್ಪಡುತ್ತದೆ. 'From' ನ ಸಾಮಾನ್ಯ ಅರ್ಥ ಇಂದ ಎಂದು.

Example: **1.** Mohan has come *from* Ranchi. ಮೋಹನ ರಾಂಚಿಯಿಂದ ಬಂದಿದ್ದಾನೆ.

2. The guava has fallen *from* the tree. ಸೀಬೆಹಣ್ಣು ಮರದಿಂದ ಉದುರಿದೆ.

2. ಇಂದ ಎಂಬ ಅರ್ಥದಲ್ಲಿ source (ಮೂಲವನ್ನು) ಅಭಿವ್ಯಕ್ತಿಗೊಳಿಸಲು ಬಳಸಲಾಗುತ್ತದೆ.

Example: This passage is taken *from* Ramayana. ಈ ವಾಕ್ಯವನ್ನು ರಾಮಾಯಣದಿಂದ ತೆಗೆದುಕೊಳ್ಳಲಾಗಿದೆ.

3. ಒಂದು ವಸ್ತುವಿನ ಬೇರೆಯ ಗುಣವುಳ್ಳ ಬೇರೆ ವಸ್ತುವಿಗೆ ಇಂದ ಬಳಕೆಯಾಗುತ್ತದೆ.

Example: This neckless is made *from* gold. ಈ ಕಂಠಹಾರವನ್ನು ಚಿನ್ನದಿಂದ ಮಾಡಲಾಗಿದೆ.

Use of 'To'

1. ವಾಕ್ಯದಲ್ಲಿ ವಸ್ತುವಿಗೆ ಮುನ್ನ 'to' ಬಳಕೆಯಾಗುತ್ತದೆ.

Example: I sent a message *to* her. ನಾನು ಅವಳಿಗೆ ಒಂದು ಸಂದೇಶ ಕಳಿಸಿದೆ.

2. ಒಂದು ಸ್ಥಳದಿಂದ ಇನ್ನೊಂದಕ್ಕೆ ತೆರಳಲು 'to' ಬಳಕೆಯಾಗುತ್ತದೆ.

Example: Mr. Gupta goes *to* the office daily. ಶ್ರೀ ಗುಪ್ತಾ ಅವರು ಪ್ರತಿದಿನ ಕಚೇರಿಗೆ ಹೋಗುತ್ತಾರೆ.

3. ತುಲನಾತ್ಮಕ ಅಧ್ಯಯನಕ್ಕೆ 'to' ಬಳಸಲ್ಪಡುತ್ತದೆ.

Example: He is junior *to* me. ಆತ ನನಗೆ ಕಿರಿಯ.

4. ಸಮಯವನ್ನು ತಿಳಿಸಲು 'to' ಬಳಕೆಯಾಗುತ್ತದೆ.

Example: It is five minutes *to* twelve O'clock. 12 ಗಂಟೆಗೆ 5 ನಿಮಿಷ ಬಾಕಿ ಇದೆ.

5. 'ಕ್ಕೆ' ಯ ಅರ್ಥ ಪ್ರಕಟಿಸಲು 'to' ಬಳಕೆಯಾಗುತ್ತದೆ.

Example: ಅವನು ನನ್ನನ್ನು ಚಹಾಕ್ಕೆ ಆಹ್ವಾನಿಸಿದ.

6. 'ಗಾಗಿ' ಪದದ ಅರ್ಥವನ್ನು ವ್ಯಕ್ತ ಪಡಿಸಲು 'to' ಬಳಸಲ್ಪಡುತ್ತದೆ.

Example: It is my duty *to* our nation. ಇದು ದೇಶಕ್ಕಾಗಿ ನಾನು ಸಲ್ಲಿಸುವ ಕರ್ತವ್ಯ.

Use of 'Into'

1. ರೂಪ ಪರಿವರ್ತನೆಗೆ 'into' ಬಳಕೆಯಾಗುತ್ತದೆ.

Example: **1.** Translate Hindi *into* English. ಹಿಂದಿಯಿಂದ, ಇಂಗ್ಲಿಷ್‌ಗೆ ಅನುವಾದಿಸು.

2. Milk turns *into* curd. ಹಾಲು ಮೊಸರಾಗಿ ಬದಲಾಯಿತು.

2. ಚಲನೆಯನ್ನು ತೋರಿಸಲು 'into' ಬಳಕೆಯಾಗುತ್ತದೆ.

Example: The frog jumped *into* the well. ಕಪ್ಪೆಯು ಬಾವಿಯೊಳಗೆ ಜಿಗಿಯಿತು.

3. 'ಕೆ', 'ಗೆ' ಇತ್ಯಾದಿ ಅರ್ಥ ವ್ಯಕ್ತಗೊಳಿಸಲು 'into' ಬಳಸಲ್ಪಡುತ್ತದೆ.

Example: The crime branch enquired *into* the case. ಅಪರಾಧ ಶಾಖೆಯು ಈ ಪ್ರಕರಣದ ತನಿಖೆ ನಡೆಸಿದೆ.

Use of 'On'

1. ಒಂದು ವಸ್ತುವನ್ನು ಇನ್ನೊಂದರ ಮೇಲೆ ಇರಿಸಲು 'on' ಬಳಸಲ್ಪಡುತ್ತದೆ.

Example: **1.** My pen is *on* the table. ನನ್ನ ಲೇಖನಿ ಮೇಜಿನ ಮೇಲೆ ಇದೆ.

2. The glass is *on* the floor. ಲೋಟ ನೆಲದ ಮೇಲೆ ಇದೆ.

Use of 'Of'

1. ಸಂಬಂಧವನ್ನು ಪ್ರಕಟಗೊಳಿಸಲು 'of' ಪ್ರಯೋಗಿಸಲ್ಪಡುತ್ತದೆ.

   Example: **1.** Mr. Singh is a resident *of* Delhi. ಶ್ರೀ ಸಿಂಗ್ ಅವರು ದಿಲ್ಲಿಯ ನಿವಾಸಿ.

   2. He is the clerk *of* our school. ಅವರು ನಮ್ಮ ಶಾಲೆಯ ಗುಮಾಸ್ತ.

2. ಗುಣ ಇಲ್ಲವೇ ಕಾರಣವನ್ನು ತಿಳಿಸಲು 'of' ಬಳಕೆ ಆಗುತ್ತದೆ.

   Example: **1.** He is a man *of* high morals. ಅವನು ಉನ್ನತ ಆದರ್ಶಗಳಿರುವ ಮನುಷ್ಯ.

   2. She died *of* cancer. ಆಕೆ ಏಡಿಗಂತಿ ರೋಗದಿಂದ ಮೃತಪಟ್ಟಳು.

3. ಸ್ಥಿತಿಯ ಬಗ್ಗೆ ತಿಳಿಸಲು 'of' ಬಳಕೆಯಾಗುತ್ತದೆ.

   Example: He is *of* a well-off family. ಅವನು ಶ್ರೀಮಂತ ಕುಟುಂಬಕ್ಕೆ ಸೇರಿದವ.

Use of 'With'

1. 'ಗೆ' ಮೂಲಕ ಅರ್ಥ ನೀಡಲು 'with' ಬಳಕೆ

   Example: She writes *with* a pen. ಅವಳು ಪೆನ್‌ನಿಂದ ಬರೆಯುತ್ತಾಳೆ.

2. ಜತೆಗೆ ಎಂಬ ಅರ್ಥದಲ್ಲಿ 'with' ಬಳಕೆ

   Example: I went to Delhi *with* my son. ನಾನು ದೆಹಲಿಗೆ ನನ್ನ ಮಗನ ಜತೆಗೆ ಹೋದೆ.

3. ಪ್ರತ್ಯೇಕಗೊಳ್ಳುವುದನ್ನು ಸೂಚಿಸಲು 'with' ಬಳಕೆ

   Example: Madhuri parted *with* her husband at Delhi station. ದಿಲ್ಲಿ ನಿಲ್ದಾಣದಲ್ಲಿ ಮಾಧುರಿಯು ತನ್ನ ಪತಿಯಿಂದ ಬೇರೆಯಾದಳು.

4. ಒಪ್ಪಿಗೆ ಇಲ್ಲವೇ ವಿರೋಧವನ್ನು ಪ್ರಕಟಿಸಲು 'with' ಬಳಕೆ

   Example: I agree *with* you. ನಾನು ನಿನ್ನ ಜತೆ ಸಹಮತ ಹೊಂದಿದ್ದೇನೆ.

5. Manner ಇಲ್ಲವೇ ಗುಣ ವರ್ತನೆಯನ್ನು ಪ್ರಕಟಿಸಲು 'with' ಬಳಕೆ

   Example: **1.** I face all challenges *with* confidence. ನಾನು ಎಲ್ಲ ಸವಾಲುಗಳನ್ನು ಆತ್ಮವಿಶ್ವಾಸದಿಂದ ಎದುರಿಸುತ್ತೇನೆ.

   2. He is a boy *with* amazing talent. ಅವನು ಅಪಾರ ಪ್ರತಿಭೆ ಇರುವ ಬಾಲಕ.

Use of 'Between'

1. ಎರಡು ವಸ್ತು ಇಲ್ಲವೇ ವ್ಯಕ್ತಿಗಳ ನಡುವಿನ ಸ್ಥಿತಿಯನ್ನು ಪ್ರಕಟಿಸಲು ಬಳಕೆಯಾಗುತ್ತದೆ.

   Example: **1.** Divide these mangoes *between* Ram and Shayam. ಈ ಮಾವಿನ ಹಣ್ಣುಗಳನ್ನು ರಾಮ ಮತ್ತು ಶ್ಯಾಮನಿಗೆ ಹಂಚು.

   2. You have to choose *between* life and death. ನೀನು ಸಾವು ಮತ್ತು ಬದುಕಿನ ನಡುವೆ ಒಂದನ್ನು ಆಯ್ದುಕೊಳ್ಳಬೇಕು.

Use of 'Among'

1. ಎರಡು ಇಲ್ಲವೇ ಎರಡಕ್ಕಿಂತ ಅಧಿಕ Noun (ನಾಮಪದ) ಇಲ್ಲವೇ Pranoun (ಸರ್ವನಾಮದ) ಮಧ್ಯದಲ್ಲಿ ಬಳಸಲಾಗುತ್ತದೆ.

   Example: **1.** Distribute the books *among* students. ಈ ಪುಸ್ತಕಗಳನ್ನು ವಿದ್ಯಾರ್ಥಿಗಳಿಗೆ ಹಂಚು.

   2. Ram is the best *among* all students. ಎಲ್ಲ ವಿದ್ಯಾರ್ಥಿಗಳಲ್ಲಿ ರಾಮನು ಅತ್ಯುತ್ತಮ.

Use of 'Above'

1. ಒಮ್ಮೆಲೆ ಮೇಲೆ ಎಂಬ ಅರ್ಥದಲ್ಲಿ 'above' ಬಳಕೆ.

   Example: **1.** The birds are flying *above* in the sky. ಹಕ್ಕಿಗಳು ಆಕಾಶದಲ್ಲಿ ಮೇಲೆ ಹಾರುತ್ತಿವೆ.

2. ಸಂಖ್ಯೆ ಇಲ್ಲವೇ ಮಾತ್ರೆಗಳ ಹೆಚ್ಚುಗಾರಿಕೆ ತೋರಿಸಲು 'above' ಬಳಕೆ.

Example: **1.** His working experience is *above* his earnings. ಅವರ ಕೆಲಸದ ಅನುಭವವು ಗಳಿಕೆಗಿಂತ ಹೆಚ್ಚಿನದು.

2. The mountain peak is *above* the cloud. ಬೆಟ್ಟದ ಶಿಖರವು ಮೋಡಗಳಿಂದ ಮೇಲೆ ಇದೆ.

Use of 'Behind'

1. ಹಿಂದೆ ಎಂಬ ಅರ್ಥದಲ್ಲಿ 'Behind' ಬಳಸಲ್ಪಡುತ್ತದೆ.

Example: Her son was hiding *behind* the wall. ಆಕೆಯ ಮಗ ಗೋಡೆಯ ಹಿಂದೆ ಅಡಗಿಕೊಂಡಿದ್ದಾನೆ.

Use of 'Beneath'

1. ಅಡಿ/ಕೆಳಗೆ ಎಂಬ ಅರ್ಥದಲ್ಲಿ

Example: I have kept my luggage *beneath* the berth. ನಾನು ನನ್ನ ಲಗೇಜ್‌ನ್ನು ಬರ್ತ್ ಕೆಳಗೆ ಇರಿಸಿದ್ದೇನೆ.

Use of 'By'

1. ಯಾವ ವ್ಯಕ್ತಿಯ ಮೂಲಕ ಕಾರ್ಯ ಪೂರ್ಣಗೊಳ್ಳುವುದೋ ಅವನಿಗಾಗಿ 'by' ಬಳಕೆಯಾಗುತ್ತದೆ.

Example: **1.** This work is finished *by* me. ಈ ಕೆಲಸವನ್ನು ಮುಕ್ತಾಯಗೊಳಿಸಿದ್ದು ನಾನು.

2. This book is written *by* me. ಈ ಪುಸ್ತಕವನ್ನು ಬರೆದಿದ್ದು ನಾನು

2. ದೂರ, ಸನಿಹವನ್ನು ತಿಳಿಸಲು 'by' ಬಳಕೆ.

Example: There is a hotel *by* the side of the bus stand. ಬಸ್ ನಿಲ್ದಾಣದ ಬದಿಯಲ್ಲೇ ಒಂದು ಹೋಟೆಲ್ ಇದೆ.

3. ಮುಕ್ತಾಯಗೊಳ್ಳುವ ಸಮಯವನ್ನು ತಿಳಿಸಲು 'by' ಬಳಕೆ.

Example: I will return *by* evening. ನಾನು ಸಾಯಂಕಾಲದೊಳಗೆ ವಾಪಸಾಗುತ್ತೇನೆ.

4. ಸಂಚಾರ ಸಾಧನಗಳ ಬಗೆಗೆ ಹೇಳಲು 'by' ಬಳಕೆ.

Example: **1.** I travel *by* bus. ನಾನು ಬಸ್‌ನಲ್ಲಿ ಪ್ರಯಾಣ ಮಾಡುತ್ತೇನೆ.

2. He sends letters *by* post. ಅವನು ಪತ್ರಗಳನ್ನು ಅಂಚೆ ಮೂಲಕ ಕಳಿಸುತ್ತಾನೆ.

5. Passive voice ಕರ್ಮ ವಾಚ್ಯದಲ್ಲಿ ಮೂಲಕ ಎಂಬ ಅರ್ಥದಲ್ಲಿ 'by' ಬಳಕೆ ಆಗುತ್ತದೆ.

Example: The flower is plucked *by* Nagesh. ನಾಗೇಶನು ಹೂವನ್ನು ಕಿತ್ತನು.

6. Phrases ನುಡಿಕಟ್ಟುಗಳಲ್ಲೂ 'by' ಬಳಕೆಯಾಗುತ್ತದೆ.

by chance ಅದೃಷ್ಟವಶಾತ್

by God ದೇವರ ದಯೆಯಿಂದ

by force ಬಲವಂತವಾಗಿ

by heart ಕಂಠಗತ

by mistake ತಪ್ಪಿನಿಂದ

Use of 'About'

1. ಕಾರ್ಯವು ಆಗಲಿದೆ ಎಂಬ ಅರ್ಥದಲ್ಲಿ 'about' ಬಳಕೆ.

Example: **1.** They are *about* to come. ಅವರು ಇನ್ನೇನು ಬರಬೇಕಿತ್ತು.

2. I am *about* to finish the dinner. ನಾನು ಇನ್ನೇನು ಊಟ ಮುಗಿಸುವುದಲ್ಲಿದ್ದೆ.

2. ಸಂಬಂಧದ ಕುರಿತು ಹೇಳಲು 'about' ಬಳಕೆ.

Example: I want to say *about* my mother's health. ನಾನು ನನ್ನ ತಾಯಿಯ ಆರೋಗ್ಯದ ಬಗ್ಗೆ ಹೇಳಬೇಕೆಂದು ಕೊಂಡಿದ್ದೇನೆ.

Use of 'Towards'

1. ದಿಕ್ಕನ್ನು ಪ್ರಕಟಿಸಲು 'Towards' ಬಳಕೆ.
   Example: He is going *towards* stadium. ಅವನು ಸ್ಟೇಡಿಯಂ ಕಡೆಗೆ ಹೋಗುತ್ತಿದ್ದಾನೆ.

Use of 'Under'

1. ಕೆಳಗೆ ಎಂಬ ಅರ್ಥದಲ್ಲಿ 'Under' ಬಳಕೆ.
   Example: The dog is sitting *under* the table. ನಾಯಿಯು ಕುರ್ಚಿಯ ಕೆಳಗೆ ಕುಳಿತಿದೆ.
2. ಅಧೀನ ಎಂಬ ಅರ್ಥದಲ್ಲಿ 'Under' ಬಳಕೆ.
   Example: All ministers work *under* the Prime Minister. ಎಲ್ಲಾ ಸಚಿವರೂ ಪ್ರಧಾನಿ ಅವರ ಕೆಳಗೆ ಕಾರ್ಯ ನಿರ್ವಹಿಸುತ್ತಾರೆ.
3. ಕಡಿಮೆ ಎಂಬ ಅರ್ಥದಲ್ಲಿ 'Under' ಬಳಕೆ.
   Example: The child is *under* age for admission to nursery. ಈ ಮಗುವಿಗೆ ನರ್ಸರಿಗೆ ಸೇರುವಷ್ಟು ವಯಸ್ಸು ಆಗಿಲ್ಲ

Use of 'At'

1. ಸಣ್ಣ ಸ್ಥಳಗಳ ಹೆಸರು, ಗ್ರಾಮ, ಉಪನಗರ, ಕಾಲೋನಿ ಹೆಸರಿನ ಮುನ್ನ 'at' ಬಳಸಲ್ಪಡುತ್ತದೆ.
   Example: **1.** I live *at* Shalimarbagh. ನಾನು ಶಾಲಿಮಾರ್ ಬಾಗ್‌ನಲ್ಲಿ ವಾಸಿಸುತ್ತೇನೆ.
   2. He was born *at* Bhagalpur. ಅವನು ಭಾಗಲ್‌ಪುರದಲ್ಲಿ ಹುಟ್ಟಿದನು.
2. ನಿಶ್ಚಿತ ಸಮಯದ ಬಗ್ಗೆ ಹೇಳಲು 'at' ಬಳಸಲ್ಪಡುತ್ತದೆ.
   Example: I shall come *at* 9.30 am. ನಾನು ಬೆಳಗ್ಗೆ ಒಂಬತ್ತೂವರೆ ಗಂಟೆಗೆ ಬರುತ್ತೇನೆ.
3. ಸಮಯ ಸೂಚಕ ಶಬ್ದಗಳಿಗೆ ಮುನ್ನ 'at' ಬಳಸಲ್ಪಡುತ್ತದೆ.
   at dawn – ನಸುಕಿನ ವೇಳೆಯಲ್ಲಿ
   at noon – ಸಂಜೆ ವೇಳೆಯಲ್ಲಿ
   at night – ರಾತ್ರಿ ವೇಳೆಯಲ್ಲಿ
4. ಬೆಲೆ, ದರವನ್ನು ತಿಳಿಸುವ ಶಬ್ದಗಳ ಮುನ್ನ 'at' ಬಳಸಲ್ಪಡುತ್ತದೆ.
   Example: Mangoes are selling *at* rupees 40 per kg. ಮಾವಿನ ಹಣ್ಣು ಕೆಜಿಗೆ 40ರೂ. ನಂತೆ ಮಾರಾಟವಾಗುತ್ತಿದೆ.
5. ಕೆಲಸದ ಬಗ್ಗೆ ತಿಳಿಸಲು 'at' ಬಳಸಲ್ಪಡುತ್ತದೆ.
   Example: Men are *at* work. ಕಾರ್ಮಿಕರು ಕೆಲಸದಲ್ಲಿ ತೊಡಗಿದ್ದಾರೆ.
6. ವಯಸ್ಸನ್ನು ತಿಳಿಸಲು 'at' ಬಳಸಲ್ಪಡುತ್ತದೆ.
   Example: Rajiv Gandhi became India's Prime Minister *at* the age of 42. ರಾಜೀವ್‌ಗಾಂಧಿ ಅವರು ತಮ್ಮ 42 ನೇ ವಯಸ್ಸಿನಲ್ಲಿ ಭಾರತದ ಪ್ರಧಾನಿಯಾದರು.

ನೆನಪಿನಲ್ಲಿಡಿ

ಈ ಅಧ್ಯಾಯದಲ್ಲಿ Preposition ಸಂಬಂಧ ಸೂಚಕ ಶಬ್ದಗಳ ಬಳಕೆ ಕುರಿತು ಸಂಕ್ಷಿಪ್ತವಾಗಿ ತಿಳಿಸಿಕೊಡಲಾಗಿದೆ. Spoken English ಗೆ ಸಂಬಂಧಿಸಿದ ನಿಯಮಗಳನ್ನು ಸುಲಭವಾಗಿ ತಿಳಿಸಲಾಗಿದೆ. Written English ನ ಮಹತ್ವಪೂರ್ಣ ನಿಯಮಗಳನ್ನು ಸಂಕ್ಷಿಪ್ತವಾಗಿ ತಿಳಿಸಿಕೊಡಲಾಗಿದೆ. ಓದುಗರು ಇಂಗ್ಲಿಷ್ ಬರಹ ಕುರಿತ ನಿಯಮಗಳನ್ನು ತಿಳಿದುಕೊಳ್ಳಬೇಕೆಂದು ಇಚ್ಛಿಸಿದರೆ, ಅಂಥವರು ಇಂಗ್ಲಿಷ್ ವ್ಯಾಕರಣದ ಉತ್ತಮ ಪುಸ್ತಕವನ್ನು ಅಭ್ಯಾಸ ಮಾಡಿ, ತಮ್ಮ ಜ್ಞಾನವನ್ನು ಹೆಚ್ಚಿಸಿಕೊಳ್ಳಬಹುದಾಗಿದೆ.

ಸಶಬಶಧಾವ್ಯಯಿ
(CONJUNCTION)

Definition (ವ್ಯಾಖ್ಯಾನ)

A conjunction is a word which joins two or more than two phrases, clauses, words or sentences.ಎರಡು ಅಥವಾ ಅದಕ್ಕಿಂತ ಹೆಚ್ಚು ನುಡಿಗಟ್ಟು, ಖಂಡಗಳು, ಶಬ್ದಗಳು ಇಲ್ಲವೇ ವಾಕ್ಯಗಳನ್ನು ಜೋಡಿಸುವ ಪದವೇ conjuction ಸಂಯೋಜಕ.

Example: **1.** Komal *and* Kavita are sisters. ಕೋಮಲ್ ಮತ್ತು ಕವಿತಾ ಸಹೋದರಿಯರು.

2. Please give me Coke *or* Pepsi. ದಯವಿಟ್ಟು ನನಗೆ ಪೆಪ್ಸಿ ಇಲ್ಲವೇ ಕೋಕ್ ಕೊಡಿ.

3. I went to his school *but* he was not there. ನಾನು ಶಾಲೆಗೆ ಹೋಗಿದ್ದೆ. ಆದರೆ, ಅವನು ಅಲ್ಲಿ ಇರಲಿಲ್ಲ.

★ ಮೇಲಿನ ವಾಕ್ಯಗಳಲ್ಲಿ 'and', 'or' ಮತ್ತು 'but' ಗಳು ಶಬ್ದ ಇಲ್ಲವೇ ವಾಕ್ಯಗಳನ್ನು ಜೋಡಿಸುತ್ತವೆ. ಇವು ಸಂಯೋಜಕಗಳು

Kinds of Conjunction (ಸಂಯೋಜಕದ ಪ್ರಕಾರಗಳು)

1. Co-ordinating Conjunction (ಸಮಾನ ಪದೀಯ ಸಂಯೋಜಕ)
2. Subordinating Conjunction (ಆಶ್ರಿತ ಸಂಯೋಜಕ)
3. Co-relative Conjunction (ಸಂಕೇತ ಬೋಧಕ ಸಂಯೋಜಕ)

Co-ordinating Conjunction (ಸಮಾನಪದೀಯ ಸಂಯೋಜಕ)

ಸಮಾನ ಪದಗಳಿರುವ ಶಬ್ದ ಇಲ್ಲವೇ ವಾಕ್ಯಗಳನ್ನು ಒಂದಕ್ಕೊಂದು ಜೋಡಿಸುವಂಥದ್ದು Co-ordinating conjunction. ಅರ್ಥಕ್ಕಾಗಿ ಒಂದು ಇನ್ನೊಂದು ಪದವನ್ನು ಆಧರಿಸಿರುವುದಿಲ್ಲ, ಬದಲಿಗೆ, ತಮ್ಮದೇ ಅರ್ಥವನ್ನು ಪ್ರಕಟಗೊಳಿಸುತ್ತವೆ.

Example: Ram *and* Shayam are going to school. ರಾಮ ಮತ್ತು ಶ್ಯಾಮ ಶಾಲೆಗೆ ಹೋಗುತ್ತಿದ್ದಾರೆ.

★ ವಾಕ್ಯದಲ್ಲಿ Ram (ರಾಮ) ಮತ್ತು Shayam (ಶಾಮ) ಎರಡೂ ಸಮಾನ ಪದಗಳಿರುವ ಶಬ್ದಗಳು, ಪ್ರತ್ಯೇಕವಾಗಿ ತಮ್ಮ ಅರ್ಥವನ್ನು ಪ್ರಕಟಿಸುತ್ತವೆ. ಇವೆರಡು and (ಮತ್ತು) Co-ordinating conjunction ಶಬ್ದದ ಮೂಲಕ ಒಟ್ಟುಗೂಡಿವೆ.

Co-ordinating conjunctionಗಳಲ್ಲಿ ನಾಲ್ಕು ವಿಧ.

1. Cumulative Conjunction (ಸಂಯುಕ್ತ ಸಂಯೋಜಕ)
2. Alternative Conjunction (ವೈಕಲ್ಪಿಕ)
3. Illative Conjunction (ಪರಿಣಾಮ ಸೂಚಕ)
4. Adversative Conjunction (ವಿರೋಧ ದರ್ಶಕ)

1. Cumulative Conjunction (ಸಂಯಕ್ತ ಸಂಯೋಜಕ): ಈ Co-ordinating conjunction ಒಂದು ಹೇಳಿಕೆ ಯನ್ನುಇನ್ನೊಂದು ಹೇಳಿಕೆಯೊಡನೆ ಕೂಡಿಸುತ್ತದೆ. also, and, now, too ಇತ್ಯಾದಿ Cummulative conjunction ಗಳು.

Example: **1.** Radha is singer *and* dancer *too*. ರಾಧಾ ಹಾಡುಗಾರ್ತಿ ಹಾಗೂ ನೃತ್ಯಗಾರ್ತಿ ಕೂಡ.

2. His mother is nobel and kind *too*. ಅವನ ತಾಯಿ ಕರುಣಾಳು ಹಾಗೂ ಶ್ರೇಷ್ಟ ಗುಣದವಳು.

★ ಮೇಲಿನ ವಾಕ್ಯಗಳಲ್ಲಿ 'and' ಮತ್ತು 'too' ವಾಕ್ಯಗಳನ್ನು ಜೋಡಿಸಲು ಬಳಕೆಯಾಗಿವೆ. ಇವು Cummulative conjunction (ಸಂಯುಕ್ತ ಸಂಯೋಜಕ) ಗಳು.

2. Alternative Conjunction (ವೈಕಲ್ಪಿಕ ಸಂಯೋಜಕ): ಈ conjuction (ಸಂಯೋಜಕ)ಗಳ ಮೂಲಕ ಎರಡರಲ್ಲಿ ಒಂದು ವಿಕಲ್ಪವನ್ನು ಆಯ್ಕೆ ಮಾಡಿ ಕೊಳ್ಳಲಾಗುತ್ತದೆ. either .... or, neither........ nor, else or, otherwise ಇತ್ಯಾದಿ.

Example: **1.** Sita will love Ram *or* she will die. ಸೀತೆ ರಾಮನನ್ನು ಪ್ರೇಮಿಸುತ್ತಾಳೆ ಇಲ್ಲವೇ ಅವಳು ಮೃತಪಡುತ್ತಾಳೆ.

2. Make haste *otherwise* you will be late. ಬೇಗ ಮಾಡು ಇಲ್ಲವಾದಲ್ಲಿ ನಿನಗೆ ತಡ ಆಗಲಿದೆ.

★ ಮೇಲಿನ sentenceಗಳಲ್ಲಿ 'or', 'otherwise' ಮೂಲಕ ನಾವು 2ರಲ್ಲಿ 1ನ್ನು ಆಯ್ಕೆ ಮಾಡಿಕೊಳ್ಳಬೇಕು. ಇವು Alternative Conjunction

3. Illative Conjunction (ಪರಿಣಾಮ ಸೂಚಕ ಸಂಯೋಜಕ): ನಿಷ್ಕರ್ಷೆಯ ಭಾವದಲ್ಲಿ ಹೇಳುವಂಥವೇ Illative Conjunction. for, therefore, so that, so, then ಇತ್ಯಾದಿ

Example: **1.** It is time to take rest, *so* let us go home. ಇದು ವಿರಾಮ ತೆಗೆದುಕೊಳ್ಳುವ ಸಮಯ, ಆದ್ದರಿಂದ ಮನೆಗೆ ಹೋಗೋಣ.

2. Vikas did not work hard, *so* he failed. ವಿಕಾಸ್ ಶ್ರಮವಹಿಸಿ ಅಭ್ಯಾಸ ಮಾಡಲಿಲ್ಲ. ಆದ್ದರಿಂದ ಆತ ಅನುತ್ತೀರ್ಣನಾದ.

★ ಮೇಲಿನ ವಾಕ್ಯದಲ್ಲಿ 'so' Illative Conjunction. ಪರಿಣಾಮ ಸೂಚಕ ಸಂಯೋಜಕ. ಇದರಿಂದ ಕೆಲಸದ ಪರಿಣಾಮ ಗೊತ್ತಾಗುತ್ತದೆ.

4. Adversative Conjunction (ವಿರೋಧ ದರ್ಶಕ ಸಂಯೋಜಕ): ಎರಡು ಹೇಳಿಕೆಗಳ ನಡುವೆ ಅಂತರ ಇಲ್ಲವೇ ವಿರೋಧ ಭಾವ ವ್ಯಕ್ತ ಪಡಿಸುವವೇ Adversative Conjunction (ವಿರೋಧ ದರ್ಶಕ ಸಂಯೋಜಕ). but, yet, still, however, only , never.., while ಇತ್ಯಾದಿ

Example: **1.** Sonu was angry, *yet/still* he kept quiet. ಸೋನುಗೆ ಸಿಟ್ಟು ಬಂದಿತ್ತು. ಹಾಗಿದ್ದರೂ ಆತ ಮೌನವಾಗಿದ್ದ.

2. Good boys did hard work, *while* bad ones wasted their time. ಒಳ್ಳೆಯ ಹುಡುಗರು ಶ್ರಮಪಟ್ಟರು. ಆದರೆ ದುಷ್ಟರು ತಮ್ಮ ಸಮಯ ಹಾಳು ಮಾಡಿಕೊಂಡರು.

3. Sohan was alright, *only* he was conservative. ಸೋಹನ್ ಉತ್ತಮ ಮನುಷ್ಯ. ಆದರೆ, ಸಂಪ್ರದಾಯಶೀಲ

★ ಮೇಲಿನ ವಾಕ್ಯಗಳಲ್ಲಿರುವ yet, still, while ಮತ್ತು only ಅಂತರ ಇಲ್ಲವೇ opposition ವಿರೋಧ ಭಾವ ವ್ಯಕ್ತಪಡಿಸುತ್ತವೆ. ಅವು Adversative Conjunction.

2. Subordinating Conjunction (ಆಶ್ರಿತ ಸಂಯೋಜಕ)

ಈ ಸಂಯೋಜಕವನ್ನು ವಾಕ್ಯದ ಸನಿಹ ಜೋಡಿಸಲಾಗುತ್ತದೆ. ಇದರಲ್ಲಿ 2ನೇ ವಾಕ್ಯವು ಅರ್ಥ ಪಡೆದುಕೊಳ್ಳಲು ಮೊದಲ ವಾಕ್ಯವನ್ನು ಆಧರಿಸಿರುತ್ತದೆ. ಮೊದಲನೇ ವಾಕ್ಯವು ತನ್ನದೇ ಸ್ಪಷ್ಟ ಅರ್ಥವನ್ನು ಹೊಂದಿರುತ್ತದೆ.

ಎರಡು ಸಾಧಾರಣ ವಾಕ್ಯಗಳು ಜೊತೆಗೂಡಿ ಒಂದು ಕಠಿಣ ವಾಕ್ಯ ರಚನೆಯಾಗುವುದನ್ನು Subordinating Conjunction (ಆಶ್ರಿತ ಸಂಯೋಜನೆ) ಎನ್ನಲಾಗುತ್ತದೆ. ಇದರಲ್ಲಿ ಯಾವ ವಾಕ್ಯವು ತನ್ನ ಅರ್ಥವನ್ನು ಸ್ವಯಂ ಪ್ರಕಟಗೊಳಿಸುವುದೋ ಅದನ್ನು Principal clause (ಪ್ರಧಾನ ಖಂಡ) ಹಾಗೂ ಸ್ಪಷ್ಟ ಅರ್ಥವನ್ನು ಹೊಂದಿಲ್ಲದ ವಾಕ್ಯವನ್ನು Subordinate clause (ಆಶ್ರಿತ ಖಂಡ) ಎನ್ನಲಾಗುತ್ತದೆ.

Example: **1.** The train had left *before* they reached the station. ಅವರು ನಿಲ್ದಾಣ ತಲುಪುವ ಮುನ್ನವೇ ರೈಲು ನಿಧಾನವನ್ನು ಬಿಟ್ಟಿತ್ತು.

2. *Since* Ram is ill, he cannot accompany you. ರಾಮನಿಗೆ ಅನಾರೋಗ್ಯವುಂಟಾಗಿದ್ದು, ಆದ್ದರಿಂದ ಆತ ನಿನ್ನ ಜೊತೆ ಬರುವುದಿಲ್ಲ.

★ ಮೇಲಿನ ವಾಕ್ಯಗಳಲ್ಲಿ 'before' ಮತ್ತು 'since' conjuction ಗಳು ಎರಡು clause (ಖಂಡ)ಗಳನ್ನು ಜೋಡಿಸುತ್ತವೆ. ಸಂಯೋಜಕ ಇಲ್ಲದೆ ಹೋದಲ್ಲಿ ಮೊದಲ ಖಂಡಕ್ಕೆ ಅರ್ಥ ಇರುವುದಿಲ್ಲ. ಇದರಿಂದ ಮೊದಲ ವಾಕ್ಯ principal (ಪ್ರಧಾನ) ಹಾಗೂ ಎರಡನೇ ವಾಕ್ಯ Subordnate clause (ಆಶ್ರಿತ ಖಂಡ) ಆಗಲಿದೆ.

★ ಅರ್ಥವನ್ನು ಆಧರಿಸಿ Subordinating conjuction (ಆಶ್ರಿತ ಸಂಯೋಜಕ)ಗಳು ಕೆಳಕಂಡ ಭಾವಗಳನ್ನು ಪ್ರಕಟಗೊಳಿಸುತ್ತವೆ.

1. Time (ಕಾಲ): When, whenever, until, till, before, after, while, since, as soon as, as long as, just as

   Example: **1.** *When* I called on her, she was sleeping. ನಾನು ಆಕೆಯನ್ನು ಕರೆದಾಗ, ಅವಳು ನಿದ್ರೆ ಮಾಡುತ್ತಿದ್ದಳು.

   2. Suraj reached the station *after* the train had left. ಸೂರಜ್ ನಿಲ್ದಾಣ ತಲುಪುವಷ್ಟರಲ್ಲಿ, ರೈಲು ನಿಲ್ದಾಣವನ್ನು ಬಿಟ್ಟಿತ್ತು.

2. Place (ಸ್ಥಳ): Where, wherever, whence

   Example: **1.** Place the diary *where* you can find it. ದಿನಚರಿಯನ್ನು ನಿನಗೆ ಸುಲಭವಾಗಿ ಕೈಗೆ ಸಿಗುವಲ್ಲಿ ಇರಿಸು.

   2. *Wherever* he went his friends went with him. ಅವನು ಹೋದಲ್ಲೆಲ್ಲ ಅವನ ಸ್ನೇಹಿತರೂ ಹೋದರು.

3. Cause (ಕಾರಣ): Since, because, as ಮತ್ತು that ಕಾರಣವನ್ನು ಸೂಚಿಸಲು

   Example: **1.** Mohini passed *because* she worked hard. ಮೋಹಿನಿ ಪರೀಕ್ಷೆಯಲ್ಲಿ ಪಾಸಾಗಿದ್ದು ಏಕೆಂದರೆ ಅವಳು ಶ್ರಮ ವಹಿಸಿದ್ದಳು.

   2. He is happy *that* his father will come. ತಂದೆ ಬರುತ್ತಾರೆ ಎಂದು ಆತ ಸಂತೋಷದಿಂದಿದ್ದಾನೆ.

4. Purpose (ಉದ್ದೇಶ): That, so that, in order, that, lest ಉದ್ದೇಶವನ್ನು ತಿಳಿಸಲು

   Example: **1.** We eat **so** *that* we may live. ನಾವು ತಿನ್ನುವುದು ಏಕೆಂದರೆ ಬದುಕಲು.

   2. He walked carefully *lest* he should slip. ಜಾರಿ ಬೀಳಬಾರದೆಂದು ಅವನು ಜಾಗರೂಕತೆಯಿಂದ ನಡೆದ.

5. Result (ಪರಿಣಾಮ): So .... that, such .... that

   Example: Vikas is **so** clever *that* he won the prize. ವಿಕಾಸ್ ಬಹಳ ಜಾಣನಾದ್ದರಿಂದ, ಅವನು ಬಹುಮಾನಗಳಿಸಿದ.

6. Condition (ಶರತ್ತು): If, suppose, unless, provided

   Example: **1.** *Suppose* he fails, what will he do? ಒಂದು ವೇಳೆ ಆತ ವಿಫಲನಾದರೆ, ಅವನು ಏನು ಮಾಡುತ್ತಾನೆ.

   2. I cannot pass *unless* I work hard. ನಾನು ಕಠಿಣ ಶ್ರಮ ಪಡದೆ ಇದ್ದಲ್ಲಿ, ತೇರ್ಗಡೆ ಆಗುವುದಿಲ್ಲ.

7. ಶೈಲಿ (Manner) As, as .... so, as it, as though, so far as

   Example: **1.** Suraj talks *as* if he were very intelligent. ತಾನು ಬುದ್ಧಿವಂತ ಎಂಬಂತೆ ಸೂರಜ್ ಮಾತನ್ನಾಡುತ್ತಾನೆ.

   2. *So far as* I could guess, he was duping me. ನನಗೆ ಗೊತ್ತಿರುವಂತೆ, ಆತ ನನಗೆ ಮೋಸ ಮಾಡುತ್ತಿದ್ದಾನೆ.

8. ಹೋಲಿಕೆ (Comparion) & As, as .... as, so .... as, than.

   Example: **1.** A wise enemy is better *than* a foolish friend. ಮೂರ್ಖ ಸ್ನೇಹಿತನಿಗಿಂತ ಬುದ್ಧಿವಂತ ಶತ್ರು ಮೇಲು.

   2. Anushka is **as** beautiful as she looks. ಅನುಷ್ಕಾ ಅವಳ ನೋಟದಂತೆಯೇ ಸುಂದರವಾಗಿದ್ದಾಳೆ.

9. Contrast (ವ್ಯತ್ಯಾಸ): Though, although, however.

Example: **1.** *Although* he was ill, he attended the class. ಅನಾರೋಗ್ಯದಿಂದಿದ್ದರೂ, ತರಗತಿಗೆ ಹಾಜರಾಗಿದ್ದ.

2. *However* fast you may run, you can not catch the bus. ನೀನು ಎಷ್ಟೇ ವೇಗವಾಗಿ ಓಡಿದರೂ, ಬಸ್ ಹಿಡಿಯಲು ಸಾಧ್ಯವಿಲ್ಲ.

Co-relative Conjunction (ಸಹಸಂಬಂಧಿತ ಸಂಯೋಜಕ)

ಇವು ಜೋಡಿಯಾಗಿ ಪ್ರಯೋಗಿಸಲ್ಪಡುವ ಸಂಯೋಜಕಗಳು. Either ...... or, neither .... nor, both .... and, not only, but also, though............yet, whether .... or.

Example: **1.** *Either* she *or* her brother has taken my pen. ಒಂದೋ ಅವಳು, ಇಲ್ಲವೇ ಅವಳ ಸೋದರ ನನ್ನ ಲೇಖನಿ ತೆಗೆದುಕೊಂಡಿದ್ದಾರೆ.

2. *Neither* he *nor* his brother is well behaved. ಅವನು ಇಲ್ಲವೇ ಅವನ ಸೋದರ ಉತ್ತಮ ವರ್ತನೆ ಹೊಂದಿದ್ದಾರೆ.

3. He *neither* borrows nor lends money. ಅವನು ಯಾರ ಬಳಿಯೂ ಸಾಲ ಕೇಳುವುದಿಲ್ಲ, ಕೊಡುವುದೂ ಇಲ್ಲ.

4. I do not care *whether* you attend the party or not. ನೀನು ಪಾರ್ಟಿಗೆ ಬರುತ್ತೀಯೋ, ಇಲ್ಲವೋ ಎಂಬ ಬಗ್ಗೆ ನಾನು ತಲೆಕೆಡಿಸಿಕೊಳ್ಳುವುದಿಲ್ಲ.

Common Errors in the use of conjuctions (ಸಂಯೋಜಕಗಳ ಬಳಕೆಯಲ್ಲಿ ಲೋಪ)

Incorrect (ತಪ್ಪು)	Correct (ಸರಿ)
Sohan neither visited Delhi nor Patna.	Sohan visited neither Delhi nor Patna.
His sister was either there or his niece.	Either his sister or his niece was there.
Tell her that whether you will soon return.	Tell her whether you will soon return.
Sumit not only lost his purse but also his ATM Card.	Sumit lost not only his purse but also his ATM Card.
Not only Sita is wise but also beautiful.	Sita is not only wise but beautiful also.

ನೆನಪಿನಲ್ಲಿಡಿ

ಈ ಅಧ್ಯಾಯದಲ್ಲಿ conjuctions ಸಂಬಂಧ ಸೂಚಕ ಶಬ್ದಗಳ ಬಳಕೆ ಕುರಿತು ಸಂಕ್ಷಿಪ್ತವಾಗಿ ತಿಳಿಸಿಕೊಡಲಾಗಿದೆ. Spoken English ಗೆ ಸಂಬಂಧಿಸಿದ ನಿಯಮಗಳನ್ನು ಸುಲಭವಾಗಿ ತಿಳಿಸಲಾಗಿದೆ. Written English ನ ಮಹತ್ವಪೂರ್ಣ ನಿಯಮಗಳನ್ನು ಸಂಕ್ಷಿಪ್ತವಾಗಿ ತಿಳಿಸಿಕೊಡಲಾಗಿದೆ. ಓದುಗರು ಇಂಗ್ಲಿಷ್ ಬರಹ ಕುರಿತ ನಿಯಮಗಳನ್ನು ತಿಳಿದುಕೊಳ್ಳಬೇಕೆಂದು ಇಚ್ಚಿಸಿದರೆ, ಅಂಥವರು ಇಂಗ್ಲಿಷ್ ವ್ಯಾಕರಣದ ಉತ್ತಮ ಪುಸ್ತಕವನ್ನು ಅಭ್ಯಾಸ ಮಾಡಿ, ತಮ್ಮ ಜ್ಞಾನವನ್ನು ಹೆಚ್ಚಿಸಿಕೊಳ್ಳಬಹುದಾಗಿದೆ.

ಭಾವಸಂಲಕಾವ್ಯಯಯೆ
(INTERJECTION)

Definition (ವ್ಯಾಖ್ಯಾನ)

An Interjection is a word which expresses some sudden feeling or emotion of the mind. It has no grammatical relation with any other word. Its symbol is (!). ತಕ್ಷಣ ಮನಸ್ಸಿನಲ್ಲಿ ಉದ್ಭವವಾದ ಭಾವನೆ ಇಲ್ಲವೇ ಉದ್ವೇಗವನ್ನು ವ್ಯಕ್ತಪಡಿಸುವ ಪದವೇ interjection (ವಿಸ್ಮಯಾದಿ ಬೋಧಕ). ಬೇರೆ ಯಾವುದೇ ಪದದೊಂದಿಗೆ ಇದು ವ್ಯಾಕರಣಕ್ಕೆ ಸಂಬಂಧಿಸಿದ ಸಂಬಂಧ ಹೊಂದಿರುವುದಿಲ್ಲ. ಅದರ ಚಿನ್ಹೆ!

Example: **1.** Wow! Is this your car? ಓಹೋ! ಇದು ನಿನ್ನ ಕಾರಾ?

2. Hurrah! We have won the race. ಹುರ್ರೆ! ನಾವು ಓಟದಲ್ಲಿ ಗೆದ್ದೆವು.

3. Ouch, You are standing on my foot! ಅಯ್ಯೋ, ನೀನು ನನ್ನ ಕಾಲಿನ ಮೇಲೆ ನಿಂತಿದ್ದೀ!

4. Well done! You have got 98 out of 100 marks. ಒಳ್ಳೆಯ ಸಾಧನೆ! ನೀನು 100 ಕ್ಕೆ 98 ಅಂಕ ಪಡೆದಿರುವೆ.

★ ಕೆಲ **Interjection** ವಿಸ್ಮಯಾದಿ ಬೋಧಕಗಳೆಂದರೆ

(1) Hi - ಸ್ವಾಗತ ಕೋರುವುದು, ಪರಿಚಿತರು ಹಾಗೂ ಮಿತ್ರರನ್ನು ಉದ್ದೇಶಿಸಿದ್ದು.
(2) Aha! - ಆಶ್ಚರ್ಯ, ಆನಂದ, ಜಯವನ್ನು ಪ್ರದರ್ಶಿಸಲು ಬಳಕೆಯಾಗುತ್ತದೆ.
(3) Alas! - ದುಃಖ, ವಿಷಾದವನ್ನೂ ಸೂಚಿಸುವ ಶಬ್ದ.
(4) Hell - ಸಿಟ್ಟು ವ್ಯಕ್ತಪಡಿಸುವ ಶಬ್ದ.
(5) Ouch - ನೋವು ಅಚಾನಕ್ಕಾಗಿ ಆದ ನೋವು ಇಲ್ಲವೇ ವೇದನೆಯ ಪ್ರಕಟಣೆ
(6) Well done - ಶ್ಲಾಘನೆ, ಸಾಧನೆಗೆ ತಾರೀಫು
(7) Hurrah! - ಆನಂದ / ಉತ್ಸಾಹವನ್ನು ವ್ಯಕ್ತಪಡಿಸುವ ಪದ.
(8) Thank God! - ಸಂಕಷ್ಟದಿಂದ ಪಾರಾದಾಗ ಆನಂದವನ್ನು ವ್ಯಕ್ತಪಡಿಸುವಿಕೆ.
(9) Oh! - ವಿಸ್ಮಯ, ದುಃಖವನ್ನು ವ್ಯಕ್ತಪಡಿಸುವಿಕೆ.
(10) O God! - ಕಷ್ಟದಲ್ಲಿರುವಾಗ ದೇವರ ಪ್ರಾರ್ಥನೆ.
(11) Oh dear! - ಸ್ನೇಹ, ಪ್ರೀತಿ ವ್ಯಕ್ತ ಪಡಿಸಲು
(12) How wonderful! - ಆಶ್ಚರ್ಯ/ ಖುಷಿಯನ್ನು ವ್ಯಕ್ತಪಡಿಸಲು.

★ ಮೇಲಿನ ಪದಗಳ ಮೂಲಕ ಆನಂದ, ವಿಸ್ಮಯ, ಕ್ರೋಧ ಇತ್ಯಾದಿ ಭಾವನೆಗಳನ್ನು ವ್ಯಕ್ತಪಡಿಸಬಹುದು.

★ Interjection (ವಿಸ್ಮಯಾದಿ ಬೋಧಕದ) ಬಳಿಕ ಬರುವ ಶಬ್ದದ ಮೊದಲ ಅಕ್ಷರ Capital (ದೊಡ್ಡಕ್ಷರ) ಆಗಿರಲಿದೆ.

Use of Some Interjections (ಕೆಲ ವಿಸ್ಮಯಾದಿ ಬೋಧಕಗಳ ಬಳಕೆ)

1. Joy (ಖುಷಿಯನ್ನು ವ್ಯಕ್ತಪಡಿಸಲು)

(a) Hurrah! We have won the cricket match. ಹುರ್ರೆ! ನಾವು ಕ್ರಿಕೆಟ್ ಪಂದ್ಯವನ್ನು ಗೆದ್ದೆವು.
(b) Wow! What a lovely scenery! ಆಹಾ! ಎಂಥ ಸುಂದರ ದೃಶ್ಯ.

2. Sorrow (ದುಃಖವನ್ನು ಹೊರಹಾಕಲು)

(a) Alas! My grandfather is no more. ಅಯ್ಯೋ! ನನ್ನ ತಾತ ಮೃತಪಟ್ಟರು.
(b) Oh! Your mother is seriously ill. ಓಹ್! ನನ್ನ ತಾಯಿ ತೀವ್ರ ಕಾಯಿಲೆಯಲ್ಲಿದ್ದಾರೆ.

3. **Surprise (ಆಶ್ಚರ್ಯ)**
   (a) What a beautiful girl! ಎಂಥ ಸುಂದರ ಹುಡುಗಿ!
   (b) Amazing! I did not expect to see you here. ಆಶ್ಚರ್ಯ! ನಿನ್ನನ್ನು ಇಲ್ಲಿ ನಿರೀಕ್ಷಿಸಿರಲಿಲ್ಲ.
4. **Calling (ಸಂಭೋಧನೆ)**
   (a) Hello! Listen to me. ಹಲೋ! ನಾನು ಹೇಳಿದ್ದನ್ನು ಕೇಳಿಸಿಕೊಳ್ಳಿ.
   (b) Hey! Come here. ನೀವು! ಇಲ್ಲಿ ಬನ್ನಿ.
5. **Attention (ಗಮನ)**
   (a) Hush! The child is sleeping. ಹುಶ್! ಮಗು ಮಲಗಿದೆ, ನಿಶ್ಶಬ್ದ.
   (b) Listen! Someone is coming. ಕೇಳಿಸಿಕೊಳ್ಳಿ! ಯಾರೋ ಬರುತ್ತಿದ್ದಾರೆ.
6. **Approval (ಅನುಮೋದನೆ)**
   (a) Well done! She has played well. ಒಳ್ಳೆಯ ಸಾಧನೆ! ಆಕೆ ಚೆನ್ನಾಗಿ ಆಟವಾಡಿದಳು.
   (b) Brave! This was a great goal. ಶಹಬಾಸ್! ಅದು ಉತ್ತಮ ಗೋಲ್
7. **Contempt (ದೂಷಣೆ)**
   (a) Fie! A soldier and afraid of war. ಛಿ! ಸೈನಿಕನಾಗಿ ಯುದ್ಧಕ್ಕೆ ಭಯವೇ?
   (b) Ugh! What a fat woman. ಛೀ! ಎಷ್ಟು ಡುಮ್ಮಿ ಹೆಂಗಸು.

ನೆನಪಿನಲ್ಲಿಡಿ

Interjection (ವಿಸ್ಮಯಾದಿ ಬೋಧಕ)ಗಳ ಪ್ರಮುಖ ವಿವರ, ಸರಿಯಾದ ಪ್ರಯೋಗದ ಸಂಕ್ಷಿಪ್ತ ರೂಪವನ್ನು ತಿಳಿಸಿಕೊಡಲಾಗಿದೆ.

ನಿರ್ಧಾರಕಗಳಯೆ
(DETERMINER)

Definition (**ವ್ಯಾಖ್ಯಾನ**)

A word that comes before a noun and is used to show which thing is being referred to is called Determiner. Noun (ನಾಮಪದ)ಗೆ ಮುನ್ನ ಬಂದು, ಯಾವ ವಸ್ತುವನ್ನು ಉದ್ದೇಶಿಸಲಾಗಿದೆ ಎಂಬುದನ್ನು ತೋರಿಸುವ ಪದವೇ Determiner (ನಿರ್ಧಾರಕ). ಇವು ನಾಮಪದದ ಸ್ಥಿತಿಯನ್ನು ಸ್ಥಿರಗೊಳಿಸುತ್ತವೆ. ಆದ್ದರಿಂದ ಇವನ್ನು Fixing words ಸ್ಥಿರಗೊಳಿಸುವ ಪದಗಳು ಎನ್ನಲಾಗುತ್ತದೆ.

Example: **1.** Chandan wanted to be *an* engineer. ಚಂದನ್ ಎಂಜಿನಿಯರ್ ಆಗ ಬೇಕು ಎಂದುಕೊಂಡಿದ್ದಾನೆ.

2. *This* apple is fresh. ಈ ಸೇಬು ತಾಜಾ ಇದೆ.

3. *Every* player was given *a* prize. ಎಲ್ಲ ಆಟಗಾರರಿಗೂ ಬಹುಮಾನ ನೀಡಲಾಯಿತು.

4. There is not *much* hope of his recovery. ಆತನ ಆರೋಗ್ಯ ಸುಧಾರಿಸುವ ಯಾವುದೇ ಲಕ್ಷಣ ಇಲ್ಲ.

5. *Every* boy is intelligent. ಎಲ್ಲ ಹುಡುಗರೂ ಬುದ್ಧಿವಂತರು.

★ ಮೇಲಿನ ವಾಕ್ಯದಲ್ಲಿನ An, this, every, much ಇತ್ಯಾದಿ ಶಬ್ದ ಯಾವ Noun ನ ಪ್ರಯೋಗದ ಸಂಕೇತ ನೀಡುತ್ತವೋ, ಆ Noun ನ್ನು ಶೋಧಿಸುತ್ತವೆ. ಇವನ್ನು Determiners ಎನ್ನಲಾಗುತ್ತದೆ.

Kinds of Determiners (ನಿರ್ಧಾರಕಗಳ ಪ್ರಕಾರಗಳು)

Determiner (ನಿರ್ಧಾರಕ)ಗಳಲ್ಲಿ 5 ವಿಧ

1. Article Determiners
2. Demonstrative Determiners
3. Possessive Determiners
4. Numeral Determiners
5. Quantitative Determiners

Article Determiners (ಅನುಚ್ಛೇದ ನಿರ್ಧಾರಕಗಳು)

'A' and 'an' are indefinite articles that serve the same purpose, 'The' is known as the definite article. 'ಎ' ಮತ್ತು 'ಆನ್' Indefinite article (ಅನಿಶ್ಚಿತ ಅನುಚ್ಛೇದ)ಗಳಾಗಿದ್ದು, 'ದಿ' Definite Aricle (ನಿಶ್ಚಿತ ಅನುಚ್ಛೇದ) ಆಗಿದೆ.

(a) 'ಎ' ಪ್ರಯೋಗವು Singular (ಏಕವಚನ) ಲೆಕ್ಕಿಸಬಹುದಾದ ನಾಮಪದ (ಅದು vowel (ಸ್ವರ) ಇಲ್ಲವೇ consonant (ವ್ಯಂಜನ)ದಿಂದ ಪ್ರಾರಂಭವಾಗಿರಬೇಕು)ದಲ್ಲಿ ಮೊದಲು ಆಗಲಿದೆಯೋ ಅದರ ಆರಂಭವು consonant (ವ್ಯಂಜನ)ದ ಧ್ವನಿಯಿಂದ ಆಗಲಿದೆ.

Example: **1.** It is *a* book. ಇದು ಒಂದು ಪುಸ್ತಕ.

2. She is *a* girl. ಅವಳು ಒಬ್ಬಳು ಹುಡುಗಿ.

★ 'ಎ' ಪ್ರಯೋಗವು ಅನಿಶ್ಚಿತ ಪುಸ್ತಕ ಇಲ್ಲವೇ ಅನಿಶ್ಚಿತ ಹುಡುಗಿಗೆ ಬಳಕೆಯಾಗಿದೆ. ಆದ್ದರಿಂದ ಅದು ಅನುಚ್ಛೇದ ನಿರ್ಧಾರಕ.

(b) 'An' ಬಳಕೆಯು Countable Noun (ಏಕವಚನ) ಲೆಕ್ಕಿಸಬಹುದಾದ ನಾಮಪದಕ್ಕೆ ಮುನ್ನವೇ ಆಗಲಿದೆ. vowel (ಸ್ವರ)ಮತ್ತು ಸ್ವರ ವ್ಯಂಜನದ ಧ್ವನಿಯನ್ನು ನೀಡುವ consonant (ವ್ಯಂಜನ)ದಿಂದ ಆರಂಭ ಆಗಲಿದೆ.

Example: **1.** It is *an* inkpot. ಅದು ಒಂದು ಮಸಿ ಕುಡಿಕೆ.

2. She is *an* honourable woman. ಆಕೆ ಒಬ್ಬ ಗೌರವಾರ್ಹ ಮಹಿಳೆ.

★ 'An' ಬಳಕೆಯು ಅನಿಶ್ಚಿತ ಮಸಿ ಕುಡಿಕೆ ಹಾಗೂ ಗೌರವಾರ್ಹ ಮಹಿಳೆಗೆ ಆಗಿದೆ. ಆದ್ದರಿಂದ 'an' article determiner (ಅನುಚ್ಛೇದ ನಿರ್ಧಾರಕ).

★ Honourable ('ಆನರಬಲ್') ಶಬ್ದ 'ಎಚ್' ವ್ಯಂಜನದಿಂದ ಆರಂಭವಾಗಲಿದ್ದು, ಧ್ವನಿಯ ಸ್ವರ 'ಒ' ಆಗಿದೆ. 'ಎ' ಜಾಗದಲ್ಲಿ ಆನ್ ಬಳಕೆ ಆಗಿದೆ.

(c) The ('ದಿ') ಪ್ರಯೋಗವು ವ್ಯಕ್ತಿ ಅಥವಾ ವಸ್ತುವಿನ ನಿಶ್ಚಿತತೆ ಮತ್ತು ವಿಶಿಷ್ಟತೆಯನ್ನು ಪ್ರಧಾನವಾಗಿಸಲು ಬಳಕೆಯಾಗುತ್ತದೆ.

Example: **1.** *The* man, who is standing there is my father. ಆ ಮನುಷ್ಯ, ಅಲ್ಲಿ ನಿಂತಿರುವವರು ನನ್ನ ತಂದೆ.

2. He has lost *the* book, I gave him yesterday. ನಾನು ನೆನ್ನೆ ಅವನಿಗೆ ಕೊಟ್ಟ ಪುಸ್ತಕವನ್ನು ಆತ ಕಳೆದುಕೊಂಡ.

3. *The* mangoes in our garden are very sweet.ನಮ್ಮ ತೋಟದಲ್ಲಿರುವ ಮಾವಿನಹಣ್ಣು ತುಂಬಾ ಸಿಹಿ ಇದೆ.

4. Bring me *the* mobile laying on the table. ಆ ಮೇಜಿನ ಮೇಲಿರುವ ಮೊಬೈಲ್ ಫೋನ್ ತಂದುಕೊಡು.

5. I like *the* apples of Kashmir. ಕಾಶ್ಮೀರದ ಸೇಬು ನನಗಿಷ್ಟ.

★ ಮೇಲಿನ ವಾಕ್ಯಗಳಲ್ಲಿ ನಿಶ್ಚಿತ ವ್ಯಕ್ತಿ, ಪುಸ್ತಕ, ಮಾವಿನಹಣ್ಣು, ಮೊಬೈಲ್ ಹಾಗೂ ಸೇಬು ಬಗ್ಗೆ 'The' ('ದಿ') ಬಳಕೆಯಾಗಿದೆ. ಇದು Article Determiner (ಅನುಚ್ಛೇದ ನಿರ್ಧಾರಕ)

Demonstrative Determiners (ಸಂಕೇತ ವಾಚಕ ನಿರ್ಧಾರಕ)

This, that, these and those are known demonstratives: they describe the position of an object. This, These those demonstrative determiners. ಸಂಕೇತ ವಾಚಕ ನಿರ್ಧಾರಕಗಳಾಗಿದೆ. ನಾಮಪದಕ್ಕೆ ಮುನ್ನ ಬಂದು, ನಿರ್ದಿಷ್ಟ ವಸ್ತುವಿನ ಬಗ್ಗೆ ತಿಳಿಸುತ್ತವೆ.

(a) 'This' ಮತ್ತು 'That' singular noun (ಏಕ ನಾಮಪದ)ನ ಹಾಗೂ These, Those ಬಳಕೆ plural noun (ಬಹುವಚನ ನಾಮಪದ)ನ ಜತೆಗೆ ಆಗಲಿದೆ.

(b) 'That' ಮತ್ತು 'Those' ದೂರದಲ್ಲಿರುವ ವಸ್ತುಗಳ ಬಗ್ಗೆ ತಿಳಿಸುತ್ತವೆ.

Example: **1.** *That* is a book. ಅದು ಒಂದು ಪುಸ್ತಕ

2. *Those* books are yours. ಆ ಪುಸ್ತಕಗಳು ನಿನ್ನವು.

★ ಮೇಲಿನ ವಾಕ್ಯಗಳಲ್ಲಿ 'That', 'Those' ದೂರದಲ್ಲಿರುವ ವಸ್ತು, ಪುಸ್ತಕದ ಬಗ್ಗೆ ಸೂಚಿಸುತ್ತಿದೆ. ಆದ್ದರಿಂದ ಅವು ಸಂಕೇತವಾಚಕಗಳು.

(c) 'This' ಮತ್ತು 'These' ಸನಿಹದಲ್ಲಿರುವ ವಸ್ತುಗಳ ಬಗ್ಗೆ ಸೂಚನೆ ನೀಡುತ್ತವೆ.

Example: **1.** *This* is a nice pen. ಇದು ಒಂದು ಸುಂದರವಾದ ಲೇಖನಿ.

2. *These* books are mine.ಈ ಪುಸ್ತಕಗಳು ನನ್ನವು.

★ ಮೇಲಿನ ವಾಕ್ಯಗಳಲ್ಲಿ 'This' ಮತ್ತು 'These' ಸಮೀಪದಲ್ಲಿರುವ ವಸ್ತುಗಳ ಬಗ್ಗೆ ಸೂಚಿಸುತ್ತಿವೆ. ಆದ್ದರಿಂದ ಇವು Demonstrative determiners.

ಸಂಬಂಧವಾಚಕ ನಿರ್ಧಾರಕ (Possessive Determiners)

Possesive pronouns and adjectives indicate the relationship with an object which they belong to. ವಸ್ತುಗಳೊಡಗಿನ ಸಂಬಂಧವನ್ನು ಸೂಚಿಸುತ್ತವೆ. My, our, your, his, her, its, their, one's ಇನ್ನಿತರ ಪದಗಳು Possessive determiners. ಈ ನಿರ್ಧಾರಕಗಳು singular (ಏಕ) ಇಲ್ಲವೇ plural noun (ಬಹುವಚನ ನಾಮಪದ)ಗಳ ಮೊದಲು ಇದ್ದು, ಅದರೊಡಗಿನ ಸಂಬಂಧವನ್ನು ತಿಳಿಸಿಕೊಡುತ್ತವೆ.

Example: **1.** This car is *mine*- ಈ ಕಾರು ನನ್ನದು

2. This car is *yours*- ಈ ಕಾರು ನಿನ್ನದು.

★ 'Mine' ಮತ್ತು 'Yours' ಸಂಬಂಧದ ಬಗ್ಗೆ ಸೂಚಿಸುತ್ತವೆ. ಇವು possive determiners (ಸಂಬಂಧವಾಚಕ ನಿರ್ಧಾರಕ)ಗಳು.

Numeral Determiners (ಸಂಖ್ಯಾವಾಚಕ ನಿರ್ಧಾರಕಗಳು)

Numeral Determiners ನಲ್ಲಿ 3 ವಿಧ

(a) Definite Numerals (ನಿರ್ದಿಷ್ಟ ಸಂಖ್ಯಾವಾಚಕ) : 1, 2, 3, ಮೊದಲನೇ, ಎರಡನೇ, ಮೂರನೆಯ ಇವೆಲ್ಲ ನಿರ್ದಿಷ್ಟ ಸಂಖ್ಯಾವಾಚಕಗಳು. ಏಕೆಂದರೆ, ಇವು ನಿರ್ದಿಷ್ಟ ಸಂಖ್ಯೆಯನ್ನು ಸೂಚಿಸುತ್ತವೆ.

Example: **1.** The *second* boy in the first row is my brother. ಮೊದಲನೆ ಸಾಲಿನಲ್ಲಿರುವ 2ನೆಯವ ನನ್ನ ಸಹೋದರ.

2. *Three* girls are playing in the playground. ಆಟದ ಮೈದಾನದಲ್ಲಿ ಮೂವರು ಹುಡುಗಿಯರು ಆಟ ಆಡುತ್ತಿದ್ದಾರೆ.

★ ಮೇಲಿನ ಸಾಲಿನಲ್ಲಿರುವ Second (2ನೆಯ) ಹಾಗೂ Third (ಮೂವರು) - ಇವು Definite Numerals (ನಿರ್ದಿಷ್ಟ ಸಂಖ್ಯೆ)ಗಳು. ಆದ್ದರಿಂದ ನಿರ್ದಿಷ್ಟ ಸಂಖ್ಯಾವಾಚಕಗಳು.

(b) Indefinite Numerals (ಅನಿರ್ದಿಷ್ಟ ಸಂಖ್ಯಾವಾಚಕ): ಇವು ಅನಿರ್ದಿಷ್ಟ ಸಂಖ್ಯೆಯನ್ನು ಧ್ವನಿಸುತ್ತವೆ.

(i) 'Some' ಎಂಬ ಪದದ ಅರ್ಥ ಕೆಲವು - ಯಾರೋ ಎಂದು Indefinite Numerals (ಅನಿರ್ದಿಷ್ಟ ಸಂಖ್ಯಾವಾಚಕ)ದ ಬಳಿಕ singular (ಏಕ) ಇಲ್ಲವೇ Plural noun (ಬಹುವಚನ ನಾಮಪದ)ದ ಪ್ರಯೋಗ ಆಗಲಿದೆ.

Example: **1.** There is *some* salt in the container. ಆ ಸಂಗ್ರಾಹಕದಲ್ಲಿ ಸ್ವಲ್ಪ ಉಪ್ಪು ಇದೆ.

2. There are *some* girls in the class. ತರಗತಿಯಲ್ಲಿ ಕೆಲವು ಬಾಲಕಿಯರು ಇದ್ದಾರೆ.

★ ಈ ವಾಕ್ಯಗಳಲ್ಲಿ ಬಳಕೆಯಾಗಿರುವ 'some' Indefinite Numeral (ಅನಿರ್ದಿಷ್ಟ ಸಂಖ್ಯಾವಾಚಕ).

(ii) 'Many' ಎಂದರೆ ಬಹಳ ಎಂದರ್ಥ. ಇದರ ಬಳಿಕ Common noun (ಜಾತಿವಾಚಕ ನಾಮಪದ)ದ ಪ್ರಯೋಗವು Plural number (ಬಹುವಚನ ಸಂಖ್ಯೆ)ಯಲ್ಲಿ ಆಗುತ್ತದೆ.

Example: *Many* girls are present in the class. ತರಗತಿಯಲ್ಲಿ ಬಹಳಷ್ಟು ಬಾಲಕಿಯರು ಹಾಜರಾಗಿದ್ದಾರೆ.

(iii) 'Many' ಎಂಬುದರ ಇನ್ನೊಂದು ಅರ್ಥ - ಹಲವು ಸಲ. ಇದರ ಬಳಿಕ Singular noun (ಏಕವಚನ ನಾಮಪದ) ಇರುತ್ತದೆ.

Example: *Many a* people think of a good government. ಉತ್ತಮ ಸರ್ಕಾರದ ಬಗೆಗೆ ಬಹಳಷ್ಟು ಜನರು ಆಲೋಚಿಸುತ್ತಾರೆ.

(iv) 'Few' ಎಂದರೆ ಬಹಳ ಕಡಿಮೆ

Example: You have *few* pens.ನಿನ್ನ ಬಳಿ ಬಹಳ ಕಡಿಮೆ ಲೇಖನಿ ಇದೆ.

(v) 'A few' ಅರ್ಥ ಕೆಲವು ಎಂದು

Example: I have *a few* books. ನನ್ನ ಬಳಿ ಕೆಲವು ಪುಸ್ತಕಗಳಿವೆ.

(vi) 'The Few' ಎಂದರೆ ಇರುವಷ್ಟು

Example: I have read *the few* books I had. ನನ್ನ ಬಳಿ ಇರುವ ಕೆಲವು ಈ ಪುಸ್ತಕಗಳನ್ನು ನಾನು ಓದಿದ್ದೇನೆ.

(vii) 'All' ಎಂದರೆ ಎಲ್ಲ. Plural noun (ಬಹುವಚನ ನಾಮಪದ) ಬಳಕೆಯಾಗುತ್ತದೆ.

Example: *All* men are happy. ಎಲ್ಲಾ ಪುರುಷರೂ ಸಂತೋಷವಾಗಿದ್ದಾರೆ.

(viii) 'Several' ಎಂದರೆ ಅನೇಕ.

Example: This issue will take *several* years. ಈ ವಿಷಯ ಹಲವು ವರ್ಷ ತೆಗೆದುಕೊಳ್ಳುತ್ತದೆ.

(c) Distributive Numeral (ವ್ಯಕ್ತಿ ವಾಚಕ ಸಂಖ್ಯೆ): ಇದರಲ್ಲಿ ಯಾವುದೇ ವರ್ಗದ ಪ್ರತ್ಯೇಕ ಕಾರ್ಯ ಅಥವಾ ವಸ್ತು ಬಗೆಗೆ ತಿಳಿಯುತ್ತದೆ.

(i) Every - ಎಂದರೆ ಪ್ರತಿಯೊಂದು

Example:*Every* man has to die. ಪ್ರತಿಯೊಬ್ಬರೂ ಸಾಯಲೇಬೇಕು.

(ii) Each - ಎಂದರೆ ಪ್ರತಿ. ನಿಶ್ಚಿತ ಸಂಖ್ಯೆಯನ್ನು ಪ್ರತ್ಯೇಕಗೊಳಿಸಿ ಪ್ರಯೋಗಿಸಲಾಗುತ್ತದೆ.

Example: *Each* student got one book. ಪ್ರತಿಯೊಬ್ಬ ಹುಡುಗನಿಗೆ ಒಂದು ಪುಸ್ತಕ ಸಿಕ್ಕಿತು.

(iii) Either - ಎರಡರಲ್ಲಿ ಒಂದು

Example:*Either* of the man will do it. ಇಬ್ಬರಲ್ಲಿ ಯಾರಾದರೊಬ್ಬರು ಆ ಕೆಲಸ ಮಾಡುತ್ತಾರೆ.

(iv) Neither - ಇಬ್ಬರಲ್ಲಿ ಯಾರೂ ಇಲ್ಲ.

Example : *Neither* of the girls is intelligent. ಇಬ್ಬರಲ್ಲಿ ಯಾವ ಹುಡುಗಿಯೂ ಬುದ್ಧಿವಂತೆಯಲ್ಲ.

Quantitative Determiners (ಪರಿಮಾಣ ವಾಚಕ ನಿರ್ಧಾರಕಗಳು)

Quantitative Determiners form a sub-class under determiners. They are adjectives ನಿರ್ಧಾರಕಗಳಲ್ಲಿ ಇವು ಉಪವರ್ಗವಾಗಿದ್ದು, ವಿಶೇಷಣಗಳಾಗಿವೆ. ಇವು ಯಾವುದೇ ವಸ್ತುವಿನ ಪರಿಮಾಣ ಇಲ್ಲವೇ ಮಾತ್ರೆ ಬಗೆಗೆ ತಿಳಿಸುತ್ತವೆ. ಇವು Adjective of quality (ಪರಿಮಾಣವಾಚಕ ವಿಶೇಷಣ)ಗಳು.

(i) 'Some' ಇದರ ಬಳಕೆ Uncountable nouns (ಲೆಕ್ಕಿಸಲಾಗದ ನಾಮಪದ)ಗಳ ಜತೆಗೆ ಸಕಾರಾತ್ಮಕ ವಾಕ್ಯಗಳಲ್ಲಿ ಆಗಲಿದೆ.

Example: There is *some* water in the pot. ಆ ಮಡಕೆಯಲ್ಲಿ ಸ್ವಲ್ಪ ನೀರು ಇದೆ.

(ii) 'Any' ಇದರ ಬಳಕೆ Negative (ನಕಾರಾತ್ಮಕ) ಹಾಗೂ interrogative (ಪ್ರಶ್ನಾವಾಚಕ) ವಾಕ್ಯಗಳಲ್ಲಿ ಆಗುತ್ತದೆ.

Example: **1.** Is there *any* person? ಅಲ್ಲಿ ಯಾರಾದರೂ ಇದ್ದಾರೆಯೇ?

2. I have do not *any* spare pen. ನನ್ನ ಬಳಿ ಕೊಡಲು ಬೇರೆ ಲೇಖನಿ ಇಲ್ಲ.

(iii) 'No' ಎಂದರೆ ಇಲ್ಲವೇ ಇಲ್ಲ ಎಂದು. Negative (ನಕಾರಾತ್ಮಕ) ವಾಕ್ಯಗಳಲ್ಲಿ ಬಳಕೆ ಆಗುತ್ತದೆ.

Example: Smriti has *no* brains. ಸ್ಮೃತಿಗೆ ಮಿದುಳು ಎಂಬುದೇ ಇಲ್ಲ.

(iv) 'Much' ಎಂದರೆ ಬಹಳ. ಇದರ ಮೂಲಕ ಪರಿಮಾಣವು ವ್ಯಕ್ತವಾಗುತ್ತದೆ.

Example: There is *much* water in the river. ನದಿಯಲ್ಲಿ ತುಂಬಾ ನೀರು ಇದೆ.

(v) 'More' ಎಂದರೆ ಹೆಚ್ಚು ಅಧಿಕ.

Example: Will he give me *more* money? ಅವನು ನನಗೆ ಹೆಚ್ಚು ಹಣ ಕೊಡುವನೇ?

(vi) 'Less' ಎಂದರೆ ಕಡಿಮೆ. 'Much' ಎಂಬುದರ ವಿರುದ್ಧಾರ್ಥಕ ಪದ

Example: She devotes *less* time to her studies. ಆಕೆ ತನ್ನ ಅಧ್ಯಯನಕ್ಕೆ ಕಡಿಮೆ ಸಮಯ ಮೀಸಲಿಟ್ಟಿದ್ದಾಳೆ.

(vii) 'Little' ಎಂದರೆ ಸಣ್ಣ / ಕಡಿಮೆ

Example: There is *little* hope of his success. ಆತನ ಯಶಸ್ಸಿನ ಬಗ್ಗೆ ಕಡಿಮೆ ಭರವಸೆ ಇದೆ.

(viii) 'A little' ಎಂದರೆ ಸಣ್ಣ ಪ್ರಮಾಣ, a small quantity.

Example: Will he stay here *a little* longer? ಅವನು ಇಲ್ಲಿ ಸ್ವಲ್ಪ ಹೆಚ್ಚು ಹೊತ್ತು ಇರುವನೇ?

(ix) 'The little' ಎಂದರೆ not much, but all that is ಹೆಚ್ಚು ಅಲ್ಲ, ಇದ್ದದ್ದೆಲ್ಲವೂ ಎಂದು

Example: Sudha spent *the little* money she had. ಸುಧಾ ತನ್ನ ಬಳಿ ಇದ್ದ ಸ್ವಲ್ಪ ಹಣವನ್ನು ವೆಚ್ಚ ಮಾಡಿದಳು.

(x) 'Many' ಎಂದರೆ ಹೆಚ್ಚು ಇಲ್ಲವೇ ಅಧಿಕ ಸಂಖ್ಯೆಗುಳ್ಳ

ಉದಾಹರಣೆ: *Many* of us went to book fair. ನಮ್ಮಲ್ಲಿ ಹೆಚ್ಚಿನವರು ಪುಸ್ತಕ ಮೇಳಕ್ಕೆ ಹೋಟವು.

ನೆನಪಿನಲ್ಲಿಡಿ

ಇಲ್ಲಿ Determiners (ನಿರ್ಧಾರಕಗಳ) ಬಗ್ಗೆ ಸಂಕ್ಷಿಪ್ತವಾಗಿ ತಿಳಿಸಿಕೊಡಲಾಗಿದೆ.

1. 'A', 'An', 'The' ಯಲ್ಲಿ 'a', 'an' Indefinite (ಅನಿಶ್ಚಿತ) ಹಾಗೂ 'the' Definite article (ನಿಶ್ಚಿತ ಅನುಚ್ಛೇದ)ವಾಗಿದೆ.
2. Vowel (ಸ್ವರ) ಇಲ್ಲವೇ ಸ್ವರದ ಧ್ವನಿ ಕೊಡುವ Consonant (ವ್ಯಂಜನ)ಕ್ಕೆ ಮುನ್ನವೇ ಬಳಸಲಾಗುತ್ತದೆ.
3. 'The' ನಿಶ್ಚಯವಾಚಕ ಅನುಚ್ಛೇದ.

ರೂಪಾತ್ಮಕ ಕ್ರಿಯೆಗಳು
(MODALS)

Definition (ವ್ಯಾಖ್ಯಾನ)

Auxiliaries that express the mode of an action denoted by the main verbs are called Modals. Main verb (ಪ್ರಧಾನ ಕ್ರಿಯಾಪದ)ಗಳು ಸೂಚಿಸಿದ ಕ್ರಿಯೆಯ ರೀತಿಯನ್ನು ಅಭಿವ್ಯಕ್ತಿಸುವ Helping verbs (ಸಹಾಯಕ ಪದಗಳೇ) Modals (ರೂಪಾತ್ಮಕ ಕ್ರಿಯೆಗಳು). ಇವು ಸಹಾಯಕ ಕ್ರಿಯಾಪದದ ಮುಖ್ಯ ಕ್ರಿಯಾಪದ ರೀತಿಯನ್ನು ವ್ಯಕ್ತಗೊಳಿಸುತ್ತವೆ. shall, will, should, would, can, could, may, might, must, need, ought to, used.

(i) ಕೆಲವು ಉದಾಹರಣೆಗಳು

ವೈಶಿಷ್ಟ್ಯ: (i) ಇವು ಕಾಲ್ಪನಿಕ ಕ್ರಿಯೆಗಳಾದ ability (ಸಾಮರ್ಥ್ಯ), Power (ಶಕ್ತಿ), Permission (ಅನುಮತಿ), Request (ಪ್ರಾರ್ಥನೆ), Possibilities (ಸಂಭವನೀಯತೆ), Willingness (ಇಚ್ಛೆ) ಇತ್ಯಾದಿ ಭಾವನೆಗಳನ್ನು ವ್ಯಕ್ತಗೊಳಿಸುತ್ತವೆ.

(ii) ಇವುಗಳ ಪ್ರಯೋಗ Main Verb (ಮುಖ್ಯ ಕ್ರಿಯಾಪದ)ಗಳ ಜತೆಗೆ ಆಗುತ್ತದೆ.

(iii) ಇವುಗಳ ಮೇಲೆ ವಿಷಯದ Number (ವಚನ), Gender (ಲಿಂಗ) ಇಲ್ಲವೇ Person (ಪುರುಷ) ಯಾವುದೇ ಪರಿಣಾಮ ಬೀರುವುದಿಲ್ಲ.

(iv) ಇವುಗಳ ಜತೆಗೆ 'without to' ಅಂದರೆ First form of Verb (ಕ್ರಿಯಾಪದದ ಮೊದಲನೇ ರೂಪ) ಪ್ರವೇಶಿಸಲಿದೆ. ಆದರೆ, ought, used to ಜೊತೆಗೆ 'to infinitive' ಪ್ರಯೋಗ ಆಗಲಿದೆ.

(v) ರೂಪಾತ್ಮಕ ಕ್ರಿಯೆಗಳು ಸದಾ ಒಂದೇ ರೀತಿ ಇರುತ್ತವೆ. ಇವುಗಳು ಬೇರಾವುದೇ form ರೂಪದಲ್ಲಿ ಇರುವುದಿಲ್ಲ.

Use of 'Modals'

'Shall' ಬಳಕೆ

(i) Simple Future Tense (ಸಾಮಾನ್ಯ ಭವಿಷ್ಯತ್ ಕಾಲ)ನ 1ನೇ Person (ಉತ್ತಮ ಪುರುಷ)ನ Subject (ವಿಷಯ) (I ಅಥವಾ We) ಜೊತೆಗೆ 'shall' ಪ್ರಯೋಗಿಸಲಾಗುತ್ತದೆ.

Example: **1.** I *shall* teach him next month. ನಾನು ಅವನಿಗೆ ಮುಂದಿನ ತಿಂಗಳು ಕಲಿಸುತ್ತೇನೆ.

2. We *shall* leave for Patna next week. ಮುಂದಿನ ವಾರ ನಾವು ಪಟಣಾಕ್ಕೆ ಹೋಗುತ್ತೇವೆ.

(ii) 1st Person (ಉತ್ತಮ ಪುರುಷ)ನ ಜೊತೆಗೆ ಪ್ರಶ್ನೆ ಕೇಳುವ 2ನೇ ವ್ಯಕ್ತಿಯ ಇಚ್ಛೆಯನ್ನು ತಿಳಿಯಲು 'shall' ಬಳಸಲಾಗುತ್ತದೆ.

Example: *Shall* I prepare a cup of coffee for you? ನಾನು ನಿಮಗೋಸ್ಕರ ಒಂದು ಲೋಟ ಕಾಫಿ ಸಿದ್ಧ ಮಾಡಿಕೊಡಲೇ?

(iii) 2nd (ಮಧ್ಯಮ) ಮತ್ತು 3rd person (ಅನ್ಯ ಪುರುಷ)ನ ವಿಷಯ (you, he, she, it, they) ಜೊತೆಗೆ ಆದೇಶ, ವಚನ, ನಿಶ್ಚಯ ಇನ್ನಿತರ ಭಾವ ಪ್ರದರ್ಶಿಸಲು 'shall' ಬಳಕೆ ಆಗುತ್ತದೆ.

Example: **1.** *Shall* I use your bicycle? ನಾನು ನಿಮ್ಮ ಬೈಸಿಕಲ್‌ನ್ನು ಬಳಸಲೇ?

2. I say Mohan *shall* return my book. ನನ್ನ ಪುಸ್ತಕ ವಾಪಸ್ ಮಾಡುವಂತೆ ಮೋಹನನಿಗೆ ಹೇಳುತ್ತೇನೆ.

2. Use of 'Will' ಬಳಕೆ

(i) 2nd (ಮಧ್ಯಮ) ಮತ್ತು 3rd person (ಅನ್ಯ ಪುರುಷ)ನ ವಿಷಯ (he, she, it, you, they) ಜೊತೆಗೆ 'Will' ಬಳಸಲಾಗುತ್ತದೆ.

Example: 1. You *will* read this book tomorrow. ನಾಳೆ ನೀನು ಈ ಪುಸ್ತಕವನ್ನು ಓದುವೆ.

2. He *will* write a letter. ಅವನು ಒಂದು ಪತ್ರವನ್ನು ಬರೆಯುತ್ತಾನೆ.

3. She *will* come here. ಅವಳು ಇಲ್ಲಿಗೆ ಬರುತ್ತಾಳೆ.

(ii) Willingness (ಸ್ವ ಇಚ್ಛೆ)ಯನ್ನು ವ್ಯಕ್ತಪಡಿಸಲು 'Will' ಬಳಸಲ್ಪಡುತ್ತದೆ.

Example: I *will* help you in your bad times. ನಿನ್ನ ಕೆಟ್ಟಕಾಲದಲ್ಲಿ ನಾನು ನಿನಗೆ ನೆರವಾಗುತ್ತೇನೆ.

(iii) Determination (ದೃಢ ನಿಶ್ಚಯ)

Example: I *will* visit Agra Fort next month. ಮುಂದಿನ ತಿಂಗಳು ನಾನು ಆಗ್ರಾ ಕೋಟೆಗೆ ಭೇಟಿ ಕೊಡುತ್ತೇನೆ.

(iv) Threat (ಬೆದರಿಕೆ)ನ್ನು ಹಾಕಲು 'Will' ಬಳಕೆಯಾಗುತ್ತದೆ.

Example: I *will* teach her a lesson. ನಾನು ಅವಳಿಗೆ ಸರಿಯಾದ ಪಾಠ ಕಲಿಸುತ್ತೇನೆ.

(v) Polite (ವಿನಯ)ವನ್ನು ತೋರಿಸಲು 'Will' ಬಳಕೆಯಾಗುತ್ತದೆ.

Example: *Will* you have dinner with me? ನೀನು ನಮ್ಮೊಡನೆ ಊಟಕ್ಕೆ ಬರುವೆಯಾ?

(vi) Prediction (ಭವಿಷ್ಯ)ವನ್ನು ಹೇಳಲು 'Will' ಬಳಕೆಯಾಗುತ್ತದೆ.

Example: Satish *will* never cheat me. ಸತೀಶ್ ನನಗೆ ಎಂದಿಗೂ ಮೋಸ ಮಾಡುವುದಿಲ್ಲ.

3. Use of 'Should' ಬಳಕೆ

(i) Past Tense (ಭೂತಕಾಲ)ನಲ್ಲಿ Future Tense (ಭವಿಷ್ಯತ್ ಕಾಲ)ನ್ನು ವ್ಯಕ್ತಪಡಿಸಲು

Example: 1. He told me that I *should* attend the meeting. ನಾನು ಸಭೆಯಲ್ಲಿ ಹಾಜರಿರಬೇಕೆಂದು ಅವನು ನನಗೆ ಹೇಳಿದ.

2. We said that they *should* reach home. ಅವರು ಮನೆ ತಲುಪಬೇಕೆಂದು ನಾವು ಹೇಳಿದೆವು.

(ii) Advice (ಸಲಹೆ), Suggestion (ಸೂಚನೆ) ಮತ್ತು Inference (ನಿಷ್ಕರ್ಷೆ) ವ್ಯಕ್ತಪಡಿಸಲು

Example: 1. We *should* obey our elders. ನಾವು ನಮ್ಮ ಹಿರಿಯರಿಗೆ ವಿಧೇಯರಾಗಿರಬೇಕು.

2. He *should* work hard to get success. ಯಶಸ್ಸು ದೊರೆಯಬೇಕೆಂದರೆ, ಅವನು ಕಠಿಣ ಶ್ರಮ ಪಡಬೇಕು.

(iii) ಕರ್ತವ್ಯ ಪಾಲನೆ (Duty and Obligation) ವ್ಯಕ್ತ ಪಡಿಸಲು

Example: 1. The servant *should* bring the books. ಕೆಲಸಗಾರ ಪುಸ್ತಕಗಳನ್ನು ತರಬೇಕು.

2. We *should* help the needy persons. ಅಗತ್ಯವಿರುವವರಿಗೆ ನಾವೆಲ್ಲರೂ ನೆರವಾಗಬೇಕು.

4. Use of 'Would' ಬಳಕೆ

(i) ಪರೋಕ್ಷ ಮಾತಿನಲ್ಲಿ ಭವಿಷ್ಯತ್ ಕಾಲವನ್ನು ಭೂತಕಾಲದಲ್ಲಿ ಪ್ರದರ್ಶಿಸಲು

Example: 1. Meera said that she *would* also read the book. ತಾನು ಕೂಡ ಪುಸ್ತಕವನ್ನು ಓದುವುದಾಗಿ ಮೀರಾ ಹೇಳಿದಳು.

2. I told him that I *would* go to the school tomorrow. ನಾನು ನಾಳೆ ಶಾಲೆಗೆ ಹೋಗುವುದಾಗಿ ಆತನಿಗೆ ಹೇಳಿದೆ.

(ii) ಭೂತಕಾಲದ ಹವ್ಯಾಸಗಳನ್ನು ಹೇಳಲು

Example: **1.** Alok *would* go for walk in the evening. ಅಲೋಕ್ ಪ್ರತಿದಿನ ಸಂಜೆ ನಡೆದಾಡಲು ಹೋಗುತ್ತಿದ್ದ.

2. Mahatma Gandhi *would* spin every morning. ಮಹಾತ್ಮಗಾಂಧಿ ಅವರು ಪ್ರತಿದಿನ ನೂಲು ನೇಯುತ್ತಿದ್ದರು.

(iii) Present Tenseನಲ್ಲಿ ಮನವಿ ಸಲ್ಲಿಕೆಗೆ 'Would' ಬಳಕೆಯಾಗಲಿದೆ.

Example: **1.** *Would* you please give me a few minutes? ನೀವು ದಯವಿಟ್ಟು ನನಗೆ ಮಾತನ್ನಾಡಲು ಕೆಲವು ನಿಮಿಷ ಅವಕಾಶ ಕೊಡುರಾ?

2. *Would* you please show me your mobile phone? ನೀವು ನಿಮ್ಮ ಮೊಬೈಲ್ ಫೋನ್ ನನಗೆ ತೋರಿಸುವಿರಾ?

(iv) Unreal Condition ನಲ್ಲಿ 'Would' ಬಳಕೆಯಾಗುತ್ತದೆ.

Example: *Would* I were careful! ನಾನು ಸ್ವಲ್ಪ ಎಚ್ಚರ ವಹಿಸಿದ್ದರೆ!

(v) Desire (ಇಚ್ಛೆ) ವ್ಯಕ್ತಪಡಿಸಲು 'Would' ಬಳಕೆಯಾಗುತ್ತದೆ.

Example: I *would* like to stage a dance. ನಾನು ನೃತ್ಯ ಪ್ರದರ್ಶನ ನೀಡಲು ಇಚ್ಛಿಸುತ್ತಿದ್ದೇನೆ.

(vi) Condition (ಶರತ್ತು)ಗಳನ್ನು ತಿಳಿಸಲು 'Would' ಬಳಕೆಯಾಗುತ್ತದೆ.

Example: He would stand first if he worked hard. ಅವನು ಶ್ರಮಪಟ್ಟು ಅಭ್ಯಾಸ ಮಾಡಿದರೆ, ಪ್ರಥಮ ಸ್ಥಾನ ಗಳಿಸುತ್ತಾನೆ.

5. Use of 'Can' ಬಳಕೆ

★. ಮಾಡಬಹುದು ಎಂಬ ಅರ್ಥದಲ್ಲಿ can ಬಳಕೆಯಾಗುತ್ತದೆ.

(i) Power (ಶಕ್ತಿ) - Ability (ಸಾಮರ್ಥ್ಯ)ಯನ್ನು ವ್ಯಕ್ತಪಡಿಸಲು

Example: **1.** I *can* read English newspaper. ನಾನು ಇಂಗ್ಲಿಷ್ ವೃತ್ತಪತ್ರಿಕೆ ಓದಬಲ್ಲೆ.

2. I *can* run two miles. ನಾನು 2 ಮೈಲು ದೂರ ಓಡಬಲ್ಲೆ.

(ii) Permission (ಅನುಮತಿ)ನಲ್ಲಿ 'can' ಬಳಸಲ್ಪಡುತ್ತದೆ.

Example: **1.** You *can* go now. ನೀನು ಇನ್ನು ಹೋಗಬಹುದು.

2. You *can* finish this work. ನೀನು ಈ ಕೆಲಸವನ್ನು ಮುಗಿಸಬೇಕು.

(iii) Possibility (ಸಂಭವನೀಯತೆ) ವ್ಯಕ್ತಪಡಿಸಲು 'can' ಬಳಸಲ್ಪಡುತ್ತದೆ.

Example: **1.** Anyone *can* solve this sum. ಈ ಲೆಕ್ಕವನ್ನು ಯಾರು ಬೇಕಾದರೂ ಬಗೆಹರಿಸಬಹುದು.

2. Anyone *can* go there. ಅಲ್ಲಿಗೆ ಯಾರು ಬೇಕಾದರೂ ಹೋಗಬಹುದು.

(iv) Natur (ಸ್ವಭಾವ) ವ್ಯಕ್ತಪಡಿಸಲು 'can' ಬಳಸಲ್ಪಡುತ್ತದೆ.

Example: **1.** He *can* insult you. ಅವನು ನಿನಗೆ ಅವಮಾನ ಮಾಡಬಹುದು.

2. Chandini *can* bluff him. ಚಾಂದಿನಿ ಅವನನ್ನು ಹಿಮ್ಮೆಟ್ಟಿಸಬಲ್ಲಳು.

(v) Prohibition (ನಿಷೇಧ), Impossibility (ಅಸಂಭವನೀಯತೆ) ಮತ್ತು Compulsion (ಜವಾಬ್ದಾರಿ)ನ್ನು ವ್ಯಕ್ತಪಡಿಸಲು 'can' ಬಳಸಲ್ಪಡುತ್ತದೆ.

Example: **1.** ಪುರುಷರು ಮಹಿಳೆಯರ ಬೋಗಿಯನ್ನು ಪ್ರವೇಶಿಸುವಂತಿಲ್ಲ. (ನಿಷೇಧ)

2. Shyam *cannot* attend the class because he is on tour. ಶ್ಯಾಮನು ಪ್ರವಾಸಕ್ಕೆ ತೆರಳಿರುವುದರಿಂದ ತರಗತಿಗೆ ಹಾಜರಾಗಲು ಆಗುತ್ತಿಲ್ಲ (Impossibility)

6. Use of 'Could' ಬಳಕೆ

(i) Past Tense (ಭೂತಕಾಲ)ನಲ್ಲಿ ಶಕ್ತಿಯನ್ನು ಪ್ರದರ್ಶಿಸಲು 'could' ಬಳಕೆ.

Example: **1.** My father asked me if I *could* help him. ನಾನು ನಿನಗೆ ಸಹಾಯ ಮಾಡಬಹುದೇ ಎಂದು ನನ್ನ ತಂದೆ ನನ್ನನ್ನು ಕೇಳಿದರು.

2. The headmaster asked me if I *could* solve the sum. ಈ ಲೆಕ್ಕವನ್ನು ಬಿಡಿಸುವೆಯಾ ಎಂದು ಮುಖ್ಯೋಪಾಧ್ಯಾಯರು ನನ್ನನ್ನು ಕೇಳಿದರು.

(ii) Past Tense (ಭೂತಕಾಲ)ನಲ್ಲಿ ಯೋಗ್ಯತೆ - ಸಾಮರ್ಥ್ಯ ಪ್ರದರ್ಶಿಸಲು 'could' ಬಳಕೆ.

Example: **1.** Saurabh *could* tell rhymes when he was child. ಸಣ್ಣ ವಯಸ್ಸಿನಲ್ಲೇ ಸೌರಭ್ ಅಂತ್ಯ ಪ್ರಾಸಗಳನ್ನು ಹೇಳುತ್ತಿದ್ದ.

2. I lost my purse so I *could* not buy anything from the market. ನಾನು ನನ್ನ ಪರ್ಸ್ ಕಳೆದುಕೊಂಡಿದ್ದರಿಂದ, ಮಾರುಕಟ್ಟೆಯಲ್ಲಿ ಏನನ್ನೂ ಖರೀದಿಸಲಿಲ್ಲ.

(iii) Past Tense (ಭೂತಕಾಲ)ನಲ್ಲಿ Possibility (ಸಂಭವನೀಯತೆ)ಯನ್ನು ತೋರಿಸಲು

Example **1.** If I had money, I *could* buy a new car. ನನ್ನ ಬಳಿ ಹಣ ಇದ್ದಿದ್ದರೆ, ನಾನು ಕಾರ್ ಕೊಳ್ಳುತ್ತಿದ್ದೆ.

2. If Seema had secured good marks she *could* seek a good job. ಸೀಮಾ ಉತ್ತಮ ಅಂಕಗಳನ್ನು ಪಡೆದುಕೊಂಡರೆ, ಅವಳಿಗೆ ಉತ್ತಮ ಕೆಲಸ ಸಿಗುವ ಸಾಧ್ಯತೆ ಇದೆ.

(iv) Polite request (ಮನವಿ ಸಲ್ಲಿಕೆ) ಮತ್ತು Condition (ಶರತ್ತು) ಮಂಡನೆ ಇತ್ಯಾದಿಗೆ 'could' ಬಳಕೆ.

Example: **1.** *Could* I use your mobile phone? ನಾನು ನಿಮ್ಮ ಮೊಬೈಲ್ ಫೋನ್ ಬಳಸಬಹುದೇ?

2. I *could* have given you my car, if you had asked me. ನೀನು ನನ್ನ ಬಳಿ ಕೇಳಿದ್ದರೆ, ನಾನು ನಿನಗೆ ಕಾರ್ ಕೊಡುತ್ತಿದ್ದೆ.

7. Use of 'May' ಬಳಕೆ

(i) Permission (ಅನುಮತಿ) ಪಡೆದುಕೊಳ್ಳಲು 'may' ಬಳಕೆ.

Example: **1.** *May* I come in? ನಾನು ಒಳಗೆ ಬರಬಹುದೇ?

2. *May* Pratibha go out? ಪ್ರತಿಭಾ ಹೊರಗೆ ಹೋಗಬಹುದೇ

3. You *may* use my pen. ನೀನು ನನ್ನ ಲೇಖನಿ ಬಳಸಬಹುದು.

4. Seema *may* sit here. ಸೀಮಾ ಇಲ್ಲಿ ಕೂರಬಹುದು.

(ii) Possibility (ಸಂಭಾವ್ಯತೆ) ವ್ಯಕ್ತಪಡಿಸಲು 'may' ಬಳಕೆ.

Example: **1.** It *may* rain today. ಇಂದು ಮಳೆ ಬರಬಹುದು.

2. The Prime Minister *may* visit the flood affected area in Srinagar. ಶ್ರೀನಗರದ ಪ್ರವಾಹ ಪೀಡಿತ ಪ್ರದೇಶಗಳಿಗೆ ಪ್ರಧಾನಿ ಇಂದು ಭೇಟಿ ನೀಡಬಹುದು.

(iii) Factual Possibility (ವಾಸ್ತವಿಕ ಸಂಭಾವ್ಯತೆ)ಯನ್ನು ತಿಳಿಸಲು 'may' ಬಳಕೆ.

Example: **1.** It is cloudy, it *may* rain. ಮೋಡ ಕವಿದಿದ್ದು, ಮಳೆ ಬರಬಹುದು.

2. The ground is wet, the match *may* be delayed. ನೆಲ ಒದ್ದೆಯಾಗಿರುವುದರಿಂದ, ಪಂದ್ಯ ತಡವಾಗಬಹುದು.

(iv) Purpose (ಉದ್ದೇಶ)ವನ್ನು ತಿಳಿಸಲು 'may' ಬಳಕೆ.

Example: **1.** We eat so that we *may* become strong. ಬಲಿಷ್ಟರಾಗಬೇಕೆಂದು ನಾವು ಆಹಾರವನ್ನು ಸೇವಿಸುತ್ತೇವೆ.

2. Ram works hard so that he *may* succeed. ತಾನು ಯಶಸ್ವಿ ಆಗಬೇಕೆಂದು ರಾಮನು ಕಠಿಣ ಶ್ರಮ ಪಡುತ್ತಾನೆ.

(v) Wish (ಇಚ್ಛೆ)ವ್ಯಕ್ತ ಪಡಿಸಲು / Prayer (ಪ್ರಾರ್ಥನೆ) ಸಲ್ಲಿಸಲು 'may' ಬಳಕೆ.

Example: **1.** *May* you live long! ನೀನು ದೀರ್ಘಕಾಲ ಬಾಳು.

2. *May* you prosper in life. ಜೀವನದಲ್ಲಿ ಸಮೃದ್ಧಿ ನಿನಗೆ ಸಿಗಲಿ.

★ ಅನುಮತಿ ಕೊಡಲು ಇಲ್ಲವೇ ಪಡೆಯಲು 'can' ಬದಲು 'may' ಹೆಚ್ಚು ಬಳಕೆ ಆಗುತ್ತದೆ.

8. Use of 'Might' ಬಳಕೆ

(i) Past Tense (ಭೂತಕಾಲ)ನಲ್ಲಿ Purpose (ಉದ್ದೇಶ)ವನ್ನು ತಿಳಿಯಪಡಿಸಲು 'might' ಬಳಕೆ.

Example: 1. Komal wore fancy dress so that she *might* look beautiful. ತಾನು ಸುಂದರವಾಗಿ ಕಾಣಿಸಿಕೊಳ್ಳಬೇಕು ಎಂಬ ಉದ್ದೇಶದಿಂದ ಕೋಮಲ್ ಬಣ್ಣದ ವಸ್ತ್ರ ಧರಿಸಿದ್ದಾಳೆ.

2. Police ran fast so that they *might* catch the thief. ಕಳ್ಳನನ್ನು ಹಿಡಿಯಬೇಕು ಎಂಬ ಉದ್ದೇಶದಿಂದ ಪೊಲೀಸರು ಜೋರಾಗಿ ಓಡಿದರು.

(ii) Permission (ಅನುಮತಿ) ಇಲ್ಲವೇ Remoto Possibility (ಭವಿಷ್ಯದಲ್ಲಿ) ಸಂಭವಿಸಬಹುದಾದ ಘಟನೆ ಬಗ್ಗೆ ತಿಳಿಯಪಡಿಸಲು 'might' ಬಳಕೆಯಾಗುತ್ತದೆ.

Example: 1. Maya has not atteneded my marriage party, but she *might* send a present. ಮಾಯಾ ನನ್ನ ಮದುವೆಗೆ ಆಗಮಿಸಲಿಲ್ಲವಾದರೂ, ನನಗೆ ಉಡುಗೊರೆ ಕಳಿಸುವ ಸಾಧ್ಯತೆ ಇದೆ.

2. The sky is clear but it *might* rain heavily. ಆಗಸ ಶುಭ್ರವಾಗಿದ್ದರೂ, ಭಾರಿ ಮಳೆ ಬರುವ ಸಾಧ್ಯತೆ ಇದೆ.

(iii) Request (ಮನವಿ) ಸಲ್ಲಿಕೆಗೆ 'might' ಬಳಕೆ.

Example: If you are going to the market you *might* bring me a book. ನೀನು ಮಾರುಕಟ್ಟೆಗೆ ಹೋಗುವುದಿದ್ದರೆ, ನನಗೊಂದು ಪುಸ್ತಕ ತಂದುಕೊಡು.

9. Use of 'Ought to' ಬಳಕೆ

(i) Reported Speec ನಲ್ಲಿ ಭೂತಕಾಲದಲ್ಲಿ 'Ought to' ಬಳಕೆ ಆಗುತ್ತದೆ.

Example: He said that he *ought to* go. ತಾನು ಹೋಗಬೇಕೆಂದು ಆತ ಹೇಳಿದ.

(ii) ನೈತಿಕ ಕರ್ತವ್ಯ ಹಾಗೂ ಸಾಮಾಜಿಕ ಜವಾಬ್ದಾರಿ ಕುರಿತು ಹೇಳಲು 'Ought to' ಬಳಕೆ ಆಗುತ್ತದೆ.

Example: We *ought to* respect our elders. ನಾವು ನಮ್ಮ ಹಿರಿಯರನ್ನು ಗೌರವಿಸಬೇಕು.

10. Use of 'Need' ಬಳಕೆ

(i) Necessity (ಅವಶ್ಯಕತೆ)ಯ ಭಾವ ಪ್ರಕಟಿಸಲು Negative (ನಿಷೇಧಾರ್ಥಕ) ಮತ್ತು Interogative (ಪ್ರಶ್ನಾವಾಚಕ) ವಾಕ್ಯಗಳಲ್ಲಿ 'need' ಬಳಕೆಯಾಗುತ್ತಿದೆ.

Example: 1. He *need* not walk so fast. ಆತ ಅಷ್ಟು ವೇಗವಾಗಿ ನಡೆಯುವ ಅಗತ್ಯವಿಲ್ಲ. (ನಿಷೇಧಾತ್ಮಕ)

2. *Need* he go to so soon? ಅವನು ಇಷ್ಟು ಬೇಗ ಹೋಗಬೇಕಿರಲಿಲ್ಲ. (ಪ್ರಶ್ನಾವಾಚಕ ವಾಕ್ಯ)

(ii) Principal verb (ಪ್ರಧಾನ ಕ್ರಿಯಾಪದ)ನಲ್ಲಿ 'need' ಬಳಕೆ ಆಗುತ್ತದೆ.

Example: 1. Seeta *need* to dine now. ಸೀತಾ ಈಗ ಊಟ ಮಾಡಬೇಕಿದೆ

2. Seeta does not *need* to dine now. ಸೀತಾ ಈಗ ಊಟ ಮಾಡುವ ಅಗತ್ಯವಿಲ್ಲ.

11. Use of 'Dare' ಬಳಕೆ

(i) 'Dare' ಎಂದರೆ ಸಾಹಸ - ಶೌರ್ಯ ಪ್ರದರ್ಶನ. Negative (ನಕಾರಾತ್ಮಕ) ಹಾಗೂ Interogative (ಪ್ರಶ್ನಾವಾಚಕ) ವಾಕ್ಯಗಳಲ್ಲಿ 'Dare' ಬಳಕೆಯಾಗುತ್ತದೆ.

Example: 1. *Dare* he go? ಅವನಿಗೆ ಅಲ್ಲಿಗೆ ಹೋಗುವ ಧೈರ್ಯವಿದೆಯೇ?

2. He *dared* not go. ಅವನಿಗೆ ಅಲ್ಲಿಗೆ ಹೋಗುವ ಧೈರ್ಯವಿಲ್ಲ.

(ii) Challenge (ಸವಾಲು) ಹಾಕಲು 'dare' ಪ್ರಯೋಗಿಸಲ್ಪಡುತ್ತದೆ.

Example: Satish *dared* me to fight. ಹೊಡೆದಾಟಕ್ಕೆ ಬಾ ಎಂದು ಸತೀಶ ನನಗೆ ಸವಾಲು ಹಾಕಿದ.

12. Used 'to' ಬಳಕೆ

(i) Past Tense (ಭೂತ ಕಾಲ)ನಲ್ಲಿ ನಡೆದ ಕ್ರಿಯೆಯನ್ನು ಹೇಳಲು 'to' ಬಳಕೆಯಾಗಲಿದೆ.

Example: 1. I *used to* read the Ramayana regularly. ನಾನು ಪ್ರತಿದಿನ ರಾಮಾಯಣ ವಾಚನ ಮಾಡುತ್ತಿದ್ದೆ.

2. She *used* not to abuse anybody. ಅವಳು ಯಾರನ್ನೂ ಕೆಟ್ಟದಾಗಿ ನಡೆಸಿಕೊಳ್ಳುತ್ತಿರಲಿಲ್ಲ.

13. Use of 'Must' ಬಳಕೆ

(i) ಅಗತ್ಯ ಇಲ್ಲವೇ Obligation (ಕರ್ತವ್ಯ) ನಿರ್ವಹಣೆ ವ್ಯಕ್ತಪಡಿಸಲು 'must' ಬಳಕೆ ಆಗುತ್ತದೆ.

Example: 1. Mohini *must* run fast to catch the train. ರೈಲನ್ನು ಹಿಡಿಯಲು ಮೋಹಿನಿ ತುಂಬ ವೇಗವಾಗಿ ಓಡಬೇಕಾಗುತ್ತದೆ.

2. We *must* pay our income tax in time. ನಾವು ಆದಾಯ ತೆರಿಗೆಯನ್ನು ನಿಗದಿತ ದಿನದೊಳಗೆ ನೀಡಬೇಕಿದೆ.

(ii) Exphatic Advice (ಸ್ಪಷ್ಟವಾದ ಸಲಹೆ) ನೀಡಲು 'must' ಬಳಕೆ ಆಗುತ್ತದೆ.

Example: 1. You *must* not cheat anyone. ನೀನು ಯಾರಿಗೂ ಮೋಸ ಮಾಡಬಾರದು

2. Every one *must* respect their elders. ಎಲ್ಲರೂ ತಮ್ಮ ಹಿರಿಯರನ್ನು ಗೌರವಿಸಬೇಕು.

(iii) Compulstion (ಒತ್ತಾಯ) ಹೇರಲು 'must' ಬಳಕೆ ಆಗುತ್ತದೆ.

Example: You *must* obey the laws of constitution. ನೀನು ಸಂವಿಧಾನದ ಕಾನೂನುಗಳನ್ನು ಗೌರವಿಸಬೇಕು.

(iv) Protibition (ನಿಷೇಧ) 'must' ಬಳಕೆ ಆಗುತ್ತದೆ.

Example: 1. You *must* not read other's diary. ನೀನು ಬೇರೆಯವರ ದಿನಚರಿಯನ್ನು ಓದಬಾರದು.

2. You *must* not enter a ladies compartment. ರೈಲಿನಲ್ಲಿ ಮಹಿಳೆಯರ ಬೋಗಿಯನ್ನು ಪ್ರವೇಶಿಸಬಾರದು.

★ ನಿಷೇಧಾತ್ಮಕ ವಾಕ್ಯಗಳಲ್ಲಿ 'must' ನಂತರ 'not' ಪದ ಪ್ರಯೋಗ ಆಗುತ್ತದೆ.

ನೆನಪಿನಲ್ಲಿಡಿ

ಈ ಅಧ್ಯಾಯದಲ್ಲಿ Modals (ರೂಪಾತ್ಮಕ) ಕ್ರಿಯೆಗಳ ನಿಯಮಗಳನ್ನು ಕುರಿತು ಸಂಕ್ಷಿಪ್ತವಾಗಿ ತಿಳಿದುಕೊಂಡಿದ್ದೇವೆ.

1. Modals (ರೂಪಾತ್ಮಕ) ಕ್ರಿಯೆಗಳ ಪ್ರಯೋಗವು Main verb (ಮುಖ್ಯ ಕ್ರಿಯಾಪದ)ನ ಜತೆ ಆಗುತ್ತದೆ.
2. ರೂಪಾತ್ಮಕ ಕ್ರಿಯೆಗಳು ಸದಾ ಒಂದೇ ರೀತಿ ಇರುತ್ತವೆ. ಇವುಗಳ ರೂಪ (Form) ಗಳು ಇರುವುದಿಲ್ಲ.

ಕಾಲ
(TENSE)

Definition

Tense is the form of a verb which expresses the time of an action and its degree of completeness. Tense (ಕ್ರಿಯೆಯ) ಕಾಲವನ್ನು ತಿಳಿಸುತ್ತದೆ. ಕಾರ್ಯವು ಮುಗಿದಿದೆಯೇ ಅಥವಾ ಈಗಲೂ ಆಗುತ್ತಿದೆಯೇ ಅಥವಾ ಆಗಬೇಕಿದೆಯೇ ಎಂದು ಗೊತ್ತಾಗುತ್ತದೆ.

ಇಂಗ್ಲಿಷ್‌ನಿಂದ ಕನ್ನಡ, ಕನ್ನಡದಿಂದ ಇಂಗ್ಲಿಷ್ ಕಲಿಕೆಗೆ ಕಾಲದ ಅರಿವು ತೀರಾ ಅವಶ್ಯಕ. Tenseಗಳ ಅರಿವಿನಿಂದ ಪದಗಳನ್ನು ವಾಕ್ಯದಲ್ಲಿ ಸೂಕ್ತವಾಗಿ ಪ್ರಯೋಗಿಸಿ, ವ್ಯಾಕರಣ ಬದ್ಧ ವಾಕ್ಯಗಳನ್ನು ರಚಿಸಬಹುದು.

Kinds of Tense (ಕಾಲದ ಪ್ರಕಾರ)

Tenseನಲ್ಲಿ ಮೂರು ವಿಧ

1. Present Tense (ವರ್ತಮಾನ ಕಾಲ)
2. Past Tense (ಭೂತಕಾಲ)
3. Future Tense (ಭವಿಷ್ಯತ್ ಕಾಲ)

Present Tense (ವರ್ತಮಾನ ಕಾಲ)

When the timeframe of the action under discussion is current, it is said to be in the Present Tense. ಯಾವ ವಾಕ್ಯದಲ್ಲಿ ಕ್ರಿಯೆಯು ವರ್ತಮಾನದಲ್ಲಿ ಸಂಭವಿಸುತ್ತಿದೆಯೋ, ಅದು Present Tense (ವರ್ತಮಾನ ಕಾಲ). ಇದರಲ್ಲಿ 4 ವಿಧ.

1. Present Indefinite Tense (ಸಾಮಾನ್ಯ ವರ್ತಮಾನ ಕಾಲ)
2. Present Imperfect (Continuous) Tense (ಅಪೂರ್ಣ ವರ್ತಮಾನ ಕಾಲ)
3. Present Perfect Tense (ಪೂರ್ಣ ವರ್ತಮಾನ ಕಾಲ)
4. Present Perfect Continuous (ಪೂರ್ಣ ನಿರಂತರ ವರ್ತಮಾನ ಕಾಲ)

1. Persent Indefinite Tense (ಸಾಮಾನ್ಯ ವರ್ತಮಾನ ಕಾಲ)

Present Indefinite Tense is used to present general truths and habitual actions. Present Indefinite Tense (ಸಾಧಾರಣ ಸತ್ಯ ಮತ್ತು ರೂಢಿಗತ ಕ್ರಿಯೆ)ಗಳನ್ನು ತಿಳಿಸಲು ಬಳಕೆಯಾಗುತ್ತದೆ.

Example: I read. ನಾನು ಓದುತ್ತಿದ್ದೇನೆ.

★ ಮೇಲಿನ ವಾಕ್ಯದಲ್ಲಿ Subject (ವಿಷಯ)ನ ಬಳಿಕ Verb (ಕ್ರಿಯಾಪದ)ನ 1st form (ಮೊದಲ ರೂಪ) ಪ್ರಯೋಗಿಸಲ್ಪಟ್ಟಿದೆ.

(a) Affirmative form (ಸಕಾರಾತ್ಮಕ ರೂಪ): ಇದರಲ್ಲಿ ಮೊದಲು Subject (ವಿಷಯ) ಬರುತ್ತದೆ. ಬಳಿಕ Verb (ಕ್ರಿಯಾಪದ)ನ 1st form (ಮೊದಲನೇ ರೂಪ) ಬರುತ್ತದೆ. Object (ವಸ್ತು) ಕೊನೆಗೆ ಬರುತ್ತದೆ. I, we, you ಮತ್ತು they ಜೊತೆಗೆ ಕ್ರಿಯಾಪದದ ಮೊದಲನೇ ರೂಪದ ಪ್ರಯೋಗ ಆಗುತ್ತದೆ. ಆದರೆ ವಿಷಯದಲ್ಲಿ Third Person singular number (ಮೂರನೇ ಪುರುಷ ಏಕವಚನ) (He, she, it) ಇಲ್ಲವೇ ಹೆಸರುಗಳು Mohan, Sohan ಇತ್ಯಾದಿ ಕ್ರಿಯಾಪದದ ಮೊದಲನೇ ರೂಪದ ಜತೆಗೆ 's', 'es' ಪ್ರಯೋಗ ಆಗುತ್ತದೆ.

Example: **1.** He reads. ಅವನು ಓದುತ್ತಿದ್ದಾನೆ.

2. Sohan plays cricket. ಸೋಹನ್ ಕ್ರಿಕೆಟ್ ಆಡುತ್ತಿದ್ದಾನೆ.

3. Ramesh goes to office everyday. ರಮೇಶ್ ಪ್ರತಿದಿನ ಕಚೇರಿಗೆ ಹೋಗುತ್ತಾನೆ.

(b) Negative Form (ನಕಾರಾತ್ಮಕ ರೂಪ): ಇದರಲ್ಲಿ ವಿಷಯದ ಬಳಿಕ donot/doesnot verb (ಕ್ರಿಯಾಪದ)ನ 1st form (ಮೊದಲ ರೂಪ)ನಲ್ಲಿ ಪ್ರಯೋಗವಾಗುತ್ತದೆ. ವಿಷಯವು Subject-Third Person, Singular Number ಅನ್ಯ ಪುರುಷ ಏಕವಚನದಲ್ಲಿ doesnot ಪ್ರಯೋಗ ಆಗಲಿದೆ.

Example: **1.** I *do not* read. ನಾನು ಓದುವುದಿಲ್ಲ.

2. He *does not* read. ಅವನು ಓದುವುದಿಲ್ಲ.

3. Sita *does not* read. ಸೀತಾ ಓದುವುದಿಲ್ಲ.

(c) Interrogative Form (ಪ್ರಶ್ನಾವಾಚಕ ರೂಪ): Present Indefinite Tenseನ್ನು Interrogative Sentence ಬಳಸುವಾಗ ವಿಷಯದ Do ಅಥವಾ Does ಕ್ರಿಯಾಪದದ ಮೊದಲ ರೂಪದಲ್ಲಿ ಪ್ರಯೋಗ ಆಗುತ್ತದೆ.

Example: **1.** *Do* I read? ನಾನು ಏನು ಓದುತ್ತಿದ್ದೇನೆ.

2. *Does* he read? ಅವನು ಏನು ಓದುತ್ತಿದ್ದಾನೆ?

Use of Present Indefinite Tense (ಸಾಮಾನ್ಯ ವರ್ತಮಾನ ಕಾಲದ ಬಳಕೆ)

☞ **Rule 1:** ದೈನಿಕ ಕಾರ್ಯಗಳನ್ನು ವ್ಯಕ್ತಪಡಿಸಲು

Example: **1.** I get *up* daily in the morning at 5 O'clock. ನಾನು ಪ್ರತಿದಿನ ಬೆಳಗ್ಗೆ 5 ಗಂಟೆಗೆ ಏಳುತ್ತೇನೆ.

2. Sita *reads* the Ramayana daily. ಸೀತೆ ಪ್ರತಿದಿನ ರಾಮಾಯಣವನ್ನು ಓದುತ್ತಾಳೆ.

☞ **Rule 2:** General Truth (ಸಾಮಾನ್ಯ ಸತ್ಯವನ್ನು) ವ್ಯಕ್ತಪಡಿಸಲು

Example: **1.** The sun *rises* in the east. ಸೂರ್ಯ ಪೂರ್ವದಲ್ಲಿ ಉದಯಿಸುತ್ತಾನೆ.

2. The earth *moves* around the Sun. ಭೂಮಿಯು ಸೂರ್ಯನ ಸುತ್ತ ತಿರುಗುತ್ತದೆ.

3. I *live* at Shalimarbagh in Delhi. ನಾನು ದಿಲ್ಲಿಯ ಶಾಲಿಮಾರ್‌ಬಾಗ್‌ನಲ್ಲಿ ವಾಸಿಸುತ್ತಿದ್ದೇನೆ.

2. ಅಪೂರ್ಣ ವರ್ತಮಾನ ಕಾಲ (Present Imperfect)

Present Continuous is used to describe actions that have not been completed in the current time. Present continuous ಅಪೂರ್ಣ ವರ್ತಮಾನವನ್ನು ಇನ್ನೂ ಪೂರ್ಣಗೊಳ್ಳದ ಕ್ರಿಯೆಗಳನ್ನು ವಿವರಿಸಲು ಬಳಸುತ್ತಾರೆ. ಇದರಲ್ಲಿ ಕ್ರಿಯೆಯು ಭವಿಷ್ಯದಲ್ಲಿ ಪೂರ್ಣಗೊಳ್ಳುತ್ತದೆ.

Example: I *am* reading. ನಾನು ಓದುತ್ತಿದ್ದೇನೆ.

(a) Affirmative form (ಸಕಾರಾತ್ಮಕ ರೂಪ): ವಿಷಯದಲ್ಲಿ Auxiliary verb (ಸಹಾಯಕ ಕ್ರಿಯಾಪದ) ಬಳಕೆಯಾಗಲಿದ್ದು, Main verb (ಮುಖ್ಯ ಕ್ರಿಯೆ)ಗೆ 'ing' ಜೋಡಣೆ ಆಗುತ್ತದೆ.

☞ **Rule 1:** ಇದರಲ್ಲಿ I ಜೊತೆಗೆ am ಹಾಗೂ we, you ಮತ್ತು ಜೊತೆ are ಮತ್ತು he, she, it ಇಲ್ಲವೇ ಹೆಸರಿನ ಜತೆಗೆ is ಸೇರಿಸಿ, ಕ್ರಿಯಾಪದದ ಅಂತ್ಯದಲ್ಲಿ ing ಸೇರಿಸಲಾಗುತ್ತದೆ.

Example: **1.** I *am* teaching. ನಾನು ಕಲಿಸುತ್ತಿದ್ದೇನೆ.

2. Sohan *is* going. ಸೋಹನ್ ಹೋಗುತ್ತಿದ್ದಾನೆ.

(b) **Negative Form** (**ನಕಾರಾತ್ಮಕ ರೂಪ**): ವಿಷಯದ ಬಳಿಕ Auxiliary verb (ಸಹಾಯಕ ಕ್ರಿಯಾಪದ) (is, are, am) ಜತೆಗೆ 'not' ಪ್ರಯೋಗವಾಗಲಿದ್ದು, Main verb (ಮುಖ್ಯ ಕ್ರಿಯಾಪದ) ಗೆ 'ing' ಜೋಡಣೆ ಆಗಲಿದೆ.

Example: **1.** He *is not* reading. ಅವನು ಓದುತ್ತಿಲ್ಲ.

2. I *am not* going. ನಾನು ಹೋಗುತ್ತಿಲ್ಲ

(c) **Interrogative Form** (**ಪ್ರಶ್ನಾವಾಚಕ ರೂಪ**): ವಿಷಯಕ್ಕೆ ಮೊದಲು Auxiliary verb (ಸಹಾಯಕ ಕ್ರಿಯಾಪದ) (is, are, am) ಬಳಕೆಯಾಗಲಿದ್ದು, ಕ್ರಿಯಾಪದಕ್ಕೆ 'ing' ಜೋಡಣೆ ಆಗಲಿದೆ.

Example: **1.** *Are* you reading? ನೀನು ಓದುತ್ತಿರುವೆಯಾ?

2. *Is* she reading? ಅವಳು ಓದುತ್ತಿರುವಳಾ?

Use of Present Imperfect or Present Continuous (ಅಪೂರ್ಣ ವರ್ತಮಾನ ಕಾಲದ ಪ್ರಯೋಗ)

☞ **Rule 1:** ವರ್ತಮಾನ ಕಾಲದಲ್ಲಿ ನಡೆಯುತ್ತಿರುವ ಕ್ರಿಯೆಯನ್ನು ಸೂಚಿಸಲು

Example: You *are* reading. ನೀನು ಓದುತ್ತಿರುವೆ

☞ **Rule 2:** ಭವಿಷ್ಯತ್ ಕಾಲದಲ್ಲಿನ ಕೆಲಸವನ್ನು ಹೇಳಲು

Example: Shyam *is* going to Howrah on Tuesday. ಶ್ಯಾಮನು ಮಂಗಳವಾರ ಹೌರಾಕ್ಕೆ ಹೋಗಲಿದ್ದಾನೆ.

3. ಪೂರ್ಣ ವರ್ತಮಾನ ಕಾಲ (Present Perfect Tense)

Present Perfect Tense is used to describe actions that have been completed in the current time. ಪ್ರಸ್ತುತ ಕಾಲದಲ್ಲಿ ಪೂರ್ಣಗೊಂಡ ಕ್ರಿಯೆಗಳನ್ನು ವಿವರಿಸಲು Present perfect tense (ಪೂರ್ಣ ವರ್ತಮಾನ ಕಾಲ) ಬಳಸಲ್ಪಡುತ್ತದೆ.

Example: I *have* read the book. ನಾನು ಪುಸ್ತಕ ಓದಿ ಮುಗಿಸಿದ್ದೇನೆ.

☆ I, you, We ಹಾಗೂ Third person (ಅನ್ಯ ಪುರುಷ)ನ They ಜತೆಗೆ have ಪ್ರಯೋಗಿಸಲಾಗುತ್ತದೆ. ಆದರೆ Third person singular number (ಅನ್ಯ ಪುರುಷದ ಏಕವಚನ) he, she ಮತ್ತು it ಜೊತೆಗೆ has ಬಳಸಲ್ಪಡುತ್ತದೆ.

Example: **1.** He *has* read the book. ಅವನು ಪುಸ್ತಕವನ್ನು ಓದಿದ್ದಾನೆ.

2. I *have* read the book. ನಾನು ಪುಸ್ತಕವನ್ನು ಓದಿದ್ದೇನೆ.

3. Our boss *has* called a meeting. ನಮ್ಮ ಬಾಸ್ ಸಭೆಯನ್ನು ಕರೆದಿದ್ದಾರೆ.

(a) **Affirmative Form** (**ಸಕಾರಾತ್ಮಕ ರೂಪ**): Verb (ಕ್ರಿಯಾಪದ)ನ 3ನೇ ರೂಪ (Past Participle)ದ ಪ್ರಯೋಗ ಆಗುತ್ತದೆ. Play ಬದಲು Played ಬಳಸಲ್ಪಡುತ್ತದೆ. You, they, we ಜೊತೆಗೆ have, ವಿಷಯವು ಅನ್ಯ ಪುರುಷ ಏಕವಚನ (he, she, it) ಇದ್ದರೆ, ಜತೆಗೆ has ಪ್ರಯೋಗ ಆಗುತ್ತದೆ.

Example: **1.** I *have* finished my work. ನಾನು ನನ್ನ ಕೆಲಸವನ್ನು ಮುಗಿಸಿದ್ದೇನೆ.

2. They *have* gone to the hill station. ಅವರು ಹಿಲ್ ಸ್ಟೇಷನ್‌ಗೆ ಹೋಗಿದ್ದಾರೆ.

(b) **Negative Form** (**ನಕಾರಾತ್ಮಕ ರೂಪ**): ಈ ರೂಪದಲ್ಲಿ 'has', 'have' ಜೊತೆಗೆ 'not' ಬಳಕೆ ಆಗುತ್ತದೆ.

Example: I *have not* read the lesson. ನಾನು ಪಾಠವನ್ನು ಓದಿಲ್ಲ.

(c) **Interrogative Form** (**ಪ್ರಶ್ನಾಸೂಚಕ ರೂಪ**): ಈ ವಾಕ್ಯಗಳಲ್ಲಿ Subject (ವಿಷಯ)ಗೆ ಮುನ್ನ 'have', 'has' ಪ್ರಯೋಗ ಆಗಿರುತ್ತದೆ. ಬಳಿಕ ಕ್ರಿಯಾಪದದ 3ನೇ ರೂಪ ಬಳಸಲಾಗುತ್ತದೆ.

Example: **1.** *Has* he not gone? ಏನು ಅವನು ಇನ್ನೂ ಹೋಗಿಲ್ಲವೇ?

2. *Has* the train left? ಏನು ರೈಲು ಇನ್ನೂ ಹೋಗಿಲ್ಲವೇ?

Uses of Present Perfect Tense (ಪೂರ್ವ ವರ್ತಮಾನ ಕಾಲದ ಪ್ರಯೋಗ)

ಭೂತಕಾಲದಲ್ಲಿ ನಡೆದ ಕ್ರಿಯೆಗಳನ್ನು ವಿವರಿಸಲು ಪ್ರಯೋಗಿಸಲಾಗುತ್ತದೆ. ಈಗ ತಾನೇ ಪೂರ್ಣ ಗೊಂಡಿರುವ ಮತ್ತು already, so far, recently, presently, till now, as yet, just now, this year ಇತ್ಯಾದಿ ಪದಗಳಲ್ಲಿ ಒಂದು ಪ್ರಯೋಗಿಸಲ್ಪಡುತ್ತದೆ.

Example: I *have* finished my work just now. ನಾನು ನನ್ನ ಕೆಲಸವನ್ನು ಈಗ ತಾನೇ ಮುಗಿಸಿದೆ.

☞ **Rule 1:** ಭೂತಕಾಲದ ಅನುಭವಗಳನ್ನು ವರ್ಣಿಸಲು ವಾಕ್ಯದ ಅಂತ್ಯದಲ್ಲಿ once, twice, several times ಇನ್ನಿತರ ಶಬ್ದಗಳ ಪ್ರಯೋಗ ನಡೆಯುತ್ತದೆ.

Example: I *have* gone to Delhi several times. ನಾನು ದಿಲ್ಲಿಗೆ ಹಲವು ಬಾರಿ ಹೋಗಿದ್ದೇನೆ.

4. Present Perfect Continuous (ಪೂರ್ಣ ನಿರಂತರ ವರ್ತಮಾನ ಕಾಲ)

Present Perfect Continuous Tense is used to indicate that some action in the current time has been going on for some time and is not yet over. ಕೆಲವು ಕಾಲದಿಂದ ಕ್ರಿಯೆ ನಡೆಯುತ್ತಿದ್ದು, ಇನ್ನೂ ಪೂರ್ಣಗೊಂಡಿಲ್ಲ ಎಂಬುದನ್ನು ಸೂಚಿಸಲು Present Perfect Continuous Tense ಬಳಕೆಯಾಗುತ್ತದೆ.

Example: I *have been* living in Mumbai for 10 years. ನಾನು ಮುಂಬಯಿಯಲ್ಲಿ ಕಳೆದ 10 ವರ್ಷದಿಂದ ವಾಸಿಸುತ್ತಿದ್ದೇನೆ.

☞ **Rule 1:** I, We You, They ಜೊತೆಗೆ have been, Third person, singular number subject (ಅನ್ಯ ಪುರುಷ ಏಕವಚನ ವಿಷಯ)ನ ಜತೆಗೆ has been ಇದ್ದಲ್ಲಿ ಕ್ರಿಯಾಪದದ ಅಂತ್ಯದಲ್ಲಿ 'ing' ಜೋಡಣೆಯಾಗುತ್ತದೆ.

(a) **Affirmative Form (ಸಕಾರಾತ್ಮಕ ರೂಪ)**: ಮುಖ್ಯ ಕ್ರಿಯಾಪದದಲ್ಲಿ 'ing' ಹಾಕಲಾಗುತ್ತದೆ. I, we, you, they ಜೊತೆಗೆ have been Third person, singular number subject (ಅನ್ಯಪುರುಷ ಏಕವಚನದ ವಿಷಯ) ಇದ್ದಲ್ಲಿ, 'has been' ಪ್ರಯೋಗ ಕ್ರಿಯಾಪದದ ಮೊದಲು ಆಗಲಿದೆ.

Example: He *has been* suffering from Dengue since two weeks. ಅವನು ಕಳೆದ 2 ವಾರದಿಂದ ಡೆಂಗೆಯಿಂದ ಬಳಲುತ್ತಿದ್ದಾನೆ.

(b) **Negative Form (ನಕಾರಾತ್ಮಕ ರೂಪ)**: have/have ಬಳಿಕ, been ಗೆ ಮುನ್ನ 'ing' ಬಳಸಲಾಗುತ್ತದೆ.

Example: I *have not* been living in Mumbai for 10 years. ನಾನು ಮುಂಬಯಿಯಲ್ಲಿ ಕಳೆದ 10 ವರ್ಷದಿಂದ ವಾಸಿಸುತ್ತಿಲ್ಲ.

(c) **Interrogative Form (ಪ್ರಶ್ನಾಸೂಚಕ ರೂಪ)**: has/have ಪ್ರಯೋಗಿಸಲಾಗುತ್ತದೆ. ಕ್ರಿಯಾಪದದ ಅಂತ್ಯದಲ್ಲಿ 'ing' ಜೋಡಣೆ ಆಗುತ್ತದೆ.

Example: *Has* he been living in Mumhai for 10 years. ಅವನು ಕಳೆದ 10 ವರ್ಷದಿಂದ ಮುಂಬೈಯಲ್ಲಿ ಇರುವನೇ?

★ ಸಮಯಕ್ಕೆ 'for' ಬಳಕೆಯಾಗುತ್ತದೆ.

Example: He has been living in Delhi *for* 2 years. ಅವನು ದಿಲ್ಲಿಯಲ್ಲಿ 2 ವರ್ಷದಿಂದ ವಾಸ್ತವ್ಯಹೂಡಿದ್ದಾನೆ.

★ ಅವಧಿಯು ನಿಶ್ಚಿತವಾಗಿದ್ದಲ್ಲಿ, 'since' ಬಳಸಲ್ಪಡುತ್ತದೆ.

Example: He has been living in Delhi *since* 1990. ಅವನು ದಿಲ್ಲಿಯಲ್ಲಿ 1990ರಿಂದ ಜೀವಿಸುತ್ತಿದ್ದಾನೆ.

Past Tense (ಭೂತಕಾಲ)

When the time frame of the action is described in the past, it is said to be in the Past Tense. ಕ್ರಿಯೆಯ ಕಾಲವನ್ನು ಭೂತಕಾಲದಲ್ಲಿ ವಿವರಿಸಿದ್ದರೆ, ಈಗಾಗಲೇ ಕ್ರಿಯೆ ನಡೆದುಹೋಗಿದ್ದರೆ ಅದು ಭೂತಕಾಲ. Past Tense ಇದರಲ್ಲಿ ನಾಲ್ಕು ವಿಧ.

1. Past Indefinite Tense (ಸಾಮಾನ್ಯ ಭೂತಕಾಲ)
2. Past Imperfect (Continuous) Tense (ಅಪೂರ್ಣ ಭೂತಕಾಲ)
3. Past Perfect Tense (ಪೂರ್ಣ ಭೂತಕಾಲ)
4. Past Perfect Contiunuous Tense (ಪೂರ್ಣ ನಿರಂತರ ಭೂತಕಾಲ)

1. Past Indefinite (ಸಾಮಾನ್ಯ ಭೂತಕಾಲ)

This tense shows an action completed in past. ಈಗಾಗಲೇ ಮುಗಿದು ಹೋದ ಕ್ರಿಯೆಯನ್ನು ತೋರಿಸುವುದೇ Past Indefinite Tense.

Example: I *came*. ನಾನು ಬಂದೆ.

☞ **Rule 1:** Past indefinite (ಸಾಮಾನ್ಯ ಭೂತಕಾಲ)ನ ವಾಕ್ಯಗಳಲ್ಲಿ ವಿಷಯದ ನಂತರ ಕ್ರಿಯಾಪದದ 2ನೇ ರೂಪದ ಪ್ರಯೋಗ ನಡೆಯತ್ತದೆ.

(a) **Affirmative Form (ಸಕಾರಾತ್ಮಕ ರೂಪ)**: ಭೂತಕಾಲದಲ್ಲಿ ಕಾರ್ಯ ಸಂಭವಿಸಿದ್ದರೆ, ವಿಷಯದ ಜತೆಗೆ ಕ್ರಿಯಾಪದದ 2ನೇ ರೂಪ ಪ್ರಯೋಗಿಸಲ್ಪಡುತ್ತದೆ.

Example: **1.** I *went* there. ನಾನು ಅಲ್ಲಿಗೆ ಹೋದೆ.
2. She *gave* me a book. ಅವಳು ನನಗೊಂದು ಪುಸ್ತಕ ಕೊಟ್ಟಳು.

(b) **Negative Form (ನಕಾರಾತ್ಮಕ ರೂಪ)**: ನಕಾರಾತ್ಮಕ ವಾಕ್ಯದಲ್ಲಿ ವಿಷಯದ ಬಳಿಕ did not ಇರಿಸಿ, ಕ್ರಿಯಾಪದಕ್ಕೆ ಮುನ್ನ ಮೊದಲನೇ ರೂಪದ ಪ್ರಯೋಗ ನಡೆಯುತ್ತದೆ.

Example: **1.** I *did not* come. ನಾನು ಬರಲಿಲ್ಲ.
2. He *did not* behave well. ಆತ ಸರಿಯಾಗಿ ವರ್ತಿಸಲಿಲ್ಲ.

(c) **Interrogative Form (ಪ್ರಶ್ನಾಸೂಚಕ ರೂಪಕ)**: ಪ್ರಶ್ನಾಸೂಚಕ ರೂಪದಲ್ಲಿ ವಿಷಯಕ್ಕೆ ಮುನ್ನ 'did', ಬಳಿಕ ಕ್ರಿಯಾಪದದ ಮೊದಲ ರೂಪದ ಪ್ರಯೋಗ ಆಗಲಿದೆ.

Example: **1.** *Did* he not come? ಅವನು ಬರಲಿಲ್ಲವೇ?
2. *Did* I not eat? ಏನು ನಾನು ತಿನ್ನಲಿಲ್ಲವೇ?

Uses of Past Indefinite Tense (ಸಾಮಾನ್ಯ ಭೂತಕಾಲದ ಪ್ರಯೋಗ)

☞ **Rule 1:** It is used to express an action that is just completed or just happened, normally a short time before speaking. Time of action is not specified but it makes a sense that action is just completed. ಈಗಾಗಲೇ ಸಂಪೂರ್ಣಗೊಂಡ ಕ್ರಿಯೆ ಅಥವಾ ಈಗತಾನೇ ನಡೆದ ಕ್ರಿಯೆಯನ್ನು, ಸಾಮಾನ್ಯವಾಗಿ ಮಾತನ್ನಾಡುವ ಕೆಲಕಾಲ ಮುನ್ನ ನಡೆದಂಥವನ್ನು Past indefinite Tense ವ್ಯಕ್ತಪಡಿಸುತ್ತವೆ. ಕಾಲದ ಉಲ್ಲೇಖ ಇರುವುದಿಲ್ಲ. ಆದರೆ ಕ್ರಿಯೆ ಈಗ ತಾನೇ ಮುಗಿದಿದೆ ಎಂಬುದು ತಿಳಿಸಿಕೊಡಲಿದೆ.

Example: Raman learnt his lesson. ರಾಮನ್ ತನ್ನ ಪಾಠವನ್ನು ಕಲಿತುಕೊಂಡ.

★ ಕ್ರಿಯೆ ಈಗಾಗಲೇ ಮುಗಿದಿದೆ ಎಂಬುದು ಮೇಲಿನ ಪದದಲ್ಲಿ ತಿಳಿದುಬರಲಿದೆ.

☞ **Rule 2:** It is used to express an action which has completed in past and time of action; e.g., 3 pm, yesterday, last evening, last month, past years), is given in the sentence. ಭೂತಕಾಲದಲ್ಲಿ ನಡೆದ ಕ್ರಿಯೆ ಹಾಗೂ ಕ್ರಿಯೆಯ ಕಾಲವನ್ನು ತಿಳಿಸಿಕೊಡಲಿದೆ. (ಉದಾ: ಮಧ್ಯಾಹ್ನ 3 ಗಂಟೆ, ನಿನ್ನೆ, ಕಳೆದ ಸಂಜೆ, ಕಳೆದ ತಿಂಗಳು, ಕಳೆದ ವರ್ಷದಲ್ಲಿ)

Example: Dinesh met her yesterday. ದಿನೇಶ್ ಆಕೆಯನ್ನು ನೆನ್ನೆ ಭೇಟಿಯಾದ.

☞ **Rule 3:** It is also used to express old habits also. Normally words "USED TO" is used to express old habits. ಹಳೆಯ ಅಭ್ಯಾಸಗಳನ್ನು ತಿಳಿಸಲು ಬಳಸಲ್ಪಡುತ್ತದೆ. ಸಾಮಾನ್ಯವಾಗಿ ಇದಕ್ಕೆ 'Used to' ಎಂಬ ಪದ ಬಳಕೆಯಾಗಲಿದೆ.

Example: **1.** Rajkumar always wore white shoes. ರಾಜಕುಮಾರ್ ಯಾವಾಗಲೂ ಬಿಳಿ ಬೂಟು ತೊಡುತ್ತಿದ್ದರು.
2. Rajkumar used to wear white shoes. ರಾಜಕುಮಾರ್ ಬಿಳಿ ಬೂಟು ಧರಿಸುತ್ತಿದ್ದರು.

2. Past Imperfect (Continuous) Tense (ಅಪೂರ್ಣ ನಿರಂತರ ಭೂತಕಾಲ)

It denotes an action going on at a certain time which has not yet finished. ನಿರ್ದಿಷ್ಟ ಸಮಯದಲ್ಲಿ ನಡೆಯುತ್ತಿರುವ, ಇನ್ನೂ ಪೂರ್ಣಗೊಳ್ಳದ ಕ್ರಿಯೆಯನ್ನು ಸೂಚಿಸುವುದೇ Past Imperfect Tense.

Example: I *was* reading. ನಾನು ಓದುತ್ತಿದ್ದೇನೆ.

(a) **Affirmative Form (ಸಕಾರಾತ್ಮಕ ರೂಪ)**: ವಿಷಯದ ಬಳಿಕ was, were ಬಳಕೆಯಲ್ಲದೆ, ಕ್ರಿಯಾಪದದ ಅಂತ್ಯದಲ್ಲಿ 'ing'ಜೋಡಣೆ ಆಗುತ್ತದೆ. Third person singular number (ಅನ್ಯ ಪುರುಷ ಏಕವಚನ) (he, she, it)ಇಲ್ಲವೇ First person singular number (ಪ್ರಥಮ ಪುರುಷ ಏಕವಚನ) (I) ವಿಷಯದ ರೂಪದಲ್ಲಿ ಬಂದು, ಮುಖ್ಯ ಕ್ರಿಯಾಪದಕ್ಕೆ ಮುನ್ನ 'was' ಬಳಕೆಯಾಗುತ್ತದೆ. Second person singular number (ಮಧ್ಯಮ ಪುರುಷ ಏಕವಚನ) ಹಾಗೂ Third person singular number (ಅನ್ಯ ಪುರುಷ ಬಹುವಚನ)ದಲ್ಲಿ 'were' ಬಳಸಲ್ಪಡುತ್ತದೆ.

Example: **1.** Sita *was* laughing. ಸೀತಾ ನಗುತ್ತಿದ್ದಳು.

2. You *were* going to the market. ನೀನು ಮಾರುಕಟ್ಟೆಗೆ ಹೋಗುತ್ತಿದ್ದೆ.

(b) **Negative Form (ನಕಾರಾತ್ಮಕ ರೂಪ)**: ಇದರಲ್ಲಿ was not ಅಥವಾ were not ಬಳಕೆಯಾಗುತ್ತದೆ.

Example: **1.** I *was not* teaching you. ನಾನು ನಿನಗೆ ಕಲಿಸುತ್ತಿರಲಿಲ್ಲ.

2. You *were not* laughing. ನೀನು ನಗುತ್ತಿರಲಿಲ್ಲ.

(c) **Interrogative Form (ಪ್ರಶ್ನಾಸೂಚಕ ರೂಪ)**: ವಿಷಯಕ್ಕೆ ಮುನ್ನ was ಅಥವಾ were ಪ್ರಯೋಗ ಆಗುತ್ತದೆ.

Example: **1.** *Was* he reading a book? ಅವನು ಪುಸ್ತಕವನ್ನು ಓದುತ್ತಿದ್ದನೇ.

2. *Were* you not eating a mango? ನೀನು ಮಾವಿನ ಹಣ್ಣನ್ನು ತಿನ್ನುತ್ತಿರಲಿಲ್ಲವೆ?

Uses of Past Continuous Tense (ಅಪೂರ್ಣ ನಿರಂತರ ಭೂತಕಾಲದ ಬಳಕೆ)

☞ **Rule 1:** ಯಾವ ಕ್ರಿಯೆಯ ವರ್ಣನೆ ಮಾಡಲಾಗುವುದೋ ಅದರ ಜೊತೆ When ನಂಥ Adverb clause past indefinite tense (ಕ್ರಿಯಾ ವಿಶೇಷಣ ಖಂಡವನ್ನು ಸಾಮಾನ್ಯ ಭೂತ ಕಾಲ)ನಲ್ಲಿ ಇರಿಸಲಾಗುತ್ತದೆ.

Example: When I met her, she was doing her homework. ನಾನು ಆಕೆಯನ್ನು ಭೇಟಿ ಮಾಡಿದಾಗ, ಅವಳು ಮನೆಕೆಲಸ ಮಾಡುತ್ತಿದ್ದಳು.

☞ **Rule 2:** ಜತೆಜೊತೆಗೆ ನಡೆಯುವ 2 ಕ್ರಿಯೆಗಳಲ್ಲಿ ಒಂದು ಕ್ರಿಯೆ Past continuous tense (ಭೂತ ನಿರಂತರ ಕಾಲ)ನಲ್ಲಿ ನಡೆಯುತ್ತಿದ್ದರೆ, ಇನ್ನೊಂದು ಕ್ರಿಯೆ ಕೂಡ ಅದೇ ಕಾಲದಲ್ಲಿ Past continuous tense ನಡೆಯುತ್ತಿರುತ್ತದೆ.

Example: I was doing my work, while she was playing. ನಾನು ಮನೆಗೆಲಸ ಮಾಡುತ್ತಿದ್ದ ಸಮಯದಲ್ಲಿ ಆಕೆ ಆಟವಾಡುತ್ತಿದ್ದಳು.

3. Past Perfect Tense (ಪೂರ್ಣ ಭೂತಕಾಲ)

This tense is used to denote an action completed in the past before a certain moment. ನಿರ್ದಿಷ್ಟ ಸಮಯಕ್ಕೆ ಮುನ್ನ ಪೂರ್ಣಗೊಂಡ ಕ್ರಿಯೆಯನ್ನು ಸೂಚಿಸಲು ಬಳಕೆಯಾಗುವುದೇ Past perfect tense.

Example: **1.** I had read the novel. ನಾನು ಆ ಕಾದಂಬರಿಯನ್ನು ಓದಿದ್ದೇನೆ.

2. He had gone to the school. ಅವನು ಶಾಲೆಗೆ ಹೋಗಿದ್ದಾನೆ.

☞ **Rule:** ಇಂಥ ವಾಕ್ಯಗಳಲ್ಲಿ ಕ್ರಿಯಾಪದಕ್ಕೆ ಮುನ್ನ had ಹಾಗೂ Third form past participle (ಕ್ರಿಯಾಪದದ ಮೂರನೇ ರೂಪದ) ಬಳಕೆ ಆಗಲಿದೆ.

Example: The train had left when Mohan reached the station. ಮೋಹನ ನಿಲ್ದಾಣವನ್ನು ತಲುಪುವ ಮುನ್ನವೇ ರೈಲು ತೆರಳಿತ್ತು.

(a) **Affirmative Form (ಸಕಾರಾತ್ಮಕ ರೂಪ)**: ವಿಷಯದ ಬಳಿಕ 'had' ಕ್ರಿಯಾಪದದ 3ನೇ ರೂಪ Past participle ನಲ್ಲಿ ಪ್ರಯೋಗಿಸಲ್ಪಡುತ್ತದೆ.

Example: The train *had* left before Sohan reached the station. ಸೋಹನ್ ನಿಲ್ದಾಣ ತಲುಪುವ ಮುನ್ನವೇ ರೈಲು ತೆರಳಿತ್ತು.

(b) **Negative Form** (ನಕಾರಾತ್ಮಕ ರೂಪ): 'Had' ಬಳಿಕ 'not' ಬಳಕೆಯಾಗುತ್ತದೆ.

Example: The police *had not* reached before the thieves ran away. ಪೊಲೀಸರು ಸ್ಥಳವನ್ನು ತಲುಪುವ ಮುನ್ನವೇ ಕಳ್ಳರು ಪರಾರಿಯಾಗಿದ್ದರು.

(c) **Interrogative Form** (ಪ್ರಶ್ನಾವಾಚಕ ರೂಪ): Subject ವಿಷಯಕ್ಕೆ ಮುನ್ನ 'had' ಪ್ರಯೋಗ ಆಗಲಿದೆ. ವಿಷಯದ ಬಳಿಕ ಕ್ರಿಯಾಪದದ 3ನೇ ರೂಪ ಹಾಗೂ ಆಗಲಿರುವ ಕ್ರಿಯೆಗೆ Past indefinite (ಸಾಮಾನ್ಯ ಭೂತಕಾಲ) ಪ್ರಯೋಗಿಸಲ್ಪಡುತ್ತದೆ.

Example: *Had* you finished your work before the bell rang? ಕೊನೆಯ ಗಂಟೆ ಹೊಡೆಯುವ ಮುನ್ನವೇ ನೀನು ನಿನ್ನ ಕೆಲಸ ಪೂರ್ಣಗೊಳಿಸಿದ್ದೆಯಾ?

Uses of Past Perfect Tense (ಪೂರ್ಣ ಭೂತಕಾಲದ ಪ್ರಯೋಗ)

☞ **Rule 1:** Before ಅಥವಾ when ನ್ನು Past Indefinite Tense (ಭೂತ ಅನಿಶ್ಚಿತ ಕಾಲ)ನಲ್ಲಿ ಇರಿಸಿದಾಗ, ಮುಖ್ಯ ಖಂಡವು Past Perfect Tense (ಪೂರ್ಣ ಭೂತಕಾಲ)ನಲ್ಲಿ ಬರೆಯಲ್ಪಡುತ್ತದೆ.

Example: The rain had stopped *before* we returned home. ಮನೆಗೆ ವಾಪಸಾಗುವ ಮುನ್ನವೇ ಮಳೆ ನಿಂತು ಹೋಗಿತ್ತು.

☞ **Rule 2:** ಇಂಥ ಕ್ರಿಯೆಗಳನ್ನು ವಿವರಿಸಲು till, yesterday, till then ಇರುತ್ತದೆ.

Example: Rashmi had not completed her work *till* night. ರಶ್ಮಿ ತನ್ನ ಕೆಲಸವನ್ನು ರಾತ್ರಿಯಾಗುವವರೆಗೆ ಮುಗಿಸಿರಲಿಲ್ಲ.

4. Past Perfect Continuous Tense (ಪೂರ್ಣ ನಿರಂತರ ಭೂತಕಾಲ)

This tense is generally used to express an activity which was continuing but recently stopped. ನಡೆಯುತ್ತಿದ್ದ, ಆದರೆ ಇತ್ತೀಚೆಗೆ ನಿಂತ ಚಟುವಟಿಕೆಯನ್ನು ವ್ಯಕ್ತ ಪಡಿಸಲು ಬಳಕೆಯಾಗುವುದೇ Past Perfect Continuous Tense.

Example: Ramesh *had been* living in Delhi for 10 years. ರಮೇಶ್ ಕಳೆದ 10 ವರ್ಷಗಳಿಂದ ದಿಲ್ಲಿಯಲ್ಲಿ ವಾಸಿಸುತ್ತಿದ್ದಾನೆ.

(a) **Affirmative Form** (ಸಕಾರಾತ್ಮಕ ರೂಪ): ವಿಷಯದ ಜತೆಗೆ 'had been' ಬಳಸಲಾಗುತ್ತದೆ ಹಾಗೂ ಮುಖ್ಯ ಕ್ರಿಯಾಪದದಲ್ಲಿ 'ing' ಸೇರ್ಪಡೆಯಾಗುತ್ತದೆ.

Example: He was free in the evening but *had been* working the whole day. ಆತ ಸಂಜೆ ಬಿಡುವಾಗಿದ್ದರೂ, ಇಡೀ ದಿನ ಕೆಲಸ ಮಾಡುತ್ತಿದ್ದ.

(b) **Negative Form** (ನಕಾರಾತ್ಮಕ ರೂಪ): ವಿಷಯದ ಬಳಿಕ had, ಬಳಿಕ not ಪ್ರಯೋಗ ಆಗಲಿದೆ.

Example: He *had not* been living in Delhi for 10 years. ಆತ ಕಳೆದ 10 ವರ್ಷಗಳಿಂದ ದಿಲ್ಲಿಯಲ್ಲಿ ವಾಸಿಸುತ್ತಿಲ್ಲ.

(c) **Interrogative Form** (ಪ್ರಶ್ನಾಸೂಚಕ ರೂಪ): ವಿಷಯಕ್ಕೆ ಮುನ್ನ 'been' ಕ್ರಿಯಾಪದದ ಅಂತ್ಯದಲ್ಲಿ 'ing' ಜೋಡಣೆ ಆಗುತ್ತದೆ.

Example: *Had* he not been living in Delhi for 10 years? ಏನು, ಅವನು 10 ವರ್ಷದಿಂದ ದಿಲ್ಲಿಯಲ್ಲಿ ವಾಸಿಸುತ್ತಿಲ್ಲವೇ?

Uses of Past Perfect Continuous Tense (ಪೂರ್ಣ ನಿರಂತರ ಭೂತಕಾಲದ ಪ್ರಯೋಗ)

'When' ಅಥವಾ 'before' ನ್ನು Past Indefinite Tense (ಸಾಮಾನ್ಯ ಭೂತಕಾಲ)ನಲ್ಲಿ ಇರಿಸಿದಾಗ, ಮುಖ್ಯ ಖಂಡದಲ್ಲಿ since/for ನಂಥ ಸಮಯವನ್ನು ತಿಳಿಸುವಂಥವು ಇರುತ್ತವೆ. Past Perfect Continuous Tense ಬಳಕೆ ಆಗಲಿದೆ.

Example: Shayam had been working hard for 20 years when he fell ill. ಶ್ಯಾಮನು ಕಳೆದ 20 ವರ್ಷದಿಂದ ಕಠಿಣ ಶ್ರಮವಹಿಸಿ ಕೆಲಸ ಮಾಡುತ್ತಿದ್ದು, ಇತ್ತೀಚೆಗೆ ಕಾಯಿಲೆಗೆ ತುತ್ತಾದ.

Future Tense (ಭವಿಷ್ಯತ್ ಕಾಲ)

When the time frame of the action under discussion is in the future, it is said to be in the Future Tense. ಇದರಲ್ಲಿ ಕ್ರಿಯೆಯ ಕಾಲದ ಚೌಕಟ್ಟು ಭವಿಷ್ಯದಲ್ಲಿ ಇರುತ್ತದೆ. ಇದೇ Future Tense.

Example: **1.** I *shall* read this book. ನಾನು ಈ ಪುಸ್ತಕವನ್ನು ಓದುತ್ತೇನೆ.

2. Reshma *will* write. ರೇಷ್ಮಾ ಬರೆಯುತ್ತಾಳೆ.

ಇದರಲ್ಲಿ 4 ವಿಧ.

1. Future Indefinite Tense (ಸಾಮಾನ್ಯ ಭವಿಷ್ಯತ್ ಕಾಲ)
2. Future Continuous Tense (ಅಪೂರ್ಣ ಭವಿಷ್ಯತ್ ಕಾಲ)
3. Future Perfect Tense (ಪೂರ್ಣ ಭವಿಷ್ಯತ್ ಕಾಲ)
4. Future Perfect Continuous Tense (ಪೂರ್ಣ ನಿರಂತರ ಭವಿಷ್ಯತ್ ಕಾಲ)

1. **Future Indefinite Tense (ಸಾಮಾನ್ಯ ಭವಿಷ್ಯತ್ ಕಾಲ)**

☞ **Rule 1:** Future Indefinite Tense (ಸಾಮಾನ್ಯ ಭವಿಷ್ಯತ್ ಕಾಲ)ನಲ್ಲಿ I, We ಜೊತೆಗೆ shall ಅಲ್ಲದೆ ಎಲ್ಲ ವಿಷಯ (you, he, she, it, they) ಗೆ will ನಂತರ ಕ್ರಿಯಾಪದದ ಮೊದಲ ರೂಪದ ಪ್ರಯೋಗ ಆಗುತ್ತದೆ.

(a) **Affirmative Form (ಸಕಾರಾತ್ಮಕ ರೂಪ):** ಈ ವಾಕ್ಯಗಳಲ್ಲಿ We, I ಜೊತೆಗೆ Shall ವಿಷಯದ ಜತೆಗೆ Will ಪ್ರಯೋಗ ಆಗುತ್ತದೆ. ಬಳಿಕ First form of verb (ಕ್ರಿಯಾಪದದ ಮೊದಲ ರೂಪ) ಪ್ರಯೋಗಿಸಲ್ಪಡುತ್ತದೆ.

Example: **1.** I *shall* miss you. ನಾನು ಈ ಪುಸ್ತಕವನ್ನು ಓದಿ ಮುಗಿಸಿದ್ದೇನೆ.

2. You *will* go to Kanpur. ಅವನ ಪರೀಕ್ಷೆ ಮುಗಿದು ಹೋಗಿದೆ.

(b) **Negative Form (ನಕಾರಾತ್ಮಕ ರೂಪ):** ಈ ವಾಕ್ಯಗಳಲ್ಲಿ will/shall ಬಳಿಕ 'not' ಜೋಡಿಸಲಾಗುತ್ತದೆ.

Example: **1.** I *shall not* abuse. ರಾಮನ ಪರೀಕ್ಷೆ ಇನ್ನೂ ಮುಕ್ತಾಯವಾಗಿಲ್ಲ.

2. She *will not* run. ನಾವೆಲ್ಲರೂ ಊಟವನ್ನು ಮುಗಿಸೋಣವೇ?

(c) **Interrogative Form (ಪ್ರಶ್ನಾಸೂಚಕ ರೂಪ):** ಇದರಲ್ಲಿ shall ಅಥವಾ will ಪ್ರಯೋಗವು ವಿಷಯಕ್ಕೆ ಮುನ್ನ, ಕ್ರಿಯಾಪದದ ಮೂರನೇ ರೂಪದ ಪ್ರಯೋಗ ಆಗಲಿದೆ.

Example: **1.** *Will* she not come. ನಾನು ಈ ಪುಸ್ತಕವನ್ನು ಓದಿ ಮುಗಿಸಲೇ?

2. *Shall* I read? ನಾವು ಊಟವನ್ನು ಮಾಡಿ ಮುಗಿಸೋಣವೇ?

Uses of Future Indefinite Tense (ಸಾ.ಭ. ಕಾಲದ ಬಳಕೆ)

☞ **Rule 1:** ಭವಿಷ್ಯದ ಯಾವುದೇ ಕ್ರಿಯೆಯನ್ನು ವರ್ಣಿಸಲು ಮುಂದಾದಾಗ, tomorrow, next ನ್ನು ಬಳಸಲಾಗುತ್ತದೆ.

Example: **1.** It *will* rain today. ಇಂದು ಮಳೆ ಆಗಲಿದೆ.

2. I *shall* go tomorrow. ನಾನು ನಾಳೆ ಹೋಗುತ್ತೇನೆ

☞ **Rule 2:** Order, Promise, Threat, determination ಇತ್ಯಾದಿ ನಿರ್ಣಯಕ್ಕೆ ಸಂಬಂಧಿಸಿದ ವಾಕ್ಯದಲ್ಲಿ First person I ಮತ್ತು We ಜೊತೆಗೆ Will ಹಾಗೂ second-third person (ದ್ವಿತೀಯ- ತೃತೀಯ ಪುರುಷ)ನಲ್ಲಿ shall ಪ್ರಯೋಗಿಸಲ್ಪಡುತ್ತದೆ.

Example: **1.** I *will* go to Delhi today. (Determination) ನಾನು ದಿಲ್ಲಿಗೆ ಹೋಗುತ್ತೇನೆ (ನಿರ್ಧಾರ).

2. Nobody *should* tell a lie. (Advice) ಯಾರೂ ಸುಳ್ಳು ಹೇಳಬಾರದು (ಸಲಹೆ).

3. He *shall* leave this place at once. (Order) ಆತ ಈ ಕ್ಷಣವೇ ಈ ಸ್ಥಳವನ್ನು ಬಿಟ್ಟು ಹೋಗಬೇಕು (ಆದೇಶ).

4. Rashmi shall be punished. (Threat) ರಶ್ಮಿಗೆ ಶಿಕ್ಷೆ ನೀಡಬೇಕು (ಬೆದರಿಕೆ).

2. **Future Continuous Tense (ಅಪೂರ್ಣ ಭವಿಷ್ಯತ್ ಕಾಲ)**

ಇದರಲ್ಲಿ ಕಾರ್ಯವೊಂದು ಭವಿಷ್ಯದಲ್ಲಿ ಇಲ್ಲವೇ ಮುಂದೆ ಬರಲಿರುವ ಕಾಲದಲ್ಲಿ ನಡೆಯಲಿದೆ. ಇದೇ Future Continuous Tense.

(a) **Affirmative Form (ಸಕಾರಾತ್ಮಕ ರೂಪ)**: Will ಮತ್ತು Shall ಬಳಕೆ Future indefinite (ಸಾಮಾನ್ಯ ಭವಿಷ್ಯತ್ ಕಾಲ)ನಲ್ಲಿ ನಂತೆಯೇ ನಡೆಯಲಿದೆ. ಬಳಿಕ 'be' ಬಳಸಿ, ಮುಖ್ಯ ಕ್ರಿಯಾಪದಕ್ಕೆ ing ಜೋಡಿಸಲಾಗುತ್ತದೆ.

Example: **1.** Ram *will be* reading. ರಾಮನು ಓದುತ್ತಿರಬಹುದು.

2. I *shall be* coming. ನಾನು ಬರಬಹುದು.

(b) **Negative Form (ನಕಾರಾತ್ಮಕ ರೂಪ)**: ಈ ವಾಕ್ಯಗಳಲ್ಲಿ will/shall ನಂತರ 'not' ಜೋಡಿಸಲಾಗುತ್ತದೆ.

Example: **1.** I *shall not* read. ನಾನು ಓದುವುದಿಲ್ಲ.

2. Sita *will not* play. ಸೀತೆ ಆಡುವುದಿಲ್ಲ.

(c) **Interrogative Form (ಪ್ರಶ್ನಾತ್ಮಕ ರೂಪ)** : ಈ ವಾಕ್ಯಗಳಲ್ಲಿ subjectಗೆ ಮುನ್ನ 'shall' ಅಥವಾ 'will' ಬಳಸಲಾಗುತ್ತದೆ.

Example **1.** *Will* he not be going? ನಾನು ಈ ಪುಸ್ತಕವನ್ನು ಓದಿದ್ದೇನೆಯೇ?

2. *Will* you be reading? ನಾವು ಊಟವನ್ನು ಮಾಡಿದ್ದೇವೆಯೇ?

3. Future Perfect Tense (ಪೂರ್ಣ ಭವಿಷ್ಯತ್ ಕಾಲ)

ಭವಿಷ್ಯದಲ್ಲಿ ಪೂರ್ಣಗೊಳ್ಳಲಿರುವ ಕ್ರಿಯೆಯನ್ನು ಸೂಚಿಸುವ ಕಾಲವೇ Future Perfect Tense.

(a) **Affirmative Form (ಸಕಾರಾತ್ಮಕ ರೂಪ)**: ವಿಷಯ First personನಲ್ಲಿ ಇದ್ದರೆ shall have, Second person/Third person ನಲ್ಲಿ ಇದ್ದರೆ will have, second ಬಳಕೆಯಾಗುತ್ತದೆ. Verbನ Third form ಬಳಕೆ.

Example: **1.** I *shall have* read this book. ನಾನು ಈ ಪುಸ್ತಕವನ್ನು ಓದಿ ಮುಗಿಸುತ್ತೇನೆ.

2. He examination *will have* finished. ಅವನ ಪರೀಕ್ಷೆ ಮುಗಿದಿರಬೇಕು.

(b) **Negative Form (ನಕಾರಾತ್ಮಕ ರೂಪ)**: ಈ ವಾಕ್ಯದಲ್ಲಿ verbನ Third formಗೆ ಮುನ್ನ subjectಗೆ ಅನುಸಾರ shall not have/will not have ಬಳಸಲ್ಪಡುತ್ತದೆ.

Example: **1.** Ram's examinations *will not have* finished. ರಾಮನ ಪರೀಕ್ಷೆಗಳು ಮುಗಿದಂತೆ ಇಲ್ಲ.

2. I *shall not have* read this book. ನಾನು ಈ ಪುಸ್ತಕವನ್ನು ಓದಿ ಮುಗಿಸಿಲ್ಲ.

(c) **Interrogative Form (ಪ್ರಶ್ನಾತ್ಮಕ ರೂಪ)**: ಈ ವಾಕ್ಯದಲ್ಲಿ shall/will ಬಳಕೆ subjectಗೆ ಮುನ್ನ verbನ third formನಲ್ಲಿ ಬಳಕೆಯಾಗುತ್ತದೆ.

Example **1.** *Will* he *have been* reading for four hours? ಏನು ಅವರು 4 ಗಂಟೆಯಿಂದ ಓದುತ್ತಿರುವನಾ?

2. *Shall* she *has been* talking for many hours? ಏನು ಆಕೆ ಕೆಲವು ಗಂಟೆಗಳಿಂದ ಮಾತನ್ನಾಡುತ್ತಿರುವಳೇ?

4. Future Perfect Continuous Tense (ಪೂರ್ಣ ನಿರಂತರ ಭವಿಷ್ಯತ್ ಕಾಲ)

ಭವಿಷ್ಯತ್ ಕಾಲದಲ್ಲಿ ಈಗಾಗಲೇ ಆಗಿರುವ ಕ್ರಿಯೆ, Future Perfect Continuous Tense.

(a) **Affirmative Form (ಸಕಾರಾತ್ಮಕ ರೂಪ)**: ವಿಷಯ I, We ಜೊತೆಗೆ shall have been ಮಧ್ಯಮ ಪುರುಷ ಇಲ್ಲವೇ ಅನ್ಯ ಪುರುಷದ ಜೊತೆಗೆ will have been ಪ್ರಯೋಗಿಸಲ್ಪಡುತ್ತದೆ. ಕ್ರಿಯಾಪದದ ಅಂತ್ಯದಲ್ಲಿ 'ing' ಜೋಡಣೆ ಆಗುತ್ತದೆ.

Example: 1. I *shall have been* reading for four hours. ನಾನು ಪ್ರಾಯಶಃ ನಾಲ್ಕು ಗಂಟೆಯಿಂದ ಓದುತ್ತಿದ್ದೆ.

2. He *will have been* teaching for two years. ಅವನು 2 ವರ್ಷದಿಂದ ಕಲಿಸುತ್ತಲೇ ಇದ್ದಾನೆ.

(b) **Negative Form (ನಕಾರಾತ್ಮಕ ರೂಪ)**: ಈ ರೂಪದಲ್ಲಿ Will have been ಇಲ್ಲವೇ Shall have been ನಡುವೆ Notಪ್ರಯೋಗಿಸಲಾಗುತ್ತದೆ.

Example: 1. He *will not have been* reading for four hours. ಅವನು 4 ಗಂಟೆಯಿಂದ ಓದಿದಂತೆ ಕಾಣಿಸುತ್ತಿಲ್ಲ.

2. Nobody *will have been* living in this flat for many years. ಹಲವು ವರ್ಷಗಳಿಂದ ಈ ಫ್ಲ್ಯಾಟ್‌ನಲ್ಲಿ ಯಾರೂ ಜೀವಿಸುತ್ತಿಲ್ಲ.

(c) **Interrogative Form (ಪ್ರಶ್ನಾತ್ಮಕ ರೂಪ)**: ಇದರಲ್ಲಿ shall ಅಥವಾ will ವಿಷಯಕ್ಕೆ ಮೊದಲು ಬರುತ್ತದೆ.

Example **1.** *Will* he *have been* reading for four hours? ಏನು ಅವನು 4 ಗಂಟೆಯಿಂದ ಓದುತ್ತಿರುವನೇ?

2. *Shall* she *has been* talking for many hours? ಏನು ಅವಳು ಕೆಲವು ಗಂಟೆಯಿಂದ ಮಾತನ್ನಾಡುತ್ತಿರುವಳೇ?

ನೆನಪಿನಲ್ಲಿಡಿ

ಅಧ್ಯಾಯದಲ್ಲಿ Tense (ಕಾಲ)ನ ಬಗ್ಗೆ ಉಪಯುಕ್ತ ಮಾಹಿತಿಯನ್ನು ತಿಳಿಸಲಾಗಿದೆ.

1. ಕನ್ನಡದಿಂದ ಇಂಗ್ಲಿಷ್‌ಗೆ ಅನುವಾದಿಸಲು Tense (ಕಾಲ)ನ ಅರಿವು ಅತ್ಯಂತ ಮುಖ್ಯ.
2. ಇಂಗ್ಲಿಷ್‌ನಲ್ಲಿ 3 ವಿಧದ ಕಾಲವಿದೆ. ಅವು Present (ವರ್ತಮಾನ), Past (ಭೂತ), Future (ಭವಿಷ್ಯತ್).

ವಾಕಯ್ಕೆ
(VOICE)

Definition (ವ್ಯಾಖ್ಯಾನ)

Voice is defined as the form of verb which shows that the person or thing denoted by the subject does something or something done to the subject. Voice (ವಾಕ್) ಎಂಬುದು verb (ಕ್ರಿಯಾಪದ)ನ ರೂಪವಾಗಿದ್ದು, ಇದರಲ್ಲಿ subject (ವಿಷಯವೇ) ಸ್ವಯಂ ಕ್ರಿಯೆ ನಡೆಸುತ್ತದೆ ಇಲ್ಲವೇ ಅದಕ್ಕಾಗಿ ಬೇರೆ ಕ್ರಿಯೆ ಮಾಡಲಾಗುತ್ತದೆ.

Example: 1. *Rama* reads a book. ರಾಮನು ಪುಸ್ತಕ ಓದುತ್ತಿದ್ದಾನೆ.

2. *A book* is read by Rama. ಪುಸ್ತಕವು ರಾಮನಿಂದ ಓದಲ್ಪಟ್ಟಿದೆ.

★ Subject (ವಿಷಯ)ನ ಬೇರೆ ಕಾರ್ಯಕ್ಕಾಗಿ direct (ನೇರವಾಗಿ) ಜವಾಬ್ದಾರವಾಗುತ್ತದೆ ಇಲ್ಲವೇ indirect (ಅಪ್ರತ್ಯಕ್ಷ)ವಾಗಿ ಜವಾಬ್ದಾರವಾಗುತ್ತದೆ. ಇದನ್ನು ವಾಕ್ ಮೂಲಕ ಪತ್ತೆ ಹಚ್ಚಬಹುದಾಗಿದೆ.

Types of Voice (ವಾಕ್‌ನ ವಿಧಗಳು)

Voice (ವಾಕ್)ನಲ್ಲಿ 2 ವಿಧ

(1) Active (ಕರ್ತೃ ವಾಕ್ಕು)

(2) Passive Voice (ಕರ್ಮ ವಾಕ್ಕು)

Active Voice (ಕರ್ತೃ ವಾಕ್ಕು)

A Verb is said to be in Active Voice, when the person or thing denoted by the subject acts. ವ್ಯಕ್ತಿ ಇಲ್ಲವೇ ವಸ್ತು, ವಿಷಯ (ಕರ್ತೃ)ದಂತೆ ಕಾರ್ಯ ನಿರ್ವಹಿಸಿದಲ್ಲಿ, ಅದು Active Voice (ಕರ್ತೃ ವಾಕ್ಕು).

Example: *Sita* writes a letter. ಸೀತಾ ಪತ್ರವನ್ನು ಬರೆಯುತ್ತಿದ್ದಾಳೆ.

★ ಮೇಲಿನ ವಾಕ್ಯದಲ್ಲಿ subject (ಕರ್ತೃ) sita (ಸೀತಾ) ಬರೆಯುವ ಕ್ರಿಯೆಯನ್ನು ಮಾಡುತ್ತಿದ್ದಾಳೆ. ಈ ವಾಕ್ಯ Active Voiceನಲ್ಲಿ ಇದೆ.

Passive Voice (ಕರ್ಮ ವಾಕ್ಕು)

A Verb is said to be in the Passive Voice when the person or thing denoted by the subject does not act, but something is done to it. ವ್ಯಕ್ತಿ ಅಥವಾ ವಸ್ತು ಯಾವುದೇ ಕಾರ್ಯ ನಿರ್ವಹಿಸದೆ, ಅದಕ್ಕೆ ಏನಾದರೂ ಮಾಡಲ್ಪಡುತ್ತದೆ. ಇದರಲ್ಲಿ ಕರ್ಮ (ವಿಷಯ)ಕ್ಕೆ ಪ್ರಾಧಾನ್ಯತೆ. ಇದೇ ಕರ್ಮ ವಾಕ್.

Example: *The book* is written by the author. ಈ ಪುಸ್ತಕವು ಲೇಖಕನಿಂದ ಬರೆಯಲ್ಪಟ್ಟಿದೆ.

★ ಮೇಲಿನ ವಾಕ್ಯದಲ್ಲಿ 'ಪುಸ್ತಕವು ಲೇಖಕನಿಂದ ಬರೆಯಲ್ಪಟ್ಟಿದೆ'. ಆದ್ದರಿಂದ ಈ ವಾಕ್ಯ ಕರ್ಮವಾಕ್‌ನಲ್ಲಿದೆ.

Active Voice & Passive Voice (ವಾಕ್ಕುಗಳ ಪರಿವರ್ತನೆ ನಿಯಮ)

☞ **Rule 1:** Active voice (ಕರ್ತೃ ವಾಕ್)ನಲ್ಲಿ ಯಾವ ಶಬ್ದವು subject (ಕರ್ತೃ) ಆಗಿರುವುದೋ ಅದು Passive voice (ಕರ್ಮ ವಾಕ್)ನಲ್ಲಿ ಕರ್ಮದ ಸ್ಥಾನದಲ್ಲಿ ಪ್ರಯೋಗಿಸಲ್ಪಡುತ್ತದೆ.

Example: 1. *I* like a pen. (Active Voice) ನಾನು ಲೇಖನಿಯನ್ನು ಇಷ್ಟಪಡುತ್ತೇನೆ. (ಕರ್ತೃ ವಾಕ್)

2. *Pen* is liked by me. (Passive Voice) ಲೇಖನಿಯು ನನ್ನಿಂದ ಇಷ್ಟ ಪಡಲ್ಪಟ್ಟಿತು. (ಕರ್ಮ ವಾಕ್)

★ ಮೇಲಿನ ವಾಕ್ಯದಲ್ಲಿ Active voice (ಕರ್ತೃ ವಾಕ್)ನ subject (ವಿಷಯ)ವು 'I', Passive voice (ಕರ್ಮ ವಾಕ್)ನಲ್ಲಿ 'me' ಎಂದಾಗಿದೆ. ಕ್ರಿಯಾಪದದ ಬಳಿಕ 'by' ಪ್ರಯೋಗ ನಡೆದಿದೆ.

☞ **Rule 2:** ಯಾವ ಕರ್ತೃವಿನಲ್ಲಿ Nominative case (ಕರ್ತೃ ಕಾರಕ)ವು Pronoun (ಸರ್ವನಾಮ) ಆಗಿದ್ದಲ್ಲಿ, ಕೆಳಗಿನಂತೆ ಬದಲಾಗುತ್ತದೆ.

She – her	He – him	I – me	You – you
We – us	It – it	They – them	Who – whom

☞ **Rule 3:** Active voice (ಕರ್ತೃ ವಾಕ್)ನಲ್ಲಿ ಯಾವುದು object ಕರ್ಮವಾಗಿರುವುದೋ, ಅದು Passive voice (ಕರ್ಮ ವಾಕ್)ನಲ್ಲಿ ಕರ್ತೃವಾಗಿರುತ್ತದೆ.

Example: **1.** *Shayam* likes Radha. (Active Voice) ಶ್ಯಾಮನು ರಾಧೆಯನ್ನು ಇಷ್ಟ ಪಡುತ್ತಾನೆ.

2. *Radha* is liked by Shyam. (Passive Voice) ರಾಧೆಯು ಶ್ಯಾಮನಿಂದ ಇಷ್ಟ ಪಡಲ್ಪಟ್ಟಿದ್ದಾಳೆ.

★ ರಾಧೆಯು Active voice (ಕರ್ತೃ ವಾಕ್)ನಲ್ಲಿ ಕರ್ಮವಾಗಿದ್ದು, Passive voice (ಕರ್ಮ ವಾಕ್)ನಲ್ಲಿ ಕರ್ತೃವಿನ ಸ್ಥಾನದಲ್ಲಿದ್ದಾಳೆ. Objective case (ಕರ್ಮ ಕಾರಕ)ನಲ್ಲಿ ಸರ್ವನಾಮಗಳು ಕೆಳಗಿನಂತೆ ಬದಲಾಗುತ್ತದೆ.

Her – She	Him – He	Me – I	You – You
Them – They	It – It	Us – We	Whom – Who

☞ **Rule 4:** Active voice (ಕರ್ತೃ ವಾಕ್)ನ ಮುಖ್ಯ ಕ್ರಿಯಾಪದವು Passive voice (ಕರ್ಮ ವಾಕ್)ನಲ್ಲಿ Past participle ಕ್ರಿಯಾಪದದ ಮೂರನೇ ರೂಪವಾಗಿ ಬದಲಾಗುತ್ತದೆ.

Example: **1.** Sita likes a boy. (Active Vocie) ಸೀತೆ ಹುಡುಗನೊಬ್ಬನನ್ನು ಇಷ್ಟ ಪಟ್ಟಿದ್ದಾಳೆ. (ಕರ್ತೃ ವಾಕ್)

2. A boy is liked by Sita. (Passive Vocie) ಸೀತೆಯು ಹುಡುಗನೊಬ್ಬನಿಂದ ಇಷ್ಟ ಪಡಲ್ಪಟ್ಟಿದ್ದಾಳೆ. (ಕರ್ಮ ವಾಕ್)

☞ **Rule 5:** ಕರ್ತೃ ವಾಕ್‌ನಿಂದ ಕರ್ಮ ವಾಕ್‌ಗೆ ಬದಲಾಗುವಾಗ ಕರ್ಮ ವಾಕ್‌ನ ಕರ್ತೃವಿನ Number (ಸಂಖ್ಯಾ) ವಚನ, person (ಪುರುಷ) ಹಾಗೂ ಕಾಲಕ್ಕೆ ಅನುಗುಣವಾಗಿ ಕ್ರಿಯಾಪದ (is, are, am, was, were, be, been ಅಥವಾ being) ಬಳಸಲ್ಪಡುತ್ತದೆ.

☞ **Rule 6:** ಕೆಲವು ಕ್ರಿಯಾಪದಗಳ ಜತೆ ಕರ್ಮ ವಾಕ್‌ನಲ್ಲಿ by ಅಳವಡಿಸಿ, preposition (ಸಂಬಂಧ ಸೂಚಕ) ಪ್ರಯೋಗ ನಡೆಯುತ್ತದೆ. Known to, alarmed at, annoyed at, pleased with, married with, satisfied with, contained in, disgusted with, displeased with, lined with, offended with, surprised at, interested in, shocked at, ಇತ್ಯಾದಿ.

☞ **Rule 7:** ಕೆಲವು ಕ್ರಿಯೆಗೆ ಪ್ರಾಮುಖ್ಯತೆ ನೀಡಬೇಕೆಂದಲ್ಲಿ Passive voice (ಕರ್ಮ ವಾಕ್)ನಲ್ಲಿ 'by' ಜತೆಗೆ ಕರ್ತೃವಿನ ಪ್ರಯೋಗ ನಡೆಯುತ್ತದೆ.

Example: **1.** *We* ought to respect our parents. ನಾವು ನಮ್ಮ ತಂದೆ ತಾಯಿಯನ್ನು ಗೌರವಿಸಬೇಕು. (ಕರ್ತೃ ವಾಕ್)

2. *Our Parents* ought to be respected by us. ನಮ್ಮ ಪೋಷಕರು ನಮ್ಮಿಂದ ಗೌರವಿಸಲ್ಪಡಬೇಕು. (ಕರ್ಮ ವಾಕ್)

☞ **Rule 8:** Universal truth (ಸಾರ್ವಜನಿಕ ಸತ್ಯ)ವೊಂದನ್ನು ಹೇಳುವಾಗ ಕರ್ಮ ವಾಕ್‌ನಲ್ಲಿ 'It is said that' ಬಳಸಲ್ಪಡುತ್ತದೆ.

Example: **1.** People say that *honesty is the best policy*. (Active Voice) ಪ್ರಾಮಾಣಿಕತೆ ಎಂಬುದು ಅತ್ಯುತ್ತಮ ಕಾರ್ಯನೀತಿ ಎಂದು ಜನ ಹೇಳುತ್ತಾರೆ. (ಕರ್ತೃ ವಾಕ್)

2. *It is said* that honesty is the best policy. (Passive Voice) ಜನರಿಂದ ಹೇಳಲ್ಪಡುವುದೇನೆಂದರೆ, ಪ್ರಾಮಾಣಿಕತೆಯು ಅತ್ಯುತ್ತಮ ಕಾರ್ಯನೀತಿ. (ಕರ್ಮ ವಾಕ್)

☞ **Rule 9:** ಕರ್ತೃ ವಾಕ್‌ನಲ್ಲಿ 2 object (ಕರ್ಮ)ಗಳಿದ್ದರೆ, ಕ್ರಿಯಾಪದದ ಬಳಿ ಇರುವ ಕರ್ಮದ ಕರ್ತೃವನ್ನಾಗಿ ಬದಲಿಸಿ, Passive voice (ಕರ್ಮ ವಾಕ್) ಆಗಿ ಮಾಡಲಾಗುತ್ತದೆ.

Example: **1.** She teaches *us French*. (Active Voice) ಆಕೆ ನಮಗೆ ಫ್ರೆಂಚ್ ಕಲಿಸುತ್ತಾರೆ. (ಕರ್ತೃ ವಾಕ್)

2. *We* are taught French by her. (Passive Voice) ನಾವು ಆಕೆಯಿಂದ ಫ್ರೆಂಚ್ ಕಲಿಸಲ್ಪಡುತ್ತಿದ್ದೇವೆ (ಕರ್ಮ ವಾಕ್)

☞ **Rule 10:** Transitive verb/intransitive, ಸಕರ್ಮಕ – ಅಕರ್ಮಕ ಕ್ರಿಯಾಪದಗಳಲ್ಲಿ ಕ್ರಿಯಾಪದದ ಫಲ ಕರ್ತೃವಿನ ಮೇಲೆ ಉಂಟಾಗಲಿದೆ.

Example: Mohan runs. ಮೋಹನ ಓಡುತ್ತಾನೆ.

★ ಮೇಲಿನ ವಾಕ್ಯದಲ್ಲಿ ಓಡು (ಕ್ರಿಯೆ) verb (ಕ್ರಿಯಾಪದ)ನ ಫಲವು subject ಮೋಹನನಿಗೆ ಲಭ್ಯವಾಗಿದೆ. ಇದರಿಂದ ವಾಕ್ಯದಲ್ಲಿನ ವಾಕ್ ಬದಲಾಗಿಲ್ಲ.

Rules of Passive Voice of Tenses (ಕರ್ಮ ವಾಕ್ ಕಾಲದ ನಿಯಮಗಳು)

Present Indefinite (ಸಾಮಾನ್ಯ ವರ್ತಮಾನ ಕಾಲ)

☞ **Rule 1:** ಕರ್ತೃ First person singular number (ಉತ್ತಮ ಪುರುಷ ಏಕವಚನ) (I)ಇದ್ದಲ್ಲಿ, am First person plural number (ಉತ್ತಮ ಪುರುಷ ಬಹುವಚನ)ನ ಎರಡೂ ವಚನಗಳು ಹಾಗೂ ಅನ್ಯ ಪುರುಷದ ಬಹುವಚನ ('we', 'you', 'they')ಇದ್ದಲ್ಲಿ 'are', 'is' ಅನ್ಯ ಪುರುಷ ('she', 'he', 'it') ಇದ್ದಲ್ಲಿ ಪ್ರಯೋಗಿಸಲ್ಪಡುತ್ತದೆ. ಬಳಿಕ ಮುಖ್ಯ ಕ್ರಿಯಾಪದದ ಬಳಿಕ 'by' ಬಳಕೆಯಾಗಲಿದೆ.

Active voice (ಕರ್ತೃವಾಕ್)	Passive voice (ಕರ್ಮವಾಕ್)
ಮೊದಲ form + e/es	3ನೇ form + is/are/am
I play football. ನಾನು ಫುಟ್‌ಬಾಲ್ ಆಡುತ್ತೇನೆ	Football is plyaed by me. ಫುಟ್‌ಬಾಲ್ ನನ್ನಿಂದ ಆಡಲ್ಪಡುತ್ತದೆ.
We love children. ನಾವು ಮಕ್ಕಳನ್ನು ಪ್ರೀತಿಸುತ್ತೇವೆ	The children are loved by us. ನಮ್ಮಿಂದ ಮಕ್ಕಳು ಪ್ರೀತಿಸಲ್ಪಡುತ್ತವೆ.

Negative Sentences (ನಕಾರಾತ್ಮಕ ವಾಕ್ಯಗಳು)

Active voice (ಕರ್ತೃವಾಕ್)	Passive voice (ಕರ್ಮವಾಕ್)
ಮೊದಲ form + do not/does + not	3ನೇ form + is, am, are, + not
Ram does not teach her. ರಾಮನು ಅವಳಿಗೆ ಕಲಿಸಲಿಲ್ಲ	She is not taught by Ram. ಆಕೆಯು ರಾಮನಿಂದ ಕಲಿಯಲ್ಪಡಲಿಲ್ಲ
We do not like mango. ನಾವು ಮಾವಿನ ಹಣ್ಣನ್ನು ಇಷ್ಟ ಪಡುವುದಿಲ್ಲ.	The mango is not liked by us. ಮಾವಿನ ಹಣ್ಣು ನಮ್ಮಿಂದ ಇಷ್ಟಪಡುವುದಿಲ್ಲ.

Interrogative Sentences (ಪ್ರಶ್ನಾವಾಚಕ ವಾಕ್ಯಗಳು)

Active voice (ಕರ್ತೃವಾಕ್)	Passive voice (ಕರ್ಮವಾಕ್)
(Do/Does + ಕರ್ತೃ + ಕ್ರಿಯಾಪದ 1ನೇ form)	is/am/are + ಕರ್ತೃ + ಕ್ರಿಯಾಪದ 3ನೇ form
Does he kill a rat?	Is a rat killed by him?
ಅವನು ಇಲಿಯೊಂದನ್ನು ಕೊಂದನೇ?	ಇಲಿ ಆತನಿಂದ ಕೊಲ್ಲಲ್ಪಟ್ಟಿತೇ?
Who kills a rat? ಇಲಿಯನ್ನು ಕೊಂದವರು ಯಾರು?	By whom is the rat killed? ಯಾರಿಂದ ಇಲಿ ಕೊಲ್ಲಲ್ಪಟ್ಟಿತು?

Note: ಪ್ರಶ್ನೆಯ ಆರಂಭವು who ಅಥವಾ whom ಇಂದ ಆರಂಭವಾಗಿದ್ದರೆ, ವಾಕ್ಯವು Passive voice (ಕರ್ಮ ವಾಕ್)ಗೆ ಬದಲಾಗುವಾಗ who ಪದ by Whom ಹಾಗೂ Whom ಪದ Who ಆಗಿ ಬದಲಾಗುತ್ತದೆ. Active voice (ಕರ್ತೃ ವಾಕ್) ನಲ್ಲಿ what ನಿಂದ ಪ್ರಶ್ನೆ ಆಗಿದ್ದರೆ ಅಲ್ಲಿ ಕರ್ಮವು ಕಾರ್ಯ ನಿರ್ವಹಿಸುತ್ತದೆ. ಆದರೆ, ಕರ್ಮ ವಾಕ್‌ನಲ್ಲಿ ಕರ್ತೃವಿನ ಕೆಲಸ ಮಾಡುತ್ತದೆ. Helping verb (ಸಹಾಯಕ ಕ್ರಿಯಾಪದ)ಕ್ಕಿಂತ ಮೊದಲು ಇರಿಸಲಾಗುತ್ತದೆ.

Active voice (ಕರ್ತೃವಾಕ್)	Passive voice (ಕರ್ಮವಾಕ್)
What does he sell? ಅವನು ಏನನ್ನು ಮಾರುತ್ತಾನೆ?	What is sold by him? ಅವನಿಂದ ಏನು ಮಾರಲ್ಪಡುತ್ತದೆ?

Present Continuous Tense (ನಿರಂತರ ವರ್ತಮಾನ ಕಾಲ)

ಅಪೂರ್ಣ ವರ್ತಮಾನ ಕಾಲದಲ್ಲಿ Active voice (ಕರ್ತೃ ವಾಕ್), Passive voice (ಕರ್ಮ ವಾಕ್) ಆಗುವಾಗ Principal verb (ಮೂಲ ಕ್ರಿಯಾಪದ)ನ ಮೂರನೇ ರೂಪ Past Principalಗೆ ಮುನ್ನ 'being'ನ ಪ್ರಯೋಗ ಆಗಲಿದೆ. 'being' ಗೆ ಮುನ್ನ 'is', 'am', 'are' ಇರಿಸಲಾಗುತ್ತದೆ.

Active voice (ಕರ್ತೃವಾಕ್)	Passive voice (ಕರ್ಮವಾಕ್)
is/am/are + ಮೊದಲ form + ing	is/am/are + being + 3ನೇ form
I am writing a letter. ನಾನು ಪತ್ರವೊಂದನ್ನು ಬರೆಯುತ್ತಿದ್ದೇನೆ.	A letter is being written by me. ನನ್ನಿಂದ ಪತ್ರವೊಂದು ಬರೆಯಲ್ಪಟ್ಟಿತು.

Present Perfect Tense (ಪೂರ್ಣ ವರ್ತಮಾನ ಕಾಲ)

Active voice (ಕರ್ತೃ ವಾಕ್)ನಿಂದ Passive voice ಕರ್ಮವಾಗಿ ಬದಲಾಗುವಾಗ ಕರ್ತೃ ವಾಕ್‌ನ ಕರ್ಮವು ಕರ್ತೃವಾಗಿ ಬದಲಾಗುತ್ತದೆ. ಅದಕ್ಕೆ ಅನುಸಾರ have been, has been ಪ್ರಯೋಗ ಹಾಗೂ ಕ್ರಿಯಾಪದದ 3ನೇ ರೂಪ ಪ್ರಯೋಗಿಸಲ್ಪಡುತ್ತದೆ.

Active voice (ಕರ್ತೃವಾಕ್)	Passive voice (ಕರ್ಮವಾಕ್)
has/have + 3ನೇ form	has/have + been + 3ನೇ form
I have written a letter. ನಾನು ಒಂದು ಪತ್ರವನ್ನು ಬರೆದಿದ್ದೇನೆ	A letter has been written by me. ಪತ್ರವೊಂದು ನನ್ನಿಂದ ಬರೆಯಲ್ಪಟ್ಟಿದೆ.

Past Indefinite Tense (ಸಾಮಾನ್ಯ ಭೂತಕಾಲ)

ಕರ್ತೃವಿನಿಂದ ಕರ್ಮಕ್ಕೆ ಬದಲಾಗುವಾಗ First person singular number (ಪ್ರಥಮ ಪುರುಷ), ಏಕ ವಚನವು (I) Third person singular number (ಅನ್ಯ ಪುರುಷ ಏಕವಚನ) (he, she, it)ದ ಜೊತೆಗೆ 'was' ಮೂರೂ ಪುರುಷಗಳ ಬಹು ವಚನದ ಜೊತೆಗೆ ಮಧ್ಯಮ ಪುರುಷದ ನಾಮಪದ (you) ಜೊತೆ were, ಕ್ರಿಯಾಪದದ ಮೂರನೇ ರೂಪ ಬಳಸಲ್ಪಡುತ್ತದೆ.

Active voice (ಕರ್ತೃವಾಕ್)	Passive voice (ಕರ್ಮವಾಕ್)
2ನೇ ರೂಪ/did not + 1ನೇ form	was/were + not + 3ನೇ form
I ate a mango. ನಾನು ಒಂದು ಮಾವಿನ ಹಣ್ಣು ತಿಂದೆ	A mango was eaten by me. ಒಂದು ಮಾವಿನ ಹಣ್ಣು ನನ್ನಿಂದ ತಿನ್ನಲ್ಪಟ್ಟಿತು

Past Continuous Tense (ಅಪೂರ್ಣ ಭೂತಕಾಲ)

Past Continuous Tense (ಅಪೂರ್ಣ ಭೂತಕಾಲ)ನಲ್ಲಿ ಕರ್ತೃ ವಾಕ್ ಕರ್ಮವಾಕ್ ಆಗಿ ಬದಲಾಗುವಾಗ ಕರ್ಮದ ಬಳಿಕ 'was'/'were' ಹಾಗೂ 'being' ಜೋಡಣೆ ನಂತರ ಕ್ರಿಯಾ ಪದದ 3ನೇ ರೂಪದ ಬಳಕೆ ಆಗಲಿದೆ.

Active voice (ಕರ್ತೃವಾಕ್)	Passive voice (ಕರ್ಮವಾಕ್)
was/were + 1ನೇ form + ing	was/were + being + ಮೂರನೇ form
I was eating a mango. ನಾನು ಒಂದು ಮಾವಿನ ಹಣ್ಣನ್ನು ತಿನ್ನುತ್ತಿದ್ದೆ	A mango was being eaten by me. ಒಂದು ಮಾವಿನ ಹಣ್ಣು ನನ್ನಿಂದ ತಿನ್ನಲ್ಪಟ್ಟಿತು.

Past Perfect Tense (ಪೂರ್ಣ ಭೂತ ಕಾಲ)

ಕರ್ತೃ ವಾಕ್‌ನ್ನು ಕರ್ಮ ವಾಕ್ ಆಗಿ ಬದಲಿಸಲು ಕರ್ಮದ ಜತೆಗೆ 'had been' ಕ್ರಿಯಾಪದದ 3ನೇ ರೂಪ ಬಳಸಲ್ಪಡುತ್ತದೆ.

Active voice (ಕರ್ತೃವಾಕ್)	Passive voice (ಕರ್ಮವಾಕ್)
had + 3ನೇ form	had + been + 3ನೇ form
I had eaten a mango. ನಾನು ಒಂದು ಮಾವಿನ ಹಣ್ಣನ್ನು ತಿಂದಿದ್ದೇನೆ	A mango had been eaten by me. ಒಂದು ಮಾವಿನ ಹಣ್ಣು ನನ್ನಿಂದ ತಿನ್ನಲ್ಪಟ್ಟಿತು.

Future Indefinite Tense (ಪೂರ್ಣ ಭೂತ ಕಾಲ)

Active voice (ಕರ್ತೃ ವಾಕ್)ನ್ನು Passive voice (ಕರ್ಮ ವಾಕ್) ಆಗಿ ಬದಲಿಸುವಾಗ ಕರ್ಮವು ಕರ್ತೃವಾಗಿ ಮತ್ತು ಕರ್ತೃವಿಗೆ ಅನುಗುಣವಾಗಿ 'shall be'/'will be' ಹಾಗೂ verb (ಕ್ರಿಯಾಪದ) ಮೂರನೇ ರೂಪದ ಪ್ರಯೋಗ ಆಗುತ್ತದೆ.

Active voice (ಕರ್ತೃವಾಕ್)	Passive voice (ಕರ್ಮವಾಕ್)
will/shall + 1ನೇ form	will/shall + be + 3ನೇ form
I shall read a book. ನಾನು ಪುಸ್ತಕವೊಂದನ್ನು ಓದುತ್ತೇನೆ	A book will be read by me. ಪುಸ್ತಕವೊಂದು ನನ್ನಿಂದ ಓದಲ್ಪಡುತ್ತದೆ.
She will write a letter. ಅವಳು ಪತ್ರವೊಂದನ್ನು ಬರೆಯುತ್ತಾಳೆ	A letter will be written by her. ಪತ್ರವೊಂದು ಅವಳಿಂದ ಬರೆಯಲ್ಪಡುತ್ತದೆ.

Future Perfect Tense (ಪೂರ್ವ ಭವಿಷ್ಯತ್ ಕಾಲ)

Active voice (ಕರ್ತೃ ವಾಕ್)ನ್ನು Passive voice (ಕರ್ಮ ವಾಕ್) ಆಗಿ ಬದಲಿಸುವಾಗ subjectಗೆ ಅನುಗುಣವಾಗಿ 'shall have been', 'will have been' ನ ಪ್ರಯೋಗ ಆಗಲಿದೆ.

Active voice (ಕರ್ತೃವಾಕ್)	Passive voice (ಕರ್ಮವಾಕ್)
will/shall have + 3ನೇ form	will/shall have been + 3ನೇ form
I shall have written a letter. ನಾನು ಒಂದು ಪತ್ರವನ್ನು ಬರೆದಿರುವೆ	A letter will have been written by me. ಪತ್ರವೊಂದು ನನ್ನಿಂದ ಬರೆಯಲ್ಪಟ್ಟಿದೆ
We shall have written a letter. ನಾವು ಪತ್ರವೊಂದನ್ನು ಬರೆದಿರ ಬಹುದಿತ್ತು	A letter will have been written by us. ನಮ್ಮಿಂದ ಪತ್ರವೊಂದು ಬರೆಯಲ್ಪಟ್ಟಿರ ಬಹುದಿತ್ತು.
He will have written a letter. ಅವನು ಪತ್ರವೊಂದನ್ನು ಬರೆಯ ಬಹುದಿತ್ತು.	A letter will have been written by him. ಪತ್ರವೊಂದು ಅವನಿಂದ ಬರೆಯಲ್ಪಟ್ಟಿರ ಬಹುದಿತ್ತು.

Verbs Followed by Modals (ಕ್ರಿಯಾಪದಗಳ ಜತೆಗೆ ರೂಪಾತ್ಮಕ ಕ್ರಿಯೆಗಳು): Passive voice ನಲ್ಲಿ modals ಬಳಿಕ 'be' ಮತ್ತು verbನ 3ನೇ form ಪ್ರಯೋಗಿಸಲ್ಪಡುತ್ತದೆ.

ಯಾವ ವಾಕ್ಯಗಳಲ್ಲಿ 'would', 'should', 'may', 'might', 'can', 'could must', 'ought to' ಪ್ರಯೋಗಿಸಲ್ಪಟ್ಟಿರುವುದೋ ಅದರಲ್ಲಿ Passive voice (ಕರ್ಮ ವಾಕ್)ನ ರಚನೆ ವೇಳೆ 'be' ಬಳಸಿ, ಕ್ರಿಯಾಪದದ ಮೂರನೇ ರೂಪದ ಪ್ರಯೋಗ ನಡೆಯಲಿದೆ.

Active voice (ಕರ್ತೃವಾಕ್)	Passive voice (ಕರ್ಮವಾಕ್)
You should not waste your time. ನೀನು ನಿನ್ನ ಸಮಯವನ್ನು ವ್ಯರ್ಥ ಗೊಳಿಸಬಾರದು.	Your time should not be wasted. (by you) ನಿನ್ನ ಸಮಯ ವ್ಯರ್ಥ ಗೊಳ್ಳಬಾರದು.
May I help the needy? ನಾನು ಅಗತ್ಯವಿರುವವರಿಗೆ ನೆರವಾಗಲೇ?	May the needy be helped (by me)? ಅಗತ್ಯವಿರುವವರಿಗೆ ನೆರವು ನೀಡಬಹುದೇ?
Meera can solve this problem. ಮೀರಾ ಈ ಸಮಸ್ಯೆಯನ್ನು ಪರಿಹರಿಸಬಲ್ಲಳು.	This problem can be solved by (Meera). ಈ ಸಮಸ್ಯೆಯು ಮೀರಾಳಿಂದ ಪರಿಹರಿಸಲ್ಪಡಬಹುದು.

Imperative Sentences (ಆದೇಶಾತ್ಮಕ ವಾಕ್ಯಗಳು)

Imperative Sentences (ಆದೇಶಾತ್ಮಕ ವಾಕ್ಯ)ಗಳನ್ನು Passive voice (ಕರ್ಮ ವಾಕ್)ಗಳಾಗಿ ಬದಲಿಸಲು ವಾಕ್ಯದ ಆರಂಭದಲ್ಲಿ 'Let' ಬಳಸಲಾಗುತ್ತದೆ. ಬಳಿಕ ಕ್ರಿಯಾಪದದ ಮೂರನೇ ರೂಪಕ್ಕೆ ಮುನ್ನ 'be' ಬಳಸಲ್ಪಡುತ್ತದೆ. Please ಹಾಗೂ kindly ಯನ್ನು ತೆಗೆದುಹಾಕಿ, ಪ್ರಾರ್ಥನೆ, ಶಿಕ್ಷೆ ಮತ್ತು ಆದೇಶದ ವಾಕ್ಯಗಳ ಜೊತೆಗೆ ಭಾವನೆಗಳಿಗೆ ಅನುಸಾರವಾಗಿ Ordered to/advised to/requested to ಇರಿಸಲಾಗುತ್ತದೆ.

Active voice (ಕರ್ತೃವಾಕ್)	Passive voice (ಕರ್ಮವಾಕ್)
Close the gate. ಹೊರ ಬಾಗಿಲು ಮುಚ್ಚು	Let the gate be closed. ಹೊರ ಬಾಗಿಲು ಮುಚ್ಚಲ್ಪಡಲಿ
Make tea at once. ತಕ್ಷಣ ಚಹಾ ಮಾಡು	Let tea be made at once. ಚಹಾ ತಕ್ಷಣವೇ ಮಾಡಲ್ಪಡಲಿ.
Please sign this letter. ದಯವಿಟ್ಟು ಪತ್ರಕ್ಕೆ ಸಹಿ ಹಾಕಿ	You are requested to sign this letter. ಪತ್ರಕ್ಕೆ ಸಹಿ ಹಾಕಿ ಎಂದು ಕೋರಲಾಗಿದೆ.

Optative Sentence (ಇಚ್ಛಾ ಸೂಚಕ ವಾಕ್ಯ)

Wish (ಆಶಯ) ಇಲ್ಲವೇ Blessing (ಹಾರೈಕೆ)ನ ಭಾವವನ್ನು ಪ್ರಕಟಗೊಳಿಸುವ ವಾಕ್ಯಗಳೇ optative (ಇಚ್ಛಾಸೂಚಕ). ಇಂಥ ವಾಕ್ಯಗಳ Passive voice (ಕರ್ಮ ವಾಕ್)ನ್ನು ಬದಲಿಸಲು 'May' ಸ್ಥಾನದಲ್ಲಿ 'It is prayed' ಬಳಸಲ್ಪಡುತ್ತದೆ.

Active voice (ಕರ್ತೃವಾಕ್)	Passive voice (ಕರ್ಮವಾಕ್)
God save the poor! ದೇವರೇ, ಬಡವರನ್ನು ರಕ್ಷಿಸು.	It is prayed that the poor should be saved. ಬಡವರು ರಕ್ಷಿಸಲ್ಪಡಲಿ ಎಂದು ಪ್ರಾರ್ಥಿಸಲಾಯಿತು

Prepositional Sentence

Active voice (ಕರ್ತೃ ವಾಕ್)ನಲ್ಲಿ ಕ್ರಿಯಾಪದದ ಜತೆಗೆ preposition ಸಂಬಂಧ ಸೂಚಕ ಇದ್ದಲ್ಲಿ, Passive voice (ಕರ್ಮ ವಾಕ್) ರಚನೆ ವೇಳೆ ಕ್ರಿಯಾಪದದ ಮೂರನೇ ರೂಪದ ಜೊತೆಗೆ ಅದೇ ಸಂಬಂಧ ಸೂಚಕವನ್ನು ಬಳಸಲಾಗುತ್ತದೆ.

	Active voice (ಕರ್ತೃವಾಕ್)	Passive voice (ಕರ್ಮವಾಕ್)
1.	I am listening to you.	You are being listened by me.
2.	A scooter ran over a boy.	A boy was run over by a scooter.

★ ಮೇಲಿನ ವಾಕ್ಯಗಳಲ್ಲಿ ಕಾಲದ 8 ಪ್ರಕಾರಗಳ ಬಗ್ಗೆ ಮಾತ್ರ ತಿಳಿಸಲಾಗಿದೆ. Present Perfect Continuous, Past Perfect Continuous, Future Perfect Continuous ಹಾಗೂ Future Imperfect ನ ಕರ್ಮ ವಾಕ್ ಇಂಗ್ಲಿಷ್‌ನಲ್ಲಿ ಬಳಕೆಯಲ್ಲಿಲ್ಲ.

ನೆನಪಿನಲ್ಲಿಡಿ

ಈ ಅಧ್ಯಾಯದಲ್ಲಿ Voice (ವಾಕ್) ಬಗ್ಗೆ ಸಂಕ್ಷಿಪ್ತವಾಗಿ ತಿಳಿಸಲಾಗಿದೆ. ವಾಕ್‌ಗಳಲ್ಲಿ 2 ವಿಧ.

i. Active Voice (ಕರ್ತೃ ವಾಕ್) ಮತ್ತು Passive Voice (ಕರ್ಮ ವಾಕ್)

ii. Active Voice (ಕರ್ತೃ ವಾಕ್)ನಲ್ಲಿ ಕರ್ತೃ ಹಾಗೂ Passive Voice (ಕರ್ಮ ವಾಕ್)ನಲ್ಲಿ object ಕರ್ಮ (ವಸ್ತು) ಇರುತ್ತದೆ.

ಕಥನ
(NARRATION)

Definition (ವ್ಯಾಖ್ಯಾನ)

There are two ways of expressing what a person has said. We may quote his actual words. This is called direct speech. We may report what he said without quoting his exact words. This is called indirect speech. ವ್ಯಕ್ತಿಯೊಬ್ಬ ಹೇಳಿದ್ದನ್ನು ಎರಡು ರೀತಿಯಲ್ಲಿ ವ್ಯಕ್ತಪಡಿಸಬಹುದು. ಆತ ಹೇಳಿದ್ದನ್ನು ನೇರವಾಗಿ ಹೇಳಬಹುದು. ಇದು Direct speech (ಪ್ರತ್ಯಕ್ಷ ಮಾತು). ನಾವು ಆತನ ಹೇಳಿಕೆಯನ್ನು ಅಂತೆಯೇ ಉಲ್ಲೇಖಿಸದೇ ವರದಿ ಮಾಡಬಹುದು. ಇದು Indirect speech (ಅಪ್ರತ್ಯಕ್ಷ ಮಾತು).

Example: 1. He said, 'I'm going to school now. ಅವನು ಹೇಳಿದ, ನಾನು ಈಗ ಶಾಲೆಗೆ ಹೋಗುತ್ತಿದ್ದೇನೆ (ನೇರ)

2. He said that he was going to school then. ಈಗ ಶಾಲೆಗೆ ಹೋಗುವುದಾಗಿ ಆತ ಹೇಳಿದ(ಅಪ್ರತ್ಯಕ್ಷ)

☞ **Basic Rule:** ಘಟನೆಯನ್ನು ಹೇಳುವವನಿಗೆ Reporter (ವರದಿಗಾರ) ಎನ್ನಲಾಗುತ್ತದೆ. ಆತನ ಮಾತು ಯಾವ verb (ಕ್ರಿಯಾಪದ)ನಿಂದ ಆರಂಭವಾಗುವುದೋ ಅದನ್ನು Reported verb (ವರದಿಗಾರಿಕೆ ಕ್ರಿಯಾಪದ) ಎನ್ನಲಾಗುತ್ತದೆ. ವರದಿಗಾರ ಹೇಳಿದ್ದನ್ನು Reported speech (ವರದಿಯಾದ ಮಾತು) ಎನ್ನಲಾಗುತ್ತದೆ.

★ Direct speech (ಪ್ರತ್ಯಕ್ಷ ಮಾತು)ನ್ನು Indirect speech (ಅಪ್ರತ್ಯಕ್ಷ ಮಾತು) ಪರೋಕ್ಷವನ್ನಾಗಿ ಬದಲಿಸಲು ಕೆಲವು ನಿಯಮಗಳಿವೆ. ಅವು;

1. Reporting verb (ವರದಿಗಾರಿಕೆ ಕ್ರಿಯಾಪದ) 'said to' ತೆಗೆದುಹಾಕಿ, Reported speech (ವರದಿಯಾದ ಮಾತು)ನ ವಾಕ್ಯಕ್ಕೆ ಅನುಗುಣವಾಗಿ ಬದಲಾಗುತ್ತದೆ.
2. Inverted comma's ತಲೆಕೆಳಗಾದ ಅಲ್ಪವಿರಾಮ("--")ವನ್ನು ತೆಗೆದುಹಾಕಿ, ಅದರ ಜಾಗದಲ್ಲಿ conjuction (ಸಂಯೋಜಕ) 'that' ಬಳಸಲಾಗುತ್ತದೆ.
3. Pronoun (ಸರ್ವನಾಮ)ಗಳು ಕೆಳಗೆಕಂಡಂತೆ ಬದಲಾಗುತ್ತದೆ.

Nominative Pronoun (ಕರ್ತೃ ಸರ್ವನಾಮ)	***Possessive Pronoun*** (ಸಂಬಂಧವಾಚಕ)	***Objective Pronoun*** (ಕರ್ಮವಾಚಕ)	***Reflexive Pronoun*** (ನಿಜವಾಚಕ)
I	My	Me	Myself
He	His	Him	Himself
We	Our	Us	Ourselves
She	Her	Her	Herself
You	Yours	You	Yourself, Your selves
They	Their	Them	Themselves

☞ **Rule 1:** Reported speech (ವರದಿಯಾದ ಮಾತು)ನಲ್ಲಿ ಪ್ರಥಮ ಪುರುಷನು ಸರ್ವನಾಮ (I, me, mine, we, us our, ours), Reported verb (ವರದಿಗಾರಿಕೆ ಕ್ರಿಯಾಪದ)ನ ಕರ್ತೃಗೆ ಅನುಸಾರ ಬದಲಾಗುತ್ತದೆ.

Example **1.** Mohini says, "I am in 12th class." *(Direct)*
Mohini says that she is in 12th class. *(Indirect)*

2. You say to me, "I will help you." *(Direct)*
You tell me that you will help me. *(Indirect)*

☞ **Rule 2:** Reported speech ನಲ್ಲಿ ಬರುವ Second person, Pronoun (you)ವು Object ಗೆ ಅನುಸಾರ ಬದಲಾಗುತ್ತದೆ.

Example **1.** I said to him, "You have done your work." *(Direct)*
I told him that he had done his work. *(Indirect)*

2. Ravi said to me, "You have made a mistake." *(Direct)*
Ravi told me that I had made a mistake. *(Indirect)*

☞ **Rule 3:** Reported speech (ವರದಿಯಾದ ಮಾತು)ನಲ್ಲಿ ಬರುವ Third person (ಅನ್ಯ ಪುರುಷ) (he, she, it they, him, her, its, them, their, us, theirs)ದ ಸರ್ವನಾಮವು ಯಾವುದೇ ಪರಿವರ್ತನೆ ಹೊಂದುವುದಿಲ್ಲ.

Example **:** He said to me, "The woman is coming." *(Direct)*
He told to me that the woman is coming. *(Indirect)*

Change of Tense (ಕಾಲದ ಪರಿವರ್ತನೆ)

Direct Speech ಪ್ರತ್ಯಕ್ಷ ವಾಕ್ಯದ ಕಾಲ	**Indirect Speech ಅಪ್ರತ್ಯಕ್ಷ ವಾಕ್ಯದ ಕಾಲ**
Present Indefinite Tense (ಸಾಮಾನ್ಯ ವರ್ತಮಾನ ಕಾಲ)	Past Indefinite Tense (ಸಾಮಾನ್ಯ ಭೂತಕಾಲ)
Past Indefinite Tense (ಸಾಮಾನ್ಯ ಭೂತಕಾಲ)	Past Perfect Tense (ಪೂರ್ಣ ಭೂತಕಾಲ)
Present Continuous Tense (ಅಪೂರ್ಣ ವರ್ತಮಾನ ಕಾಲ)	Past Continuous Tense (ಅಪೂರ್ಣ ಭೂತಕಾಲ)
Past Continuous Tense (ಅಪೂರ್ಣ ಭೂತಕಾಲ)	Past Perfect Tense (ಪೂರ್ಣ ನಿರಂತರ ಭೂತಕಾಲ)
Present Perfect Tense (ಪೂರ್ಣ ವರ್ತಮಾನ ಕಾಲ)	Past Perfect Tense (ಪೂರ್ಣ ಭೂತಕಾಲ)
Past Perfect Tense (ಪೂರ್ಣ ಭೂತಕಾಲ)	No change (ಬದಲಾವಣೆ ಇಲ್ಲ)
Present Perfect Continuous (ಪೂರ್ಣ ನಿರಂತರ ವರ್ತಮಾನಕಾಲ)	Past Perfect Continuous (ಪೂರ್ಣ ನಿರಂತರ ಭೂತಕಾಲ)
will	would
shall	would/should
can	could
may	might

☞ **Rule 1:** ಪ್ರತ್ಯಕ್ಷ ಮಾತಿನಲ್ಲಿ Reporting verb (ವರದಿಗಾರಿಕೆ ಕ್ರಿಯಾಪದ)ನ Present/Future tense (ವರ್ತಮಾನ/ಭವಿಷ್ಯತ್ ಕಾಲ)ನಲ್ಲಿದ್ದರೆ, ಅಪ್ರತ್ಯಕ್ಷ ಮಾತು ಆಗುವಾಗ ಕ್ರಿಯಾಪದದ ಕಾಲವು ಯಾವುದೇ ಬದಲಾವಣೆ ಆಗುವುದಿಲ್ಲ.

Example **1.** The teacher says, "Komal writes essay very well." *(Direct)*
The teacher says that Komal writes essay very well. *(Indirect)*

2. The teacher will say, "Komal is dancing." *(Direct)*
The teacher will say that Radhika is dancing. *(Indirect)*

☞ **Rule 2:** Reporting verb (ವರದಿಗಾರಿಕೆ ಕ್ರಿಯಾಪದ)ವು ಭೂತಕಾಲದಲ್ಲಿದ್ದರೆ, Reported speech (ವರದಿಯಾದ ಮಾತು) ನಲ್ಲಿ ನಿಯಮಕ್ಕೆ ಅನುಗುಣವಾಗಿ ಬದಲಾಗುತ್ತದೆ.

(a) ಸಾಮಾನ್ಯ ವರ್ತಮಾನವು ಸರಳ ಭೂತಕಾಲಕ್ಕೆ ಬದಲಾಗುತ್ತದೆ.

Example: Mohan said, "I learn my lesson." *(Direct)*
Mohan said that he learnt his lesson. *(Indirect)*

(b) Present continous (ನಿರಂತರ ವರ್ತಮಾನ)ವು Past continuous (ನಿರಂತರ ಭೂತಕಾಲ)ವಾಗಿ ಬದಲಿಸುತ್ತದೆ.

Example: Vikas said, " Vinay is studying in the high school. *(Direct)*
Vikas said that Vinay was studying in the high school. *(Indirect)*

(c) Present perfect (ಪೂರ್ಣ ವರ್ತಮಾನ)ವು Past perfect (ಪೂರ್ಣ ಭೂತಕಾಲ)ವಾಗಿ

Example: Seema said to me, "I have seen the Red Fort many times." *(Direct)*
Seema told me that she had seen the Red Fort many times. *(Indirect)*

(d) Present perfect continuous (ಪೂರ್ಣ ನಿರಂತರ ವರ್ತಮಾನ)ವು Past perfect continuous (ಪೂರ್ಣ ನಿರಂತರ ಭೂತಕಾಲ)ವಾಗಿ

Example: Sita said, "I have been learning skating." *(Direct)*
Sita said that she had been learning skating. *(Indirect)*

(e) Past indefinite (ಸಾಮಾನ್ಯ ಭೂತಕಾಲ)ವು Past perfect (ಪೂರ್ಣ ಭೂತಕಾಲ)ವಾಗಿ

Example: Sudhir said, "I wrote a letter to my friend." *(Direct)*
Sudhir said that he had written a letter to his friend. *(Indirect)*

(f) Past continuous (ಅಪೂರ್ಣ ಭೂತಕಾಲ)ವನ್ನು ಪೂರ್ಣ ನಿರಂತರ ಭೂತಕಾಲವಾಗಿ

Example: Sohan said, "They were listening the song." *(Direct)*
Sohan said that they had been listening the song. *(Indirect)*

(g) Past perfect tense (ಪೂರ್ಣ ಭೂತಕಾಲ)ವನ್ನು Past perfect continuous (ಪೂರ್ಣ ನಿರಂತರ ಭೂತಕಾಲ)ವಾಗಿ

Example: **1.** Reshma said, "She had killed a snake." *(Direct)*
Reshma said that she had killed a snake. *(Indirect)*

2. Shubham said, "I had been playing for two hours. *(Direct)*
Shubham said that he had been playing for two hours. *(Indirect)*

(h) Reported verb (ವರದಿಗಾರಿಕೆ ಕ್ರಿಯಾಪದ)ನ ಕ್ರಿಯಾಪದವು Future tense (ಭವಿಷ್ಯತ್ ಕಾಲ)ನಲ್ಲಿದ್ದರೆ shall/will ಬದಲಾಗಿ would ಆಗಲಿದೆ.

Example: **1.** Ram said, "Sohan will do it." *(Direct)*
Ram said that Sohan would do it. *(Indirect)*

2. They said, "They shall go to see the Taj." *(Direct)*
They said that they would go to see the Taj. *(Indirect)*

(i) Can ಪದವು could ಹಾಗೂ May ಪದ might ಆಗಿ ಬದಲಾಗುತ್ತದೆ

Example: **1.** Simran said, "I can solve this sum." *(Direct)*
Simran said that she could solve that sum. *(Indirect)*

2. Harish said, "It may rain today." *(Direct)*
Harish said that it might rain that day. *(Indirect)*

(j) is, am, are ಬದಲಾಗಿ was, were ಆಗಲಿದೆ.

Example: **1.** She said to Madhu, "You are stupid."
She told Madhu that she was stupid. *(Indirect)*

2. He said, "I am ill." *(Direct)*
He said that he was ill. *(Indirect)*

(k) has, have ಗಳು had ಆಗಿ ಬದಲಾಗುತ್ತದೆ.

Example: **1.** Rajan said, "I have a new bike." *(Direct)*
Rajan said that he had a new bike. *(Indirect)*

2. Sonu said, "He has a son." *(Direct)*
Sonu said that he had a son. *(Indirect)*

☞ **Rule 3:** Reporting verb (ವರದಿಗಾರಿಕೆ ಕ್ರಿಯಾಪದ)ವು past tense (ಭೂತಕಾಲ)ನಲ್ಲಿದ್ದು, Reported speech (ವರದಿಯಾದ ಮಾತು) ಸಾರ್ವಕಾಲಿಕ ಸತ್ಯವನ್ನು ಒಳಗೊಂಡಿದ್ದರೆ, Indirect narration (ಅಪ್ರತ್ಯಕ್ಷ

ಕಥನ)ದಲ್ಲಿ ವರದಿಯ ಕ್ರಿಯಾಪದವು ಭೂತಕಾಲದಲ್ಲಿದ್ದು, ವರದಿಯ ಮಾತಿನಲ್ಲಿ ಯಾವುದೇ ಬದಲಾವಣೆ ಆಗುವುದಿಲ್ಲ.

Example: 1. The professor said to the students, "The Earth is round." *(Direct)*

The professor said to the students that the Earth is round. *(Indirect)*

☞ **Rule 4:** Reporting verb (ವರದಿಗಾರಿಕೆ ಕ್ರಿಯಾಪದ)ವು Past tense (ಭೂತಕಾಲ)ನಲ್ಲಿದ್ದು, Past historical facts (ಭೂತಕಾಲದ ಚಾರಿತ್ರಿಕ) ಮಾಹಿತಿಯನ್ನು ಒಳಗೊಂಡಿದ್ದರೆ, ವರದಿಯಾದ ಮಾತಿನ ಕಾಲದ ಕ್ರಿಯಾಪದ ಬದಲಾಗುವುದಿಲ್ಲ.

Example: 1. The teacher said, "Ashoka renounced war after the Kalinga conquest." *(Direct)*

The teacher said that Ashoka renounced war after the Kalinga conquest. *(Indirect)*

☞ **Rule 5:** Reporting verb (ವರದಿಗಾರಿಕೆ ಕ್ರಿಯಾಪದ)ನಲ್ಲಿ ಕಾಲ್ಪನಿಕ ಘಟನೆಯನ್ನು ವರ್ಣಿಸಿದ್ದರೆ, ಅದರ Tense (ಕಾಲ)ನಲ್ಲಿ ಯಾವುದೇ ಬದಲಾವಣೆ ಆಗುವುದಿಲ್ಲ.

Example: 1. Mohan said, "If I were rich, I should help the needy." *(Direct)*

Mohan said that if he were rich, he would help the needy. *(Indirect)*

☞ **Rule 6:** ವರದಿಯ ಕ್ರಿಯಾಪದದಲ್ಲಿ would, could, should, must, might, ought ಜೊತೆಗೆ 3ನೇ ರೂಪ ಭಾವರೂಪ ಇದ್ದರೆ, ಯಾವುದೇ ಪರಿವರ್ತನೆ ಆಗುವುದಿಲ್ಲ.

Example: Shayam said to me, "You should obey your elders." *(Direct)*

Shayam told me that I should obey my elders. *(Indirect)*

Parts of Speech, Adjective, Adverb ಇಲ್ಲವೇ Verb ಬದಲಾವಣೆ

Reporting verb (ವರದಿಗಾರಿಕೆ ಕ್ರಿಯಾಪದ) Past tense (ಭೂತಕಾಲ)ನಲ್ಲಿದ್ದರೆ, ವರದಿಯ ಮಾತಿನ ಕಾಲಸೂಚಕ Adjective (ವಿಶೇಷಣ), Adverb (ಕ್ರಿಯಾವಿಶೇಷಣ) ಅಥವಾ ಕ್ರಿಯಾಪದದಲ್ಲಿ ಬದಲಾವಣೆಯಾಗಲಿದೆ.

Direct Speech **(ಪ್ರತ್ಯಕ್ಷ)**	***Indirect Speech*** **(ಅಪ್ರತ್ಯಕ್ಷ)**
This (ಇದು)	That (ಅದು)
Here (ಇಲ್ಲಿ)	There (ಅಲ್ಲಿ)
Now (ಈಗ)	Then (ಆಗ)
These (ಅವು)	Those (ಅವು)
Thus (ಹೀಗಾಗಿ)	So (ಆದ್ದರಿಂದ)
Hither (ಇಲ್ಲಿ)	Thither (ಅಲ್ಲಿ)
Hence (ಆದ್ದರಿಂದ)	Thence
Ago (ಆಗ)	Before (ಮೊದಲು)
May	Might
Can	Could
Shall	Should
Just (ಈಗ)	Then (ಆನಂತರ)

Tomorrow	Next day
Today	That day
Yesterday.	The previous day
Last night	The previous night
Next week	The following week
Will	Would
Come (ಬಾ)	Go (ಹೋಗು)
Next day	The Previous day
The day before yesterday	The day before previous day
The day after tomorrow	The day after the next day

Example: **1.** Ram said, "I saw Nikhil in *this* office today." *(Direct)*
Ram said that he had seen Nikhil in *that* office that day. *(Indirect)*

2. Shweta said, "*This* is the place where my cousin lived." *(Direct)*
Shweta said *that* was the place where her cousin had lived. *(Indirect)*

Note:

(i) come ಎಂಬುದು go ಎಂದು ಬದಲಾಗುತ್ತದೆ. ಜೊತೆಯಲ್ಲಿ ಸಾಮೀಪ್ಯವನ್ನು ಸೂಚಿಸುವ ಶಬ್ದವೊಂದನ್ನು ಇರಿಸಲಾಗುವುದು.

Example: Meera said, "Shweta *came* here." (Direct)
Meera said that Shweta had *gone* there. (Indirect)

(ii) here, this, now ಎಂಬುದು ವಸ್ತು, ಸ್ಥಾನ ಅಥವಾ ಸಮಯದ ಬಗ್ಗೆ ಸಂಕೇತಿಸಿದರೆ, ಇವನ್ನು ಹೇಳುವಾಗ Indirect speech (ಅಪ್ರತ್ಯಕ್ಷ ಮಾತಿ)ನಲ್ಲಿ ಯಾವುದೇ ಬದಲಾವಣೆ ಆಗುವುದಿಲ್ಲ

Example: Seema said, "Hari will buy it *now*." *(Direct)*
Seema said that Hari would buy it *now*. *(Indirect)*

Assertive Sentence (ಕಥನವಾಚಕ ವಾಕ್ಯ)

☞ **Rule 1:** Reporting verb (ವರದಿಗಾರಿಕೆ ಕ್ರಿಯಾಪದ)ವನ್ನು Reported speech (ವರದಿಯಾದ ಮಾತು)ನೊಂದಿಗೆ ಜೋಡಿಸುವಾಗ 'that' preposition (ಸಂಬಂಧ ಸೂಚಕ) ಪ್ರಯೋಗಿಸಲ್ಪಡುತ್ತದೆ.

☞ **Rule 2:** Said to ಎಂಬುದು told ಎಂದು ಬದಲಾಗುತ್ತದೆ.

☞ **Rule 3:** Indirect speech (ಅಪ್ರತ್ಯಕ್ಷ ಮಾತಿ)ನ ಪ್ರಾರಂಭದ ವೇಳೆ subject (ಕರ್ತೃ)ನ ಜೊತೆಗೆ say ಅಥವಾ tell ಬಳಕೆ ಆಗಬಹುದು. say/tell ನಿಂದ ಸ್ಪಷ್ಟ ಅರ್ಥ ಪ್ರಕಟವಾಗದಿದ್ದಲ್ಲಿ ಅದರ ಜಾಗದಲ್ಲಿ ಅವಶ್ಯಕತೆಗೆ ಅನುಸಾರವಾಗಿ ಬೇರೆ verb (ಕ್ರಿಯಾಪದ)ಗಳಾದ complain, assure, admit, deny, add, remark, reply, boast, object, explain, protest, obesrve, whisper ಬಳಸಲ್ಪಡುತ್ತದೆ.

Example: 1. Ramesh said to us, "I am very happy that I am here today." *(Direct)*
Ramesh told us that he was very happy that he was there that day. *(Indirect)*

2. Raman said, "This is my pen." *(Direct)*
Raman said that that was his pen. *(Indirect)*

3. He said to Ram, "I am going away tomorrow." *(Direct)*
He informed Ram that he was going away the next day. *(Indirect)*

★ ಉಪಯುಕ್ತ ವಾಕ್ಯಗಳಿಗೆ ಮುನ್ನ Direct speech (ಪ್ರತ್ಯಕ್ಷ ಮಾತಿ)ನಿಂದ indirect (ಪರೋಕ್ಷ)ಕ್ಕೆ ಬದಲಿಸುವಾಗ said to ಪದ told ಗೆ ಬದಲಾಗುತ್ತದೆ. ವರದಿಯಾದ ಮಾತಿನ subject (ಕರ್ತೃ) ಮತ್ತು tense (ಕಾಲ)ವು ಸಾಮಾನ್ಯ ನಿಯಮಗಳಿಗೆ ಅನುಸಾರ ಬದಲಾಗುತ್ತದೆ. ವಾಕ್ಯದ ಅಂತ್ಯದಲ್ಲಿ here ಎಂಬುದು there ಹಾಗೂ today ಎಂಬುದು that day ಆಗಿ ಬದಲಾಗುತ್ತದೆ.

★ ಎರಡನೇ ವಾಕ್ಯದಲ್ಲಿ 'that' ಬಳಕೆಯಾಗಿದೆ. Reporting speech (ವರದಿಯಾದ ಮಾತು)ನ್ನು ಬದಲಿಸುವಾಗ ಮೊದಲು ಹೇಳಿದ ನಿಯಮದಂತೆ 'This' ಎಂಬುದು 'That' ಆಗಿ ಬದಲಾಗಿದ್ದು, ವಾಕ್ಯದ ಕಾಲವು, ವರದಿಯ ಕ್ರಿಯಾಪದಕ್ಕೆ ಅನುಗುಣವಾಗಿ ಬದಲಾಗುತ್ತದೆ.

★ ಮೂರನೇ ವಾಕ್ಯದಲ್ಲಿ Reporting verb (ವರದಿಗಾರಿಕೆ ಕ್ರಿಯಾಪದ)ನ 'said to' ಎಂಬುದನ್ನು informed ನಿಂದ ಬದಲಿಸಲಾಗಿದೆ. ವರದಿಯ ಮಾತಿಗೆ 'that' ಅನ್ನು ಜೋಡಣೆ ಮಾಡಿ Reporting speech (ವರದಿಯಾದ ಮಾತು)ನ subject (ಕರ್ತೃ) ಮತ್ತು tense (ಕಾಲ)ನನ್ನು ಮೇಲೆ ಉಲ್ಲೇಖಿಸಿದ ನಿಯಮಗಳಿಗೆ ಅನುಸಾರ ಬದಲಿಸಿದ್ದು, ಅಂತ್ಯದಲ್ಲಿ tomorrow ಅನ್ನು next day ಯಿಂದ ಬದಲಿಸಲಾಗಿದೆ.

Interrogative Sentences (ಪ್ರಶ್ನಾವಾಚಕ ವಾಕ್ಯಗಳು)

1. Say ಅನ್ನು ask, enquire, want to know ಹಾಗೂ said ಅನ್ನು asked ನಿಂದ ಬದಲಿಸಲಾಗುತ್ತದೆ.
2. ಕಾಲ, ಸರ್ವನಾಮ ಮುಂತಾದವು ಪರಿವರ್ತಿತ ಕಥನವಾಚಕ ವಾಕ್ಯದ ಅನುಸಾರ ಮಾಡಲಾಗುತ್ತದೆ.
3. Reporting verb ವನ್ನು Reporting speech ನ ಜೊತೆಗೆ ಜೋಡಿಸಲು 'if' ಅಥವಾ whether ಪ್ರಯೋಗಿಸಲ್ಪಡುತ್ತದೆ. ಆದರೆ ವರದಿಯ ಮಾತಿನ ಆರಂಭದಲ್ಲಿ Interrogative word ಇದ್ದರೆ, ಜೋಡಣೆಗಾಗಿ ಅದೇ Interrogative word ವನ್ನು ಪ್ರಯೋಗಿಸಲಾಗುತ್ತದೆ.
4. Interrogative sentenseಗಳನ್ನು ಬದಲಿಸಿ Assertive sentense ಗಳನ್ನಾಗಿಸಲಾಗುತ್ತದೆ.

   Example: Ram said, "Is it so?" *(Direct)*

   Ram asked if it was so. *(Indirect)*
5. Interrogative sentense ಗಳ do/does Indirect speech ನಲ್ಲಿ ಬದಲಿಸುವಾಗ, ಅದರ ಜಾಗದಲ್ಲಿ 'did' ಬಳಸಲಾಗುತ್ತದೆ ಹಾಗೂ ಕ್ರಿಯಾಪದದ 2ನೇ ರೂಪದಲ್ಲಿ ಪ್ರಯೋಗಿಸಲ್ಪಡುತ್ತದೆ.

   Example: **1.** He said to me, "Where do you live." *(Direct)*
   He asked me where I lived. *(Indirect)*

   2. I asked him, "When did you come back from Allahabad?" *(Direct)*
   I asked him when he had come back from Allababad. *(Indirect)*

★ ಮೊದಲ ವಾಕ್ಯದಲ್ಲಿ 'said to' ಅನ್ನು asked, ಚಿನ್ಹೆಯ ಜಾಗದಲ್ಲಿ if ಬಳಕೆಯಾಗಿದೆ. do ಅನ್ನು ತೆಗೆದುಹಾಕಿ Reporting speech (ವರದಿಯಾದ ಮಾತು)ನ Tense (ಕಾಲ)ನನ್ನು ನಿಯಮಗಳಿಗೆ ಅನುಸಾರ Past indefinite (ಸಾಮಾನ್ಯ ಭೂತಕಾಲ)ಕ್ಕೆ ಬದಲಾಗಿದೆ. ಎರಡನೇ ವಾಕ್ಯದಲ್ಲಿ ವರದಿಯ ಮಾತನ್ನು ಸಾಮಾನ್ಯ ಭೂತಕಾಲದಿಂದ Past perfect (ಪೂರ್ಣ ಭೂತಕಾಲ)ಕ್ಕೆ ಬದಲಿಸಲಾಗಿದೆ

Imperative Sentence (ಆದೇಶವಾಚಕ ವಾಕ್ಯ)

ಆದೇಶವಾಚಕ ವಾಕ್ಯಗಳಲ್ಲಿ ಆದೇಶ (Order), ಮನವಿ (Request) ಇಲ್ಲವೇ ಸಲಹೆ (Advice) ಇರುತ್ತದೆ. ಈ ವಾಕ್ಯಗಳಲ್ಲಿನ Direct speech (ಪ್ರತ್ಯಕ್ಷ ಮಾತ)ನ್ನು Indirect speech (ಅಪ್ರತ್ಯಕ್ಷ ಮಾತಿ)ಗೆ ಬದಲಿಸಲು ಇರುವ ನಿಯಮಗಳೆಂದರೆ

☞ **Rule 1:** ಇಂತಹ ವಾಕ್ಯಗಳ Reporting verb (ವರದಿಗಾರಿಕೆ ಕ್ರಿಯಾಪದ)ವನ್ನು ಬದಲಿಸಿ, command, order, request, ask, beg ಇಲ್ಲವೇ pray ಆಗಲಿದೆ.

☞ **Rule 2:** ಅವತರಣ ಚಿಹ್ನೆಯನ್ನು ತೆಗೆದುಹಾಕಿ ವಾಕ್ಯವನ್ನು ಜೋಡಿಸುವಾಗ 'to' ಪ್ರಯೋಗಿಸಲಾಗುತ್ತದೆ.

☞ **Rule 3:** ವಾಕ್ಯದಲ್ಲಿ ನಿಷೇಧ ಇದ್ದಲ್ಲಿ (Forbid, Prohibit or Prevent) verb (ಕ್ರಿಯಾಪದ)ನ ಪ್ರಯೋಗವು Reporting verb (ವರದಿಗಾರಿಕೆ ಕ್ರಿಯಾಪದ)ಕ್ಕಾಗಿ ಆಗಲಿದೆ. ಬಳಿಕ Imperative sentence (ಆದೇಶವಾಚಕ ವಾಕ್ಯ)ದಲ್ಲಿನ 'not' ಅಪ್ರತ್ಯಕ್ಷ ಮಾತನ್ನು ತೆಗೆಯಲಾಗುತ್ತದೆ.

☞ **Rule 4:** ವರದಿಯ ಮಾತಿನ ಮುಖ್ಯ ಕ್ರಿಯೆಗೆ ಮುನ್ನ 'to' ಜೋಡಿಸಿ ಅದರ Indirect (ಅಪ್ರತ್ಯಕ್ಷ) ಪ್ರಯೋಗ ಮಾಡಲಾಗುತ್ತದೆ. ವರದಿಯ ಮಾತು ನಕಾರಾತ್ಮಕವಾಗಿದ್ದರೆ, 'do' ತೆಗೆದುಹಾಕಿ 'not to' ಬಳಕೆಯಾಗುತ್ತದೆ.

Example: **1.** The teacher said to the boys, "Do not make a noise." *(Direct)*
The teacher ordered the boys not to make a noise. *(Indirect)*

2. My parents said to me. "Do not tell a lie." *(Direct)*
My parents adviced me not to tell a lie. *(Indirect)*

★ ಮೇಲಿನ ವಾಕ್ಯದಲ್ಲಿ Reporting speech (ವರದಿಯಾದ ಮಾತು)ನ ಮುಖ್ಯ ಕ್ರಿಯೆಗೆ ಮುನ್ನ ಇದ್ದ 'do' ತೆಗೆದುಹಾಕಿ not to ಬಳಸಲಾಗಿದೆ.

☞ **Rule 5:** Reporting speech (ವರದಿಯಾದ ಮಾತು)ನ ಆರಂಭದಲ್ಲಿ 'Let' ಇದ್ದಲ್ಲಿ, Proposal (ಪ್ರಸ್ತಾವ) ಇಲ್ಲವೇ suggestion (ಸಲಹೆ) ಇರುವಲ್ಲಿ, ವರದಿಯ ಕ್ರಿಯಾಪದ 'said to'ನ್ನು ಬದಲಿಸಿ 'Proposed to' ಇಲ್ಲವೇ 'Suggested to' ಬದಲಾಗುತ್ತದೆ. Let ಅನ್ನು ತೆಗೆದುಹಾಕಿ ಅದರ ಸ್ಥಾನದಲ್ಲಿ should ಪ್ರಯೋಗಿಸಲಾಗುತ್ತದೆ.

Example: **1.** Sneha said to me, "Let us go to see the movie." *(Direct)*
Sneha proposed to me that we should go to see the movie. *(Indirect)*

2. Suraj said to the father, "Let me go out to play." *(Direct)*
Suraj requested the father to let him go out to play. *(Indirect)*

★ ಮೇಲಿನ ವಾಕ್ಯದಲ್ಲಿ Reporting verb 'said to' ತೆಗೆದುಹಾಕಿ Proposed to ಹಾಗೂ Let ತೆಗೆದುಹಾಕಿ Reporting speech ನ pronoun ನನ್ನು ನಿಯಮಾನುಸಾರ ಬದಲಿಸಿ should ಪ್ರಯೋಗಿಸಲಾಗಿದೆ. ಎರಡನೇ ವಾಕ್ಯದಲ್ಲಿ Indirect speech ನ್ನು ಬದಲಿಸುವಾಗ 'said to' ತೆಗೆದುಹಾಕಿ Requested ಮತ್ತು ಅವತರಣ ಚಿಹ್ನೆಯನ್ನು ತೆಗೆದು to ಬಳಸಲಾಗಿದೆ. pronoun 'me' ಬದಲು 'him' ಬಳಸಲ್ಪಟ್ಟಿದೆ.

Optative Sentences (ಇಚ್ಛಾಸೂಚಕ ವಾಕ್ಯಗಳು)

☞ **Rule 1:** Reporting speech (ವರದಿಯ ಮಾತು)ನಲ್ಲಿ wish (ಆಶಯ) ಇಲ್ಲವೇ Belssing (ಆಶೀರ್ವಾದ)ನ ಭಾವ ಇದ್ದಲ್ಲಿ, Indirect speech (ಅಪ್ರತ್ಯಕ್ಷ ಮಾತು) ವರದಿಯ ಮಾತಿನ ಅರ್ಥಕ್ಕೆ ಅನುಗುಣವಾಗಿ wish, pray ಅಥವಾ curse ಎಂದು ಬದಲಾಗುತ್ತದೆ.

☞ **Rule 2:** Direct speech (ಪ್ರತ್ಯಕ್ಷ ಮಾತಿ)ನಲ್ಲಿ ಬರುವ ಕ್ರಿಯಾಪದ + ಕರ್ತೃವನ್ನು Indirect speech (ಅಪ್ರತ್ಯಕ್ಷ ಮಾತು)ನಲ್ಲಿ ಕರ್ತೃ + ಕ್ರಿಯಾಪದವಾಗಿ ಬದಲಾಗಲಿದೆ. ತಿರುಗಿಸಿದ Inverted comma (ಅಲ್ಪವಿರಾಮ) ವನ್ನು ತೆಗೆದುಹಾಕಿ that ಅನ್ನು ಬಳಸಲಾಗುತ್ತದೆ.

Example: **1.** Ravi said to me, "May god bless you." *(Direct)*
Ravi prayed that god might bless me. *(Indirect)*

2. He said, "If we were a king." *(Direct)*
He wished that he would be a king. *(Indirect)*

★ ಮೇಲಿನ ಮೊದಲ ವಾಕ್ಯದಲ್ಲಿ ಪ್ರಾರ್ಥನಾ ಭಾವವಿದೆ. ಆದ್ದರಿಂದ said to ಅನ್ನು Prayed ನಿಂದ ಬದಲಿಸಲಾಗಿದೆ. ಅವತರಣ ಚಿಹ್ನೆಯನ್ನು ತೆಗೆದುಹಾಕಿ that ಹಾಗೂ Verb (ಕ್ರಿಯಾಪದ) + Subject (ಕರ್ತೃ) ತೆಗೆದುಹಾಕಿ ವಾಕ್ಯ ಮತ್ತು ಕಾಲವನ್ನು ನಿಯಮಾನುಸಾರ Subject (ಕರ್ತೃ)+ Verb (ಕ್ರಿಯಾಪದ)ನಿಂದ ಬದಲಿಸಿ, Object (ಕರ್ಮ) you ನ್ನು me ಯಿಂದ ಬದಲಿಸಲಾಗಿದೆ. ಎರಡನೇ ವಾಕ್ಯದಲ್ಲಿ said ಸ್ಥಾನದಲ್ಲಿ wished ಪ್ರಯೋಗಿಸಿದ್ದು, ಅವತರಣ ಚಿಹ್ನೆಯನ್ನು ತೆಗೆದುಹಾಕಿ, that ಪ್ರಯೋಗಿಸಲಾಗಿದೆ. ವರದಿಯ ಮಾತಿನ ಕಾಲವು ನಿಯಮದಂತೆ ಬದಲಿಸಲಾಗಿದೆ.

☞ **Rule 1:** ಯಾವುದೇ ವಾಕ್ಯದಲ್ಲಿ ಅಭಿವಾದನಕ್ಕೆ ಸಂಬಂಧಿಸಿದ ಸಂಬೋಧನೆ good morning, good afternoon, good evening ಇತ್ಯಾದಿ ಇದ್ದಲ್ಲಿ ವರದಿಯ ಕ್ರಿಯಾಪದವು wished ಎಂದು ಬದಲಾಗುತ್ತದೆ.

Example: He said to the teacher, "Good morning sir!" *(Direct)*
He respectfully wished his teacher good morning. *(Indirect)*

★ ಮೇಲಿನ ವಾಕ್ಯದಲ್ಲಿ Indirect speech (ಅಪ್ರತ್ಯಕ್ಷ ಮಾತು) ಬದಲಾವಣೆ ವೇಳೆ 'said to' ತೆಗೆದುಹಾಕಿ Respectfully wished ಅಳವಡಿಸಿದ್ದು ವರದಿಯ ಮಾತು ಅಂತೆಯೇ ಉಳಿಸಿಕೊಳ್ಳಲಾಗಿದೆ.

☞ **Rule 4:** Good bye, good night, ಇತ್ಯಾದಿ ಪದಗಳು ವಾಕ್ಯದಲ್ಲಿ ಇದ್ದರೆ ವರದಿಯ ಕ್ರಿಯಾಪದ bade ಎಂದು ಬದಲಾಗುತ್ತದೆ.

Example: The departing bride said, "Good bye friend." *(Direct)*
The departing bride bade her friend good bye. *(Indirect)*

Exclamatory Sentences (ವಿಸ್ಮಯಾದಿ ಬೋಧಕ ವಾಕ್ಯ)

☞ **Rule 1:** ವಿಸ್ಮಯಾದಿ ಬೋಧಕ/ಸಂಬೋಧನೆಯನ್ನು ಅಪ್ರತ್ಯಕ್ಷ ಕಥನದಲ್ಲಿ ತೆಗೆದುಹಾಕಲಾಗುತ್ತದೆ.

☞ **Rule 2:** Reporting verb (ವರದಿಗಾರಿಕೆ ಕ್ರಿಯಾಪದ)ಕ್ಕೆ 'Exclaim' ಪ್ರಯೋಗಿಸಲ್ಪಡುತ್ತದೆ.

☞ **Rule 3:** Reporting verb (ವರದಿಗಾರಿಕೆ ಕ್ರಿಯಾಪದ)ವು ಕೆಳಕಂಡಂತೆ ಬದಲಾಗುತ್ತದೆ.

(a) ಪ್ರಸನ್ನತೆಯ ಅವಸ್ಥೆ - Exclaimed with joy
(b) ಶೋಕದ ಭಾವ ವ್ಯಕ್ತಪಡಿಸಲು - Exclaimed with sorrow
(c) ಆಶ್ಚರ್ಯದ ಭಾವ ವ್ಯಕ್ತಪಡಿಸಲು - Exclaimed with surprise
(d) ಪಶ್ಚಾತ್ತಾಪದ ಭಾವ ವ್ಯಕ್ತಪಡಿಸಲು - Exclaimed with regret
(e) ತಿರಸ್ಕಾರದ ಭಾವ ವ್ಯಕ್ತಪಡಿಸಲು - Exclaimed with contempt
(f) ಶ್ಲಾಘನೆಯ ಭಾವ ವ್ಯಕ್ತಪಡಿಸಲು - Applauded .... saying
(Bravo! Hear ನಂತೆ)

☞ **Rule 4:** ಅವತರಣ ಚಿಹ್ನೆಯ ಸ್ಥಾನದಲ್ಲಿ that ಬಳಕೆ.

☞ **Rule 5:** What ಮತ್ತು How ತೆಗೆದುಹಾಕಿ very/great ಬಳಕೆ. Tense (ಕಾಲ) Pronoun (ಸರ್ವನಾಮ) ಇನ್ನಿತರವು ನಿಯಮಕ್ಕೆ ಅನುಗುಣವಾಗಿ ಬದಲಾಗುತ್ತದೆ.

Example:

1. The team said, "Hurrah! We have won the final match." *(Direct)*
   The team exclaimed with joy that they have won the final match. *(Indirect)*
2. Dev said, "Sorry! I cannot lend you my bike." (Direct)
   Dev exclaimed with regret that he could not lend him his bike. *(Indirect)*
3. Sonam said, "Alas! I have lost all of my money." *(Direct)*
   Sonam said that she had lost all of her money. *(Indirect)*

★ ಮೊದಲ ವಾಕ್ಯದಲ್ಲೇ ಖುಷಿಯನ್ನು ಅಭಿವ್ಯಕ್ತಿಗೊಳಿಸುವುದರಿಂದ Indirect speech (ಅಪ್ರತ್ಯಕ್ಷ ಮಾತು) ಆಗುವಾಗ said ಅನ್ನು ಬದಲಿಸಿ exclaimed with joy ಅನ್ನು ಪ್ರಯೋಗಿಸಲಾಗಿದೆ. ಅವತರಣ ಚಿಹ್ನೆಯನ್ನು ತೆಗೆದುಹಾಕಿ that ಪ್ರಯೋಗಿಸಿದ್ದು, Reported (ವರದಿ) ಮಾತಿನಲ್ಲಿ Tense (ಕಾಲ), Pronoun (ಸರ್ವನಾಮ) ಮತ್ತಿತರವನ್ನು ನಿಯಮಕ್ಕೆ ಅನುಗುಣವಾಗಿ ಪರಿವರ್ತನೆ ಮಾಡಲಾಗುತ್ತದೆ.

ನೆನಪಿನಲ್ಲಿಡಿ

ಈ ಅಧ್ಯಾಯದಲ್ಲಿ The narration ಕಥನದ ಸರಿಯಾದ ಉಪಯೋಗಕ್ಕೆ ಸಂಬಂಧಿಸಿದಂತೆ ಸಂಕ್ಷಿಪ್ತವಾಗಿ ತಿಳಿಸಲಾಗಿದೆ. Narration ಬಗ್ಗೆ ಸಮಗ್ರ ಕಲಿಕೆಗೆ ಹೆಚ್ಚು ಅಧ್ಯಯನ ಮಾಡಬೇಕಿದೆ.

1. Narration ಕಥನದಲ್ಲಿ ನಾವು ಎರಡು ರೀತಿ ತಿಳಿಸಬಹುದಾಗಿದೆ. ವ್ಯಕ್ತಿಯ ಮಾತು ಇದ್ದಂತೆಯೇ ನೇರಾನೇರವಾಗಿ ಉಲ್ಲೇಖಿಸಬಹುದಾಗಿದೆ. ಇದು Direct speech (ಪ್ರತ್ಯಕ್ಷ ಮಾತು).
2. ವ್ಯಕ್ತಿಯ ಮಾತು ಇಲ್ಲವೇ ಅಭಿಪ್ರಾಯ, ಅನಿಸಿಕೆ, ಹೇಳಿಕೆಯನ್ನು ಬೇರೊಬ್ಬರು ಹೇಳಬಹುದು. ಇದು Indirect speech (ಅಪ್ರತ್ಯಕ್ಷ ಮಾತು).

ಪ್ರಶಿಲ್ನ ಏಲರಯ್ಖಿಣಲ
(QUESTION TAG)

Definition (ವ್ಯಾಖ್ಯಾನ)

ವಾಕ್ಯದ ಅಂತ್ಯದಲ್ಲಿ ಪ್ರಶ್ನೆಯನ್ನು Tag ಜೋಡಿಸುವ ಪ್ರಕ್ರಿಯೆಯೇ Question Tag ಪ್ರಶ್ನೆ ಜೋಡಣೆ. ಮಾತನ್ನಾಡುವಾಗ Speaker ವ್ಯಕ್ತಿಯೊಬ್ಬ ತನ್ನ ಮಾತು ಶ್ರೋತೃವಿಗೆ ತಲುಪಿದೆಯೇ ಎಂಬುದನ್ನು ಖಾತ್ರಿಪಡಿಸಿಕೊಳ್ಳಲು ಕೇಳುತ್ತಾನೆ- ಇದು ವಿಷಯ ಹೌದು ತಾನೇ?' ಇದೇ Sentence question tag (ವಾಕ್ಯದ ಪ್ರಶ್ನೆ ಜೋಡಣೆ).

Example:

1. We did not like her, did we? ನಾವು ಆಕೆಯನ್ನು ಇಷ್ಟಪಡಲಿಲ್ಲ. ಹೌದು ತಾನೇ?
2. He could not do this, could he? ಅವನಿಗೆ ಇದನ್ನು ಮಾಡಲಾಗಲಿಲ್ಲ. ಅವನು ಮಾಡಿದನೇ?
3. Sita is going to Kanpur, isn't she? ಸೀತಾ ಕಾನ್ಪುರಕ್ಕೆ ಹೋಗುತ್ತಿದ್ದಾಳೆ. ಹೌದಲ್ಲವೇ?
4. We should not go to the police station, should we? ನಾವು ಪೊಲೀಸ್ ಠಾಣೆಗೆ ಹೋಗಲು ಆಗಲಿಲ್ಲ. ಹೋಗಬೇಕಿತ್ತೇ?
5. She wasn't at home, was she? ಅವಳು ಮನೆಯಲ್ಲಿ ಇರಲಿಲ್ಲ. ಅವಳು ಇದ್ದಳೇ?

Rules of Question Tag (ನಿಯಮಗಳು)

☞ **Rule 1:** ಮೇಲಿನ ಸಾಲುಗಳನ್ನು ಪರಿಶೀಲಿಸಿದಲ್ಲಿ ಕಂಡುಬರುವುದೇನೆಂದರೆ

1. ವಾಕ್ಯವು Positive or affirmative ಸಕಾರಾತ್ಮಕವಾಗಿದ್ದರೆ, ವಾಕ್ಯದ ಕೊನೆಯಲ್ಲಿ ಜೋಡಣೆಯಾಗುವ Question (ಪ್ರಶ್ನೆ)ಯು negative (ನಕಾರಾತ್ಮಕ) ಆಗಿರಲಿದೆ.
2. ವಾಕ್ಯವು Negative (ನಕಾರಾತ್ಮಕ) ಆಗಿದ್ದರೆ, question tag (ಪ್ರಶ್ನೆ ಜೋಡಣೆ)ಯು Positive (ಸಕಾರಾತ್ಮಕ) ಆಗಿರುತ್ತದೆ.
3. ವಾಕ್ಯದಲ್ಲಿ Tens (ಕಾಲ) ಇದ್ದರೆ, ಕಾಲ ಪ್ರಶ್ನೆ ಜೋಡಣೆ ಆಗಲಿದೆ.

☞ **Rule 2:** Question tag (ಪ್ರಶ್ನೆ ಜೋಡಣೆ) ವೇಳೆ verb (ಕ್ರಿಯಾಪದ)ಗಳನ್ನು ಪ್ರಯೋಗಿಸಲಾಗುತ್ತದೆ. ಅವು is, am, are, was. were.

Do – does – did | Have – has – had
Will – would | Shall – should
Can – could | May – might
Must
Ought

☞ **Rule 3:** ಕೆಳಗೆ ಇನ್ನಷ್ಟು ಪ್ರಶ್ನೆಜೋಡಣೆಗಳನ್ನು ನೀಡಲಾಗಿದೆ.

S. No.	**Sentence (ವಾಕ್ಯ)**	**Question Tag (ಪ್ರಶ್ನೆ ಜೋಡಣೆ)**
1.	Narendra Modi is the Prime Minister of India.	Isn't he?
2.	We ought to serve our country.	Oughtn't we?
3.	Your wrist watch is very old.	Isn't it?
4.	She will tell the truth.	Won't she?
5.	I am a student of this college.	Amn't I?

6.	The poor needs our help.	Doesn't he?
7.	He sang very well.	Didn't he?
8.	I won't be with you tomorrow.	Will I?
9.	Khushi should not go to bed late.	Should she?
10.	You should not talk like this.	Should you?

☞ **Rule 4:** ಮೇಲಿನ ವಾಕ್ಯಗಳಲ್ಲಿ Helping verb (ಸಹಾಯಕ ಕ್ರಿಯಾಪದ)ಗಳಿವೆ. ಅವು is, ought, will, am, won't, should ಇತ್ಯಾದಿ. ಈ ವಾಕ್ಯಗಳ ಅಂತ್ಯದಲ್ಲಿ ಜೋಡಣೆಯಾದ ಸಹಾಯಕ ಕ್ರಿಯಾಪದಗಳು sang, need ಇತ್ಯಾದಿಗಳ ಕಾಲಕ್ಕೆ do, does, did ಇತ್ಯಾದಿಯನ್ನು ಲಗತ್ತಿಸಿ ಜೋಡಣೆ ಮಾಡಲಾಗುತ್ತದೆ. Present Tense (ವರ್ತಮಾನ ಕಾಲ) 3ನೇ ರೂಪ, singular number (ಏಕವಚನ) does ಹಾಗೂ plural number (ಬಹುವಚನ) do ಬಳಸಲಾಗುತ್ತದೆ.

☞ **Rule 5:** ಮೇಲಿನ 7ನೇ ವಾಕ್ಯದಲ್ಲಿ main verb (ಮುಖ್ಯ ಕ್ರಿಯಾಪದ)ನ ಪ್ರಯೋಗ ನಡೆದಿದೆ. ಇದರಿಂದ ಅದರ ಪ್ರಶ್ನೆ ಜೋಡಣೆಯಲ್ಲಿಯೂ didn't, ಆರನೇ ವಾಕ್ಯದಲ್ಲಿ 'needs' Present indefinite (ಸಾಮಾನ್ಯ ವರ್ತಮಾನ) ಕಾಲದ Negative question tag (ನಕಾರಾತ್ಮಕ ಪ್ರಶ್ನೆ ಜೋಡಣೆ) ನಡೆಯಲ್ಪಟ್ಟಿದೆ.

A

A. ಇಂಗ್ಲಿಷ್‌ನಲ್ಲಿ ಕೆಲವು ಸಂಯುಕ್ತ ಪದಗಳ ಸಂಕ್ಷಿಪ್ತ ರೂಪ ಹೆಚ್ಚು ಪ್ರಚಲಿತವಾಗಿವೆ. ಅವುಗಳನ್ನು ಓದುವ, ಬರೆಯುವ ಅಗತ್ಯವಿದೆ.

do + not = don't   does + not = doesn't   did + not = didn't
is + not = isn't   are + not = aren't   was + not = wasn't
were + not = weren't   has + not = hasn't   have + not = haven't
had + not = hadn't   will + not = won't   shall + not = shan't
can + not = can't   must + not = mustn't   could + not = couldn't
need + not = needn't   would + not = wouldn't   should + not = shouldn't

B. ಅಕ್ಷರದ ಮೇಲೆ ಬಳಸಿದ ಸಂಕೇತ('n')ವನ್ನು Apostrophe ಅಕ್ಷರ ಲೋಪದ ಗುರುತು (ಅಪಾಸ್ಟ್ರೊಫಿ) ಎನ್ನುತ್ತಾರೆ.

B

Question tag (ಪ್ರಶ್ನೆಜೋಡಣೆ) ಇರುವ ವಾಕ್ಯಗಳಲ್ಲಿ ವಿಶೇಷವಾದ ಬಳಕೆಯೂ ಇದೆ.

I did - Didn't I?   He is - Isn't he?   We are - Aren't we?
He was - Wasn't he?   You were - Weren't you?   They had - Hadn't they?
I must - Mustn't I?   You would - Wouldn't you?   She could - Couldn't she?
She does not - Does she? You do not - Do you?

ಇವನ್ನೂ ಪರಿಗಣಿಸಿ

I am – I'm ಐ ಆ್ಯಮ್   We are – We're ವಿಆರ್
You are – You're ಯು ಆರ್   They are – They're ದೆಆರ್
He is – He's ಹಿಈಸ್
She is – She's ಶಿಈಸ್

ಇದೇ ರೀತಿ I have – I've, You have – You've, She is – She's, We have – We've They have – They've ಬಳಸಲ್ಪಡುತ್ತದೆ.

W ಗುಂಪಿನ ಪದಗಳು

W ಈ ಗುಂಪಿನಲ್ಲಿ ಬರುವ ಶಬ್ದಗಳೆಂದರೆ, who, which, what, whose, when, whom, where, why ಮತ್ತು how. ಯಾವ ವಾಕ್ಯದಲ್ಲಿ Inerrogative word sentence ಪ್ರಶ್ನಾವಾಚಕ ಶಬ್ದಕ್ಕೆ ಮುನ್ನ ಬಂದಲ್ಲಿ, ಅದರ Helping verb (ಸಹಾಯಕ ಕ್ರಿಯಾಪದ), subject (ಕರ್ತೃ) ಮತ್ತು verb (ಕ್ರಿಯಾಪದ)ನ ಪ್ರಯೋಗ ಆಗಲಿದೆ, ವಾಕ್ಯದ ರಚನೆ ಹೀಗಿರಲಿದೆ.

Interrogative Word + Name + Helping Verb + Subject + Verb ....?

Example: ನಿನಗೆ ಯಾವ ರೀತಿಯ ಬಣ್ಣ ಇಷ್ಟ ಆಗುತ್ತದೆ?

ಯಾವ + ಬಣ್ಣ + ಪಡು + ನೀನು + ಇಷ್ಟ

Which + colour + did + you + prefer?

★ ಮೇಲಿನ ವಾಕ್ಯದಲ್ಲಿ Inerrogative word (ಪ್ರಶ್ನಾವಾಚಕ ಪದ) which. ಹೀಗಾಗಿ ಆ ಪದವನ್ನು ಆರಂಭದಲ್ಲೇ ಬಳಸಲಾಗಿದೆ. ಬಣ್ಣ ವಸ್ತು. ಆದ್ದರಿಂದ ಅದನ್ನು ಹೆಸರಿನ ಸ್ಥಾನದಲ್ಲಿ ಬಳಸಲಾಗಿದೆ. ಇದರ ಬಳಿಕ ಕ್ರಮವಾಗಿ Helping verb (ಸಹಾಯಕ ಕ್ರಿಯಾಪದ) (did), ಕರ್ತೃ (you) ಹಾಗೂ verb (ಕ್ರಿಯಾಪದ) (prefer) ಬಂದಿವೆ. ಯಾವ ವಾಕ್ಯದಲ್ಲಿ which ಬಳಿಕ ಕ್ರಿಯಾಪದ ಬಳಕೆ ಆಗುವುದಿಲ್ಲವೋ ಅದರ Inerrogative word (ಪ್ರಶ್ನಾವಾಚಕ ಪದ)ನ ಬಳಿಕ ಕ್ರಿಯಾಪದ ಬಳಕೆ ಆಗುವುದಿಲ್ಲ.

Which (ಯಾವ, ಯಾವುದು)

Which ಪದದ ಅರ್ಥ ಯಾವ, ಯಾವುದು. ಇದನ್ನು ಪ್ರಾಯಶಃ ನಿರ್ಜೀವ ವಸ್ತುಗಳಿಗೆ ಪ್ರಯೋಗಿಸಲಾಗುತ್ತದೆ. ಕೆಲವೊಮ್ಮೆ ಆಯ್ಕೆಯ ಸಂದರ್ಭದಲ್ಲಿ ಸಜೀವ ವಸ್ತುಗಳಿಗೂ ಬಳಕೆಯಾಗುತ್ತದೆ. ಉದಾ: Which boy got distinction in English?

Which ಬಳಕೆ

1.	ನಿನಗೆ ಯಾವ ವಿಷಯ ಇಷ್ಟ?	Which subject do you like? ವಿಚ್ ಸಬ್ಜೆಕ್ಟ್ ಡು ಯು ಲೈಕ್?
2.	ನೀನು ಯಾವ ಪುಸ್ತಕ ಖರೀದಿಸಿದೆ?	Which book did you buy? ವಿಚ್ ಬುಕ್ ಡಿಡ್ ಯು ಬೈ?
3.	ನಾನು ಯಾವ ಲ್ಯಾಪ್ಟಾಪ್ ಖರೀದಿಸಲಿ?	Which laptop shall I buy? ವಿಚ್ ಲ್ಯಾಪ್ಟಾಪ್ ಶಲ್ ಐ ಬೈ?
4.	ನಿನಗೆ ಯಾವ ಸಮಯ ಸೂಕ್ತ?	Which time will suit you? ವಿಚ್ ಟೈಂ ವಿಲ್ ಸೂಟ್ ಯು?
5.	ನೀನು ಯಾವ ಭಾಷೆ ಮಾತನಾಡುವೆ?	Which language do you speak? ವಿಚ್ ಲಾಂಗ್ವೇಜ್ ಡು ಯು ಸ್ಪೀಕ್?
6.	ನೀನು ಯಾವ ವೈದ್ಯರ ಬಳಿ ಹೋಗುವೆ?	Which doctor are you going to? ವಿಚ್ ಡಾಕ್ಟರ್ ಆರ್ ಯು ಗೋಯಿಂಗ್ ಟು?
7.	ನೀನು ಯಾವ ಬಣ್ಣವನ್ನು ಆಯ್ಕೆ ಮಾಡುವೆ?	Which colour did you prefer ವಿಚ್ ಕಲರ್ ಡಿಡ್ ಯು ಪ್ರಿಫರ್?
8.	ನೀನು ಯಾವ ಪುಸ್ತಕ ಬರೆಯುತ್ತಿರುವೆ?	Which book are you writing? ವಿಚ್ ಬುಕ್ ಆರ್ ಯು ರೈಟಿಂಗ್?
9.	ನಿನ್ನ ಇಷ್ಟದ ಸಿನೆಮಾ ಯಾವುದು?	Which is your favourite movie? ವಿಚ್ ಈಸ್ ಯುವರ್ ಫೇವರಿಟ್ ಮೂವಿ?
10.	ನಿನ್ನ ಇಷ್ಟದ ತಿನಿಸು ಯಾವುದು?	Which is your favourite dish? ವಿಚ್ ಈಸ್ ಯುವರ್ ಫೇವರಿಟ್ ಡಿಶ್?

What (ಏನು)

What ಅನ್ನು ಏನು ಎಂಬ ಅರ್ಥದಲ್ಲಿ ಬಳಸಲಾಗುತ್ತದೆ. ಸಾಮಾನ್ಯವಾಗಿ ನಿರ್ಜೀವ ಪದಾರ್ಥಗಳನ್ನು ಉದ್ದೇಶಿಸಿ ಬಳಸಲಾಗುತ್ತದೆ.

Example: ಅವನಿಗೆ ಏನು ಇಷ್ಟ ಆಗಲಿದೆ?
What + does + he + like?
Interrogative word + helping verb + subject + verb
(ಪ್ರಶ್ನಾವಾಚಕ + ಸಹಾಯಕ ಕ್ರಿಯಾಪದ+ ಕರ್ತೃ+ ಕ್ರಿಯಾಪದ)

☞ ಮೇಲಿನ ವಾಕ್ಯವು Indefinite tense (ಸಾಮಾನ್ಯ ವರ್ತಮಾನ ಕಾಲ)ನಲ್ಲಿ ಇದೆ. ಮೊದಲು Interrogative word (ಪ್ರಶ್ನಾವಾಚಕ ಪದ)ನ ಜಾಗದಲ್ಲಿ What ಬಳಸಲ್ಪಟ್ಟಿದೆ. Present indefinite tense (ಸಾಮಾನ್ಯ ವರ್ತಮಾನಕಾಲ)ನಲ್ಲಿ ವಾಕ್ಯ ಇರುವುದರಿಂದ, Helping verb (ಸಹಾಯಕ ಕ್ರಿಯಾಪದ)ನ ಜಾಗದಲ್ಲಿ does, ಬಳಿಕ ಕರ್ತೃ 'he', ಹಾಗೂ ಕ್ರಿಯಾಪದ 'like' ಪ್ರಯೋಗಿಸಲ್ಪಟ್ಟಿದೆ.

What ಬಳಕೆ

1. ಏನು ವಿಷಯ? — What's the matter? ವಾಟ್ಸ್ ದ ಮ್ಯಾಟರ್?
2. ಇದು ಏನು? — What's this? ವಾಟ್ಸ್ ದಿಸ್?
3. ಅವನ ಹೆಸರೇನು? — What's his name? ವಾಟ್ಸ್ ಹಿಸ್ ನೇಮ್?
4. ಇದರ ಅರ್ಥವೇನು? — What does it mean? ವಾಟ್ ಡಸ್ ಇಟ್ ಮೀನ್?
5. ನಿನಗೇನು ಬೇಕು? — What do you want? ವಾಟ್ ಡು ಯು ವಾಂಟ್?
6. ಈಗ ಸಮಯ ಎಷ್ಟು? — What's time? ವಾಟ್ಸ್ ದ ಟೈಮ್?
7. ಈ ಸಮಯದಲ್ಲಿ ನೀನು ಏನು ಮಾಡುತ್ತಿ? — What do you do at this time? ವಾಟ್ ಡು ಯು ಡು ಎಟ್ ದಿಸ್ ಟೈಮ್?
8. ಇದು ಏನು? — What's this? ವಾಟ್ ಈಸ್ ದಿಸ್?
9. ನೀನು ಅವನಿಗೆ ಏನು ಹೇಳಿದೆ? — What did you tell him? ವಾಟ್ ಡಿಡ್ ಯು ಟೆಲ್ ಹಿಮ್?
10. ನೀನು ಏನನ್ನು ಖರೀದಿಸುವೆ? — What do you want to buy? ವಾಟ್ ಡು ಯು ವಾಂಟ್ ಟು ಬೈ?

When (ಯಾವಾಗ?)

When ಸಮಯವನ್ನು ಸೂಚಿಸುವ ಪದ. ಯಾವಾಗ ಎಂಬ ಅರ್ಥದಲ್ಲಿ ಬಳಕೆಯಾಗುತ್ತದೆ.

Example: ನೀನು ಅವಳನ್ನು ಯಾವಾಗ ಭೇಟಿಯಾದೆ?
When + did + you + meet + her?
Interrogative word + helping verb + subject + verb + object
(ಪ್ರಶ್ನಾವಾಚಕ ಪದ+ಸಹಾಯಕ ಕ್ರಿಯಾಪದ+ಕರ್ತೃ+ಕ್ರಿಯಾಪದ+ಕರ್ಮ)

★ ಮೇಲಿನ ವಾಕ್ಯದಲ್ಲಿ Interrogative word (ಪ್ರಶ್ನಾವಾಚಕ ಪದ) ಯಾವಾಗ'. ವಾಕ್ಯ ಭೂತಕಾಲದಲ್ಲಿದ್ದು, Helping verb (ಸಹಾಯಕ ಕ್ರಿಯಾಪದ) 'did' ಪ್ರಯೋಗಿಸಲ್ಪಟ್ಟಿದೆ. ಬಳಿಕ ಕರ್ತೃ (you), ಕ್ರಿಯಾಪದ (meet), ಕರ್ಮ (her) ಬಳಸಲ್ಪಟ್ಟಿವೆ. When ಜೊತೆಗೆ ಪ್ರಯೋಗಿಸಲ್ಪಡುವ ಇತರ ಪ್ರಶ್ನಾವಾಚಕ ವಾಕ್ಯಗಳ ರಚನೆ ಇದೇ ರೀತಿ ಆಗುತ್ತದೆ.

When ಬಳಕೆ

1. ನೀನು ಬೆಳಗ್ಗೆ ಎಷ್ಟು ಹೊತ್ತಿಗೆ ಏಳುವೆ? — When do you get up? ವೆನ್ ಡು ಯು ಗೆಟ್ ಅಪ್?
2. ನೀನು ನಿನ್ನ ಪಾಠಗಳನ್ನು ಯಾವಾಗ ಪುನರ್ಮನನ ಮಾಡುವೆ? — When do you revise your lesson? ವೆನ್ ಡು ಯು ರಿವೈಸ್ ಯುವರ್ ಲೆಸನ್ಸ್?

3. ನೀನು ಯಾವಾಗ ಇಲ್ಲಿಗೆ ಬರುವೆ? When are you coming here? ವೆನ್ ಆರ್ ಯು ಕಮಿಂಗ್ ಹಿಯರ್?

4. ನೀನು ಮುಂಬಯಿಯಿಂದ ಯಾವಾಗ ಬಂದೆ? When did you come back from Mumbai? ವೆನ್ ಡಿಡ್ ಯು ಕಮ್ ಬ್ಯಾಕ್ ಫ್ರಂ ಮುಂಬೈ?

5. ನೀನು ಯಾವಾಗ ವಾಪಸ್ ಬರುವೆ? When will you come back? ವೆನ್ ವಿಲ್ ಯು ಕಂ ಬ್ಯಾಕ್

6. ನೀನು ಯಾವಾಗ ನಿದ್ರೆ ಮಾಡಲು ಹೋಗುವೆ? When do you go to bed? ವೆನ್ ಡು ಯು ಗೋ ಟು ಬೆಡ್?

7. ಇದು ಯಾವಾಗ ಆಯಿತು? When did it happen? ವೆನ್ ಡಿಡ್ ಇಟ್ ಹ್ಯಾಪನ್ ?

8. ನಿನಗೆ ಇದು ಯಾವಾಗ ಗೊತ್ತಾಯಿತು? When did you come to know this? ವೆನ್ ಡಿಡ್ ಯು ಕಂ ಟು ನೋ ದಿಸ್?

9. ಮೊದಲ ಬಾರಿ ಆಕೆಯನ್ನು ನೀನು ಎಲ್ಲಿ ಭೇಟಿ ಮಾಡಿದೆ? When did you meet her the first time? ವೆನ್ ಡಿಡ್ ಯು ಮೀಟ್ ಹರ್ ದ ಫರ್ಸ್ಟ್ ಟೈಂ?

10. ನಾನು ಯಾವಾಗ ಏಳಬೇಕು? When should I get up? ವೆನ್ ಶುಡ್ ಐ ಗೆಟ್ ಅಪ್?

Where (ಎಲ್ಲಿ)

ಪ್ರಶ್ನೆಯನ್ನು ಕೇಳಲು Where ಬಳಕೆ ಆಗುತ್ತದೆ.

Example: ನೀನು ಎಲ್ಲಿ ಕೆಲಸ ಮಾಡುತ್ತಿರುವೆ?

Where + do + you + work?

Interrogative word + helping verb + subject + verb

(ಪ್ರಶ್ನಾವಾಚಕ ಪದ+ಸಹಾಯಕ ಕ್ರಿಯಾಪದ+ಕರ್ತೃ+ಕ್ರಿಯಾಪದ)

★ ಮೇಲಿನ ವಾಕ್ಯದಲ್ಲಿ 'where' Interrogative word (ಪ್ರಶ್ನಾವಾಚಕ ಪದ). ಆದ್ದರಿಂದ ಮೊದಲಿಗೆ ಅದರ ಪ್ರಯೋಗ ಆಗಲಿದೆ. Helping verb (ಸಹಾಯಕ ಕ್ರಿಯಾಪದ) 'do', ಕ್ರಿಯಾಪದ 'work' ಪ್ರಯೋಗಿಸಲ್ಪಟ್ಟಿವೆ. 'where' ಜೊತೆ ಪ್ರಯೋಗಿಸಲ್ಪಡುವ ಎಲ್ಲಾ ವಾಕ್ಯಗಳ ರಚನೆ ಇದೇ ರೀತಿ ಇರಲಿದೆ.

Where ಬಳಕೆ

1. ನೀವು ಎಲ್ಲಿ ವಾಸಿಸುತ್ತೀರಿ? Where do you live? ವೇರ್ ಡು ಯು ಲಿವ್?

2. ಅವಳು ಎಲ್ಲಿಗೆ ಹೋದಳು? Where did she go? ವೇರ್ ಡಿಡ್ ಶಿ ಗೋ?

3. ನಿನಗೆ ಈ ಪುಸ್ತಕ ಎಲ್ಲಿ ಸಿಕ್ಕಿತು? Where did you find this book? ವೇರ್ ಡಿಡ್ ಯು ಫೈಂಡ್ ದಿಸ್ ಬುಕ್?

4. ನೀನು ನನ್ನ ಮೊಬೈಲ್ ಅನ್ನು ಎಲ್ಲಿ ಇರಿಸಿದೆ? Where did you put my mobile? ವೇರ್ ಡಿಡ್ ಯು ಪುಟ್ ಮೈ ಮೊಬೈಲ್?

5. ನೀನು ಈಗ ಎಲ್ಲಿಗೆ ಹೋಗುವೆ? Where will you go now? ವೇರ್ ವಿಲ್ ಯು ಗೋ ನೌ?

6. ನೀನು ಎಲ್ಲಿಂದ ಬರುತ್ತಿರುವೆ? Where are you coming from? ವೇರ್ ಆರ್ ಯು ಕಮಿಂಗ್ ಫ್ರಂ?

7. ನೀನು ಎಲ್ಲಿ ಕೆಲಸ ಮಾಡುವೆ? Where do you work? ವೇರ್ ಡು ಯು ವರ್ಕ್?

8. ನೀನು ಎಲ್ಲಿಂದ ಪುಸ್ತಕಗಳನ್ನು ಖರೀದಿಸುವೆ? From where do you buy books? ಫ್ರಂ ವೇರ್ ಡು ಯು ಬೈ ಬುಕ್ಸ್?

9. ನೀನು ನಿನ್ನ ಸೂಟ್‌ನ್ನು ಎಲ್ಲಿಂದ ಖರೀದಿಸಿದೆ? From where did you buy your suit? ಫ್ರಂ ವೇರ್ ಡಿಡ್ ಯು ಬೈ ಯುವರ್ ಸೂಟ್?

10. ನೀವು ಎಲ್ಲಿ ವಾಸಿಸುತ್ತಿರುವಿರಿ? Where do you live? ವೇರ್ ಡು ಯು ಲಿವ್?

Whom (ಯಾರು)

ಯಾರು, ಯಾರನ್ನು, ಯಾರಿಗೆ ಎಂಬ ಅರ್ಥದಲ್ಲಿ ಬಳಸಲ್ಪಡುತ್ತದೆ.

Example: ನೀನು ಯಾರಿಗೆ ಹೇಳುತ್ತಾ ಇರುವೆ?

Whom + are + you + telling?

Interrogative word + helping verb + subject + verb

(ಪ್ರಶ್ನಾವಾಚಕ ಪದ+ಸಹಾಯಕ ಕ್ರಿಯಾಪದ+ ಕರ್ತೃ+ಕ್ರಿಯಾಪದ)

★ ಮೇಲಿನ ವಾಕ್ಯದಲ್ಲಿ Interrogative word (ಪ್ರಶ್ನಾವಾಚಕ)ವು ಮೊದಲಿಗೆ ಬಂದಿದೆ. ವಾಕ್ಯವು Present imperfect tense (ಅಪೂರ್ಣ ವರ್ತಮಾನ ಕಾಲ)ನಲ್ಲಿರುವುದರಿಂದ Helping verb (ಸಹಾಯಕ ಕ್ರಿಯಾಪದ) 'are' ಬಳಕೆಯ ಬಳಿಕ ಕರ್ತೃ 'you' ಹಾಗೂ ಅಂತ್ಯದಲ್ಲಿ ಕ್ರಿಯಾಪದ 'tell' ಬಂದಿದ್ದು 'ing' ಜೋಡಣೆಯಾಗಿದೆ.

Whom ಬಳಕೆ

1. ನೀನು ಯಾರಿಗೆ ಹೇಳುತ್ತಿರುವೆ? Whom are you telling? ಹುಂ ಆರ್ ಯು ಟೆಲ್ಲಿಂಗ್?
2. ಅವನು ಯಾರಿಗೆ ಸಹಾಯ ಮಾಡಿದ? Whom did he help? ಹುಂ ಡಿಡ್ ಹಿ ಹೆಲ್ಪ್?
3. ನಾವು ಯಾರನ್ನು ಕೇಳೋಣ? Whom shall we ask? ಹುಂ ಶೆಲ್ ವಿ ಆಸ್ಕ್?
4. ನೀನು ಯಾರಿಗೆ ನೆರವಾಗುವೆ? Whom shall you help? ಹುಂ ಶೆಲ್ ಯು ಹೆಲ್ಪ್?
5. ನೀನು ಯಾರನ್ನು ಕೇಳಿದೆ? Whom did you ask? ಹುಂ ಡಿಡ್ ಯು ಆಸ್ಕ್?
6. ಅವನು ಯಾರನ್ನು ಇಷ್ಟ ಪಡುತ್ತಾನೆ? Whom does he like? ಹುಂ ಡಿಡ್ ಹಿ ಲೈಕ್?
7. ನೀನು ಯಾರನ್ನು ಇಷ್ಟಪಡುವೆ? Whom do you like? ಹುಂ ಡು ಯು ಲೈಕ್?

Why (ಏಕೆ)

Why ಪದವು ಪ್ರಶ್ನಿಸಲು ಬಳಕೆಯಾಗುತ್ತದೆ. ಕಾರಣವನ್ನು ಕೇಳುವುದಕ್ಕೂ ಉಪಯೋಗಿಸಲ್ಪಡುತ್ತದೆ.

Example: ನೀವು ಏಕೆ ಇಷ್ಟು ಖುಷಿಯಾಗಿದ್ದೀರಿ?

Why + are + you + so happy?

Interrogative word + helping verb + subject + verb

(ಪ್ರಶ್ನಾವಾಚಕ ಪದ+ ಸಹಾಯಕ ಕ್ರಿಯಾಪದ+ ಕರ್ತೃ+ ಕ್ರಿಯಾಪದ)

★ ಮೇಲಿನ ವಾಕ್ಯದಲ್ಲಿ Interrogative word (ಪ್ರಶ್ನಾವಾಚಕ ಪದ) 'why' ಬಳಕೆಯಾಗಿದ್ದು, Helping verb (ಸಹಾಯಕ ಕ್ರಿಯಾಪದ) ವಾಗಿ 'are', ಕರ್ತೃ 'you' ಮತ್ತು ವಿಶೇಷಣ 'happy' ಬಳಕೆಯಾಗಿದೆ.

Why ಬಳಕೆ

1. ನೀವು ಏಕೆ ತೊಂದರೆ ತೆಗೆದುಕೊಳ್ಳುತ್ತೀರಿ? Why do you trouble yourself? ವೈ ಆರ್ ಯು ಟ್ರಬಲ್ ಯುವರ್ ಸೆಲ್ಫ್?
2. ನೀನು ಏಕೆ ಅಷ್ಟೊಂದು ಗಂಭೀರನಾಗಿರುವೆ? Why are you so serious? ವೈ ಆರ್ ಯು ಸೋ ಸೀರಿಯಸ್?
3. ನೀನು ಅಷ್ಟೊಂದು ಸಂತಸದಲ್ಲಿರುವುದು ಏಕೆ? Why are you so happy? ವೈ ಆರ್ ಯು ಸೋ ಹ್ಯಾಪಿ?
4. ನೀನೇಕೆ ನನ್ನ ಮಾತು ಕೇಳುವುದಿಲ್ಲ? Why don't you listen to me? ವೈ ಡೋಂಟ್ ಯು ಲಿಸನ್ ಟು ಮಿ?
5. ನೀನು ಅವಳನ್ನು ಗುರುತಿಸಿದೆಯಾ? Do you recognise her? ಡು ಯು ರೆಕಗ್ನೈಸ್ ಹುರ್?

6.	ನೀನು ಮಾರುಕಟ್ಟೆಗೆ ಹೋಗುತ್ತಿರುವುದೇಕೆ?	Why are you going to the market? ವೈ ಆರ್ ಯು ಗೋಯಿಂಗ್ ಟು ದಿ ಮಾರ್ಕೆಟ್?
7.	ನೀನೇಕೆ ಚಿಂತಿಸುತ್ತಿರುವೆ?	Why do you worry? ವೈ ಡು ಯು ವರಿ?
8.	ನೀನೇಕೆ ಇಲ್ಲಿಗೆ ಬಂದೆ?	Why have you come here? ವೈ ಹ್ಯಾವ್ ಯು ಕಂ ಹಿಯರ್?
9.	ನೀವು ತುಂಬ ಸಂತೋಷದಿಂದ ಇರುವಂತೆ ಕಾಣುತ್ತಿದೆಯಲ್ಲ?	Why are you looking so happy? ವೈ ಆರ್ ಯು ಲುಕಿಂಗ್ ಸೋ ಹ್ಯಾಪಿ?
10.	ನೀನು ಹಾಗೇಕೆ ಆಲೋಚನೆ ಮಾಡಿದೆ?	Why do you think so? ವೈ ಡು ಯು ಥಿಂಕ್ ಸೋ?

How (ಹೇಗೆ)

ಪ್ರಶ್ನೆಯನ್ನು ಕೇಳಲು ಇಲ್ಲವೇ ವ್ಯಕ್ತಿ ಅಥವಾ ಸ್ಥಾನದ ಸ್ಥಿತಿಯ ಬಗ್ಗೆ ಕೇಳಲು 'How' (ಹೇಗೆ) ಬಳಕೆಯಾಗುತ್ತದೆ.

Example: ನೀವು ಹೇಗೆ ಹೋಗುತ್ತೀರಿ?

How + do + you + go?

Interrogative word + helping verb + subject + verb

(ಪ್ರಶ್ನಾವಾಚಕಪದ+ ಸಹಾಯಕ ಕ್ರಿಯಾಪದ+ಕರ್ತೃ+ಕ್ರಿಯಾಪದ)

★ ಮೇಲಿನ ವಾಕ್ಯದಲ್ಲಿ Interrogative word (ಪ್ರಶ್ನಾವಾಚಕ ಪದ) 'how' ಬಳಿಕ Helping verb (ಸಹಾಯಕ ಕ್ರಿಯಾಪದ) 'do', ಕರ್ತೃ 'you' ಮತ್ತು ಕ್ರಿಯಾಪದ 'go' ಬಳಸಲ್ಪಟ್ಟಿದೆ.

How ಬಳಕೆ

1.	ನಿನ್ನ ವಯಸ್ಸು ಎಷ್ಟು?	How old are you? ಹೌ ಓಲ್ಡ್ ಆರ್ ಯು?
2.	ನೀನು ಕಚೇರಿಗೆ ಹೇಗೆ ಹೋಗುವೆ?	How do you go to office? ಹೌ ಡು ಯು ಗೋ ಟು ಆಫೀಸ್?
3.	ನೀನು ಹೇಗೆ ವಾಪಸಾದೆ?	How did you return? ಹೌ ಡಿಡ್ ಯು ರಿಟರ್ನ್?
4.	ನೈನಿತಾಲ್‌ನಲ್ಲಿ ನಿನ್ನ ಆರೋಗ್ಯ ಹೇಗಿತ್ತು?	How was your health in Nainital? ಹೌ ವಾಸ್ ಯುವರ್ ಹೆಲ್ತ್ ಇನ್ ನೈನಿತಾಲ್?
5.	ಹವಾಮಾನ ಹೇಗಿದೆ?	How was the weather? ಹೌ ವಾಸ್ ದ ವೆದರ್?
6.	ನಿನ್ನ ಮಗನ ವಯಸ್ಸೆಷ್ಟು?	How old is your son? ಹೌ ಓಲ್ಡ್ ಈಸ್ ಯುವರ್ ಸನ್?
7.	ಅವನು ಶಾಲೆಗೆ ಹೇಗೆ ಹೋಗುತ್ತಾನೆ?	How does he go to the school? ಹೌ ಡಸ್ ಹಿ ಗೋ ಟು ದಿ ಸ್ಕೂಲ್?
8.	ನಿನ್ನ ಮನೆ ಇಲ್ಲಿಂದ ಎಷ್ಟು ದೂರ ಇದೆ?	How far is your home from here? ಹೌ ಫಾರ್ ಈಸ್ ಯುವರ್ ಹೋಂ ಫ್ರಂ ಹಿಯರ್?
9.	ನಿನ್ನ ಸ್ಥಿತಿ ಈಗ ಹೇಗಿದೆ?	How are you feeling now? ಹೌ ಆರ್ ಯು ಫೀಲಿಂಗ್ ನೌ?
10.	ನೀನು ಹೇಗೆ ಹೋದೆ?	How do you go? ಹೌ ಡು ಯು ಗೋ?

Who (ಯಾರು)

Who 'ಯಾರು' ಪದವನ್ನು ಮನುಷ್ಯರಿಗೆ ಬಳಸಲಾಗುತ್ತದೆ. ಈ ಶಬ್ದಗಳಲ್ಲಿ ಸಾಮಾನ್ಯವಾಗಿ ಕರ್ತೃ ಇರುವುದಿಲ್ಲ, ಏಕೆಂದರೆ ಕರ್ತೃ ಯಾರು ಎಂದು ಪ್ರಶ್ನೆ ಕೇಳಲಾಗುತ್ತದೆ. ಕರ್ತೃ ಇಲ್ಲದೆಯೂ ವಾಕ್ಯ ರಚನೆ ಆಗುತ್ತದೆ.

Example: ಯಾರು ಬರುತ್ತಿದ್ದಾರೆ?

Who + is + coming?

Interrogative word + helping verb + verb

(ಪ್ರಶ್ನಾವಾಚಕ ಪದ+ ಸಹಾಯಕ ಕ್ರಿಯಾಪದ + ಕ್ರಿಯಾಪದ)

★ ಮೇಲಿನ ವಾಕ್ಯದಲ್ಲಿ Interrogative word (ಪ್ರಶ್ನಾವಾಚಕ ಪದ) 'who' ಜೊತೆಗೆ Helping verb (ಸಹಾಯಕ ಕ್ರಿಯಾಪದ) 'is' ಹಾಗೂ ಕ್ರಿಯಾಪದ 'coming' ಪ್ರಯೋಗಿಸಲ್ಪಟ್ಟಿದೆ.

Who ಬಳಕೆ

1.	ನೀವು ಯಾರು?	Who are you? ಹು ಆರ್ ಯು?
2.	ಯಾರು ಮೊದಲು ಹೋದರು?	Who went first? ಹು ವೆಂಟ್ ಫರ್ಸ್ಟ್?
3.	ಯಾರು ಹೋಗುತ್ತಿರುವವರು?	Who goes? ಹು ಗೋಸ್?
4.	ಅವರು ಯಾರು?	Who are they? ಹು ಆರ್ ದೆ?
5.	ಈ ಕೆಲಸವನ್ನು ಯಾರು ಮಾಡುತ್ತಾರೆ?	Who can do this work? ಹು ಕ್ಯಾನ್ ಡು ದಿಸ್ ವರ್ಕ್?
6.	ಈ ಮನೆಯ ಯಜಮಾನ ಯಾರು?	Who is the owner of this house? ಹು ಈಸ್ ದಿ ಓನರ್ ಆಫ್ ದಿಸ್ ಹೌಸ್?
7.	ಮಾರುಕಟ್ಟೆಗೆ ಯಾರು ಹೋಗುತ್ತಾರೆ?	Who will go to the market? ಹು ವಿಲ್ ಗೋ ಟು ದಿ ಮಾರ್ಕೆಟ್?
8.	ಈ ಹಾಡು ಹಾಡಿದವರು ಯಾರು?	Who sang the song? ಹು ಸ್ಯಾಂಗ್ ದ ಸಾಂಗ್?
9.	ಅವನು ಯಾರು?	Who is he? ಹು ಈಸ್ ಹಿ?
10.	ನನಗೆ ಯಾರು ಸಹಾಯ ಮಾಡುತ್ತಾರೆ?	Who will help me? ಹು ವಿಲ್ ಹೆಲ್ಪ್ ಮಿ?
11.	ಅಲ್ಲಿಗೆ ಯಾರು ಹೋಗಿದ್ದಾರೆ?	Who has gone there? ಹು ಹ್ಯಾಸ್ ಗಾನ್ ದೇರ್?

ನೆನಪಿನಲ್ಲಿಡಿ

1. Tag ಎಂದರೆ ಜೋಡಣೆ. ಹೀಗಾಗಿ Question tag ಎಂದರೆ ವಾಕ್ಯದ ಅಂತ್ಯದಲ್ಲಿ Question tag (ಪ್ರಶ್ನೆಯನ್ನು ಜೋಡಿಸುವುದು) ಎಂದರ್ಥ.
2. W ಗುಂಪಿನ ಶಬ್ದಗಳ ಆರಂಭ Wh ನಿಂದ ಆಗಲಿದೆ. Who, Which, What,Whose, When, Whom, Where, Why ಮತ್ತು How ಆ ಶಬ್ದಗಳಾಗಿವೆ.

ಶಬ್ದರಚನ
(WORD FORMATION)

Definition (ವ್ಯಾಖ್ಯಾನ)

The skill to change words from one part of speech to another part of speech is called 'Word Formation'. ಒಂದು Part of Speech ಶಬ್ದವು ಇನ್ನೊಂದು Part of Speech ಆಗಿ ಬದಲಾಗುವಾಗ, ಆ ಎರಡೂ ಶಬ್ದಗಳನ್ನು ಒಂದುಗೂಡಿಸಿ ಸಂಯುಕ್ತ ಶಬ್ದ (Compound Word) ವನ್ನು ರಚಿಸುವುದನ್ನು Word Formation ಎನ್ನುತ್ತಾರೆ.

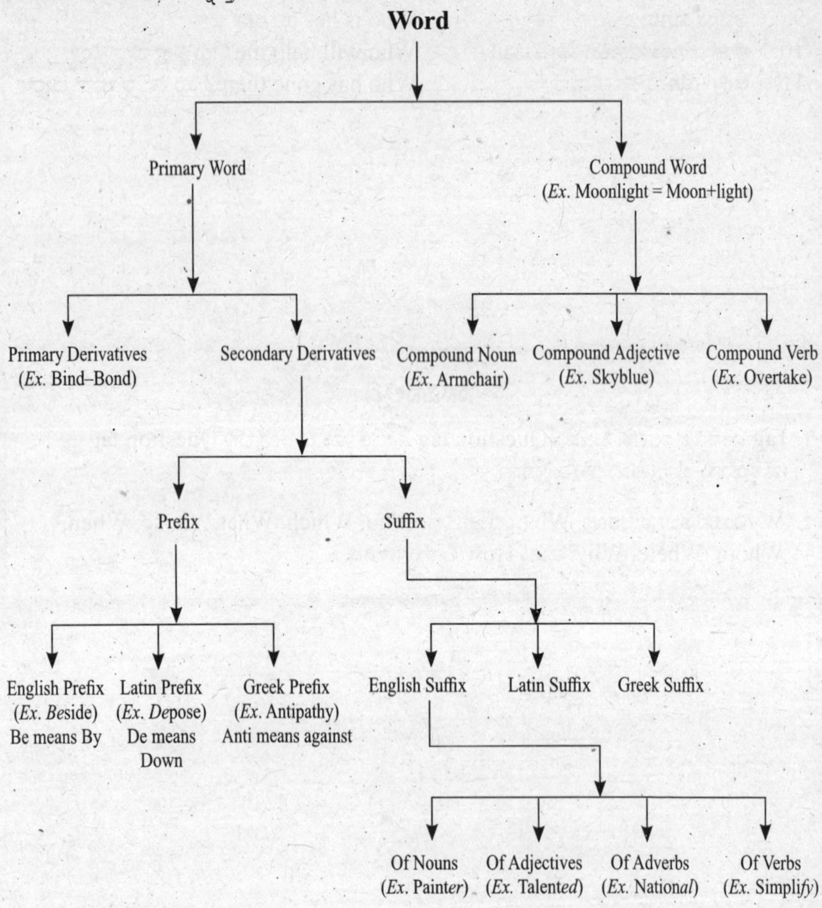

Formation of Words (ಶಬ್ದರಚನೆ)

ಯಾವ ಪದಗಳು ಬೇರೆಯ ಪದದಿಂದ Derived ನಿಷ್ಪನ್ನಗೊಂಡಿರದೆ, ಸಂಯುಕ್ತ ಅಲ್ಲದ ಅಥವಾ ಬೇರೆ ಪದಗಳಿಂದ ವಿಕಸಿತಗೊಂಡಿಲ್ಲವೋ, ಅವನ್ನು Primary words ಮೂಲ ಇಲ್ಲವೇ ಮುಖ್ಯ ಪದ ಎನ್ನಲಾಗುತ್ತದೆ. ಇವು ಭಾಷೆಯ ಮೂಲಭೂತ ಹಾಗೂ ಮೌಲಿಕ ಶಬ್ದಗಳಾಗಿವೆ.

(i) Compound Words (ಸಂಯುಕ್ತ/ಯೌಗಿಕ್ ಶಬ್ದ): ಎರಡು ಅಥವಾ ಅದಕ್ಕಿಂತ ಹೆಚ್ಚು ಸರಳ ಶಬ್ದಗಳು ಸೇರಿ ರಚನೆಯಾಗುತ್ತವೆ. ಉದಾ: Moonlight, nevertheless, undertake, man-of-war.

(ii) Primary Derivatives (ಮುಖ್ಯ ನಿಷ್ಪನ್ನ): ಸರಳ ಶಬ್ದಗಳನ್ನು ಸ್ವಲ್ಪ ಬದಲಿಸಿ ರಚಿಸಲಾಗುತ್ತದೆ. ಉದಾ: Bond from bind, breach from break, wrong from wring.

Note: ಆಂತರಿಕವಾಗಿ ಪರಿವರ್ತನೆಯಾದ ಶಬ್ದಗಳು ಅತಿ ಪ್ರಮುಖವರ್ಗವಾಗಿದ್ದು, ಅವನ್ನು ಮುಖ್ಯ ಕ್ರಿಯೆಯ ಭೂತಕಾಲದಲ್ಲಿ ರಚಿಸಲಾಗುತ್ತದೆ. ಅವನ್ನು ನಿಷ್ಪನ್ನಗಳ ವರ್ಗದಲ್ಲಿ ಇರಿಸುವುದಿಲ್ಲ.

(iii) Secondary Derivatives (ಗೌಣ ನಿಷ್ಪನ್ನ): ಶಬ್ದದ ಪ್ರಾರಂಭ ಅಥವಾ ಅಂತ್ಯದಲ್ಲಿ ಜೋಡಣೆಗೊಳಿಸಿ ರಚಿಸಲಾಗುತ್ತದೆ. ಉದಾ: Unhappy, goodness.

ಶಬ್ದದ ಪ್ರಾರಂಭದಲ್ಲಿ ಸೇರ್ಪಡೆಯಾಗುವ ಪದಗಳನ್ನು ಉಪಸರ್ಗ ಅಥವಾ ಪೂರ್ವ ಪ್ರತ್ಯಯ (*Prefix*) ಹಾಗೂ ಅಂತ್ಯದಲ್ಲಿ ಜೋಡಣೆಯಾಗುವ ಪದಗಳನ್ನು ಪ್ರತ್ಯಯ ಅಥವಾ ಪರ ಪ್ರತ್ಯಯ (*Suffix*) ಎನ್ನಲಾಗುತ್ತದೆ.

(i) Compound Words (ಸಂಯುಕ್ತ ಪದಗಳು)

ಇವು ನಾಮಪದ, ವಿಶೇಷಣ ಇಲ್ಲವೇ ಕ್ರಿಯಾಪದ ಆಗಿರುತ್ತವೆ. ಇವುಗಳನ್ನು ಕೆಳಕಂಡಂತೆ ರಚಿಸಲಾಗುತ್ತದೆ.

1. **ನಾಮಪದ + ನಾಮಪದ**
   Moonlight, chess-board, armchair, postman, railway, airman, manservant, fire-escape, jailbird, horse-power, shoemaker, ringleader, screwdriver, tax-payer, teaspoon, haystack, windmill.
2. **ವಿಶೇಷಣ + ನಾಮಪದ**
   Sweetheart, nobleman, shorthand, black-board, quick-silver, strong-hold, halfpenny.
3. **ಕ್ರಿಯಾಪದ + ನಾಮಪದ**
   Spendthrift, makeshift, breakfast, telltale, pickpocket, cut-throat, cutpurse, daredevil, scarecrow, hangman.
4. **ಕ್ರಿಯಾವಾಚಕ ಸಾಮುಹದ + ನಾಮುಪದ**
   Drawing-room, writing-desk, looking-glass, walking-stick, blotting paper, stepping-stone, spelling-book.
5. **ಕ್ರಿಯಾವಿಶೇಷಣ ಸಂಬಂಧಬೋಧಕ+ ನಾಮಪದ**
   Outlaw, afterthought, forethought, foresight, overcoat, downfall, afternoon, bypath, inmate, off-shoot, inside.
6. **ಕ್ರಿಯಾಪದ + ಕ್ರಿಯಾವಿಶೇಷಣ**
   Drawback, lock-up, go-between, die-hard, send-off.
7. **ಕ್ರಿಯಾವಿಶೇಷಣ + ಕ್ರಿಯಾಪದ**
   Outset, upkeep, outcry, income, outcome.

ಸಂಯುಕ್ತ (ಯೌಗಿಕ) ವಿಶೇಷಣ

1. **ಕ್ರಿಯಾಪದ + Participle ವಿಶೇಷಣ (ಕೃದಂತ)**
   Blood-red, sky-blue, snow-white, pitch-dark, breast-high, skin-deep, purse-proud, lifelong, world-wide, headstrong, homesick, stone-blind, seasick, note-worthy, heart-rending, ear-piercing, time-serving, moth-eaten, heart-broken, bed-ridden, hand-made, sea-girl, love-lorn.

2. ವಿಶೇಷಣ + ವಿಶೇಷಣ
   Red-hot, blue-black, white-hot, dull-grey, lukewarm.
3. ಕ್ರಿಯಾವಿಶೇಷಣ + **Participle** ವಿಶೇಷಣ (ಕೃದಂತ)
   Long-suffering, everlasting, never-ending, thorough-bred, well-deserved, outspoken, down-hearted, far-seen, inborn.

ಸಂಯುಕ್ತ(ಯೌಗಿಕ) ಕ್ರಿಯಾಪದ

1. ನಾಮಪದ + ಕ್ರಿಯಾಪದ
   Waylay, backbite, typewrite, browbeat, earmark.
2. ವಿಶೇಷಣ + ಕ್ರಿಯಾಪದ
   Safe-guard, white-wash, fulfil.
3. ಕ್ರಿಯಾವಿಶೇಷಣ+ ಕ್ರಿಯಾಪದ
   Overthrow, overtake, foretell, undertake, undergo, overhear, overdo, outbid, outdo, upset, ill-use.

ಟಿಪ್ಪಣಿ: ಬಹುತೇಕ ಸಂಯುಕ್ತ ಶಬ್ದಗಳಲ್ಲಿ ಮೊದಲ ಪದವು ಎರಡನೆಯದರ ಅರ್ಥವನ್ನು ಸ್ಪಷ್ಟಗೊಳಿಸುತ್ತದೆ. ಮಿಶ್ರಣ Amalgamation ಪೂರ್ಣಗೊಂಡಾಗ, ಸ್ಪಷ್ಟಗೊಳಿಸುವ ಶಬ್ದದ ಮೇಲೆ ಸ್ವರ ಉಚ್ಚಾರಣೆ(Accent) ಆಗಲಿದೆ. ಯೌಗಿಕದ ಎರಡೂ ಶಬ್ದಗಳು ಅಪೂರ್ಣ ರೂಪದಲ್ಲಿ ಮಿಶ್ರಗೊಂಡಿದ್ದಲ್ಲಿ, ಎರಡರ ಮಧ್ಯೆ ಸಂಯೋಜಕ ಚಿಹ್ನೆ(Hyphen) ಹಾಕಲಾಗುತ್ತಧೆ.

(ii) Primary Derivatives (ಮುಖ್ಯ ನಿಷ್ಪನ್ನಗಳು)

1. ಕ್ರಿಯಾಪದ ಮತ್ತು ವಿಶೇಷಣದ ಮೂಲಕ ನಾಮಪದ ನಿರ್ಮಾಣ

Verbs	**Nouns**	**Verbs**	**Nouns**
Advise	Advice	Gape	Gap
Bear	Bier	Gird	Girth
Bind	Bond	Grieve	Grief
Bless	Bliss	Live	Life
Break	Breach	Lose	Loss
Burn	Brand	Prove	Proof
Choose	Choice	Sing	Song
Chop	Chip	Sit	Seat
Deal	Dol	Speak	Speech
Deem	Doom	Strike	Stroke
Dig	Ditch	Strive	Strife
	Dike	Wake	Watch
Float	Fleet	Weave	Web
			Woof
Adjectives	**Nouns**	**Adjectives**	**Nouns**
Dull	Dolt	Hot	Heat
Proud	Pride		

2. ಕ್ರಿಯಾಪದ ಮತ್ತು ನಾಮಪದದ ಮೂಲಕ ವಿಶೇಷಣದ ನಿರ್ಮಾಣ

Adjectives	Nouns	Adjectives	Nouns
Float	Fleet	Milk	Milch
Lie	Low	Wit	Wise

3. ನಾಮಪದ ಮತ್ತು ವಿಶೇಷಣದ ಮೂಲಕ ಕ್ರಿಯಾಪದ ನಿರ್ಮಾಣ

Nouns	Verbs	Nouns	Verbs
Bath	Bathe	Gold	Gild
Belief	Believe	Grass	Graze
Blood	Bleed	Half	Halve
Breath	Breathe	Knot	Knit
Brood	Breed	Price	Prize
Cloth	Clothe	Sale	Sell
Drop	Drip	Sooth	Soothe
Food	Feed	Tale	Tell
Glass	Glaze	Thief	Thieve
		Wreath	Wreathe
Adjectives	**Verbs**		
Cool	Chill		
Hale	Heal		

(iii) Secondary Derivatives (ಗೌಣ ನಿಷ್ಪನ್ನ)

Prefix (ಉಪಸರ್ಗ)

1. **Negative Prefix** (ನಕಾರಾತ್ಮಕ ಉಪಸರ್ಗ): ಈ Prefix ಇದು ಮೂಲ ಶಬ್ದದ ಜೊತೆಗೂಡಿ, ಅದರ ಅರ್ಥವನ್ನು ನಕಾರಾತ್ಮಕಗೊಳಿಸುತ್ತದೆ. ಈ Prefix (ಉಪಸರ್ಗ)ವನ್ನು Noun (ನಾಮಪದ) ಮತ್ತು Adjective (ವಿಶೇಷಣ) ಗಳ ಹಾಗೂ ಕೆಲವೊಮ್ಮೆ Adverb (ಕ್ರಿಯಾವಿಶೇಷಣ)ಗಳ ಜೊತೆಗೆ ಇರಿಸಲಾಗುತ್ತದೆ.
   (a) Non - non-smoker (ಧೂಮಪಾನಿಯಲ್ಲದವ), non-collegiate (ಕಾಲೇಜಿಗೆ ಹೋಗದವ), non-effective (ಪರಿಣಾಮಕಾರಿಯಲ್ಲದ್ದು), non-cooperation (ಅಸಹಕಾರ).
   (b) Il (ಇಲ್) - illiterate (ಅನಕ್ಷರಸ್ಥ), illegal (ಅಕ್ರಮ), illogical (ತರ್ಕರಹಿತ)
   (c) In (ಇನ್) - insane (ಹುಚ್ಚ), ineffective (ಪ್ರಭಾವಿಯಲ್ಲದ್ದು), ineffectual (ಪರಿಣಾಮಕಾರಿಯಲ್ಲದ್ದು), incurable (ವಾಸಿಯಾಗದ್ದು)
   (d) Im (ಇಮ್)- improper (ಅನುಚಿತ), immovable (ಅಚಲಿತ), import (ಆಮದು)
   (e) Ir (ಇರ್)- Irrelevant (ಅಸಂಗತ), irregular (ಅನಿಯಮಿತ)
   (f) Dis (ಡಿಸ್)- Disloyal (ನಿಷ್ಠೆಯಿಲ್ಲದವ), disobey (ಅವಿಧೇಯತೆ), dislike (ಅನಿಷ್ಟ), disorder (ವಿಕಾರ)
   (g) A (ಅ)- amoral (ನೀತಿಹೀನ), asexual (ನಿರ್ಲಿಂಗ)
2. **Antonym Prefix** (ವಿಪರೀತಾರ್ಥಕ ಉಪಸರ್ಗ): ಮೂಲಶಬ್ದವನ್ನು ವಿಪರೀತಾರ್ಥಕ ಉಪಸರ್ಗದೊಡನೆ ಜೋಡಿಸಿದರೆ ಮೂಲ ಶಬ್ದದ ಅರ್ಥ ಬದಲಾಗುತ್ತದೆ.

(a) Un - undo (ಮಾಡದಿರು) untie (ಬಿಚ್ಚು) unfit (ಅಸಮರ್ಥ)

(b) De - decode (ಅನಿಯಮ) defame (ಹೆಸರು ಹಾಳುಮಾಡು) decentralize (ವಿಕೇಂದ್ರೀಕರಣ)

(c) Dis - Disconnect (ರಿಯಾಯಿತಿ), disown (ತ್ಯಜಿಸು), discolour (ಬಣ್ಣಗೇಡು)

3. **Degenerative Prefix (ಅಪಕರ್ಷಕ ಉಪಸರ್ಗ)** ಅಪಕರ್ಷಕ ಉಪಸರ್ಗದ ಪ್ರಯೋಗದಲ್ಲಿ ಮೂಲಶಬ್ದದ ಅರ್ಥದಲ್ಲಿ ಬದಲಾವಣೆ ಆಗುತ್ತದೆ.

(a) Mis (ಮಿಸ್)- Miscalculate (ತಪ್ಪು ಲೆಕ್ಕಾಚಾರ), Misfire (ಗುರಿತಪ್ಪು), mislead (ದಾರಿ ತಪ್ಪಿಸು), misuse (ದುರ್ಬಳಕೆ), mismanage (ತಪ್ಪುನಿರ್ವಹಣೆ), misrule (ಅರಾಜಕತೆ)

(b) Mal (ಮಾಲ್)- Maltreatment (ತಪ್ಪು ಉಪಚಾರ), malcontent (ಅಸಂತುಷ್ಟ), malfunction (ಅಸಮರ್ಪಕ ಕೆಲಸ), maltreat (ಕೆಟ್ಟ ಉಪಚಾರ). malformed (ವಿಕೃತಿ)

(c) Pseudo (ಸೂಡೋ)- Pseudoscientific (ಸೂಡೋ- ಸುಳ್ಳು ವಿಜ್ಞಾನ), pseudointellect (ನಕಲು ಬುದ್ಧಿವಂತಿಕೆ)

4. **Prefix of Size (ಆಕಾರ ಸೂಚಕ ಉಪಸರ್ಗ):** ಮೂಲಶಬ್ದದ ಅರ್ಥ, ಅವಸ್ಥೆ ಸ್ಥಿತಿ ಹಾಗೂ ಆಕಾರವನ್ನು ಪ್ರಕಟಗೊಳಿಸಲು ಆಕಾರ ಸೂಚಕ ಉಪಸರ್ಗ ಬಳಕೆಯಾಗುತ್ತದೆ.

(a) Arch (ಮಹಾ, ಮುಖ್ಯ) - Archbishop (ಪ್ರಧಾನ ಪಾದ್ರಿ), archenemy (ಕಡುಶತ್ರು), archangel (ಪ್ರಧಾನ ದೇವದೂತ)

(b) Super (ಸೂಪರ್) - Supermodel, superfine (ಸರ್ವೋತ್ತಮ), supermarket (ದೊಡ್ಡ ಮಾರ್ಕೆಟ್)

(b) Out (ಔಟ್) - Outgrow (ಮೀರಿಸಿ ಬೆಳೆ), outlive (ದೀರ್ಘಕಾಲ ಬದುಕು), outrun (ಮುಂದೆ ಓಡು)

(d) Sur (ಸರ್- ಅತಿ /ಮೇಲೆ) - Surtax (ಹೆಚ್ಚುವರಿ ತೆರಿಗೆ), surpass (ಅತಿಶಯ), surcharge (ಅಧಿಕಶುಲ್ಕ)

(e) Sub (ಸಬ್- ಉಪ, ನಿಮ್ನ) - Subhuman (ಅಮಾನವೀಯ), subnormal (ಮಂದಬುದ್ಧಿ), substandard (ಉಪಮಾನಕ)

(f) Over (ಓವರ್, ಅತಿ) - Overacting (ಅತಿ ಅಭಿನಯ), overwrite (ಮೇಲೆತಿದ್ದು), overdrink (ಹೆಚ್ಚು ಕುಡಿತ), overdo (ಅತಿರೇಕ)

(g) Under (ಅಂಡರ್, ಅಲ್ಪ) - Underprivileged (ಸೌಕರ್ಯ ವಂಚಿತರು), underline (ಅಡ್ಡಗೆರೆ ಹಾಕು), underground (ಭೂಮಿಯ ಕೆಳಗೆ)

(h) Hyper (ಹೈಪರ್, ಅತಿ) - Hypertention (ಅಧಿಕರಕ್ತದೊತ್ತಡ), hypercritical (ಅತಿಟೀಕೆ), hypersensitive (ಅತಿಸೂಕ್ಷ್ಮ)

(i) Ultra (ಅಲ್ಟ್ರಾ, ಅತಿ) - Ultramodern (ಅತ್ಯಾಧುನಿಕ), ultraviolet (ಅತಿ ನೇರಳೆ), ultranationalism (ಅತಿ ರಾಷ್ಟ್ರವಾದ)

(j) Mini (ಮಿನಿ, ಸಣ್ಣ) - Minibus (ಸಣ್ಣ ಬಸ್), miniskirt (ಸಣ್ಣ ಸ್ಕರ್ಟ್)

5. **Prefix Showing Behaviour (ವರ್ತನೆ ಸೂಚಕ ಉಪಸರ್ಗಗಳು):** ಈ ಉಪಸರ್ಗಗಳು ಮೂಲಪದವನ್ನು ವ್ಯವಹಾರ ಸೂಚಕಗಳನ್ನಾಗಿಸುತ್ತದೆ.

(a) Co (ಕೋ-ಜೊತೆಗೆ-ಸಹ): Cooperate (ಕೋ-ಆಪರೇಟ್- ಸಹಕಾರ ನೀಡು), co-exist (ಕೋ-ಎಕ್ಸಿಸ್ಟ್- ಜತೆ ಜೀವಿಸು), co-educate (ಕೋ-ಎಜುಕೇಟ್ -ಸಹ ಶಿಕ್ಷಣ)

(b) Counter (ಕೌಂಟರ್-ವಿರೋಧ): Co-unterrevolution (ಪ್ರತಿ ಕ್ರಾಂತಿ), counterattack (ಪ್ರತಿ ದಾಳಿ), counteract (ಪ್ರತಿಕ್ರಿಯಿಸು)

(c) Anti (ಆ್ಯಂಟಿ-ವಿರೋಧಿ): Antibody (ಪ್ರತಿರಕ್ಷಿ), antisocial (ಸಮಾಜದ್ರೋಹಿ), antibiotics (ಜೀವಿರೋಧಕ)

(d) Pro (ಪ್ರೋ- ಪೂರ್ವ, ಪಕ್ಷದಲ್ಲಿ): Procommunist (ಕಮ್ಯುನಿಸ್ಟ್ ಪರ ಇರುವವ), proamerican (ಅಮೆರಿಕಾ ಪರ)

6. **Prefix of Location** (ಸ್ಥಾನಸೂಚಕ ಉಪಸರ್ಗ): ಉಪಸರ್ಗದ ಸೇರ್ಪಡೆಯಿಂದ ಮೂಲಶಬ್ದದ ಅರ್ಥವು ಸ್ಥಾನಸೂಚಕವಾಗಿ ಬದಲಾಗಲಿದೆ.

(a) Sub (ಸಬ್, ಉಪ, ನಿಮ್ನ) - Subsection (ಉಪಖಂಡ), subway (ಭೂಮಿಯೊಳಗಿನ ದಾರಿ)

(b) Inter (ಇಂಟರ್- ಮಧ್ಯ) - International (ಅಂತರಾಷ್ಟ್ರೀಯ), interview (ಸಂದರ್ಶನ), interweave (ಒಂದರಲ್ಲಿ ಒಂದು ಹೆಣೆಯುವುದು), interstate (ಅಂತರಾಜ್ಯ)

(c) Trans (ಟ್ರಾನ್ಸ್- ಆಚೆ, ಮಾರ್ಗವಾಗಿ)- Transatlantic (ಖಂಡಾಂತರ), transplant (ಕಿತ್ತು ನೆಡು) transship (ಹಡಗಿನಿಂದ ಹಡಗಿಗೆ ವರ್ಗಾವಣೆ)

7. **Prefix of Time** (ಸಮಯಸೂಚಕ ಉಪಸರ್ಗ): ಇವುಗಳ ಬಳಕೆಯಿಂದ ಮೂಲಶಬ್ದಗಳು ಸಮಯಸೂಚಕ ಉಪಸರ್ಗಗಳಾಗಿ ಬದಲಾಗಲಿದೆ.

(a) Pre (ಪೂರ್ವ/ ಅಗ್ರ, ಮೊದಲಿನ) - Premarital (ಮದುವೆಗೆ ಮುನ್ನ), premedical (ವೈದ್ಯಕ್ಕೆ ಮುನ್ನ) preschool (ಶಾಲೆಗೆ ಮುನ್ನ)

(b) Fore (ಮೊದಲು, ಪೂರ್ವ) - Foreknowledge (ಪೂರ್ವಜ್ಞಾನ), forewarn (ಮೊದಲೇ ಎಚ್ಚರಿಸು), foretell (ಭವಿಷ್ಯ ಹೇಳು)

(c) Post (ನಂತರ, ಬಳಿಕ) - Post-war (ಯುದ್ಧದ ಬಳಿಕ), post-election (ಚುನಾವಣೆ ಬಳಿಕ)

(d) Ex (ಮಾಜಿ): Ex-Prime Minister (ಮಾಜಿ ಪ್ರಧಾನಿ), Ex-president (ಭೂತಪೂರ್ವ ಅಧ್ಯಕ್ಷ), Ex-student (ಮಾಜಿ ವಿದ್ಯಾರ್ಥಿ)

(e) Re (ಪುನಃ/ಮತ್ತೆ)- Restructure (ಪುನರ್ ನಿರ್ಮಾಣ), reclaim (ಪುನಃ ಪ್ರಾಪ್ತಿ), rebuild (ಪುನರ್ ನಿರ್ಮಾಣ), re-sell (ಮತ್ತೆಮಾರು)

8. **Prefix of Numbers** (ಸಂಖ್ಯಾಸೂಚಕ ಉಪಸರ್ಗ): ಮೂಲಶಬ್ದಗಳನ್ನು ಸಂಖ್ಯಾಸೂಚಕಗಳಾಗಿ ಪರಿವರ್ತಿಸುತ್ತವೆ.

(a) Uni (ಏಕ), Unisex (ಏಕಲಿಂಗ), unicycle (ಒಂದುಚಕ್ರದ), unilateral (ಒಂದೇ ಪಾರ್ಶ್ವದ)

(b) Bi/Di (ಬೈ, ಡೈ- ಎರಡು), Bifocal (ದ್ವಿಫೋಕಲ್), bilingual (ದ್ವಿಭಾಷಿ), decagram (ಹತ್ತು ಗ್ರಾಂ)

(c) Tri (ಟ್ರೈ, ಮೂರು), Tricycle (ಮೂರು ಚಕ್ರದ ಸೈಕಲ್)

(d) Multi/Poly (ಬಹಳ/ಅನೇಕ), Multinational (ಬಹುರಾಷ್ಟ್ರೀಯ), multiplex (ಬಹುಮಹಡಿಯ), multipurpose (ಬಹುಉಪಯೋಗಿ), polygamy (ಬಹುವಿವಾಹ), polytechnique (ಬಹುಭಾಷಿ)

9. **Other Prefixes** (ಇತರ ಉಪಸರ್ಗಗಳು): Vice, Neo, Semi, Proto ಮತ್ತು Auto

(a) Vice (ಉಪ): Vice-admiral (ವೈಸ್ ಅಡ್ಮಿರಲ್), vice-captain (ಉಪ ನಾಯಕ), vice-president (ಉಪಾಧ್ಯಕ್ಷ)

(b) Neo (ಹೊಸ, ನವೀನ), Neo-romantism, neo-classicism

(c) Semi (ಅರ್ಧ): Semi-transparent (ಅರೆಪಾರದರ್ಶಕ), semi-circle (ಅರ್ಧವೃತ್ತ)

(d) Proto (ಪ್ರಥಮ, ಆದಿ): Proto-type (ಪ್ರತಿಕೃತಿ), proto-zoa (ಪ್ರೋಟೋಜೋವಾ ಜೀವಿ)

(e) Auto (ಸ್ವತಃ): Automatic (ಸ್ವಯಂಚಾಲಿತ), autobiography (ಆತ್ಮಚರಿತ್ರೆ)
(f) Pan (ಸರ್ವ): Pan-American, Pan-African

☞ ಕೆಲವು ಉಪಸರ್ಗಗಳು noun (ನಾಮಪದ)ನನ್ನು verb (ಕ್ರಿಯಾಪದ)ವಾಗಿ ಬದಲಿಸುತ್ತವೆ

Be - Be-spectacled (ಕನ್ನಡಕ ಧರಿಸುವವ), bewitch (ಮರುಳುಗೊಳಿಸು), becalm (ಶಾಂತನಾಗು)
Em - Empower (ಸಬಲೀಕರಣ)
En - Enlighten (ಅರಿವುಮೂಡು), En-danger (ಆಪತ್ತಿನಲ್ಲಿ)

Negative-Positive Prefix (ಸಕಾರಾತ್ಮಕ - ನಕಾರಾತ್ಮಕ ಉಪಸರ್ಗಗಳು)

Non (ನಾನ್- ನಕಾರಾತ್ಮಕ)

Non-academic	ಶೈಕ್ಷಣಿಕವಲ್ಲದ	Non-alcoholic	ಆಲ್ಕೋಹಾಲ್ ರಹಿತ
Non-aligned	ಅಲಿಪ್ತ	Non-committal	ಅನಿಶ್ಚಿತ
No-conformity	ವಿರೋಧ, ಅಸಮ್ಮತಿ	Non-existent	ಅಸ್ತಿತ್ವದಲ್ಲಿಲ್ಲದ್ದು
Non-fiction	ಕಾಲ್ಪನಿಕವಲ್ಲದ ಸಾಹಿತ್ಯ	Non-renewable	ಪುನರ್ ಬಳಸಲಾಗದ
Non-sense	ಮೂರ್ಖತೆ	Non-smoker	ಧೂಮಪಾನ ಮಾಡದವ
Non-violence	ಅಹಿಂಸೆ		

In (ಇನ್- ನಕಾರಾತ್ಮಕ)

Inability	ಅಸಾಮರ್ಥ್ಯ	Inaccurate	ಖಚಿತವಲ್ಲದ್ದು
Inaction	ನಿಷ್ಕ್ರಿಯೆ	Inactive	ನಿಷ್ಕ್ರಿಯ
Inadequate	ಯಥೋಚಿತವಲ್ಲದ	Inadvisable	ಮಾತು ಕೇಳದವ
Inanimate	ನಿರ್ಜೀವ	Inappropriate	ಅನುಪಯುಕ್ತ
Inarticulate	ಅಸ್ಪಷ್ಟ	Inattentive	ಗಮನ ನೀಡದವ
Inaudible	ಕೇಳಿಸದೇ ಇರುವುದು	Inauspicious	ಅಮಂಗಲ
Incapable	ಅಸಮರ್ಥ	Incoherent	ಅಸಮಂಜಸ
Incompetent	ಅಸಮರ್ಥ	Incomplete	ಅಪೂರ್ಣ
Inconclusive	ಮುಕ್ತಾಯವಾಗದಿರುವುದು	Inconsiderate	ಅವಿವೇಕಿ
Inconvenience	ಅಸೌಕರ್ಯ	Incorrect	ತಪ್ಪು

Im (ಇಮ್- ನಕಾರಾತ್ಮಕ)

Imbalance	ಅಸಂತುಲಿತ	Immature	ಅಪ್ರಬುದ್ಧ
Immiscible	ಮಿಶ್ರಗೊಳ್ಳದಿರುವುದು	Immobile	ನಿಶ್ಚಲ
Immoral	ಅನೈತಿಕ	Immortal	ಅಮರ
Impatient	ತಾಳ್ಮೆರಹಿತ	Imperceptible	ಅಗೋಚರ
Imperfect	ಅಪೂರ್ಣ	Implausible	ತೋರಿಕೆಯಲ್ಲದ
Impolite	ಶಿಷ್ಟವಲ್ಲದ	Impossible	ಅಸಂಭವ
Impracticable	ವ್ಯವಹಾರಿಕವಲ್ಲದ	Improbable	ಅಸಂಭಾವಿತ
Improper	ಅನುಚಿತ	Impure	ಅಶುದ್ಧ

Ir (ಇರ್- ನಕಾರಾತ್ಮಕ)

Irrational	ಅತಾರ್ಕಿಕ	Irreparable	ದುರಸ್ತಿ ಮಾಡಲಾಗದ
Irresistible	ಅಪ್ರತಿರೋಧ	Irresponsible	ಬೇಜವಾಬ್ದಾರಿ

Mis (ತಪ್ಪು)

Misapprehension	ತಪ್ಪಾಗಿ ಗ್ರಹಿಸು	Misbehave	ದುರ್ವರ್ತನೆ
Miscalculate	ತಪ್ಪಾಗಿ ಲೆಕ್ಕಿಸು	Misconception	ಭ್ರಾಂತಿ

Misconduct	ದುರಾಚಾರ	Misfit	ಅನುಪಯುಕ್ತ
Misfortune	ದುರಾದೃಷ್ಟ	Misguide	ತಪ್ಪು ದಾರಿಗೆ ಎಳೆ
Misinform	ತಪ್ಪು ಸೂಚನೆ	Misinterpret	ತಪ್ಪು ವ್ಯಾಖ್ಯಾನ
Misjudge	ತಪ್ಪು ನಿರ್ಣಯ	Mislead	ಪಥಭ್ರಷ್ಟಗೊಳಿಸು
Misrepresent	ತಪ್ಪು ವಿವರಣೆ	Misspell	ತಪ್ಪಾಗಿ ಬರೆ
Misspend	ಅಪವ್ಯಯ	Mistrust	ಅವಿಶ್ವಾಸ
Misunderstand	ತಪ್ಪಾಗಿ ಅರ್ಥಮಾಡಿಕೊಳ್ಳುವುದು	Misuse	ದುರ್ಬಳಕೆ

Dis (ವಿಪರೀತಾರ್ಥಕ ಭಾವ)

Disability	ವೈಕಲ್ಯ	Disabuse	ದೂಷಿತವಲ್ಲದ
Disadvantage	ಹಾನಿ	Disaffected	ಅಪ್ರಭಾವಿತ
Disagree	ಅಸಮ್ಮತಿ	Disallow	ಅಸ್ವೀಕಾರ
Disappear	ಕಣ್ಮರೆ	Disappoint	ನಿರಾಶೆಗೊಳಿಸು
Disapprove	ಅಸಮ್ಮತಿ	Disarm	ನಿಶಸ್ತ್ರಗೊಳಿಸು
Disarrange	ಅವ್ಯವಸ್ಥೆ	Disassemble	ಕಳಚು
Disbelief	ಅವಿಶ್ವಾಸ	Discharge	ಮುಕ್ತಗೊಳಿಸು
Disclaim	ಹಕ್ಕು ಬಿಟ್ಟುಕೊಡು	Disclosure	ಪ್ರಕಟಿಸು
Discolour	ಬಣ್ಣ ಕಳೆದುಕೊಳ್ಳು	Discomfort	ಅಸೌಕರ್ಯ
Disconnect	ಅಸಂಪರ್ಕ/ಪ್ರತ್ಯೇಕ	Discontent	ಅಸಂತೋಷ
Discontinue	ಸ್ಥಗಿತಗೊಳಿಸು	Discourage	ಅನುತ್ತೇಜನ

Mal (ತಪ್ಪು/ ಕೆಟ್ಟದ್ದು)

Maladjusted	ಅವ್ಯವಸ್ಥೆಯ	Maladjustment	ಅವ್ಯವಸ್ಥೆ
Maladministration	ದುರಾಡಳಿತ	Malapropism	ತಪ್ಪು ಶಬ್ದ ಬಳಕೆ
Malcontent	ಅಸಂತುಷ್ಟ	Maldistribution	ಅಸೂಕ್ತ ವಿತರಣೆ
Malformation	ಅಸೂಕ್ತರಚನೆ	Malfunction	ಅಸ್ವಾಭಾವಿಕ ಕ್ರಿಯೆ
Malnutrition	ಪೋಷಕಾಂಶಕೊರತೆ	Malodorous	ದುರ್ವಾಸನೆ
Malpractice	ಅಕಾರ್ಯ	Maltreat	ಕೆಟ್ಟದಾಗಿ ನಡೆಸಿಕೋ

Un (ನಕಾರಾತ್ಮಕ)

Unable	ಅಸಾಮರ್ಥ್ಯ	Unacceptable	ಅಸ್ವೀಕಾರಾರ್ಹ
Unaccompanied	ಒಂಟಿ	Unaffected	ಅಪ್ರಭಾವಿತ
Unarmed	ಶಸ್ತ್ರವಿಲ್ಲದ	Unashamed	ನಿರ್ಲಜ್ಜ
Unauthorized	ಅನುಮತಿಯಿಲ್ಲದ	Unavailable	ಅಪ್ರಾಪ್ತ
Unavoidable	ಅನಿವಾರ್ಯ	Unaware	ಅರಿವಿಲ್ಲದ
Unbearable	ತಡೆಯಲಾಗದ	Unborn	ಜನಿಸದ
Uncertain	ಅನಿಶ್ಚಿತ	Unchanged	ಬದಲಾಗದ
Unchecked	ಅನಿಯಂತ್ರಿತ	Unclean	ಅಶುಚಿತ್ವ
Unclear	ಅಸ್ಪಷ್ಟ	Uncomfortable	ಅಸೌಕರ್ಯ
Uncommon	ಅಸಾಧಾರಣ	Unconcerned	ಉದಾಸೀನ

De (ಕಮ್ಮಿ ಮಾಡು/ ಉಲ್ಟಾ)

Deactivate	ನಿಷ್ಕ್ರಿಯಗೊಳಿಸು	Debar	ಬಹಿಷ್ಕರಿಸು
Debase	ಭ್ರಷ್ಟಗೊಳಿಸು	Decamp	ಓಡಿಹೋಗು
Decease	ಮೃತ್ಯು	Declassify	ಅವರ್ಗೀಕರಣ

Decolourise	ಬಣ್ಣ ಕಳೆದುಕೋ	Decompose	ಕೊಳೆಯಿಸು
Decompress	ಹಿಗ್ಗಿಸು	Deconsecrate	ಅಪ್ರತಿಷ್ಠಗೊಳಿಸು
De-emphasize	ಮಹತ್ವ ಕಡಿಮೆಗೊಳಿಸು	De-energise	ನಿಷ್ಕ್ರಿಯಹೊಂದು
De-escalate	ವೇಗ ಕಡಿಮೆ ಮಾಡು	Deface	ವಿಕೃತಗೊಳಿಸು
Defame	ಹೆಸರುಕೆಡಿಸು	Deforestation	ಅರಣ್ಯನಾಶ
Deform	ವಿಕೃತಗೊಳಿಸು	Defray	ಖರ್ಚು ಮಾಡು
Degenerate	ಅವನತಿಹೊಂದು	Degrade	ಅವಮಾನಿಸು

Under (ಕಡಿಮೆ)

Underachieve	ಕಡಿಮೆ ಸಾಧನೆ	Underact	ಸಂಯಮದ ಅಭಿನಯ
Underbelly	ಪಶುಗಳ ಕೆಳಭಾಗ	Underclass	ಕೆಳವರ್ಗ
Underclothes	ಒಳವಸ್ತ್ರ	Undercover	ಗುಪ್ತ
Undercurrent	ಅಂತರ್ಧಾರೆ	Undercut	ಕಡಿಮೆಬೆಲೆ
Underdeveloped	ಅನಭಿವೃದ್ಧಿ	Underdress	ಕಡಿಮೆ ವಸ್ತ್ರ
Underestimate	ಕಡಿಮೆ ಬೆಲೆ ಕಟ್ಟು	Underfeed	ಕಡಿಮೆ ಆಹಾರ ಸೇವನೆ
Underfoot	ಕಾಲಿನ ಕೆಳಭಾಗ	Undergarment	ಒಳವಸ್ತ್ರ
Undergo	ಅನುಭವಿಸು	Undergraduate	ಪೂರ್ವಸ್ನಾತಕ
Underground	ಭೂಮಿಯೊಳಗೆ	Undergrowth	ಕಡಿಮೆ ಬೆಳವಣಿಗೆ
Underline	ಕೆಳಗೆ ಗೆರೆ	Undermentioned	ಕೆಳಗೆ ಉಲ್ಲೇಖಿಸಿದ
Undermost	ಎಲ್ಲಕ್ಕಿಂತ ಕಡಿಮೆ	Underneath	ತಳಭಾಗ

Re (ಪುನಃ)

React	ಪ್ರತಿಕ್ರಿಯಿಸು	Reaction	ಪ್ರತಿಕ್ರಿಯೆ
Reactivate	ಪುನಃ ಸಕ್ರಿಯಗೊಳಿಸು	Reafforestation	ಪುನರ್‌ಅರಣ್ಯೀಕರಣ
Reassure	ಆಶ್ವಾಸನೆ ಕೊಡು	Rebirth	ಪುನರ್ಜನ್ಮ
Rebuff	ಧಿಕ್ಕರಿಸು	Recall	ವಾಪಸ್ ಕರೆಸಿಕೋ
Recapture	ಮತ್ತೆ ಸೆರೆಹಿಡಿ	Reclaim	ಸುಧಾರಣೆ
Reconstitute	ಪುನಃ ಸಂಘಟಿಸು	Reconstruct	ಪುನರ್‌ನಿರ್ಮಾಣ
Record	ದಾಖಲಿಸು	Recount	ಮತ್ತೆ ಎಣಿಸು
Recreate	ಪುನಃ ಸೃಷ್ಟಿ	Recycle	ಪುನಃ ಆವರ್ತನ
Redeem	ಮುಕ್ತಿಗೊಳಿಸು	Redo	ಮತ್ತೆ ಮಾಡು
Refill	ಪುನಃ ತುಂಬು	Refine	ಶುದ್ಧಗೊಳಿಸು

Semi (ಅರ್ಧ ಅಂಶ)

Semi-annual	ಅರ್ಧ ವಾರ್ಷಿಕ	Semi-arid	ಅರೆಶುಷ್ಕ
Semi-automatic	ಅರ್ಧಯಾಂತ್ರಿಕ	Semi-centennial	ಅರ್ಧಶತಮಾನ
Semicircle	ಅರ್ಧವೃತ್ತ	Semicolon	ಅರ್ಧವಿರಾಮ
Semi-conductor	ಅರ್ಧಚಾಲಕ	Semi-conscious	ಅರೆ ಪ್ರಜ್ಞೆ
Semi-final	ಉಪಾಂತ್ಯ	Semi-lunar	ಅರ್ಧ ಚಂದ್ರಾಕಾರ
Semi-monthly	ಅರ್ಧಮಾಸಿಕ	Semi-precious	ಅಲ್ಪಮೌಲ್ಯದ
Semi-rigid	ಅರ್ಧಕಠಿಣ	Semi-solid	ಅರ್ಧಘನ
Semi-tropical	ಅರೆ ಉಷ್ಣವಲಯ		

Equi (ಸಮ)

Equiangular	ಸಮಕೋನದ	Equidistant	ಸಮದೂರದ
Equilateral	ಸಮಬಾಹುಗಳು	Equipoise	ಸಂತುಲಿತ
Equitable	ನ್ಯಾಯಸಮ್ಮತ	Equivalence	ಸಮಾನತೆ

Mini (ಸಣ್ಣ)

Minicomputer	ಸಣ್ಣ ಕಂಪ್ಯೂಟರ್	Minidisc	ಸಣ್ಣ ಡಿಸ್ಕ್
Minimum	ಕನಿಷ್ಠ		

Micro (ಸೂಕ್ಷ್ಮ)

Microbiology	ಸೂಕ್ಷ್ಮ ಜೀವಶಾಸ್ತ್ರ	Microbrewery	ಸೂಕ್ಷ್ಮ ಮದ್ಯಕಾರ್ಖಾನೆ
Microchip	ಸೂಕ್ಷ್ಮ ಚಿಪ್	Microcircuit	ಸೂಕ್ಷ್ಮ ಸರ್ಕಿಟ್
Microcomputer	ಸೂಕ್ಷ್ಮ ಕಂಪ್ಯೂಟರ್	Microeconomics	ಸೂಕ್ಷ್ಮ ಅರ್ಥಶಾಸ್ತ್ರ
Micrometer	ಸೂಕ್ಷ್ಮಮಾಪನ	Microorganism	ಸೂಕ್ಷ್ಮ ಜೀವಿ
Microphone	ಮೈಕ್	Microscope	ಸೂಕ್ಷ್ಮ ದರ್ಶಕ
Microwave	ಸೂಕ್ಷ್ಮ ತರಂಗ		

Macro (ದೊಡ್ಡ)

Macrobiotic	ಭಾರಿ ಜೀವಿ	Macroeconomics	ಭಾರೀ ಅರ್ಥಶಾಸ್ತ್ರ
Macromolecule	ದೊಡ್ಡ ಕಣ.	Macroscopic	ಸ್ಥೂಲದರ್ಶಕ

Mega (ಭಾರೀ ದೊಡ್ಡ)

Megabit	ದಶಲಕ್ಷ ಬಿಟ್	Megabucks	ಭಾರೀ ಮೊತ್ತದ ಹಣ
Megalitre	ದಶಲಕ್ಷ ಲೀಟರ್	Megaphone	ಮೆಗಾ ಫೋನ್
Megapixel	ದಶಲಕ್ಷ ಪಿಕ್ಸೆಲ್	Megaproject	ಭಾರೀ ಯೋಜನೆ
Megaton	ದಶಲಕ್ಷ ಟನ್		

Inter (ಅಂತರ, ಮಧ್ಯ)

Interact	ಪರಸ್ಪರ ವರ್ತಿಸು	Interbreed	ಸಂಕರಣ
Intercalary	ಅಧಿಕಮಾಸ/ದಿನ	Intercede	ಮಧ್ಯಸ್ಥಿಕೆ
Intercession	ಮಧ್ಯಸ್ಥಿಕೆ	Interchange	ಅದಲುಬದಲು
Intercity	ನಗರಗಳ ನಡುವೆ	Intercommunion	ಪರಸ್ಪರ ಸಂಬಂಧ
Interfere	ಮಧ್ಯಪ್ರದೇಶ	Interfaith	ಅಂತರ್ ಧರ್ಮೀಯ
Interlock	ತಳಕುಹಾಕು	Intermarriage	ಅಂತರ್ ವಿವಾಹ
Intermediate	ಮಧ್ಯವರ್ತಿ	Intermission	ಮಧ್ಯಂತರ
International	ಅಂತಾರಾಷ್ಟ್ರೀಯ	Internet	ಅಂತರ್ಜಾಲ
Interpreter	ದುಭಾಷಿ	Interracial	ಅಂತರ್ಜಾತೀಯ

Super (ಉತ್ಕೃಷ್ಟ)

Superhuman	ಅಲೌಕಿಕ	Superimpose	ಮೇಲೆ ಇರಿಸು
Supernatural	ಆದಿ ದೈವಿಕ	Supernova	ಸೂಪರ್ ನೋವಾ
Superpower	ಮಹಾಶಕ್ತಿ	Supersonic	ಸೂಪರ್ ಸಾನಿಕ್

Trans (ಅಂತರ)

Transaction	ವಹಿವಾಟು/ವ್ಯಾಪಾರ	Transform	ಪರಿವರ್ತಿಸು
Transformer	ಟ್ರಾನ್ಸ್ ಫಾರ್ಮರ್	Transfusion	ರಕ್ತಪೂರಣ
Translate	ಅನುವಾದಿಸು	Translucent	ಪಾರದರ್ಶಕ
Transmission	ಪ್ರಸರಣ	Transparent	ಪಾರದರ್ಶಕ
Transport	ಸಾರಿಗೆ	Transpose	ಸ್ಥಾನಬದಲು

Ex (ಭೂತಪೂರ್ವ)

Exacerbate	ಉಲ್ಬಣಿಸು	Exact	ಯಥಾರ್ಥ
Example	ಉದಾಹರಣೆ	Excess	ಹೆಚ್ಚುವರಿ

Exchange	ವಿನಿಮಯ	Exchequer	ಖಜಾನೆ
Excite	ಉದ್ವೇಗ	Exclaim	ಕಿರುಚು
Ex-communicate	ಬಹಿಷ್ಕರಿಸು	Exhale	ಉಸಿರುಬಿಡು
Exit ನಿರ್ಗಮನ	Exotic	ವಿದೇಶಿ	
Expat	ಪ್ರವಾಸಿ	Expend	ವ್ಯಯಮಾಡು
Expert	ಪರಿಣತ	Explain	ವಿವರಿಸು
Explosive	ಸ್ಫೋಟಕ	Export	ರಫ್ತು
Expose	ಪ್ರಕಟಿಸು	Express	ಅಭಿವ್ಯಕ್ತಿಸು
Extend	ವಿಸ್ತರಿಸು	Extensive	ವಿಸ್ತೃತ
External	ಬಾಹ್ಯ	Extort	ಸುಲಿಗೆ

Extra (ಅತಿರಿಕ್ತ, ಅಸಾಧಾರಣ)

Extra-curricular	ಪಠ್ಯೇತರ	Extraordinary	ಅಸಾಧಾರಣ
Extraterrestrial	ಅನ್ಯಗ್ರಹಗಳ ಜೀವಿ	Extraterritorial	ಅಪರದೇಶೀಯ

Sub (ಕಡಿಮೆ, ಸಣ್ಣ)

Subconscious	ಅರ್ಧಸ್ಮೃತಿ	Subcontinent	ಉಪಖಂಡ
Subcutaneous	ಚರ್ಮದೊಳಗೆ	Subdivide	ಉಪವಿಭಾಗಿಸು
Subdue	ವಶಪಡಿಸಿಕೋ	Sublime	ಉತ್ಕೃಷ್ಟ/ಉದಾತ್ತ
Submarine	ಸಬ್ ಮರೀನ್	Submerge	ಮುಳುಗು
Submission	ನಿವೇದನೆ	Submissive	ವಿನಮ್ರ
Subordinate	ಸಹಚರ	Subscriber	ಚಂದಾದಾರ
Subsequent	ಅನಂತರದ	Subside	ಶಾಂತನಾಗು
Subsoil	ಭೂಮಿ ಕೆಳಗಿನ ಮಣ್ಣು	Substance	ವಸ್ತು
Sub-standard	ಕಡಿಮೆ ಗುಣಮಟ್ಟ	Subtitle	ಉಪಶೀರ್ಷಿಕೆ
Subtropical	ಉಪೋಷ್ಣ	Subversion	ವಿನಾಶ
Subway	ಭೂಮಿಯೊಳಗಿನ ದಾರಿ		

Peri (ಆವೃತ)

Perimeter	ಪರಿಧಿ	Periscope	ಪೆರಿದರ್ಶಕ

Ante (ಮೊದಲು)

Antecede	ಕಾಲಕ್ಕೆ ಮುನ್ನವೇ	Antechamber	ಒಳ ಕೊಠಡಿ
Antedate	ಹಿಂದಿನ ತಾರೀಕು ಹಾಕು	Antelope	ಜಿಂಕೆ
Antemeridian	ಮಧ್ಯಾಹ್ನಕ್ಕೆ ಮುನ್ನ	Antenatal	ಗರ್ಭದಲ್ಲಿರುವ

Pre (ಮುನ್ನ, ಮೊದಲು)

Preamble	ಪೀಠಿಕೆ	Precaution	ಮುನ್ನೆಚ್ಚರಿಕೆ
Precede	ಸಮಯಕ್ಕೆ ಮುನ್ನ ಸಂಭವಿಸು	Preconceive	ಪೂರ್ವ ಕಲ್ಪನೆ
Precondition	ಪೂರ್ವ ಶರತ್ತು	Precursor	ಪೂರ್ವಗಾಮಿ
Predate	ಹಿಂದಿನ ದಿನಾಂಕ ಹಾಕು	Predestine	ಪೂರ್ವ ನಿರ್ಣಯ
Predominance	ಪ್ರಾಧಾನ್ಯ	Pre-eminent	ಉತ್ಕೃಷ್ಟ
Pre-exist	ಈ ಮೊದಲೇ ಇದ್ದ	Preface	ಮುನ್ನುಡಿ
Prefix	ಉಪಸರ್ಗ	Prehistoric	ಪ್ರಾಗೈತಿಹಾಸಿಕ
Premature	ಅಕಾಲಿಕ	Premarital	ವಿವಾಹಕ್ಕೆ ಮುನ್ನ
Premeditated	ಪೂರ್ವ ವಿಮರ್ಶಿತ	Premonition	ಎಚ್ಚರಿಕೆ
Premonition	ಪೂರ್ವಸೂಚನೆ	Prenatal	ಪ್ರಸವಪೂರ್ವ

Prime (ಮುಖ್ಯ)

Prime cost	ಮೂಲದರ	Prime matter	ಮುಖ್ಯದ್ರವ್ಯ
Prime meridian	ಮೂಲರೇಖಾಂಶ	Prime minister	ಪ್ರಧಾನಮಂತ್ರಿ
Prime mover	ಮೂಲಪ್ರವರ್ತಕ	Prime number	ಅವಿಭಾಜ್ಯ ಸಂಖ್ಯೆ

Post (ಬಳಿಕ)

Post-date	ನಂತರ ದಿನಾಂಕ ಹಾಕಿರುವಂತಹ ಚೆಕ್	Postgraduate	ಸ್ನಾತಕೋತ್ತರ
Postmeridian	ಅಪರಾಹ್ನ	Post-natal	ಪ್ರಸವೋತ್ತರ
Post-paid	ನಂತರ ಪಾವತಿಸುವುದು	Postpone	ಮುಂದಕ್ಕೆ ಹಾಕು
Post-war	ಯುದ್ಧೋತ್ತರ		

Retro (ಹಿಂದಿನ)

Retroact	ಪರಿವರ್ತಿಸು	Retroactive	ಹಿಂದಕ್ಕೆ ಹೋಗು
Retrograde	ಹಿಂಚಲನೆಯ		

Semi (ಅರ್ಧ)

Semi-annual	ಅರ್ಧ ವಾರ್ಷಿಕ	Semi-arid	ಅರೆಶುಷ್ಕ
Semi-automatic	ಅರೆಯಾಂತ್ರಿಕ	Semi-colon	ಅರ್ಧವಿರಾಮ
Semi-final	ಉಪಾಂತ್ಯ	Semi-literate	ಅರೆಸಾಕ್ಷರ
Semi-precious	ಅರೆ ಅಮೂಲ್ಯ	Semi-skilled	ಅರ್ಧಕುಶಲ

Mono (ಒಂದು)

Monochrome	ಒಂದೇ ವರ್ಣದ	Monolingual	ಒಂದೇ ಭಾಷೆ ತಿಳಿದವ
Monoculture	ಒಂದು ಜಾತೀಯ ಸಸ್ಯ/ಮರ	Monologue	ಏಕಾಲಾಪ
Monopoly	ಏಕಸ್ವಾಮ್ಯ	Monorail	ಒಂದೇ ರೈಲು
Monosyllabic	ಏಕಾಕ್ಷರ		

Bi (ಎರಡು)

Bicentenary	ದ್ವಿಶತಮಾನ	Bicycle	ಬೈಸೈಕಲ್
Bifurcate	ವಿಭಾಗಿಸು		

Tri (ಮೂರು)

Triangle	ತ್ರಿಕೋನ	Trident	ತ್ರಿಶೂಲ
Trilogy	ನಾಟಕತ್ರಯ		

Quad (ನಾಲ್ಕು)

Quadrilateral	ಚತುಷ್ಕೋನ	Quadrilingual	ಚತುರ್ಭಾಷೀಯ
Quadrinominal	ಚತುಷ್ಪಾದಿ	Quadripartite	ಚತುರ್ಪಕ್ಷೀಯ
Quadri-syllable	ಚತುರಾಕ್ಷರ		

Penta (ಐದು)

Pentagram	ಪಂಚಕೋನ ಮಾಪಕ	Pentameter	ಪಂಚಚರಣ
Pentastich	ಪಂಚಪದಿ	Pentasyllable	ಪಂಚಾಕ್ಷರ
Pentatonic	ಪಂಚತಾನ		

Hexa (ಆರು)

Hexagram	ಆರು ಭುಜಗಳುಳ್ಳ ಸಿತಾರ್		
Hexameter	ಷಟ್ಪದಿ	Hexapod	ಹೆಕ್ಸಾಪಾಡ್

Septa (ಏಳು)

Septcentenary	ಸಪ್ತದಶವಾರ್ಷಿಕ	September	ಸೆಪ್ಟೆಂಬರ್
Septfoil	ಸಪ್ತ ಎಲೆಗಳ		

Octa (ಎಂಟು)

Octastyle	ಅಷ್ಟಸ್ತಂಭ		

Deca (ಹತ್ತು)

Decalogue	ಹತ್ತು ನಿಯಮ	Decameter	ಹತ್ತು ಮೀಟರ್
Decapod	ದಶಪಾದ	Decasyllable	ದಶಾಕ್ಷರ

Multi (ಅನೇಕ)

Multicoloured	ಬಹುವರ್ಣದ	Multicultural	ಬಹುಸಂಸ್ಕೃತಿಯ
Multifocal	ಬಹುಕೇಂದ್ರೀಯ	Multiform	ಬಹುರೂಪ
Multilateral	ಬಹುಪಕ್ಷೀಯ		

Pro (ಮೊದಲು)

Process	ಪ್ರಕ್ರಿಯೆ	Procession	ಮೆರವಣಿಗೆ
Proclaim	ಘೋಷಣೆ	Procure	ದೊರಕಿಸು
Product	ಉತ್ಪನ್ನ	Profit	ಲಾಭ
Profound	ಗಂಭೀರ	Profuse	ಯಥೇಷ್ಟ
Prologue	ಪ್ರಸ್ತಾವನೆ	Promote	ಉತ್ತೇಜಿಸು
Proportion	ಅನುಪಾತ	Propose	ಪ್ರಸ್ತಾವ ಮಂಡಿಸು
Proposition	ಪ್ರಸ್ತಾವ	Proverb	ಲೋಕೋಕ್ತಿ
Provide	ಕೊಡುವುದು	Provocative	ಉದ್ರೇಕಿಸು

Auto (ಸ್ವತಃ)

Autobiography	ಆತ್ಮಚರಿತ್ರೆ	Autograph	ಹಸ್ತಾಕ್ಷರ
Automate	ಯಾಂತ್ರೀಕರಣ	Automobile	ಮೋಟಾರ್
Auto-rickshaw	ಆಟೋರಿಕ್ಷ		

Co (ಜೊತೆಗೆ)

Co-education	ಸಹಶಿಕ್ಷಣ	Coefficient	ಸಹಕಾರಿ
Coexist	ಸಹಜೀವನ	Cohabit	ಸಹವಾಸ
Cooperate	ಸಹಕಾರ		
Coordinate	ಸಂಯೋಜನೆ		

Suffix (ಪ್ರತ್ಯಯ)

ಶಬ್ದದ ಅಂತ್ಯದಲ್ಲಿ ಜೋಡಣೆಗೊಂಡು, ಮೂಲ ಅರ್ಥವನ್ನು ಪರಿವರ್ತಿಸುವ ಶಬ್ದಗಳನ್ನು ಪ್ರತ್ಯಯ ಎನ್ನುತ್ತಾರೆ. ಇದರ ಸೇರ್ಪಡೆಯಿಂದ ಮೂಲ ಪದದ Part of Speech ಬದಲಾಗುತ್ತದೆ. ಉದಾ: let - booklet, starlet
ಪ್ರತ್ಯಯದಲ್ಲಿ 8 ವಿಭಾಗಗಳಿವೆ.

1. **Noun Suffix** (ನಾಮಪದ ಪ್ರತ್ಯಯ): ನಾಮಪದದ ಜೊತೆಗೆ ಜೋಡಣೆಗೊಂಡು ಹೊಸ ಶಬ್ದದ ರಚನೆ ಮಾಡುತ್ತದೆ.
   (a) let (ಲೆಟ್): booklet (ಪುಸ್ತಕ), leaflet (ಕರಪತ್ರ), starlet (ಸಣ್ಣತಾರೆ)
   (b) ster (ಸ್ಟರ್): gangster – ಗ್ಯಾಂಗ್ ಸ್ಟರ್, gamester – ಆಟಗಾರ
   (c) hood (ಹುಡ್): motherhood –ಮಾತೃತ್ವ, brother bood –ಭ್ರಾತೃತ್ವ, manhood –ಪುರುಷತ್ವ
   boyhood –ಬಾಲತ್ವ
   (d) ess (ಎಸ್): authoress –ಲೇಖಿಕಿ, lioness –ಸಿಂಹಿಣಿ

(e) ship (ಶಿಪ್): friendship -ಸ್ನೇಹ, membership -ಸದಸ್ಯತ್ವ, dictatorship -ಸರ್ವಾಧಿಕಾರ

(f) ful (ಫುಲ್): meaningful - ಅರ್ಥಪೂರ್ಣ, beautiful - ಸುಂದರ, plateful - ತಟ್ಟೆತುಂಬ

(g) cracy (ಕ್ರಸಿ): democracy - ಪ್ರಜಾಪ್ರಭುತ್ವ, bureaucracy - ಅಧಿಕಾರಶಾಹಿ, autocracy - ನಿರಂಕುಶಪ್ರಭುತ್ವ

(h) ing (ಇಂಗ್): going -ಹೋಗುತ್ತಿದ್ದಾನೆ, reading -ಓದುತ್ತಿದ್ದಾನೆ, writing - ಬರೆಯುತ್ತಿದ್ದಾನೆ

(i) ery (ಎರಿ): delivery - ವಿತರಣೆ, slavery - ಗುಲಾಮಗಿರಿ, machinery - ಯಂತ್ರ

(j) dom (ಡಂ): kingdom -ಸಾಮ್ರಾಜ್ಯ, officialdom - ಅಧಿಕಾರಶಾಹಿ

(k) ette (ಎಟ್): kitchenette - ಅಡುಗೆಮನೆ, cigarette - ಸಿಗರೆಟ್

2. **Adjective Suffix (ವಿಶೇಷಣ ಪ್ರತ್ಯಯ):** ನಾಮಪದದ ಜೊತೆಗೆ ಇವು ಸೇರ್ಪಡೆಗೊಂಡು ವಿಶೇಷಣಗಳನ್ನು ರಚಿಸುತ್ತವೆ.

(a) ese (ಎಸ್): Japanese (ಜಪಾನೀಸ್), Chineese (ಚೈನೀಸ್), Burmese (ಬರ್ಮೀಸ್)

(b) ist (ಇಸ್ಟ್): Buddhist (ಬುದ್ಧಿಸ್ಟ್), stylist (ಸ್ಟೈಲಿಸ್ಟ್), royalist (ರಾಯಲಿಸ್ಟ್)

(c) ism (ಇಸಂ): Idealism (ಐಡಿಯಲಿಸಂ), capitalism (ಕ್ಯಾಪಿಟಲಿಸಂ), dualism (ಡುವಲಿಸಂ)

3. **Verb (ಕ್ರಿಯಾಪದ) ಪ್ರತ್ಯಯ:** ಕ್ರಿಯಾಪದದ ಜೊತೆಗೂಡಿದಾಗ ನಿರ್ಮಾಣವಾಗುತ್ತದೆ.

(a) er/or (ಎರ್): Writer (ಲೇಖಕ), employer (ಉದ್ಯೋಗದಾತ), instructor (ಪ್ರಶಿಕ್ಷಕ)

(b) ant (ಎಂಟ್): inhabitant (ನಿವಾಸಿ), informant (ಮಾಹಿತಿದಾರ), constant (ನಿರಂತರ)

(c) ee (ಈ): employee (ಉದ್ಯೋಗಿ), appointee (ನೇಮತದೊಂಡವ), payee (ಪಾವತಿದಾರ)

(d) ation (ಏಷನ್): exploration (ಶೋಧ), victimization (ಶೋಷಣೆ)

(c) al (ಅಲ್): refusal (ನಿರಾಕರಣೆ), revival (ಪುನರುತ್ಥಾನ), removal (ಬರಖಾಸ್ತು)

(f) ment (ಮೆಂಟ್): arrangement (ವ್ಯವಸ್ಥೆ), amazement (ಆಶ್ಚರ್ಯ), government (ಸರ್ಕಾರ)

(g) age (ಏಜ್): coverage (ಕಾರ್ಯಕ್ಷೇತ್ರ), wastage (ವ್ಯರ್ಥ)

(h) ing (ಇಂಗ್): bathing (ಸ್ನಾತ), driving (ಚಾಲನೆ), building (ಕಟ್ಟಡ)

4. **Adjective (ವಿಶ್ಲೇಷಣ)**

(a) ness (ನೆಸ್): happiness (ಸಂತೋಷ), kindness (ಕರುಣೆ), meanness (ನೀಚತನ), sweetness (ಸಿಹಿಯಾದ), usefulness (ಉಪಯುಕ್ತ)

(b) ity (ಇಟಿ): sanity (ಬುದ್ಧಿವಂತಿಕೆ), rapidity (ತೀವ್ರತೆ), diversity (ವೈವಿಧ್ಯ)

(c) ary (ಅರಿ): dictionary (ಶಬ್ದಕೋಶ), military (ಸೈನ್ಯ), arbitrary (ನಿರಂಕುಶ)

5. **ಕ್ರಿಯಾಪದ (Verb) ಪ್ರತ್ಯಯ**

(a) ify (ಇಫೈ): beautify (ಸುಂದರಗೊಳಿಸು), codify (ಕ್ರೋಡೀಕರಿಸು), simplify (ಸರಳಗೊಳಿಸು)

(b) ise (ಐಸ್): symbolise (ಸಾಂಕೇತಿಕತೆ), popularise (ಜನಪ್ರಿಯಗೊಳಿಸು), modernise (ಆಧುನಿಕಗೊಳಿಸು)

(c) en (ಎನ್): ripen (ಪಕ್ವ), widen (ವಿಸ್ತರಿಸು), quicken (ಶೀಘ್ರಗೊಳಿಸು)

6. **Noun (ನಾಮಪದ ಪ್ರತ್ಯಯ)**

(a) ful (ಫುಲ್): delightful (ಸಂತಸಕರ), helpful (ಸಹಾಯದ), hopeful (ಆಶಾಭರಿತ), beautiful (ಸುಂದರ)

(b) like (ಲೈಕ್): manlike (ಪುರುಷನಂಥ), cowlike (ಹಸುವಿನಂಥ), childlike (ಮಗುವಿನಂಥ)

(c) ly (ಲಿ): publicly (ಸಾರ್ವಜನಿಕವಾಗಿ), worldly (ಸಂಸಾರಿಕ), manly (ಸಾಹಸಿ)

(d) y (ವೈ): sandy (ಮರಳುಯುಕ್ತಾ), creamy (ಕೆನೆಭರಿತ), hairy (ರೋಮಭರಿತ)

(e) ish (ಇಷ್): selfish (ಸ್ವಾರ್ಥಿ), foolish (ಮೂರ್ಖ)

7. some/worthy ಮತ್ತು arian suffix (ಪ್ರತ್ಯಯ)ಗಳು ನಾಮಪದದ ಜೊತೆಗೂಡಿ adverbs (ಕ್ರಿಯಾವಿಶೇಷಣ)ಗಳಾಗುತ್ತವೆ. ಉದಾಹರಣೆ: burdensome (ಹೊರೆ), brothersome (ತೊಂದರೆ), praiseworthy (ಹೊಗಳಿಕೆ), noteworthy (ಉಲ್ಲೇಖಾರ್ಹ), seaworthy (ಸಮುದ್ರ ಪ್ರಯಾಣ ಯೋಗ್ಯ), authoritarian (ಅಧಿಕಾರಯುತ), parliamentarian (ಸಂಸದ), disciplinarian (ಶಿಸ್ತುವಂತ)

al/ic,ive ಮತ್ತು 'ous suffix (ಪ್ರತ್ಯಯ)ಗಳು ಮೂಲಶಬ್ದದೊಂದಿಗೆ ಜೋಡಣೆಯಾಗಿ adjective (ವಿಶೇಷಣ)ಗಳು ರಚನೆಯಾಗುತ್ತವೆ. ಉದಾ: cultural (ಸಾಂಸ್ಕೃತಿಕ), editorial (ಸಂಪಾದಕೀಯ), musical (ಸಂಗೀತಕ್ಕೆ ಸಂಬಂಧಿಸಿದ), heroic (ನಿರ್ದಿಷ್ಟ), problematic (ಆಕರ್ಷಕ), specific (ದೋಷಭರಿತ), attractive (ಮಹತ್ವಾಕಾಂಕ್ಷೆಯ), erroneous (ಸ್ವೀಕಾರಾರ್ಹ), ambitious, grievable

ಅನ್ಯವಿಶೇಷಣ ಶಬ್ದಗಳನ್ನು ರಚಿಸುವ ಪ್ರತ್ಯಯಗಳೆಂದರೆ readable, poorish, tallish, walled, wooded, pointed, minded , acceptable

8. **Adverb (ಕ್ರಿಯಾವಿಶೇಷಣ) ರಚಿಸುವ ಪ್ರತ್ಯಯಗಳು**

(a) -ly: happily (ಖುಷಿಯಾಗಿ), loudly (ಗಟ್ಟಿಯಾಗಿ), oddly (ಅಸಮಾನವಾಗಿ), comically (ತಮಾಷೆಯಾಗಿ)

(b) wards: onwards (ನಂತರ), backwards (ಹಿಂದಕ್ಕೆ), homewards (ಮನೆಕಡೆಕೆ)

(c) wise: clockwise (ಗಡಿಯಾರದ ರಚನೆಯಂತೆ), weather-wise (ವಾತಾವರಣದಂತೆ), education-wise (ಶಿಕ್ಷಣಕ್ಕೆ ಅನುಗುಣವಾಗಿ)

ನೆನಪಿನಲ್ಲಿಡಿ

ಈ ಅಧ್ಯಾಯದಲ್ಲಿ Word formation (ಪದನಿರ್ಮಾಣ)ನ ನಿಯಮಗಳ ಬಗ್ಗೆ ಸಂಕ್ಷಿಪ್ತವಾಗಿ ತಿಳಿದುಕೊಂಡಿದ್ದೀರಿ.

1) Suffix ಉಪಸರ್ಗ ಮತ್ತು Prefix ಪ್ರತ್ಯಯಗಳ ಜತೆಗೂಡಿ ರಚನೆಯಾಗುವ ಪದಗಳನ್ನು affixes ಪ್ರತ್ಯಯ ಎನ್ನಲಾಗುತ್ತದೆ. ಇವುಗಳು ಒಂದಕ್ಕಿಂತ ಹೆಚ್ಚು ಉಚ್ಚಾರಣೆ ಹೊಂದುತ್ತವೆ. ಉದಾ: amoral, aback

2. Head word (ಮುಖ್ಯ ಪದ)ಗೆ ಮೊದಲು ಜೋಡಣೆಯಾಗುವ Syllable/Syllablesಗೆ ಉಪಸರ್ಗ Prefi) ಹಾಗೂ ಬಳಿಕ ಜೋಡಣೆಯಾಗುವ Particleಗೆ ಪದಪ್ರತ್ಯಯ Suffix ಎನ್ನಲಾಗುತ್ತದೆ

ವಾಕ್ಯ ರಚನೆ
(SENTENCE CONSTRUCTION)

Definition (ವ್ಯಾಖ್ಯಾನ)

A Sentence is a group of words which conveys complete sense. ಸಂಪೂರ್ಣ ಅರ್ಥ ನೀಡುವ ಪದಗಳ ಗುಂಪನ್ನು sentence (ವಾಕ್ಯ) ಎನ್ನುತ್ತಾರೆ.

Components of Sentence (ವಾಕ್ಯದ ಘಟಕಗಳು)

The words which make a sentence are called components of Sentence. ವಾಕ್ಯದ ರಚನೆಗೆ ನೆರವಾಗುವ ಪದಗಳನ್ನು Components of Sentence (ವಾಕ್ಯದ ಘಟಕಗಳು) ಎನ್ನುತ್ತಾರೆ.

Subject (ಕರ್ತೃ, ವಿಷಯ) ಮತ್ತು verb (ಕ್ರಿಯಾಪದ) ವಾಕ್ಯದ ಪ್ರಮುಖ component (ಘಟಕ)ಗಳಾಗಿದ್ದು, ಅವುಗಳು ಇಲ್ಲದೆ ವಾಕ್ಯದ ರಚನೆ ಸಾಧ್ಯವಿಲ್ಲ.

Example: **1.** Sita came. ಸೀತೆ ಬಂದಳು.

2. Lata will sing. ಲತಾ ಹಾಡುತ್ತಾಳೆ

3. You go. ನೀನು ಹೋಗು.

★ Subject (ಕರ್ತೃ) ಮತ್ತು Verb (ಕ್ರಿಯಾಪದ)ವಲ್ಲದೆ, ವಾಕ್ಯ ರಚನೆಗೆ ನೆರವಾಗುವ ಬೇರೆ components (ಘಟಕ) ಗಳೂ ಇವೆ. ಅವು Adjective (ವಿಶೇಷಣ), Adverb (ಕ್ರಿಯಾ ವಿಶೇಷಣ), Preposition (ಸಂಬಂಧ ಬೋಧಕ), case (ಕಾರಕ) ಇತ್ಯಾದಿ. ಇವು ಅಗತ್ಯಕ್ಕೆ ಅನುಗುಣವಾಗಿ ಬರುತ್ತವೆ. ಇವನ್ನು ಐಚ್ಛಿಕ ಘಟಕಗಳು ಎನ್ನುತ್ತಾರೆ.

Serial of Words (ಪದಕ್ರಮ)

ವಾಕ್ಯದಲ್ಲಿ ಪದಗಳ ಜೋಡಣೆಯ ಕ್ರಮವನ್ನು ಪದಕ್ರಮ ಎನ್ನುತ್ತಾರೆ. ಪ್ರತಿ ಭಾಷೆಗೂ ಅದರದ್ದೇ ಆದ ಪದಕ್ರಮ ಇರುತ್ತದೆ. ಇಂಗ್ಲಿಷ್‌ನಲ್ಲಿ ಕರ್ತೃ + ಕ್ರಿಯಾಪದ+ಕ್ರಮ (Subject + verb + object) ಪದಕ್ರಮ ಇರುತ್ತದೆ.

Example: Ram reads a book. ರಾಮನು ಪುಸ್ತಕವನ್ನು ಓದುತ್ತಿದ್ದಾನೆ.

Parts of the Sentence (ವಾಕ್ಯದ ಭಾಗಗಳು)

ಪ್ರತಿ ವಾಕ್ಯದಲ್ಲೂ 2 ಭಾಗ ಇರುತ್ತದೆ. 1. ಕರ್ತೃ (Subject) 2. ವಿಶೇಷಣ (predicate). ಕರ್ತೃ ಮತ್ತು ಕರ್ತೃವಿನ ಬಗ್ಗೆ ಏನನ್ನಾದರೂ ಹೇಳಲಾಗುತ್ತದೆಯೋ ಅದನ್ನು predicate ಎನ್ನಲಾಗುತ್ತದೆ.

ಆಖ್ಯಾತ ವಿಶೇಷಣ

Subject	Predicate
Kites	fly
Lions	roar
He	shouted
We	slept
Lata	cooked

They	smiled
Ice	melts
Fire	burns

ಈ ವಾಕ್ಯದಲ್ಲಿ ಕರ್ತೃವು noun ನಾಮಪದ ಇಲ್ಲವೇ pranoun ಸರ್ವನಾಮವಾಗಿದ್ದು, predicate ಆಖ್ಯಾತವು ಒಂದು ಕ್ರಿಯೆಯಾಗಿದೆ. subject ಕರ್ತೃ/predicate ಆಖ್ಯಾತದಲ್ಲಿ ಕೆಲವು ವಿಭಾಗಗಳಿವೆ.

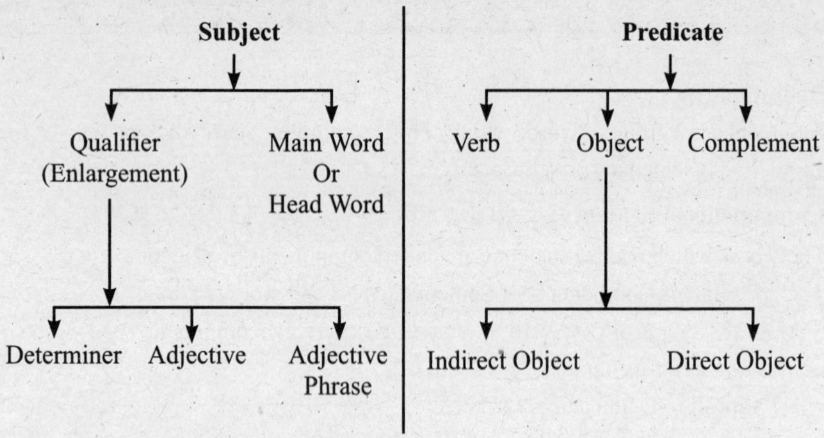

1. Subject (ಕರ್ತೃ) ಚರ್ಚಿಸಲ್ಪಟ್ಟ, ವಿವರಿಸಲ್ಪಟ್ಟ ಇಲ್ಲವೇ ತೊಡಗಿಸಿಕೊಂಡ ವ್ಯಕ್ತಿ ಇಲ್ಲವೇ ವಸ್ತುವೇ ಕರ್ತೃ.

Subject				**Predicate**
Determiner	**Adjective**	**Noun**	**Adjectival Phrase**	
A	valuable	ring	made of gold	was found yesterday
A	tall	soldier	with long moustache	stepped forth
A		knife	stained with blood	was found in his bag
A	little	girl	from the cottage	stood before me
A		friend Garden	in need with cool shady trees	is a friend indeed sorrounded the village
The	tall Wild	boy beasts	in red shirt in small cages	is my brother. are a sorry sight

★ ಮೇಲಿನ ವಾಕ್ಯಗಳಲ್ಲಿ Main word (ಮುಖ್ಯಪದ)ಗಳನ್ನು ವ್ಯಾಖ್ಯಾನಕ್ಕಾಗಿ Determiner (ನಿರ್ಧಾರಕ), Adjective (ವಿಶೇಷಣ) ಮತ್ತು Adjectival phrase (ವಿಶೇಷಣ ನಾಣ್ಣುಡಿ)ಗಳನ್ನು ಪ್ರಯೋಗಿಸಲಾಗಿದೆ. ವಿಶೇಷಣ ನಾಣ್ಣುಡಿಯು ಮುಖ್ಯಪದದ ಬಳಿಕ ಪ್ರಯೋಗಗೊಂಡಿದೆ.

ಮೇಲಿನ ವಾಕ್ಯಗಳಿಂದ ಸ್ಪಷ್ಟವಾಗುವುದೇನೆಂದರೆ,

1. Subject (ಕರ್ತೃ)ವು ಏಕಪದವಾಗಿದ್ದರೆ, Noun (ನಾಮಪದ), Pronoun (ಸರ್ವನಾಮ), Gerund (ಕೃದಂತ ಭಾವನಾಮ) ಅಥವಾ Infinitive (ಭಾವರೂಪ) ಆಗಲಿದೆ.
2. Subject (ಕರ್ತೃ)ವು ವ್ಯಾಖ್ಯಾನಿಸಿದ್ದರೆ ಕರ್ತೃವು Noun (ನಾಮಪದ)ವಾಗಿರಲಿದೆ.

3. Subject (ಕರ್ತೃವಿನ) ವ್ಯಾಖ್ಯಾನವು ಒಂದು ಶಬ್ದದ ಮೂಲಕ ಆಗಿದ್ದರೆ, ಕರ್ತೃವಿಗೆ ಮೊದಲೇ ಬಳಕೆಯಾಗಲಿದ್ದು, ಇದನ್ನು Qualifier(ಗುಣಸಂಬಂಧಿ) ಎನ್ನಲಾಗುತ್ತದೆ.

4. ಒಂದು ವೇಳೆ ಕರ್ತೃವಿನ ವ್ಯಾಖ್ಯಾನಕ್ಕಾಗಿ 2 ಪದ ಬಳಸಿದ್ದರೆ, ಮೊದಲ ಪದವನ್ನು ನಿರ್ಧಾರಕ ಹಾಗೂ ಎರಡನೇ ಶಬ್ದವನ್ನು Qualifier (ಗುಣಸಂಬಂಧಿ) ಎನ್ನಲಾಗುತ್ತದೆ. ಆಗ ಗುಣಸಂಬಂಧಿಯ ವಿಶೇಷಣವಾಗಲಿದೆ.

5. ಕರ್ತೃವಿನ ವ್ಯಾಖ್ಯಾನಕ್ಕೆ Adjectival phrase (ವಿಶೇಷಣ ಜಾಣ್ನುಡಿ) ಬಳಸಿದ್ದರೆ, ಅದು ಕರ್ತೃವಿನ ಬಳಿಕ ಬಳಕೆ ಆಗಿರುತ್ತದೆ.

Note: Qualifier (ಗುಣಸಂಬಂಧಿ) ಹಾಗೂ Determiner (ನಿರ್ಧಾರಕ)ವನ್ನು ಮುಖ್ಯಪದಕ್ಕೆ ಮೊದಲು ಹಾಗೂ Adjectival phrase (ವಿಶೇಷಣ ಜಾಣ್ನುಡಿ) ಬಳಕೆಯು ಮುಖ್ಯಪದದ ಬಳಿಕ ಆಗಲಿದೆ.

☞ Gerund (ಕೃದಂತ ಭಾವನಾಮ) (ಕ್ರಿಯಾಪದ + ing) ಹಾಗೂ Infinitive (ಭಾವಸೂಚಕ) (to + ಕ್ರಿಯಾಪದ)ಗಳು ಕೂಡ ಕರ್ತೃವಿನ ರೂಪದಲ್ಲಿ ಪ್ರಯೋಗಿಸಲ್ಪಡುತ್ತವೆ. ಇವುಗಳನ್ನು ಕೆಲವೊಮ್ಮೆ ಬೇರೆ ಶಬ್ದಗಳ ಪ್ರಯೋಗ ನಡೆಯುತ್ತದೆ. ಈ ಶಬ್ದಗಳು ಅದರ object (ಕರ್ಮ) ಇಲ್ಲವೇ Modifier ಆಗಲಿದೆ. ಇದನ್ನು ಅರ್ಥ ಮಾಡಿಕೊಳ್ಳಲು ಕೆಳಗಿನ ಕೋಷ್ಟಕಗಳನ್ನು ಪರಿಶೀಲಿಸಿ.

Infinitive ಕರ್ತೃ (ಭಾವರೂಪಕ)	**Predicate (ಆಖ್ಯಾತ)**
To work	is to worship.
To drink	is bad for health.
To understand everything	is to forget everything.
To respect the elders	is our duty.
To suffer	is the lot of mankind.
To kill two birds with one stone	was his aim.
Subject Gerund (ಕೃದಂತ ಭಾವನಾಮ)	**Predicate (ಆಖ್ಯಾತ)**
Reading	makes a perfect man.
Seeing	is believing.
Telling lies	is a bad practice.
Eating between meals	is bad for health.

★ It ಮತ್ತು there ಕೂಡ ಕರ್ತೃವಿನ ರೂಪದಲ್ಲಿ ಬಳಕೆಯಾಗುತ್ತದೆ. It ಪ್ರಯೋಗ Impersonal ಅಥವಾ Nautral ಹಾಗೂ There ಪ್ರಯೋಗವು ಪರಿಚಯಿಸುವ ಕ್ರಿಯಾವಿಶೇಷಣ Introductory Adverb ಆಗಲಿದೆ.

Subject ('It' or 'There')	Predicate
It	is mid-night.
It	was the fifteenth of August.
There	are forty girls in the room.
There	is a hundred rupee note in my purse.

2. Predicate (ಆಖ್ಯಾತ): The part of a sentence or clause containing a verb and stating something about the subject. ಕ್ರಿಯಾಪದವನ್ನು ಒಳಗೊಂಡ ವಾಕ್ಯ ಇಲ್ಲವೇ ಖಂಡದ ಭಾಗವಾದ ಹಾಗೂ ಕರ್ತೃವಿನ ಬಗ್ಗೆ ಏನನ್ನಾದರೂ ಹೇಳುತ್ತಿರುವುದೇ Predicate (ಆಖ್ಯಾತ).

ಕರ್ತೃವಿನಲ್ಲಿ ಒಂಟಿ ನಾಮಪದ ಅಥವಾ ಸರ್ವನಾಮ ಹಾಗೂ ಕರ್ತೃವಿನ ಜೊತೆಗೆ ಬೇರೆ ಶಬ್ದವೂ ಇರಬಹುದು ಎಂಬುದನ್ನು ನೋಡಿದ್ದೇವೆ. ಇದೇ ರೀತಿ ಆಖ್ಯಾತದಲ್ಲೂ ಕರ್ತೃವಿನ ಜೊತೆಗೆ ಬೇರೆ ಶಬ್ದ ಪ್ರಯೋಗಿಸಲ್ಪಡಬಹುದು. ಕೆಳಕಂಡ

ಉದಾಹರಣೆಗಳನ್ನು ಪರಿಶೀಲಿಸಿ.

Subject	Predicate
Sham	comes
We	laugh
Bimla	jumps
She	weeps

★ ಇಲ್ಲಿ Predicate (ಆಖ್ಯಾತ)ವು ಒಂದೇ verb (ಕ್ರಿಯಾಪದ)ವಾಗಿದೆ.

Subject	Predicate	
	Verb	Object (Noun or Noun Phrase)
My father	trusts	me.
The snake	bit	the boy.
We	should help	the poor.
The girl	has lost	her doll.
The chairman	has called	a meeting.
The teacher	patted	Sham.

★ ಮೇಲೆ ಉದಾಹರಣೆಗಳಲ್ಲಿ Predicate (ಆಖ್ಯಾತ)ದಲ್ಲಿ ಒಂದಕ್ಕಿಂತ ಹೆಚ್ಚು ಪದಗಳಿವೆ. ಈ ಶಬ್ದದಲ್ಲಿ ಒಂದು verb (ಕ್ರಿಯಾಪದ) ಹಾಗೂ ಉಳಿದ ಪದ object (ಕರ್ಮ)ವಾಗಿದೆ.

Subject	Predicate		
	Verb	Object (Indirect)	Object (Direct)
He	gave	me	a present.
My brother	sent	me	a watch.
Mr. Sharma	taught	us	English.
My friend	offered	me	all help.

★ ಇಲ್ಲಿ ಆಖ್ಯಾತದಲ್ಲಿ ಕ್ರಿಯಾಪದದ ಜೊತೆಗೆ ಕರ್ಮವಿದೆ. ಮೊದಲು ಕರ್ಮ, ವ್ಯಕ್ತಿ ಇದೆ ಹಾಗೂ 2ನೆಯದು ವಸ್ತು. ಮೊದಲ ಕರ್ಮ ಅಂದರೆ ವ್ಯಕ್ತಿಯು Indirect object (ಅಪ್ರತ್ಯಕ್ಷ ಕರ್ಮ) ಹಾಗೂ 2ನೇಯದು ಅಂದರೆ ವಸ್ತುವನ್ನು Direct object (ಪ್ರತ್ಯಕ್ಷ ಕರ್ಮ) ಎನ್ನಲಾಗುತ್ತದೆ.

★ ಕೆಲವೊಮ್ಮೆ Direct object (ಪ್ರತ್ಯಕ್ಷ ಕರ್ಮ)ವು ಸಜೀವ ಆಗಿರುವುದೂ ಇದೆ.

He gave me a *hen*. ಆತ ನನಗೆ ಹೇಟೆಯೊಂದನ್ನು ಕೊಟ್ಟ.

Subject	Verb	Predicate Object (Gerund or Gerundial Phrase)
He	likes	boating.
I	hate	abusing others.
My brother	enjoys	playing hockey.
Mr. Kapoor	loves	teaching.
We	mustn't miss	seeing him.

★ ಮೇಲಿನ ಉದಾಹರಣೆಯಲ್ಲಿ Predicate (ಆಖ್ಯಾತ)ದಲ್ಲಿ ಎರಡು ಭಾಗವಿದೆ. ಮೊದಲಿನದು verb (ಕ್ರಿಯಾಪದ), ಎರಡನೆಯದು ಕೃದಂತಭಾವನಾಮ (Verb + ing). ಇಲ್ಲಿ ಕೃದಂತಭಾವನಾಮವು ಕರ್ಮದಂತೆ ಇದೆ. ಕ್ರಿಯಾಪದ ಮತ್ತು (verb+ing) ಸೇರಿ ಆಖ್ಯಾತ ಆಗಿದೆ.

Subject	Predicate	
	Verb	**Object (Infinitive or Infintive Phrase)**
The crow	tried	to sing.
She	forgot	to return my book.
I	hoped	to secure first division.
Rakesh	proposes	to buy a flat

★ Predicative (ಆಖ್ಯಾತ) Verb (ಕ್ರಿಯಾಪದ)ವು ಕರ್ಮದ ಭಾವರೂಪಕ (to + Verb) ವಾಗಿದೆ. ಕ್ರಿಯಾಪದ ಮತ್ತು ಭಾವರೂಪಕ (to + Verb) ಸೇರಿ ಆಖ್ಯಾತವಾಗಿದೆ.

Subject	Predicate		
	Verb	**Object**	**Complement (Noun/Noun Phrase)**
Pandit Motilal	named	his house	Anand Bhawan.
The teacher	appointed	Ravi	monitor.
The members	elected	him	Secretary.
They	chose	Ram	their leader.

★ Predicative (ಆಖ್ಯಾತ)ನಲ್ಲಿ Verb (ಕ್ರಿಯಾಪದ), object (ಕರ್ಮ) ಮತ್ತು complement (ಪೂರಕ) ವಿದೆ. ಕ್ರಿಯಾಪದ, ಕರ್ಮ ಮತ್ತು ಪೂರಕಗಳು ಒಂದಾಗಿ Predicative (ಆಖ್ಯಾತ)ವಾಗಿದೆ. ಈ ಪೂರಕದಲ್ಲಿ ವಿಶೇಷಣ, ವಿಶೇಷಣ ಜಾಣ್ನುಡಿ ಅಥವಾ ಭೂತಕಾಲದ 3ನೇ ರೂಪವಿದೆ. ಇಂಥ ಪೂರಕಗಳನ್ನು objective (ವಸ್ತು ಪೂರಕ) ಅಥವಾ object complement (ಕರ್ಮ ಪೂರಕ) ಎನ್ನುತ್ತಾರೆ.

Subject	Predicate		
	Verb	**Object**	**Complement (Adj./Adj. Phrase/Past Participle)**
They	thought	it	urgent.
She	keeps	her house	clean.
Your letter	made	me	anxious.
The jury	found	him	guilty.
The Principal	thinks	the peon	very honest.

★ Predicative (ಆಖ್ಯಾತ)ದಲ್ಲಿ Verb (ಕ್ರಿಯಾಪದ) ಮತ್ತು complement (ಪೂರಕ) ಇದೆ. ಮೊದಲ ಮೂರು ವಾಕ್ಯದಲ್ಲಿ ಪೂರಕ, ನಾಮಪದ ಇದೆ. ನಂತರದ 3 ವಾಕ್ಯದಲ್ಲಿ ಪೂರಕ, ವಿಶೇಷಣ ಹಾಗೂ ನಂತರದ ವಾಕ್ಯದಲ್ಲಿ ಪೂರಕ ಹಾಗೂ Adverb ಇದೆ. ಕ್ರಿಯಾಪದ ಮತ್ತು ಪೂರಕ ಸೇರಿ, ಆಖ್ಯಾತ ಆಗಿದೆ. ಇದನ್ನು object complement (ಕರ್ಮ ಪೂರಕ) ಎನ್ನಲಾಗುತ್ತದೆ.

Subject	Predicate	
	Verb	**Object Complement**
Dalip	was	a king. (Noun)
He	is	a doctor. (Noun)
You	are	girls. (Noun)
She	was	lazy. (Adjective)
You	are	smart. (Adjective)
They	are	lucky. (Adjective)
The books	are	on the table. (Adverbial)
Nobody	is	inside. (Adverbial)

Predicative (ಆಖ್ಯಾತ) Verb (ಕ್ರಿಯಾಪದ) ಮತ್ತು complement (ಪೂರಕ) ಇದೆ. ಮೊದಲ ಮೂರು ವಾಕ್ಯದಲ್ಲಿ ಪೂರಕ ಮತ್ತು ನಾಮಪದವಿದೆ. ನಂತರ 3 ವಾಕ್ಯಗಳಲ್ಲಿ ಪೂರಕ, ವಿಶೇಷಣ ಹಾಗೂ ಕೊನೆಯ 3 ವಾಕ್ಯದಲ್ಲಿ ಪೂರಕ ಮತ್ತು ಕ್ರಿಯಾ ವಿಶೇಷಣವಿದೆ. ಕ್ರಿಯಾಪದ ಮತ್ತು ಪೂರಕ ಸೇರಿ, ಆಖ್ಯಾತ ಆಗಿದೆ. ಇಂಥ ಪೂರಕಗಳನ್ನು subjective or subject complement (ಕರ್ತೃ ಪೂರಕ)ಗಳು ಎನ್ನುತ್ತಾರೆ.

★ ಕ್ರಿಯಾಪದ (is, am, are, was, were)ವುಳ್ಳ ವಾಕ್ಯವನ್ನು ಪೂರ್ಣಗೊಳಿಸಲು complement (ಪೂರಕ) ವನ್ನು ಬಳಸಲಾಗುತ್ತದೆ. ಸಕರ್ಮಕ ಕ್ರಿಯಾಪದವು ತನ್ನೊಡನೆ object (ಕರ್ಮ)ನ್ನು ಹೊಂದಿರುತ್ತದೆ.

Kinds of Sentences (ವಾಕ್ಯದ ವಿಧಗಳು)

ವಾಕ್ಯದಲ್ಲಿ 5 ವಿಧ.

1. Assertive (ವಿಧಿಸೂಚಕ)
2. Interrogative (ಪ್ರಶ್ನಾವಾಚಕ)
3. Imperative (ಆದೇಶಾತ್ಮಕ)
4. Exclamatory (ವಿಸ್ಮಯಾದಿಬೋಧಕ)
5. Optative (ಇಚ್ಛಾರ್ಥಕ)

1. Assertive Sentences (ವಿಧಿಸೂಚಕ ವಾಕ್ಯಗಳು): (Subject + verb + object + ...) (ಕರ್ತೃ+ ಕ್ರಿಯಾಪದ+ಕರ್ಮ+......) ಒಳಗೊಂಡಿರುತ್ತದೆ. ಇದು ಸ್ವೀಕಾರಾತ್ಮಕ (Affirmative) ಇಲ್ಲವೇ ನಿಷೇಧಾತ್ಮಕ (Negative) ಆಗಿರಬಹುದು.

1. The earth moves round the sun. (Affirmative). ಭೂಮಿಯು ಸೂರ್ಯನ ಸುತ್ತ ಸುತ್ತುತ್ತದೆ. (ಸ್ವೀಕಾರಾತ್ಮಕ)
2. Smoking is injurious to health. (Negative). ಧೂಮಪಾನ ಆರೋಗ್ಯಕ್ಕೆ ಹಾನಿಕರ (ನಿಷೇಧಾತ್ಮಕ)
3. Cricket is my favourite game. (Affirmative). ಕ್ರಿಕೆಟ್ ನನ್ನ ಮೆಚ್ಚಿನ ಆಟ (ಸ್ವೀಕಾರಾತ್ಮಕ)

2. Interrogative (ಪ್ರಶ್ನಾ ವಾಚಕ ವಾಕ್ಯಗಳು): (Verb + object + ...?) (ಕ್ರಿಯಾಪದ + ಕರ್ಮ+.....?) ಪ್ರಶ್ನೆಯನ್ನು ಕೇಳಲು ಬಳಕೆಯಾಗುತ್ತದೆ.

1. Is she a doctor? ಆಕೆ ವೈದ್ಯಳಾ?
2. Who knocks at the door? ಬಾಗಿಲು ತಟ್ಟುತ್ತಿರುವವರು ಯಾರು?
3. Will you help me in this matter? ಈ ವಿಷಯದಲ್ಲಿ ನೀನು ನನಗೆ ನೆರವಾಗುವೆಯಾ?
4. Where is she putting up these days? ಈಗ ಆಕೆ ಎಲ್ಲಿ ಇರುತ್ತಾಳೆ?

3. Imperative (ಆದೇಶಾತ್ಮಕ ವಾಕ್ಯ): (ಕ್ರಿಯಾಪದದ ಮೊದಲ ರೂಪ/ Do not+ ಮೊದಲ ರೂಪ+........) Order (ಆದೇಶ), advice (ಸಲಹೆ), request (ಮನವಿ) ಸಲ್ಲಿಕೆಗೆ ಬಳಕೆಯಾಗುತ್ತದೆ.

1. Type these letters at once (Order). ಈ ಪತ್ರಗಳನ್ನು ತಕ್ಷಣವೇ ಟೈಪ್ ಮಾಡು(ಆಜ್ಞೆ)
2. Always help the needy (Advice). ಅಗತ್ಯವಿರುವವರಿಗೆ ನೆರವು ನೀಡು(ಸಲಹೆ)

3. Please lend me your scooter (Request). ನಿನ್ನ ಸ್ಕೂಟರನ್ನು ನನಗೆ ದಯವಿಟ್ಟು ಕೊಡು(ಮನವಿ)
4. Do not smoke in the library (Prohibition). ಗ್ರಂಥಾಲಯಗಳಲ್ಲಿ ಸಿಗರೇಟ್ ಸೇದಬೇಡ(ನಿಷೇಧ)

4. **Exclamatory (ವಿಸ್ಮಯಾದಿ ಬೋಧಕ ವಾಕ್ಯ):** ವಿಸ್ಮಯಭಾವವನ್ನು ಪ್ರಕಟಿಸಲು ಬಳಸಲಾಗುತ್ತದೆ.
   1. Hurrah! we have won the match (Joy). ಹುರ್ರಾ, ನಾವು ಪಂದ್ಯವನ್ನು ಗೆದ್ದೆವು! (ಖುಷಿ)
   2. Alas! I have lost my umbrella (Sorrow). ಅಯ್ಯೋ, ನಾನು ಕೊಡೆಯನ್ನು ಕಳೆದುಕೊಂಡೆ(ದುಃಖ)
   3. How pretty the picture is! (Surprise). ಈ ಚಿತ್ರ ಎಷ್ಟು ಸುಂದರವಾಗಿದೆ(ಆಶ್ಚರ್ಯ)

5. **Optative (ಇಚ್ಛಾರ್ಥಕ ವಾಕ್ಯ):** ಈ ವಾಕ್ಯಗಳಲ್ಲಿ ಇಚ್ಛೆ ಅಥವಾ ಆಶೀರ್ವಾದದ ಭಾವ ಪ್ರಕಟವಾಗುತ್ತದೆ.
   1. May you live long! ನೀನು ದೀರ್ಘಕಾಲ ಬಾಳು!
   2. Would that I were rich! ನಾನು ಶ್ರೀಮಂತನಾಗಿದ್ದರೆ!
   3. May God grant you children! ದೇವರು ನಿನಗೆ ಮಕ್ಕಳನ್ನು ಕೊಡಲಿ!

ನೆನಪಿನಲ್ಲಿಡಿ

Sentence formation (ವಾಕ್ಯ ರಚನೆ) ಹೇಗೆ ಎಂಬುದನ್ನು ಈ ಅಧ್ಯಾಯದಲ್ಲಿ ತಿಳಿದಿದ್ದೇವೆ. Subject + verb + object + other words (ಕರ್ತೃ + ಕ್ರಿಯಾಪದ + ಕರ್ಮ + ಇತರ ಶಬ್ದಗಳು) ವಾಕ್ಯ ರಚನೆಯಲ್ಲಿ ಪಾಲ್ಗೊಳ್ಳುತ್ತವೆ.

Example: Oh! Ratan, my best friend, when did you come here and what did you bring for me. ಓ ರತನ್, ಆತ್ಮೀಯ ಗೆಳೆಯನೇ, ನೀನು ಯಾವಾಗ ಇಲ್ಲಿಗೆ ಬಂದೆ ಹಾಗೂ ನನಗಾಗಿ ಏನು ತಂದಿರುವೆ? ಈ ವಾಕ್ಯದಲ್ಲಿ ಅರೆ (ವಿಸ್ಮಯಾದಿ ಬೋಧಕ), ರತನ್(ನಾಮಪದ)

1. ನನ್ನ (ಸರ್ವನಾಮ), ಆತ್ಮೀಯ(ವಿಶೇಷಣ), ಯಾವಾಗ(ಕ್ರಿಯಾ ವಿಶೇಷಣ), ಬಂದೆ(ಕ್ರಿಯಾಪದ) ಮತ್ತು (ಸಂಯೋಜಕ), ನನಗಾಗಿ(ಸಂಬಂಧ ಬೋಧಕ) ಪದಗಳಿವೆ. Oh (Interjection) Ratan (Noun), my (Pronoun), best (Adjective), when (Adverb), come (Verb) and Conjunction for Preposition ಪ್ರಯೋಗಿಸಲ್ಪಟ್ಟಿದೆ.
2. ಓದುಗರು ನಿಯಮಕ್ಕೆ ಅನುಸಾರ ವಾಕ್ಯ ರಚನೆಯನ್ನು ಅಭ್ಯಾಸ ಮಾಡಿಕೊಳ್ಳಬಹುದು.

ಸಾಮಾನ್ಯ ಲಲರಯಿಪಗಳಯೆ
(COMMON ERRORS)

ಇಂಗ್ಲಿಷ್‌ನಲ್ಲಿ ಮಾತನಾಡುವಾಗ ಮೊದಮೊದಲು ತಪ್ಪುಗಳು ಆಗುವುದು ಸಾಮಾನ್ಯ. ಉನ್ನತ ಅಧಿಕಾರಿ, ಸಿಬ್ಬಂದಿ, ಪುರುಷ, ಸ್ತ್ರೀ, ಯುವಕ, ವೃದ್ಧರು, ವ್ಯಾಪಾರಿ ಸೇರಿದಂತೆ ಜನರ ಜೊತೆ ಮಾತನ್ನಾಡುವಾಗ ತಪ್ಪು ಮಾಡುವುದಿದೆ. ಕೆಳಗಿನ ಪಟ್ಟಿಯಲ್ಲಿ ತಪ್ಪು ಒಪ್ಪು ನೀಡಲಾಗಿದೆ.

	Incorrect (ತಪ್ಪು)	**Correct (ಒಪ್ಪು)**
1.	My *hairs are* black.	My *hair is* black.
2.	I need a *blotting*.	I need a *blotting paper*.
3.	He works better than *me*.	He works better than *I*.
4.	I *availed* of the opportunity.	I *availed myself* of the opportunity.
5.	The two sisters are quarrelling with *one another*.	The two sisters are quarrelling with *each other*.
6.	He is guilty. Isn't *it*?	He is guilty. Isn't *he*?
7.	I beg *you leave*.	I beg *leave of you*.
8.	He is *more cleverer* than his brother.	He is *cleverer* than his brother.
9.	*The* Gold is a precious metal.	Gold is a precious metal.
10.	She has *got* headache.	She has *got* a headache.

☞ ಮೇಲೆ ತಪ್ಪು ಸರಿ ಪದ ಪ್ರಯೋಗ/ ವಾಕ್ಯ ರಚನೆಯನ್ನು ನೀಡಲಾಗಿದೆ. ಈ ವಾಕ್ಯಗಳಲ್ಲಿ ನಾನಾ ರೀತಿಯ ತಪ್ಪುಗಳಿವೆ. ಇವನ್ನು ಗಮನವಿರಿಸಿ ಓದಿ ತಿಳಿದುಕೊಳ್ಳಬೇಕಿದೆ. ಇಂಗ್ಲಿಷ್ ಬಹು ವ್ಯಾಪ್ತಿಯ ಭಾಷೆ. ಅದರ ಶಬ್ದ ಪ್ರಯೋಗ ಕೂಡ ದೊಡ್ಡ ವ್ಯಾಪ್ತಿಯದಾಗಿರುವುದು ಸಹಜವೇ ಹೌದು.

☞ ಕನ್ನಡ ಒಂದು ಸಮೃದ್ಧ ಭಾಷೆ. ಅದರಲ್ಲಿ ಕೂಡ ತಪ್ಪು ಪ್ರಯೋಗ ನಡೆಯುತ್ತದೆ. ಭಾಷೆ ಎಂಬುದು ಶ್ರದ್ಧೆಯಿಂದ ಕಲಿಯಬೇಕಾದ ಸಂಗತಿ. ಕನ್ನಡ ನಮ್ಮ ಮಾತೃಭಾಷೆಯಾಗಿದ್ದು, ಮಾತನ್ನಾಡುವುದು ಸಹಜವಾಗಿ ಬರುತ್ತದೆ. ಬರಹ ಕಲಿಕೆಯಿಂದಷ್ಟೇ ಬರುತ್ತದೆ.

☞ ಮೊದಲಿನ ಕಲಂನಲ್ಲಿ ತಪ್ಪು ಪ್ರಯೋಗ, ಲೋಪ ದೋಷಗಳನ್ನು ಗುರುತಿಸಲಾಗಿದೆ. ಇಂಥ ಪ್ರಯೋಗ ಎಲ್ಲಿ ಆಗಿದೆ ಎಂಬುದು ಒಂದೆರಡು ಸಲ ಓದಿದರೆ ಸ್ಪಷ್ಟವಾಗಲಿದೆ. ಎರಡನೆಯ ಕಾಲಂನಲ್ಲಿರುವ ವಾಕ್ಯಗಳಲ್ಲಿ ಸರಿ ಪ್ರಯೋಗವಿದ್ದು, ಎರಡು ಕಾಲಂಗಳನ್ನೂ ಹೋಲಿಕೆ ಮಾಡಿ ನೋಡಬೇಕಿದೆ. ನಿರಂತರ ಓದಿನಿಂದ ಕ್ರಮೇಣ ತಪ್ಪುಗಳು ಕಡಿಮೆಯಾಗಿ ಭಾಷೆಯ ಮೇಲೆ ಹಿಡಿತ ಸಿಗಲಿದೆ. ಸರಿಯಾದ ಪ್ರಯೋಗ ಸಾಧ್ಯವಾಗಲಿದೆ. ಸರಿ-ತಪ್ಪು ನಡುವೆ ವ್ಯತ್ಯಾಸ ತಿಳಿದುಬರಲಿದೆ.

☞ ನೀವು ಭಾಷೆಯನ್ನು ಸರಿಯಾಗಿ ಬಳಸಲು ಸಿದ್ಧರಿದ್ದೀರಾ? ಸರಿ ಹಾಗಾದರೆ ಮುಂದುವರಿಯೋಣ.

Errors in the Use of Nouns (ನಾಮಪದದ ಬಳಕೆಯಲ್ಲಿ ತಪ್ಪು)

1. (a) Scenery, issue, hair, furniture, machinery, fruit (b) poor, rich, bread, work ಶಬ್ದಗಳು ಏಕವಚನ (Singular Form) ದಲ್ಲಿ ಇರುತ್ತವೆ.

S. No.	Incorrect (ತಪ್ಪು)	Correct (ಒಪ್ಪು)
1.	The *sceneries* of Kashmir *are* very charming.	The *scenery* of Kashmir *is* very charming.
2.	Sudha has no *issues*.	Sudha has no *issue*.
3.	She had gone to buy *fruits*.	She had *gone* to buy *fruit*.
4.	Her *hairs are* black.	Her *hair is* black.
5.	The mother feeds the *poors*.	The mother feeds the *poor*.
6.	I told *these news* to my father.	I told *this news* to my father.
7.	The fleet *were* destroyed by the enemy.	The fleet *was* destroyed by the enemy.
8.	These buildings are made of *bricks* and *stones*.	These buildings are made of *brick* and *stone*.
9.	He has no more *breads* to give to the beggars.	He has no more *bread* to give to the beggars.
10.	I'll go to the town on *feet*.	I'll go to the town on *foot*.

2. Advice, mischief, abuse, alphabet ಈ ಶಬ್ದಗಳು singular (ಏಕವಚನ)ನಲ್ಲಿ ಹಾಗೂ Advices ಇತ್ಯಾದಿ plural (ಬಹುವಚನ)ನಲ್ಲಿ ಇರುತ್ತವೆ.

1.	The teacher gave us many *advices*.	The teacher gave us many *pieces* of *advice*.
2.	My younger brother did many *mischiefs*.	My younger brother did many *acts of mischief*.
3.	The boys were shouting *abuses*.	The boys were shouting *words of abuse*.
4.	I have learnt the *alphabets*.	I have learnt the *letters of the alphabet*.

3. Rupee, dozen, mile, year, foot ಇನ್ನಿತರ ಸಂಖ್ಯಾವಾಚಕ (numeral) ಶಬ್ದಗಳು singular (ಏಕವಚನ)ನಲ್ಲಿ ಪ್ರಯೋಗಿಸಲ್ಪಡುತ್ತವೆ. five rupee note ಸರಿ. Five rupees note ತಪ್ಪು.

1.	I have a five *rupees* note.	I have a five *rupee* note.
2.	They bought two *dozens* pencils.	They bought two *dozen* pencils.
3.	He ran in a two *miles* race.	He ran in a two *mile* race.
4.	Abida is a ten *years* old girl.	Abida is a ten *year* old girl.
5.	It's a three *feet-rule*.	It's a three *foot-rule*.

4. Vegetables (ತರಕಾರಿ), spectacles (ಕನ್ನಡಕ), trousers (ಪ್ಯಾಂಟ್/ಪೈಜಾಮಾ), Himalayas (ಹಿಮಾಲಯ), people (ಜನ), orders (ಆದೇಶ), repairs (ದುರಸ್ತಿ) ಇವು ಬಹುವಚನದಲ್ಲಿರಬೇಕು. ಏಕವಚನ ಬಳಕೆ ತಪ್ಪು.

1.	I had gone to buy *vegetable*.	I had gone to buy *vegetables*.
2.	The road is closed for *repair*.	The road is closed for *repairs*.
3.	The court passed *order* for his release.	The court passed *orders* for his release.
4.	Very few *peoples* are hard-working.	Very few *people* are hard-working.
5.	His *spectacle is* very expensive.	His *spectacles are very expensive.*
6.	The *scissor is blunt.*	The *scissors are blunt.*
7.	Your *trouser is* not *loose.*	Your *trousers are* not loose.
8.	The *Himalaya is* the highest *mountain.*	The *Himalayas are* the highest *mountains.*

5. Fish (ಮೀನು) , deer (ಜಿಂಕೆ), sheep (ಕುರಿ), cattle (ದನಕರು), people (ಜನ) ಇತ್ಯಾದಿ plural (ಬಹುವಚನ)ದಲ್ಲಿದ್ದರೂ, singular (ಏಕವಚನ) ಬಳಸಬೇಕು.

1.	The fisherman catches many *fishes* in the pond.	The fisherman catches many *fish* in the pond.
2.	I saw many *sheeps* and *deers* in the jungle.	I saw many *sheep* and *deer* in the jungle.
3.	The *cattles are* returning to the village.	The *cattle is* returning to the village.

ಕೆಲವರು ಶಬ್ದಗಳನ್ನೇ ಬಿಟ್ಟು ಮಾತನ್ನಾಡುತ್ತಾರೆ. ಅದು ನಗೆ ಚಾಟಿಕೆಗೆ ಕಾರಣವಾಗುತ್ತದೆ. ಇಂಥ ತಪ್ಪುಗಳನ್ನು ತಡೆಯಬೇಕಿದೆ.

1.	This is not my *copy*.	This is not my copy-book.
2.	Bring some *blotting* from the office.	Bring some *blotting paper* from the office.
3.	Suman lives in the *boarding*.	Suman lives in the *boarding house*.
4.	Please, put your *sign* here.	Please, put your *signature* here.

Errors in the Use of Pronouns (ಸರ್ವನಾಮಗಳ ಬಳಕೆಯಲ್ಲಿ ತಪ್ಪು)

S. No.	Incorrect (ತಪ್ಪು)	Correct (ಒಪ್ಪು)
1.	It is *me*.	It is *I*.
2.	I, *you* and *he* will go to Calcutta tomorrow.	You, *he* and *I* will go to Calcutta tomorrow.
3.	You are wiser than *me*.	You are wiser than *I*.
4.	Let her and *I* do this work.	Let her and *me* do this work.
5.	*One* should do *his* duty.	*One* should do *one's* duty.
6.	*Everyone* must do *their* best.	*Every one* must do *his* best.
7.	*Every man* and boy is busy with *their* work.	*Every man* and boy is busy with *his* work.
8.	These *two* sisters love *one another*.	These *two* sisters love *each other*.
9.	These *three* sisters love *each other*.	These *three* sisters love *one another*.
10.	*Neither* Rekha *nor* Rani *are* in the class.	*Neither* Rekha *nor* Rani *is* in the class.

☞ I, you ಮತ್ತು He ಒಂದೇ ವಾಕ್ಯದಲ್ಲಿ ಪ್ರಯೋಗಿಸಲ್ಪಟ್ಟಿದ್ದರೆ, ಕ್ರಮ ಈ ರೀತಿ ಇರಲಿದೆ. You (ಅವನು, He (ಅವನು) ಮತ್ತು I (ನಾನು)

☞ Let ಜೊತೆಗೆ him, her ಮತ್ತು me ಬರುತ್ತದೆ. He, She, I ಬರುವುದಿಲ್ಲ.

☞ Everyone, every man ಶಬ್ದಗಳ ಬಳಿಕ ಸಂಬಂಧಕಾರಕ his ಅಥವಾ her ಇರುತ್ತದೆ. thier ಅಲ್ಲ. One (pronoun) ಬಳಿಕ One's ಇರುತ್ತದೆ. his, her ಅಥವಾ their ಅಲ್ಲ.

☞ ಇಬ್ಬರು ವ್ಯಕ್ತಿಗಳಿದ್ದಾಗ each, other, 3 ಅಥವಾ ಅದಕ್ಕಿಂತ ಹೆಚ್ಚು ಜನರಿದ್ದಾಗ one another ಬಳಕೆಯಾಗುತ್ತದೆ.

☞ Neither-nor ಬಳಿಕ singular (ಏಕವಚನ) is ಮತ್ತಿತರವು ಬಳಸಲಾಗುತ್ತದೆ. ಇದನ್ನು ವ್ಯಕ್ತಿಗಳ ಅರ್ಥದಲ್ಲಿ ಪ್ರಯೋಗಿಸಲ್ಪಡುತ್ತದೆ.

☞ ಬಹಳ ವಸ್ತುಗಳ ನಡುವೆ 'ಯಾವುದೂ ಅಲ್ಲ' ಎಂದು ತಿಳಿಸಲು none ಬಳಸಲಾಗುತ್ತದೆ. neither ಅಲ್ಲ.

☞ Enjoy, hid, resign, apply, avail, absent ಇನ್ನಿತರ ಕ್ರಿಯಾಪದಗಳ ಬಳಿಕ himself, herself, themselves, yourself, myself, ourselves ಬಳಸಲಾಗುತ್ತದೆ.

☞ My ಮತ್ತು mine ಅರ್ಥ you ಮತ್ತು yours, our/ours ಅರ್ಥ ನಮ್ಮ ಎಂದು. ಆದರೆ ಪ್ರಯೋಗಿಸುವಾಗ a) my, you, our ಬಂದಾಗ ಬಳಿಕ noun (ನಾಮಪದ) ಬರುತ್ತದೆ. my pen, your father, our mother ಇತ್ಯಾದಿ. b) ಸರ್ವನಾಮದ ಬಳಿಕ ನಾಮಪದ ಬಾರದಿದ್ದಲ್ಲಿ, mine, yours, ours ಇತ್ಯಾದಿ ಜೋಡಣೆ ಆಗುತ್ತದೆ.

Errors in the Use of Adjectives (ವಿಶೇಷಣಗಳ ಬಳಕೆಯಲ್ಲಿ ತಪ್ಪು)

S. No.	Incorrect (ತಪ್ಪು)	Correct (ಒಪ್ಪು)
1.	You are *more stronger* than I.	You are *stronger* than I.
2.	She is growing *weak* and *weak* everyday.	She is growing *weaker* and *weaker* everyday.
3.	Mohan is *elder* than Sohan	Mohan is *older* than Sohan.
4.	Delhi is *older* than other cities in India.	Delhi is the *oldest* city in India.
5	Bombay is *further* from Delhi than Amritsar.	Bombay is *farther* from Delhi than Amritsar.
6.	Have you *any* ink?	Do you have *some* ink?
7.	Have she *much* books?	Does she have *many* books?
8.	Lila was her *oldest* daughter.	Lila was her *eldest* daughter.
9.	Lila was the *eldest* of the two sisters.	Lila was the *elder* of the two sisters
10.	He is the *youngest* and *most* intelligent of my two sons.	He is *younger* and *more* intelligent of my two sons.

☞ Elder ಮತ್ತು older ಪದದ ಅರ್ಥ ಹಿರಿಯವನು ಎಂದು . elder ಅನ್ನು elder brother, elder sister ನಲ್ಲೂ ಬಳಸುತ್ತಾರೆ. ಇಬ್ಬರು ವ್ಯಕ್ತಿಗಳು ಭಿನ್ನವಾಗಿದ್ದಲ್ಲಿ, older ನ್ನು ಬಳಸಲಾಗುತ್ತದೆ. ಉದಾ: Mohan is older than Sohan.

☞ Furthur ಮತ್ತು farther (ದೂರ) ನ್ನು ಅರ್ಥ ಮಾಡಿಕೊಂಡು (ಪ್ರತ್ಯೇಕ) ಬಳಸಬೇಕು.

☞ Many ಸಂಖ್ಯಾವಾಚಕ ವಿಶೇಷಣ ಉದಾ: Many books Much ಎಂಬುದು ಪರಿಮಾಣವಾಚಕ ವಿಶೇಷಣ ಉದಾ: Much water (ಹೆಚ್ಚು ನೀರು)

- ವಿಶೇಷಣಗಳ ಮೂರು ಅವಸ್ಥೆಗಳನ್ನು (three degrees) ಸಮಯಾನುಸಾರ ಯೋಚಿಸಿ ಬಳಸಬೇಕು.
- Many ನಂತೆ Few ಕೂಡ ಸಂಖ್ಯಾವಾಚಕ ಹಾಗೂ less ಪರಿಮಾಣವಾಚಕ. ಸೂಕ್ತ ಕಂಡಲ್ಲಿ ಮಾತ್ರ ಬಳಸಬೇಕು.

Errors in the Use of Verbs (ಕ್ರಿಯಾಪದಗಳ ಬಳಕೆಯಲ್ಲಿ ತಪ್ಪು)

S. No.	Incorrect (ತಪ್ಪು)	Correct (ಒಪ್ಪು)
1.	Her father told me that honesty *was* the best policy.	Her father told me that honesty *is* the best policy.
2.	The cashier-cum-accountant *have* come.	The cashier-cum-accountant *has* come.
3.	The cashier and the accountant *has* come.	The cashier and the accountant *have* come.
4.	*Can* I come in, sir?	*May* I come in, sir?
5.	I'm so weak that I *may not* walk.	I'm so weak that I *cannot* walk.
6.	Tell me why *are you* abusing him.	Tell me why *you are* abusing him.
7.	Radha *as well as* her other sisters *are* beautiful.	Radha *as well as her other sisters* is beautiful.
8.	I *am* ill for two weeks.	I *have been* ill for two weeks.
9.	The ship *was drowned.*	The ship *sank.*
10.	He *has stole* a pen.	He *has stolen* a pen.

- Can ಮತ್ತು may ಅರ್ಥ ಸಾಧ್ಯ ಎಂದು. ಆದರೆ, can ಬಳಕೆಯು ಶಕ್ತಿ ಹಾಗೂ may ಆಜ್ಞೆಯ ಅರ್ಥದಲ್ಲಿ ಬಳಸಲ್ಪಡುತ್ತದೆ.
- As well as ಗೆ ಮುನ್ನ ಕರ್ತೃ ಏಕವಚನದಲ್ಲಿದ್ದರೆ, ಕ್ರಿಯೆ ಕೂಡ ಏಕವಚನದಲ್ಲಿ ಇರುತ್ತದೆ.
- ವಾಕ್ಯವು why ನಂಥ ಶಬ್ದದ ಜೊತೆಗೆ indirect form (ಅಪರೋಕ್ಷ ರೂಪ)ನಲ್ಲಿ ಇದ್ದರೆ, what are you ಜಾಗದಲ್ಲಿ why are you ಬರಲಿದೆ. ಇಂಥ ವಾಕ್ಯದಲ್ಲಿ ಪ್ರಶ್ನಾರ್ಥಕ ಚಿಹ್ನೆ ಇರಲಿದೆ.
- Drown ಮತ್ತು sink ಅರ್ಥ ಮುಳುಗು ಎಂದು. ಪ್ರಾಣವಿರುವಂಥದ್ದು ಮುಳುಗಿದರೆ drown ಹಾಗೂ ವಸ್ತುಗಳು ಮುಳುಗಿದರೆ sink ಬಳಸಲಾಗುತ್ತದೆ.
- ಸಾಮಾನ್ಯ ಭವಿಷ್ಯತ್‌ನ್ನು ತಿಳಿಸಲು I, we ಜೊತೆಗೆ shall ಹಾಗೂ he, she, the, you ಜೊತೆಗೆ will ಬಳಸಲಾಗುತ್ತದೆ. ದೃಢ ನಿರ್ಣಯ ಇಲ್ಲವೇ ಬೆದರಿಕೆ ಒಡ್ಡಲು, I, we ಜೊತೆಗೆ will ಮತ್ತು he, she, they, you ಜೊತೆಗೆ shall ಪ್ರಯೋಗಿಸಲ್ಪಡುತ್ತದೆ.
- Shall ನ Past tense (ಭೂತಕಾಲ ರೂಪ) should. ಯಾವ ವಾಕ್ಯದಲ್ಲಿ should ಈ ಅರ್ಥದಲ್ಲಿ ಬಳಸಲ್ಪಟ್ಟಿದೆಯೋ ಆ ವಾಕ್ಯದಲ್ಲಿ 2ನೇ ಕ್ರಿಯೆಯೂ ಭೂತಕಾಲದಲ್ಲೇ ಆಗಮಿಸಲಿದೆ.
- Neither, seldom negative (ನಕಾರಾತ್ಮಕ) ಶಬ್ದಗಳಲ್ಲಿ (ಬೇರೆ ನಕಾರಾತ್ಮಕ ವಾಕ್ಯಗಳಂತೆ) do, did ಬಳಸಲಾಗುತ್ತದೆ.
- 23ನೇ ವಾಕ್ಯ 'his chidren' ಏಕೆ ಬಂದಿದೆ? their children ಏಕೆ ಬಂದಿಲ್ಲ? ಏಕೆಂದರೆ his ಸಂಬಂಧ ತಂದೆಯ ಜೊತೆ ಇದೆ, children ಜೊತೆ ಅಲ್ಲ. ಹೀಗಾಗಿ ಅಲ್ಲಿ his ಬಳಕೆ ಸರಿ.

Errors in the Use of Adverbs (ಕ್ರಿಯಾವಿಶೇಷಣಗಳ ಬಳಕೆಯಲ್ಲಿ ತಪ್ಪು)

S. No.	Incorrect (ತಪ್ಪು)	Correct (ಒಪ್ಪು)
1.	I play basket-ball *good.*	I play basket-ball *well.*
2.	I am *very much* sorry.	I am *very* sorry.
3.	It is *much* cold today.	It is *very* cold today.

4.	The horse is *too* tired.	The horse is *very* tired.
5.	This girl is *very* poor *to* pay her dues.	This girl is *too* poor *to* pay her dues.
6.	She is *too* weak *for* walk.	She is *too* weak *to* walk.
7.	I am *too* pleased.	I am *much* pleased.
8.	We *slowly walked.*	We *walked slowly.*
9.	We should *only* fear *God.*	We should fear *God only.*
10.	This house is *enough large* for them.	This house is *large enough* for them.

- Well adverb (ಕ್ರಿಯಾವಿಶೇಷಣ) ಜಾಗದಲ್ಲಿ good adjective (ವಿಶೇಷಣ) ಬಳಸುವುದಿಲ್ಲ.
- Too ಮತ್ತು very ಈ ಎರಡರ ಅರ್ಥ ಬಹಳ. ಆದರೆ too ಬಳಿಕ ಸಂಬಂಧಿತ ಶಬ್ದ to ಜೋಡಿಸಲಾಗುತ್ತದೆ. ಉದಾ: she is too weak to walk (ಆಕೆ ನಡೆಯಲು ಆಗದಷ್ಟು ದುರ್ಬಲಳಾಗಿದ್ದಾಳೆ).
- Slowly, clearly ಇತ್ಯಾದಿ adverb (ಕ್ರಿಯಾವಿಶೇಷಣ)ಗಳು ಪ್ರಾಯಶಃ ಕ್ರಿಯೆಯ ಬಳಿಕ ಜೋಡಣೆಯಾಗುತ್ತದೆ.
- Comparatively better ಬಳಕೆ ತಪ್ಪು. better ಎಂಬುದರಲ್ಲಿ ಉತ್ತಮ ಎಂಬ ಭಾವವಿದೆ. ಆದ್ದರಿಂದ comparatively ಎಂಬುದು ಬೇಕಿಲ್ಲ.
- ವಾಕ್ಯ 25ರಲ್ಲಿ he is now too strong to walk ಎಂಬುದು ತಪ್ಪು. ಇದರರ್ಥ ಆತ ಈಗ ಎಷ್ಟು ಶಕ್ತಿಶಾಲಿ ಎಂದರೆ ನಡೆಯಲಾರದಷ್ಟು. ಆದ್ದರಿಂದ too strong ಬದಲು strong enough ಪ್ರಯೋಗಿಸಲ್ಪಟ್ಟಿದೆ.

Errors in the Use of Conjunctions (ಸಂಯೋಜಕಗಳ ಬಳಕೆಯಲ್ಲಿ ತಪ್ಪು)

S. No.	Incorrect (ತಪ್ಪು)	Correct (ಒಪ್ಪು)
1.	*Though* he works hard *but* he is weak.	*Though* he works hard *yet* he is weak.
2.	The teacher asked *that why* I was late.	The teacher asked *why* I was late.
3.	Wait here *till* I *do not* come.	Wait here till I come.
4.	*No sooner* we reached the station, the train started.	*No sooner did* we reach the station, *than* the train started.
5.	*Not only* he *abused* me *but also* beat me.	*Not only did* he *abuse* me *but* beat me *also*.
6.	We had *hardly gone out before* it began to rain.	We had *hardly* gone out *when* it began to rain.
7.	Run fast *lest* you *should not* be late.	Run fast *lest* you *should* be late.
8.	*As* Satish is fat *so* he walks slowly.	*As* Satish is fat, he walks slowly.
9.	I doubt *that* she will pass this year.	I doubt *whether* she will pass this year.
10.	*When* I reached there *then* it was raining.	*When* I reached there, it was raining.

- ಕೆಲವು ಪದಗಳು ಜೊತೆಜೊತೆಗೆ ಬಳಸಲ್ಪಡುತ್ತದೆ. Though -yet, no sooner -than, not only- but also, hardly when, lest- should, although-yet, such- as, scarcely& when ಇತ್ಯಾದಿ

- No sooner, not only ನಕಾರಾತ್ಮಕ ಶಬ್ದಗಳು. Do, did ಇವುಗಳ ಬಳಿಕ ಪ್ರಯೋಗಿಸಲ್ಪಡುತ್ತದೆ.
- Lest ಬಳಿಕ should ಬರುತ್ತದೆ. Should not ಅಲ್ಲ.
- As ಜೊತೆಗೆ ಸಂಬಂಧಿತ ಶಬ್ದವಾಗಿ so ಜೋಡಿಸಬಾರದು.
- ಇಂಗ್ಲಿಷ್‌ನಲ್ಲಿ When ಬಳಿಕ then ಬರುವುದಿಲ್ಲ.

Errors in the Use of Prepositions (ಸಂಬಂಧ ಸೂಚಕಗಳ ಬಳಕೆಯಲ್ಲಿ ತಪ್ಪು)

S. No.	Incorrect (ತಪ್ಪು)	Correct (ಒಪ್ಪು)
	No preposition is used ಯಾವುದೇ ಸಂಬಂಧಸೂಚಕ ಬಳಕೆಯಾಗಿಲ್ಲ	
1.	My mother loves *with* me.	My mother loves me.
2.	He reached *at* the station.	He reached the station.
3.	He ordered *for* my dismissal.	He ordered my dismissal.
4.	Rajiv married *with* your cousin.	Rajiv married your cousin.
5.	Amitabh entered *into* the room.	Amitabh entered the room.
	by ಬಳಕೆ	
6.	What is the time *in* your watch?	What's the time *by* your watch?
7.	They went to Banaras *in* train.	They went to Banaras *by* train.
8.	She was killed *with* a robber.	She was killed *by* a robber.
	withಬಳಕೆ	
9.	He is angry *upon* me.	*He is angry with me.*
10.	Are you angry *on* her?	Are you angry *with* her.
11.	My principal is pleased *from* me.	My principal is pleased *with* me.
12.	Wash your face *in* water.	Wash your face *with* water.
13.	The dacoit was killed *by* a sword.	The dacoit was killed *with* a sword.
14.	Compare Akbar *to* Rana Pratap.	Compare Akbar *with* Rana Pratap.
15.	She covered her face *by* her shawl.	She covered her face *with* her shawl.
	at ಬಳಕೆ	
16.	Open your book *on* page ten.	Open your book *at* page ten.
17.	Ram lives *in* Sonepat.	Ram lives *at* Sonepat.
18.	Why did you laugh *on* the beggar.	Why did you laugh *at* the beggar.
19.	Who is knocking *on* the door.	Who is knocking *at* the door.
20.	The train arrived *on* the platform.	The train arrived *at* the platform.
	on ಬಳಕೆ	
21.	We go to school *by* foot.	We go to school *on* foot.
22.	We congratulate you *for* your success.	We congratulate you *on* your success.
23.	The rioters set the house *to* fire.	The rioters set the house *on* fire.
24.	The house was built *over* the ground.	The house was built *on* the ground.

25.	Father spent a lot of money *at* her wedding.	Father spent a lot of money *on* her wedding.
	to ಬಳಕೆ	
26.	Vimal was married *with* Shyam.	Vimal was married *to* Shyam.
27.	You are very kind *on* me.	You are very kind *to* me.
28.	We should pray God every day.	We should pray *to* God every day.
29.	I won't listen what you say.	I won't listen *to* what you say.
30.	I object *at* your statement.	I object *to* your statement.
	in ಬಳಕೆ	
31.	Swatantra Kumari lives *at* Bombay.	Swatantra Kumari lives *in* Bombay.
32.	He was walking *into* the garden.	He was walking *in* the garden.
33.	Please, write *with* ink.	Please, write *in* ink.
34.	I have no faith *upon* your story.	I have no faith *in* your story.
35.	The rain will stop *after* a little while.	The rain will stop *in* a little while.
	into ಬಳಕೆ	
36.	Divide the cake *in* five parts.	Divide the cake *into* five parts.
37.	Please look *in* the matter.	Please look *into* the matter.
38.	She jumped *in* the river.	She jumped *into* the river.
39.	I fear that she will fall *in* the hands of robbers.	I fear that she might fall *into* the hands of robbers.
40.	Translate this passage *in* Hindi.	Translate this passage *into* Hindi.
	of ಬಳಕೆ	
41.	She died *from* plague.	She died *of* plague.
42.	We are proud *on* our country.	We are proud *of* our country.
43.	The child is afraid *from* you.	The child is afraid *of* you.
44.	Hamida is not jealous *to* Abdul.	Hamida is not jealous *of* Abdul.
45.	We should take care *for* our books.	We should take care *of* our books.
46.	He died *from* hunger.	He died *of* hunger.
	from ಬಳಕೆ	
47.	My shirt is different *to* your.	My shirt is different *from* yours.
48.	His mother prevented him *of* going to cinema.	His mother prevented him *from* going to cinema.
49.	I commenced work *since* 14th July.	I commenced work *from* 14th July.
50.	He hindered me *to* do this.	He hindered me *from* doing this.

for ಬಳಕೆ		
51.	He won't be there before *four* months.	He won't be there *for* four months.
52.	The employer blames her *of* careless-ness.	The employer blames her *for* careless-ness.
53.	Three scholarships are competed.	Three scholarships are competed *for*.
54.	Free meals should be provided *with* the poor children.	Free meals should be provided *for* the poor children.
55.	Who cares *of* you?	Who cares *for* you?
between, among, since, up, against ಬಳಕೆ		
56.	Distribute the fruit *among* Kamla and Vimla.	Distribute the fruit *between* Kamla and Vimla.
57.	Divide this money *between* these girls.	Divide this money *among* these girls.
58.	Rakesh has been absent from college *from* last Monday.	Rakesh has been absent from college since last Monday.
59.	He tore *away* the bills.	He tore *up* the bills.
60.	The English fought *with* the Russians.	The English fought *against* Russians.

☞ ಸ್ವಚ್ಛ, ಶುದ್ಧ ಇಂಗ್ಲಿಷ್‌ನಲ್ಲಿ ಸಂಭಾಷಿಸಲು ಇಚ್ಛಿಸುವವರು Preposition ಸಂಬಂಧಸೂಚಕಗಳ ಸೂಕ್ತ ಪ್ರಯೋಗವನ್ನು ಕಲಿಯಬೇಕಿದೆ.

Errors in the Use of Articles (ಅನುಚ್ಛೇದಗಳ ಬಳಕೆಯಲ್ಲಿ ತಪ್ಪು)

(i) the ಬಳಕೆ

	Incorrect (ತಪ್ಪು)	Correct (ಒಪ್ಪು)
1.	*The* Delhi is the capital of India.	Delhi is the capital of India.
2.	She met me in *the* Faiz Bazaar.	She met me in Faiz Bazaar.
3.	He has failed in *the* English.	He has failed in English.
4.	She was suffering from *the* typhoid.	She was suffering from typhoid.
5.	*The* union is strength.	Union is strength.

(ii) the ಜೋಡಣೆಯಾಗುವ ರೀತಿ

6.	This is *a* best player I have ever met.	This is *the* best player I have ever met.
7.	Ganga flows into Bay of Bengal.	*The* Ganga flows into *the* Bay of Bengal.
8.	Rose is sweetest of all flowers.	*The* rose is *the* sweetest of all *the* flowers.
9.	Rich are happy but poor are unhappy.	*The* rich are happy but *the* poor are un-happy.
10.	Ramayana and Mahabharata are epics of India.	*The* Ramayana and the Mahabharata are *the* epics of India.

☞ ವ್ಯಕ್ತಿವಾಚಕ ನಾಮಪದಗಳು (Delhi, Faiz bazaar, English language), ದ್ರವ್ಯ ವಾಚಕ ನಾಮಪದ(gold, silver ಇತ್ಯಾದಿ), ಭಾವವಾಚಕ ನಾಮಪದ(union, honesty ಇತ್ಯಾದಿ) ಜೊತೆಗೆ the ಪ್ರಯೋಗಿಸಲ್ಪಡುವುದಿಲ್ಲ.

☞ ಪರ್ವತ, ಪ್ರದೇಶಗಳು, ನದಿಗಳು, ಸಮುದ್ರಗಳು ಇತ್ಯಾದಿ ಹೆಸರು(Ganga, Himalaya ಇತ್ಯಾದಿ) ಮುನ್ನ; ಪುಸ್ತಕಗಳ ಹೆಸರು(Ramayana, Mahabharatha ಇತ್ಯಾದಿ) ಗೆ ಮುನ್ನ, ನಾಮಪದದ ರೂಪದಲ್ಲಿನ ವಿಶೇಷಣಗಳು(rich, poor ಇತ್ಯಾದಿ) ಮುನ್ನ the ಜೋಡಣೆಯಾಗುತ್ತದೆ. Rose, flower, epic ಇತ್ಯಾದಿ ಪದಗಳಲ್ಲೂ the ಬಳಕೆಯಾಗಲಿದೆ.

(iii) 'a' ಜೋಡಣೆಯಾಗದ ಸಂದರ್ಭಗಳು		
11.	*A* man is mortal.	Man is mortal.
12.	Your sister is in *a* trouble.	Your sister is in trouble.
13.	He made a rapid progress.	He made rapid progress.
14.	There is *a* vast scope for improvement.	There is vast scope for improvement.
15.	He writes *a* good poetry.	He writes good poetry.

☞ ವಾಕ್ಯ 11ರಲ್ಲಿ ವ್ಯಕ್ತಿಯೊಬ್ಬನ ಬಗ್ಗೆ ಹೇಳಿಲ್ಲ. ಬದಲಿಗೆ ಮನುಷ್ಯ ಜಾತಿ ಬಗ್ಗೆ ಹೇಳಲಾಗಿದೆ.ಹೀಗಾಗಿ a ಬಳಕೆಯಾಗಿಲ್ಲ. ವಾಕ್ಯ 12 ರಲ್ಲಿ trouble (ಸಂಕಷ್ಟ) ಸಂಖ್ಯಾತ್ಮಕ ಶಬ್ದವಲ್ಲ. ಆದ್ದರಿಂದ a ಬಳಕೆಯಾಗಿಲ್ಲ. ಭಾವವಾಚಕ ಮತ್ತು ದ್ರವ್ಯವಾಚಕ ನಾಮಪದಗಳ ಮುನ್ನ a/an ಜೋಡಣೆ ಆಗುವುದಿಲ್ಲ.

(iv) ಜಾತಿವಾಚಕ ನಾಮಪದಗಳ ಮುಂದೆ a ಬಳಕೆಯಾಗುತ್ತದೆ.		
16.	Don't make noise.	Don't make a noise.
17.	The English *is* brave nation.	The English is *a* brave nation.
18.	I got headache.	I got *a* headache.
19.	Your words are not worth penny.	Your words are not worth *a* penny.
20.	He is an European.	He is *a* European.
(v) ಶಬ್ದದ ಆರಂಭ vowel (ಸ್ವರ)ನಿಂದ ಆಗಿದ್ದು, ಉಚ್ಚಾರಣೆ ಸ್ವರವಾಗಿದ್ದರೆ an ಬಳಸಲಾಗುತ್ತದೆ.		
21.	She was not a Indian.	She was not an Indian.
22.	Please buy a umbrella from the bazaar.	Please buy an umbrella from the bazaar.
23.	I'll finish my work in a hour.	I'll finish my work in an hour.
24.	He was a M. L. A.	He was an M. L. A.
25.	She is a M. A.	She is an M. A.

☞ a/an ಸಮಾನ ಬಲದ articles (ಅನುಚ್ಛೇದ)ಗಳಾಗಿವೆ. ಇವುಗಳ ಮೊದಲು ವ್ಯಂಜನ (consonant) ಇದ್ದಲ್ಲಿ, a ಹಾಗೂ ಶಬ್ದದ ಮೊದಲ ಅಕ್ಷರ ಸ್ವರ (vowel) ಆಗಿದ್ದಲ್ಲಿ an ಬಳಸಲಾಗುತ್ತದೆ.

A: A book, a nation, a notice

An: an Indian, an umbrella, an apple

- an ಪ್ರಯೋಗದಲ್ಲಿ ಕೆಲವು ಅಪವಾದವಿದೆ. ಕೆಲವು ಪದಗಳಲ್ಲಿ silent (ಅನುಚ್ಚಾರಿತ) ಅಕ್ಷರಗಳಿದ್ದಲ್ಲಿ, ಉದಾ: hour, honour, honest ಇತ್ಯಾದಿ, ಇಂಥ ಶಬ್ದಗಳ ಜೊತೆಗೆ an ಬಳಸಲಾಗುತ್ತದೆ. a ಅಲ್ಲ.
  ಉದಾ: an hour, an honour, an honest ಇತ್ಯಾದಿ
- ಕೆಲವು ಲಘು ರೂಪದ ಪದಗಳು MA, MLA ಇತ್ಯಾದಿಯಲ್ಲಿ a, an ಯಾವುದನ್ನು ಬಳಸುವುದು? ಎರಡೂ ಪದದ ಮೊದಲ ವ್ಯಂಜನ M ಹಾಗೂ ಅಂತ್ಯ a ಇದೆ. MA, MLA ಎರಡರಲ್ಲೂ M ಉಚ್ಚಾರ a vowel (ಸ್ವರ)ದಂತೆ ಇದೆ. ಆದ್ದರಿಂದ an MA, MLA ಆಗಬೇಕು.
- ವಾಕ್ಯ 20ರಲ್ಲಿ a European ಸರಿ ಎನ್ನಲಾಗಿದೆ. ಏಕೆಂದರೆ European ನಲ್ಲಿ e ಅನುಚ್ಚಾರಿತ silent ಅಕ್ಷರ ಹಾಗೂ u ಉಚ್ಚಾರ ಯೂ (solid) ಆಗಿದೆ.

ದಿನನಿತ್ಯದ ಬಳಕೆಯಲ್ಲಿರುವ ಹಾಗೂ ಅಕ್ಕಪಕ್ಕದವರು ಬಳಸುವ ಪದಗಳನ್ನು ಗಮನವಿಟ್ಟು ಕೇಳಬೇಕು. ಭಾಷೆ ಕಲಿಕೆ ಬಗ್ಗೆ ಇಂಥ ದೃಷ್ಟಿಕೋನ ಇರಿಸಿಕೊಂಡಲ್ಲಿ, ತಪ್ಪುಗಳು ಕಡಿಮೆಯಾಗುತ್ತಾ ಹೋಗುತ್ತವೆ. ಇಂಗ್ಲಿಷ್ ಬಳಕೆಯಲ್ಲಿ ಪ್ರಾವೀಣ್ಯ ಗಳಿಸುತ್ತೀರಿ. ಇಂಗ್ಲಿಷ್ ಕಲಿಕೆಯು ವೃತ್ತಿ ಮಾತ್ರವಲ್ಲ, ಬದುಕಿನಲ್ಲೂ ಮೇಲೇರಲು ಸಹಕಾರಿಯಾಗಲಿದೆ.

ಶುಭಾಶಯ

(GREETING)

ಸಂಭಾಷಣೆ ಆರಂಭಕ್ಕೆ ಮುನ್ನ ಅಭಿವಾದನ ಸಲ್ಲಿಕೆ ಹೇಗೆ ಎಂಬುದನ್ನು ತಿಳಿದುಕೊಳ್ಳಬೇಕಾದ ಅಗತ್ಯವಿದೆ. ದೇಶದಲ್ಲಿ ನಾನಾ ಸಮುದಾಯ- ವರ್ಗಗಳಿದ್ದು, ಅವು ಜನರನ್ನು ಸ್ವಾಗತಿಸುವ ರೀತಿ ಕೂಡ ವಿಭಿನ್ನವಾಗಿರಲಿದೆ. ನಮಸ್ತೆ, ಸತ್‌ಶ್ರೀ ಅಕಾಲ್, ವಣಕ್ಕಂ ಇನ್ನಿತರ ರೀತಿ ಅಭಿವಾದನ ಸಲ್ಲಿಸಲಾಗುತ್ತದೆ. ಇಂಗ್ಲೀಷ್‌ನಲ್ಲಿ ಬೇರೆ ಬೇರೆ ಸಂದರ್ಭಗಳಲ್ಲಿ ಬೇರೆಯದೇ ಆದ ರೀತಿಯಲ್ಲಿ ಅಭಿವಾದನ ಸಲ್ಲಿಸುತ್ತಾರೆ.

ಬೆಳಗಿನ ವೇಳೆ

ಶುಭ ಮುಂಜಾನೆ, ಸರ್ !	Good morning, sir! ಗುಡ್ ಮಾರ್ನಿಂಗ್ ಸರ್!
ನಮಸ್ತೆ ಅಂಕಲ್!	Morning, uncle! ಮಾರ್ನಿಂಗ್ ಅಂಕಲ್
ನಮಸ್ಕಾರ ಗೆಳೆಯರೇ	Good morning, friends! ಗುಡ್ ಮಾರ್ನಿಂಗ್ ಫ್ರೆಂಡ್ಸ್

★ Good morning, Morning ಎರಡನ್ನೂ ಬಳಸಲಾಗುತ್ತದೆ. ಚಿಕ್ಕಪ್ಪ ಮತ್ತು ಚಾಚಾ ಎರಡಕ್ಕೂ uncle ಶಬ್ದ ಬಳಕೆಯಾಗುತ್ತದೆ. ಮಧ್ಯಾಹ್ನ, ಸಂಜೆ ಹಾಗೂ ರಾತ್ರಿ ವೇಳೆ, ಮಧ್ಯಾಹ್ನ good afternoon, ಸಂಜೆ good evening ಹಾಗೂ ರಾತ್ರಿ goodnight ಬಳಸಲಾಗುತ್ತದೆ.

ಮಧ್ಯಾಹ್ನ

ಶುಭ ಮಧ್ಯಾಹ್ನ, ತಾತ!	Good afternoon, grandpa! ಗುಡ್ ಆಫ್ಟರ್‌ನೂನ್, ಗ್ರಾಂಡ್ ಪಾ
ಶುಭ ಮಧ್ಯಾಹ್ನ, ಸೋದರಿ!	Good afternoon, sister! ಗುಡ್ ಆಫ್ಟರ್‌ನೂನ್, ಸಿಸ್ಟರ್

ಸಾಯಂಕಾಲ

ಶುಭ ಸಂಜೆ, ಚಿಕ್ಕಪ್ಪ!	Good evening, uncle! ಗುಡ್ ಈವನಿಂಗ್, ಅಂಕಲ್
ಶುಭ ಸಂಜೆ, ಸರ್!	Good evening, sir! ಗುಡ್ ಈವನಿಂಗ್, ಸರ್
ಶುಭ ಸಂಜೆ, ಮೇಡಂ!	Good evening, madam! ಗುಡ್ ಈವನಿಂಗ್, ಮೇಡಂ

ರಾತ್ರಿ

ಶುಭ ರಾತ್ರಿ	Good night. ಗುಡ್ ನೈಟ್

ಸಮಯ ಯಾವುದೇ ಆಗಿರಲಿ, ಮುಖತಃ ಭೇಟಿಯಾದಾಗ

ನಿಮ್ಮನ್ನು ಭೇಟಿಯಾಗುತ್ತಿರುವುದು ಸಂತಸದ ವಿಷಯ	I am pleased to meet you! ಐ ಆ್ಯಮ್ ಪ್ಲೀಸ್ಡ್ ಟು ಮೀಟ್ ಯು
ಈ ಬೆಳಗು ನಿಮ್ಮ ದಿನವನ್ನು ಉಜ್ವಲಗೊಳಿಸಲಿ	May the sunshine brighten your day. ಮೇ ದ ಸನ್‌ಶೈನ್ ಬ್ರೈಟನ್ ಯುವರ್ ಡೇ.
ಎಲ್ಲರಿಗೂ ಅಭಿವಾದನಗಳು	Greetings all! ಗ್ರೀಟಿಂಗ್ಸ್ ಆಲ್

ಪರಿಚಿತರು ಹಾಗೂ ಸ್ನೇಹಿತರನ್ನು ಭೇಟಿಯಾದಾಗ

ಹಲೋ ಆಕಾಶ್!	Hello Aakash! ಹಲೋ ಆಕಾಶ್
ಹೈ ಶಬನಂ	Hi, Shabnam! ಹಲೋ ಶಬನಂ
ಹೇ ನಿಧಿ	Hey, Nidhi! ಹಲೋ ನಿಧಿ

★ ನಮಸ್ಕಾರ ಮತ್ತು ನಮಸ್ತೆ ನಡುವೆ ಯಾವುದೇ ವ್ಯತ್ಯಾಸವಿಲ್ಲ. ಹಾಗೆಯೇ hi, hello ಪದವನ್ನು ಯಾವಾಗ ಬೇಕಾದರೂ ಬಳಸಬಹುದು. Good morning ಮುಂತಾದ ಅಭಿವಾದನಗಳು Formal ಇಲ್ಲವೇ Sophisticated ಔಪಚಾರಿಕವಾಗಿದ್ದು, hello ಮತ್ತು hi ಯನ್ನು ಅನೌಪಚಾರಿಕವಾಗಿ ಬಳಸಲಾಗುತ್ತದೆ.

ವ್ಯಕ್ತಿಯನ್ನು ಬೀಳ್ಕೊಡುವಾಗ

ಓ ಕೆ ಹೋಗೋಣ ಗೆಳೆಯರೇ	OK. bye friends! ಓಕೆ, ಬೈ ಫ್ರೆಂಡ್ಸ್!
ಮತ್ತೆ ನೋಡೋಣ	See you! ಸೀಯು!
ಮತ್ತೊಮ್ಮೆ ಭೇಟಿಯಾಗೋಣ	We will meet again! ವಿ ವಿಲ್ ಮೀಟ್ ಎಗೇನ್!

ನೆನಪಿನಲ್ಲಿಡಿ

A. ಇಂಗ್ಲಿಷ್‌ನಲ್ಲಿ

1. Grand father (ತಾತ)ನನ್ನು ಸಂಕ್ಷಿಪ್ತವಾಗಿ Grand pa (ಗ್ರಾಂಡ್ ಪಾ) ಎನ್ನಲಾಗುತ್ತದೆ.
2. Father (ತಂದೆ)ಗೆ Dad (ಡ್ಯಾಡ್) ಇಲ್ಲವೇ Daddy (ಡ್ಯಾಡಿ) ಬಳಸಲಾಗುತ್ತದೆ.
3. Grand mother (ಅಜ್ಜಿ)ಗೆ 'Grand ma' ಎನ್ನುತ್ತಾರೆ
4. Mother (ತಾಯಿ)ಗೆ 'Mom' ಇಲ್ಲವೇ 'Mummy' ಬಳಸಲಾಗುತ್ತದೆ.

B. ಇಂಗ್ಲಿಷ್‌ನಲ್ಲಿ

1. ಚಾಚಾ, ಮಾಮ, ಚಿಕ್ಕಪ್ಪ ಇತ್ಯಾದಿಗೆ 'Uncle' ಬಳಸಲಾಗುತ್ತದೆ.
2. ಚಾಚಿ, ಚಿಕ್ಕಮ್ಮ, ಮಾಮಿ ಇತ್ಯಾದಿಗೆ ಆಂಟಿ (Aunt, Aunty ಅಥವಾ Auntie) ಬಳಸುತ್ತಾರೆ.
3. ಪುರುಷರಿಗೆ 'ಸರ್' ಪದ ಬಳಸಲ್ಪಡುತ್ತದೆ.
4. ಮಹಿಳೆಯರಿಗೆ 'ಮೇಡಂ' ಪದ ಪ್ರಯೋಗ ಮಾಡಲಾಗುತ್ತದೆ.
5. ಚಿಕ್ಕಪ್ಪ, ಮಾಮ, ದೊಡ್ಡಪ್ಪ ಇನ್ನಿತರರ ಮಕ್ಕಳಿಗೆ cousin ಬಳಸಲಾಗುತ್ತದೆ. Cousin brother/cousin sister ಪದ ಬಳಕೆ ಕೂಡದು.
6. ವಿವಾಹಿತ ಮಹಿಳೆಯರಿಗೆ ಶ್ರೀಮತಿ (Mrs), ಅವಿವಾಹಿತ ಮಹಿಳೆಗೆ ಕುಮಾರಿ (Miss) ಬಳಸುತ್ತಾರೆ. ಹೆಸರಿಗೆ ಮುನ್ನ 'Miss' ಇಲ್ಲವೇ 'Mrs' ಬಳಸಬೇಕು.
7. ನಾದಿನಿ, ಅತ್ತಿಗೆಗೆ 'Sister in Law' (ಸಿಸ್ಟರ್ ಇನ್ ಲಾ) ಬಳಸಲಾಗುತ್ತದೆ.
8. ಮೈದುನ, ಭಾವನಿಗೆ Brother in Law (ಬ್ರದರ್ ಇನ್ ಲಾ) ಬಳಸಲಾಗುತ್ತದೆ.

ಶಿಷ್ಟಾಚಾರ
(ETIQUETTES)

ಯಾರನ್ನೇ ಆಗಿರಲಿ, ಮಾತನ್ನಾಡಿಸುವಾಗ ಶಿಷ್ಟಾಚಾರವನ್ನು ಪಾಲಿಸಬೇಕು. ಇದಕ್ಕಾಗಿ ಇಂಗ್ಲಿಷ್‌ನಲ್ಲಿ ಕೆಲವು ಪದಗಳನ್ನು ಬಳಸಲಾಗುತ್ತದೆ. Please (ದಯವಿಟ್ಟು), Thanks (ಧನ್ಯವಾದ), Welcome (ಸ್ವಾಗತ) ಇತ್ಯಾದಿ ಪದಗಳನ್ನು ಇದಕ್ಕೆ ಬಳಸಲಾಗುತ್ತದೆ.

ಎಳೆಯ ವಯಸ್ಸಿನವರನ್ನು 'ನೀನು' ಎಂದು ಸಂಬೋಧಿಸಿದರೆ, ಅದೇ ದೊಡ್ಡವರನ್ನು 'ನೀವು' ತಾವು' ಎಂದು ಬಳಸಲಾಗುತ್ತದೆ. ಇಂಗ್ಲಿಷ್‌ನಲ್ಲಿ 'you' ಎಂದೇ ಬಳಸಲಾಗುತ್ತದೆ. ದೊಡ್ಡವರು, ಸಣ್ಣವರು ಇಬ್ಬರಿಗೂ ಇಂಗ್ಲಿಷ್‌ನಲ್ಲಿ ಶಿಷ್ಟಾಚಾರಕ್ಕಾಗಿ ಹಲವು ಪದಗಳನ್ನು ಬಳಸಲಾಗುತ್ತದೆ. ಅವುಗಳೆಂದರೆ:

1. Please (ಪ್ಲೀಸ್) - ದಯವಿಟ್ಟು
2. Allow me (ಅಲೋ ಮಿ) - ನನಗೆ ಅನುಮತಿ ನೀಡಿ
3. Thanks (ಥ್ಯಾಂಕ್ಸ್) - ಧನ್ಯವಾದ
4. After you (ಆಫ್ಟರ್ ಯು) - ನಿಮ್ಮ ಬಳಿಕ
5. Welcome (ವೆಲ್ ಕಂ) - ಸ್ವಾಗತ
6. Kindly (ಕೈಂಡ್ಲಿ) - ಕೃಪೆ ಮಾಡಿ
7. Sorry (ಸಾರಿ) - ಕ್ಷಮಿಸಿ
8. Excuse me (ಎಕ್ಸ್‌ಕ್ಯೂಸ್ ಮಿ) - ದಯವಿಟ್ಟು ಕ್ಷಮಿಸಿ
9. That ıs alright (ದಟ್ ಈಸ್ ಆಲ್ ರೈಟ್) - ಪರವಾಗಿಲ್ಲ ಬಿಡಿ
10. It's my pleasure - ಇದು ನನ್ನ ಭಾಗ್ಯ
11. Pardon (ಪಾರ್ಡನ್) - ದಯವಿಟ್ಟು ಮನ್ನಿಸಿ

ನಿಯಮಗಳು

1. ನೀವು ಏನನ್ನಾದರೂ ಕೇಳಬೇಕು ಎಂದುಕೊಂಡಿದ್ದರೆ ಇಲ್ಲವೇ ಏನನ್ನಾದರೂ ಪಡೆದುಕೊಳ್ಳಬೇಕಿದ್ದರೆ, Please (ಪ್ಲೀಸ್) ಪದ ಬಳಸಬೇಕು. Please ಇಲ್ಲವೇ Kindly ಇನ್ನಿತರ ಪದಗಳನ್ನು ಬಳಸದೆ ಹೋದರೆ, ನಿಮ್ಮನ್ನು ಅಸಭ್ಯರು ಎನ್ನಬಹುದು.

   ನಿಮ್ಮ ಪುಸ್ತಕ ಕೊಡಿ (give me your book) Please ಶಬ್ದ ಬಳಸಿದಲ್ಲಿ, ನಿಮಗೆ ಇಂಗ್ಲಿಷ್‌ನಲ್ಲಿ ಬಳಕೆಯಾಗುವ ಶಿಷ್ಟಾಚಾರದ ಪದಗಳು ಗೊತ್ತಿವೆ ಎಂದಾಗಲಿದೆ.

   Please, give me your book (ಪ್ಲೀಸ್ ಗೀವ್ ಮಿ ಯುವರ್ ಬುಕ್) ದಯವಿಟ್ಟು ನಿಮ್ಮ ಪುಸ್ತಕ ಕೊಡಿ. ಇದೇ ರೀತಿ, ಈಗ ಎಷ್ಟು ಗಂಟೆ ಎಂದು ಕೇಳಲು time please, ಒಂದು ಲೋಟ ಹಾಲು ಕೊಡಿ ಎನ್ನಲು A glass of milk, Please, ನಿಮ್ಮ pen ಕೊಡಿ ಎನ್ನುವ ಬದಲು May I have your pen, Please ಎಂದು ಹೇಳಬೇಕು.

2. ವ್ಯಕ್ತಿ ನಿಮ್ಮ ಕೋರಿಕೆಯನ್ನು ಮನ್ನಿಸಿ ಕೆಲಸ ಮಾಡಿಕೊಟ್ಟರೆ 'Thank you' ಎಂದು ಹೇಳಬೇಕು.
   Many Many thanks to you (ಮೆನಿ ಮೆನಿ ಥ್ಯಾಂಕ್ಸ್ ಟು ಯು) ನಿಮಗೆ ಬಹಳ ಧನ್ಯವಾದ.
3. ಯಾರಾದರೂ ನಿಮ್ಮಿಂದ ಆದ ಸಹಾಯಕ್ಕೆ Thank You ಎಂದರೆ It's alright (ಇಟ್ಸ್ ಆಲ್‌ರೈಟ್) ಇಲ್ಲವೇ It's fine (ಇಟ್ಸ್ ಫೈನ್), My Pleasure (ಮೈ ಪ್ಲೆಶರ್), you are Welcome (ಯು ಆರ್ ವೆಲ್‌ಕಂ)ಎಂದು ಹೇಳಬೇಕು.
4. ನಿಮ್ಮ ಮಿತ್ರ ಇಲ್ಲವೇ ಬೇರೆ ವ್ಯಕ್ತಿಯೊಬ್ಬರು ವಸ್ತುವೊಂದನ್ನು ನಿಮಗೆ ಕೊಡಲು ಇಚ್ಛಿಸಿದ್ದು, ಆದರೆ ಅದನ್ನು ತೆಗೆದುಕೊಳ್ಳಲು ನಿಮಗೆ ಇಷ್ಟವಿಲ್ಲ ಎಂದಾದರೆ 'ಬೇಡ' ಎನ್ನುವುದರ ಜೊತೆಗೆ 'No, thanks' ಎನ್ನಿ.
5. ಯಾರಾದರೂ ನಿಮ್ಮ ಬಳಿ ಇರುವ ವಸ್ತುವೊಂದನ್ನು ಕೇಳಿದ್ದು ಹಾಗೂ ಕೊಡಲು ನಿಮಗೆ ಇಚ್ಛೆ ಇದ್ದರೆ Yes ಎಂದು ಹೇಳುವ ಬದಲು Yes with great Pleasure (ಯಸ್ ವಿಥ್ ಗ್ರೇಟ್ ಪ್ಲೆಷರ್) ಎಂದು ಇಲ್ಲವೇ Yes, you are welcome (ಯಸ್, ಯು ಆರ್ ವೆಲ್‌ಕಂ)ಎಂದು ಹೇಳಿ.
6. ನೀವು ಯಾರಿಗಾದರೂ ನೆರವಾಗಲು ಇಚ್ಛಿಸಿದಲ್ಲಿ, ಆಗ ನೀವು ಹೀಗೆ ಕೇಳಬಹುದು: May I help you (ಮೇ ಐ ಹೆಲ್ಪ್ ಯು) ಇಲ್ಲವೇ Allow me (ಅಲೋ ಮಿ) ಎನ್ನಬಹುದು.
7. ಯಾರಾದರೂ ಹಿರಿಯ ನಾಗರಿಕರು ಇಲ್ಲವೇ ಗಣ್ಯರು ಮತ್ತು ನೀವು ಒಂದೆಡೆಗೆ ಚಲಿಸುತ್ತಿದ್ದಾಗ ಅವರಿಗೆ ದಾರಿ ನೀಡಿ After you ಎನ್ನಬಹುದು.
8. ಸಣ್ಣ ವಿಷಯದಲ್ಲೂ ಶಿಷ್ಟಾಚಾರ ಪಾಲಿಸುವ ಪ್ರವೃತ್ತಿ ಇಂಗ್ಲಿಷ್‌ನಲ್ಲಿದೆ. sorry (ಸಾರಿ), Excuse me (ಎಕ್ಸ್‌ಕ್ಯೂಸ್ ಮಿ), Pardon (ಪಾರ್ಡನ್) ಇನ್ನಿತರ ಪದ ಪ್ರಯೋಗಿಸಲಾಗುತ್ತದೆ.
   (a) ಬಸ್ ಇಲ್ಲವೇ ಮೆಟ್ರೋದಲ್ಲಿ ಸಂಚರಿಸುತ್ತಿದಾಗ ಬೇರೊಬ್ಬರ ಕೈ, ಕಾಲು ಇಲ್ಲವೇ ದೇಹಕ್ಕೆ ತಗುಲಿದಾಗ sorry ಎಂದು ಹೇಳಬೇಕು.
   (b) ಸಭೆಯೊಂದರಿಂದ ಅನಿವಾರ್ಯ ಕಾರಣಗಳಿಂದಾಗಿ ನಿರ್ಗಮಿಸಬೇಕಾಗಿ ಬಂದಾಗ, ಸುತ್ತಲೂ ಇದ್ದವರ ಬಳಿ excuse me ಕೇಳಿ. ಒಂದು ವೇಳೆ ಸುಮ್ಮನೆ ಎದ್ದು ತೆರಳಿದರೆ, ಅಸಭ್ಯ ಎನ್ನುತ್ತಾರೆ.
   (c) ಒಂದು ವೇಳೆ ನೀವು ಬೇರೊಬ್ಬರ ಕರೆಯನ್ನು ಸ್ವೀಕರಿಸಿದ್ದು, ಸರಿಯಾಗಿ ಧ್ವನಿ ಕೇಳದೆ ಹೋದಾಗ, ಇನ್ನೊಮ್ಮೆ ಕೇಳಬೇಕು ಎಂದಿದ್ದಲ್ಲಿ sorry ಇಲ್ಲವೇ pardon ಎಂದು ಹೇಳಬೇಕು. ನಿಮಗೆ ತಮ್ಮ ಮಾತು ಕೇಳಿಸಿಲ್ಲ ಎಂಬುದು ಇದರಿಂದ ಗೊತ್ತಾಗಲಿದೆ.
   (d) ನೀವು ಬೇರೊಬ್ಬರನ್ನು ಭೇಟಿ ಮಾಡಲು ಅವರ ಕಚೇರಿ ಇಲ್ಲವೇ ಮಳಿಗೆಗೆ ಭೇಟಿ ಕೊಟ್ಟಿದ್ದೀರಿ ಎಂದುಕೊಳ್ಳಿ. ಒಳಗೆ ಪ್ರವೇಶಿಸುವ ಮುನ್ನ ಅನುಮತಿ ಪಡೆಯಲು ನಾನು ಒಳಗೆ ಬರಬಹುದೇ(may I come in please) ಎಂದು ಕೇಳಬೇಕು. ಆಗ ಅವರು ಹೇಳುತ್ತಾರೆ:

ಹೌದು ದಯವಿಟ್ಟು ಒಳಗೆ ಬನ್ನಿ ಎಂದು ಇಲ್ಲವೇ with great pleasure (ವಿಥ್ ಗ್ರೇಟ್ ಪ್ಲೆಷರ್) ಇಲ್ಲವೇ ofcourse (ಆಫ್‌ಕೋರ್ಸ್) ಎನ್ನಬಹುದು.

★ ಮೇಲಿನ ವಾಕ್ಯಗಳನ್ನು ಓದಿ ಅರ್ಥ ಮಾಡಿಕೊಂಡು ಗೆಳೆಯರ ಜೊತೆ ಮಾತನ್ನಾಡುವಾಗ ಬಳಸಿ. ಇದರಿಂದ ಸಂಭಾಷಣೆ ಕಾಲಕ್ರಮೇಣ ಸುಲಭವಾಗಲಿದ್ದು, ಶೀಘ್ರವಾಗಿ ಸಂವಹನ ಸಾಧ್ಯವಾಗಲಿದೆ.

Some Sentences of Politeness (ಕೆಲವಾಕ್ಯಗಳು)

ನಾನು ನಿಮಗೆ ಹೇಗೆ ಸಹಾಯ ಮಾಡಲಿ?	How can I help you? ಹೌ ಕ್ಯಾನ್ ಐ ಹೆಲ್ಪ್ ಯು?
ನಿಮ್ಮಿಂದ ದೊಡ್ಡ ನೆರವು ಆಗಲಿದೆ.	It would be very kind of you. ಇಟ್ ವುಡ್ ಬಿ ವೆರಿ ಕೈಂಡ್ ಆಫ್ ಯು
ನಿಮ್ಮ ಕೃಪೆ ಆಗಲಿದೆ.	Kind of you. ಕೈಂಡ್ ಆಫ್ ಯು
ನಾನು ಒಂದು ವಿಷಯ ಹೇಳಲೇ	May I say something? ಮೇ ಐ ಸೇ ಸಂಥಿಂಗ್
ತಪ್ಪು ತಿಳಿದುಕೊಳ್ಳಬೇಡಿ.	Please don't mind. ಪ್ಲೀಸ್ ಡೋಂಟ್ ಮೈಂಡ್
ಮಾಡಿದ ಸಹಾಯಕ್ಕೆ ಧನ್ಯವಾದ.	Thanks for help. ಥ್ಯಾಂಕ್ಸ್ ಫಾರ್ ಹೆಲ್ಪ್
ನೀವು ನೀಡಿದ ಸೂಕ್ತ ಸಲಹೆಗೆ ಧನ್ಯವಾದ.	Thank you for your sensible advice. ಥ್ಯಾಂಕ್ ಯು ಫಾರ್ ಯುವರ್ ಸೆನ್ಸಿಬಲ್ ಅಡ್ವೈಸ್
ನಾನು ಇಲ್ಲಿ ಕುಳಿತುಕೊಳ್ಳಬಹುದೆ?	May I sit here? ಮೇ ಐ ಸಿಟ್ ಹಿಯರ್?
ನನ್ನ ಬಗ್ಗೆ ಚಿಂತೆ ಮಾಡಬೇಡಿ.	Don't worry about me. ಡೋಂಟ್ ವರಿ ಎಬೌಟ್ ಮಿ
ದಯವಿಟ್ಟು ತೊಂದರೆ ಕೊಡಬೇಡಿ.	Don't cause inconvenience. ಡೋಂಟ್ ಕಾಸ್ ಇನ್ ಕನ್ವಿನಿಯನ್ಸ್
ದಯವಿಟ್ಟು ಕ್ಷಮಿಸಿ.	I am very sorry. ಐ ಆ್ಯಮ್ ವೆರಿ ಸಾರಿ
ದಯವಿಟ್ಟು ಇನ್ನೂ ಸ್ವಲ್ಪ ಹೊತ್ತು ಇರಿ.	Please stay a little while more. ಪ್ಲೀಸ್ ಸ್ಟೇ ಎ ಲಿಟ್ಲ್ ವೈಲ್ ಮೋರ್
ನೀನೇಕೆ ತೊಂದರೆ ತೆಗೆದುಕೊಂಡೆ?	Why did you trouble yourself? ವೈ ಡಿಡ್ ಯು ಟ್ರಬಲ್ ಯುವರ್ ಸೆಲ್ಫ್?
ನೀವು ಹೇಗಿದ್ದೀರಿ?	How are you? ಹೌ ಆರ್ ಯು?
ನಿಮ್ಮನ್ನು ಭೇಟಿಯಾಗಿದ್ದು ಸಂತೋಷದ ವಿಷಯ.	Glad to meet with you. ಗ್ಲಾಡ್ ಟು ಮೀಟ್ ವಿತ್ ಯು
ಧನ್ಯವಾದ. ನಾನು ಚೆನ್ನಾಗಿದ್ದೇನೆ.	Thanks, I am well/all right! ಥ್ಯಾಂಕ್ಸ್ . ಐ ಆ್ಯಮ್ ವೆಲ್/ ಆಲ್ ರೈಟ್
ಅಮ್ಮ ಹೇಗಿದ್ದಾರೆ?	How is Mummy? ಹೌ ಈಸ್ ಮಮ್ಮಿ?
ನೀವು ಬಂದಿದ್ದಕ್ಕೆ ಧನ್ಯವಾದ.	Thanks for your visit. ಥ್ಯಾಂಕ್ಸ್ ಫಾರ್ ಯುವರ್ ವಿಸಿಟ್
ನೀವು ನನ್ನ ಕೆಲಸದಲ್ಲಿ ನೆರವಾಗುವಿರಾ?	Will you facilitate my job? ವಿಲ್ ಯು ಫೆಸಿಲಿಟೇಟ್ ಮೈ ಜಾಬ್?
ನಾನು ನಿಮಗೆ ಯಾವಾಗಲೂ ಕೃತಜ್ಞನಾಗಿರುತ್ತೇನೆ.	I shall be always obliged to you. ಐ ಶಲ್ ಬಿ ಆಲ್ ವೇಸ್ ಒಬ್ ಲೈಸ್ಡ್ ಟು ಯು
ದಯವಿಟ್ಟು ಕ್ಷಮಿಸಿ.	Excuse me. ಎಕ್ಸ್ ಕ್ಯೂಸ್ ಮಿ
ನಾನು ನಿಮಗೆ ಹೃದಯಪೂರ್ವಕ ಕೃತಜ್ಞನಾಗಿರುವೆ.	I am heartly obliged to you. ಐ ಆ್ಯಮ್ ಹಾರ್ಟ್‌ಲಿ ಒಬ್ ಲೈಸ್ಡ್ ಟು ಯು
ಪ್ರಿಯ ಮಿತ್ರ, ಧನ್ಯವಾದ.	Thank you. ಡಿಯರ್ ಫ್ರೆಂಡ್, ಥ್ಯಾಂಕ್ ಯು
ನಿಮ್ಮ ಕೆಲಸ ಮಾಡಿಕೊಡಲು ನನಗೆ ಖುಷಿಯಾಗುತ್ತದೆ.	I am pleased to complete your work. ಐ ಆ್ಯಮ್ ಪ್ಲೀಸ್ಡ್ ಟು ಕಂಪ್ಲೀಟ್ ಯುವರ್ ವರ್ಕ್
ನಾನು ನಿಮಗಾಗಿ ಸದಾ ಸಿದ್ಧನಿರುವೆ.	I am always ready for you. ಐ ಆ್ಯಮ್ ಆಲ್ ವೇಸ್ ರೆಡಿ ಫಾರ್ ಯು
ದಯವಿಟ್ಟು ಕ್ಷಮಿಸಿ.	Dear friend, thank you. ಪ್ಲೀಸ್ ಎಕ್ಸ್ ಕ್ಯೂಸ್ ಮಿ

ನಿಮ್ಮ ಕೆಲಸ ಮುಗಿಸಿದ್ದಕ್ಕೆ ನಾನು ಸಂತೃಪ್ತನಾಗಿದ್ದೇನೆ.	I am pleased to complete your work. ಐ ಆ್ಯಮ್ ಪ್ಲೀಸ್ಡ್ ಟು ಕಂಪ್ಲೀಟ್ ಯುವರ್ ವರ್ಕ್
ದಯವಿಟ್ಟು ಕ್ಷಮಿಸಿ.	Please, excuse me. ಪ್ಲೀಸ್ ಎಕ್ಸ್ ಕ್ಯೂಸ್ ಮಿ
ಇದಕ್ಕಾಗಿ ನಾನು ವಿಷಾದಿಸುವೆ.	I am sorry for this. ಐ ಆ್ಯಮ್ ಸಾರಿ ಫಾರ್ ದಿಸ್
ನೀನು ಹೇಗಿರುವೆ?	How do you do? ಹೌ ಡು ಯು ಡು?
ಇದು ನನ್ನ ಭಾಗ್ಯ.	It is my pleasure. ಇಟ್ಸ್ ಮೈ ಪ್ಲೆಷರ್
ನಿಮ್ಮ ಬಳಿಕ.	After you. ಆಫ್ಟರ್ ಯು
ಕ್ಷಮಿಸಿ, ನಾನು ಬರುವುದು ಸ್ವಲ್ಪ ತಡವಾಯಿತು.	I am sorry, I got a little late. ಐ ಆ್ಯಮ್ ಸಾರಿ, ಐ ಗಾಟ್ ಲಿಟ್ಲ್ ಲೇಟ್
ನನ್ನನ್ನು ಪರಿಚಯಿಸಿಕೊಳ್ಳಲು ಅನುಮತಿ ನೀಡಿ.	Let me introduce myself. ಲೆಟ್ ಮಿ ಇಂಟ್ರಡ್ಯೂಸ್ ಮೈ ಸೆಲ್ಫ್
ನಿಮ್ಮನ್ನು ಭೇಟಿಯಾಗಿದ್ದರಿಂದ ನನಗೆ ಸಂತೋಷವಾಯಿತು	I am glad to meet you. ಐ ಆ್ಯಮ್ ಗ್ಲಾಡ್ ಟು ಮೀಟ್ ಯು
ನೀವು ನನಗೊಂದು ಸಹಾಯ ಮಾಡಬಹುದೇ?	Will you please do me a favour? ವಿಲ್ ಯು ಪ್ಲೀಸ್ ಡು ಮಿ ಎ ಫೇವರ್?
ಸರ್ ಆಯಿತು.	All right, sir! ಆಲ್ ರೈಟ್ ಸರ್
ಧನ್ಯವಾದ ಹೇಳಬೇಕಾದ ಅಗತ್ಯವಿಲ್ಲ.	There is no need of any thanks. ದೇರ್ ಈಸ್ ನೋ ನೀಡ್ ಆಫ್ ಎನಿ ಥ್ಯಾಂಕ್ಸ್

ನೆನಪಿನಲ್ಲಿಡಿ

1. ಇಂಗ್ಲಿಷ್‌ನಲ್ಲಿ ಗೌರವ ಸೂಚಿಸಲು ಕೂಡ, ಅಂದರೆ ಹಿರಿಯರು, ಗಣ್ಯರಿಗೂ you ಬಳಕೆಯಾಗುತ್ತದೆ.
   ಶ್ರೀ ರಾಜೀವ್ ಹೋದರು: Mr. Rajiv has gone (ಮಿ. ರಾಜೀವ್ ಹ್ಯಾಸ್ ಗಾನ್)
2. ಕನ್ನಡದಲ್ಲಿ ಗೌರವವನ್ನು ಸೂಚಿಸಲು ಅವರು' ತಾವು' ಬಳಕೆಯಾಗುತ್ತದೆ. ಇಂಗ್ಲಿಷ್‌ನಲ್ಲಿ you ಮಾತ್ರ ಪ್ರಯೋಗಿಸಲ್ಪಡುತ್ತದೆ.
   ನಿನ್ನ ಹೆಸರೇನು?: what is your name? (ವಾಟ್ ಈಸ್ ಯುವರ್ ನೇಮ್?)
   ಅವನು ಯಾವಾಗ ಬರುತ್ತಾನೆ? When will he come? (ವೆನ್ ವಿಲ್ ಹಿ ಕಮ್?)

ಸ್ವಯಂ ಪರಿಚಯ
(SELF INTRODUCTION)

ವ್ಯಕ್ತಿ ತನ್ನನ್ನು ಬೇರೆಯವರಿಗೆ ಪರಿಚಯಿಸಿಕೊಳ್ಳುವ ರೀತಿಯಲ್ಲಿ ಮೊದಲ ನೋಟದಲ್ಲೇ, ಭೇಟಿಯಲ್ಲೇ ಸಾಕಷ್ಟು ಪ್ರಭಾವ ಬೀರಬಹುದು. ಪರಸ್ಪರ ಪರಿಚಯಿಸಿಕೊಳ್ಳುವುದು ಶಿಷ್ಟಾಚಾರ ಪಾಲನೆಯಷ್ಟೇ ಮುಖ್ಯವಾದದ್ದು. ಇದು ಎದುರಿನ ವ್ಯಕ್ತಿಯ ಮೇಲೆ ದೀರ್ಘಕಾಲೀನ ಪರಿಣಾಮ ಬೀರುತ್ತದೆ. English sentence ಗಳ ಉಚ್ಚರಣೆಯನ್ನು ಕನ್ನಡದಲ್ಲಿ ನೀಡಲಾಗಿದೆ.

ಈ ಅಧ್ಯಾಯದಲ್ಲಿ ಸ್ವಯಂ ಪರಿಚಯ ಹೇಗೆ ಮಾಡಿಕೊಳ್ಳಬೇಕೆಂಬ ಕುರಿತು 50 ವಾಕ್ಯಗಳನ್ನು ನೀಡಲಾಗಿದೆ. ಇವನ್ನು ಸಂದರ್ಭಕ್ಕೆ ಅನುಸಾರ ಬದಲಿಸಿಕೊಂಡು ಬಳಸಿಕೊಳ್ಳಬಹುದು.

ನಾನು ಸಮೀರ್- I am Sameer. ಐ ಆ್ಯಮ್ ಸಮೀರ್

☞ ಸಮೀರ್ ಜಾಗದಲ್ಲಿ ಓದುಗ ತನ್ನ ಹೆಸರು ಬದಲಿಸಿ ಸ್ವಯಂ ಪರಿಚಯ ಮಾಡಿಕೊಳ್ಳಬಹುದು. ಪ್ರಸ್ತುತ ಪಾಠದಲ್ಲಿ ದೈನಂದಿನ ಸಂಭಾಷಣೆಯಲ್ಲಿ ಪ್ರಯೋಗಗೊಳ್ಳುವ ಹಲವು ವಾಕ್ಯಗಳ ಇಂಗ್ಲಿಷ್ ರೂಪಾಂತರವನ್ನು ಕೊಡಲಾಗಿದೆ.

ನಾನು ಸಮೀರ್	I am Sameer. ಐ ಆ್ಯಮ್ ಸಮೀರ್
ನಾನು ದಿಲ್ಲಿಯಲ್ಲಿ ವಾಸಿಸುತ್ತೇನೆ	I live in Delhi. ಐ ಲೀವ್ ಇನ್ ಡೆಲ್ಲಿ
ನಾನು ಒಬ್ಬ ಶಿಕ್ಷಕ	I am a teacher. ಐ ಆ್ಯಮ್ ಎ ಟೀಚರ್
ನಾನು ಸ್ಟೇಟ್ ಬ್ಯಾಂಕ್ ಆಫ್ ಇಂಡಿಯಾದಲ್ಲಿ ಅಕೌಂಟೆಂಟ್	I am an accountant in State Bank of India. ಐ ಆ್ಯಮ್ ಆ್ಯನ್ ಅಕೌಂಟೆಂಟ್ ಇನ್ ಸ್ಟೇಟ್ ಬ್ಯಾಂಕ್ ಆಫ್ ಇಂಡಿಯಾ
ನಾನು ಎರಡನೇ ವರ್ಷದಲ್ಲಿ ವ್ಯಾಸಂಗ ಮಾಡುತ್ತಿದ್ದೇನೆ	I study in the second year. ಐ ಸ್ಟಡಿ ಇನ್ ದಿ ಸೆಕೆಂಡ್ ಇಯರ್
ನಾನು ಎಂಬಿಎ ಓದಿದ್ದೇನೆ	I have done M.B.A. ಐ ಹ್ಯಾವ್ ಡನ್ ಎಂ ಬಿಎ
ನನಗೆ ಹದಿನೆಂಟು ವರ್ಷ	I am cighteen years old. ಐ ಆ್ಯಮ್ 18 ಇಯರ್ಸ್ ಓಲ್ಡ್
ನನ್ನ ಶಾಲೆ ಮಾಡೆಲ್ ಟೌನ್ ನಲ್ಲಿದೆ	My school is situated at Model Town. ಮೈ ಸ್ಕೂಲ್ ಈಸ್ ಸಿಚುಯೇಟೆಡ್ ಎಟ್ ಮಾಡೆಲ್ ಟೌನ್
ನನ್ನ ಕಚೇರಿ ದರಿಗಾಗಂಜ್ ನಲ್ಲಿದೆ	My office is at Daryaganj. ಮೈ ಆಫೀಸ್ ಎಟ್ ದರಿಯಾ ಗಂಜ್
ನಾನು ಈ ಕಚೇರಿಗೆ ಹೊಸಬ	I am new in this office. ಐ ಆ್ಯಮ್ ನ್ಯೂ ಇನ್ ದಿಸ್ ಆಫೀಸ್
ನಾನು ಇಲ್ಲಿ ಕಳೆದ 3 ವರ್ಷಗಳಿಂದ ಕೆಲಸ ಮಾಡುತ್ತಿದ್ದೇನೆ	I have been working here for last three years. ಐ ಹ್ಯಾವ್ ಬೀನ್ ವರ್ಕಿಂಗ್ ಹಿಯರ್ ಫಾರ್ ಲಾಸ್ಟ್ 3 ಇಯರ್ಸ್
ನನ್ನ ಇಷ್ಟದ ವಿಷಯ ವಿಜ್ಞಾನ	My favourite subject is science. ಮೈ ಫೇವರಿಟ್ ಸಬ್ಜೆಕ್ಟ್ ಈಸ್ ಸೈನ್ಸ್
ನಾನು ಕಠಿಣ ಶ್ರಮದಲ್ಲಿ ನಂಬಿಕೆ ಇರಿಸಿದ್ದೇನೆ	I believe in hard work. ಐ ಬಿಲೀವ್ ಇನ್ ಹಾರ್ಡ್ ವರ್ಕ್
ಸತ್ಯವಂತಿಕೆ ಮೇಲೆ ನನಗೆ ನಂಬಿಕೆ ಇದೆ	I have faith on truthfulness. ಐ ಹ್ಯಾವ್ ಫೇತ್ ಇನ್ ಟ್ರುತ್‌ಫುಲ್‌ನೆಸ್

ನನ್ನ ದೌರ್ಬಲ್ಯವನ್ನು ಸಾಮರ್ಥ್ಯವನ್ನಾಗಿ ಪರಿವರ್ತಿಸುವ ನಂಬಿಕೆ ಹೊಂದಿದ್ದೇನೆ	I believe in turning my weaknesses into strength. ಐ ಬಿಲೀವ್ ಇನ್ ಟರ್ನಿಂಗ್ ಮೈ ವೀಕ್ನೆಸಸ್ ಇನ್ ಟು ಸ್ಟ್ರೆಂತ್
ಆತ್ಮ ವಿಶ್ವಾಸ ನನ್ನ ಬಹುದೊಡ್ಡ ಆಸ್ತಿ	Self-confidence is my greatest asset. ಸೆಲ್ಫ್ ಕಾನ್ಫಿಡೆನ್ಸ್ ಈಸ್ ಮೈ ಗ್ರೇಟೆಸ್ಟ್ ಅಸೆಟ್
ಪ್ರಾಮಾಣಿಕತೆ ನನ್ನ ಬಹುದೊಡ್ಡ ಸಾಮರ್ಥ್ಯ	Honesty is my greatest strength. ಆನೆಸ್ಟಿ ಈಸ್ ಮೈ ಗ್ರೇಟೆಸ್ಟ್ ಸ್ಟ್ರೆಂತ್
ನನ್ನ ಇಷ್ಟದ ಆಟ ಕ್ರಿಕೆಟ್	My favourite sport is cricket. ಮೈ ಫೇವರಿಟ್ ಸ್ಪೋರ್ಟ್ ಈಸ್ ಕ್ರಿಕೆಟ್
ನಾನು ಗಣಿತ ಶಾಸ್ತ್ರ ಆನರ್ಸ್ ಕೋರ್ಸ್ ಪ್ರವೇಶ ಪಡೆದಿದ್ದೇನೆ	I have taken admission in maths honours. ಐ ಹ್ಯಾವ್ ಟೇಕನ್ ಅಡ್ಮಿಷನ್ ಇನ್ ಮ್ಯಾಥ್ಸ್ ಆನರ್ಸ್
ನಾನು ಖಲ್ಸಾ ಕಾಲೇಜಿನ ವಿದ್ಯಾರ್ಥಿ	I am a student of Khalsa college. ಐ ಆ್ಯಮ್ ಎ ಸ್ಟೂಡೆಂಟ್ ಆಫ್ ಖಲ್ಸಾ ಕಾಲೇಜ್
ನನ್ನ ತಂದೆಯ ಹೆಸರು ವಿಶಾಲ್ ಖನ್ನಾ	My father's name is Vishal Khanna. ಮೈ ಫಾದರ್ಸ್ ನೇಮ್ ಈಸ್ ವಿಶಾಲ್ ಖನ್ನಾ
ಅವರು ವೃತ್ತಿಯಲ್ಲಿ ವೈದ್ಯ/ಇಂಜಿನಿಯರ್	He is a doctor/engineer. ಹಿ ಈಸ್ ಎ ಡಾಕ್ಟರ್ / ಇಂಜಿನಿಯರ್
ನನಗೆ ಪೊಲೀಸ್ ಇಲಾಖೆಯಲ್ಲಿ ಕೆಲಸ ಮಾಡಲು ಆಸಕ್ತಿಯಿದೆ	I am interested to work in police department. ಐಆ್ಯಮ್ ಇಂಟ್ರೆಸ್ಟೆಡ್ ಟು ವರ್ಕ್ ಇನ್ ಪೊಲೀಸ್ ಡಿಪಾರ್ಟ್ ಮೆಂಟ್
ನನಗೆ ಸೇನೆ ಸೇರಲು ಆಸಕ್ತಿ ಇದೆ	I am interested to join army. ಐ ಆ್ಯಮ್ ಇಂಟ್ರೆಸ್ಟೆಡ್ ಟು ಜಾಯಿನ್ ಆರ್ಮಿ
ನನ್ನ ಶಾಲೆಯ ಹೆಸರು ರಿವರ್ ಸೈಡ್ ಶಾಲೆ	The name of my school is river side school. ನೇಮ್ ಆಫ್ ಮೈ ಸ್ಕೂಲ್ ಈಸ್ ರಿವರ್ ಸೈಡ್ ಸ್ಕೂಲ್

ನೆನಪಿನಲ್ಲಿಡಿ

ಇಲ್ಲಿರುವ ಇಂಗ್ಲಿಷ್ ಪದಗಳ ಕನ್ನಡ ಅರ್ಥವನ್ನು ತಿಳಿದುಕೊಂಡು ಹೆಚ್ಚು ಹೆಚ್ಚು ಬಳಸುವ ಮೂಲಕ ಪರಿಣತಿ ಗಳಿಸಬೇಕು. ಪಾಠವನ್ನು ಅನುಸರಿಸಿ ಹೆಸರು, ಪೋಷಕರ ಹೆಸರು, ವೃತ್ತಿ, ಓದುತ್ತಿರುವ ಶಾಲೆ, ತರಗತಿ, ಆಸಕ್ತಿ, ಇಷ್ಟದ ಆಟ, ಕೆಲಸ ಯಾವುದು ಎಂಬ ಪಟ್ಟಿಯನ್ನು ಮಾಡಿಕೊಂಡು, ಅದನ್ನು ಅಭ್ಯಾಸ ಮಾಡಿ.

ಸಶಬಶಧಿಗಳ ಪರಿಅಯಯೆ
(INTRODUCTION OF RELATIVES)

ಸ್ವಂತ ಪರಿಚಯದ ಬಳಿಕ ಸಂಬಂಧಿಕರ ಬಗ್ಗೆ ತಿಳಿದುಕೊಳ್ಳೋಣ. ಇಲ್ಲಿರುವ ವಾಕ್ಯಪದಗಳನ್ನು ಪ್ರತಿನಿತ್ಯ ದೈನಂದಿನ ಜೀವನದಲ್ಲಿ ಬಳಸುವ ಮೂಲಕ ಅವನ್ನು ಕರಗತ ಮಾಡಿಕೊಳ್ಳಬೇಕು. ಸ್ನೇಹಿತರಿಗೆ/ ಸಹೋದ್ಯೋಗಿಗಳಿಗೆ ತಮ್ಮ ಸಂಬಂಧಿಕರನ್ನು ಪರಿಚಯಿಸಲು ಇದರಿಂದ ನೆರವಾಗಲಿದೆ.

ನನ್ನ ತಂದೆ ಪ್ರೊಫೆಸರ್ - My father is a professor. ಮೈ ಫಾದರ್ ಈಸ್ ಎ ಪ್ರೊಫೆಸರ್

★ ಮೇಲಿನ ವಾಕ್ಯದಲ್ಲಿ 'ಪ್ರೊಫೆಸರ್' ಜಾಗದಲ್ಲಿ ಪರಿವಾರದ ವಿಭಿನ್ನ ಸದಸ್ಯರ ವೃತ್ತಿಯ ಹೆಸರನ್ನು ಭರ್ತಿ ಮಾಡಬಹುದು.

ನನ್ನ ತಂದೆ ಪ್ರೊಫೆಸರ್	My father is a professor. ಮೈ ಫಾದರ್ ಈಸ್ ಎ ಪ್ರೊಫೆಸರ್
ನನ್ನ ತಾಯಿ ಶಿಕ್ಷಕಿ	My mother is a teacher. ಮೈ ಮದರ್ ಈಸ್ ಎ ಟೀಚರ್
ನನ್ನ ಹಿರಿಯಣ್ಣ ಸರ್ಕಾರದ ಸೇವೆಯಲ್ಲಿದ್ದಾನೆ	My elder brother is in government service. ಮೈ ಎಲ್ಡರ್ ಬ್ರದರ್ ಈಸ್ ಇನ್ ಗವರ್ನಮೆಂಟ್ ಸರ್ವಿಸ್
ನನ್ನ ಸ್ನೇಹಿತ ಸಾಹಿಲ್ ರೈಲ್ವೆ ಇಲಾಖೆಯಲ್ಲಿ ಕೆಲಸ ಮಾಡುತ್ತಾನೆ	My friend, Sahil works in railway department. ಮೈ ಫ್ರೆಂಡ್ ಸಾಹಿಲ್ ವರ್ಕ್ಸ್ ಇನ್ ರೈಲ್ವೇ ಡಿಪಾರ್ಟ್ ಮೆಂಟ್
ನನ್ನ ಚಿಕ್ಕಪ್ಪ ಹೈಕೋರ್ಟ್‌ನ ನ್ಯಾಯಮೂರ್ತಿ	My uncle is a judge in High Court. ಮೈ ಅಂಕಲ್ ಈಸ್ ಎ ಜಡ್ಜ್ ಇನ್ ಹೈಕೋರ್ಟ್
ನಿನ್ನ ತಂದೆ ಏನು ಮಾಡುತ್ತಾರೆ?	What's your father doing? ವಾಟ್ಸ್ ಯುವರ್ ಫಾದರ್ ಡುಯಿಂಗ್
ನೀನು ನನಗೆ ಚೆನ್ನಾಗಿ ಗೊತ್ತು	I know you very well. ಐ ನೋ ಯು ವೆರಿ ವೆಲ್
ನನ್ನ ಸ್ನೇಹಿತೆ ರಾಧಾ ಒಬ್ಬಳು ಪರಿಣತ ಗೃಹಿಣಿ	Radha, my friend is an expert house wife. ರಾಧಾ ಮೈ ಫ್ರೆಂಡ್ ಈಸ್ ಆ್ಯನ್ ಎಕ್ಸ್ ಪರ್ಟ್ ಹೌಸ್ ವೈಫ್
ನನ್ನ ಪತ್ನಿ ರೀಟಾ, ಪರಿಣತ ಗೃಹಿಣಿ	Reeta, my wife is an expert housewife. ರೀಟಾ ಮೈ ವೈಫ್ ಈಸ್ ಆ್ಯನ್ ಎಕ್ಸ್ ಪರ್ಟ್ ಹೌಸ್ ವೈಫ್
ನನ್ನ ಬಾಸ್ ಅನ್ನು ಭೇಟಿ ಮಾಡಿ	Meet my boss. ಮೀಟ್ ಮೈ ಬಾಸ್
ಬನ್ನಿ, ನನ್ನ ಚಿಕ್ಕಪ್ಪನನ್ನು ಭೇಟಿ ಮಾಡಿ	Come, meet to my uncle. ಕಮ್, ಮೀಟ್ ಮೈ ಅಂಕಲ್
ನನ್ನ ತಂದೆ ಒಬ್ಬ ಮುಖಂಡ	My father's is a leader. ಮೈ ಫಾದರ್ ಈಸ್ ಎ ಲೀಡರ್
ಮೀನಾ ನಿನಗೇನಾಗಬೇಕು	What's Meena to you? ವಾಟ್ಸ್ ಮೀನಾ ಟು ಯು
ನನ್ನ ಅಜ್ಜ ಇಂಜಿನಿಯರ್	My grandfather is an engineer ಮೈ ಗ್ರಾಂಡ್ ಫಾದರ್ ಈಸ್ ಆ್ಯನ್ ಇಂಜಿನಿಯರ್

ನನ್ನ ಅಜ್ಜ ವೈದ್ಯರು	My grandfather is a doctor. ಮೈ ಗ್ರಾಂಡ್ ಫಾದರ್ ಈಸ್ ಎ ಡಾಕ್ಟರ್
ನೀವು ಸ್ನೇಹಿತ ಪ್ರಫುಲ್ ಜೀ ಅವರನ್ನು ಭೇಟಿ ಮಾಡಬೇಕೆಂಬುದು ನನ್ನ ಇಷ್ಟ	I'd like you to meet my frined, Prafullji. ಐ ಲೈಕ್ ಯು ಟು ಮೀಟ್ ಮೈ ಫ್ರೆಂಡ್ ಪ್ರಫುಲ್ ಜೀ
ನನ್ನ ಪತಿ, ಪವನ್‌ರನ್ನು ಭೇಟಿ ಮಾಡಿ	Meet my husband Pawan. ಮೀಟ್ ಮೈ ಹಸ್ಬೆಂಡ್ ಪವನ್
ನನ್ನ ಸ್ನೇಹಿತೆ ಸುಧಾಳನ್ನು ಭೇಟಿ ಮಾಡಿ	Meet my friend, Sudha. ಮೀಟ್ ಮೈ ಫ್ರೆಂಡ್ ಸುಧಾ
ವಿನೋದ್ ತಂದೆ ಹೆಸರು ಸುಧಾಕರ್	Vinod's father's name is Sudhakar. ವಿನೋದ್‌ಸ್ ಫಾದರ್ಸ್ ನೇಮ್ ಈಸ್ ಸುಧಾಕರ್
ಸೋಹನ್, ನನ್ನ ಪತ್ನಿ ಚಾರುಳನ್ನು ಭೇಟಿಯಾಗು	Sohan, meet my wife, Charu. ಸೋಹನ್, ಮೀಟ್ ಮೈ ವೈಫ್ ಚಾರು
ಹಲೋ ರಮೇಶ್, ಎಲ್ಲಿ ಕೆಲಸ ಮಾಡುತ್ತಿರುವೆ?	Hello Ramesh! Where are you working? ಹಲೋ ರಮೇಶ್ ವೇರ್ ಆರ್ ಯು ವರ್ಕಿಂಗ್
ನನ್ನ ಸೋದರಳಿಯ ಕುಲಾಧಿಪತಿ	My nephew is a Chancellor. ಮೈ ನೆಪ್ಯೂ ಈಸ್ ಎ ಚಾನ್ಸಲರ್
ನಿನ್ನ ಚಿಕ್ಕಪ್ಪ ರಾಜ್ಯಪಾಲರಾ?	Is your uncle a Governor? ಈಸ್ ಯುವರ್ ಅಂಕಲ್ ಎ ಗವರ್ನರ್?
ನನ್ನ ದೊಡ್ಡ ಮಗ ಉಪನ್ಯಾಸಕ	My elder son is a lecturer. ಮೈ ಎಲ್ಡರ್ ಸನ್ ಈಸ್ ಎ ಲೆಕ್ಚರರ್
ನನ್ನ ಹಿರಿಯ ಸೋದರಿ ನ್ಯಾಯಾಧೀಶೆ	My elder sister is a judge. ಮೈ ಎಲ್ಡರ್ ಸಿಸ್ಟರ್ ಈಸ್ ಎ ಜಡ್ಜ್
ನನ್ನ ಕಿರಿಯ ಸೋದರಿ ವೈದ್ಯೆ	My younger sister is a doctor. ಮೈ ಯಂಗರ್ ಸಿಸ್ಟರ್ ಈಸ್ ಎ ಡಾಕ್ಟರ್
ನನ್ನ ಕಿರಿಯ ಮಗ ವ್ಯವಸ್ಥಾಪಕ ನಿರ್ದೇಶಕ	My younger son is a managing director. ಮೈ ಯಂಗರ್ ಸನ್ ಈಸ್ ಎ ಮ್ಯಾನೇಜಿಂಗ್ ಡೈರೆಕ್ಟರ್
ನನ್ನ ಸ್ನೇಹಿತ ರಾಕೇಶ್ ಸ್ಟೆನೋಗ್ರಾಫರ್	My friend, Rakesh is a stenographer. ಮೈ ಫ್ರೆಂಡ್ ರಾಕೇಶ್ ಈಸ್ ಎ ಸ್ಟೆನೋಗ್ರಾಫರ್
ಅವನು ನನ್ನ ಸಂಬಂಧಿ	He is my relative. ಹಿ ಈಸ್ ಮೈ ರಿಲೇಟಿವ್
ನನ್ನ ತಂದೆ ಗೃಹಮಂತ್ರಾಲಯದಲ್ಲಿ ಕೆಲಸ ಮಾಡುತ್ತಿದ್ದಾರೆ	My father is working in home ministry. ಮೈ ಫಾದರ್ ಈಸ್ ವರ್ಕಿಂಗ್ ಇನ್ ಹೋಂ ಮಿನಿಸ್ಟ್ರಿ

ನೆನಪಿನಲ್ಲಿಡಿ

ಸಂಬಂಧಿಕರ ಕುರಿತ ವಿವರ ನೀಡುವ ವಾಕ್ಯಗಳನ್ನು ಮತ್ತೆ ಮತ್ತೆ ಓದಿ ಮನನ ಮಾಡಿಕೊಳ್ಳಿ. ಮಿತ್ರರನ್ನು ಸ್ನೇಹಿತರಿಗೆ ಪರಿಚಯಿಸುವಾಗ ಕಲಿತದ್ದನ್ನು ನೆನಪಿಸಿಕೊಂಡು ಬಳಸಿ.

ಹಲಯಿಳಿಕಲ
(STATEMENT)

ದೈನಿಕ ಜೀವನದಲ್ಲಿ ಸಾಮಾನ್ಯವಾಗಿ ಬಳಕೆಯಾಗುವ ವಿಭಿನ್ನ ವಾಕ್ಯಗಳ ಬಗ್ಗೆ ಈ ಅಧ್ಯಾಯದಲ್ಲಿ ತಿಳಿಸಲಾಗಿದೆ. ಯಾರ ಜೊತೆ ಯಾವ ಸಮಯದಲ್ಲಿ ಮಾತನಾಡಲಾಗುತ್ತದೆ? ಆಗಿನ ಪರಿಸ್ಥಿತಿ ಏನು? ವೈಯಕ್ತಿಕ ವಿಷಯ ಏನು ಎಂಬುದನ್ನು ತಿಳಿದು ಸಂವಾದ ನಡೆಸಬೇಕಾಗುತ್ತದೆ.

ಇಂದು ರಜಾ ದಿನ- Today is a holiday. ಟು ಡೇ ಈಸ್ ಎ ಹಾಲಿಡೇ.

★ ಮೇಲಿನ ವಾಕ್ಯದಲ್ಲಿ today ಜಾಗದಲ್ಲಿ ದಿನದ ಹೆಸರು ಇಲ್ಲವೇ ನಾಳೆ, ನಿನ್ನೆ ಇತ್ಯಾದಿ ಬಳಸಿ ಹೊಸ ವಾಕ್ಯ English stentenes ರಚನೆ ಸಾಧ್ಯವಿದೆ. ಕೆಳಗಿನ ವಾಕ್ಯಗಳನ್ನು ಗಮನಿಸಿ

ಅವನು ನನ್ನ ಒಳ್ಳೆಯ ಸ್ನೇಹಿತ	He is my good friend. ಹಿ ಈಸ್ ಮೈ ಗುಡ್ ಫ್ರೆಂಡ್
ನಾನು ಅವನನ್ನು ಚೆನ್ನಾಗಿ ಬಲ್ಲೆ	I know him very well. ಐ ನೋ ಹಿಮ್ ವೆರಿ ವೆಲ್
ಅವನಿಗೆ ತುರ್ತಾಗಿ ಹಣದ ಅವಶ್ಯಕತೆ ಇದೆ	Hs is in urgent need of money. ಹಿ ಈಸ್ ಇನ್ ಅರ್ಜೆಂಟ್ ನೀಡ್ ಆಫ್ ಮನಿ
ಸೂರ್ಯ ಪೂರ್ವದಲ್ಲಿ ಉದಯಿಸುತ್ತಾನೆ	The sun rises in the east. ದಿ ಸನ್ ರೈಸಸ್ ಇನ್ ದಿ ಈಸ್ಟ್
ಪುಸ್ತಕವು ಮೇಜಿನ ಮೇಲಿದೆ	The book is on the table. ದಿ ಬುಕ್ ಈಸ್ ಆನ್ ದಿ ಟೇಬಲ್
ರೈಲು ಸಮಯಕ್ಕೆ ಸರಿಯಾಗಿ ಬರಲಿದೆ	The train is arriving on time. ದಿ ಟ್ರೈನ್ ಈಸ್ ಅರ್ರೈವಿಂಗ್ ಆನ್ ಟೈಂ
ನಾನು ಚೆನ್ನಾಗಿದ್ದೇನೆ	I am fine. ಐ ಆ್ಯಮ್ ಫೈನ್
ರಾಜ್ ಒಳ್ಳೆಯ ಹುಡುಗ	Raj is a good boy. ರಾಜ್ ಈಸ್ ಎ ಗುಡ್ ಬಾಯ್
ಭಾರತ ದೊಡ್ಡ ದೇಶ	India is a large country. ಇಂಡಿಯಾ ಈಸ್ ಎ ಲಾರ್ಜ್ ಕಂಟ್ರಿ
ನಿಮ್ಮ ಕೆಲಸ ನೀವೇ ಮಾಡಿಕೊಳ್ಳಿ	Be self reliant ಬಿ ಸೆಲ್ಫ್ ರಿಲಿಯಂಟ್
ರಾಮ್ ಒಬ್ಬ ಶ್ರಮ ಜೀವಿ	Ram is a laborious man. ರಾಮ್ ಈಸ್ ಎ ಲೆಬೋರಿಯಸ್ ಮ್ಯಾನ್
ಅವನಿಂದ ಕೆಲಸ ತೆಗೆಯುವುದು ಕಷ್ಟ	It is difficult to take work out of him. ಇಟ್ ಈಸ್ ಡಿಫಿಕಲ್ಟ್ ಟು ಟೇಕ್ ವರ್ಕ್ ಔಟ್ ಆಫ್ ಹಿಮ್
ಜನವರಿ ವರ್ಷದ ಮೊದಲ ತಿಂಗಳು	January is the first month of a year. ಜನವರಿ ಈಸ್ ದಿ ಫಸ್ಟ್ ಮಂತ್ ಆಫ್ ಎ ಇಯರ್
ನಾನು ಸೆಪ್ಟೆಂಬರ್ ನಲ್ಲಿ ಹುಟ್ಟಿದ್ದೆ	I was born in September. ಐ ವಾಸ್ ಬಾರ್ನ್ ಇನ್ ಸೆಪ್ಟೆಂಬರ್
ಅವನಿಗೆ 16 ವರ್ಷ ವಯಸ್ಸು	He is sixteen years old. ಹಿ ಈಸ್ 16 ಇಯರ್ಸ್ ಓಲ್ಡ್

ಅವನ ಬಳಿ ಹಣವಿಲ್ಲ	He has no money. ಹಿ ಹ್ಯಾಸ್ ನೋ ಮನಿ
ಅಲ್ಲಿ ಯಾರೂ ಇರಲಿಲ್ಲ	Nobody is there. ನೋಬಡಿ ಈಸ್ ದೇರ್
ರಾಜೀವನು ಮುಂಬಯಿಯಲ್ಲಿದ್ದಾನೆ	Rajeev is in Mumbai. ರಾಜೀವ್ ಈಸ್ ಇನ್ ಮುಂಬೈ
ಇಂದು ಸೋಮವಾರ	Today is Monday. ಟುಡೇ ಈಸ್ ಮಂಡೇ
ನಾಳೆ ರಾಷ್ಟ್ರೀಯ ರಜಾ ದಿನ	Tomorrow is a national holiday. ಟುಮಾರೋ ಈಸ್ ಎ ನ್ಯಾಷನಲ್ ಹಾಲಿಡೇ.
ಇವತ್ತು ತುಂಬಾ ಬಿಸಿಲು ಇದೆ	It is too hot today. ಇಟ್ ಈಸ್ ಟೂ ಹಾಟ್ ಟುಡೇ
ನಮ್ಮ ಕಂಪನಿ ಉತ್ತಮ ವ್ಯಾವಹಾರಿಕ ಸಂಬಂಧಗಳನ್ನು ಹೊಂದಿದೆ	Our company has very good business relations.ಅವರ್ ಕಂಪನಿ ಹ್ಯಾಸ್ ವೆರಿಗುಡ್ ಬಿಸಿನೆಸ್ ರಿಲೇಷನ್ಸ್
ಆದರ್ಶನ ಕಂಪನಿ ಒಳ್ಳೆಯ ಲಾಭ ಗಳಿಸುತ್ತಿದೆ	Aadarsh's company is making good profit. ಆದರ್ಶ್ಸ್ ಕಂಪನಿ ಈಸ್ ಮೇಕಿಂಗ್ ಗುಡ್ ಪ್ರಾಫಿಟ್
ಇದು ಒಂದು ಪ್ರಭಾವಿ ಲೇಖನ	It is an impressive article. ಇಟ್ ಈಸ್ ಆ್ಯನ್ ಇಂಪ್ರೆಸಿವ್ ಆರ್ಟಿಕಲ್
ಗ್ರಾಹಕರನ್ನು ಆಕರ್ಷಿಸಲು ಇದು ಸರಿಯಾದ ಮಾರ್ಗ	It is a sound way to attract customers. ಇಟ್ ಈಸ್ ಎ ಸೌಂಡ್ ವೇ ಟು ಅಟ್ರಾ್ಯಕ್ಟ್ ಕಸ್ಟಮರ್ಸ್
ಮೆಟ್ರೋದಲ್ಲಿ ಇಂದು ತುಂಬಾ ಜನಸಂದಣಿ ಇದೆ	There is too much crowd in the Metro today. ದೇರ್ ಈಸ್ ಟೂ ಮಚ್ ಕ್ರೌಡ್ ಇನ್ ದಿ ಮೆಟ್ರೋ ಟುಡೇ
ಸೀಮಾ ತುಂಬಾ ಖುಷಿಯಾಗಿದ್ದಾಳೆ	Seema is looking happy. ಸೀಮಾ ಈಸ್ ಲುಕಿಂಗ್ ಹ್ಯಾಪಿ

ನೆನಪಿನಲ್ಲಿಡಿ

ದಿನನಿತ್ಯದ ವಹಿವಾಟಿನಲ್ಲಿ ಬಳಸುವ statement (ಕೆಲವು ವಾಕ್ಯ)ಗಳನ್ನು ಈ ಅಧ್ಯಾಯದಲ್ಲಿ ನೀಡಲಾಗಿದೆ. ಇವುಗಳನ್ನು ಬಳಸಿಕೊಂಡು English sentences (ಇಂಗ್ಲಿಷ್ ವಾಕ್ಯಗಳು) ರಚಿಸಿ. Friends (ಸ್ನೇಹಿತರು) ಮತ್ತು Relatives (ಸಂಬಂಧಿಕರ) ಜೊತೆ ಸಂವಾದ ನಡೆಸಿ. ಮೊದಲು ತಪ್ಪಾಗಬಹುದು. ಅದಕ್ಕೆ ಹೆಚ್ಚು ಮಹತ್ವ ಕೊಡಬೇಡಿ. ಇದರಿಂದ English conversation ನಲ್ಲಿ ಹಿಡಿತ ಸಿಗಲಿದೆ.

ವಯೆನವಿ
(REQUEST)

ಸಂಭಾಷಣೆ ವೇಳೆ ಕೆಲವೊಮ್ಮೆ ಏನನ್ನಾದರೂ ಕೇಳಬೇಕಾಗಿ ಬರಬಹುದು ಇಲ್ಲವೇ ನಿರ್ದಿಷ್ಟ ವಸ್ತು- ವಿಷಯ ಕುರಿತು ನೆರವು ಬೇಕಾಗಿದ್ದಲ್ಲಿ, ಆ ಬಗ್ಗೆ ಕೇಳಬೇಕಾಗಿ ಬರುತ್ತದೆ. ಆಗ polite (ಸೌಜನ್ಯ)ದಿಂದ ಕೇಳಬೇಕಾಗುತ್ತದೆ. ಕೆಲವೊಮ್ಮೆ Very polite ಆಗಿ ಕೇಳಬೇಕು. ಆದೇಶವನ್ನು ಕೂಡ ಒರಟಾಗಿ ಮಾಡಬಾರದು. ಮೃದುವಾಗಿಯೇ ಹೇಳಬೇಕು.

ನಾವಿನ್ನು ಕೆಲಸ ಆರಂಭಿಸೋಣವೇ? Let us start the work. ಲೆಟ್ ಅಸ್ ಸ್ಟಾರ್ಟ್ ದ ವರ್ಕ್.

★ ಮೇಲಿನ ವಾಕ್ಯದಲ್ಲಿ Let ಜಾಗದಲ್ಲಿ please ಅನ್ನೂ ಬಳಸುವ ಮೂಲಕ ಹೊಸ ವಾಕ್ಯ ರಚಿಸಬಹುದಾಗಿದೆ. ಇಂಗ್ಲಿಷ್ ಭಾಷೆಯಲ್ಲಿ ಸುಲಲಿತವಾಗಿ ಮಾತನ್ನಾಡಲು ಇಂಥ ಪದಗಳನ್ನು ಅರಿತುಕೊಳ್ಳಬೇಕಾಗುತ್ತದೆ.

ನಾವು ಕೆಲಸ ಆರಂಭಿಸೋಣವೇ?	Let us start the work. ಲೆಟ್ ಅಸ್ ಸ್ಟಾರ್ಟ್ ದ ವರ್ಕ್
ದಯಮಾಡಿ ತಡಮಾಡಬೇಡಿ	Please don't be late. ಪ್ಲೀಸ್ ಡೋಂಟ್ ಬಿ ಲೇಟ್
ದಯವಿಟ್ಟು ನಿಯಮಗಳನ್ನು ಪಾಲಿಸಿ	Please follow the rules. ಪ್ಲೀಸ್ ಫಾಲೋ ದ ರೂಲ್ಸ್
ದಯವಿಟ್ಟು ಅತಿಥಿಗಳನ್ನು ನೋಡಿಕೊಳ್ಳಿ	Please attend to the guests. ಪ್ಲೀಸ್ ಅಟೆಂಡ್ ಟು ದಿ ಗೆಸ್ಟ್ಸ್
ದಯವಿಟ್ಟು ನನ್ನ ಮಾತನ್ನು ತಪ್ಪಾಗಿ ತಿಳಿದುಕೊಳ್ಳಬೇಡಿ	Please don't mind my words. ಪ್ಲೀಸ್ ಡೋಂಟ್ ಮೈಂಡ್ ಮೈ ವರ್ಡ್ಸ್
ದಯವಿಟ್ಟು ದಾರಿ ಬಿಡಿ	Please move aside. ಪ್ಲೀಸ್ ಮೂವ್ ಅಸೈಡ್
ದಯವಿಟ್ಟು ನಿಮ್ಮ ಗಡಿಯಾರದಲ್ಲಿ ಸಮಯ ಎಷ್ಟು ಎಂದು ಹೇಳಿ	Please tell me the time by your watch. ಪ್ಲೀಸ್ ಟೆಲ್ ಮಿ ದ ಟೈಮ್ ಬೈ ಯುವರ್ ವಾಚ್.
ದಯವಿಟ್ಟು ನಿಮ್ಮ ಕೆಲಸದ ಬಗ್ಗೆ ಗಮನ ನೀಡಿ	Please pay attention to your job. ಪ್ಲೀಸ್ ಪೇ ಅಟೆನ್ಷನ್ ಟು ಯುವರ್ ಜಾಬ್
ದಯವಿಟ್ಟು ನನ್ನನ್ನು ಸ್ವಲ್ಪಕಾಲ ಒಂಟಿಯಾಗಿ ಬಿಟ್ಟು ಬಿಡಿ	Please leave me alone for a while. ಪ್ಲೀಸ್ ಲೀವ್ ಮಿ ಅಲೋನ್ ಫಾರ್ ಎ ವೈಲ್
ದಯವಿಟ್ಟು ಮತ್ತೊಮ್ಮೆ ಪ್ರಯತ್ನಿಸಿ	Please try again. ಪ್ಲೀಸ್ ಟ್ರೈ ಅಗೇನ್
ದಯವಿಟ್ಟು ನನಗಾಗಿ ಸ್ವಲ್ಪ ಸಮಯ ಕೊಡಿ	Please spare some time for me. ಪ್ಲೀಸ್ ಸ್ಪೇರ್ ಸಮ್ ಟೈಮ್ ಫಾರ್ ಮಿ
ದಯವಿಟ್ಟು ಇಲ್ಲಿ ಗಲಾಟೆ ಮಾಡಬೇಡಿ	Please don't make noise here. ಪ್ಲೀಸ್ ಡೋಂಟ್ ಮೇಕ್ ನಾಯ್ಸ್ ಹಿಯರ್
ದಯವಿಟ್ಟು ನನಗೆ ಹೊರಗೆ ಹೋಗಲು ಬಿಡಿ	Please allow me to go out. ಪ್ಲೀಸ್ ಅಲೋ ಮಿ ಟು ಗೋ ಔಟ್
ದಯವಿಟ್ಟು ನನ್ನ ಮಾತು ಎಚ್ಚರಿಕೆಯಿಂದ ಕೇಳಿ	Please listen to me carefully. ಪ್ಲೀಸ್ ಲಿಸನ್ ಟು ಮಿ ಕೇರ್ ಫುಲ್ಲಿ

ನನಗೆ ಮಾತನ್ನಾಡಲು ಬಿಡಿ	Please allow me to say. ಪ್ಲೀಸ್ ಅಲೋ ಮಿ ಟು ಸೇ
ಸಮೀಪದಲ್ಲಿರುವ ಆಸ್ಪತ್ರೆಗೆ ದಾರಿಯನ್ನು ಹೇಳುವಿರಾ?	Can you tell me the way to a nearby hospital? ಕ್ಯಾನ್ ಯು ಟೆಲ್ ಮಿ ದ ವೇ ಟು ಎ ನಿಯರ್ ಬೈ ಹಾಸ್ಪಿಟಲ್?
ನನ್ನ ಪರವಾಗಿ ಕ್ಷಮಾಯಾಚನೆ ಮಾಡು	Offer apology on my behalf. ಆಫರ್ ಅಪಾಲಜಿ ಆನ್ ಮೈ ಬಿಹಾಫ್
ದಯವಿಟ್ಟು ನಿಧಾನವಾಗಿ ಮಾತನ್ನಾಡಿ	Please speak slowly. ಪ್ಲೀಸ್ ಸ್ಪೀಕ್ ಸ್ಲೋಲಿ
ನಾನು ನಿಮಗೇನು ಮಾಡಬಹುದು ಎಂಬುದನ್ನು ತಿಳಿಸಿ	Please tell me what can I do for you. ಪ್ಲೀಸ್ ಟೆಲ್ ಮಿ ವಾಟ್ ಐ ಕ್ಯಾನ್ ಡು ಫಾರ್ ಯು
ದಯವಿಟ್ಟು ನನಗೆ ಒಂದು ಲೋಟ ನೀರು ಕೊಡಿ	Pleae give me a glass of water. ಪ್ಲೀಸ್ ಗೀವ್ ಮಿ ಎ ಗ್ಲಾಸ್ ಆಫ್ ವಾಟರ್
ನಿಮಗೆ ಸ್ವಾಗತ	You are most welcome. ಯು ಆರ್ ಮೋಸ್ಟ್ ವೆಲ್ ಕಮ್
ದಯವಿಟ್ಟು ಒಳಗೆ ಬನ್ನಿ	Please come in. ಪ್ಲೀಸ್ ಕಮ್ ಇನ್
ದಯವಿಟ್ಟು ನನಗೆ ಕೆಲವು ದಿನ ರಜಾ ಕೊಡಿ	Please grant me leave for a few days. ಪ್ಲೀಸ್ ಗ್ರ್ಯಾಂಟ್ ಮಿ ಲೀವ್ ಫಾರ್ ಎ ಫ್ಯೂ ಡೇಸ್
ನನಗೆ ದಯವಿಟ್ಟು 5000 ರೂ. ಸಾಲ ಕೊಡಿ	Please lend me five thousand rupees. ಪ್ಲೀಸ್ ಲೆಂಡ್ ಮೀ ಫೈವ್ ಥೌಸಂಡ್ ರುಪೀಸ್
ದಯವಿಟ್ಟು ನಿಮ್ಮ ಕಾರನ್ನು ಸ್ವಲ್ಪ ಕಾಲ ನನಗೆ ಕೊಡಿ	Please give me your car for a while. ಪ್ಲೀಸ್ ಗೀವ್ ಮಿ ಯುವರ್ ಕಾರ್ ಫಾರ್ ಎ ವೈಲ್
ದಯವಿಟ್ಟು ನನ್ನ ಸ್ನೇಹಿತನನ್ನು ಭೇಟಿ ಮಾಡಿ	Please meet my friend. ಪ್ಲೀಸ್ ಮೀಟ್ ಮೈ ಫ್ರೆಂಡ್
ನಾನು ನಿನ್ನ ಜೊತೆಗೆ ಬರಬಹುದೇ ?	May I come with you? ಮೇ ಐ ಕಂ ವಿತ್ ಯು?
ನಾನು ಫೋನ್ ಕರೆ ಮಾಡಬಹುದೇ?	Can I make a call? ಕ್ಯಾನ್ ಐ ಮೇಕ್ ಎ ಕಾಲ್?
ನಾನು ನಿನ್ನ ಮೊಬೈಲ್ ಫೋನ್ ಅನ್ನು ಬಳಸಬಹುದೇ?	May I use your mobile phone? ಮೇ ಐ ಯೂಸ್ ಯುವರ್ ಮೊಬೈಲ್ ಫೋನ್?
ನಾನು ಇಲ್ಲಿ ಧೂಮಪಾನ ಮಾಡಬಹುದೇ?	May I smoke here? ಮೇ ಐ ಸ್ಮೋಕ್ ಹಿಯರ್?
ನೀವು ನಿಮ್ಮ ಕಾರಿನಲ್ಲಿ ನನಗೆ ದಯವಿಟ್ಟು ಕರೆದೊಯ್ಯುವಿರಾ?	Will you please offer me a lift in your car? ವಿಲ್ ಯು ಪ್ಲೀಸ್ ಆಫರ್ ಮಿ ಎ ಲಿಫ್ಟ್ ಇನ್ ಯುವರ್ ಕಾರ್?
ನೀವು ನನ್ನೊಟ್ಟಿಗೆ ಸಿನೆಮಾಕ್ಕೆ ಬರಲು ಇಚ್ಛಿಸುವಿರಾ?	Would you like to go to a movie with me? ವುಡ್ ಯು ಲೈಕ್ ಟು ಗೋ ಟು ಎ ಮೂವಿ ವಿತ್ ಮಿ?
ದಯವಿಟ್ಟು ನನ್ನನ್ನು ಬೆಳಗ್ಗೆ ಎಚ್ಚರಗೊಳಿಸುವಿರಾ?	Please wake me up in the morning. ಪ್ಲೀಸ್ ವೇಕ್ ಮಿ ಅಪ್ ಇನ್ ದಿ ಮಾರ್ನಿಂಗ್?
ದಯವಿಟ್ಟು ಸೌಜನ್ಯದಿಂದ ಮಾತನ್ನಾಡಿ	Please talk politely. ಪ್ಲೀಸ್ ಟಾಕ್ ಪೊಲೈಟ್‌ಲೀ
ದಯವಿಟ್ಟು ಅಮ್ಮನನ್ನು ಸ್ಟೇಶನ್ನಲ್ಲಿ ಬಿಟ್ಟುಬಿಡಿ	Kindly drop mummy at the station. ಕೈಂಡ್ಲೀ ಡ್ರಾಪ್ ಮಮ್ಮಿ ಎಟ್ ದಿ ಸ್ಟೇಶನ್
ದಯವಿಟ್ಟು ಅವರನ್ನು ದಿಲ್ಲಿಗೆ ಕರೆದೊಯ್ಯಿರಿ	Kindly take them out for Delhi visit. ಕೈಂಡ್ಲೀ ಟೇಕ್ ದೆಮ್ ಔಟ್ ಫಾರ್ ದಿಲ್ಲಿ ವಿಸಿಟ್

ದಯವಿಟ್ಟು ಹಿಂದಿನ ಅಕೌಂಟ್ ಅನ್ನು ಪರಿಶೀಲಿಸಿ	Please check the previous account. ಪ್ಲೀಸ್ ಚೆಕ್ ದಿ ಪ್ರೀವಿಯಸ್ ಅಕೌಂಟ್
ದಯವಿಟ್ಟು ವೈದ್ಯರಿಗಾಗಿ ಕಾಯಿರಿ	Please wait for the doctor. ಪ್ಲೀಸ್ ವೇಟ್ ಫಾರ್ ದ ಡಾಕ್ಟರ್
ದಯವಿಟ್ಟು ಬೇಗ ಬನ್ನಿ	Please come soon. ಪ್ಲೀಸ್ ಕಮ್ ಸೂನ್
ದಯವಿಟ್ಟು ದೀಪವನ್ನು ಹೊತ್ತಿಸಿ	Please switch on the light. ಪ್ಲೀಸ್ ಸ್ವಿಚ್ ಆನ್ ದ ಲೈಟ್
ದಯವಿಟ್ಟು ಕಾರನ್ನು ನಿಲ್ಲಿಸಿ	Please stop the car. ಪ್ಲೀಸ್ ಸ್ಟಾಪ್ ದ ಕಾರ್
ದಯವಿಟ್ಟು ಉಳಿದ ಹಣವನ್ನು ಇಟ್ಟುಕೊಳ್ಳಿ	Please keep the balance amount. ಪ್ಲೀಸ್ ಕೀಪ್ ದ ಬ್ಯಾಲೆನ್ಸ್ ಅಮೌಂಟ್
ನಾನು ನಿನ್ನ ಸೈಕಲ್ ಅನ್ನು ಕೆಲಕಾಲ ಪಡೆದುಕೊಳ್ಳಬಹುದೇ?	May I borrow your cycle for a while? ಮೇ ಐ ಬಾರೋ ಯುವರ್ ಸೈಕಲ್ ಫಾರ್ ಎ ವೈಲ್?
ದಯಮಾಡಿ ಸಿಟ್ಟು ಮಾಡಿಕೊಳ್ಳಬೇಡಿ	Please don't be angry. ಪ್ಲೀಸ್ ಡೋಂಟ್ ಬಿ ಆ್ಯಂಗ್ರಿ
ದಯವಿಟ್ಟು ಚಹಾ ತೆಗೆದುಕೊಳ್ಳಿ	Please have tea. ಪ್ಲೀಸ್ ಹ್ಯಾವ್ ಟೀ
ದಯವಿಟ್ಟು ನಿಶ್ಯಬ್ದ ಕಾಯ್ದುಕೊಳ್ಳಿ	Please maintain silence. ಪ್ಲೀಸ್ ಮೇಂಟೇನ್ ಸೈಲೆನ್ಸ್
ದಯವಿಟ್ಟು ಲೈನಲ್ಲಿ ಇರಿ	Please hold on. ಪ್ಲೀಸ್ ಹೋಲ್ಡ್ ಆನ್
ದಯವಿಟ್ಟು ಈ ಸಮಸ್ಯೆಯನ್ನು ಬಗೆಹರಿಸಿ	Please solve this problem. ಪ್ಲೀಸ್ ಸಾಲ್ವ್ ದಿಸ್ ಪ್ರಾಬ್ಲಮ್
ದಯವಿಟ್ಟು ಕುಳಿತುಕೊಳ್ಳಿ	Please take your seat. ಪ್ಲೀಸ್ ಟೇಕ್ ಯುವರ್ ಸೀಟ್

ನೆನಪಿನಲ್ಲಿಡಿ

ಯಾರನ್ನಾದರೂ ಯಾವುದೇ ನೆರವು ಇಲ್ಲವೇ ಸಹಾಯ ಕೇಳಲು, ಅವರಿಗೆ ಏನಾದರೂ ಸಹಾಯ ಬೇಕಿದ್ದರೆ ಹಾಗೂ ಎಚ್ಚರಿಕೆ ನೀಡಲು Request (ಮನವಿ) ರೂಪದಲ್ಲಿ ಮಾತು ಪ್ರಯೋಗಿಸಬೇಕಾಗುತ್ತದೆ. ಮಿತ್ರರು, ಸಂಬಂಧಿಕರಲ್ಲದೇ ಅಪರಿಚಿತರ ಬಳಿ ಮಾತನ್ನಾಡುವಾಗ ಸೌಜನ್ಯ ಅಗತ್ಯವಾಗಿರುತ್ತದೆ. ಹೀಗಾಗಿ ಈ ಅಧ್ಯಾಯಗಳಲ್ಲಿನ ವಾಕ್ಯಗಳನ್ನು ಮನನ ಮಾಡಿಕೊಳ್ಳಬೇಕಾಗುತ್ತದೆ.

ಸಂವಾದದ ವೇಳೆ ಭಾವ ಭಂಗಿಗೆ ಮಹತ್ವಪೂರ್ಣ ಸ್ಥಾನವಿದೆ. ಮನವಿ ರೂಪದ ವಾಕ್ಯಗಳಲ್ಲಿ ನಮ್ರತೆ ಅವಶ್ಯ. Please, may, let, would, should ಹಾಗೂ could ಪದಗಳನ್ನು ಇದಕ್ಕಾಗಿ ಬಳಸಲಾಗುತ್ತದೆ. ಇವನ್ನು ಬಳಸಿದರೆ, ವ್ಯಕ್ತಿ ಶಿಷ್ಟ ಎಂದು ಜನ ಭಾವಿಸುತ್ತಾರೆ. ಸಮಾಜದಲ್ಲಿ ಗೌರವ ಹೆಚ್ಚುತ್ತದೆ.

ವಿಸ್ಮಯಾದಿಬಲಲರಂಯಿಧಕ ವಾಕ್ಯಗಳಯೆ (EXCLAMATORY SENTENCES)

ಮನಸ್ಸಿನ ನಾನಾ ಭಾವನೆಗಳನ್ನು ಮನುಷ್ಯರು ನಾನಾ ರೂಪದಲ್ಲಿ ಹೊರ ಹಾಕುತ್ತಾರೆ. ಸಂತೋಷ, ಭಯ, ಸಿಟ್ಟು, ಆಕ್ರೋಶ ವ್ಯಕ್ತಪಡಿಸಲು ಬೇರೆಯದೇ ಪದಗಳು ಬಳಕೆಯಾಗುತ್ತವೆ. ಅದೇ ರೀತಿ ವಿಸ್ಮಯವನ್ನು ವ್ಯಕ್ತಪಡಿಸಲು ಬಳಕೆಯಾಗುವ ಪದಗಳೇ ವಿಸ್ಮಯಾದಿಬೋಧಕಗಳು

ಎಂಥಾ ಅದ್ಭುತ ದೃಶ್ಯ! What a pleasant scene! ವಾಟ್ ಎ ಪ್ಲೆಸೆಂಟ್ ಸೀನ್!.

★ ಮೇಲಿನ ವಾಕ್ಯದಲ್ಲಿ ವಿಸ್ಮಯ ವ್ಯಕ್ತವಾಗಿದೆ. ಅದರ ಜಾಗದಲ್ಲಿ ಬೇರೆ ಬೇರೆ ಪದಗಳನ್ನು ಬಳಸಿ, ಹೊಸ ವಾಕ್ಯ ರಚಿಸಬುಹುದು.

ಎಂಥಾ ಅದ್ಭುತ ದೃಶ್ಯ!	What a pleasant scene! ವಾಟ್ ಎ ಪ್ಲೆಸೆಂಟ್ ಸೀನ್
ಎಂಥಾ ಆಶ್ಚರ್ಯ	What a surprise! ವಾಟ್ ಎ ಸರ್‌ಪ್ರೈಸ್
ನಾನು ಇದನ್ನು ನಂಬುವುದಿಲ್ಲ	I cannot believe it! ಐ ಕೆನಾಟ್ ಬಿಲೀವ್ ಇಟ್
ಸ್ವರ್ಗದ ತಂದೆಯೇ	God heavens! ಗಾಡ್ ಹೆವೆನ್ಸ್
ನಂಬಲಸಾಧ್ಯ, ಆದರೂ ಸತ್ಯ	Unbelievable but true! ಅನ್ ಬಿಲೀವಬಲ್, ಬಟ್ ಟ್ರೂ
ಎಂಥಾ ಕಿರಿಕಿರಿ	What a bother! ವಾಟ್ ಎ ಬಾದರ್
ನನ್ನ ಜೊತೆ ಮಾತನ್ನಾಡಲು ನಿನಗೆಷ್ಟು ಧೈರ್ಯ	How dare you talk to me! ಹೌ ಡೇರ್ ಯು ಟಾಕ್ ಟು ಮಿ
ನಾಚಿಕೆಗೇಡು	What a shame! ವಾಟ್ ಎ ಶೇಮ್
ಎಂಥಾ ಆಶ್ಚರ್ಯ	What a pleasant surprise! ವಾಟ್ ಎ ಪ್ಲೆಸೆಂಟ್ ಸರ್‌ಪ್ರೈಸ್
ನಿಜವಾಗಿಯೂ	Really! ರಿಯಲಿ
ಇದು ನಿಜವಾಗಿಯೂ ಸಾಧ್ಯವೇ?	Is it really possible! ಈಸ್ ಇಟ್ ರಿಯಲಿ ಪಾಸಿಬಲ್
ಇದನ್ನು ನಾನು ಹೇಗೆ ನಂಬಲಿ	How do I believe it! ಹೌ ಡು ಐ ಬಿಲೀವ್ ಇಟ್
ಅದ್ಭುತ	Splendid! ಸ್ಪ್ಲೆಂಡಿಡ್
ವಾವ್ ಎಂಥಾ ಆಲೋಚನೆ	Wow! What an idea! ವಾವ್ ವಾಟ್ ಆ್ಯನ್ ಐಡಿಯಾ
ನಿಜಕ್ಕೂ ವಿಸ್ಮಯಕರ	That's wonderful! ದಟ್ಸ್ ವಂಡರ್ ಫುಲ್
ತಾಳ್ಮೆ ಇರಲಿ	Have patience! ಹ್ಯಾವ್ ಪೇಶೆನ್ಸ್
ನಾವು ನಿನ್ನೊಡನೆ ಇದ್ದೇವೆ	We are with you. ವಿ ಆರ್ ವಿತ್ ಯು
ವಾವ್ ನೀನು ಗೆದ್ದೆ	Wow! You have won! ವಾವ್, ಯು ಹ್ಯಾವ್ ವನ್
ಚಿಂತೆ ಮಾಡಬೇಡಿ	Don't worry! ಡೋಂಟ್ ವರಿ
ಏನಿದು ತಲೆಹರಟೆ	What nonsense! ವಾಟ್ ನಾನ್ ಸೆನ್ಸ್
ಎಂಥಾ ಹೇಸಿಗೆ ಕೆಲಸ	How disgusting! ಹೌ ಡಿಸ್‌ಗಸ್ಟಿಂಗ್

ಗಮನ ಇರಲಿ	Attention please! ಅಟೆನ್ಶನ್ ಪ್ಲೀಸ್!
ನಿಶ್ಯಬ್ದವಾಗಿರಿ	Keep quiet! ಕೀಪ್ ಕ್ವೈಟ್
ಓ ದೇವರೇ ಏನಾಯಿತು?	Oh God! what happened! ಓ ಗಾಡ್, ವಾಟ್ ಹ್ಯಾಪನ್ಡ್?
ಎಷ್ಟು ಭಯಾನಕ	How terrible! ಹೌ ಟೆರಿಬಲ್
ಒಳ್ಳೆಯ ಕೆಲಸ ಮಾಡಿರುವೆ	Well done! ವೆಲ್ ಡನ್
ಎಂಥಾ ದೊಡ್ಡ ವಿಜಯ	What a great victory! ವಾಟ್ ಎ ಗ್ರೇಟ್ ವಿಕ್ಟರಿ
ಎಂಥಾ ಸುಂದರ ದೃಶ್ಯ	What a beautiful scene! ವಾಟ್ ಎ ಬ್ಯೂಟಿಫುಲ್ ಸೀನ್
ನಕ್ಷತ್ರಗಳಿರುವ ಎಂಥ ಸುಂದರ ರಾತ್ರಿ	What a beautiful starry night! ವಾಟ್ ಎ ಬ್ಯೂಟಿಫುಲ್ ಸ್ಟಾರಿ ನೈಟ್
ಎಂಥಾ ಸುಂದರ ವಾಕ್ಯ	What a nice line! ವಾಟ್ ಎ ನೈಸ್ ಲೈನ್
ಎಂಥಾ ಆಸಕ್ತಿಕರ ಸಿನೆಮಾ	What an interesting film! ವಾಟ್ ಆ್ಯನ್ ಇಂಟರೆಸ್ಟಿಂಗ್ ಫಿಲ್ಮ್
ಎಂಥಾ ಸುಂದರ ಸರೋವರ	What a beautiful lake! ವಾಟ್ ಎ ಬ್ಯೂಟಿಫುಲ್ ಲೇಕ್
ಎಂಥಾ ಸುಂದರ ದೃಶ್ಯ	What a beautiful sight! ವಾಟ್ ಎ ಬ್ಯೂಟಿಫುಲ್ ಸೈಟ್
ಇಂಥಾ ಸುಂದರ ದೃಶ್ಯವನ್ನು ಈವರೆಗೆ ನಾನು ನೋಡಿರಲಿಲ್ಲ	I have never seen such a beautiful scene! ಐ ಹ್ಯಾವ್ ನೆವರ್ ಸೀನ್ ಸಚ್ ಎ ಬ್ಯೂಟಿಫುಲ್ ಸೀನ್
ಎಂಥಾ ಅಪಮಾನಕರ ವಿಷಯ	How disgraceful! ಹೌ ಡಿಸ್ ಗ್ರೇಸ್‌ಫುಲ್
ನನ್ನ ಮಾತು ಕೇಳಿ	Listen to me. ಲಿಸನ್ ಟು ಮಿ
ಎಷ್ಟು ಆನಂದದಾಯಕ	How pleasant! ಹೌ ಪ್ಲೆಸೆಂಟ್
ಹಾಯ್	Hi! ಹೈ

ನೆನಪಿನಲ್ಲಿಡಿ

1. ವಾಕ್ಯಗಳಲ್ಲಿ ಅಲ್ಪವಿರಾಮ (,) ಪೂರ್ಣವಿರಾಮ (!) ಬಳಸಲಾಗುತ್ತದೆ. ಭಾವಬೋಧಕ ವಾಕ್ಯಗಳ ಅಂತ್ಯದಲ್ಲಿ ವಿಸ್ಮಯಾದಿಬೋಧಕ ಚಿಹ್ನೆ(!) ಇರುತ್ತದೆ.
   ನಿಜವಾಗಿಯೂ ! ರಿಯಲಿ Really!
   ವಂಡರ್ ಫುಲ್ wonderful!
2. ಹರ್ಷ, ವಿಷಾದ, ಕ್ರೋಧ ಇನ್ನಿತರ ಭಾವಗಳನ್ನು ಪ್ರದರ್ಶಿಸಲು what, how ಇನ್ನಿತರ ಪ್ರಶ್ನಾವಾಚಕ ಶಬ್ದಗಳನ್ನು ಬಳಸಲಾಗುತ್ತದೆ.
3. ವಿಸ್ಮಯಾದಿಬೋಧಕ ವಾಕ್ಯಗಳ ಉಚ್ಚಾರಣೆ ವೇಳೆ ಭಾವಕ್ಕೆ ಅನುಗುಣವಾಗಿ ಸ್ವರದ ಪ್ರಯೋಗ ಆಗಲಿದೆ.

ಪ್ರಶ್ನಾವಾಚಕ ವಾಕ್ಯ
(INTERROGATIVE SENTENCES)

ಸಂವಾದ ಮುಂದುವರಿಸಲು ವಿಚಾರದ ಬಗ್ಗೆ ತಿಳಿದುಕೊಳ್ಳುವುದು, ಪ್ರಶ್ನೆ ಕೇಳುವುದು ಒಂದು ಸಹಜ ಪ್ರಕ್ರಿಯೆ. ಪ್ರಶ್ನೆಗಳು ಸಂವಾದಕ್ಕೆ ವೇದಿಕೆ ನಿರ್ಮಿಸಿಕೊಡುತ್ತವೆ. ಕೆಳಗೆ ಉಲ್ಲೇಖಿಸಿದ ವಾಕ್ಯದ ಉಚ್ಚಾರಣೆಯನ್ನು ತಿಳಿಯಬೇಕಿದೆ. ಉದಾ: ನೀವು ಯಾರು? Who are you? ಹು ಆರ್ ಯು?

★ ಇಂಗ್ಲಿಷ್‌ನಲ್ಲಿ ಪ್ರಶ್ನೆ ಕೇಳುವ ಹಲವು ರೀತಿ ಇದೆ. ಇಲ್ಲಿ ಉಲ್ಲೇಖಿಸಿದ ವಿಧಾನ ಕೂಡ ಪ್ರಚಲಿತ ವಿಧಾನಗಳಲ್ಲಿ ಒಂದು. ಈ ಅಧ್ಯಾಯದಲ್ಲಿ ಪ್ರಶ್ನೆ ಕೇಳುವ 50ಕ್ಕೂ ಹೆಚ್ಚು ವಾಕ್ಯಗಳನ್ನು ಕೊಡಲಾಗಿದೆ. ಪ್ರಶ್ನೆ ಜೊತೆಗೆ ಇಂಗ್ಲಿಷ್ ವಾಕ್ಯದ ಕನ್ನಡ ಭಾಷಾಂತರವನ್ನೂ ನೀಡಲಾಗಿದೆ.

ನೀವು ಯಾರು?	Who are you? ಹು ಆರ್ ಯು?
ನಿಮ್ಮ ತಂದೆ ಏನು ಮಾಡುತ್ತಾರೆ	What does your father do? ವಾಟ್ ಡಸ್ ಯುವರ್ ಫಾದರ್ ಡು?
ನಿಮಗೆಷ್ಟು ಸೋದರ- ಸೋದರಿಯರು?	How many brothers and sisters you have? ಹೌ ಮೆನಿ ಬ್ರದರ್ಸ್ ಅಂಡ್ ಸಿಸ್ಟರ್ಸ್ ಯು ಹ್ಯಾವ್?
ಇಲ್ಲಿಂದ ನಿಮ್ಮ ಶಾಲೆ ಎಷ್ಟು ದೂರ ಇದೆ?	How far is your school from here? ಹೌ ಫಾರ್ ಈಸ್ ಯುವರ್ ಸ್ಕೂಲ್ ಫ್ರಂ ಹಿಯರ್?
ನಿಮ್ಮ ಕಾಲೇಜಿನ ಪ್ರಿನ್ಸಿಪಾಲರು ಯಾರು?	Who is the principal of your college? ಹೂ ಈಸ್ ದಿ ಪ್ರಿನ್ಸಿಪಾಲ್ ಆಫ್ ಯುವರ್ ಕಾಲೇಜ್?
ಇಲ್ಲಿರುವವರಲ್ಲಿ ಹಿರಿಯ ಅಧಿಕಾರಿ ಯಾರು?	Who is the senior most officer here? ಹೂ ಈಸ್ ದಿ ಸೀನಿಯರ್ ಮೋಸ್ಟ್ ಆಫೀಸರ್ ಹಿಯರ್?
ನಾನು ನಿಮ್ಮನ್ನು ಯಾವಾಗ ಭೇಟಿಯಾಗಲಿ?	At what time can I meet you? ಎಟ್ ವಾಟ್ ಟೈಂ ಕ್ಯಾನ್ ಐ ಮೀಟ್ ಯು?
ನೀನು ನಾನು ಹೇಳುತ್ತಿರುವುದನ್ನು ಕೇಳಿಸಿಕೊಳ್ಳುತ್ತಿರುವೆಯೇನು?	Are you listening to me clearly? ಆರ್ ಯು ಲಿಸನಿಂಗ್ ಟು ಮಿ ಕ್ಲಿಯರ್ ಲೀ?
ನಿಮ್ಮ ಮನೆಯ ಮಾಲೀಕ ಯಾರು?	Who is your landlord? ಹೂ ಈಸ್ ಯುವರ್ ಲ್ಯಾಂಡ್ ಲಾರ್ಡ್?
ನೀನು ನಾಳೆ ಬರುತ್ತೀಯಾ?	Will you come tomorrow? ವಿಲ್ ಯು ಕಂ ಟುಮಾರೋ?
ನೀನು ಜೋಧ್ಪುರಕ್ಕೆ ಹೋಗುವೆಯಾ?	Will you go to Jodhpur? ವಿಲ್ ಯು ಗೋ ಟು ಜೋಧ್ ಪುರ?
ನಿಮ್ಮ ತಂದೆ ನಿದ್ರೆ ಮಾಡುತ್ತಿರುವರೇ?	Has your father gone to sleep? ಹ್ಯಾಸ್ ಯುವರ್ ಫಾದರ್ ಗಾನ್ ಟು ಸ್ಲೀಪ್?
ನೀನು ಬೆಳಗ್ಗೆ ಎಷ್ಟು ಹೊತ್ತಿಗೆ ಏಳುವೆ?	At what time do you get up? ಎಟ್ ವಾಟ್ ಟೈಮ್ ಡು ಯು ಗೆಟ್ ಅಪ್?
ಈ ಕಾರು ನಿನ್ನದಾ?	Is this your car? ಈಸ್ ದಿಸ್ ಯುವರ್ ಕಾರ್?

ಅಲ್ಲಿ ಯಾರು ವಾಸಿಸುತ್ತಾರೆ ಎಂದು ಗೊತ್ತಿದೆಯಾ?	Do you know, who lives there? ಡು ಯು ನೋ ಹೂ ಲೀವ್ಸ್ ದೇರ್?
ನಿನಗೆಷ್ಟು ವಯಸ್ಸು?	How old you are? ಹೌ ಓಲ್ಡ್ ಆರ್ ಯು?
ನೀನು ಯಾವ ತರಗತಿಯಲ್ಲಿ ಓದುತ್ತಿರುವೆ?	In which class do you read? ಇನ್ ವಿಚ್ ಕ್ಲಾಸ್ ಡುಯು ರೀಡ್?
ನೀನು ಯಾರ ಜೊತೆ ಮಾತನ್ನಾಡುತ್ತಿರುವೆ?	Whom are you talking to? ಹೂಂ ಆರ್ ಯು ಟಾಕಿಂಗ್ ಟು?
ನಿನ್ನ ಆತ್ಮೀಯ ಸ್ನೇಹಿತ ಯಾರು?	Who is your best friend. ಹೂ ಈಸ್ ಯುವರ್ ಬೆಸ್ಟ್ ಫ್ರೆಂಡ್?
ನಾವು ಎಲ್ಲಿಗೆ ಹೋಗುತ್ತಿದ್ದೇವೆ?	Where will we go now? ವೇರ್ ವಿಲ್ ವಿ ಗೋ ನೌ?
ನಾನು ನಿಮ್ಮನ್ನು ನಾಳೆ ಭೇಟಿಯಾಗಲು ಬರಬಹುದೇ?	Can I come to meet you tomorrow? ಕ್ಯಾನ್ ಐ ಕಂ ಟು ಮೀಟ್ ಯು ಟುಮಾರೋ?
ಇವತ್ತು ಯಾವ ರೋಗಿಗಳೂ ಬರಲಿಲ್ಲವೇ?	Did no patient come today? ಡಿಡ್ ನೋ ಪೇಶೆಂಟ್ಸ್ ಕಮ್ ಟುಡೇ?
ನಿಮ್ಮ ಮನೆಗೆ ಇವತ್ತು ಯಾರು ಬರುತ್ತಾರೆ?	Who is coming to your home today? ಹೂ ಈಸ್ ಕಮಿಂಗ್ ಟು ಯುವರ್ ಹೋಮ್ ಟುಡೇ?
ಅಲ್ಲಿ ಮಳೆ ಬರುತ್ತಿದೆಯಾ?	Is it raining there? ಈಸ್ ಇಟ್ ರೇನಿಂಗ್ ದೇರ್?
ನೀನು ಅವಳನ್ನು ಇಷ್ಟಪಡುವೆಯಾ?	Do you like her? ಡು ಯು ಲೈಕ್ ಹರ್?
ಅವನು ಪ್ರತಿದಿನ ಬರುತ್ತಾನಾ?	Does he come everyday? ಡಸ್ ಹಿ ಕಂ ಎವೆರಿಡೇ?
ಅವನು ಬಂದನೇ?	Did he come? ಡಿಡ್ ಹಿ ಕಂ?
ಸೀತಾ ಕಚೇರಿಗೆ ಹೋದಳೇ?	Did Seeta go to the office? ಡಿಡ್ ಸೀತಾ ಗೋ ಟುದ ಆಫೀಸ್?
ನನ್ನನ್ನು ಭೇಟಿಯಾಗಲು ನಿನ್ನೆ ಯಾರಾದರೂ ಬಂದಿದ್ದರೇ?	Did anybody come to meet me yesterday? ಡಿಡ್ ಎನಿ ಒನ್ ಕಂ ಟು ಮೀಟ್ ಮಿ ಎಸ್ಟರ್ ಡೇ?
ಈ ಘಟನೆ ಬಗ್ಗೆ ನಿನ್ನ ಅಭಿಪ್ರಾಯ ಏನು?	What is your opinion about this incident? ವಾಟ್ ಈಸ್ ಯುವರ್ ಒಪಿನಿಯನ್ ಎಬೌಟ್ ದಿಸ್ ಇನ್ಸಿಡೆಂಟ್?
ನೀನು ಮಾರುಕಟ್ಟೆಯಿಂದ ಯಾವಾಗ ವಾಪಸ್ ಬರುತ್ತೀ?	When will you return from the market? ವೆನ್ ವಿಲ್ ಯು ರಿಟರ್ನ್ ಫ್ರಂ ದಿ ಮಾರ್ಕೆಟ್ ?

ನೆನಪಿನಲ್ಲಿಡಿ

1. ಸಹಾಯಕ ಕ್ರಿಯಾಪದಗಳು (Helping verb) – is, am, are, was, were, had, will, would, shall, should ಗಳನ್ನು ಬಳಸಿ ಪ್ರಶ್ನಾವಾಚಕ ವಾಕ್ಯಗಳನ್ನು ರಚಿಸಲಾಗುತ್ತದೆ.
2. 'Wh' word's ನಿಂದ ಆರಂಭವಾಗುವ ಪ್ರಶ್ನಾವಾಚಕಗಳೆಂದರೆ What (ಏನು), who (ಯಾರು), which (ಯಾವುದು), Where (ಎಲ್ಲಿ), Why (ಏಕೆ), Whose (ಯಾರದ್ದು).
3. 'Who' ಪದವನ್ನು ಮನುಷ್ಯರು ಹಾಗೂ Whichನ್ನು ಪಶುಗಳಿಗೆ ಹಾಗೂ ವಸ್ತುಗಳಿಗೆ ಬಳಸಲಾಗುತ್ತದೆ.

ನಕಾರಾತ್ಮಕ ವಾಕ್ಯಗಳಯೆ
(NEGATIVE SENTENCES)

ಸಂಭಾಷಣೆ-ಸಂವಾದದಲ್ಲಿ ಕೆಲವೊಮ್ಮೆ ನಕಾರಾತ್ಮಕ ವಾಕ್ಯಗಳನ್ನು ಬಳಸಬೇಕಾಗುತ್ತದೆ. ಈ ಅಧ್ಯಾಯದಲ್ಲಿ ಇಂಥ ಇಂಗ್ಲಿಷ್/ ಕನ್ನಡ ವಾಕ್ಯಗಳನ್ನು ನೋಡುತ್ತೀರಿ. ಇಂಗ್ಲಿಷ್ ವಾಕ್ಯ, ಅದರ ಉಚ್ಚಾರಣೆ ಹಾಗೂ ಕನ್ನಡ ವಾಕ್ಯವನ್ನು ಒಟ್ಟಿಗೆ ನೀಡಲಾಗಿದೆ.

ಅಡುಗೆ ಮನೆಯಲ್ಲಿ ಚಾಕು ಇಲ್ಲ. There is no knife in the kitchen. ದೇರ್ ಈಸ್ ನೋ ನೈಸ್ ಇನ್ ದ ಕಿಚನ್.

★ ಮೇಲಿನ ವಾಕ್ಯದಲ್ಲಿ ಚಾಕುವಿನ ಜಾಗದಲ್ಲಿ ಅಡುಗೆ ಮನೆಯ ಯಾವುದೇ ಸಾಧನ-ವಸ್ತುವನ್ನು ಬಳಸಿ ಹೊಸ ವಾಕ್ಯವನ್ನು ರಚಿಸಬಹುದು.

ಸುನಿಧಿಗೆ ಇಂಗ್ಲಿಷ್ ಮಾತನ್ನಾಡಲು ಬರುವುದಿಲ್ಲ.	Sunidhi does not know how to speak English. ಸುನಿಧಿ ಡಸ್ ನಾಟ್ ನೋ ಹೌಟು ಸ್ಪೀಕ್ ಇಂಗ್ಲಿಷ್
ಕ್ಲಿನಿಕ್‌ನಲ್ಲಿ ವೈದ್ಯರು ಇಲ್ಲ.	The doctor is not in the clinic.
ನಾನು ಇದನ್ನು ಮಾಡಲು ಆಗುವುದಿಲ್ಲ	I cannot do this. ಐ ಕೆನಾಟ್ ಡು ದಿಸ್
ಇಂದು ರಜಾ ದಿನವಲ್ಲ.	Today is not a holiday. ಟುಡೇ ಈಸ್ ನಾಟ್ ಎ ಹಾಲಿಡೇ
ಆತ ಕಾಳಿದಾಸನನ್ನು ಓದಿಲ್ಲ.	He has not read the Kalidas. ಹಿ ಹ್ಯಾಸ್ ನಾಟ್ ರೀಡ್ ಕಾಳಿದಾಸ
ಅವನು ಶ್ರಮ ವಹಿಸಿ ಕೆಲಸ ಮಾಡುವುದಿಲ್ಲ.	He does not work hard. ಹಿ ಡಸ್ ನಾಟ್‌ವರ್ಕ್ ಹಾರ್ಡ್
ಅವನ ಆರೋಗ್ಯ ಸರಿಯಾಗಿಲ್ಲ.	He is not well. ಹಿ ಈಸ್ ನಾಟ್ ವೆಲ್
ಹರಿ ಬಳಿ ಉತ್ತಮವಾದ ಬಟ್ಟೆಗಳಿಲ್ಲ.	Hari doesn't have good clothes. ಹರಿ ಡಸಂಟ್ ಹ್ಯಾವ್ ಗುಡ್ ಕ್ಲೋತ್ಸ್.
ನಾನು ಬಸ್‌ನಲ್ಲಿ ಹೋಗುವುದಿಲ್ಲ.	I will not go by bus. ಐ ವಿಲ್ ನಾಟ್ ಗೋ ಬೈ ಬಸ್
ಅಶೋಕ ನಿನ್ನೆ ದಿಲ್ಲಿಯಲ್ಲಿ ಇರಲಿಲ್ಲ.	Ashok was not in Delhi yesterday. ಅಶೋಕ ವಾಸ್ ನಾಟ ಇನ್ ದಿಲ್ಲಿ ಯಸ್ಟರ್ ಡೇ
ಸೂರಜ್ ಸತ್ಯವನ್ನು ಹೇಳುತ್ತಿಲ್ಲ.	Suraj is not telling the truth. ಸೂರಜ್ ಈಸ್ ನಾಟ್ ಟೆಲ್ಲಿಂಗ್ ದ ಟ್ರೂತ್
ನಾನು ಅಲ್ಲಿಗೆ ಹೋಗಲು ಇಚ್ಛಿಸುವುದಿಲ್ಲ.	I don't want to go there. ಐ ಡೋಂಟ್ ವಾಂಟ್ ಟು ಗೋ ದೇರ್
ರಶ್ಮಿ ಚಹಾ ಕುಡಿಯುವುದನ್ನು ಇಷ್ಟಪಡುವುದಿಲ್ಲ.	Rashmi does not like to drink tea. ರಶ್ಮಿ ಡಸ್ ನಾಟ್ ಲೈಕ್ ಟು ಡ್ರಿಂಕ್ ಟೀ.
ಸುಮಿತ್‌ಗೆ ಹಸಿವಾಗಿಲ್ಲ.	Sumit was not hungry. ಸುಮಿತ್ ವಾಸ್ ನಾಟ್ ಹಂಗ್ರಿ.
ಸ್ವಾತಿಗೆ ಹಣದ ಅಗತ್ಯವಿಲ್ಲ.	Swati does not need money. ಸ್ವಾತಿ ಡಸ್ ನಾಟ್ ನೀಡ್ ಮನಿ

ನಾಳೆ ಅವನು ಶಾಲೆಗೆ ಬರುವುದಿಲ್ಲ ಎನ್ನುವುದು ನನಗೆ ಚೆನ್ನಾಗಿ ಗೊತ್ತಿತ್ತು.	I know very well that he will not come to school tomorrow. ಐ ನೋ ವೆರಿ ವೆಲ್ ದಟ್ ಹಿ ವಿಲ್ ನಾಟ್ ಕಮ್ ಟು ಸ್ಕೂಲ್ ಟುಮಾರೋ
ನನಗೆ ಸ್ನೇಹಿತರಿಲ್ಲ.	I have no friend. ಐ ಹ್ಯಾವ್ ನೋ ಫ್ರೆಂಡ್
ಸಿನಿಮಾ ನೋಡುವುದರಲ್ಲಿ ನನಗೆ ಆಸಕ್ತಿಯಿಲ್ಲ.	I am not interested in watching the movie. ಐ ಆ್ಯಮ್ ನಾಟ್ ಇಂಟೆರೆಸ್ಟೆಡ್ ಇನ್ ವಾಚಿಂಗ್ ದ ಮೂವಿ
ಅವನು ನನ್ನ ಹಿರಿಯ ಸೋದರನಲ್ಲ.	He is not my elder brother. ಹಿ ಈಸ್ ನಾಟ್ ಮೈ ಎಲ್ಡರ್ ಬ್ರದರ್
ಅವನು ನಿನಗೆ ಹಣ ಸಾಲ ಕೊಡುವುದಿಲ್ಲ.	He will not lend you money. ಹಿ ವಿಲ್ ನಾಟ್ ಲೆಂಡ್ ಯು ಮನಿ
ನನಗೆ ಕ್ರಿಕೆಟ್ ಆಟವಾಡಲು ಬರುವುದಿಲ್ಲ.	I do not know how to play cricket. ಐ ಡು ನಾಟ್ ನೋ ಹೌಟು ಪ್ಲೇ ಕ್ರಿಕೆಟ್
ನೀನು ಇದನ್ನು ಮಾಡಬೇಕಾದ ಅಗತ್ಯವಿಲ್ಲ.	You don't have any need to do this. ಯು ಡೋಂಟ್ ಹ್ಯಾವ್ ಎನಿ ನೀಡ್ ಟು ಡು ದಿಸ್
ಅವಳು ನಿನ್ನನ್ನು ಪ್ರೀತಿಸುವುದಿಲ್ಲ.	She does not love you. ಶಿ ಡಸ್ ನಾಟ್ ಲವ್ಯು
ಅವಳಿಗೆ ಚಹಾ ಮಾಡಲು ಬರುವುದಿಲ್ಲ.	She does not know how to make tea. ಶಿ ಡಸ್ ನಾಟ್ ನೋ ಹೌಟು ಮೇಕ್ ಟೀ
ನನ್ನ ಕಾಲಿನಲ್ಲಿ ನೋವು ಇಲ್ಲ.	I have no pain in my leg. ಐ ಹ್ಯಾವ್ ನೋ ಪೈನ್ ಇನ್ ಮೈ ಲೆಗ್
ಜೀವನ ಸುಲಭವಲ್ಲ.	This life is not easy. ದಿಸ್ ಲೈಫ್ ಈಸ್ ನಾಟ್ ಈಸಿ
ನನಗೆ ಬಾಯಾರಿಕೆ ಆಗಿಲ್ಲ.	I am not thirsty. ಐ ಆ್ಯಮ್ ನಾಟ್ ಥರ್ಸ್ಟಿ
ಇದು ಕಷ್ಟದ ಕೆಲಸವಲ್ಲ.	This is not a difficult work. ದಿಸ್ ಈಸ್ ನಾಟ್ ಎ ಡಿಫಿಕಲ್ಟ್ ವರ್ಕ್
ನನ್ನ ಆಕ್ಷೇಪವಿಲ್ಲ.	I have no objeciton. ಐ ಹ್ಯಾವ್ ನೋ ಅಬ್ಜೆಕ್ಷನ್
ನನ್ನ ಕೆಲಸ ಇನ್ನೂ ಮುಗಿದಿಲ್ಲ.	My work is not finished yet. ಮೈ ವರ್ಕ್ ಈಸ್ ನಾಟ್ ಫಿನಿಶ್ಡ್ ಯೆಟ್
ಅದು ಅಸಾಧ್ಯ.	It is not possible. ಇಟ್ ಈಸ್ ನಾಟ್ ಪಾಸಿಬಲ್

ನೆನಪಿನಲ್ಲಿಡಿ

ಈ ಅಧ್ಯಾಯದಲ್ಲಿ Negative sentences (ನಕಾರಾತ್ಮಕ ವಾಕ್ಯ)ಗಳ ಬಗ್ಗೆ ತಿಳಿಸಿಕೊಡಲಾಗಿದೆ. ಸಾಮಾನ್ಯ ಇಲ್ಲವೇ Assertive sentences (ಸಕಾರಾತ್ಮಕ ವಾಕ್ಯ)ಗಳನ್ನು ನಕಾರಾತ್ಮಕಗೊಳಿಸಲು do, did, is, are, was, were, has, have, had, will, would, shall ಇತ್ಯಾದಿ Helping verbs (ಸಹಾಯಕ ಕ್ರಿಯಾಪದ)ಗಳ ಜೊತೆಗೆ not ನ್ನು ಬಳಸಲಾಗುತ್ತದೆ.

ಕಲಅಲಯಿರಿಯಯೆಲ್ಲಿ ಬಳಸಯೆವ ವಾಕ್ಯಗಳಯೆ (OFFICIAL SENTENCES)

ಈ ಅಧ್ಯಾಯದಲ್ಲಿ ಕಚೇರಿಯಲ್ಲಿ ಬಳಸಲ್ಪಡುವ ಸಾಮಾನ್ಯ ವಾಕ್ಯಗಳನ್ನು ನೀಡಲಾಗಿದೆ. ಇಂಗ್ಲಿಷ್ ವಾಕ್ಯದ ಜೊತೆಗೆ ಕನ್ನಡಾನುವಾದ ಹಾಗೂ ಇಂಗ್ಲಿಷ್ ವಾಕ್ಯದ ಕನ್ನಡದ ಉಚ್ಚಾರಣೆಯನ್ನೂ ನೀಡಲಾಗಿದೆ.

ನಾನು ಈ ಕಂಪನಿಯ ನಿರ್ದೇಶಕರನ್ನು ಭೇಟಿ ಮಾಡಬೇಕಿದೆ. I want to meet the director of the company ಐ ವಾಂಟ್ ಟು ಮೀಟ್ ದ ಡೈರೆಕ್ಟರ್ ಆಫ್ ದ ಕಂಪನಿ

★ ನಿರ್ದೇಶಕ ಪದದ ಬದಲು ಬೇರೆ ಪದ ಸೇರ್ಪಡೆಗೊಳಿಸಿದರೆ, ಹೊಸ ವಾಕ್ಯ ರಚನೆಯಾಗಲಿದೆ.

ನಾನು ಕಂಪನಿಯ ನಿರ್ದೇಶಕರನ್ನು ಭೇಟಿ ಮಾಡಬೇಕಿದೆ	I want to meet the director of the company. ಐ ವಾಂಟ್ ಟು ಮೀಟ್ ದ ಡೈರೆಕ್ಟರ್ ಆಫ್ ದ ಕಂಪನಿ
ನನಗೆ ಯಾರಿಂದಲಾದರೂ ದೂರವಾಣಿ ಕರೆ ಬಂದಿತ್ತೆ?	Was there any phone call for me? ವಾಸ್ ದೇರ್ ಎನಿ ಫೋನ್ ಕಾಲ್ಸ್ ಫಾರ್ ಮಿ?
ನೀವು ಇಲ್ಲಿ ಯಾವ ಹುದ್ದೆಯಲ್ಲಿ ಕೆಲಸ ಮಾಡುತ್ತೀರಿ?	In which post do you work here? ಇನ್ ವಿಚ್ ಪೋಸ್ಟ್ ಡು ಯು ವರ್ಕ್ ಹಿಯರ್?
ಪತ್ರವನ್ನು ಶೀಘ್ರ ಟೈಪ್ ಮಾಡು	Type the letter quickly. ಟೈಪ್ ದ ಲೆಟರ್ ಕ್ವಿಕ್‌ಲೀ
ಈ ವಿಷಯದ ಬಗ್ಗೆ ಯಾವುದೇ ಚರ್ಚೆ ನಡೆಯಲಿಲ್ಲ	There was no discussion on this subject. ದೇರ್ ವಾಸ್ ನೋ ಡಿಸ್ಕಷನ್ ಆನ್ ದಿಸ್ ಸಬ್ಜೆಕ್ಟ್
ಬಾಸ್ ಸುಧಾಗೆ ಎಚ್ಚರಿಕೆ ನೀಡಿದ್ದಾರೆ	Boss has warned Sudha. ಬಾಸ್ ಹ್ಯಾಸ್ ವಾರ್ನ್‌ಡ್ ಸುಧಾ
ಈ ದಿನಗಳಲ್ಲಿ ಕಚೇರಿಯಲ್ಲಿ ಕೆಲಸದ ಒತ್ತಡ ತೀವ್ರವಾಗಿದೆ	There is too much pressure of work in the office these days. ದೇರ್ ಈಸ್ ಟೂ ಮಚ್ ಪ್ರೆಶರ್ ಆಫ್ ವರ್ಕ್ ಇನ್ ದ ಆಫೀಸ್ ದೀಸ್ ಡೇಸ್
ನಾನು ನಿನ್ನನ್ನು ಸರಿಯಾಗಿ ನೋಡಿಕೊಳ್ಳುವೆ	I will take proper care of you. ಐ ವಿಲ್ ಟೇಕ್ ಪ್ರಾಪರ್ ಕೇರ್ ಆಫ್ ಯು
ಕಚೇರಿಯಲ್ಲಿರುವ ಬಹುತೇಕರು ಮೃದುಭಾಷಿಗಳು	Almost all staff in this office are soft-spoken. ಆಲ್ ಮೋಸ್ಟ್ ಆಲ್ ದ ಸ್ಟಾಫ್ ಇನ್ ದಿಸ್ ಆಫೀಸ್ ಆರ್ ಸಾಫ್ಟ್ ಸ್ಪೋಕನ್
ಬಾಸ್ ಶಿಸ್ತಿನ ಮನುಷ್ಯ	Boss is a disciplinarian. ಬಾಸ್ ಈಸ್ ಆ್ಯನ್ ಡಿಸಿಪ್ಲಿನೇರಿಯನ್
ನಾನು ನೀನು ಹೇಳಿದ ಮಾತನ್ನು ಅರ್ಥ ಮಾಡಿಕೊಂಡಿರುವೆ	I have understood your point. ಐ ಹ್ಯಾವ್ ಅಂಡರ್ ಸ್ಟುಡ್ ಯುವರ್ ಪಾಯಿಂಟ್
ನಾನು ನಿಮಗೆ ಆಭಾರಿಯಾಗಿದ್ದೇನೆ	I am greatly obliged. ಐ ಆ್ಯಮ್ ಗ್ರೇಟ್ ಲೀ ಒಬ್ಲೈಸ್ಡ್
ನನ್ನ ಮೇಜನ್ನು ಶುಚಿಗೊಳಿಸು.	Please dust my table. ಪ್ಲೀಸ್ ಡಸ್ಟ್ ಮೈ ಟೇಬಲ್
ಅವರು ಕಚೇರಿಗೆ ಇಂದು ತಡವಾಗಿ ಬರುತ್ತಾರೆ.	He will come late to the office today. ಹಿ ವಿಲ್ ಕಂ ಲೇಟ್ ಟು ದಿ ಆಫೀಸ್ ಟುಡೇ

ಜವಾನ ಕಳೆದ ನಾಲ್ಕು ದಿನಗಳಿಂದ ಕೆಲಸಕ್ಕೆ ಬರುತ್ತಿಲ್ಲ	The peon has not been coming to the duty since last four days. ದ ಪಿಯೋನ್ ಹ್ಯಾಸ್ ನಾಟ್ ಬೀನ್ ಕಮಿಂಗ್ ಟು ದಿ ಡ್ಯೂಟಿ ಸಿನ್ಸ್ ಲಾಸ್ಟ್ ಫೋರ್ ಡೇಸ್
ಸೌರವ್ ಕಳೆದ ನಾಲ್ಕು ದಿನಗಳಿಂದ ಪ್ರವಾಸದಲ್ಲಿದ್ದಾರೆ	Saurav is on tour since last seven days. ಸೌರವ್ ಈಸ್ ಆನ್ ಟೂರ್ ಸಿನ್ಸ್ ಲಾಸ್ಟ್ ಫೋರ್ ಡೇಸ್
ನಾನು ಕೂಡ ಆ ಹುದ್ದೆಗೆ ಅರ್ಜಿ ಹಾಕಿದ್ದೇನೆ	I have also applied for this post. ಐ ಹ್ಯಾವ್ ಆಲ್ಸೋ ಅಪ್ಲೈಡ್ ಫಾರ್ ದಿಸ್ ಪೋಸ್ಟ್
ಬ್ಯಾಂಕ್‌ನ ಕೆಲಸದ ಅವಧಿ ಏನು?	What is the working hour of this bank? ವಾಟ್ ಈಸ್ ದ ವರ್ಕಿಂಗ್ ಅವರ್ ಆಫ್ ದಿಸ್ ಬ್ಯಾಂಕ್?
ನಿನ್ನ ರಜಾ ಅರ್ಜಿ ಅಂಗೀಕೃತವಾಯಿತೇ?	Is your leave application approved? ಈಸ್ ಯುವರ್ ಲೀವ್ ಅಪ್ಲಿಕೇಶನ್ ಅಪ್ರೂವ್ಡ್?
ಸೋನಿಯಾ ಕಚೇರಿಯ ಸ್ವಾಗತಕಾರಿಣಿ	Sonia is a receptionist of the office. ಸೋನಿಯಾ ಈಸ್ ಎ ರಿಸೆಪ್ಶನಿಸ್ಟ್ ಆಫ್ ದ ಆಫೀಸ್
ಕಾರ್ಖಾನೆಯ ಕೆಲಸದ ಅವಧಿ ಏನು?	What is the working hour of this factory? ವಾಟ್ ಈಸ್ ದ ವರ್ಕಿಂಗ್ ಅವರ್ ಆಫ್ ದಿಸ್ ಫ್ಯಾಕ್ಟರಿ?

ನೆನಪಿನಲ್ಲಿಡಿ

1. ಕಚೇರಿಯಲ್ಲಿ ಉತ್ತಮ ಸಂವಹನಕ್ಕೆ ಸಹೋದ್ಯೋಗಿಗಳೊಡನೆ ಮಾತನಾಡುವ ಕಲೆ ಅವಶ್ಯಕ
2. ಈ ಅಧ್ಯಾಯದಲ್ಲಿರುವ ಇಂಗ್ಲಿಷ್ ಮತ್ತು ಕನ್ನಡ ವಾಕ್ಯಗಳನ್ನು ಚೆನ್ನಾಗಿ ಓದಿ ಮನನ ಮಾಡಿಕೊಳ್ಳಬೇಕು
3. ನಿರಂತರ ಅಭ್ಯಾಸ ಇಲ್ಲದಿದ್ದರೆ ಮಾತು ಮತ್ತು ಬರಹ ಹಸ್ತಗತವಾಗುವುದಿಲ್ಲ. ಪಾಠಗಳ ಮನನ/ಮರುಮನನ ಅಗತ್ಯ

ಶುಭಾಶಯ
(CONGRATULATIONS)

ದೈನಂದಿನ ಜೀವನದಲ್ಲಿ ಮಿತ್ರರು, ಸಂಬಂಧಿಗಳಿಗೆ ಕೆಲವೊಮ್ಮೆ ಶುಭಾಶಯ ಹೇಳಬೇಕಾದ ಪ್ರಸಂಗ ಎದುರಾಗುತ್ತದೆ. ಇಲ್ಲಿ ಕನ್ನಡದ ಮೂಲಕ ಇಂಗ್ಲಿಷ್‌ನಲ್ಲಿ ಶುಭಾಶಯ ಹೇಳುವ ವಾಕ್ಯಗಳನ್ನು ಕಲಿಯಲಿದ್ದೇವೆ. ಬೇರೆ ಬೇರೆ ಸಂದರ್ಭದಲ್ಲಿ ಬೇರೆ ಬೇರೆಯ ಶುಭಾಶಯ ಕೋರಲು ಇದರಿಂದ ನೆರವಾಗಲಿದೆ.

ನಿನಗೆ ಹುಟ್ಟುಹಬ್ಬದ ಶುಭಾಶಯಗಳು- Happy Birthday to You! ಹ್ಯಾಪಿ ಬರ್ತ್ ಡೇ ಟು ಯು.

★ ಈ ವಾಕ್ಯದಲ್ಲಿ Birthday ಜಾಗದಲ್ಲಿ ಬೇರೆ ಬೇರೆ ಸನ್ನಿವೇಶಗಳನ್ನು ಅಳವಡಿಸಬಹುದು. ಇದೇ ರೀತಿ ಬೇರೆ ಸಂದರ್ಭದಲ್ಲಿಯೂ ಶುಭಾಶಯ ಕೋರುವುದಕ್ಕೆ ಬಳಕೆಯಾಗುವ ಕೆಲವು ವಾಕ್ಯಗಳನ್ನು ಕೆಳಗೆ ಕೊಡಲಾಗಿದೆ.

ನಿನಗೆ ಹುಟ್ಟುಹಬ್ಬದ ಶುಭಾಶಯ	Happy Birthday to You! ಹ್ಯಾಪಿ ಬರ್ತ್ ಡೇ ಟು ಯೂ
ವಿವಾಹದ ರಜತ ಮಹೋತ್ಸವದ ಶುಭಾಶಯ	Happy silver marriage anniversary to you. ಹ್ಯಾಪಿ ಸಿಲ್ವರ್ ಮ್ಯಾರೇಜ್ ಆ್ಯನಿವರ್ಸರಿ ಟು ಯು
ದಸರಾ ಹಬ್ಬದ ಶುಭಾಶಯ	Happy Dashehra! ಹ್ಯಾಪಿ ದಸರಾ
ದೀಪಾವಳಿ ಶುಭಾಶಯ	Happy Deepawali! ಹ್ಯಾಪಿ ದೀಪಾವಳಿ
ಹೋಳಿ ಹಬ್ಬದ ಶುಭಾಶಯ	Happy Holi! ಹ್ಯಾಪಿ ಹೋಳಿ
ಈದ್ ಶುಭಾಶಯ	Happy Eid! ಹ್ಯಾಪಿ ಈದ್
ಕ್ರಿಸ್ ಮಸ್ ಶುಭಾಶಯ	Happy Christmas! ಹ್ಯಾಪಿ ಕ್ರಿಸ್ ಮಸ್
ಈ ಶುಭದಿನ ಮತ್ತೆ ಬರಲಿ	Many happy returns of the day! ಮೆನಿ ಹ್ಯಾಪಿ ರಿಟರ್ನ್ಸ್ ಆಫ್ ದ ಡೇ
ಹೊಸ ವರ್ಷದ ಶುಭಾಶಯ	Happy New Year! ಹ್ಯಾಪಿ ನ್ಯೂ ಇಯರ್
ಹೊಸ ವರ್ಷದ ಹಾರ್ದಿಕ ಶುಭಾಶಯ	Happy New Year! ಹ್ಯಾಪಿ ನ್ಯೂ ಇಯರ್
ಹೊಸ ವರ್ಷಕ್ಕೆ ನೆಚ್ಚಗಿನ ಶುಭಾಶಯ	Warm wishes for the New Year! ವಾರ್ಮ್ ವಿಷಸ್ ಫಾರ್ ದ ನ್ಯೂ ಇಯರ್
ಎಲ್ಲ ಗೆಳೆಯರ ಪರವಾಗಿ ನಿನಗೆ ಶುಭಾಶಯ	Greetings to you on behalf of all friends! ಗ್ರೀಟಿಂಗ್ಸ್ ಟು ಯು ಆನ್ ಬಿಹಾಫ್ ಆಫ್ ಆಲ್ ಫ್ರೆಂಡ್ಸ್
ಪದೋನ್ನತಿ ಪಡೆದಿದ್ದಕ್ಕೆ ಹಾರ್ದಿಕ ಶುಭಾಶಯ	Congratulations on your promotion! ಕಂಗ್ರಾಚುಲೇಶನ್ಸ್ ಆನ್ ಯುವರ್ ಪ್ರಮೋಷನ್
ನಿನಗೆ ಯಶಸ್ಸು ಲಭಿಸಿದ್ದಕ್ಕೆ ಶುಭಾಶಯ	Congratulations on your success! ಕಂಗ್ರಾಚುಲೇಶನ್ಸ್ ಆನ್ ಯುವರ್ ಸಕ್ಸಸ್
ಈ ಶುಭ ಸಂದರ್ಭಕ್ಕೆ ಎಲ್ಲರಿಗೂ ಹಾರ್ದಿಕ ಸ್ವಾಗತ	Warm welcome to all of you on this happy occasion. ವಾರ್ಮ್ ವೆಲ್ ಕಂ ಟು ಆಲ್ ಆಫ್ ಯು ಆನ್ ದಿಸ್ ಹ್ಯಾಪಿ ಅಕೇಶನ್

ನಿನ್ನ ಹುಟ್ಟುಹಬ್ಬದ ಸಂದರ್ಭದಲ್ಲಿ ಶುಭಾಶಯ	Best wishes on the occasion of your birthday! ಬೆಸ್ಟ್ ವಿಷಸ್ ಆನ್ ದ ಅಕೇಶನ್ ಆಫ್ ಯುವರ್ ಬರ್ತ್ ಡೇ
ದಯವಿಟ್ಟು ನನ್ನ ಶುಭಾಶಯಗಳನ್ನು ಸ್ವೀಕರಿಸಿ	Please accept my best wishes. ಪ್ಲೀಸ್ ಅಕ್ಸೆಪ್ಟ್ ಮೈ ಬೆಸ್ಟ್ ವಿಶಸ್.
ಸರ್ ನನ್ನ ಎಲ್ಲ ಸಹೋದ್ಯೋಗಿಗಳ ಪರವಾಗಿ ನಿಮಗೆ ಶುಭಾಶಯ	Sir, I am greeting you on behalf of all my friends. ಸರ್ ಐ ಆ್ಯಮ್ ಗ್ರೀಟಿಂಗ್ ಯು ಆನ್ ಬಿಹಾಫ್ ಆಫ್ ಆಲ್ ಮೈ ಫ್ರೆಂಡ್ಸ್
ನೀವು ಯಶಸ್ಸಿನ ಶಿಖರವನ್ನು ಏರುತ್ತೀರಿ ಎಂಬ ನಂಬಿಕೆ ನನಗಿದೆ	I am sure you will reach the pinnacle of success one day. ಐ ಆ್ಯಮ್ ಶೂರ್ ಯು ವಿಲ್ ರೀಚ್ ದ ಪಿನಾಕಲ್ ಆಫ್ ಸಕಸ್ ಒನ್ ಡೇ
ನಿಮ್ಮ ಭೇಟಿಯಿಂದ ಸಂತೋಷವಾಗಿದೆ	I am pleased to meet you. ಐ ಆ್ಯಮ್ ಪ್ಲೀಸ್ಡ್ ಟು ಮೀಟ್ ಯು

ನೆನಪಿನಲ್ಲಿಡಿ

1. ಶುಭಾಶಯ ಹೇಳುವಾಗ ಉತ್ಸಾಹಭರಿತ ಭಾವನೆಯಿಂದ ಉಚ್ಚರಿಸಬೇಕು
2. ಭಾವರಹಿತವಾಗಿ ಶುಭಾಶಯ ಹೇಳಿದಲ್ಲಿ, ಅದರ ಉದ್ದೇಶ ಸಾರ್ಥಕವಾಗುವುದಿಲ್ಲ, ತಪ್ಪು ಸಂದೇಶ ರವಾನೆ ಆಗುತ್ತದೆ.
3. ಇಂಥ ವಾಕ್ಯಗಳ ಅಂತ್ಯದಲ್ಲಿ ವಿಸ್ಮಯಾದಿಬೋಧಕ ಚಿಹ್ನೆ ಇರುತ್ತದೆ.

ಆದಲಯಿಶ- ಸರಂಆನಲ
(ORDER/INSTRUCTION)

ದಿನನಿತ್ಯದ ಜೀವನದಲ್ಲಿ ನಾವು ಆದೇಶ, ಸೂಚನೆ ನೀಡುತ್ತೇವೆ, ಪಡೆಯುತ್ತೇವೆ. ಕಥನಾತ್ಮಕ ಮತ್ತು ಪ್ರಶ್ನಾತ್ಮಕ ವಾಕ್ಯಗಳನ್ನೊಳಗೊಂಡ ಆದೇಶಗಳು ಹೆಚ್ಚು ಮಹತ್ವಪೂರ್ಣವಾದವು. ಈ ಅಧ್ಯಾಯದಲ್ಲಿ ಕನ್ನಡದ ಮೂಲಕ ಇಂಗ್ಲಿಷ್‌ನ ಇಂಥ ಆದೇಶಗಳನ್ನು ಅಭ್ಯಾಸ ಮಾಡೋಣ.

ಎಚ್ಚರದಿಂದ ನಡೆಯಬೇಕು Walk carefully. ವಾಕ್ ಕೇರ್ ಫುಲಿ

★ ಮೇಲಿನ ವಾಕ್ಯದಲ್ಲಿ carefully ಜಾಗದಲ್ಲಿ ಬೇರೆ ಪದ ಬಳಸಿ, ಹೊಸ ವಾಕ್ಯಗಳನ್ನು ರಚಿಸಬಹುದು.

ಲೆಕ್ಕಪತ್ರವನ್ನು ಪರಿಶೀಲಿಸು	Check the accounts. ಚೆಕ್ ದ ಅಕೌಂಟ್ಸ್
ಸಾರಾಳನ್ನು ಟ್ಯಾಕ್ಸಿ ಸ್ಟಾಂಡಲ್ಲಿ ಬಿಡು	Please drop Sara at the taxi stand. ಪ್ಲೀಸ್ ಡ್ರಾಪ್ ಸಾರಾ ಎಟ್ ದ ಟ್ಯಾಕ್ಸಿ ಸ್ಟ್ಯಾಂಡ್
ನಿನ್ನ ಕೆಲಸ ಮಾಡು	Do your work. ಡು ಯುವರ್ ವರ್ಕ್
ಎಡಗಡೆ ಚಲಿಸು	Keep to the left. ಕೀಪ್ ಟು ದ ಲೆಫ್ಟ್
ನಿಧಾನವಾಗಿ ಚಾಲನೆ ಮಾಡು	Drive slow. ಡ್ರೈವ್ ಸ್ಲೋ
ಸೌಜನ್ಯದಿಂದ ವರ್ತಿಸು	Be polite. ಬಿ ಪೊಲೈಟ್
ಮದ್ಯ ಸೇವಿಸಬೇಡ	Don't consume alcohol. ಡೋಂಟ್ ಕನ್ಸ್ಯೂಮ್ ಆಲ್ಕೋಹಾಲ್
ಸಿಗರೆಟ್ ಸೇದಬೇಡ	Don't smoke. ಡೋಂಟ್ ಸ್ಮೋಕ್
ಎಲ್ಲವನ್ನೂ ಸಿದ್ಧಮಾಡಿ ಇಡು	Keep everything ready. ಕೀಪ್ ಎವೆರಿಥಿಂಗ್ ರೆಡಿ
ನನಗೆ ಒಂದು ಲೋಟ ಬಿಸಿ ಹಾಲು ಕೊಡು	Give me a glass of hot milk. ಗೀವ್ ಮಿ ಎ ಗ್ಲಾಸ್ ಆಫ್ ಹಾಟ್ ಮಿಲ್ಕ್
ಟೀ ಬಿಸಿ ಇದ್ದು, ನಿಧಾನವಾಗಿ ಕುಡಿ	Sip the hot tea slowly. ಸಿಪ್ ದ ಹಾಟ್ ಟೀ ಸ್ಲೋಲಿ
ನಿನ್ನ ಕೆಲಸ ನೋಡಿಕೋ	Mind yourself. ಮೈಂಡ್ ಯುವರ್ ಸೆಲ್ಫ್
ಎಚ್ಚರಿಕೆಯಿಂದ ನಡೆ	Walk carefully. ವಾಕ್ ಕೇರ್‌ಫುಲಿ
ನನ್ನನ್ನು ಬೆಳಗ್ಗೆ 4 ಗಂಟೆಗೆ ಎಬ್ಬಿಸು	Wake up me at 4 O'clock in the morning. ವೇಕ್ ಅಪ್ ಮಿ ಎಟ್ 4 ಆಫ್ ದ ಕ್ಲಾಕ್ ಇನ್ ದ ಮಾರ್ನಿಂಗ್
ಈ ರೀತಿ ಹೇಳಬೇಡ	Don't say like this. ಡೋಂಟ್ ಸೇ ಲೈಕ್ ದಿಸ್
ನೀನು ಅಲ್ಲೇ ಇರು	You stay there. ಯು ಸ್ಟೇ ದೇರ್
ನಾನು ವಾಪಸ್ ಬರುವವರೆಗೆ ಕಾಯುತ್ತಿರು	Wait for me until I come back. ವೇಟ್ ಫಾರ್ ಮಿ ಅಂಟಿಲ್ ಐ ಕಮ್ ಬ್ಯಾಕ್
ತಾಳ್ಮೆ ಇರಲಿ	Have patience. ಹ್ಯಾವ್ ಪೇಶೆನ್ಸ್
ಒಳ್ಳೆಯ ಸಮಯಕ್ಕಾಗಿ ಕಾಯೋಣ	Hope for good times. ಹೋಪ್ ಫಾರ್ ದ ಗುಡ್ ಟೈಮ್ಸ್
ಶೀಘ್ರ ಬಾ	Come soon. ಕಮ್ ಸೂನ್
ನಿನ್ನ ಉತ್ತರವನ್ನು ಬರಹದಲ್ಲಿ ಕೊಡು	Tender your reply in writing. ಟೆಂಡರ್ ಯುವರ್ ರಿಪ್ಲೈ ಇನ್ ರೈಟಿಂಗ್

ಮಕ್ಕಳನ್ನು ನೋಡಿಕೋ	Take care of children. ಟೇಕ್ ಕೇರ್ ಆಫ್ ಚಿಲ್ಡ್ರನ್
ರೋಗಿಯ ಕಾಳಜಿ ವಹಿಸು	Look after the patient. ಲುಕ್ ಆಫ್ಟರ್ ದ ಪೇಶೆಂಟ್
ಮತ್ತೆ ಭೇಟಿಯಾಗೋಣ	Let's meet again. ಲೆಟ್ಸ್ ಮೀಟ್ ಎಗೇನ್
ಪರದೆಯನ್ನು ಎಳೆದುಬಿಡು	Draw the curtain. ಡ್ರಾ ದ ಕರ್ಟನ್
ಬಾಗಿಲು ತೆರೆ	Open the door. ಓಪನ್ ದ ಡೋರ್
ಈ ಬಗ್ಗೆ ನನಗೆ ಸೂಕ್ತ ಸಮಯದಲ್ಲಿ ನೆನಪಿಸು	Remind me about this at appropriate time. ರಿಮೈಂಡ್ ಮಿ ಎಬೌಟ್ ದಿಸ್ ಎಟ್ ಅಪ್ರಾಪ್ರಿಯೇಟ್ ಟೈಂ
ಈ ಬಗ್ಗೆ ನನಗೆ ನಾಳೆ ಜ್ಞಾಪಿಸು	Remind me about this tomorrow.ರಿಮೈಂಡ್ ಮಿ ಎಬೌಟ್ ದಿಸ್ ಟುಮಾರೋ
ಆಮೇಲೆ ಬಾ	Come later. ಕಮ್ ಲೇಟರ್
ಯಾವಾಗಲೂ ಸತ್ಯವನ್ನೇ ಮಾತನ್ನಾಡು	Always speak the truth. ಆಲ್‌ವೇಸ್ ಸ್ಪೀಕ್ ದ ಟ್ರೂತ್
ಸುಳ್ಳು ಹೇಳಬೇಡ	Don't tell a lie. ಡೋಂಟ್ ಟೆಲ್ ಎ ಲೈ
ಸಿದ್ಧವಾಗಿರು	Be ready. ಬಿ ರೆಡಿ
ದೀಪವನ್ನು ಬೆಳಗಿಸು	Put on the light. ಫುಟ್ ಆನ್ ದ ಲೈಟ್
ತಡಮಾಡಬೇಡ	Don't delay. ಡೋಂಟ್ ಡಿಲೇ
ಬೇರೆಯವರನ್ನು ನಕಲು ಮಾಡಬೇಡ	Don't copy others. ಡೋಂಟ್ ಕಾಪಿ ಅದರ್ಸ್
ನನಗೆ ತಿಳಿಸಲು ಮರೆಯಬೇಡ	Don't forget to inform me. ಡೋಂಟ್ ಫರ್ಗೆಟ್ ಟು ಇನ್‌ಫಾರ್ಮ್ ಮಿ
ಈ ಲೆಟರನ್ನು ಅಂಚೆಗೆ ಹಾಕು	Post the letter. ಪೋಸ್ಟ್ ದ ಲೆಟರ್

ನೆನಪಿನಲ್ಲಿಡಿ

Order/instruction (ಆದೇಶ ಸೂಚನೆ) ನೀಡುವಿಕೆ- ಕೇಳುವುದು ದಿನನಿತ್ಯದ ಬದುಕಿನಲ್ಲಿ ಅತ್ಯಗತ್ಯವಾಗಿ ನಡೆಯುತ್ತದೆ. ಕಚೇರಿ, ಮನೆ, Friends (ಸ್ನೇಹಿತರು), Relatives (ಸಂಬಂಧಿಗಳ) ಜತೆಗಿನ ಚರ್ಚೆಯಲ್ಲಿ ಅಗತ್ಯವಾಗಿ ಬಳಕೆಯಾಗುತ್ತವೆ. ಇವುಗಳ ಅರಿವು ಇರಲೇಬೇಕಾಗುತ್ತದೆ. ಈ ಮೂಲಕ speaking ನಲ್ಲಿ ಪರಿಣತಿ ಸಾಧಿಸಬಹುದು.

ಉಷಿಲ್ತಯಿಎನ-ಪಲರ್ರಿಯಿಷ್ಟ್ಸಾಹ
(ENCOURAGEMENT)

ಪ್ರತಿಭೆಗಳಿಗೆ ಉತ್ಸಾಹ ತುಂಬುವುದು, ಪ್ರೋತ್ಸಾಹ ನೀಡುವುದು ಎಲ್ಲರ ಕರ್ತವ್ಯ. ಇಲ್ಲದಿದ್ದರೆ ಪ್ರತಿಭೆಗಳು ಸೊರಗುತ್ತವೆ. ಉತ್ತೇಜನ- ಪ್ರೋತ್ಸಾಹದಿಂದ ಉತ್ತಮ ಸಾಧನೆ ಮಾಡುವುದು ಸಾಧ್ಯವಿದೆ. ಇದಕ್ಕಾಗಿ ನಾವು ಪ್ರತಿನಿತ್ಯ ಕೆಲ ಪದಗಳನ್ನು ಬಳಸುತ್ತೇವೆ. ಅಂಥ ವಾಕ್ಯಗಳ ಕಲಿಕೆ ಈ ಅಧ್ಯಾಯದ ಉದ್ದೇಶ.

ನನಗೆ ನಿನ್ನ ಬಗ್ಗೆ ಹೆಮ್ಮೆಯಿದೆ. I am proud of you. ಐ ಆ್ಯಮ್ ಪ್ರೌಡ್ ಆಫ್ ಯು.

★ ಅಭ್ಯಾಸಿಗಳಿಗೆ ಸಲಹೆ ಏನೆಂದರೆ, ಸಮಯ ಹಾಗೂ ಪರಿಸ್ಥಿತಿಗೆ ಅನುಗುಣವಾಗಿ ಬೇರೆ ವಾಕ್ಯಗಳನ್ನು ರಚಿಸುವುದನ್ನು ಅಭ್ಯಾಸ ಮಾಡಿಕೊಳ್ಳಿ.

ಹಿಂಜರಿಕೆ ಬೇಡ	Don't hesitate. ಡೋಂಟ್ ಹೆಸಿಟೇಟ್
ಏನೂ ವಿಷಯ ಇಲ್ಲ	Doesn't matter. ಡಸಂಟ್ ಮ್ಯಾಟರ್
ನನ್ನ ಬಗ್ಗೆ ಆತಂಕ ಬೇಡ	Don't worry for me. ಡೋಂಟ್ ರಿ ಫಾರ್ ಮಿ
ನಿನಗೆ ಬೇಕಾದ ವಸ್ತುಗಳನ್ನು ಪಡೆದುಕೊಳ್ಳಬಹುದು	You may borrow things you need. ಯು ಮೇ ಬಾರೋ ಥಿಂಗ್ಸ್ ಯು ನೀಡ್
ತಲೆಕೆಡಿಸಿಕೊಳ್ಳಬೇಡ	Don't worry. ಡೋಂಟ್ ವರಿ
ವಿಶ್ವಾಸವಿರಲಿ	Have faith. ಹ್ಯಾವ್ ಫೇತ್
ಮಗುವಿನ ತರಹ ಅಳಬೇಡ	Don't cry like a child. ಡೋಂಟ್ ಕ್ರೈ ಲೈಕ್ ಎ ಚೈಲ್ಡ್
ನಿನಗೆ ಯಾವುದೇ ಸಮಸ್ಯೆ ಇದ್ದರೆ ನನಗೆ ಹೇಳು	Tell me if you face any problem. ಟೆಲ್ ಮಿ ಇಫ್ ಯು ಫೇಸ್ ಎನಿ ಪ್ರಾಬ್ಲಂ
ನನಗೆ ನಿನ್ನ ಬಗ್ಗೆ ಹೆಮ್ಮೆಯಿದೆ	I am proud of you. ಐ ಆ್ಯಮ್ ಪ್ರೌಡ್ ಆಫ್‌ಯು
ನೀನು ಅನಗತ್ಯವಾಗಿ ಚಿಂತೆ ಮಾಡುತ್ತಿರುವಿ	You are unnecessarily worrying. ಯು ಆರ್ ಅನ್ ನೆಸೆಸರಿಲಿ ವರೀಯಿಂಗ್
ಬ್ರೇವೋ! ನೀನು ಭಾರೀ ಸಾಹಸದ ಕೆಲಸ ಮಾಡಿರುವೆ	Bravado! You have done a great job. ಬ್ರೇವೋ! ಯು ಹ್ಯಾವ್ ಡನ್ ಎ ಗ್ರೇಟ್ ಜಾಬ್
ಶಹಬ್ಬಾಸ್	Well done! ವೆಲ್ ಡನ್
ರೀಟಾಳ ಕೆಲಸ ಶ್ಲಾಘನೀಯ	Rita's work is commendable. ರೀಟಾಸ್ ವರ್ಕ್ ಈಸ್ ಕಮೆಂಡಬಲ್
ನೀನು ತುಂಬಾ ಒಳ್ಳೆಯವ	How nice of you. ಹೌ ನೈಸ್ ಆಫ್ ಯು
ನೀನು ನನಗೆ ತುಂಬಾ ಸಹಾಯ ಮಾಡಿರುವೆ	You have helped me a lot. ಯು ಹ್ಯಾವ್ ಹೆಲ್ಪ್‌ಡ್ ಮಿ ಎ ಲಾಟ್
ವಿಶ್ವಾಸ ಇರಿಸಿಕೊಳ್ಳಿ	Rest assured. ರೆಸ್ಟ್ ಅಶೂರ್ಡ್
ನಿನ್ನ ಚಿಂತೆಗೆ ಕಾರಣವೇನು?	What's bothering you? ವಾಟ್ಸ್ ಬಾದರಿಂಗ್ ಯು?

ಹೆದರಬೇಡ	Don't be scared. ಡೋಂಟ್ ಬಿ ಸ್ಕೇರ್ಡ್
ನಾನು ಆ ಬಗ್ಗೆ ತಲೆಕೆಡಿಸಿಕೊಂಡಿಲ್ಲ	I am not bothered about it. ಐ ಆ್ಯಮ್ ನಾಟ್ ಬಾದರ್ಡ್ ಅಬೌಟ್ ಇಟ್
ನಿನಗೇನು ಬೇಕೋ ಅದನ್ನು ತೆಗೆದುಕೋ	Take whatever you need. ಟೇಕ್ ವಾಟೆವರ್ ಯು ನೀಡ್
ಚಿಂತೆ ಬೇಡ, ನಾನು ನಿನ್ನ ಜೊತೆ ಇರುವೆ	Don't worry, I am with you. ಡೋಂಟ್ ವರಿ ಐ ಆ್ಯಮ್ ವಿತ್ ಯು
ಹಿಂಜರಿಕೆ ಬೇಡ, ನನಗೆ ಹೇಳು	Don't hesitate, tell me. ಡೋಂಟ್ ಹೆಸಿಟೇಟ್, ಟೆಲ್ ಮಿ
ನೀನು ಇದನ್ನು ಮಾಡಬಲ್ಲೆ	You can do it. ಯು ಕ್ಯಾನ್ ಡು ಇಟ್
ತಮಗೆ ಸಹಾಯಮಾಡಿಕೊಳ್ಳುವವರನ್ನು ದೇವರು ಕಾಯುತ್ತಾನೆ	God help those who help themselves. ಗಾಡ್ ಹೆಲ್ಪ್ ದೋಸ್ ಹು ಹೆಲ್ಪ್ ದೆಮ್ ಸೆಲ್ವ್ಸ್

ನೆನಪಿನಲ್ಲಿಡಿ

Encouragement ಪ್ರೋತ್ಸಾಹ- ಉತ್ತೇಜನ ನೀಡುವಂತಹ ವಾಕ್ಯಗಳನ್ನು ಸೂಕ್ತವೆನಿಸಿದ ಸಮಯದಲ್ಲಿ ಬಳಸಬೇಕು. ಇಂಥ ವಾಕ್ಯಗಳ ನಿರಂತರ ಬಳಕೆ- ಅಭ್ಯಾಸದಿಂದ ನಿಮ್ಮ ಇಂಗ್ಲಿಷ್ ಸುಧಾರಿಸುತ್ತದೆ. ಮಿತ್ರರು/ಸಂಬಂಧಿಕರ ಜೊತೆ ಮಾತನ್ನಾಡುವಾಗ ಬಳಸುತ್ತ ಬಂದಲ್ಲಿ ಆತ್ಮವಿಶ್ವಾಸ ಹೆಚ್ಚುತ್ತದೆ.

ಸಾಂತ್ವನ
(CONSOLATION)

ದುರಂತ, ಅಪಜಯ ಇನ್ನಿತರ ಸಂದರ್ಭದಲ್ಲಿ ಜನ ದುಃಖಕ್ಕೀಡಾಗುವುದು ಸಹಜ. ಅಂಥ ಸಂದರ್ಭದಲ್ಲಿ ಅವರಿಗೆ ಸಾಂತ್ವನ ಹೇಳಬೇಕಾಗುತ್ತದೆ. ಅದು ನಮ್ಮೆಲ್ಲರ ಕರ್ತವ್ಯ. ಇದರಿಂದ ದುಃಖ ಕಡಿಮೆಯಾಗುತ್ತದೆ. ಇದಕ್ಕಾಗಿ ಕೆಲ ನಿರ್ದಿಷ್ಟ ಪದಪ್ರಯೋಗ ನಡೆಯುತ್ತದೆ.

ನನ್ನ ಸಹಾನುಭೂತಿ ಇದೆ ನಿಮಗೆ My sympathy with you. ಮೈ ಸಿಂಪಥಿ ವಿತ್ ಯು.

★ ಓದುಗರು ಪರಿಸ್ಥಿತಿ ಮತ್ತು ಸಮಯಕ್ಕೆ ಅನುಗುಣವಾಗಿ, ಸಾಂತ್ವನವನ್ನು ವ್ಯಕ್ತಪಡಿಸಬೇಕು.

ಇದು ದುಃಖಕರ ವಿಷಯ	It is very sad. ಇಟ್ ಈಸ್ ವೆರಿ ಸ್ಯಾಡ್
ಇದು ದೇವರ ಇಚ್ಛೆ	It was God's will. ಇಟ್ ವಾಸ್ ಗಾಡ್ಸ್ ವಿಲ್
ದೇವರನ್ನು ನಂಬು! ಕಷ್ಟದ ಕಾಲ ಮುಂದೆ ಸರಿಯುತ್ತದೆ	Trust God! Hard time will pass. ಟ್ರಸ್ಟ್ ಗಾಡ್. ಹಾರ್ಡ್ ಟೈಂ ವಿಲ್ ಪಾಸ್
ಈ ಕಷ್ಟದ ಕಾಲವನ್ನು ಸಾಗಿಹೋಗುವ ಶಕ್ತಿಯನ್ನು ದೇವರು ನಿನಗೆ ಕೊಡಲಿ	May God give you strength to overcome this difficult time. ಮೇ ಗಾಡ್ ಗೀವ್ ಯು ಸ್ಟ್ರೆಂಥ್ ಟು ಓವರ್ ಕಮ್ ದಿಸ್ ಡಿಫಿಕಲ್ಟ್ ಟೈಮ್
ನಿನ್ನ ತಂದೆಯ ಸಾವಿನಿಂದ ನಮಗೆಲ್ಲರಿಗೂ ತುಂಬಾ ದುಃಖವುಂಟಾಗಿದೆ	We are deeply grieved at the death of your father. ವಿ ಆರ್ ಡೀಪ್ ಲೀ ಗ್ರೀವ್ಡ್ ಎಟ್ ದ ಡೆತ್ ಆಫ್ ಯುವರ್ ಫಾದರ್
ಇದು ಜಗತ್ತು ಮುಂದುವರಿಯುವ ರೀತಿ	This is the way the world moves. ದಿಸ್ ಈಸ್ ದ ವೇ ದ ವರ್ಲ್ಡ್ ಮೂವ್ಸ್
ಇಂಥ ವಿಷಮ ಸಂದರ್ಭದಲ್ಲಿ ನಾವು ಹೃದಯಪೂರ್ವಕ ಸಂತಾಪ ಸೂಚಿಸುತ್ತಿದ್ದೇವೆ	We offer our heartfelt condolences to you at this juncture. ವಿ ಆಫರ್ ಅವರ್ ಹಾರ್ಟ್‌ಫೆಲ್ಟ್ ಕಂಡೋಲೆನ್ಸಸ್ ಟು ಯು ಎಟ್ ದಿಸ್ ಜಂಕ್ಚರ್
ಇದು ಅತ್ಯಂತ ದುಃಖದ ವಿಷಯ	It is very sad news. ಇಟ್ ಈಸ್ ವೆರಿ ಸ್ಯಾಡ್ ನ್ಯೂಸ್
ದಯವಿಟ್ಟು ಧೃತಿಗೆಡಬೇಡಿ	Please don't lose heart. ಪ್ಲೀಸ್ ಡೋಂಟ್ ಲೂಸ್ ಹಾರ್ಟ್
ನಿಮ್ಮ ವೈಫಲ್ಯಕ್ಕೆ ಸಹಾನುಭೂತಿ ಇದೆ	I am sorry for your failure. ಐ ಆ್ಯಮ್ ಸಾರಿ ಫಾರ್ ಯುವರ್ ಫೇಲ್ಯೂರ್
ನಾವೆಲ್ಲ ನಿಮ್ಮ ಜೊತೆ ಇದ್ದೇವೆ	We all are with you. ವಿ ಆಲ್ ಆರ್ ವಿತ್ ಯು
ನನ್ನ ಸಹಾನುಭೂತಿ ನಿಮಗೆ ಇದೆ	My sympathy with you. ಮೈ ಸಿಂಪಥಿ ವಿತ್ ಯು

ವಿಷಯ ಕೇಳಿ ನನಗೆ ದುಃಖವಾಯಿತು	I felt sorry to hear this. ಐ ಫೆಲ್ಟ್ ಸಾರಿ ಟು ಹಿಯರ್ ದಿಸ್
ಈ ನಷ್ಟವನ್ನು ಭರಿಸುವ ಶಕ್ತಿಯನ್ನು ದೇವರು ನಿಮಗೆ ಕೊಡಲಿ	May God give you strength to bear this loss. ಮೇ ಗಾಡ್ ಗಿವ್ ಯು ಸ್ಟ್ರೆಂಥ್ ಟು ಬಿಯರ್ ದಿಸ್ ಲಾಸ್
ಆಕೆ/ ಅವನನ್ನು ಸಮಾಧಾನ ಪಡಿಸು	Consol him/her. ಕನ್ಸೋಲ್ ಹಿಮ್/ಹರ್
ಯಾವುದನ್ನು ಗುಣಪಡಿಸಲು ಆಗುವುದಿಲ್ಲವೋ ಅದನ್ನು ಸಹಿಸಿಕೊಳ್ಳಬೇಕು	What cannot be cured must be endured. ವಾಟ್ ಕೆನಾಟ್ ಬಿ ಕ್ಯೂರ್ಡ್ ಮಸ್ಟ್ ಬಿ ಎನ್‌ಡ್ಯೂರ್ಡ್
ದೇವರಲ್ಲಿ ನಂಬಿಕೆ ಇರಿಸಿ, ಕೆಟ್ಟ ಕಾಲ ಸರಿದುಹೋಗುತ್ತದೆ	Have faith in God, misfortune will pass. ಹ್ಯಾವ್ ಫೇತ್ ಇನ್ ಗಾಡ್, ಮಿಸ್‌ಫಾರ್ಚೂನ್ ವಿಲ್ ಪಾಸ್

ನೆನಪಿನಲ್ಲಿಡಿ

1. ವ್ಯಕ್ತಿ ಸಂತಾಪ-ದುಃಖ ಇಲ್ಲವೇ ಅಪಜಯ ಅನುಭವಿಸುತ್ತಿದ್ದಾಗ consolation ಸಾಂತ್ವನಗೊಳಿಸಬೇಕಾಗುತ್ತದೆ. ಅಂಥ ವಾಕ್ಯಗಳನ್ನು ಹೇಳುವಾಗ ಭಾವಭಂಗಿ ಗಂಭೀರವಾಗಿರಬೇಕು. ಇಲ್ಲವಾದಲ್ಲಿ ಪರಿಸ್ಥಿತಿ ಹದಗೆಡುವ ಸಾಧ್ಯತೆ ಇದೆ.
2. ದುಃಖದಲ್ಲಿರುವ ವ್ಯಕ್ತಿಯನ್ನು ಸಂತೈಸುವುದರಿಂದ ಸಂಬಂಧಗಳು ದೃಢಗೊಳ್ಳುತ್ತವೆ.

ಶ್ಲಾಘನಲ/ ಪ್ರಶಶಿಸಲ
(PRAISE)

ವ್ಯಕ್ತಿಯೊಬ್ಬ ಉತ್ತಮ ಸಾಧನೆ ಮಾಡಿದಾಗ, ಮಕ್ಕಳು ಪರೀಕ್ಷೆಯಲ್ಲಿ ಉತ್ತಮ ಅಂಕಗಳಿಸಿದಾಗ ಇಲ್ಲವೇ ಯಶಸ್ಸುಗಳಿಸಿದಾಗ ಅವರನ್ನು ಶ್ಲಾಘಿಸುವುದು, ಪ್ರಶಂಸೆ ಮಾಡುವುದು ಸಹಜ. ಶ್ಲಾಘನೆ, ಪ್ರಶಂಸೆ ಮತ್ತು ಹೊಗಳಿಕೆ ಟಾನಿಕ್ ಇದ್ದಂತೆ. ಮತ್ತಷ್ಟು ಸಾಧನೆಗೆ ಇಂಬು ನೀಡುತ್ತದೆ.

ನೀನು ಎಂಥಾ ಉತ್ತಮ ಮನುಷ್ಯ. How nice a person you are. ಹೌ ನೈಸ್ ಎ ಪರ್ಸನ್ ಆರ್ ಯು

★ ವ್ಯಕ್ತಿಯ ಸಾಧನೆಗೆ ಅನುಗುಣವಾಗಿ ಸನ್ನಿವೇಶ ಮತ್ತು ಸಮಯಕ್ಕೆ ಅನುಗುಣವಾಗಿ ಆತನನ್ನು ಪ್ರಶಂಸಿಸಬೇಕು.

ನೀನು ಎಂಥಾ ಉತ್ತಮ ಕೆಲಸ ಮಾಡಿರುವೆ	You did a good job. ಯು ಡಿಡ್ ಎ ಗುಡ್ ಜಾಬ್
ಅವನು ಚೆನ್ನಾಗಿದ್ದಾನೆ	He is fine. ಹಿ ಈಸ್ ಫೈನ್
ಅದನ್ನು ನೋಡಿ ನನಗೆ ಸಂತಸವಾಯಿತು	I felt happy looking at that. ಐ ಫೆಲ್ಟ್ ಹ್ಯಾಪಿ ಲುಕಿಂಗ್ ಎಟ್ ದಟ್
ನೀನು ಸತ್ಯವನ್ನೇ ಹೇಳಿದೆಯಾ	Do you tell the truth. ಡು ಯು ಟೆಲ್ ದ ಟ್ರುತ್
ನೀನು ಎಂಥಾ ಒಳ್ಳೆಯ ಮನುಷ್ಯ	How nice a person are you! ಹೌ ನೈಸ್ ಎ ಪರ್ಸನ್ ಯು ಆರ್
ಅವಳು ಎಂಥಾ ಸುಂದರ ಮಹಿಳೆ	She is a good-looking lady. ಶಿ ಈಸ್ ಎ ಗುಡ್ ಲುಕಿಂಗ್ ಲೇಡಿ
ನಾನು ಅವನನ್ನು ತುಂಬಾ ಇಷ್ಟಪಡುವೆ	I like him very much. ಐ ಲೈಕ್ ಹಿಮ್ ವೆರಿ ಮಚ್
ನೀನು ಈ ಕೆಲಸವನ್ನು ಹೇಗೆ ಇಷ್ಟು ಬೇಗ ಮಾಡಿದೆ	How could you do this job so fast? ಹೌ ಕುಡ್ ಯು ಡುದಿಸ್ ಜಾಬ್ ಸೋ ಫಾಸ್ಟ್
ನೀವು ಮಾಡಿದ ಸೇವೆಗೆ ನಾನು ಎಂದೆಂದಿಗೂ ಕೃತಜ್ಞನಾಗಿರುವೆ	I will remain grateful to you for your service. ಐ ವಿಲ್ ರಿಮೈನ್ ಗ್ರೇಟ್ ಫುಲ್ ಟು ಯು ಫಾರ್ ಯುವರ್ ಸರ್ವೀಸ್
ನೀನು ಮಾತನ್ನಾಡಿದಂತೆ ಮಾತನ್ನಾಡುವವರು ಬೇರೆ ಯಾರೂ ಇಲ್ಲ	No one can talk the way you do. ನೋ ಒನ್ ಕ್ಯಾನ್ ಟಾಕ್ ದ ವೇ ಯು ಡು
ದೇವರೇ ಧನ್ಯವಾದ, ನಾನು ನಿನ್ನನ್ನು ಭೇಟಿಯಾದೆನು	Thank God, I could meet you. ಥ್ಯಾಂಕ್ ಗಾಡ್, ಐ ಕುಡ್ ಮೀಟ್ ಯು
ಚೆನ್ನಾಗಿ ಮಾತನ್ನಾಡಲು ದೇವರ ಕೃಪೆ ಅಗತ್ಯ	To talk well, you need God's grace. ಟು ಟಾಕ್ ವೆಲ್ ಯು ನೀಡ್ ಗಾಡ್ಸ್ ಗ್ರೇಸ್
ಆ ಮಹಿಳೆಯ ತಲೆಕೂದಲು ಎಷ್ಟು ಉದ್ದವಿದೆ	How long hair that lady has? ಹೌ ಲಾಂಗ್ ಹೇರ್ ದಟ್ ಲೇಡಿ ಹ್ಯಾಸ್
ನಿನ್ನೊಟ್ಟಿಗೆ ಕುಳಿತುಕೊಂಡಿರುವುದು ಎಷ್ಟು ಒಳ್ಳೆಯ ಅನುಭವ	How nice it is to sit here with you! ಹೌ ನೈಸ್ ಇಟ್ ಈಸ್ ಟು ಸಿಟ್ ಹಿಯರ್ ವಿತ್ ಯು
ಆಕೆ ಎಷ್ಟು ಮೋಹಕವಾಗಿದ್ದಾಳೆ	How charming she is! ಹೌ ಚಾರ್ಮಿಂಗ್ ಶಿ ಈಸ್
ಅವಳು ಎಷ್ಟು ಸುಂದರವಾದ ಕಣ್ಣುಗಳನ್ನು ಹೊಂದಿದ್ದಾಳೆ	What pretty eyes she has got! ವಾಟ್ ಪ್ರೆಟಿ ಐಸ್ ಶಿ ಹ್ಯಾಸ್ ಗಾಟ್

ನಿಮ್ಮದು ಎಂಥಾ ಆಕರ್ಷಕ ಆಲೋಚನೆ	What a fascinating idea it is! ವಾಟ್ ಎ ಫ್ಯಾಸಿನೇಟಿಂಗ್ ಐಡಿಯಾ ಇಟ್ ಈಸ್
ನಾನು ನಿಮ್ಮ ಉಪಕಾರವನ್ನು ಸ್ಮರಿಸುತ್ತೇನೆ	I acknowledge your obligation. ಐ ಅಕ್ನಾಲೆಜ್ ಯುವರ್ ಆಬ್ಲಿಗೇಷನ್
ನಾನು ಜೀವನಪೂರ್ತಿ ನಿಮ್ಮ ಉಪಕಾರ ಮರೆಯಲಾರೆ	I shall always be under your obligation. ಐ ಶಲ್ ಆಲ್ವೇಸ್ ಬಿ ಅಂಡರ್ ಯುವರ್ ಆಬ್ಲಿಗೇಷನ್
ಎಂಥಾ ಭಾರೀ ಪ್ರದರ್ಶನ	What a grand show! ವಾಟ್ ಎ ಗ್ರ್ಯಾಂಡ್ ಶೋ
ಎಂಥಾ ಆಲೋಚನೆ	What an idea! ವಾಟ್ ಆ್ಯನ್ ಐಡಿಯಾ
ಎಂಥಾ ಸಂತೋಷದ ವಿಷಯ	How joyful! ಹೌ ಜಾಯ್‌ಫುಲ್
ಎಂಥಾ ಭರ್ಜರಿ ಜಯ	What a great victory! ವಾಟ್ ಎ ಗ್ರೇಟ್ ವಿಕ್ಟರಿ
ನೀನು ಭಾರೀ ಸಾಹಸದ ಕೆಲಸ ಮಾಡಿರುವೆ	That was very brave of you. ದಟ್ ವಾಸ್ ವೆರಿ ಬ್ರೇವ್ ಆಫ್ ಯು
ಅದು ಆಶ್ಚರ್ಯಕರ	That's wonderful. ದಟ್ಸ್ ವಂಡರ್ ಫುಲ್
ನಿನ್ನ ಕೆಲಸ ಶ್ಲಾಘನೀಯವಾದುದು	Your work is praiseworthy. ಯುವರ್ ವರ್ಕ್ ಈಸ್ ಪ್ರೈಸ್ ವರ್ದಿ
ನಿನ್ನಿಂದ ನನಗೆ ಭಾರೀ ಉಪಕಾರ ಆಗಿದೆ	You have been a great help to me. ಯು ಹ್ಯಾವ್ ಬೀನ್ ಎ ಗ್ರೇಟ್ ಹೆಲ್ಪ್ ಟು ಮಿ

ನೆನಪಿನಲ್ಲಿಡಿ

1. ಓದುಗರು praise ಶ್ಲಾಘನೆ- ಪ್ರಶಂಸೆಗೆ ಬಳಸುವ ಕನ್ನಡ ಪದಗಳ ಮೂಲಕ ಇಂಗ್ಲಿಷ್ ಪದಗಳನ್ನು ತಿಳಿದುಕೊಂಡು, ಅದನ್ನು ದಿನನಿತ್ಯದ ಬದುಕಿನಲ್ಲಿ ಬಳಸಬೇಕು. ಬಳಕೆ ಹೆಚ್ಚಿದಂತೆ, ಆತ್ಮವಿಶ್ವಾಸ ಹೆಚ್ಚುತ್ತದೆ.
2. ಪ್ರಶಂಸೆ-ಶ್ಲಾಘನೆ-ಹೊಗಳಿಕೆಗಳನ್ನು ಉತ್ಸಾಹದ ದನಿಯಲ್ಲೇ ಹೇಳಬೇಕು.

ಕ್ಷಮೆಯಾಚನೆ- ಖೇದ
(APOLOGY)

ತಿಳಿದೋ ತಿಳಿಯದೆಯೋ ನಾವೆಲ್ಲರೂ ತಪ್ಪು ಮಾಡುತ್ತೇವೆ. ಇದರಿಂದ ಮನಸ್ಸಿನಲ್ಲಿ ಅಪರಾಧಭಾವ ಉಳಿದುಕೊಳ್ಳುತ್ತದೆ. ಕ್ಷಮೆ ಕೇಳಿದರೆ, ಖೇದ ವ್ಯಕ್ತಪಡಿಸಿದರೆ, ಮನಸ್ಸು ಹಗುರವಾಗುತ್ತದೆ. ಸಂಬಂಧಗಳು ಗಟ್ಟಿಯಾಗುತ್ತವೆ. ಕ್ಷಮೆಯಾಚನೆ ವ್ಯಕ್ತಿತ್ವದ ಸೂಚನೆಯೂ ಹೌದು.

ನನ್ನನ್ನು ಕ್ಷಮಿಸಿ I am sorry. ಐ ಆ್ಯಮ್ ಸಾರಿ

★ ವ್ಯಕ್ತಿ ತಾನು ತಪ್ಪು ಮಾಡಿದ್ದಲ್ಲಿ ಹಿಂಜರಿಕೆಯಿಲ್ಲದೆ ಕ್ಷಮೆಯಾಚಿಸಬೇಕು.

ನನ್ನನ್ನು ಕ್ಷಮಿಸಿ	I am sorry. ಐ ಆ್ಯಮ್ ಸಾರಿ
ಮಗನೇ, ನನ್ನನ್ನು ಕ್ಷಮಿಸು	My son, I am sorry. ಮೈ ಸನ್ ಐ ಆ್ಯಮ್ ಸಾರಿ
ಸರ್, ನನ್ನನ್ನು ಮನ್ನಿಸಿ	I am sorry, sir. ಐ ಆ್ಯಮ್ ಸಾರಿ ಸರ್
ನನ್ನಿಂದ ತಪ್ಪಾಗಿದ್ದು, ಕ್ಷಮಿಸಿ	I am really sorry. ಐ ಆ್ಯಮ್ ರಿಯಲಿ ಸಾರಿ
ಅಮ್ಮ, ನನಗೆ ನಿಜವಾಗಿಯೂ ದುಃಖವಾಗಿದೆ	Mummy, I am really very sorry. ಮಮ್ಮಿ, ಐ ಆ್ಯಮ್ ವೆರಿ ಸಾರಿ
ನನ್ನ ಪರವಾಗಿ ಅವರಲ್ಲಿ ಕ್ಷಮೆ ಕೇಳಿ	Beg pardon of them on my behalf. ಬೆಗ್ ಪಾರ್ಡನ್ ಆಫ್ ದೆಮ್ ಆನ್ ಮೈ ಬಿಹಾಫ್
ಈ ಅವ್ಯವಸ್ಥೆಗಾಗಿ ನನ್ನನ್ನು ಕ್ಷಮಿಸಿ	I am sorry for this inconvenience. ಐ ಆ್ಯಮ್ ಸಾರಿ ಫಾರ್ ದಿಸ್ ಇನ್ ಕನ್ವಿನಿಯನ್ಸ್
ದಯವಿಟ್ಟು ನನ್ನನ್ನು ಕ್ಷಮಿಸಿ	I am very sorry. ಐ ಆ್ಯಮ್ ವೆರಿ ಸಾರಿ
ದಯವಿಟ್ಟು ತಪ್ಪು ತಿಳಿದುಕೊಳ್ಳಬೇಡಿ	Please don't mind. ಪ್ಲೀಸ್ ಡೋಂಟ್ ಮೈಂಡ್
ನಾನು ತಮಾಷೆ ಮಾಡುತ್ತಿದ್ದೆ, ಅಷ್ಟೇ	I was just joking. ಐ ವಾಸ್ ಜಸ್ಟ್ ಜೋಕಿಂಗ್
ಬರುವುದು ತಡವಾಯಿತು, ಕ್ಷಮಿಸಿ	I am sorry, I got late. ಐ ಆ್ಯಮ್ ಸಾರಿ, ಐ ಗಾಟ್ ಲೇಟ್
ಎಲ್ಲಾದರೂ ತಪ್ಪು ಮಾಡಿದ್ದರೆ, ನನ್ನನ್ನು ಕ್ಷಮಿಸಿ	Pardon me if I have erred somewhere. ಪಾರ್ಡನ್ ಮಿ ಇಫ್ ಐ ಹ್ಯಾವ್ ಎರ್‌ಡ್ ಸಮ್ ವೇರ್
ಮಧ್ಯಪ್ರವೇಶಿಸಿದ್ದಕ್ಕೆ ಮನ್ನಿಸಿ	I am sorry for interrupting you. ಐ ಆ್ಯಮ್ ಸಾರಿ ಫಾರ್ ಇಂಟರಪ್ಟಿಂಗ್ ಯು
ಅದು ಗೊತ್ತಾಗದೇ ನಡೆದಿದೆ	It was done unknowingly. ಇಟ್ ವಾಸ್ ಡನ್ ಅನ್ ನೋಯಿಂಗ್ಲಿ
ಕ್ಷಮಿಸು, ನಿನಗೆ ಕರೆ ಮಾಡಲು ಆಗಲಿಲ್ಲ	Sorry, I could not call you. ಸಾರಿ ಐ ಕುಡ್ ನಾಟ್ ಕಾಲ್ ಯು
ಅದು ನಿನ್ನ ತಪ್ಪಲ್ಲ	It was not your fault. ಇಟ್ ವಾಸ್ ನಾಟ್ ಯುವರ್ ಫಾಲ್ಟ್
ನಿಮ್ಮನ್ನು ದೀರ್ಘಕಾಲ ಕಾಯಿಸಿದ್ದಕ್ಕೆ ನನ್ನನ್ನು ಕ್ಷಮಿಸಿ	I am sorry to have kept you waiting so long. ಐ ಆ್ಯಮ್ ಸಾರಿ ಟು ಹ್ಯಾವ್ ಕೆಪ್ಟ್ ಯು ವೇಟಿಂಗ್ ಸೋ ಲಾಂಗ್
ನನಗೆ ಗೊತ್ತಿಲ್ಲದೆಯೇ ನಿನಗೆ ನೋವುಂಟು ಮಾಡಿದ್ದರೆ,	I am very sorry if I have unknowingly

	hurt you.
ನನ್ನನ್ನು ಕ್ಷಮಿಸು	ಐ ಆ್ಯಮ್ ವೆರಿ ಸಾರಿ, ಇಫ್ ಐ ಹ್ಯಾವ್ ಅನ್‌ನೋಯಿಂಗ್ಲಿ ಹರ್ಟ್ ಯು
ಇದು ತಪ್ಪಿನಿಂದ ಆಗಿದೆ	It was done by mistake. ಇಟ್ ವಾಸ್ ಡನ್ ಬೈ ಮಿಸ್ಟೇಕ್
ಚಿಂತೆ ಬೇಡ, ಯಾವುದೇ ಹಾನಿಯಾಗಿಲ್ಲ	Don't worry, no harm is done. ಡೋಂಟ್ ವರಿ ನೋ ಹಾರ್ಮ್ ಈಸ್ ಡನ್
ನಿಜವಾಗಿಯೂ ಇದು ನಿನ್ನ ತಪ್ಪಲ್ಲ	Indeed it was not your fault. ಇನ್ ಡೀಡ್, ಇಟ್ ವಾಸ್ ನಾಟ್ ಯುವರ್ ಫಾಲ್ಟ್
ನಾನು ನಿನ್ನನ್ನು ಎಂದಿಗೂ ಕ್ಷಮಿಸುವುದಿಲ್ಲ	I will never forgive you. ಐ ವಿಲ್ ನೆವರ್ ಫರ್ಗೀವ್ ಯು
ಅವನು ತಮಾಷೆಗೆ ಹಾಗೆ ಹೇಳಿದ	He said it light heartedly. ಹಿ ಸೆಡ್ ಇಟ್ ಲೈಟ್ ಹಾರ್ಟೆಡ್ಲಿ
ಕ್ಷಮಿಸಿ ನಾನು ತಪ್ಪು ಮಾಡಿದೆ	Excuse me, I did mistake. ಎಕ್ಸ್ ಕ್ಯೂಸ್ ಮಿ ಐ ಡಿಡ್ ಮಿಸ್ಟೇಕ್
ನಾನು ಹೇಳಿದ್ದನ್ನು ತಪ್ಪಾಗಿ ಅರ್ಥಮಾಡಿಕೊಳ್ಳಬೇಡ	Don't feel sorry, for what I said. ಡೋಂಟ್ ಫೀಲ್ ಸಾರಿ ಫಾರ್ ವಾಟ್ ಐ ಸೆಡ್

ನೆನಪಿನಲ್ಲಿಡಿ

1. ಸಮರ್ಪಕ ಸಂವಹನಕ್ಕೆ ಶುದ್ಧ ಉಚ್ಚಾರಣೆ ತುಂಬಾ ಅವಶ್ಯಕ. ಆದ್ದರಿಂದ ಅಧ್ಯಾಯದಲ್ಲಿನ ಪದ-ವಾಕ್ಯಗಳನ್ನು ಗ್ರಹಿಸಿಕೊಂಡು ಸೂಕ್ತವಾಗಿ ಬಳಸಿ. ಕರಗತವಾಗುವವರೆಗ ಮತ್ತೆ ಮತ್ತೆ ಅಭ್ಯಾಸ ಮಾಡಿ.
2. ವ್ಯಕ್ತಿ, ಕ್ಷಮೆಯಾಚನೆ ಮಾಡುವಾಗ, ದನಿ ತಗ್ಗಿಸುತ್ತಾನೆ.
   (a) ಚಿಂತೆ ಮಾಡಬೇಡಿ- ಡೋಂಟ್ ವರಿ- Don't worry
   (b) ಎಲ್ಲವೂ ಸರಿ ಇದೆ - ಇಟ್ಸ್ ಓಕೆ - It's ok
3. ಕ್ಷಮೆ ಕೇಳುವಾಗ ಇಲ್ಲವೇ ಕ್ಷಮಿಸುವಾಗ, ಸ್ವರ ವಿನಮ್ರವಾಗಿರಬೇಕು, ದರ್ಪ ಕೂಡದು.

ಸಂದರ್ಶನ
(INTERVIEW)

ವ್ಯಾಸಂಗ ಮುಗಿದಿದೆ. ಉದ್ಯೋಗಕ್ಕೆ ಬೇಟೆ ಆರಂಭವಾಗಿದೆ. ಅಂಥ ಸಮಯದಲ್ಲಿ ಉದ್ಯೋಗಕರ್ತರು ಸಂದರ್ಶನಕ್ಕೆ ಕರೆಯುತ್ತಾರೆ. ಅದನ್ನು ಅಭ್ಯರ್ಥಿ ಎದುರಿಸಬೇಕಾಗುತ್ತದೆ. ಆತ್ಮವಿಶ್ವಾಸ, ಸಂವಹನ ಕೌಶಲ, ವಿದ್ಯಾರ್ಹತೆ ಮತ್ತು ಪರಿಣತಿ ಅಭ್ಯರ್ಥಿಗೆ ಅಗತ್ಯ. ಸಂದರ್ಶನದ ವೇಳೆ ಭಾಷೆ ಬಳಕೆ ಬಗ್ಗೆ ತಿಳಿಸುವುದು ಈ ಅಧ್ಯಾಯದ ಉದ್ದೇಶ.

ಸಂದರ್ಶನ ಯಾವಾಗ ಆರಂಭವಾಗುತ್ತದೆ? When will the interview begin? ವೆನ್ ವಿಲ್ ದ ಇಂಟರ್‌ವ್ಯೂ ಬಿಗಿನ್?

★ ಮೇಲೆ ಉಲ್ಲೇಖಿಸಿದ ವಾಕ್ಯದಂತೆ, ಬೇರೆ ವಾಕ್ಯಗಳನ್ನು ರಚಿಸಿ, ಮಾತನ್ನಾಡಬೇಕು.

ಸಂದರ್ಶನ ಯಾವಾಗ ಆರಂಭವಾಗುತ್ತದೆ?	When will the interview begin? ವೆನ್ ವಿಲ್ ದ ಇಂಟರ್ ವ್ಯೂ ಬಿಗಿನ್?
ಸಂದರ್ಶನ ಆರಂಭವಾಗಿದೆಯೇ?	Has the interview begun? ಹ್ಯಾಸ್ ದ ಇಂಟರ್ ವ್ಯೂ ಬಿಗನ್?
ನಾನು ಹರ್ಷವರ್ಧನ್. ನನ್ನ ಹೆಸರು ಕರೆದಿಲ್ಲ ಎಂದು ಭಾವಿಸುವೆ	I am Harshvardhan. Hope I have not been called in yet. ಐ ಆ್ಯಮ್ ಹರ್ಷವರ್ಧನ್. ಹೋಪ್ ಐ ಹ್ಯಾವ್ ನಾಟ್ ಬೀನ್ ಕಾಲ್ಡ್ ಇನ್ ಎಟ್
ನಾನು ಸಂದರ್ಶನಕ್ಕೆ ಆಗಮಿಸಿರುವೆ	I am present for the interview. ಐ ಆ್ಯಮ್ ಪ್ರೆಸೆಂಟ್ ಫಾರ್ ದ ಇಂಟರ್ ವ್ಯೂ
ಸರ್, ನಾನು ಒಳಗೆ ಬರಬಹುದೆ?	Sir, may I come in? ಸರ್ ಮೇ ಐ ಕಮಿನ್?
ಶುಭ ಮುಂಜಾವು ಸರ್, ನನ್ನ ಹೆಸರು ಹರ್ಷವರ್ಧನ	Good morning sir, my name is Harshvardhan. ಗುಡ್ ಮಾರ್ನಿಂಗ್ ಸರ್, ನನ್ನ ಹೆಸರು ಹರ್ಷವರ್ಧನ
ನಾನು ಡಿಟಿಪಿ ಆಪರೇಟರ್ ಹುದ್ದೆಗೆ ಅರ್ಜಿ ಸಲ್ಲಿಸಿದ್ದೇನೆ	I have applied for the post of D.T.P. operator. ಐ ಹ್ಯಾವ್ ಅಪ್ಲೈಡ್ ಫಾರ್ ದ ಪೋಸ್ಟ್ ಆಫ್ ಡಿಟಿಪಿ ಆಪರೇಟರ್
ದಿಲ್ಲಿಯ ಎನ್ ಐಐಟಿಯಲ್ಲಿ ತರಬೇತಿ ಪಡೆದಿದ್ದೇನೆ	I got trained at NIIT Delhi. ಐ ಗಾಟ್ ಟ್ರೇನ್ಡ್ ಎಟ್ ಎನ್‌ಐಐಟಿ, ಡೆಲ್ಲಿ
ನಾನು ಪದವೀಧರ	I am a graduate. ಐ ಆ್ಯಮ್ ಎ ಗ್ರಾಜುಯೇಟ್
ಚರಿತ್ರೆ ಮತ್ತು ರಾಜ್ಯಶಾಸ್ತ್ರ ನನ್ನ ವಿಷಯಗಳು	My subjects are History and Political Science. ಮೈ ಸಬ್ಜೆಕ್ಟ್ ಆರ್ ಹಿಸ್ಟರಿ ಆ್ಯಂಡ್ ಪೊಲಿಟಿಕಲ್ ಸೈನ್ಸ್
ಕಂಪ್ಯೂಟರ್ ಬಳಕೆಯಲ್ಲಿ 3 ವರ್ಷ ಅನುಭವವಿದೆ	I have three years of experience in computer. ಐ ಹ್ಯಾವ್ ತ್ರಿ ಇಯರ್ಸ್ ಆಫ್ ಎಕ್ಸ್‌ಪೀರಿಯನ್ಸ್ ಇನ್ ಕಂಪ್ಯೂಟರ್
ಕಲೆ ಮತ್ತು ಸಂಗೀತ ನನ್ನ ಹವ್ಯಾಸ	My hobby is art and music. ಮೈ ಹಾಬಿ ಈಸ್ ಆರ್ಟ್ ಆ್ಯಂಡ್ ಮ್ಯೂಸಿಕ್

ಕಳೆದ 2 ವರ್ಷದಿಂದ ಪ್ರಕಾಶನ ಸಂಸ್ಥೆಯೊಂದರಲ್ಲಿ	I have been working in a publication house for
ಕೆಲಸ ಮಾಡುತ್ತಿದ್ದೇನೆ	last two years. ಐ ಹ್ಯಾವ್ ಬೀನ್ ವರ್ಕಿಂಗ್ ಇನ್ ಎ ಪಬ್ಲಿಕೇಶನ್ ಹೌಸ್ ಫಾರ್ ಲಾಸ್ಟ್ 2 ಇಯರ್ಸ್
ನನಗೆ ಅಧ್ಯಾಪನದಲ್ಲಿ ಆಸಕ್ತಿ ಇದೆ	I have interest in teaching. ಐ ಹ್ಯಾವ್ ಇಂಟೆರೆಸ್ಟ್ ಇನ್ ಟೀಚಿಂಗ್
ನಾನು ದಿಲ್ಲಿ ವಿಶ್ವವಿದ್ಯಾಲಯದಿಂದ ಎಂ ಎ ಪದವಿ ಪಡೆದಿದ್ದೇವೆ	I have done M.A. from Delhi University. ಐ ಹ್ಯಾವ್ ಡನ್ ಎಂ.ಎ. ಫ್ರಂ ಡೆಲ್ಲಿ ಯೂನಿವರ್ಸಿಟಿ
ನಾನು ಇಲ್ಲಿ ಕೂರಬಹುದೇ?	May I sit here? ಮೇ ಐ ಸಿಟ್ ಹಿಯರ್
ನಿಮ್ಮ ನೆರವಿಗೆ ಕೃತಜ್ಞನಾಗಿರುವೆ	Thanks for your help! ಥ್ಯಾಂಕ್ಸ್ ಫಾರ್ ಯುವರ್ ಹೆಲ್ಪ್
ನಾನು ನಿಮಗೆ ಹೇಗೆ ನೆರವಾಗಲಿ	How can I help you? ಹೌ ಕ್ಯಾನ್ ಐ ಹೆಲ್ಪ್ ಯು?
ನೀವು ನಿಮ್ಮ ಕೆಲಸ ಬಿಟ್ಟಿರಾ	Have you left the job? ಹ್ಯಾವ್ ಯು ಲೆಫ್ಟ್ ದ ಜಾಬ್
ಇಲ್ಲ, ನಾನು ಈಗ ಅವಕಾಶಕ್ಕಾಗಿ ಕಾಯುತ್ತಿದ್ದೇನೆ	No, but I am looking for a chance now. ನೋ ಬಟ್ ಐ ಆ್ಯಮ್ ಲುಕಿಂಗ್ ಫಾರ್ ಎ ಚಾನ್ಸ್ ನೌ
ಆದರೆ, ಅವಕಾಶಕ್ಕಾಗಿ ಏಕೆ ಕಾಯುತ್ತಿರುವಿರಿ?	But, why are you looking for a chance. ಬಟ್ ವೈ ಆರ್ ಯು ಲುಕಿಂಗ್ ಫಾರ್ ಎ ಚಾನ್ಸ್
ಕೆಲಸದ ಸ್ಥಳ ಬಹಳ ದೂರವಿದೆ	The place is very far. Besides the salary is not
ಜೊತೆಗೆ ಸಂಬಳ ಕೂಡಾ ಹೆಚ್ಚು ಇಲ್ಲ	enough. ದ ಪ್ಲೇಸ್ ಈಸ್ ವೆರಿ ಫಾರ್. ಬಿಸೈಡ್ಸ್ ದ ಸ್ಯಾಲರಿ ಈಸ್ ನಾಟ್ ಇನಫ್.
ನೀವು ಎಷ್ಟು ವೇತನ ನಿರೀಕ್ಷಿಸುತ್ತೀರಿ	What salary do you expect? ವಾಟ್ ಸ್ಯಾಲರಿ ಡು ಯು ಎಕ್ಸ್ ಪೆಕ್ಟ್?
ನೀವು ಇಂಗ್ಲಿಷ್ ಮಾತನಾಡಬಲ್ಲಿರಾ?	Can you communicate in English? ಕ್ಯಾನ್ ಯು ಕಮ್ಯುನಿಕೇಟ್ ಇನ್ ಇಂಗ್ಲೀಷ್?
ಖಂಡಿತ ಮಾತನ್ನಾಡಬಲ್ಲೆ	Of course, I can. ಅಫ್ ಕೋರ್ಸ್, ಐ ಕ್ಯಾನ್
ನಾವು ಕೆಲದಿನಗಳಲ್ಲಿ ನಿಮಗ ತಿಳಿಸುತ್ತೇವೆ	We will let you know soon. ವಿ ವಿಲ್ ಲೆಟ್ ಯು ನೋ ಸೂನ್

ನೆನಪಿನಲ್ಲಿಡಿ

1. ಉದ್ಯೋಗ ಲಭ್ಯತೆಯಲ್ಲಿ ಸಂದರ್ಶನ ಒಂದು ಪ್ರಮುಖ ಘಟ್ಟ. ಅಭ್ಯರ್ಥಿ ಧರಿಸಿದ ವಸ್ತ್ರ, ಆತನ ಭಾಷೆ, ದೇಹಭಾಷೆ, ಸಂವಹನ ಸಾಮರ್ಥ್ಯ ಇವೆಲ್ಲಾ ಸಂದರ್ಶನದ ವೇಳೆ ಮಹತ್ವದ ಪಾತ್ರ ವಹಿಸುತ್ತವೆ. ಸಮರ್ಥವಾಗಿ ಸಂವಹನ ಮಾಡಬಲ್ಲಿರಾದರೆ ಯಶಸ್ಸು ಖಾತ್ರಿ.
2. Interview (ಸಂದರ್ಶನ)ಗಾಗಿ ಸೂಕ್ತ ಸಿದ್ಧತೆ ಮಾಡಿಕೊಳ್ಳಬೇಕಾಗುತ್ತದೆ. ಪ್ರಶ್ನೆಗೆ ಸೂಕ್ತ ಉತ್ತರ ನೀಡಬೇಕು.

ಎಆಇರಿಕಲ
(WARNING)

ಮನೆ, ಕಚೇರಿ, ಶಾಲೆ, ಕ್ರೀಡಾಂಗಣ ಸೇರಿದಂತೆ ಖಾಸಗಿ- ಸಾರ್ವಜನಿಕ ಸ್ಥಳಗಳಲ್ಲಿ ಯಾವ ಕೆಲಸ ಮಾಡಬೇಕು, ಯಾವುದನ್ನು ಮಾಡಬಾರದು, ತೆಗೆದುಕೊಳ್ಳಬೇಕಾದ ಎಚ್ಚರಿಕೆಗಳೇನು ಎಂಬುದನ್ನು ತಿಳಿದುಕೊಳ್ಳಬೇಕಾಗುತ್ತದೆ. ಇದಕ್ಕಾಗಿ ಬಳಸುವ ಪದ, ವಾಕ್ಯಗಳನ್ನು ತಿಳಿಸುವುದು ಈ ಅಧ್ಯಾಯದ ಉದ್ದೇಶ.

ಇಲ್ಲಿ ವಾಹನಗಳನ್ನು ನಿಲ್ಲಿಸಬಾರದು No parking here. ನೋ ಪಾರ್ಕಿಂಗ್ ಹಿಯರ್

★ ಮೇಲಿನ ವಾಕ್ಯವನ್ನು ಹೋಲುವ ಬೇರೆ ವಾಕ್ಯಗಳನ್ನು ರಚಿಸಿ, ಅಭ್ಯಾಸ ಮಾಡಿ.

ಎಡಭಾಗದಲ್ಲಿ ಚಲಿಸಿ	Keep to the left side. ಕೀಪ್ ಟು ದಿ ಲೆಫ್ಟ್ ಸೈಡ್
ನಿಧಾನವಾಗಿ ಚಾಲನೆ ಮಾಡಿ	Drive slowly. ಡ್ರೈವ್ ಸ್ಲೋಲಿ
ಹುಲ್ಲಿನ ಮೇಲೆ ನಡೆಯಬೇಡಿ	Keep off the grass. ಕೀಪ್ ಆಫ್ ದ ಗ್ರಾಸ್
ಮಹಿಳೆಯರಿಗೆ ಮಾತ್ರ	For ladies only. ಫಾರ್ ಲೇಡೀಸ್ ಓನ್ಲಿ
ಛಾಯಾಗ್ರಹಣವನ್ನು ನಿಷೇಧಿಸಲಾಗಿದೆ	Photography is prohibited. ಫೋಟೋಗ್ರಫಿ ಈಸ್ ಪ್ರಾಹಿಬಿಟೆಡ್
ಇಲ್ಲಿ ಧೂಮಪಾನ ಮಾಡಬಾರದು	Don't smoke here. ಡೋಂಟ್ ಸ್ಮೋಕ್ ಹಿಯರ್
ಮುಂದೆ ಅಪಾಯಕಾರಿ ತಿರುವು ಇದೆ	Dangerous turn ahead. ಡೇಂಜರಸ್ ಟರ್ನ್ ಅಹೆಡ್
ಮನೆ ಬಾಡಿಗೆಗೆ ಇದೆ	To let. ಹೌಸ್ ಟು ಲೆಟ್
ರಸ್ತೆಯನ್ನು ದಾಟುವ ಮುನ್ನ ಎಡ, ಬಲವನ್ನು ನೋಡಿ ಚಲಿಸಿ	Before crossing the road, see right and left. ಬಿಫೋರ್ ಕ್ರಾಸಿಂಗ್ ದ ರೋಡ್, ಸೀ ರೈಟ್ ಆ್ಯಂಡ್ ಲೆಫ್ಟ್
ದಯಮಾಡಿ ಸರತಿ ಸಾಲಿನಲ್ಲಿ ನಿಂತುಕೊಳ್ಳಿ	Please stand in a queue. ಪ್ಲೀಸ್ ಸ್ಟ್ಯಾಂಡ್ ಇನ್ ಎ ಕ್ಯೂ
ಟಿಕೆಟ್ ಧರಿಸದೇ ಪ್ರಯಾಣ ಮಾಡುವುದು ಅಪರಾಧ	It is crime to travel without ticket. ಇಟ್ ಈಸ್ ಕ್ರೈಮ್ ಟು ಟ್ರಾವೆಲ್ ವಿತೌಟ್ ಟಿಕೆಟ್
ಚಲಿಸುತ್ತಿರುವ ಬಸ್‌ನ್ನು ಏರುವುದು ಅಪಾಯಕರ	It is dangerous to board a running bus. ಇಟ್ ಈಸ್ ಡೇಂಜರಸ್ ಟು ಬೋರ್ಡ್ ಎ ರನ್ನಿಂಗ್ ಬಸ್
ಮಹಿಳೆಯರು ಮತ್ತು ಹಿರಿಯರಿಗೆ ಸ್ಥಳಾವಕಾಶ ಮಾಡಿಕೊಡಿ	Offer space to women and elderly. ಆಫರ್ ಸ್ಪೇಸ್ ಟು ವಿಮೆನ್ ಆ್ಯಂಡ್ ಎಲ್ಡರ್ಲಿ
ತುರ್ತು ಪರಿಸ್ಥಿತಿಯಲ್ಲಿ ಸರಪಳಿಯನ್ನು ಎಳೆಯಿರಿ	Please pull the chain during emergency. ಪ್ಲೀಸ್ ಪುಲ್ ದ ಚೈನ್ ಡ್ಯೂರಿಂಗ್ ಎಮರ್ಜೆನ್ಸಿ
ಮುಂದೆ ರಸ್ತೆ ಬಂದ್ ಆಗಿದೆ	Road closed ahead. ರೋಡ್ ಕ್ಲೋಸ್ಡ್ ಅಹೆಡ್
ಇದು ಸಾರ್ವಜನಿಕ ರಸ್ತೆಯಲ್ಲ	This is not a public road. ದಿಸ್ ಈಸ್ ನಾಟ್ ಎ ಪಬ್ಲಿಕ್ ರೋಡ್
ಇಲ್ಲಿ ಭಿತ್ತಿಪತ್ರ ಅಂಟಿಸಬಾರದು	Stick no bills. ಸ್ಟಿಕ್ ನೋ ಬಿಲ್ಸ್
ಹೂವುಗಳನ್ನು ಕೀಳುವುದು ನಿಷೇಧಿಸಲಾಗಿದೆ	Plucking flower is prohibited. ಪ್ಲಕಿಂಗ್ ಫ್ಲವರ್ ಈಸ್ ಪ್ರಾಹಿಬಿಟೆಡ್

ನಾಯಿ ಇದೆ, ಎಚ್ಚರಿಕೆ	Beware of dogs. ಬಿವೇರ್ ಆಫ್ ಡಾಗ್ಸ್
ಮುಂದೆ ಶಾಲೆ ಇದೆ	There is a school ahead. ದೇರ್ ಈಸ್ ಎ ಸ್ಕೂಲ್ ಅಹೆಡ್
ಉತ್ತಮ ನಡತೆ ರೂಢಿಸಿಕೊಳ್ಳಿ	Follow good manners. ಫಾಲೋ ಗುಡ್ ಮ್ಯಾನರ್ಸ್
ಅವನನ್ನು ಹೊರಗೆ ಕಳಿಸಿ	See him off. ಸೀ ಹಿಮ್ ಆಫ್
ಅವಳನ್ನು ಕೀಟಲೆ ಮಾಡಬೇಡ	Don’t tease her. ಡೋಂಟ್ ಟೀಸ್ ಹರ್
ಬೇಗ ಬಡಿಸು	Serve fast. ಸರ್ವ್ ಫಾಸ್ಟ್
ನೆಲದ ಮೇಲೆ ಉಗುಳಬೇಡ	Do not spit on the floor. ಡು ನಾಟ್ ಸ್ಪಿಟ್ ಆನ್ ದ ಫ್ಲೋರ್
ಪುಸ್ತಕದ ಹಾಳೆಗಳ ತುದಿಯನ್ನು ಮಡಚಬೇಡ	Don't turn the corners of the pages. ಡೋಂಟ್ ಟರ್ನ್ ದ ಕಾರ್ನರ್ಸ್ ಆಫ್ ದ ಪೇಜಸ್
ಕೆಲಸ ಮಾಡುವಾಗ ತೂಕಡಿಸಬೇಡ	Don't doze while working. ಡೋಂಟ್ ಡೋಜ್ ವೈಲ್ ವರ್ಕಿಂಗ್
ಬರಿಗಾಲಿನಲ್ಲಿ ಹೊರಗೆ ಹೋಗಬೇಡ	Don't go out barefoot. ಡೋಂಟ್ ಗೋ ಔಟ್ ಬೇರ್ ಫೂಟ್
ಬೇರೆಯವರನ್ನು ಅವಲಂಬಿಸಬೇಡ	Don't depend on others. ಡೋಂಟ್ ಡಿಪೆಂಡ್ ಆನ್ ಅದರ್ಸ್
ಪುಸ್ತಕವನ್ನು ಸ್ವಚ್ಛವಾದ ಕೈಗಳಿಂದ ಮುಟ್ಟಬೇಕು	Handle a book with clean hands. ಹ್ಯಾಂಡಲ್ ಎ ಬುಕ್ ವಿಥ್ ಕ್ಲೀನ್ ಹ್ಯಾಂಡ್ಸ್

ನೆನಪಿನಲ್ಲಿಡಿ

ಸಣ್ಣಮಕ್ಕಳು ಆಟದ ವೇಳೆಯಲ್ಲಿ ಮೈಮರೆಯುವುದು ಸಹಜ. ಇದರಿಂದ ಅಪಾಯದ ಸಾಧ್ಯತೆ ಇದೆ. ರಸ್ತೆಗಳಲ್ಲಿ ಕೂಡ ಎಚ್ಚರಿಕೆ ಫಲಕಗಳನ್ನು ಅಳವಡಿಸಿರುವುದನ್ನು ನೀವು ನೋಡಿರಬಹುದು. ಇದಕ್ಕೆ ಸಂಬಂಧಿಸಿದ ಪದ-ವಾಕ್ಯಗಳನ್ನು ಕಲಿತು ದಿನನಿತ್ಯದ ಬದುಕಿನಲ್ಲಿ ಬಳಸಬೇಕು.

ಕಲರಯಿಪಷಿಾಪ
(ANGER)

ಕ್ರೋಧ, ಆಕ್ರೋಶ, ಸಿಟ್ಟು, ಕೋಪ-ತಾಪ ಮನುಷ್ಯನ ಸಹಜ ಗುಣಗಳಲ್ಲಿ ಒಂದು. ಅತಿ ಕೋಪ ಕೆಟ್ಟದ್ದು. ಸಾತ್ವಿಕ ಕೋಪ ಇರಬೇಕಾದ್ದು. ಇದಕ್ಕೆ ಸಂಬಂಧಿಸಿದ ವಾಕ್ಯ - ಪದಗಳ ಈ ಕಲಿಕೆ ಈ ಅಧ್ಯಾಯದ ಉದ್ದೇಶ.

ನಾನು ನಿನಗೇನು ಹಾನಿ ಮಾಡಿದ್ದೆ? What harm have I done to you? ವಾಟ್ ಹಾರ್ಮ್ ಹ್ಯಾವ್ ಐ ಡನ್ ಟು ಯು?

★ ಮೇಲಿನ ವಾಕ್ಯದಂತೆ ಬೇರೆ ವಾಕ್ಯಗಳನ್ನು ರಚಿಸಲು ಯತ್ನಿಸಬೇಕು.

ನನ್ನ ಮೇಲೆ ನೀನು ಏಕೆ ಕೋಪ ಮಾಡಿಕೊಂಡಿರುವೆ?	Why are you angry on me? ವೈ ಆರ್ ಯು ಆ್ಯಂಗ್ರಿ ಆನ್ ಮಿ?
ನೀನು ನಿನ್ನನ್ನು ತಿದ್ದಿಕೊಳ್ಳಬೇಕು	You have to mend yourself. ಯು ಹ್ಯಾವ್ ಟು ಮೆಂಡ್ ಯುವರ್ ಸೆಲ್ಫ್
ನಿನ್ನ ಬುದ್ಧಿ ನೆಟ್ಟಗಿದೆ ತಾನೇ?	Are you in your senses? ಆರ್ ಯು ಇನ್ ಯುವರ್ ಸೆನ್ಸಸ್?
ನೀನು ಅನಗತ್ಯವಾಗಿ ಏಕೆ ಜಗಳ ಆಡುತ್ತಿರುವೆ?	Why are you unnecessarily quarrelling? ವೈ ಆರ್ ಯು ಅನ್‌ನೆಸಸರಿಲಿ ಕ್ವಾರಲಿಂಗ್?
ಆ ಮಾತನ್ನು ಸುಮ್ಮನೆ ಎಳೆಯುತ್ತಾ ಕೂರಬೇಡ	Don't stretch the matter further. ಡೋಂಟ್ ಸ್ಟ್ರೆಚ್ ದ ಮ್ಯಾಟರ್ ಫರ್ದರ್
ಹಾಳಾಗಿಹೋಗು	Go to hell. ಗೋ ಟು ಹೆಲ್
ಇಲ್ಲಿಂದ ತೊಲಗು	Get lost. ಗೆಟ್ ಲಾಸ್ಟ್
ಇಲ್ಲಿಗೆ ಮತ್ತೊಮ್ಮೆ ಬರಬೇಡ	Don't come here again. ಡೋಂಟ್ ಕಮ್ ಹಿಯರ್ ಅಗೇನ್
ನಾನು ನಿನ್ನ ಬಗ್ಗೆ ತಲೆಕೆಡಿಸಿಕೊಳ್ಳುವುದಿಲ್ಲ	I don't care for you. ಐ ಡೋಂಟ್ ಕೇರ್ ಫಾರ್ ಯು
ನಿನಗೆ ಈ ವಿಷಯದ ಬಗ್ಗೆ ಇರುವ ಸಂಬಂಧವೇನು?	How are you concerned with these things? ಹೌ ಆರ್ ಯು ಕನ್ಸರ್ನ್ಡ್ ವಿತ್ ದೀಸ್ ಥಿಂಗ್ಸ್
ಜಗಳವನ್ನು ಬಗೆಹರಿಸಲಾಯಿತು	The quarrel is settled. ದ ಕ್ವಾರಲ್ ಈಸ್ ಸೆಟ್ಲ್‌ಡ್
ಇಂಥ ಮಾತುಗಳನ್ನು ಮತ್ತೊಮ್ಮೆ ಆಡಬೇಡ	Don't say things like this again. ಡೋಂಟ್ ಸೇ ಥಿಂಗ್ಸ್ ಲೈಕ್ ದಿಸ್ ಅಗೇನ್
ಅವನು ಎರಡು ಪಕ್ಷಗಳ ನಡುವೆ ಸಂಧಾನ ನಡೆಸಲಿ	Let him mediate between the two parties. ಲೆಟ್ ಹಿಮ್ ಮೀಡಿಯೇಟ್ ಬಿಟ್ವೀನ್ ದ ಟು ಪಾರ್ಟೀಸ್
ನನಗೆ ಕಿರಿಕಿರಿ ಮಾಡಬೇಡ	Don't irritate me. ಡೋಂಟ್ ಇರಿಟೇಟ್ ಮಿ
ನಿಮ್ಮ ತಂದೆಯದು ಬಹಳ ಸಿಟ್ಟಿನ ಸ್ವಭಾವ	Your father is very hot tempered. ಯುವರ್ ಫಾದರ್ ಈಸ್ ವೆರಿ ಹಾಟ್ ಟೆಂಪರ್ಡ್

ಹುಚ್ಚು ಮಾತು ಆಡಬೇಡ	Don't talk nonsense. ಡೋಂಟ್ ಟಾಕ್ ನಾನ್‌ಸೆನ್ಸ್
ನಿನ್ನ ನಾಚಿಕೆಗೇಡಿತನದ ಸ್ವಭಾವಕ್ಕೆ ಮಿತಿಯೇ ಇಲ್ಲವಾಗಿದೆ	There is no limit to your shamelessness. ದೇರ್ ಈಸ್ ನೋ ಲಿಮಿಟ್ ಟು ಯುವರ್ ಶೇಮ್‌ಲೆಸ್‌ನೆಸ್
ನಾನು ಅಪಮಾನವನ್ನು ಎಂದಿಗೂ ಸಹಿಸುವುದಿಲ್ಲ	I never tolerate insult ಐ ನೆವರ್ ಟಾಲರೇಟ್ ಇನ್ ಸಲ್ಟ್
ನೀನು ಅತಿ ಬುದ್ಧಿವಂತ	You are too clever. ಯು ಆರ್ ಟೂ ಕ್ಲೆವರ್
ಇಲ್ಲಿಂದ ತೊಲಗು	Get out from here. ಗೆಟ್ ಔಟ್ ಫ್ರಂ ಹಿಯರ್
ಅವನ ಬಾಸ್ ತುಂಬಾ ಕೋಪಗೊಂಡಿದ್ದರು	His boss was extremely angry. ಹಿಸ್ ಬಾಸ್ ವಾಸ್ ಎಕ್ಸ್‌ಟ್ರೀಮ್ಲಿ ಆ್ಯಂಗ್ರಿ
ಅವನ ತಲೆಕೆಟ್ಟಿದೆ	He has gone crazy. ಹಿ ಹ್ಯಾಸ್ ಗಾನ್ ಕ್ರೇಜಿ
ಇಂಥ ಅಸಂಬದ್ಧ ಮಾತಾಡುವುದನ್ನು ನಿಲ್ಲಿಸು	Stop talking nonsense like this ಸ್ಟಾಪ್ ಟಾಕಿಂಗ್ ನಾನ್ಸೆನ್ಸ್ ಲೈಕ್ ದಿಸ್
ಅವನು ಯಾವ ವಿಷಯದ ಬಗ್ಗೆ ಜಗಳವಾಡಿದ	Over which matter he quarreled? ಓವರ್ ವಿಚ್ ಮ್ಯಾಟರ್ ಹಿ ಕ್ವಾರಲ್ಡ್
ನೀನು ಮಾತ್ರವಷ್ಟೇ ಈ ಜಗಳವನ್ನು ನಿಲ್ಲಿಸಬಹುದು	Only you can settle the quarrel. ಓನ್ಲಿ ಯು ಕ್ಯಾನ್ ಸೆಟ್ಲ್ ದ ಕ್ವಾರಲ್
ನೀನು ತಪ್ಪು ಮಾಡುತ್ತಿರುವೆ	You are committing mistakes. ಯು ಆರ್ ಕಮಿಟಿಂಗ್ ಮಿಸ್ಟೇಕ್ಸ್
ನಿನ್ನ ಕೆಲಸ ನೋಡಿಕೋ	Mind your business. ಮೈಂಡ್ ಯುವರ್ ಬಿಸಿನೆಸ್
ನೀನು ನನ್ನನ್ನೇಕೆ ಗುರಿಯಾಗಿ ಇರಿಸಿಕೊಂಡಿರುವಿ?	Why are you eyeing me? ವೈ ಆರ್ ಯು ಐಯಿಂಗ್ ಮಿ

ನೆನಪಿನಲ್ಲಿಡಿ

ಈ ಅಧ್ಯಾಯದಲ್ಲಿ ಸಿಟ್ಟು - ಆವೇಶ ಇನ್ನಿತರ ಭಾವವನ್ನುಳ್ಳ ಪದ -ವಾಕ್ಯಗಳನ್ನು ಅಧ್ಯಯನ ಮಾಡಿದ್ದೀರಿ. ಇಂಥ ಭಾವನೆಗಳನ್ನು ಸ್ಥಾಯಿ ಸ್ವರದಲ್ಲಿ ಹೇಳಬೇಕಾಗುತ್ತದೆ. ಶ್ರೋತೃವಿನ ಪ್ರಭಾವ ಬೀಳಬೇಕೆಂದರೆ ಇದು ಅಗತ್ಯ.

ಪ್ರವಾಸ/ ಪ್ರಯಾಣ/ ಯಾತ್ರೆ
(JOURNEY)

'ದೇಶ ಸುತ್ತು ಕೋಶ ಓದು' ಎನ್ನುವ ಮಾತು ಇದೆ. ಪರ್ಯಟನದ ಸುಖ, ಅದು ಕಲಿಸುವ ಪಾಠಕ್ಕೆ ಸಮಾನವಾದುದಿಲ್ಲ. ಪ್ರವಾಸ ಚೈತನ್ಯದಾಯಕ ಕೂಡ. ದೈನಂದಿಕದ ಏಕತಾನವನ್ನು ಮುರಿಯಲು ಆಗಾಗ ಪ್ರವಾಸ ಮಾಡುವುದು ಸೂಕ್ತ. ಈ ಅಧ್ಯಾಯದಲ್ಲಿ ಯಾತ್ರೆ/ಪ್ರವಾಸಕ್ಕೆ ಸಂಬಂಧಿಸಿದ ಪದ/ವಾಕ್ಯಗಳನ್ನು ಅಧ್ಯಯನ ಮಾಡೋಣ.

ರೈಲು ಯಾವಾಗ ಬರುತ್ತದೆ. When will the train arrive? ವೆನ್ ವಿಲ್ ದ ಟ್ರೇನ್ ಅರ‍್ರೈವ್?

★ ಓದುಗರು ಬೇರೆ ರೈಲು-ಬಸ್‌ನ ಹೆಸರನ್ನು ತಿಳಿದುಕೊಂಡು, ವಾಕ್ಯ ರಚನೆ ಮಾಡಬೇಕಿದೆ.

ಬೇಗ ಹೊರಡಿ ದಯವಿಟ್ಟು	Hurry up, please. ಹರಿ ಅಪ್ ಪ್ಲೀಸ್
ಇದು ದೂರದ ಪ್ರಯಾಣ	It's a long journey. ಇಟ್ಸ್ ಎ ಲಾಂಗ್ ಜರ್ನಿ
ನೀವು ಎಲ್ಲಿ ಉಳಿದುಕೊಳ್ಳುತ್ತೀರಿ?	Where are you staying? ವೇರ್ ಆರ್ ಯು ಸ್ಟೇಯಿಂಗ್?
ನೀವು ಟಿಕೆಟ್ ತಂದಿರುವಿರಾ?	Have you bought the ticket? ಹ್ಯಾವ್ ಯು ಬಾಟ್ ದಿ ಟಿಕೆಟ್?
ನಾನು ಕೋಲ್ಕತಾಕ್ಕೆ 10.30ರ ರೈಲಿಗೆ ಹೋಗುತ್ತೇನೆ	I'll go to Kolkata by the 10.30 train. ಐ ವಿಲ್ ಗೋ ಟು ಕೋಲ್ಕತಾ ಬೈ ದ 10.30 ಟ್ರೇನ್
ನಾವೆಲ್ಲಾ ಒಟ್ಟಿಗೆ ಹೋಗೋಣ	We'll go together. ವಿ ವಿಲ್ ಗೋ ಟುಗೆದರ್
ನಾವು ಸಮಯಕ್ಕೆ ಸರಿಯಾಗಿ ತಲುಪುತ್ತೇವೆ	We'll reach in time. ವಿ ವಿಲ್ ರೀಚ್ ಇನ್ ಟೈಮ್
ರೈಲು ಯಾವ ಪ್ಲಾಟ್ ಫಾರ್ಮ್‌ಗೆ ಬರಲಿದೆ	On which platform will the train arrive? ಆನ್ ವಿಚ್ ಪ್ಲಾಟ್‌ಫಾರ್ಮ್ ವಿಲ್ ದ ಟ್ರೇನ್ ಅರ‍್ರೈವ್
ಇಲ್ಲಿಂದ ರೈಲು ನಿಲ್ದಾಣ ಎಷ್ಟು ದೂರದಲ್ಲಿದೆ	How far is the railway station from here? ಹೌ ಫಾರ್ ಈಸ್ ದ ರೈಲ್ವೆ ಸ್ಟೇಷನ್ ಫ್ರಂ ಹಿಯರ್
ನಾನು ಅವರನ್ನು ಎದುರುಗೊಳ್ಳಲು ರೈಲು ನಿಲ್ದಾಣಕ್ಕೆ ಹೋಗುತ್ತಿದ್ದೇನೆ	I'm going to the station to receive them. ಐ ಆ್ಯಮ್ ಗೋಯಿಂಗ್ ಟು ರೈಲ್ವೇ ಸ್ಟೇಷನ್ ಟು ರಿಸೀವ್ ದೆಮ್
ದುರಸ್ತಿಗೆಂದು ರಸ್ತೆಯನ್ನು ಮುಚ್ಚಲಾಗಿದೆ	The road is closed for repairs. ದ ರೋಡ್ ಈಸ್ ಕ್ಲೋಸ್ಡ್ ಫಾರ್ ರಿಪೇರ್ಸ್
ನನಗೆ ಸೈಕಲ್ ಸವಾರಿ ಇಷ್ಟ	I'm fond of cycling. ಐ ಆ್ಯಮ್ ಫಾಂಡ್ ಆಫ್ ಸೈಕ್ಲಿಂಗ್
ಸಹರಣ್ಪುರದಲ್ಲಿ ನಾನು ರೈಲು ಬದಲಿಸಿದೆ	I changed the train at Saharanpur. ಐ ಚೇಂಜ್ಡ್ ದ ಟ್ರೇನ್ ಎಟ್ ಸಹರಣ್ಪುರ
ಇದು ಕೋಲ್ಕೊತಾಕ್ಕೆ ತೆರಳುವ ನೇರ ರೈಲು ತಾನೇ?	Is this a direct train to Kolkata? ಈಸ್ ದಿಸ್ ಎ ಡೈರೆಕ್ಟ್ ಟ್ರೈನ್ ಟು ಕೋಲ್ಕತಾ?
ನಿಲ್ದಾಣಕ್ಕೆ ನಾನು ನಿನ್ನ ಜೊತೆಗೆ ಬರುವೆ	I'll accompany you to the station. ಐ ವಿಲ್ ಅಕಂಪನಿ ಯು ಟು ದಿ ಸ್ಟೇಷನ್
ರೈಲು ಹಳಿಗಳನ್ನು ದಾಟುವುದನ್ನು ನಿಷೇಧಿಸಲಾಗಿದೆ	Crossing the railway tracks is prohibited. ಕ್ರಾಸಿಂಗ್ ದ ರೈಲ್ವೆ ಟ್ರಾ್ಯಕ್ ಈಸ್ ಪ್ರಾಹಿಬಿಟೆಡ್

ಮುಂದಿನ ನಿಲ್ದಾಣ ದಿಲ್ಲಿ	The next station is Delhi.ದ ನೆಕ್ಸ್ಟ್ ಸ್ಟೇಷನ್ ಈಸ್ ದಿಲ್ಲಿ
ರೈಲು ಹೊರಡಲು ಇನ್ನೂ ಅರ್ಧಗಂಟೆ ಇದೆ	There is still half an hour for the train to start. ದೇರ್ ಈಸ್ ಸ್ಟಿಲ್ ಹಾಫ್ ಆ್ಯನ್ ಅವರ್ ಫಾರ್ ದ ಟ್ರೇನ್ ಟು ಸ್ಟಾರ್ಟ್
11.30ಕ್ಕೆ ರೈಲು ಆಗಮಿಸಲಿದೆ	The train is due at half-past eleven. ದ ಟ್ರೇನ್ ಈಸ್ ಡ್ಯೂ ಎಟ್ ಹಾಫ್ ಪಾಸ್ಟ್ ಇಲೆವೆನ್
ಮಧ್ಯ ದಾರಿಯಲ್ಲಿ ನಮ್ಮ ಕಾರು ಕೆಟ್ಟುಹೋಯಿತು	Our car broke down on the way. ಅವರ್ ಕಾರ್ ಬ್ರೋಕ್ ಡೌನ್ ಆನ್ ದ ವೇ
ಅವನು ಸೋಮವಾರ ಮುಂಬೈನಲ್ಲಿ ಇಳಿಯಲಿದ್ದಾನೆ	He will land in Mumbai on Monday. ಹಿ ವಿಲ್ ಲ್ಯಾಂಡ್ ಇನ್ ಮುಂಬೈ ಆನ್ ಮಂಡೇ
ನಾನು ಕುದುರೆಯೊಂದನ್ನು ಬಾಡಿಗೆಗೆ ತಂದೆ	I hired a horse. ಐ ಹೈರ್ಡ್ ಎ ಹಾರ್ಸ್
ಈ ಬೋಗಿ ಸೈನಿಕರಿಗೆ ಕಾಯ್ದಿರಿಸಲಾಗಿದೆ	This bogey is reserved for soldiers. ದಿಸ್ ಬೋಗಿ ಈಸ್ ರಿಸರ್ವ್‌ಡ್ ಫಾರ್ ಸೋಲ್ಜರ್ಸ್
ನಾವು ಸ್ಲೀಪರ್ ಕೋಚ್‌ನಲ್ಲಿ ಪ್ರಯಾಣಿಸುತ್ತಿದ್ದೇವೆ	We are travelling by the sleeper coach. ವಿ ಆರ್ ಟ್ರಾವೆಲಿಂಗ್ ಬೈ ದ ಸ್ಲೀಪರ್ ಕೋಚ್
ಅಯ್ಯಾ, ಇಲ್ಲಿ ಬಾ	Coolee, come here. ಕೂಲಿ, ಕಮ್ ಹಿಯರ್
ನನ್ನ ಲಗೇಜನ್ನು ಪ್ಲಾಟ್ ಫಾರಂಗೆ ತೆಗೆದುಕೊಂಡು ಹೋಗು	Please carry all my luggage to the platform. ಪ್ಲೀಸ್ ಕ್ಯಾರಿ ಆಲ್ ಮೈ ಲಗೇಜ್ ಟು ದ ಪ್ಲಾಟ್‌ಫಾರಂ
ಕಾಯ್ದಿರಿಸಿದ ಟಿಕೆಟ್ ಚಾರ್ಟ್ ಎಲ್ಲಿರುತ್ತದೆ	Where is the reservation chart placed? ವೇರ್ ಈಸ್ ದ ರಿಸರ್ವೇಶನ್ ಚಾರ್ಟ್ ಪ್ಲೇಸ್ಡ್?
ಕಾಯ್ದಿರಿಸಿದ ಪ್ರಯಾಣಿಕರ ಪಟ್ಟಿಯನ್ನು ಪರಿಶೀಲಿಸೋಣ	Let us check the reservation chart. ಲೆಟ್ ಅಸ್ ಚೆಕ್ ದ ರಿಸರ್ವೇಶನ್ ಚಾರ್ಟ್

ನೆನಪಿನಲ್ಲಿಡಿ

ಪ್ರವಾಸ/ಯಾತ್ರೆ/ಪ್ರಯಾಣಕ್ಕೆ ಸಂಬಂಧಿಸಿದ ವಾಕ್ಯಗಳು ಈ ಅಧ್ಯಾಯದಲ್ಲಿವೆ. ಇಂಗ್ಲಿಷ್, ಕನ್ನಡ ಹಾಗೂ ಕನ್ನಡದಲ್ಲಿರುವ ಇಂಗ್ಲಿಷ್ ವಾಕ್ಯಗಳನ್ನು ಚೆನ್ನಾಗಿ ಅಧ್ಯಯನ ಮಾಡುವ ಮೂಲಕ ಪರಿಣತಿ ಸಾಧಿಸಬೇಕು- ಯಾತ್ರೆ ವೇಳೆ ಅಥವಾ ಯಾತ್ರೆ ಮುಗಿಸಿ ಬಂದ ಬಳಿಕ ಪ್ರವಾಸದ ಕುರಿತು ವಿವರಿಸಲು ಇದರಿಂದ ಸಾಧ್ಯವಿದೆ.

ಶಾಪಿಶಿಗ್
(SHOPPING)

ವಸ್ತು-ವಸ್ತ್ರದ ಖರೀದಿಗೆ ಶಾಪಿಂಗ್ ನಡೆಸಬೇಕಾಗುತ್ತದೆ. ಅಂಥ ವೇಳೆ ವ್ಯಾಪಾರಿಗಳ ಜೊತೆ ಮಾತನ್ನಾಡಲು ಈ ಅಧ್ಯಾಯದಲ್ಲಿನ ವಾಕ್ಯಗಳು ನೆರವಾಗಲಿವೆ. ಖರೀದಿ, ಚೌಕಾಸಿ, ವಿನಿಮಯ, ಬದಲಿಸಿಕೊಳ್ಳುವಿಕೆ ಇದಕ್ಕೆಲ್ಲ ಪ್ರತ್ಯೇಕ ನುಡಿಗಟ್ಟುಗಳನ್ನು ಬಳಸಬೇಕಾಗುತ್ತದೆ.

ಈ ಹಣ್ಣಿ ದರ ಏನು? How much for this fruit? ಹೌ ಮಚ್ ಫಾರ್ ದಿಸ್ ಫ್ರೂಟ್?

★ ಮೇಲಿನ ವಾಕ್ಯದಲ್ಲಿ ನಿಮಗೆ ಸೂಕ್ತವಾದ ಸರಕಿನ ಹೆಸರನ್ನು ಹಾಕಿ, ವಾಕ್ಯ ರಚನೆ ಮಾಡಿ.

ನಿಮ್ಮ ಅಂಗಡಿಯಲ್ಲಿ ಸರ್ಫ್ ಎಕ್ಸೆಲ್ ಇದೆಯೇ?	Is Surf Excel available in your shop. ಈಸ್ ಸರ್ಫ್ ಎಕ್ಸೆಲ್ ಅವೈಲಬಲ್ ಇನ್ ಯುವರ್ ಶಾಪ್?
ನಂಜನಗೂಡಿನ ಬಾಳೆಹಣ್ಣು ಬಹಳ ರುಚಿಯಾಗಿದೆ	Bananas from Nanjanagudu are quite delicious. ಬನಾನಾಸ್ ಫ್ರಂ ನಂಜನಗೂಡು ಆರ್ ಕ್ವೈಟ್ ಡೆಲಿಷಿಯಸ್
ನನಗೆ ಒಂದು ಕೆಜಿಯ ಒಂದು ಪ್ಯಾಕೆಟ್ ಕೊಡಿ	Give me a packet of one K.G.ಗೀವ್ ಮಿ ಎ ಪ್ಯಾಕೆಟ್ ಆಫ್ ಒನ್ ಕೆಜಿ
ನನಗೆ 2 ಡವ್ ಸೋಪು ಕೊಡಿ	Please give me two cakes of Dove soap. ಪ್ಲೀಸ್ ಗೀವ್ ಮಿ 2 ಕೇಕ್ಸ್ ಆಫ್ ಡವ್ ಸೋಪ್
ನಾನು ಎಷ್ಟು ಹಣ ಕೊಡಬೇಕು?	How much do I have to pay? ಹೌ ಮಚ್ ಡು ಐ ಹ್ಯಾವ್ ಟು ಪೇ?
ಐದು ನೂರು ರೂ. ನೋಟು ನೀಡಿದ್ದೇನೆ.	Here is a note of rupees five hundred, I don't
ನನ್ನ ಬಳಿ ಸಣ್ಣ ಮೊತ್ತದ ನೋಟುಗಳಿಲ್ಲ	have smaller notes. ಹಿಯರ್ ಈಸ್ ಎ ನೋಟ್ ಆಫ್ ರುಪೀಸ್ ಫೈವ್ ಹಂಡ್ರೆಡ್. ಐ ಡೋಂಟ್ ಹ್ಯಾವ್ ಸ್ಮಾಲರ್ ನೋಟ್ಸ್
ಈ ಹಣ್ಣಿನ ದರ ಎಷ್ಟು?	How much for this fruit? ಹೌ ಮಚ್ ಫಾರ್ ದಿಸ್ ಫ್ರೂಟ್?
ಸೂಕ್ತವಾದ ದರ	Quite reasonable. ಕ್ವೈಟ್ ರೀಸನಬಲ್
ಸೂಕ್ತವಾದ ದರ ಎಂಬುದರ ಅರ್ಥವೇನು?	What's meant by reasonable price? ವಾಟ್ಸ್ ಮೀಂಟ್ ಬೈ ರೀಸನಬಲ್ ಪ್ರೈಸ್
ಈ ಹಣ್ಣು ಸರಿಯಾಗಿ ಹಣ್ಣಾಗಿಲ್ಲ	This fruit is not ripe enough. ದಿಸ್ ಫ್ರೂಟ್ ಈಸ್ ನಾಟ್ ರೈಟ್ ಎನಫ್
ಸಂಶಯ ಪಡಬೇಡಿ	Don't doubt. ಡೋಂಟ್ ಡೌಟ್
ಅದು ಹಾಗಲ್ಲ! ಸಿಟ್ಟಿಗೇಳಬೇಡಿ	Not like that! Don't get angry. ನಾಟ್ ಲೈಕ್ ದಟ್! ಡೋಂಟ್ ಗೆಟ್ ಆ್ಯಂಗ್ರಿ
ನಿಮ್ಮ ಬಳಿ ಉತ್ತಮ ಗುಣಮಟ್ಟದ ಕಿತ್ತಳೆ ಹಣ್ಣು ಇದೆಯೇ?	Have you got good quality oranges? ಹ್ಯಾವ್ ಯು ಗಾಟ್ ಗುಡ್ ಕ್ವಾಲಿಟಿ ಆರೆಂಜಸ್

ಅವು ಬಹಳ ದುಬಾರಿಯಾಗಿವೆ	They are expensive. ದೆ ಆರ್ ಎಕ್ಸ್‌ಪೆನ್ಸಿವ್
ಗುಣಮಟ್ಟ ಚೆನ್ನಾಗಿದೆ. ಆದರೆ ಬೆಲೆ ದುಬಾರಿ	Quality is fine but not the price. ಕ್ವಾಲಿಟಿ ಈಸ್ ಫೈನ್. ಬಟ್ ನಾಟ್ ದ ಪ್ರೈಸ್
ಸೀಬೇಹಣ್ಣನ್ನು ನೋಡಿದೆ. ಇಲ್ಲೇ ತಿನ್ನೋಣ ಎನಿಸುತ್ತಿದೆ	Looking at guavas I feel like eating at onces. ಲುಕಿಂಗ್ ಎಟ್ ಗುವಾಸ್. ಐ ಫೀಲ್ ಲೈಕ್ ಈಟಿಂಗ್ ಎಟ್ ಒನ್ಸ್
ಆದರೆ, ಅದರ ಮೇಲೆ ಕಪ್ಪು ಚುಕ್ಕೆ ಇದೆ	But there are dark spots on them. ಬಟ್ ದೇರ್ ಆರ್‌ಡಾರ್ಕ್ ಸ್ಪಾಟ್ಸ್ ಆನ್ ದೆಮ್
ವಿಷಯವೇನು, ಏಕೆ ಇಷ್ಟೊಂದು ದುಬಾರಿ?	What's the matter, so much price! ವಾಟ್ಸ್ ದ ಮ್ಯಾಟರ್, ಸೋ ಮಚ್ ಪ್ರೈಸ್
ಈ ಸೇಬಿನ ಹಣ್ಣುಗಳು ಕೊಳೆತಿವೆ	These apples are rotten. ದೀಸ್ ಆ್ಯಪಲ್ಸ್ ಆರ್ ರಾಟನ್
ಎಲ್ಲಾ ವಸ್ತುಗಳೂ ತಕ್ಷಣ ಮಾರಾಟವಾದವು	All the goods found a ready sale. ಆಲ್ ದ ಗೂಡ್ಸ್ ಫೌಂಡ್ ಎ ರೆಡಿ ಸೇಲ್

ನೆನಪಿನಲ್ಲಿಡಿ

ಮಾರುಕಟ್ಟೆ ಸೇರಿದಂತೆ ನಾನಾಕಡೆ ಖರೀದಿಗೆ ಬಳಸಬೇಕಾದ ಪದ-ವಾಕ್ಯವನ್ನು ಈ ಅಧ್ಯಾಯದಲ್ಲಿ ನೀಡಲಾಗಿದೆ. ಇವನ್ನು ಗಮನವಿಟ್ಟು ಅಭ್ಯಾಸ ಮಾಡಬೇಕು. ಇವು ದೈನಂದಿಕ ಜೀವನದಲ್ಲಿ ಬಳಸಲೇಬೇಕಾದ್ದವಾದ್ದರಿಂದ ಇವುಗಳ ಕಲಿಕೆ ಅತ್ಯಗತ್ಯ. ಮಾತನ್ನಾಡುತ್ತಾ ಹೋಗಿ, ಆತ್ಮವಿಶ್ವಾಸ ಬೆಳೆಯುತ್ತದೆ.

ಆರೋಗ್ಯ
(HEALTH)

ಆರೋಗ್ಯವೇ ಭಾಗ್ಯ' ಎಂಬ ಮಾತು ಎಲ್ಲರಿಗೂ ಗೊತ್ತಿರುವಂಥದ್ದು. ಆರೋಗ್ಯ ಸುಸ್ಥಿತಿಯಲ್ಲಿ ಇರದಿದ್ದರೆ, ಹಣ, ಓದು ಇವು ಯಾವುದರಿಂದಲೂ ಪ್ರಯೋಜನವಿಲ್ಲ. ಜೀವನದ ಸೌಂದರ್ಯವನ್ನು ಅನುಭವಿಸಲು ಉತ್ತಮ ಆರೋಗ್ಯ ಅತ್ಯಗತ್ಯ. ಆರೋಗ್ಯಕ್ಕೆ ಸಂಬಂಧಿಸಿದ ಪದ-ವಾಕ್ಯಗಳನ್ನು ಈ ಅಧ್ಯಾಯದಲ್ಲಿ ಕೊಡಲಾಗಿದೆ.

ನನ್ನ ಹೊಟ್ಟೆ ಕೆಟ್ಟಿದೆ. My stomach is upset. ಮೈ ಸ್ಟಮಕ್ ಈಸ್ ಅಪ್ಸೆಟ್

★ ಆರೋಗ್ಯ-ಸ್ವಾಸ್ಥ್ಯಕ್ಕೆ ಸಂಬಂಧಿಸಿದ ಇನ್ನಷ್ಟು ವಾಕ್ಯಗಳನ್ನು ಓದುಗ ರಚಿಸಬೇಕು.

ಇಲ್ಲಿ ಸಮೀಪದಲ್ಲಿ ವೈದ್ಯರ ಕ್ಲಿನಿಕ್ ಎಲ್ಲಿದೆ ಎಂದು ದಾರಿ ಹೇಳುವಿರಾ?	Would you tell me the way to the nearest clinic of a doctor? ವುಡ್ ಯು ಟೆಲ್ ಮಿದ ವೇ ಟು ದ ಕ್ಲಿನಿಕ್ ಆಫ್ ಎ ಡಾಕ್ಟರ್?
ನನ್ನ ಹೊಟ್ಟೆ ಕೆಟ್ಟಿದೆ	My stomach is upset. ಮೈ ಸ್ಟಮಕ್ ಈಸ್ ಅಪ್ ಸೆಟ್
ನನ್ನ ಎದೆಯಲ್ಲಿ ನೋವು ಇದೆ	I have pain in chest. ಐ ಹ್ಯಾವ್ ಪೇನ್ ಇನ್ ಚೆಸ್ಟ್
ಅಲೋಕನ ಜ್ವರ ಈಗ ಕಡಿಮೆಯಾಗಿದೆ	Alok's fever is down now. ಅಲೋಕ್ಸ್ ಫೀವರ್ ಈಸ್ ಡೌನ್ ನೌ
ಮೋಹಿತ್ ಡೆಂಗೆಯಿಂದ ಬಳಲುತ್ತಿದ್ದಾನೆ	Mohit is suffering from dengue. ಮೋಹಿತ್ ಈಸ್ ಸಫರಿಂಗ್ ಫ್ರಂ ಡೆಂಗೆ
ಅವನು ಈಗ ಪ್ರಾಣಾಪಾಯದಿಂದ ಪಾರಾಗಿದ್ದಾನೆ	His condition is out of danger now. ಹಿಸ್ ಕಂಡೀಷನ್ ಈಸ್ ಔಟ್ ಆಫ್ ಡೇಂಜರ್ ನೌ
ರೋಗಿಯ ಪರಿಸ್ಥಿತಿ ಗಂಭೀರವಾಗಿದೆ	The patient's condition is critical. ದ ಪೇಶೆಂಟ್ಸ್ ಕಂಡೀಷನ್ ಈಸ್ ಕ್ರಿಟಿಕಲ್
ನಾನು ವೈದ್ಯರನ್ನು ಭೇಟಿಯಾಗಬೇಕು	I have to consult a doctor. ಐ ಹ್ಯಾವ್ ಟು ಕನ್ಸಲ್ಟ್ ಎ ಡಾಕ್ಟರ್
ನನಗೆ ಬೇಧಿ ಆಗುತ್ತಿದೆ	I have constipation. ಐ ಹ್ಯಾವ್ ಕಾನ್ಸ್ಟಿಪೇಶನ್
ಅವನ ತಾತನಿಗೆ ಹೃದಯದ ಸಮಸ್ಯೆ ಇದೆ	His grand father is having heart trouble. ಹಿಸ್ ಗ್ರ್ಯಾಂಡ್ ಫಾದರ್ ಈಸ್ ಹ್ಯಾವಿಂಗ್ ಹಾರ್ಟ್ ಟ್ರಬಲ್
ನನ್ನ ಹೃದಯ ವೇಗವಾಗಿ ಬಡಿಯುತ್ತಿದೆ	My heart is beating fast. ಮೈ ಹಾರ್ಟ್ ಈಸ್ ಬೀಟಿಂಗ್ ಫಾಸ್ಟ್
ಪ್ರತಿ ನಾಲ್ಕು ಗಂಟೆಗೊಮ್ಮೆ ಔಷಧ ತೆಗೆದುಕೊಳ್ಳಿ	Take a dose of the medicine after every four hours. ಟೇಕ್ ಎ ಡೋಸ್ ಆಫ್ ಮೆಡಿಸಿನ್ ಎವೆರಿ ಫೋರ್ ಅವರ್ಸ್
ರೋಗ ಬರುವುದಕ್ಕೆ ಮುನ್ನ ಮುನ್ನೆಚ್ಚರಿಕೆ ತೆಗೆದುಕೊಳ್ಳುವುದು ಸೂಕ್ತ	Prevention is better than cure. ಪ್ರಿವೆನ್ಶನ್ ಈಸ್ ಬೆಟರ್ ದ್ಯಾನ್ ಕ್ಯೂರ್
ಬೆಳಗ್ಗೆ ನಡೆಯುವುದು ನಮ್ಮ ಆರೋಗ್ಯಕ್ಕೆ ಒಳ್ಳೆಯದು	Morning walk is useful for our health. ಮಾರ್ನಿಂಗ್ ವಾಕ್ ಈಸ್ ಯೂಸ್ ಫುಲ್ ಫಾರ್

	ಅವರ್ ಹೆಲ್ತ್
ಉತ್ತಮ ಆರೋಗ್ಯಕ್ಕೆ ನಿದ್ರೆ ಬಹಳ ಅವಶ್ಯ	Sleep is necessary for good health. ಸ್ಲೀಪ್ ಈಸ್ ನೆಸಸರಿ ಫಾರ್ ಗುಡ್ ಹೆಲ್ತ್
ನನ್ನ ಕಣ್ಣುಗಳಲ್ಲಿ ಏನೋ ಸಮಸ್ಯೆ ಇದೆ	My eyes are not well. ಮೈ ಐಸ್ ಆರ್ ನಾಟ್ ವೆಲ್
ಉತ್ತಮ ಆರೋಗ್ಯದಲ್ಲಿ ಸೌಂದರ್ಯವಿದೆ	There is beauty in good health. ದೇರ್ ಈಸ್ ಬ್ಯೂಟಿ ಇನ್ ಗುಡ್ ಹೆಲ್ತ್
ಕ್ಯಾನ್ಸರ್ ಒಂದು ಗಂಭೀರ ಕಾಯಿಲೆ	Cancer is a serious disease. ಕ್ಯಾನ್ಸರ್ ಈಸ್ ಎ ಸೀರಿಯಸ್ ಡಿಸೀಸ್
ಸಿಕ್ಕಾಪಟ್ಟೆ ತಿನ್ನಬೇಡ	Don't eat too much. ಡೋಂಟ್ ಈಟ್ ಟೂ ಮಚ್
ನನಗೆ ವಾಂತಿಯಾಗುವಂತೆ ಇದೆ	I feel like vomiting. ಐ ಫೀಲ್ ಲೈಕ್ ವಾಮಿಟಿಂಗ್
ಬಿಸಿಲಿನಿಂದಾಗಿ ತಲೆ ತಿರುಗುವಂತೆ ಆಗುತ್ತಿದೆ	The heat has made me feeling giddy. ದ ಹೀಟ್ ಹ್ಯಾಸ್ ಮೇಡ್ ಮಿ ಫೀಲಿಂಗ್ ಗಿಡ್ಡಿ
ನನಗೆ ಜ್ವರ ಬಂದಂತೆ ಆಗುತ್ತಿದೆ	I am feeling feverish. ಐ ಆ್ಯಮ್ ಫೀಲಿಂಗ್ ಫೀವರಿಶ್
ನೀನು ಥರ್ಮಾಮೀಟರ್‌ನ್ನು ಓದಬಲ್ಲೆಯಾ?	Can you read the thermometer? ಕ್ಯಾನ್ ಯು ರೀಡ್ ದ ಥರ್ಮಾಮೀಟರ್
ಆರೋಗ್ಯವೇ ಭಾಗ್ಯ	Health is wealth. ಹೆಲ್ತ್ ಈಸ್ ವೆಲ್ತ್
ಆರೋಗ್ಯವಂತ ದೇಹ ಒಂದು ವರ	Healthy body is a boon. ಹೆಲ್ದಿ ಬಾಡಿ ಈಸ್ ಎ ಬೂನ್
ಸಮತೋಲಿತ ಆಹಾರ ಸೇವನೆಯೇ ಉತ್ತಮ ವೈದ್ಯ	A good diet is the best doctor. ಎ ಗುಡ್ ಡಯಟ್ ಈಸ್ ದ ಬೆಸ್ಟ್ ಡಾಕ್ಟರ್

ನೆನಪಿನಲ್ಲಿಡಿ

1. ಇಂಗ್ಲಿಷ್‌ನಲ್ಲಿ ಪದದ ಅರ್ಥವನ್ನು ತಿಳಿದುಕೊಂಡು, ಅದನ್ನು ವಾಕ್ಯಗಳಲ್ಲಿ ಬಳಸಿ ನಿರಂತರವಾಗಿ ಅಭ್ಯಾಸ ಮಾಡಬೇಕು. ನಿರಂತರ ಅಭ್ಯಾಸದಿಂದ ಯಶಸ್ಸು ಲಭಿಸಲಿದೆ.
2. 'Ache' ನ ಉಚ್ಚಾರಣೆ 'ಏಕ್' ಇದರರ್ಥ– ನೋವು. ಬೇರೆ ಪದಗಳಿಗೆ ಏಕ್' ಜೋಡಿಸಿ, ನೋವನ್ನು ಹೇಳಲಾಗುತ್ತದೆ. Headache (ತಲೆನೋವು), bodyache (ಶರೀರದ ನೋವು), toothache (ಹಲ್ಲು ನೋವು) ಇತ್ಯಾದಿ

ಹಯೆಣಯ್ಕೆಹಬ್ಬದ ಪಾಕ್ವಿ (BIRTHDAY)

ಜನ್ಮದಿನದಂದು ಕುಟುಂಬದ ಸದಸ್ಯರು, ಗೆಳೆಯರು, ನೆಂಟರು ಹಾಗೂ ಹಿತೈಷಿಗಳೊಂದಿಗೆ ಪಾರ್ಟಿ ನಡೆಸುವುದು ಚಾಲ್ತಿಯಲ್ಲಿದೆ. ಇಂಥ ಪಾರ್ಟಿಗಳಲ್ಲಿ ಜನರು ಒಂದೆಡೆ ಸೇರಿ, ಖುಷಿಪಡುತ್ತಾರೆ, ಮಾತುಕತೆಯಾಡುತ್ತಾರೆ. ಈ ಸಂದರ್ಭದಲ್ಲಿ ಬಳಸುವ ಪದ-ವಾಕ್ಯಗಳನ್ನು ಈ ಅಧ್ಯಾಯದಲ್ಲಿ ನೀಡಲಾಗಿದೆ.

ಹುಟ್ಟುಹಬ್ಬದ ಶುಭಾಶಯ Happy birthday. ಹ್ಯಾಪಿ ಬರ್ತ್‌ಡೇ

★ ಮೇಲಿನ ವಾಕ್ಯದಂತೆಯೇ ಹುಟ್ಟುಹಬ್ಬಕ್ಕೆ ಸಂಬಂಧಿಸಿದ ಬೇರೆ ವಾಕ್ಯಗಳನ್ನು ರಚಿಸಬೇಕು.

ನಾನು ಸ್ನೇಹಿತನೊಬ್ಬನ ಹುಟ್ಟುಹಬ್ಬದ ಪಾರ್ಟಿಗೆ ಹೋಗಬೇಕಿದೆ	I have to go to a friend's birthday party. ಐ ಹ್ಯಾವ್ ಗೋ ಟು ಎ ಫ್ರೆಂಡ್ಸ್ ಬರ್ತ್ ಡೇ ಪಾರ್ಟಿ
ಪ್ಯಾಕೆಟ್‌ನಲ್ಲಿ ಏನಿದೆ	What is in the packet? ವಾಟ್ ಈಸ್ ಇನ್ ದ ಪ್ಯಾಕೆಟ್
ಶೋಭನಾಳ ಹುಟ್ಟುಹಬ್ಬಕ್ಕೆ ಉಡುಗೊರೆ ಇದು	It is a gift for Shobhna's birthday. ಇಟ್ ಈಸ್ ಎ ಗಿಫ್ಟ್ ಫಾರ್ ಶೋಭನಾಸ್ ಬರ್ತ್ ಡೇ
ನಾನು ಅವಳಿಗೆ ಸುಂದರವಾದ ಉಡುಗೊರೆಯೊಂದನ್ನು ಖರೀದಿಸಬೇಕು	I have to buy a great gift for her. ಐ ಹ್ಯಾವ್ ಟು ಬೈ ಎ ಗ್ರೇಟ್ ಗಿಫ್ಟ್ ಫಾರ್ ಹರ್
ಇದು ಬಹಳ ಸುಂದರವಾದ ಉಡುಗೊರೆ	It is a beautiful gift. ಇಟ್ ಈಸ್ ಎ ಬ್ಯೂಟಿಫುಲ್ ಗಿಫ್ಟ್
ಹುಟ್ಟುಹಬ್ಬದ ಶುಭಾಶಯ, ಶೋಭನಾ	Happy birthday, Shobhna. ಹ್ಯಾಪಿ ಬರ್ತ್ ಡೇ ಶೋಭನಾ
ಈ ಶುಭದಿನ ಮರುಕಳಿಸಲಿ, ಶೋಭನಾ	Many happy returns of the day, Shobhna. ಮೆನಿ ಹ್ಯಾಪಿ ರಿಟರ್ನ್ಸ್ ಆಫ್ ದ ಡೇ ಶೋಭನಾ
ನೀನು ಮನೆಯನ್ನು ಬಹಳ ಸುಂದರವಾಗಿ ಸಿಂಗರಿಸಿರುವೆ	You have decorated your home beautifully. ಯು ಹ್ಯಾವ್ ಡೆಕೋರೇಟೆಡ್ ಯುವರ್ ಹೋಂ ಬ್ಯೂಟಿಫುಲಿ
ಧನ್ಯವಾದ	Thank you. ಥ್ಯಾಂಕ್ ಯು
ಶೋಭನಾ, ನೀನು ಬಹಳ ಸುಂದರವಾಗಿ ಕಾಣುತ್ತಿರುವೆ	Shobhna, you are looking so beautiful today. ಶೋಭನಾ, ಯು ಆರ್ ಲುಕಿಂಗ್ ಸೋ ಬ್ಯೂಟಿಫುಲ್ ಟುಡೇ
ಈ ಪೋಷಾಕಿನಲ್ಲಿ ನೀನು ಬಹಳ ಸುಂದರವಾಗಿ ಕಾಣುತ್ತಿರುವೆ	You look fabulous in this dress. ಯು ಲುಕ್ ಫ್ಯಾಬ್ಯುಲಸ್ ಇನ್ ದಿಸ್ ಡ್ರೆಸ್
ನಾನು ನಿನಗಾಗಿ ವಿಶೇಷ ಉಡುಗೊರೆಯನ್ನು ತಂದಿರುವೆ	I have brought a special gift for you. ಐ ಹ್ಯಾವ್ ಬ್ರಾಟ್ ಎ ಸ್ಪೆಷಲ್ ಗಿಫ್ಟ್ ಫಾರ್ ಯು
ನಿನ್ನ ವಿಶೇಷ ಉಡುಗೊರೆಗೆ ಧನ್ಯವಾದ	Thanks for this special gift. ಥ್ಯಾಂಕ್ಸ್ ಫಾರ್ ದಿಸ್ ಸ್ಪೆಷಲ್ ಗಿಫ್ಟ್
ಸಂಕೇತ್, ನಿನ್ನ ಉಳಿದ ಸ್ನೇಹಿತರು ಎಲ್ಲಿ?	Sanket, where are your other friends? ಸಂಕೇತ್ ವೇರ್ ಆರ್ ಯುವರ್ ಅದರ್ ಫ್ರೆಂಡ್ಸ್?

ಕೊಠಡಿಯ ಒಳಗಿದ್ದಾರೆ, ಎಲ್ಲರೂ ನಿನಗಾಗಿ ಕಾಯುತ್ತಿದ್ದಾರೆ	Inside the room, all are waiting for you. ಇನ್ ಸೈಡ್ ದಿ ರೂಂ, ಆಲ್ ಆರ್ ವೇಟಿಂಗ್ ಫಾರ್ ಯು
ಸ್ವಲ್ಪ ತಿಂಡಿ ತಿನ್ನಿ	Have some refreshments. ಹ್ಯಾವ್ ಸಮ್ ರಿಫ್ರೆಶ್ ಮೆಂಟ್ಸ್
ಓ.ಕೆ. ಅಲ್ಲಿಗೆ ಹೋಗೋಣ	Ok. Let us go there. ಓ.ಕೆ. ಲೆಟ್ಸ್ ಗೋ ದೇರ್
ಪಾರ್ಟಿ ಬೇಸರವುಂಟಾಗುತ್ತಿದೆ	The party was boring. ದ ಪಾರ್ಟಿ ಈಸ್ ಬೋರಿಂಗ್
ರಿಸೆಪ್ಶನ್ ಚೆನ್ನಾಗಿತ್ತು	Reception was nice. ರಿಸೆಪ್ಶನ್ ವಾಸ್ ನೈಸ್
ನೀನು ನನ್ನೊಡನೆ ನರ್ತಿಸುವೆಯಾ	Would you dance with me? ವುಡ್ ಯು ಡಾನ್ಸ್ ವಿತ್ ಮಿ
ಸಂತೋಷದಿಂದ	It's my pleasure. ಇಟ್ಸ್ ಮೈ ಪ್ಲೆಶರ್
ಒಳ್ಳೆಯ ಅದೃಷ್ಟ ನಿಮ್ಮದಾಗಲಿ	My luck be with you. Best of luck. ಬೆಸ್ಟ್ ಆಫ್ ಲಕ್
ಇದು ಬಹಳ ದುಬಾರಿಯಾದ ಉಡುಗೊರೆ	This is a very expensive gift. ದಿಸ್ ಈಸ್ ಎ ವೆರಿ ಎಕ್ಸ್ ಪೆನ್ಸಿವ್ ಗಿಫ್ಟ್
ಯಾವಾಗಲೂ ಅದೃಷ್ಟ ನಿನ್ನ ಜೊತೆಗಿರಲಿ	May you always be lucky. ಮೇ ಯು ಆಲ್ ವೇಸ್ ಬಿ ಲಕ್ಕಿ
ಎಲ್ಲರ ಪರವಾಗಿ ನಾನು ನಿನ್ನನ್ನು ಅಭಿನಂದಿಸುತ್ತೇನೆ	I congratulate you on behalf of all. ಐ ಕಂಗ್ರಾಚುಲೇಟ್ ಯು ಆನ್ ಬಿಹಾಫ್ ಆಫ್ ಆಲ್
ನಿನಗೆ ಒಳ್ಳೆಯದಾಗಲಿ	Wish you all all the best. ವಿಶ್ ಯು ಆಲ್ ದ ಬೆಸ್ಟ್
ಈಗ ಊಟ ಮಾಡೋಣ	Let's have food now. ಲೆಟ್ಸ್ ಹ್ಯಾವ್ ಫುಡ್ ನೌ
ನನ್ನ ಕೃತಜ್ಞತೆಯನ್ನು ಸೂಚಿಸಲು ಪದಗಳೇ ಇಲ್ಲ	I have no words to express my gratitude to you ಐ ಹ್ಯಾವ್ ನೋ ವರ್ಡ್ಸ್ ಟು ಎಕ್ಸ್ ಪ್ರೆಸ್ ಮೈ ಗ್ರಾಟಿಟ್ಯೂಡ್ ಟು ಯು
ನಾನು ನಿಮಗೆ ಆಭಾರಿಯಾಗಿದ್ದೇನೆ	I am much grateful to you. ಐ ಆ್ಯಮ್ ಮಚ್ ಗ್ರೇಟ್ಫುಲ್ ಟು ಯು
ಹುಟ್ಟುಹಬ್ಬದ ದಿನದಂದು ಹೃದಯಪೂರ್ವಕ ಅಭಿನಂದನೆಗಳು	Hearty felicitations on your birthday. ಹಾರ್ಟಿ ಫೆಲಿಸಿಟೇಶನ್ಸ್ ಆನ್ ಯುವರ್ ಬರ್ತ್ ಡೇ

ನೆನಪಿನಲ್ಲಿಡಿ

ಈ ಅಧ್ಯಾಯದಲ್ಲಿ ಜನ್ಮದಿನದ ಪಾರ್ಟಿಗೆ ಸಂಬಂಧಿಸಿದ ವಾಕ್ಯಗಳನ್ನು ಕೊಡಲಾಗಿದೆ. ಇವನ್ನು ಗಮನವಿರಿಸಿ ಅಧ್ಯಯನ ಮಾಡಿ, ಸೂಕ್ತ ಎನಿಸಿದ್ದನ್ನು ಬಳಸಬೇಕು. ಇದರಿಂದ ಸಾಮಾಜಿಕ ಸಂಬಂಧಗಳು ದೃಢಗೊಳ್ಳುತ್ತವೆ. ಸ್ನೇಹಿತರ ಬಳಗ ಹೆಚ್ಚುತ್ತದೆ.

ಕಾನೂನು
(LAW)

ಪ್ರಜೆಗಳಿಗೆ ತಮ್ಮ ಹಕ್ಕು, ಕರ್ತವ್ಯದ ಅರಿವಲ್ಲದೇ, ಅದನ್ನು ಪಡೆದುಕೊಳ್ಳಲು ಕಾನೂನಿನ ಅರಿವಿನ ಅಗತ್ಯವಿದೆ. ವ್ಯಕ್ತಿಯು ಸಮಾಜ/ಸರ್ಕಾರದ ನೀತಿ ನಿಯಮಗಳಿಗೆ ಅನುಸಾರ ಕಾರ್ಯ ನಿರ್ವಹಿಸಬೇಕಾಗುತ್ತದೆ. ನಾಗರಿಕ ಸಮಾಜದಲ್ಲಿ ಕಾನೂನಿನ ಅರಿವು ತೀರಾ ಅತ್ಯಗತ್ಯ.. ಈ ಕುರಿತು ಮಾಹಿತಿ ನೀಡುವುದು ಈ ಅಧ್ಯಾಯದ ಉದ್ದೇಶ.

ಇದು ಪಾತಕ ಘೋರ ಕೃತ್ಯ This is a heinous crime. ದಿಸ್ ಈಸ್ ಎ ಹೇನಸ್ ಕ್ರೈಮ್

ಇದು ಪಾತಕ ಘೋರ ಕೃತ್ಯ	This is a heinous crime. ದಿಸ್ ಈಸ್ ಎ ಹೇನಸ್ ಕ್ರೈಮ್
ಈ ಪ್ರಕರಣಕ್ಕೆ ಸಂಬಂಧಿಸಿದಂತೆ ತನಿಖೆ ನಡೆಯುತ್ತಿದೆ	Investigation regarding this case is going on. ಇನ್ವೆಸ್ಟಿಗೇಷನ್ ರಿಗಾರ್ಡಿಂಗ್ ದಿಸ್ ಕೇಸ್ ಈಸ್ ಗೋಯಿಂಗ್ ಆನ್
ಅಪರಾಧಿ ವಿರುದ್ಧ ವಾರಂಟ್ ಹೊರಡಿಸಲಾಗಿದೆ	A warrant has been issued against the criminal. ಎ ವಾರೆಂಟ್ ಹ್ಯಾಸ್ ಬೀನ್ ಇಷ್ಯೂಡ್ ಅಗೇನೆಸ್ಟ್ ದ ಕ್ರಿಮಿನಲ್
ಅಪರಾಧ ಸಾಬೀತಾಗಿದೆ	Crime has been proved. ಕ್ರೈಮ್ ಹ್ಯಾಸ್ ಬೀನ್ ಪ್ರೂವ್ಡ್
ಸಾಕ್ಷ್ಯ ಏನಿದೆ	What is the evidence? ವಾಟ್ ಈಸ್ ದಿ ಎವಿಡೆನ್ಸ್
ಪೊಲೀಸರ ಬಳಿ ಅಧಿಕೃತ ಸಾಕ್ಷ್ಯವಿದೆ	The police have authentic proofs. ದ ಪೊಲೀಸ್ ಹ್ಯಾವ್ ಅಥೆಂಟಿಕ್ ಪ್ರೂಫ್ಸ್
ಅಮರೇಶ್ ಬುದ್ಧಿವಂತ ವಕೀಲ	Amresh is an intelligent lawyer. ಅಮರೇಶ್ ಈಸ್ ಆ್ಯನ್ ಇಂಟೆಲಿಜೆಂಟ್ ಲಾಯರ್
ಅವನ ವಿರುದ್ಧ ದೂರು ದಾಖಲಿಸಲಾಗಿದೆ	A complaint has been lodged against him. ಎ ಕಂಪ್ಲೇಂಟ್ ಹ್ಯಾಸ್ ಬೀನ್ ಲಾಡ್ಜ್ ಡ್ ಅಗೇನೆಸ್ಟ್ ಹಿಮ್
ಅವನನ್ನು ಜೇಲಿನಿಂದ ಬಿಡುಗಡೆಗೊಳಿಸಲಾಗಿದೆ	He has been released from prison. ಹಿ ಹ್ಯಾಸ್ ಬೀನ್ ರಿಲೀಸ್ಡ್ ಫ್ರಂ ಪ್ರಿಸನ್
ನನ್ನನ್ನು ದೂಷಿಸಬೇಡ	Don't blame me. ಡೋಂಟ್ ಬ್ಲೇಮ್ ಮಿ
ಮುಕೇಶನನ್ನು ಅನಗತ್ಯವಾಗಿ ಹಿಂಸಿಸಲಾಯಿತು	Mukesh has been tortured unnecessarily. ಮುಕೇಶ್ ಹ್ಯಾಸ್ ಬೀನ್ ಟಾರ್ಚರ್ಡ್ ಅನ್ನೆಸಸರಿಲಿ
ಪ್ರಕರಣವನ್ನು ಮುಂದೂಡಲಾಗಿದೆ	The case has been postponed. ದ ಕೇಸ್ ಹ್ಯಾಸ್ ಬೀನ್ ಪೋಸ್ಟ್ ಪೋನ್ಡ್
ಅವನು ಕಠಿಣ ಮನಸ್ಸಿನ ಅಪರಾಧಿ	He is a hardcore criminal. ಹಿ ಈಸ್ ಆ್ಯನ್ ಹಾರ್ಡ್ ಕೋರ್ ಕ್ರಿಮಿನಲ್
ನ್ಯಾಯಾಲಯವು ಮನುವನ್ನು ಅಪರಾಧಿ ಎಂದು ಘೋಷಿಸಿತು	Manu was convicted by the court. ಮನು ವಾಸ್ ಕನ್ ವಿಕ್ಟೆಡ್ ಬೈ ಕೋರ್ಟ್
ಇದೊಂದು ಕ್ರೂರಹತ್ಯೆ	It was a brutal murder. ಇಟ್ ವಾಸ್ ಎ ಬ್ರೂಟಲ್ ಮರ್ಡರ್

ಕಳೆದ 3 ದಿನದಿಂದ ರಮೇಶ್ ಪೊಲೀಸರ ಕಸ್ಟಡಿಯಲ್ಲಿದ್ದಾನೆ	Ramesh is in police lock-up for last three days. ರಮೇಶ್ ಈಸ್ ಇನ್ ಪೊಲೀಸ್ ಲಾಕ್ ಅಪ್ ಫಾರ್ ಲಾಸ್ಟ್ ಥ್ರೀ ಡೇಸ್
ಅಪರಾಧಿಯು ತಪ್ಪಿಸಿಕೊಂಡಿದ್ದಾನೆ	The criminal has absconded. ದ ಕ್ರಿಮಿನಲ್ ಹ್ಯಾಸ್ ಅಬ್ ಸ್ಕಾಂಡೆಡ್
ನಿನ್ನ ಕೆಲಸ ಅಕ್ರಮವಾದದ್ದು	Your act is illegal. ಯುವರ್ ಆ್ಯಕ್ಟ್ ಈಸ್ ಇಲ್ಲೀಗಲ್
ಇವೆಲ್ಲ ನಕಲು ಮಾಡಿದ ದಾಖಲೆಗಳು	These are all forged documents. ದೀಸ್ ಆರ್ ಆಲ್ ಫೋರ್ಜ್‌ಡ್ ಡಾಕ್ಯುಮೆಂಟ್ಸ್
ವಕೀಲರು ಸಾಕ್ಷಿಗಳ ಪಾಟಿಸವಾಲು ಮಾಡಿದ್ದಾರೆ	The lawyers cross examined the witness. ದ ಲಾಯರ್ಸ್ ಕ್ರಾಸ್ ಎಕ್ಸಾಮಿನ್ಡ್ ದ ವಿಟ್ ನೆಸ್
ಅಪರಾಧಿಗೆ ಗಲ್ಲುಶಿಕ್ಷೆ ವಿಧಿಸಲಾಯಿತು	The criminal has been sentenced to death. ದ ಕ್ರಿಮಿನಲ್ ಹ್ಯಾಸ್ ಬೀನ್ ಸೆಂಟೆನ್ಸ್‌ಡ್ ಟು ಡೆತ್
ಪ್ರಕರಣದ ತೀರ್ಪು ಏನು?	What is the judgement in the case? ವಾಟ್ ಈಸ್ ದ ಜಡ್ಜ್‌ಮೆಂಟ್ ಇನ್ ದ ಕೇಸ್
ತೇಜ್ ಪಾಲ್ ಪ್ರತ್ಯಕ್ಷ ಸಾಕ್ಷಿ	Tejpal is an eyewitness. ತೇಜ್ ಪಾಲ್ ಈಸ್ ಆ್ಯನ್ ಐ ವಿಟ್ನೆಸ್
ವಿಳಂಬ ನ್ಯಾಯದಾನ, ನ್ಯಾಯದಾನ ನಿರಾಕರಣೆ	Justice delayed is justice denied. ಜಸ್ಟೀಸ್ ಡಿಲೇಯ್ಡ್ ಈಸ್ ಜಸ್ಟೀಸ್ ಡಿನೇಯ್ಡ್
ಪ್ರತಿವಾದಿಯ ವಕೀಲರು ಚೆನ್ನಾಗಿ ವಾದಿಸಿದರು	The defence counsel argued the case well. ದ ಡಿಫೆನ್ಸ್ ಕೌನ್ಸೆಲ್ ಆರ್ಗ್ಯೂಡ್ ದ ಕೇಸ್ ವೆಲ್
ಸೀಮಾ ವಿರುದ್ಧ ಅಶೋಕ್ ಕ್ರಿಮಿನಲ್ ಪ್ರಕರಣ ದಾಖಲಿಸಿದ್ದಾರೆ	Ashok has filed a criminal case against Seema. ಅಶೋಕ್ ಹ್ಯಾಸ್ ಫೈಲ್ಡ್ ಎ ಕ್ರಿಮಿನಲ್ ಕೇಸ್ ಅಗೇನಸ್ಟ್ ಸೀಮಾ
ನ್ಯಾಯಾಧೀಶರು ಅವನ ಪರವಾಗಿ ತೀರ್ಪು ನೀಡಿದ್ದಾರೆ	The jury gave its verdict in his favour. ದ ಜ್ಯೂರಿ ಗೇವ್ ಇಟ್ಸ್ ವರ್ಡಿಕ್ಟ್ ಇನ್ ಹಿಸ್ ಫೇವರ್
ಅವನು ಕಾನೂನನ್ನು ಗೌರವಿಸುವ ಮನುಷ್ಯ	He is a law abiding man. ಹಿ ಈಸ್ ಎ ಲಾ ಅಬೈಡಿಂಗ್ ಮ್ಯಾನ್

ನೆನಪಿನಲ್ಲಿಡಿ

ಕಾನೂನಿಗೆ ಸಂಬಂಧಿಸಿದ ಪದ – ವಾಕ್ಯಗಳನ್ನು ಚೆನ್ನಾಗಿ ಅಧ್ಯಯನ ಮಾಡಬೇಕಿದೆ. ಇದರಿಂದ ಕಾನೂನಿನ ಅರಿವಿನ ಜೊತೆಗೆ ಬಳಸುವ ಪದ–ವಾಕ್ಯಗಳ ಬಗ್ಗೆ ಅರಿವು ಮೂಡಲಿದೆ.

ವ್ಯಾಪಾರ-ವಹಿವಾಟು

(DEALING)

ದೈನಂದಿನ ಜೀವನದಲ್ಲಿ ವಸ್ತುಗಳ ಖರೀದಿ ಮತ್ತು ಮಾರಾಟ ನಡೆಯುತ್ತಿರುತ್ತದೆ. ಕೊಡುವುದು-ತೆಗೆದುಕೊಳ್ಳುವುದು ಇರಲಿದೆ.

ನನ್ನ ಬಳಿ ನಗದು ಇಲ್ಲ I don't have cash. ಐ ಡೋಂಟ್ ಹ್ಯಾವ್ ಕ್ಯಾಶ್

★ ವಹಿವಾಟಿಗೆ ಸಂಬಂಧಿಸಿದ ಪದಗಳನ್ನು ಆಯ್ಕೆ ಮಾಡಿ, ಸೂಕ್ತ ವಾಕ್ಯಗಳನ್ನು ರಚಿಸಬೇಕು.

ದಯವಿಟ್ಟು ಹಣವನ್ನು ಎಣಿಸಿಕೊಳ್ಳಿ	Please count the money. ಪ್ಲೀಸ್ ಕೌಂಟ್ ದ ಮನಿ
ಅವನು ವ್ಯಾಪಾರದಲ್ಲಿ ತನ್ನ ಸಂಪತ್ತನ್ನೆಲ್ಲಾ ಹೂಡಿದ್ದಾನೆ	He has invested his wealth on business. ಹಿ ಹ್ಯಾಸ್ ಇನ್ವೆಸ್ಟೆಡ್ ಹಿಸ್ ವೆಲ್ತ್ ಆನ್ ಬಿಸಿನೆಸ್
ನನಗೆ ಹಣದ ಕೊರತೆ ಇದೆ	I have shortage of funds. ಐ ಹ್ಯಾವ್ ಶಾರ್ಟೇಜ್ ಆಫ್ ಫಂಡ್ಸ್
ನಿನ್ನ ಬಳಿ ಎಷ್ಟು ಹಣ ಇದೆ	How many rupees do you have. ಹೌ ಮೆನಿ ರುಪೀಸ್ ಡು ಯು ಹ್ಯಾವ್
ಇದ್ದ ಎಲ್ಲಾ ಹಣವೂ ಖರ್ಚಾಗಿದೆ	All the money has been spent. ಆಲ್ ದ ಮನಿ ಹ್ಯಾಸ್ ಬೀನ್ ಸ್ಪೆಂಟ್
ನೀನು ನನಗೆ 500ರೂ ಸಾಲ ಕೊಡಬಹುದೇ?	Will you lend me five hundred rupees? ವಿಲ್ ಯು ಲೆಂಡ್ ಮಿ 500 ರುಪೀಸ್
ಮುಂಗಡ ಮೊತ್ತವನ್ನು ಕೊಡಬೇಕಿದೆ	Advance money will have to be paid. ಅಡ್ವಾನ್ಸ್ ಮನಿ ವಿಲ್ ಹ್ಯಾವ್ ಟು ಬಿ ಪೇಡ್
ಅವನು ತನ್ನ ಬಳಿ ಇದ್ದ ಹಣವನ್ನೆಲ್ಲಾ ಬ್ಯಾಂಕ್ನಲ್ಲಿ ಇರಿಸಿದ್ದಾನೆ	He will deposit all his money in the bank. ಹಿ ವಿಲ್ ಡಿಪಾಸಿಟ್ ಆಲ್ ಹಿಸ್ ಮನಿ ಇನ್ ದಿ ಬ್ಯಾಂಕ್
ಮಜೂರಿ ಕೊಟ್ಟು ಬಿಡಿ	Please settle the wages. ಪ್ಲೀಸ್ ಸೆಟ್ಲ್ ದಿ ವೇಜಸ್
ಚಿನ್ನದ ದರ ಏನು?	What is the rate of gold? ವಾಟ್ ಈಸ್ ದ ರೇಟ್ ಆಫ್ ಗೋಲ್ಡ್?
ನಿನ್ನ ಬಿಸಿನೆಸ್ ಹೇಗೆ ನಡೆಯುತ್ತಿದೆ?	How is your business going? ಹೌ ಈಸ್ ಯುವರ್ ಬಿಸಿನೆಸ್ ಗೋಯಿಂಗ್?
ದಯವಿಟ್ಟು ಬಿಲ್‌ನ್ನು ಸಿದ್ಧ ಮಾಡಿ	Please prepare the bill. ಪ್ಲೀಸ್ ಪ್ರಿಪೇರ್ ದ ಬಿಲ್
ನೀನು ದುಡಿಯುವುದಕ್ಕಿಂತ ಹೆಚ್ಚು ವೆಚ್ಚ ಮಾಡಬೇಡ	Don't spend more than you earn. ಡೋಂಟ್ ಸ್ಪೆಂಡ್ ಮೋರ್ ದ್ಯಾನ್ ಯು ಅರ್ನ್
ನಾನು ಅವನಿಂದ ಮೋಸ ಹೋದೆ	I got duped by him. ಐ ಗಾಟ್ ಡ್ಯೂಪ್ಡ್ ಬೈ ಹಿಮ್
ಇದು ನಕಲಿ ನಾಣ್ಯ	This is a counterfeit coin. ದಿಸ್ ಈಸ್ ಎ ಕೌಂಟರ್ ಫೀಟ್ ಕಾಯಿನ್
ನಿನಗೆ ವೇತನ ಸಿಕ್ಕಿತಾ?	Did you get your wages? ಡಿಡ್ ಯು ಗೆಟ್ ಯುವರ್ ವೇಜಸ್?

ಈಗ ನಾನು, ನೀವು ಸಮ	Now I'm square with you. ನೌ ಐ ಆ್ಯಮ್ ಸ್ಕ್ವೇರ್ ವಿತ್ ಯು
ನಿನ್ನ ಬಳಿ ನಗದು ಎಷ್ಟಿದೆ?	How much is the cash in hand? ಹೌ ಮಚ್ ಈಸ್ ದಿ ಕ್ಯಾಶ್ ಇನ್ ಹ್ಯಾಂಡ್
ನಾನು ಹಣದ ಹಿಂದೆ ಬಿದ್ದಿಲ್ಲ	I am not after money. ಐ ಆ್ಯಮ್ ನಾಟ್ ಆಫ್ಟರ್ ಮನಿ
ನಾನು ವ್ಯಾಪಾರದಲ್ಲಿ ಎಲ್ಲವನ್ನೂ ಹೂಡಿಕೆ ಮಾಡುತ್ತೇನೆ	I'll invest everything in the business. ಐ ವಿಲ್ ಇನ್ವೆಸ್ಟ್ ಎವೆರಿಥಿಂಗ್ ಇನ್ ದಿ ಬಿಸಿನೆಸ್
ನಾನು ಹಲವಾರು ಬಿಲ್ ಗಳನ್ನು ಪಾವತಿಸಬೇಕಿದೆ	I have to pay several bills. ಐ ಹ್ಯಾವ್ ಟು ಪೇ ಸೆವೆರಲ್ ಬಿಲ್ಸ್
ಇತ್ತೀಚೆಗೆ ನನಗೆ ಹಣದ ಸಮಸ್ಯೆ ಇದೆ	I'm hard up these day. ಐ ಆ್ಯಮ್ ಹಾರ್ಡ್ ಅಪ್ ದೀಸ್ ಡೇಸ್
ಧಾನ್ಯದ ಮಾರುಕಟ್ಟೆ ಹೇಗಿದೆ?	How is the grain market? ಹೌ ಈಸ್ ದ ಗ್ರೇನ್ ಮಾರ್ಕೆಟ್?

ನೆನಪಿನಲ್ಲಿಡಿ

ದಿನನಿತ್ಯದ ವಹಿವಾಟಿನಲ್ಲಿ ಬಳಸಲ್ಪಡುವ ಪದ-ವಾಕ್ಯಗಳನ್ನು ಚೆನ್ನಾಗಿ ಅಧ್ಯಯನ ಮಾಡಬೇಕಿದೆ. ಜೊತೆಗೆ ಪದಗಳ ಉಚ್ಚಾರಣೆಯನ್ನೂ ತಿಳಿದುಕೊಳ್ಳಬೇಕಿದೆ. ಯಾರೂ ಆರ್ಥಿಕ ಚಟುವಟಿಕೆಯಿಂದ ಹೊರತಾಗಿರಲು ಸಾಧ್ಯವಿಲ್ಲ. ಹೀಗಾಗಿ ಇಂಥ ಅರಿವು ವ್ಯಕ್ತಿಗೆ ಸಮಾಜದಲ್ಲಿ ಮೇಲ್ಮಟ್ಟಕ್ಕೆ ಏರಲು ನೆರವಾಗಲಿದೆ.

ಆವಯೆಶಿಪ್ರಣ
(INVITATION)

ಮನೆಯಲ್ಲಿ ನಡೆಯಲಿರುವ ಕಾರ್ಯಕ್ರಮಕ್ಕೆ, ಶಾಲೆ ಇಲ್ಲವೇ ಸಮುದಾಯದ ಸಮಾರಂಭಕ್ಕೆ ಇಲ್ಲವೇ ಗೆಳೆಯನನ್ನು ಚಲನಚಿತ್ರ ಅಥವಾ ಕ್ರೀಡೆಗೆ ಆಹ್ವಾನಿಸುವ ಸಂದರ್ಭ ಬರುತ್ತದೆ. ಮನುಷ್ಯ ಸಂಘಜೀವಿ. ಸಂತಸ ಇಲ್ಲವೇ ದುಃಖ- ಎರಡಕ್ಕೂ ಆತನಿಗೆ ಹಂಚಿಕೊಳ್ಳಲು ಜನ ಬೇಕು. ಜನರನ್ನು ಆಹ್ವಾನಿಸಲು - ಆಮಂತ್ರಿಸಲು ಅದರದ್ದೇ ಆದ ನುಡಿಕಟ್ಟು ಇದೆ. ಅದನ್ನು ಈ ಅಧ್ಯಾಯದಲ್ಲಿ ತಿಳಿದುಕೊಳ್ಳೋಣ.

ದಯವಿಟ್ಟು ವಾಯುವಿಹಾರಕ್ಕೆ ಬನ್ನಿ. Please come for a walk. ಪ್ಲೀಸ್ ಕಂ ಫಾರ್ ಎ ವಾಕ್.

★ ಆಹ್ವಾನ/ಆಮಂತ್ರಣ ನೀಡುವ ಇತರ ವಾಕ್ಯಗಳನ್ನು ರಚಿಸಿ.

ನೀನು ನನ್ನ ಜೊತೆ ಸಿನಿಮಾಕ್ಕೆ ಬರುವೆಯಾ?	Will you come with me for a movie? ವಿಲ್ ಯು ಕಮ್ ವಿತ್ ಮಿ ಫಾರ್ ಎ ಮೂವಿ?
ಬನ್ನಿ ಮೆಟ್ರೋದಲ್ಲಿ ಹೋಗೋಣ	Come, let's go by metro. ಕಮ್ ಲೆಟ್ಸ್ ಗೋ ಬೈ ಮೆಟ್ರೋ
ಬನ್ನಿ, ನರ್ತನ ಮಾಡೋಣ	Come, let us dance. ಕಮ್ ಲೆಟ್ಸ್ ಡಾನ್ಸ್
ನೀವು ನನ್ನ ಜೊತೆ ನರ್ತಿಸಲು ಅಂಕಣಕ್ಕೆ ಬರುವಿರಾ?	Will you come with me to the dancing floor? ವಿಲ್ ಯು ಕಮ್ ವಿತ್ ಮಿ ಟು ದ ಡಾನ್ಸಿಂಗ್ ಫ್ಲೋರ್
ಬನ್ನಿ ಕಾರ್ಡ್ಸ್ ಆಡೋಣ	Let us play cards. ಲೆಟ್ ಅಸ್ ಪ್ಲೇ ಕಾರ್ಡ್ಸ್
ನಾಳೆ ದಿನವಿಡೀ ನನ್ನ ಜೊತೆಗೆ ಇರುವಿರಾ	Will you spend all day with me tomorrow? ವಿಲ್ ಯು ಸ್ಪೆಂಡ್ ಆಲ್ ಡೇ ವಿತ್ ಮಿ ಟುಮಾರೋ?
ಭೋಜನಕ್ಕೆ ಆಮಂತ್ರಣ ನೀಡಿದ್ದಕ್ಕೆ ಧನ್ಯವಾದ	Thanks for your invitation for dinner. ಥ್ಯಾಂಕ್ಸ್ ಫಾರ್ ಯುವರ್ ಇನ್ವಿಟೇಶನ್ ಫಾರ್ ಡಿನ್ನರ್
ದಯವಿಟ್ಟು ಕ್ಷಮಿಸಿ, ನಿಮ್ಮ ಆಹ್ವಾನವನ್ನು ಸ್ವೀಕರಿಸಲು ಸಾಧ್ಯವಿಲ್ಲ,	I am sorry, I can not accept your invitation
ಏಕೆಂದರೆ ನನಗೆ ನಾಳೆ ಬಹಳ ಕೆಲಸವಿದೆ.	because I am busy tomorrow. ಐ ಆ್ಯಮ್ ಸಾರಿ ಐ ಕೆನಾಟ್ ಅಕ್ಸೆಪ್ಟ್ ಯುವರ್ ಇನ್ವಿಟೇಶನ್ ಬಿಕಾಸ್ ಐ ಆ್ಯಮ್ ಬಿಸಿ ಟುಮಾರೋ
ಭೋಜನಕ್ಕೆ ನಿಮ್ಮನ್ನು ಆಹ್ವಾನಿಸಲಾಗಿದೆ	You are invited to dinner. ಯು ಆರ್ ಇನ್ವೈಟೆಡ್ ಟು ಡಿನ್ನರ್
ದಯವಿಟ್ಟು ಒಳಗೆ ಬನ್ನಿ	Come in, please. ಕಮ್ ಇನ್ ಪ್ಲೀಸ್
ನೀವು ದಯವಿಟ್ಟು ಇಲ್ಲಿಗೆ ಬರುವಿರಾ?	Will you please come over here? ವಿಲ್ ಯು ಪ್ಲೀಸ್ ಕಮ್ ಓವರ್ ಹಿಯರ್
ತಂಪಾಗಿರುವುದು ಏನಾದರೂ ತೆಗೆದುಕೊಳ್ಳಿ	Please have something cold. ಪ್ಲೀಸ್ ಹ್ಯಾವ್ ಸಂಥಿಂಗ್ ಕೋಲ್ಡ್

ಭೋಜನಕೂಟಕ್ಕೆ ಆಹ್ವಾನಿಸಿದ್ದಕ್ಕಾಗಿ ಧನ್ಯವಾದ	Thanks for your invitation to dinner. ಥ್ಯಾಂಕ್ಸ್ ಫಾರ್ ಯುವರ್ ಇನ್ವಿಟೇಶನ್ ಟು ಡಿನ್ನರ್
ಕೃಪೆಯಿಟ್ಟು ಆಹ್ವಾನಿಸಿದ್ದಕ್ಕೆ ಬಹಳಷ್ಟು ಧನ್ಯವಾದಗಳು	Many thanks for your kind invitation. ಮೆನಿ ಥ್ಯಾಂಕ್ಸ್ ಫಾರ್ ಯುವರ್ ಕೈಂಡ್ ಇನ್ವಿಟೇಶನ್
ಕ್ಷಮಿಸಿ, ನಿಮ್ಮ ಆಹ್ವಾನವನ್ನು ಸ್ವೀಕರಿಸಲು ಆಗುವುದಿಲ್ಲ	I am sorry. I can't accept your invitation to dinner. ಐ ಆ್ಯಮ್ ಸಾರಿ. ಐ ಕೆನಾಟ್ ಅಕ್ಸೆಪ್ಟ್ ಯುವರ್ ಇನ್ವಿಟೇಶನ್ ಟು ಡಿನ್ನರ್
ಬಸ್ ನಲ್ಲಿ ಹೋಗೋಣ	Let's go by bus. ಲೆಟ್ಸ್ ಗೋ ಬೈ ಬಸ್
ನಿಮಗೆ ಹೃದಯಪೂರ್ವಕ ಸ್ವಾಗತ	You are cordially invited. ಯು ಆರ್ ಕಾರ್ಡಿಯಲಿ ಇನ್ವೈಟೆಡ್
ಬನ್ನಿ, ಕಾಫಿಗೆ ಹೋಗೋಣ	Come, let's go for coffee. ಕಮ್, ಲೆಟ್ಸ್ ಗೋ ಫಾರ್ ಕಾಫಿ
ಊಟಕ್ಕೆ ನಮ್ಮ ಜೊತೆ ಸೇರಲು ಇಷ್ಟವಿದೆಯಾ	Would you like to join us for lunch? ವುಡ್ ಯು ಲೈಕ್ ಟು ಜಾಯಿನ್ ಅಸ್ ಫಾರ್ ಲಂಚ್

ನೆನಪಿನಲ್ಲಿಡಿ

1. ಓದುಗರು ಆಮಂತ್ರಣಕ್ಕೆ ಸಂಬಂಧಿಸಿದ ಇಂಗ್ಲಿಷ್ ವಾಕ್ಯಗಳನ್ನು ಅರ್ಥಮಾಡಿಕೊಳ್ಳುವುದಲ್ಲದೆ, ಅದರ ಉಚ್ಚಾರಣೆಯನ್ನು ತಿಳಿದುಕೊಳ್ಳಬೇಕು.
2. ಯಾರಾದರೂ ಭೋಜನಕೂಟ/ಸಭೆ/ಸಮಾರಂಭ/ಮನೆಗೆ ಆಮಂತ್ರಿಸಿದರೆ ಧನ್ಯವಾದ ಹೇಳಬೇಕು. ಒಂದೊಮ್ಮೆ ಹೋಗಲು ಸಾಧ್ಯವಿಲ್ಲ ಎಂದಾದಲ್ಲಿ 'ಸಾರಿ' ಎನ್ನಬೇಕು. ಸೂಕ್ತ ಕಾರಣ ನೀಡಬೇಕು. 'ಇನ್ನೊಮ್ಮೆ ಬರೋಣ' ಎಂದು ಸೂಚಿಸಬೇಕು.
3. ಬರಿ Thanks ಎಂದು ಹೇಳಿದರೆ ಆಭಾಸವಾಗಲಿದೆ. ಆದ್ದರಿಂದ Thank you ಎಂದು ಹೇಳಬೇಕು.

ವಿವಿಧ ವಾಕ್ಯಗಳಯೆ
(MISCELLANEOUS SENTENCES)

ಈವರೆಗೆ ಅಭಿನಂದನೆ, ಶುಭಾಶಯ, ಶಿಷ್ಟಾಚಾರ, ಆದೇಶ, ಮನವಿ ಸೇರಿದಂತೆ ನಾನಾ ವಿಧದ ವಾಕ್ಯಗಳನ್ನು ಅಧ್ಯಯನ ಮಾಡಿದ್ದೀರಿ. ಉಳಿದಂತೆ ತಿಳಿದುಕೊಳ್ಳಬೇಕಾದ ನಾನಾ ವಿಧದ ವಾಕ್ಯಗಳನ್ನು ಈ ಅಧ್ಯಾಯದಲ್ಲಿ ಕೊಡಲಾಗಿದೆ.

ಅಷ್ಟೊಂದು ಅವಸರವೇಕೆ? What is the hurry? ಅಷ್ಟೊಂದು ಅವಸರವೇಕೆ?

★ ವಿವಿಧ ಪ್ರಕಾರದ ವಾಕ್ಯಗಳ ಕಲಿಕೆಯಿಂದ English speakingನಲ್ಲಿ ಪ್ರಾವೀಣ್ಯತೆಗಳಿಸುತ್ತೀರಿ.

ನಿಮಗೆ ನನ್ನ ಕುಟುಂಬದವರನ್ನು ಪರಿಚಯ ಮಾಡಿಕೊಡುತ್ತೇನೆ	Let me introduce you to my family. ಲೆಟ್ ಮಿ ಇಂಟ್ರಡ್ಯೂಸ್ ಯು ಟು ಮೈ ಫ್ಯಾಮಿಲಿ
ನನ್ನ ಪತ್ನಿ ಮಾಧುರಿ, ಮಕ್ಕಳಾದ ಸೌರಭ್ ಮತ್ತು	Please meet my wife Madhuri, my sons Saurabh
ಸಿದ್ಧಾಂತ್‌ನ್ನು ಭೇಟಿ ಮಾಡಿ	and Siddhant. ಪ್ಲೀಸ್ ಮೀಟ್ ಮೈ ವೈಫ್ ಮಾಧುರಿ, ಸನ್ಸ್ ಸೌರಬ್ ಆ್ಯಂಡ್ ಸಿದ್ಧಾಂತ್
ನಿಮ್ಮ ಮಕ್ಕಳು ಬಹಳ ಮುದ್ದಾಗಿದ್ದಾರೆ	You have lovely children. ಯು ಹ್ಯಾವ್ ಲವ್ಲೀ ಚಿಲ್ಡ್ರನ್
ನಿಮಗೇನು ಕೊಡಲಿ, ಟೀ ಅಥವಾ ಕಾಫಿ?	What would you like to have tea or coffee? ವಾಟ್ ವುಡ್ ಯು ಲೈಕ್ ಟು ಹ್ಯಾವ್, ಕಾಫಿ ಆರ್ ಟೀ?
ನಿಮಗೆ ಧನ್ಯವಾದ ಹೇಳಲು ನನಗೆ ಶಬ್ದಗಳೇ ಬರುತ್ತಿಲ್ಲ	I have no words to express my thanks to you. ಐ ಹ್ಯಾವ್ ನೋ ವರ್ಡ್ಸ್ ಟು ಎಕ್ಸ್ ಪ್ರೆಸ್ ಮೈ ಥ್ಯಾಂಕ್ಸ್ ಟು ಯು
ನಿಮ್ಮ ವೈವಾಹಿಕ ಜೀವನ ಸುಖಕರವಾಗಿರಲಿ	May your married life be happy! ಮೇ ಯುವರ್ ಮ್ಯಾರೀಡ್ ಲೈಫ್ ಬಿ ಹ್ಯಾಪಿ
ನನಗೆ ಹಸಿವಾಗಿದೆ	I am hungry. ಐ ಆ್ಯಮ್ ಹಂಗ್ರಿ
ನೀವು ಏನನ್ನು ತಿನ್ನಲು ಇಷ್ಟಪಡುವಿರಿ	What will you like to eat? ವಾಟ್ ವಿಲ್ ಯು ಲೈಕ್ ಟು ಈಟ್?
ಬೆಳಗಿನ ಉಪಹಾರವನ್ನು ಸಿದ್ಧಗೊಳಿಸು	Make the breakfast ready. ಮೇಕ್ ದಿ ಬ್ರೇಕ್‌ಫಾಸ್ಟ್ ರೆಡಿ
ನಿಮ್ಮ ಬಳಿ ಸಿಹಿ ತಿಂಡಿ ಏನಾದರೂ ಇದೆಯೇ	Have you got some sweets? ಹ್ಯಾವ್ ಯು ಗಾಟ್ ಸಮ್ ಸ್ವೀಟ್ಸ್
ದಯವಿಟ್ಟು ರುಚಿ ನೋಡಿ	Please taste it. ಪ್ಲೀಸ್ ಟೇಸ್ಟ್ ಇಟ್
ನೀನು ಏನನ್ನೂ ತಿನ್ನಲಿಲ್ಲ	You did not eat anything. ಯು ಡಿಡ್ ನಾಟ್ ಈಟ್ ಎನಿಥಿಂಗ್
ದಯವಿಟ್ಟು ಇನ್ನಷ್ಟು ತೆಗೆದುಕೊಳ್ಳಿ	Please have some more. ಪ್ಲೀಸ್ ಹ್ಯಾವ್ ಸಮ್ ಮೋರ್
ನನಗೆ ತಾಜಾ ಆದ ಬೆಣ್ಣೆಯನ್ನು ಕೊಡಿ	Please give me some fresh butter. ಪ್ಲೀಸ್ ಗೀವ್ ಮಿ ಸಮ್ ಫ್ರೆಶ್ ಬಟರ್

ನನಗೆ ಇನ್ನೊಂದಿಷ್ಟು ಕೊಡಿ	Give me a little more. ಗೀವ್ ಮಿ ಎ ಲಿಟ್ಲ್ ಮೋರ್
ನೀವು ಸಸ್ಯಾಹಾರಿಯೇ?	Are you vegetarian? ಆರ್ ಯು ವೆಜಿಟೇರಿಯನ್
ನಾನು ಇಂದು ಹೊರಗಡೆ ಊಟ ಮಾಡುತ್ತೇನೆ	I will dine out today. ಐ ವಿಲ್ ಡೈನ್ ಔಟ್ ಟುಡೇ
ನನಗೆ ಸಿಹಿ ಇಷ್ಟವಿಲ್ಲ	I don't like sweets. ಐ ಡೋಂಟ್ ಲೈಕ್ ಸ್ವೀಟ್ಸ್
ಊಟದ ಬಳಿಕ ಯಾವ ಸಿಹಿ ತಿಂಡಿ ಇದೆ	What sweet dish is there after dinner? ವಾಟ್ ಸ್ವೀಟ್ ಡಿಶ್ ಈಸ್ ದೇರ್ ಆಫ್ಟರ್ ಡಿನ್ನರ್?
ನನ್ನ ದಾಹ ಇನ್ನೂ ತೀರಿಲ್ಲ	I am still thirsty. ಐ ಆ್ಯಮ್ ಸ್ಟಿಲ್ ಥರ್ಸ್ಟಿ
ಅವನ ಪಾರ್ಟಿಯಲ್ಲಿ ನಾನಾ ವಿಧದ ತಿನಿಸುಗಳು ಇದ್ದವು	There were a variety of eatables in his party. ದೇರ್ ವರ್ ಎ ವೆರೈಟಿ ಆಫ್ ಈಟಬಲ್ಸ್ ಇನ್ ಹಿಸ್ ಪಾರ್ಟಿ
ಅವನು ನನ್ನನ್ನು ಊಟಕ್ಕೆ ಕರೆದಿದ್ದಾನೆ	He has invited me for lunch ಹಿ ಹ್ಯಾಸ್ ಇನ್ವೈಟೆಡ್ ಮಿ ಫಾರ್ ಲಂಚ್
ನೂಪುರ್ ಉತ್ತಮ ಪತ್ನಿ	Nupur is a good wife. ನೂಪುರ್ ಈಸ್ ಎ ಗುಡ್ ವೈಫ್
ಅವಳು ರುಚಿಕರ ಅಡುಗೆ ಮಾಡುತ್ತಾಳೆ	She makes tasty food. ಶಿ ಮೇಕ್ಸ್ ಟೇಸ್ಟಿ ಫುಡ್
ದಯವಿಟ್ಟು ತಟ್ಟೆಯನ್ನು ಬದಲಿಸಿಕೊಳ್ಳಿ	Please change the plate. ಪ್ಲೀಸ್ ಚೇಂಜ್ ದ ಪ್ಲೇಟ್
ನನಗೆ ಸ್ವಲ್ಪ ಸೂಪ್ ಕೊಡಿ	Give me a little soup. ಗೀವ್ ಮಿ ಎ ಲಿಟ್ಲ್ ಸೂಪ್
ಶಾಹಿ ಪನ್ನೀರ್ ನನ್ನ ಇಷ್ಟದ ತಿನಿಸು	*Shahi paneer* is my favourite dish. ಶಾಹಿ ಪನ್ನೀರ್ ಈಸ್ ಮೈ ಫೇವರಿಟ್ ಡಿಶ್
ಖಾಲಿ ಹೊಟ್ಟೆಯಲ್ಲಿ ನೀರು ಕುಡಿಯಬೇಡ	Don't drink water on an empty stomach. ಡೋಂಟ್ ಡ್ರಿಂಕ್ ವಾಟರ್ ಆನ್ ಆ್ಯನ್ ಎಂಪ್ಟಿ ಸ್ಟಮಕ್

ನೆನಪಿನಲ್ಲಿಡಿ

ಈ ವಾಕ್ಯಗಳಲ್ಲಿ ನಮ್ರತೆ, ಕ್ರೋಧ ಸೇರಿದಂತೆ ಇನ್ನಿತರ ಭಾವಗಳಿದ್ದು, ಅವುಗಳ ಬಗ್ಗೆ ಗಮನ ನೀಡಬೇಕಿದೆ. ಶಬ್ದಗಳ ಅಂತ್ಯದಲ್ಲಿ, ant ಬಂದರೆ Noun (ನಾಮಪದ) ಅಥವಾ Adjective (ವಿಶೇಷಣ) ಆಗಲಿದೆ. ಆದರೆ, ant ನಿಂದ ಕೊನೆಗೊಳ್ಳುವ ಕೆಲವು ಪದಗಳು ನಾಮಪದ ಆಗಿರಲಿವೆ. ಉದಾ: Applicant. ent ಯಿಂದ ಅಂತ್ಯಗೊಳ್ಳುವ ಶಬ್ದಗಳು ಕೂಡ ನಾಮಪದ ಅಥವಾ Adjective (ವಿಶೇಷಣ) ಆಗಲಿದೆ. ಉದಾ: ascent, violent ಇತ್ಯಾದಿ.

ಸಯೆಲಲಿಷಿ ಸಶಭಾಷಣಲಗಲ ಮಾಗ್ವದಶಿ್ವ
(TIPS FOR CONVERSATION)

ಯಾರು ವಾಗ್ಮಿಯೋ ಅವರು ಯಾರ ಜೊತೆಯಲ್ಲಾದರೂ, ಯಾವ ವಿಷಯದಲ್ಲಾದರೂ ಅದರ ಬಗ್ಗೆಯಾದರೂ ಮಾತನಾಡಲು ಶಕ್ತರಿರುತ್ತಾರೆ. ಇದು ನಿರಂತರ ಅಭ್ಯಾಸ ಮತ್ತು ಪ್ರಯತ್ನದಿಂದ ಆಗುವಂಥದ್ದು. ಬೇರೆಯವರಿಗೂ ಇದು ಸಾಧ್ಯವಿದೆ. ಯಶಸ್ಸಿಗೆ ಇರುವ ಹಲವು ಮಾರ್ಗಗಳಲ್ಲಿ ಕುಶಲ ಸಂಭಾಷಣೆಯ ಸಾಮರ್ಥ್ಯವೂ ಒಂದು. ಸಂವಾದವನ್ನು ಆಗು ಮಾಡುವ ಬಗ್ಗೆ ಹಲವು ಸೂತ್ರಗಳನ್ನು ಈ ಭಾಗದಲ್ಲಿ ನೀಡಲಾಗಿದೆ.

ಮಾತು ಪಾಂಡಿತ್ಯದ ಪ್ರದರ್ಶನ ಆಗಬೇಕೆಂದಿಲ್ಲ. ಅನೌಪಚಾರಿಕವೂ ಆಗಿರಬಹುದು. ಆದರೆ ಸಹಜವಾಗಿರಬೇಕು. ಹೊಸಬರ ಜೊತೆ ಮಾತನ್ನಾಡುವಾಗ ಪ್ರಸನ್ನಚಿತ್ತರಾಗಿರಬೇಕು ಹಾಗೂ ಎದುರಿನವರ ಅಭಿಪ್ರಾಯವನ್ನು ಆಲಿಸಬೇಕು. ಬರಿದೇ ನಮ್ಮ ಅಭಿಪ್ರಾಯವನ್ನು ಬಿತ್ತರಿಸುತ್ತಾ ಹೋಗಬಾರದು. ವಿಷಯದ/ ಅಭಿಪ್ರಾಯದ ಹೇರಿಕೆ ಸರಿಯಲ್ಲ. ಬೇರೆಯವರ ಅಭಿಪ್ರಾಯವನ್ನು ಆಲಿಸಬೇಕು ಹಾಗೂ ಅವರ ಅನಿಸಿಕೆಗೆ ಗೌರವ ಕೊಡಬೇಕು. ಇದರಿಂದ ಸದಭಿಪ್ರಾಯ ಬೆಳೆಯುತ್ತದೆ. ಸೆಮಿನಾರ್ ಇಲ್ಲವೇ ಸಭೆಗಳಲ್ಲಿ, ಬೌದ್ಧಿಕ ಸಂವಾದ ನಡೆಸಬೇಕಾಗುತ್ತದೆ. ಇದಕ್ಕೆ ಸೂಕ್ತ ಓದು ಅಗತ್ಯ. ಗೆಳೆಯರ ಜೊತೆ ಮಾತನ್ನಾಡುವಾಗ ತಮಾಷೆ, ಟೀಕೆ, ವ್ಯಂಗ್ಯ, ಕಾಲೆಳೆಯುವುದು ಇದೆಲ್ಲಾ ಇರುತ್ತದೆ. ಇದು ಬೇರೆ ರೀತಿಯ ಮಾತುಕತೆ.

ಕಲಿಕೆಯ ಇಚ್ಛೆಯನ್ನು ಜಾಗೃತಗೊಳಿಸಿ ಹಾಗೂ ಪರಿಣತರಾಗಿ. ಪ್ರಗತಿ ಎಂದರೆ ಹೊಸ ವಿಷಯದ ಕಲಿಕೆ ಹಾಗೂ ಮುನ್ನಡೆಯುವಿಕೆ. ಕಲಿಕೆ ಎಂಬುದು ನಿರಂತರ ಪ್ರಕ್ರಿಯೆ. ಕಲಿಯುತ್ತಲೇ ಇರಬೇಕಾಗುತ್ತದೆ. ಆಸಕ್ತಿ ಇರಬೇಕು ಮತ್ತು ಬೇರೆಯವರಿಗೂ ಕಲಿಸಲು ಆಸಕ್ತಿ ಹೊಂದಿರಬೇಕಾಗುತ್ತದೆ. ಆಲಿಸುವಿಕೆ ಕಲಿಕೆಯ ಪ್ರಮುಖ ಅಂಗ. ಕಣ್ಣಿಗೆ ಕಣ್ಣು ಜೋಡಿಸಿ ಬೇರೆಯವರ ಮಾತನ್ನು ಸಾವಧಾನಪೂರ್ವಕ ಕೇಳಿಸಿಕೊಳ್ಳಬೇಕಾಗುತ್ತದೆ.

ಒಂದು ವೇಳೆ ನೀವು ಮನಬಿಚ್ಚಿ ಮಾತನ್ನಾಡಲು ಇಚ್ಛಿಸಿದಲ್ಲಿ, ಬೇರೆಯವರನ್ನು ಮಾತನ್ನಾಡಲು ಪ್ರೋತ್ಸಾಹಿಸಿ. ಇದರಿಂದ ಅವರು ಉತ್ತೇಜಿತರಾಗುತ್ತಾರೆ. ನಿಮ್ಮ ಹಿಂಜರಿತ ಕ್ರಮೇಣ ಕಡಿಮೆಯಾಗುತ್ತದೆ.

ಸಂಭಾಷಣೆಗೆ ಕೆಲವು ಟಿಪ್ಸ್: ಮಾತು ಆಡಲು ಮತ್ತು ಆಲಿಸಲು ಸೂಕ್ತ ವಾತಾವರಣ ನಿರ್ಮಿಸಬೇಕಾಗುತ್ತದೆ. ಒಂದು ವೇಳೆ ಮಾತುಕತೆ ಇಬ್ಬರಿಗೂ ಅರುಚಿಕರ ಎನಿಸಿದರೆ, ಮಾತಿನ ಮುಂದುವರಿಕೆ ಸಾಧ್ಯವಿಲ್ಲ, ಆಸಕ್ತಿ ಕುಂದುತ್ತದೆ, ಸಂವಾದ ಸ್ಥಗಿತಗೊಳ್ಳುತ್ತದೆ.

ಮಾತು ಆಡಲು ಸಾಧ್ಯವಾಗದಿರುವುದಕ್ಕೆ ಹಲವು ಕಾರಣಗಳಿವೆ. ವೇದಿಕೆ ಹತ್ತುವಾಗಲೇ ಹಿಂಜರಿಕೆ ಉಂಟಾದಲ್ಲಿ ಮಾತು ಆಡಲು ಸಾಧ್ಯವಿಲ್ಲ. ಜೊತೆಗೆ ಹೇಳಬೇಕೆನ್ನಿಸಿದ್ದು, ಮರೆತುಹೋಗುವ ಸಾಧ್ಯತೆ ಇದೆ. ಇಂತಹ ಸಮಯದಲ್ಲಿ ದೀರ್ಘ ಶ್ವಾಸ ತೆಗೆದುಕೊಳ್ಳಿ, ಏನು ಹೇಳಬೇಕಿತ್ತು ಎಂಬುದನ್ನು ನೆನಪಿಗೆ ತಂದುಕೊಳ್ಳಿ, ಬಳಿಕ ಧೃತಿಗೆಡದೆ ಮಾತು ಮುಂದುವರಿಸಿ. ಯಾರಾದರೂ ಅಸಂಬದ್ಧ ಮಾತು ಆಡಿದಲ್ಲಿ, ಇಲ್ಲವೇ ನಿಮಗೆ ಮಾತನ್ನಾಡಲು ಬಿಡದಿದ್ದಲ್ಲಿ ಅಲ್ಲಿಂದ ವಿನಯಪೂರ್ವಕವಾಗಿ ನಿರ್ಗಮಿಸಿ.

ಮಾತನ್ನು ದೃಢವಾಗಿ ಆಡಿ. ಆದರೆ ಅಡೆತಡೆಯಿಲ್ಲದೇ ಆಡುವುದು ಕೂಡದು. ಗಳಗಳ ಎಂದು ಮಾತನ್ನಾಡುವುದರಿಂದ ಕೇಳುಗರು ಆಸಕ್ತಿ ಕಳೆದುಕೊಳ್ಳುತ್ತಾರೆ. ಹೇಳಿದ್ದನ್ನೇ ಹೇಳುತ್ತಾನೆ, ಬೇರೆಯವರಿಗೆ ಅವಕಾಶ ಕೊಡುವುದಿಲ್ಲ ಎನ್ನುವ ಅಭಿಪ್ರಾಯ ಬೆಳೆಸಿಕೊಳ್ಳುತ್ತಾರೆ. ಒಂದು ಪ್ರಶ್ನೆ ಕೇಳಿಕೊಳ್ಳಿ. ಮುಂದಿರುವವನಿಗೂ ಅವನದ್ದೇ ಆದ ಅಭಿಪ್ರಾಯಗಳಿದ್ದು, ಅದನ್ನೇ ಹೇಳಿಕೊಳ್ಳಲು ಅವಕಾಶ ಕೊಡಬೇಕಲ್ಲವೇ? ನಿಮ್ಮ ಮಾತನ್ನು ಮುಂದಿನವ ಆಲಿಸುತ್ತಿದ್ದಾನೆಯೇ ಎಂಬುದನ್ನು ಗ್ರಹಿಸಿ. ಮಾತು ಮುಗಿದ ಬಳಿಕ ಶ್ರೋತೃವಿನ ಅಭಿಪ್ರಾಯಕ್ಕಾಗಿ ಆತನ ಮುಖ ನೋಡಿ. ಎದುರಿನವ ಅತ್ತ ಕಡೆ, ಇತ್ತ ಕಡೆ ನೋಡುತ್ತಾ 'ಹಾ, ಹೂ' ಎನ್ನುತ್ತಿದ್ದರೇ ಇಲ್ಲವೇ ಪ್ರತಿಕ್ರಿಯೆ ನೀಡದಿದ್ದಲ್ಲಿ, ನಿಮ್ಮ ಮಾತನ್ನು ಆತ ಆಲಿಸುತ್ತಿಲ್ಲ ಎನ್ನಬೇಕಾಗುತ್ತದೆ.

ಉತ್ತಮ ಮಾತುಕತೆಗೆ ನಮ್ಮ ಬಳಿ ಸಾಕಷ್ಟು ಸರಕು ಇರಬೇಕು. ಜ್ಞಾನದ ಅಗತ್ಯವಿದೆ. ವಿಷಯದ ಅರಿವು ಹೆಚ್ಚಿದಷ್ಟೂ, ಮಾತಿನ ತೂಕ ಹೆಚ್ಚುತ್ತದೆ. ವಿಷಯ ವೈವಿಧ್ಯ ಹೆಚ್ಚಿದಂತೆ, ನಿಮ್ಮ ಮಾತನ್ನು ಗಂಭೀರವಾಗಿ ಆಲಿಸುತ್ತಾರೆ. ಇವನು ಖಾಲಿ ಕೊಡವಲ್ಲ, ತಿಳಿದುಕೊಂಡಿದ್ದಾನೆ ಎಂದು ಗೌರವಿಸುತ್ತಾರೆ. ಸದಾ ಕಾಲ ನಮ್ಮದೇ ಕಥೆ ಹೇಳುತ್ತಿದ್ದರೆ, ಯಾರೂ ಕೇಳಿಸಿಕೊಳ್ಳುವುದಿಲ್ಲ. ಎಲ್ಲರೂ ಅವರದ್ದೇ ಆದ ಅಭಿಪ್ರಾಯ ಹೊಂದಿರುತ್ತಾರೆ ಹಾಗೂ ಅದನ್ನು ವ್ಯಕ್ತಪಡಿಸಲು ಬಯಸುತ್ತಾರೆ. ಬೇರೆಯವರ ಮಾತು ಕೇಳಿಸಿಕೊಳ್ಳುವ ತಾಳ್ಮೆ ಕಡಿಮೆ.

ಕ್ರೀಡೆ, ರಾಜಕೀಯ, ಸಂಗೀತ ಸೇರಿದಂತೆ ಎಲ್ಲಾ ಕ್ಷೇತ್ರಗಳ ಸಾಮಾನ್ಯ ಅರಿವು ಹಾಗೂ ನಿರ್ದಿಷ್ಟ ಕ್ಷೇತ್ರದಲ್ಲಿ ಹೆಚ್ಚು ಪರಿಣತಿ ಇದ್ದಲ್ಲಿ ಒಳಿತು. ವಿಜ್ಞಾನ, ತಂತ್ರಜ್ಞಾನ ಕ್ಷೇತ್ರ ಪ್ರತಿದಿನ ವಿಸ್ತರಿಸುತ್ತಿದೆ. ಈ ಕ್ಷೇತ್ರದ ಅರಿವು ತೀವ್ರ ಅಗತ್ಯ. ಇಂತಹ ಜ್ಞಾನವಿದ್ದಲ್ಲಿ ಮಾತ್ರ ಸಂವಾದ ಅರ್ಥಪೂರ್ಣವಾಗಲಿದೆ. ಇಲ್ಲವಾದಲ್ಲಿ ಒಣಹರಟೆ ಅಷ್ಟೇ ಆಗಿರಲಿದೆ.

ನಗು ನಗುತ್ತಾ ಮಾತನಾಡುವುದರಿಂದ ಖುಷಿಯಾಗಿರಬಹುದು. ಡೋಂಗಿ ಮಾತು, ಕೃತ್ರಿಮ ನಗೆ ಬೇಡ. ಸಂವಾದಕ್ಕೆ ಮುನ್ನ ವ್ಯಕ್ತಿ ಅಪರಿಚಿತನಾಗಿದ್ದಲ್ಲಿ ನಿಮ್ಮನ್ನು ಪರಿಚಯಿಸಿಕೊಳ್ಳಿ. ಇದು ಅವಶ್ಯ ಹಾಗೂ ಶಿಷ್ಟಾಚಾರ. ಕೈ ಕುಲುಕಿ, ಮುಗುಳ್ನಗೆ ಮೂಡಲಿ. ಇದು ಎದುರಿನ ವ್ಯಕ್ತಿ ಮೇಲೆ ಪರಿಣಾಮ ಬೀರಲಿದೆ. ಒಂದು ವೇಳೆ ಪ್ರತಿಕ್ರಿಯೆ ಸೂಕ್ತವಾಗಿರದೇ ಇದ್ದಲ್ಲಿ, ಬೇಸರಿಸುವ ಅಗತ್ಯವಿಲ್ಲ. ಆ ವ್ಯಕ್ತಿ ಬೇರೆ ವಿಷಯದ ಬಗ್ಗೆ ಯೋಚಿಸುತ್ತಿರಬಹುದು ಇಲ್ಲವೇ ಬೇರೆ ಸಮಸ್ಯೆಯಲ್ಲಿ ಸಿಲುಕಿರಬಹುದು. ವ್ಯವಹಾರದಲ್ಲಿ ನಿರಂತರ ಪ್ರಯತ್ನ ಅಗತ್ಯ. ನೆಟ್ಟ ಬೀಜ ಒಂದೇ ದಿನದಲ್ಲಿ ಮರವಾಗಿ ಹಣ್ಣು ಬಿಡುವುದಿಲ್ಲ. ಪಾಲನೆ, ಪೋಷಣೆ ಮಾಡಬೇಕು. ತಾಳ್ಮೆಯಿಂದ ಕಾಯಬೇಕು.

ಮನೆಮಂದಿ ಸ್ನೇಹಿತರ ಜೊತೆ ಯಾವುದೇ ಹಿಂಜರಿಕೆ ಇಲ್ಲದೇ ಸಂವಾದ ನಡೆಸಬಹುದು.. ಅವರು ನಿಮ್ಮ ತಪ್ಪು ಮನ್ನಿಸುತ್ತಾರೆ, ತಿದ್ದಲೂ ಬಹುದು. ಹಿಂದೆ ನಗುವುದಿಲ್ಲ, ಟೀಕಿಸುವುದಿಲ್ಲ, ಪ್ರೋತ್ಸಾಹಿಸುತ್ತಾರೆ. ಇದರಿಂದ ಆತ್ಮವಿಶ್ವಾಸ ಬೆಳೆಯುತ್ತದೆ.

★ ಸಂವಾದದ ನಡುವೆ ಅತ್ತಿಂದಿತ್ತ ಗಮನ ಬೇಡ. ಎದುರಿನವರಿಗೆ ಮಾತು ಮುಗಿಸಲು ಅವಕಾಶ ನೀಡಿ.

★ ಎದುರಿನವರ ಅಭಿಪ್ರಾಯವನ್ನು ನೀವು ಒಪ್ಪದೇ ಇರಬಹುದು. ಆದರೆ ಆತನ ಮಾತು ಆಲಿಸಿ.

★ ಪ್ರತಿಯೊಬ್ಬರೂ ಅವರದ್ದೇ ಆದ ಅಭಿಪ್ರಾಯ ಹೊಂದುವ ಅಧಿಕಾರ ಹೊಂದಿರುತ್ತಾರೆ.

★ ರಾಜಕೀಯ, ಧರ್ಮ ಮತ್ತು ಸೆಕ್ಸ್ ಗೆ ಸಂಬಂಧಿಸಿದಂತೆ ಅನಗತ್ಯ ಮಾತು ಬೇಡ.

★ ರಾಜ್ಯ/ದೇಶ/ಅಂತಾರಾಷ್ಟ್ರೀಯ ಸಮಾಚಾರ ಹಾಗೂ ಪ್ರಚಲಿತ ವಿಷಯಗಳ ಬಗ್ಗೆ ಜ್ಞಾನ ಬೆಳೆಸಿಕೊಳ್ಳಿ.

ಉತ್ತಮ ಸಂವಾದ ಹೀಗಿರಬೇಕು

1. ಕೆಲವರ ಮಾತು ಕೇಳಿದರೆ ತಲೆ ಚಿಟ್ಟು ಹಿಡಿಯುತ್ತದೆ. ಆದರೆ, ಇನ್ನು ಕೆಲವರು ಎಲ್ಲರ ಗಮನ ಸೆಳೆದುಕೊಳ್ಳುತ್ತಾರೆ. ಆ ವೈಶಿಷ್ಟ್ಯವೇನು ಎಂಬುದನ್ನು ತಿಳಿದುಕೊಳ್ಳಬೇಕು
2. ಅಭಿಪ್ರಾಯಗಳನ್ನು ಹೇರಬೇಡಿ
3. ಎದುರಿನವರ ಆಸಕ್ತಿ ಏನು ಎಂದು ತಿಳಿದುಕೊಳ್ಳಲು ಪ್ರಯತ್ನಿಸಿ. ಬಳಿಕ ಅದಕ್ಕೆ ಅನುಗುಣವಾಗಿ ಮಾತನ್ನಾಡಿ.
4. ಮೆಚ್ಚಿಸುವ ಮಾತು ಬೇಡ. ಹೇಳಬೇಕಾದ್ದನ್ನು ಸೌಜನ್ಯದಿಂದ ಹೇಳಿ. ಮುಖಭಂಗವಾಗುವಂತೆ ಮಾತನ್ನಾಡಬಾರದು.
5. ವ್ಯಕ್ತಿ, ವಿಷಯದ ನೆನಪು ಬಾರದೇ ಹೋದಲ್ಲಿ ನೆನಪಿಸಿಕೊಳ್ಳಲು ಪ್ರಯತ್ನಿಸುತ್ತಾ ಎದುರಿನಲ್ಲಿರುವವರನ್ನು ಹೈರಾಣು ಮಾಡಬೇಡಿ. ಮಾತುಕತೆಯನ್ನು ಮುಕ್ತವಾಗಿರಿಸಿ.
6. ನಿರ್ದಿಷ್ಟ ವಿಷಯದ ಬಗ್ಗೆ ಮಾತನ್ನಾಡುವಾಗ ವಿಷಯಾಂತರ ಮಾಡಬೇಡಿ. ಎಲ್ಲರೂ ಸಮ್ಮತಿಸಿದರೆ ಮಾತ್ರ ವಿಷಯ ಬದಲಿಸಿ. ವ್ಯಾವಹಾರಿಕ ಮಾತುಕತೆ ವೇಳೆ ಬೇರೆ ಬೇರೆ ಸಣ್ಣ ಪುಟ್ಟ ವಿಷಯ ಬರುವುದಿದೆ.
7. ವಿಷಯವೊಂದರ ಚರ್ಚೆ ವೇಳೆ ಮಾತು ಉಚಾಯಿಸಿ, ಪರಿಸ್ಥಿತಿ ಗಂಭೀರಗೊಳ್ಳುವ ಸಾಧ್ಯತೆ ಇರುತ್ತದೆ. ಇದನ್ನು ಸೂಕ್ತವಾಗಿ ನಿರ್ವಹಿಸಬೇಕು. ಮಾತು ಘರ್ಷಣೆಗೆ ದಾರಿ ಮಾಡಿಕೊಡಬಾರದು. ಅಂತಹ ಸಂದರ್ಭದಲ್ಲಿ ವಿಷಯಾಂತರ ಮಾಡಿ.
8. ಮಾತಿನ ವೇಳೆ ಗುಂಪಿನಲ್ಲಿರುವ ಯಾರನ್ನೂ ಉಪೇಕ್ಷಿಸಬಾರದು. ಎಲ್ಲರಿಗೂ ಮಾತನ್ನಾಡುವ ಅವಕಾಶ ನೀಡಿ. ಯಾರನ್ನೂ ನಿರ್ಲಕ್ಷಿಸಬಾರದು.

9. ಸಂವಾದವನ್ನು ಯಾರಾದರೂ ಆರಂಭಿಸಬೇಕು. ಒಮ್ಮೆ ಹಿಂಜರಿಕೆ ಹೋಗಿ ಎಲ್ಲರೂ ಮಾತುಕತೆಯಲ್ಲಿ ಪಾಲ್ಗೊಳ್ಳಲು ಆರಂಭಿಸಿದ ಬಳಿಕ ಎಲ್ಲರಿಗೂ ಮಾತಿಗೆ ಅವಕಾಶ ನೀಡಿ. ಸಂವಾದದಲ್ಲಿ ಮುಖ್ಯವಾದ್ದು, ಆಲಿಸುವಿಕೆ. ಎದುರಿನವರ ಮಾತು ಆಲಿಸಬೇಕು. ಬದಲು ನೀಡುವ ಹಕ್ಕು ನಿಮಗಿದೆ. ಸೌಜನ್ಯದಿಂದಲೇ ಬದಲು ನೀಡಿ.

10. ಮಾತಿನ ನಡುವೆ ಮೌನಕ್ಕೂ ಮಹತ್ವವಿದೆ. ಮಾತನ್ನಾಡದೆಯೂ ಅಭಿಪ್ರಾಯ ವ್ಯಕ್ತಪಡಿಸಬಹುದು.

11. ಮಾತನ್ನಾಡಲು ಇಚ್ಛಿಸದವರ ಮೇಲೆ ಒತ್ತಡ ಹೇರಬೇಡಿ. ಮಾತು ಆಡುವ ಇಲ್ಲವೇ ಆಡದೇ ಇರುವ ಸ್ವಾತಂತ್ರ್ಯ ಇದೆ. ಒಂದು ವೇಳೆ ಮಾತನ್ನಾಡಲು ಮುಂದಾದರೆ, ಪ್ರೋತ್ಸಾಹ ನೀಡಿ.

12. ಮಾತುಕತೆ ವೇಳೆ ಚರ್ಚೆಯಾದ ಮಹತ್ವಪೂರ್ವ ಅಂಶಗಳನ್ನು ಗುರುತು ಮಾಡಿಕೊಳ್ಳಿ. ಬಳಿಕ ಈ ಬಗ್ಗೆ ಚರ್ಚೆ ನಡೆಸಬಹುದು.

13. ಕಥೆ ಕೇಳುವಿಕೆ- ಮಕ್ಕಳ ಜೊತೆ ಮಾತನ್ನಾಡುವಾಗ ವಿಷಯವನ್ನು ಮನದಟ್ಟು ಮಾಡಲು ಕಥೆಯ ರೂಪದಲ್ಲಿ ಹೇಳಿದಲ್ಲಿ ಬೇಗ ಅರ್ಥವಾಗಲಿದೆ.

14. ಸಂಭಾಷಣೆಯ ಮುಕ್ತಾಯ - ಸಂವಾದ ಅರ್ಥಪೂರ್ಣವಾಗಿರಬೇಕು. ಚರ್ಚೆ ಇನ್ನು ಸ್ಥಗಿತಗೊಳಿಸೋಣ ಎಂಬ ನಿರ್ಧಾರಕ್ಕೆ ಎಲ್ಲರೂ ಬಂದಲ್ಲಿ 'ನಿಮ್ಮನ್ನು ಭೇಟಿಯಾಗಿದ್ದು ಸಂತಸದ ವಿಷಯ. ಆಗಾಗ ಎಲ್ಲರಿಗೂ ಸೂಕ್ತವೆನಿಸಿದ ಸಮಯ, ಸ್ಥಳದಲ್ಲಿ ಬೇರೆ ಬೇರೆ ವಿಷಯಗಳ ಕುರಿತು ಚರ್ಚಿಸೋಣ.ಇಲ್ಲಿಗೆ ನಿಲ್ಲಿಸೋಣ ' ಎಂದು ಹೇಳಿ ಎಲ್ಲರಿಗೂ ಅಭಿವಂದನೆ ಸಲ್ಲಿಸಿ ಚರ್ಚೆಯನ್ನು ಅಂತ್ಯಗೊಳಿಸಿ.

ಬ್ಯಾಶಕ್‌ನಲ್ಲಿ
(IN THE BANK)

ಬ್ಯಾಂಕ್‌ನಲ್ಲಿ ಗ್ರಾಹಕರು ಹಣಕಾಸು ವ್ಯವಹಾರ ನಡೆಸುವುದು ಇಂದು ಅನಿವಾರ್ಯ. ಹಣ ವರ್ಗಾವಣೆ ನಗದು ಇರಿಸುವುದು ಇತ್ಯಾದಿ ವಹಿವಾಟು ನಡೆಸುವ ವೇಳೆ ನಡೆಯುವ ಮಾತುಕತೆ ಬಗ್ಗೆ ವಿವರ ಇಲ್ಲಿದೆ.

ಗ್ರಾಹಕ: ದಯವಿಟ್ಟು ಕ್ಷಮಿಸಿ, ನಿಮ್ಮ ಬ್ಯಾಂಕ್‌ನಲ್ಲಿ ಉಳಿತಾಯ ಖಾತೆ ತೆರೆಯಬೇಕಿದೆ.

Customer: Excuse me sir! I want ot open a saving bank account in this bank. ಎಕ್ಸ್‌ಕ್ಯೂಸ್ ಮಿ, ಐ ವಾಂಟ್ ಟು ಓಪನ್ ಎ ಸೇವಿಂಗ್ಸ್ ಬ್ಯಾಂಕ್ ಅಕೌಂಟ್ ಇನ್ ದಿಸ್ ಬ್ಯಾಂಕ್.

ಬ್ಯಾಂಕ್ ಅಧಿಕಾರಿ: ಧನ್ಯವಾದಗಳು ಸರ್, ನಾನು ನಿಮಗೊಂದು ಅರ್ಜಿಯನ್ನು ಕೊಡುತ್ತಿದ್ದೇನೆ.

Bank off: Thanks sir, I am giving you an application form. ಥ್ಯಾಂಕ್ಸ್ ಸರ್, ಐ ಆ್ಯಮ್ ಗೀವಿಂಗ್ ಯು ಆ್ಯನ್ ಅಪ್ಲಿಕೇಶನ್ ಫಾರಂ.

ಗ್ರಾಹಕ: ಸರ್, ಇದನ್ನು ಹೇಗೆ ಭರ್ತಿ ಮಾಡುವುದು?

Customer: Sir, how do I fill it? ಸರ್, ಹೌ ಡು ಐ ಫಿಲ್ ಇಟ್?

ಬ್ಯಾಂಕ್ ಅಧಿಕಾರಿ: ಅದನ್ನು ಎಚ್ಚರಿಕೆಯಿಂದ ಓದಿ ಹಾಗೂ ಬಳಿಕ ಸರಿಯಾಗಿ ಭರ್ತಿ ಮಾಡಿ

Bank off: Read it carefully and then fill up in correct manner. ರೀಡ್ ಇಟ್ ಕೇರ್‌ಫುಲಿ ಆ್ಯಂಡ್ ದೆನ್ ಫಿಲ್ ಅಪ್ ಇನ್ ಕರೆಕ್ಟ್ ಮ್ಯಾನರ್

ಗ್ರಾಹಕ: ಇದಕ್ಕೆ ಯಾವುದಾದರೂ ದಾಖಲೆಗಳನ್ನು ಸೇರಿಸಿಕೊಡಬೇಕೇ?

Customer: Are some doucment to be attached with this application? ಆರ್ ಸಮ್ ಡಾಕ್ಯುಮೆಂಟ್ಸ್ ಟು ಬಿ ಅಟ್ಯಾಚ್ಡ್ ವಿತ್ ದಿಸ್ ಅಪ್ಲಿಕೇಶನ್?

ಬ್ಯಾಂಕ್ ಅಧಿಕಾರಿ: ಅರ್ಜಿಯೊಂದಿಗೆ 1000 ರೂ. ಡಿಪಾಸಿಟ್ ಮಾಡಿ

Bank off: Make a deposit of rupees one thousand along with this application. ಮೇಕ್ ಎ ಡಿಪಾಸಿಟ್ ಆಫ್ 1000 ರುಪೀಸ್ ಅಲಾಂಗ್ ವಿತ್ ದಿಸ್ ಅಪ್ಲಿಕೇಶನ್

ಗ್ರಾಹಕ: ಇನ್ನೇನಾದರೂ ಬೇಕೇ ಸರ್?

Customer: Anything else, sir? ಎನಿಥಿಂಗ್ ಎಲ್ಸ್ ಸರ್?

ಬ್ಯಾಂಕ್ ಅಧಿಕಾರಿ : ಈಗಾಗಲೇ ಬ್ಯಾಂಕ್‌ನಲ್ಲಿ ಖಾತೆ ಹೊಂದಿರುವ ಗ್ರಾಹಕರೊಬ್ಬರು ಅರ್ಜಿಯನ್ನು ಪರಿಚಯಿಸಬೇಕು/ದೃಢೀಕರಿಸಬೇಕು

Bank off: This application form is required to be introduced/authenticated by a customer having account in this bank. ದಿಸ್ ಅಪ್ಲಿಕೇಶನ್ ಫಾರಂ ಈಸ್ ರಿಕ್ವೈರ್ಡ್ ಟು ಬಿ ಇಂಟ್ರಡ್ಯೂಸ್ಡ್ / ಅಥೆಂಟಿಕೇಟೆಡ್ ಬೈ ಎ ಕಸ್ಟಮರ್ ಹ್ಯಾವಿಂಗ್ ಅಕೌಂಟ್ ಇನ್ ದಿಸ್ ಬ್ಯಾಂಕ್.

ಗ್ರಾಹಕ: ಇದರರ್ಥವೇನು?	**Customer**: What does it mean? ವಾಟ್ ಡಸ್ ಇಟ್ ಮೀನ್?
ಬ್ಯಾಂಕ್ ಅಧಿಕಾರಿ: ಅವರು ಅರ್ಜಿಯಲ್ಲಿ ಸಹಿ ಹಾಕಿ. ದೃಢೀಕರಿಸಬೇಕು	**Bank off**: Nothing, he will just put his signature on it. ನಥಿಂಗ್, ಹಿ ವಿಲ್ ಜಸ್ಟ್ ಪುಟ್ ಹಿಸ್ ಸಿಗ್ನೇಚರ್ ಆನ್ ಇಟ್
ಗ್ರಾಹಕ: ಬಳಿಕ ನೀವು ಪಾಸ್ ಬುಕ್ ನೀಡುವಿರಾ?	**Customer**: Do you issue a pass book after this? ಡು ಯು ಇಶ್ಯೂ ಎ ಪಾಸ್ ಬುಕ್ ಆಫ್ಟರ್ ದಿಸ್?
ಬ್ಯಾಂಕ್ ಅಧಿಕಾರಿ: ಹೌದು ಖಂಡಿತ	**Bank off**: Yes, sure. ಯೆಸ್, ಶ್ಯೂರ್
ಗ್ರಾಹಕ: ಮೇಲ್ ವರ್ಗಾವಣೆ ಉಪಯುಕ್ತವೇ?	**Customer**: How is mail transfer beneficial? ಈಸ್ ಮೇಲ್ ಟ್ರಾನ್ಸ್ ಫರ್ ಬೆನಿಫಿಶಿಯಲ್?
ಬ್ಯಾಂಕ್ ಅಧಿಕಾರಿ: ಅದು ಡಿಡಿಗಿಂತ ಸುಲಭ. ನಗದು ಡಿಪಾಸಿಟ್ ಮಾಡಿದರೆ ನಿಮ್ಮ ಖಾತೆಗೆ ಜಮೆ ಆಗುತ್ತದೆ	**Bank off**: It is simpler than a DD. If you deposit any cash it gets credited directly in to yout account. ಇಟ್ ಈಸ್ ಸಿಂಪ್ಲರ್ ದ್ಯಾನ್ ಡಿಡಿ. ಇಫ್ ಯು ಡಿಪಾಸಿಟ್ ಎನಿ ಕ್ಯಾಶ್, ಇಟ್ ಗೆಟ್ಸ್ ಕ್ರೆಡಿಟೆಡ್ ಡೈರೆಕ್ಟ್ಲೀ ಇನ್ ಟು ಯುವರ್ ಅಕೌಂಟ್
ಗ್ರಾಹಕ: ನಾನು ಆಸ್ತಿಯೊಂದನ್ನು ಖರೀದಿ ಮಾಡಬೇಕೆಂದಿದ್ದೇನೆ. ಬ್ಯಾಂಕ್ ಸಾಲ ನೀಡುವುದೇ?	**Customer**: I want ot purchase a property. Does your bank extends loan facility? ಐ ವಾಂಟ್ ಟು ಪರ್ಚೇಸ್ ಎ ಪ್ರಾಪರ್ಟಿ. ಡಸ್ ಯುವರ್ ಬ್ಯಾಂಕ್ ಎಕ್ಸ್ ಟೆಂಡ್ ಲೋನ್ ಫೆಸಿಲಿಟಿ?
ಬ್ಯಾಂಕ್ ಅಧಿಕಾರಿ: ಈ ಅರ್ಜಿ ಭರ್ತಿ ಮಾಡಿಕೊಡಿ, ಸಾಲ ನೀಡಬಹುದು.	**Bank off**: Fill this form. Loan will be extended. ಫಿಲ್ ದಿಸ್ ಫಾರಂ, ಲೋನ್ ವಿಲ್ ಬಿ ಎಕ್ಸ್ ಟೆಂಡೆಡ್.
ಗ್ರಾಹಕ: ಒಡವೆಗಳನ್ನು ಇರಿಸಲು ಲಾಕರ್ ಸೌಲಭ್ಯ ಇದೆಯೇ?	**Customer**: Do you have locker facility for safe-keeping of jewellery? ಡು ಯು ಹ್ಯಾವ್ ಲಾಕರ್ ಫೆಸಿಲಿಟಿ ಫಾರ್ ಸೇಫ್ ಕೀಪಿಂಗ್ ಆಫ್ ಜ್ಯುವೆಲ್ಲರಿ
ಬ್ಯಾಂಕ್ ಅಧಿಕಾರಿ: ಹೌದು, ಒಡವೆಗಳನ್ನು ಇರಿಸಲು ಲಾಕರ್ ಸೌಲಭ್ಯವಿದೆ	**Bank off**: Yes, we provide the locker facility in our bank. ಯೆಸ್. ವಿ ಪ್ರೊವೈಡ್ ದಿ ಲಾಕರ್ ಫೆಸಿಲಿಟಿ ಇನ್ ಅವರ್ ಬ್ಯಾಂಕ್

ಬಕಲ್ಕ ಅಶಿಗಗಿಯಯೆಲ್ಲಿ
(AT CLOTH SHOP)

ಹಬ್ಬ ಹರಿದಿನಗಳಲ್ಲದೆ ಬೇರೆ ಬೇರೆ ಸಭೆ-ಸಮಾರಂಭಗಳಿಗೂ ವಸ್ತ್ರ ಖರೀದಿಸಬೇಕಾಗುತ್ತದೆ. ಬಟ್ಟೆ ಅಂಗಡಿಯೊಂದರಲ್ಲಿ ಗ್ರಾಹಕ ಮತ್ತು ಮಾಲೀಕನ ನಡುವೆ ನಡೆದ ಸಂವಾದ.

ಅಂಗಡಿ ಮಾಲೀಕ : ಬನ್ನಿ, ದಯವಿಟ್ಟು ಕುಳಿತುಕೊಳ್ಳಿ. ನಿಮಗೇನು ಬೇಕು?

Shopkeeper: Come in, come in please be seated. What do you want? ಕಮ್ ಸರ್. ಪ್ಲೀಸ್ ಬಿ ಸೀಟೆಡ್. ವಾಟ್ ಡು ಯು ವಾಂಟ್?

: ನೀವು ಏನು ನೋಡಲು ಇಚ್ಛಿಸುತ್ತೀರಿ?

What would you like to see? ವಾಟ್ ವುಡ್ ಯು ಲೈಕ್ ಟು ಸೀ.

ಗ್ರಾಹಕ: ನನಗೆ ಸೀರೆಗಳನ್ನು ತೋರಿಸಿ.

Customer: Show me sarees. ಶೋ ಮಿ ಸ್ಯಾರೀಸ್

ಅಂಗಡಿ ಮಾಲೀಕ: ಯಾವ ಬೆಲೆಯದು ಬೇಕು?

Shopkeeper: What's the price range? ವಾಟ್ಸ್ ದ ಪ್ರೈಸ್ ರೇಂಜ್?

ಗ್ರಾಹಕ : ಕಡಿಮೆ ಬೆಲೆಯದು. ನಿಮ್ಮಲ್ಲಿ ರೇಷ್ಮೆ ಸೀರೆಗಳು ಇವೆಯೇ?

Customer: Something cheaper. Do you have silk sarees also? ಸಂಥಿಂಗ್ ಚೀಪರ್. ಡು ಯು ಹ್ಯಾವ್ ಸಿಲ್ಕ್ ಸ್ಯಾರೀಸ್ ಆಲ್ಸೋ?

ಅಂಗಡಿ ಮಾಲೀಕ: ಇವೆ. ಆದರೆ, ಅವು ದುಬಾರಿ.

Shopkeeper: I have, but they are quite expensive? ಐ ಹ್ಯಾವ್. ಬಟ್ ದೆ ಆರ್ ಎಕ್ಸ್‌ಪೆನ್ಸಿವ್.

ಗ್ರಾಹಕ: ನೀವು ಈ ಸೀರೆಗಳನ್ನು ಎಲ್ಲಿಂದ ಖರೀದಿಸುತ್ತೀರಿ?

Customer: Where from do you buy these sarees? ವೇರ್ ಫ್ರಂ ಡು ಯು ಬೈ ದೀಸ್ ಸ್ಯಾರೀಸ್.

ಅಂಗಡಿ ಮಾಲೀಕ: ಬೇರೆ ಬೇರೆ ರಾಜ್ಯಗಳಿಂದ.

Shopkeeper: From different states. ಫ್ರಂ ಡಿಫರೆಂಟ್ ಸ್ಟೇಟ್ಸ್

ಗ್ರಾಹಕ: ಈ ಸೀರೆಯ ಬೆಲೆ ಎಷ್ಟು? ನನಗ ಅದು ಇಷ್ಟವಾಗಲಿಲ್ಲ.

Customer: What's the price of this saree? I don't like that one. ವಾಟ್ಸ್ ದ ಪ್ರೈಸ್ ಆಫ್ ದಿಸ್ ಸ್ಯಾರಿ?.ಐ ಡೋಂಟ್ ಲೈಕ್ ದಟ್ ಒನ್

ಅಂಗಡಿ ಮಾಲೀಕ : ನಿಮಗೆ ಇಷ್ಟವಾಗದಿದ್ದರೆ ಬೇರೆಯದನ್ನು ತೋರಿಸುತ್ತೇನೆ.

Shopkeeper: If you don't like thise one, I will show another. ಇಫ್ ಯು ಡೋಂಟ್ ಲೈಕ್ ದಿಸ್ ಒನ್, ಐ ವಿಲ್ ಶೋ ಯು ಅನದರ್.

ಗ್ರಾಹಕ: ಇವು ಬೇಡ. ದಿನನಿತ್ಯದ ಬಳಕೆಗೆ ಆಗುವಂಥದ್ದನ್ನು ತೋರಿಸಿ. ಸೀರೆಗಳು ಎಷ್ಟು ಉದ್ದ ಇವೆ?

Customer: Not these but show me something for daily use. What's the length of saree? ನಾಟ್ ದೀಸ್ ಬಟ್ ಶೋ ಮಿ ಸಂಥಿಂಗ್ ಫಾರ್ ಡೈಲಿ ಯೂಸ್. ವಾಟ್ಸ್ ದ ಲೆಂತ್ ಆಫ್ ದ ಸ್ಯಾರಿ?

ಅಂಗಡಿ ಮಾಲೀಕ: ಎಲ್ಲ ಸೀರೆಗಳು 6 ಮೀ. ಉದ್ದ ಇವೆ.	**Shopkeeper**: Each saree is 6 metres long. ಈಚ್ ಸ್ಯಾರಿ ಈಸ್ 6 ಮೀಟರ್ಸ್ ಲಾಂಗ್.
ಗ್ರಾಹಕ : ನನಗೆ ಒಂದು ತುಂಡು ಬಟ್ಟೆ ಬೇಕಿದೆ.	**Customer**: I want a piece of cloth. ಐ ವಾಂಟ್ ಎ ಪೀಸ್ ಆಫ್ ಕ್ಲೋತ್.
: ಆದರೆ, ನನಗೆ ಬೇಕಾದ ಅಳತೆಯದ್ದನ್ನು ಕೊಡು.	But give me in proper size. ಬಟ್ ಗೀವ್ ಮಿ ಇನ್ ಪ್ರಾಪರ್ ಸೈಜ್.
: ಇಲ್ಲಿರುವ ಎಲ್ಲ ವಸ್ತ್ರವನ್ನೂ ಖರೀದಿಸುವ ಆಸೆ ಆಗುತ್ತಿದೆ.	I feel like buying all clothes stocked here. ಐ ಫೀಲ್ ಲೈಕ್ ಬೈಯಿಂಗ್ ಆಲ್ ಕ್ಲೋತ್ಸ್ ಸ್ಟಾಕ್ಡ್ ಹಿಯರ್.
ಅಂಗಡಿ ಮಾಲೀಕ: ತಡವೇಕೆ, ಈಗಲೇ ಖರೀದಿಸಿ.	**Shopkeeper**: Why delay, buy it now. ವೈ ಡಿಲೇ, ಬೈ ಇಟ್ ನೌ?
ಗ್ರಾಹಕ : ನನ್ನ ಬಳಿ ಹಣ ಕಡಿಮೆ ಇದೆ. ಇಲ್ಲವಾದಲ್ಲಿ ಎಲ್ಲವನ್ನೂ ಖರೀದಿಸುತ್ತಿದ್ದೆ.	**Customer**: I am short of cash or else I would have bought all. ಐ ಆ್ಯಮ್ ಶಾರ್ಟ್ ಆಫ್ ಕ್ಯಾಶ್. ಎಲ್ಸ್ ಐ ವುಡ್ ಹ್ಯಾವ್ ಬಾಟ್ ಆಲ್.
ಅಂಗಡಿ ಮಾಲೀಕ : ಹಣ ಕಡಿಮೆ ಇದ್ದರೇನಂತೆ. ನೀವು ನಂತರ ಪಾವತಿಸಬಹುದು.	**Shopkeeper**: Don't care if you are short of money. You can always pay later. ಡೋಂಟ್ ಕೇರ್ ಇಫ್ ಯು ಆರ್ ಶಾರ್ಟ್ ಆಫ್ ಮನಿ. ಯು ಕ್ಯಾನ್ ಆಲ್ ವೇಸ್ ಪೇ ಲೇಟರ್.
ಗ್ರಾಹಕ : ಅದು ಹೇಗೆ?	**Customer**: How can? ಹೌ ಕ್ಯಾನ್?
ಅಂಗಡಿ ಮಾಲೀಕ : ಯಾವುದೇ ತೊಂದರೆ ಇಲ್ಲ, ನಾವು ಕ್ರೆಡಿಟ್ ಕಾರ್ಡ್ ಮೂಲಕ ಪಾವತಿ	**Shopkeeper**: No problem. We accept payment through credit cards. ತೆಗೆದುಕೊಳ್ಳುತ್ತೇವೆ. ನೋ ಪ್ರಾಬ್ಲಂ. ವಿ ಆಕ್ಸೆಪ್ಟ್ ಪೇಮೆಂಟ್ ಥ್ರೂ ಕ್ರೆಡಿಟ್ ಕಾರ್ಡ್ಸ್.
ಗ್ರಾಹಕ : ಅಯ್ಯೋ ಇಲ್ಲ. ಓಡುತ್ತ ಹಾಲು ಕುಡಿಯುವ ತೊಂದರೆ ಏಕೆ?	**Customer**: Oh no, why should I dring milk while rushing? ಓಹ್ ನೋ. ವೈ ಶುಡ್ ಐ ಡ್ರಿಂಕ್ ಮಿಲ್ಕ್ ವೈಲ್ ರನ್ನಿಂಗ್.
ಅಂಗಡಿ ಮಾಲೀಕ : ಎಲ್ಲರೂ ನಿಮ್ಮಂತೆ ಇದ್ದರೆ, ಜಗತ್ತು ಬೇರೆಯದೇ ರೀತಿ ಇರುತ್ತಿತ್ತು.	**Shopkeeper**: It is so nice. the world would have been much better if all people had been like you. ಇಟ್ ಈ ಸೋ ನೈಸ್. ದ ವರ್ಲ್ಡ್ ವುಡ್ ಹ್ಯಾವ್ ಬೀನ್ ಮಚ್ ಬೆಟರ್ ಇಫ್ ಆಲ್ ಪೀಪಲ್ ಹ್ಯಾಡ್ ಬೀನ್ ಲೈಕ್ ಯು.

ಸಲ್ನಯಿಹಿಷರ ನ್ಘಯೆವಲ ಮಾಷಯೆಕಷಿಲ
(CONVERSATION BETWEN TWO FRIENDS)

ಇಬ್ಬರು ಸ್ನೇಹಿತರು ಭೇಟಿಯಾಗುತ್ತಾರೆ. ಇಬ್ಬರಿಗೂ ಕ್ರೀಡೆಯಲ್ಲಿ ಅದರಲ್ಲೂ ಕಬಡ್ಡಿಯಲ್ಲಿ ಆಸಕ್ತಿ ಇದೆ. ಅವರ ನಡುವಿನ ಸಂವಾದ ಇದು.

ಮೊದಲಿನವ: ನೀನು ಯಾವ ಆಟ ಆಡುವೆ?	**1st friend**: Which game do you play? ವಿಚ್ ಗೇಮ್ ಯು ಪ್ಲೇ?
ಎರಡನೆಯವ: ನನಗೆ ಚೆಸ್ ಇಷ್ಟ	**2nd friend:** I like to play chess. ಐ ಲೈ ಟು ಪ್ಲೇ ಚೆಸ್
ಮೊದಲಿನವ: ಫುಟ್‌ಬಾಲ್ ನನಗಿಷ್ಟ	**1st friend**: I like to play football. ಐ ಲೈಕ್ ಟು ಪ್ಲೇ ಫುಟ್‌ಬಾಲ್
ಎರಡನೆಯವ: ಅವರು ಯಾವ ಆಟ ಚೆನ್ನಾಗಿ ಆಡುತ್ತಾರೆ?	**2nd friend:** Which game do they excel in? ವಿಚ್ ಗೇಮ್ ಡು ದೆ ಎಕ್ಸೆಲ್ ಇನ್
ಮೊದಲಿನವ: ಅವರು ಕಬಡ್ಡಿ ಚೆನ್ನಾಗಿ ಆಡುತ್ತಾರೆ.	**1st friend**: They enjoy playing kabaddi. ದೆ ಎಂಜಾಯ್ ಪ್ಲೇಯಿಂಗ್ ಕಬಡ್ಡಿ
ಎರಡನೆಯವ: ಈಗ ಕ್ರಿಕೆಟ್‌ಗೆ ಹೆಚ್ಚು ಉತ್ತೇಜನ ನೀಡಲಾಗುತ್ತಿದೆ	**2nd friend:** Cricket is getting quite an encouragement these days. ಕ್ರಿಕೆಟ್ ಈಸ್ ಗೆಟ್ಟಿಂಗ್ ಕ್ವೈಟ್ ಆ್ಯನ್ ಎನ್‌ಕರೇಜ್ ಮೆಂಟ್ ದೀಸ್ ಡೇಸ್
ಮೊದಲಿನವ: ಈಗ ಮಾತ್ರವಲ್ಲ, ಹಿಂದಿನಿಂದಲೂ ಕ್ರಿಕೆಟ್‌ಗೆ ಹೆಚ್ಚು ಉತ್ತೇಜನ ಸಿಗುತ್ತಿದೆ. ಇದು ನಿನಗೆ ಗೊತ್ತಿಲ್ಲವೇ?	**1st friend**: It's not only these days but it has always been encouraged, don't you know that? ಇಟ್ಸ್ ನಾಟ್ ಓನ್ಲಿ ದೀಸ್ ಡೇಸ್ ಬಟ್ ಇಟ್ ಹ್ಯಾಸ್ ಆಲ್‌ವೇಸ್ ಬೀನ್ ಎನ್ಕರೇಜ್ಡ್. ಡೋಂಟ್ ಯು ನೋ ದಟ್?
ಎರಡನೆಯವ: ಕ್ರಿಕೆಟ್ ಹೊರತುಪಡಿಸಿ ಬೇರೆ ಆಟ ಇಲ್ಲವೇ?	**2nd friend:** Is there no game other than cricket? ಈಸ್ ದೇರ್ ನೋ ಗೇಮ್ ಅದರ್ ದ್ಯಾನ್ ಕ್ರಿಕೆಟ್?
ಮೊದಲಿನವ: ನಾನು ಎತ್ತರ ಜಿಗಿತವನ್ನು ಇಷ್ಟಪಡುತ್ತೇನೆ.	**1st friend**: I enjoy high jumps. ಐ ಎಂಜಾಯ್ ಹೈ ಜಂಪ್ಸ್
ಎರಡನೆಯವ: ಅದರಲ್ಲಿ ಸಾಧನೆ ಮಾಡಬೇಕೆಂದು ಕೊಂಡಿದ್ದೀಯಾ?	**2nd friend:** Do you hope to excel in that? ಡು ಯು ಹೋಪ್ ಟು ಎಕ್ಸೆಲ್ ಇನ್ ದಟ್
ಮೊದಲನವ: ಇಲ್ಲ ಇಲ್ಲ, ನಾನು ನೋಡುವುದನ್ನು ಇಷ್ಟಪಡುತ್ತೇನೆ	**1st friend**: No! No! I enjoy watching instead. ನೋ ನೋ. ಐ ಎಂಜಾಯ್ ವಾಚಿಂಗ್ ಇನ್‌ಸ್ಟೆಡ್
ಎರಡನೆಯವ: ಅವನು ಯಾರು ಎಂದು ಗೊತ್ತಾ?	**2nd friend:** Do you know who is he? ಡು ಯು ನೋ ಹು ಈಸ್ ಹಿ?
ಮೊದಲಿನವ: ಗೊತ್ತು. ಅವನೊಬ್ಬ ಓಟಗಾರ	**1st friend**: I know, he is a sprinter. ಐ ನೋ ಹಿ ಈಸ್ ಎ ಸ್ಪ್ರಿಂಟರ್

ಎರಡನೆಯವ: ನಿಮ್ಮ ವಿದ್ಯಾಲಯದಲ್ಲಿ ಪ್ರತಿದಿನ ಕ್ಕೆಂದು ಸಮಯ ಕೊಟ್ಟಿದ್ದೀರಾ	**2nd friend:** Do you get a period ಆಟ allotted for games every day in your institution? ಡು ಯು ಗೆಟ್ ಎ ಪೀರಿಯಡ್ ಅಲಾಟೆಡ್ ಫಾರ್ ಗೇಮ್ಸ್ ಎವೆರಿಡೇ ಇನ್ ಯುವರ್ ಇನ್‌ಸ್ಟಿಟ್ಯೂಷನ್
ಮೊದಲಿನವ: ಹೌದು. ಪ್ರತಿದಿನ ಸಂಜೆ 4 ಗಂಟೆಗೆ ನಾವು ಆಟದ ಮೈದಾನಕ್ಕೆ ಹೋಗುತ್ತೇವೆ	**1st friend**: Yes! We go to the playground every day at 4 p.m. ಯಸ್. ವಿ ಗೋಟು ದ ಪ್ಲೇಗ್ರೌಂಡ್ ಎವೆರಿಡೇ ಎಟ್ 4 ಪಿಎಂ
ಎರಡನೆಯವ: ಅಲ್ಲಿ ನೀವು ಯಾವ ಆಟ ಆಡುತ್ತೀರಿ?	**2nd friend:** Which games do you play there? ವಿಚ್ ಗೇಮ್ಸ್ ಡು ಯು ಪ್ಲೇ ದೇರ್?
ಮೊದಲಿನವ: ನೀನು ನಗುವುದಿಲ್ಲ ಎಂದು ಹೇಳಿದರೆ, ನಾನು ತಿಳಿಸುತ್ತೇನೆ	**1st friend**: I wil tell you provided you don't breakout into laughter. ಐ ವಿಲ್ ಟೆಲ್ ಯು ಪ್ರೊವೈಡೆಡ್ ಯು ಡೋಂಟ್ ಬ್ರೇಕೌಟ್ ಇನ್ ಟು ಲಾಫರ್
ಎರಡನೆಯವ: ಹೇಳು, ನಾನು ನಗುವುದಿಲ್ಲ	**2nd friend:** Tell me, I won't laugh. ಟೆಲ್ ಮಿ, ಐ ವೋಂಟ್ ಲಾಫ್
ಮೊದಲಿನವ: ನಾವು ಗೋಲಿಯಾಟ ಆಡುತ್ತೇವೆ	**1st friend**: We play a game of glass marbles. ವಿ ಪ್ಲೇ ಎ ಗೇಮ್ ಆಫ್ ಮಾರ್ಬಲ್ಸ್
ಎರಡನೆಯವ: ಅವನಿಗೆ ಈಜು ಎಂದರೆ ಇಷ್ಟ	**2nd friend:** He likes swimming. ಹಿ ಲೈಕ್ಸ್ ಸ್ವಿಮ್ಮಿಂಗ್
ಮೊದಲಿನವ: ಆದರೆ, ಅಲ್ಲಿ ನೀರು ಇಲ್ಲವಲ್ಲ	**1st friend**: But there is no water. ಬಟ್ ದೆರ್ ಈಸ್ ನೋ ವಾಟರ್
ಎರಡನೆಯವ: ಆಟದಲ್ಲಿ ಯಾರು ಗೆಲ್ಲುತ್ತಾರೆ, ಯಾರು ಸೋಲುತ್ತಾರೆ ಎಂದು ಹೇಳುವುದು ಕಷ್ಟ	**2nd friend:** No one knows which side will win or lose the game. ನೋ ಒನ್ ನೋ ವಿಚ್ ಸೈಡ್ ವಿಲ್ ವಿನ್ ಆರ್ ಲೂಸ್‌ದ ಗೇಮ್.
ಮೊದಲಿನವ: ಆದರೆ, ಒಂದು ವಿಷಯ ಖಾತ್ರಿ. ಆಟಗಾರರು ಆರೋಗ್ಯದಿಂದ ಇರುತ್ತಾರೆ	**1st friend**: At least one thing is for sure. Players stay healthy. ಎಟ್‌ಲೀಸ್ಟ್ ಒನ್ ಥಿಂಗ್ ಈಸ್ ಫಾರ್ ಶೂರ್. ಪ್ಲೇಯರ್ಸ್ ಸ್ಟೇ ಹೆಲ್ದಿ

ಇಬ್ಬರಯೆ ವ್ಯಾಪಾರಿಗಳ ನ್ಡುವೆಲ ಸಶವಾದ (CONVERSATION BETWEN TWO BUSINESSMEN)

ಇಬ್ಬರು ವ್ಯಾಪಾರಿಗಳು ಒಂದೆಡೆ ಸೇರಿದಾಗ ವಹಿವಾಟು, ಹಣಕಾಸು, ಆದಾಯ ವೆಚ್ಚ, ಲಾಭ ಇನ್ನಿತರ ಮಾತು ಬರುವುದು ಸಹಜ. ಅಂಥ ಒಂದು ಸಂಭಾಷಣೆ.

ಸಂದೀಪ್:	ಹಲೋ, ಡೇವಿಡ್ ನೀವು ಹೇಗಿದ್ದೀರಿ?	**Sandeep:**	Hi! David how do you do? ಹಲೋ ಡೇವಿಡ್, ಹೌ ಡು ಯು ಡು
ಡೇವಿಡ್:	ನಾನು ಚೆನ್ನಾಗಿದ್ದೇನೆ	**David:**	I am fine. ಐ ಆ್ಯಮ್ ಫೈನ್.
ಸಂದೀಪ್:	ನಿನ್ನ ವ್ಯಾಪಾರ ಹೇಗೆ ನಡೆಯುತ್ತಿದೆ.	**Sandeep:**	How is your business running? ಹೌ ಈಸ್ ಯುವರ್ ಬಿಸಿನೆಸ್ ರನ್ನಿಂಗ್?
ಡೇವಿಡ್:	ಅಷ್ಟೇನೂ ಚೆನ್ನಾಗಿಲ್ಲ	**David:**	Not so fine. ನಾಟ್ ಸೋ ಫೈನ್.
ಸಂದೀಪ್:	ಏಕೆ, ಏನಾಯಿತು	**Sandeep:**	What happened? ವಾಟ್ ಹ್ಯಾಪನ್ಡ್?.
ಡೇವಿಡ್:	ಆಗ ಇಲ್ಲಿ ಇದ್ದುದು ನನ್ನ ಅಂಗಡಿ ಮಾತ್ರ.	**David:**	Those days mine was the only shop here. ದೋಸ್ ಡೇಸ್ ಮೈನ್ ವಾಸ್ ದ ಓನ್ಲಿ ಶಾಪ್ ಹಿಯರ್.
:	ಹಾಗಾಗಿ, ವ್ಯಾಪಾರ ಚೆನ್ನಾಗಿ ನಡೆಯುತ್ತಿತ್ತು.		I was doing well that time. ಐ ವಾಸ್ ಡುಯಿಂಗ್ ವೆಲ್ ದಟ್ ಟೈಮ್.
:	ನನ್ನ ಸ್ಥಿತಿ ನೋಡಿ ಇಬ್ಬರು, ಮೂವರು ಅಂಗಡಿ ತೆರೆದರು.		Taking a cue from me, two three people opened shops. ಟೇಕಿಂಗ್ ಎ ಕ್ಯೂ ಫ್ರಂ ಮಿ, 2-3 ಪೀಪಲ್ ಓಪನ್ಡ್ ಶಾಪ್ಸ್.
:	ಇದರಿಂದ ನನ್ನ ವಹಿವಾಟಿಗೆ ಧಕ್ಕೆ ಉಂಟಾಯಿತು		This adversely affected my business. ದಿಸ್ ಅಡ್‌ವರ್ಸ್‌ಲಿ ಅಫೆಕ್ಟೆಡ್ ಮೈ ಬಿಸಿನೆಸ್
ಸಂದೀಪ್:	ಚಿಂತೆ ಮಾಡಬೇಡ.	**Sandeep:**	Don't worry. ಡೋಂಟ್ ವರಿ.
:	ದೇವರಲ್ಲಿ ನಂಬಿಕೆ ಇಡು ಮತ್ತು ಸಂತೋಷವಾಗಿರು.		Have faith in God and be happy. ಹ್ಯಾವ್ ಫೇತ್ ಇನ್ ಗಾಡ್ ಆ್ಯಂಡ್ ಬಿ ಹ್ಯಾಪಿ.
:	ನಿನ್ನ ವ್ಯಾಪಾರ ಚೆನ್ನಾಗಿದೆ.		You are doing a good business. ಯು ಆರ್ ಡುಯಿಂಗ್ ಎ ಗುಡ್ ಬಿಸಿನೆಸ್.
:	ನಾವು ನಿನ್ನೊಡನೆ ಇದ್ದೇವೆ.		We are with you. ವಿ ಆರ್ ವಿಥ್ ಯು.
:	ನಮ್ಮ ಬೆಂಬಲ ಸದಾ ಕಾಲ ನಿನಗೆ ಇರಲಿದೆ.		Our support is always with you. ಅವರ್ ಸಪೋರ್ಟ್ ಈಸ್ ಆಲ್‌ವೇಸ್ ವಿತ್ ಯು

: ನಿನಗೆ ಖಂಡಿತವಾಗಿಯೂ ಯಶಸ್ಸು ಸಿಗಲಿದೆ	: You would definitely succeed. ಯು ವುಡ್ ಡೆಫೆನೆಟ್‌ಲೀ ಸಕ್ಸೀಡ್
: ಚಿಂತೆ ಮಾಡಬೇಡ	: Never worry. ನೆವರ್ ವರಿ
: ಎಲ್ಲ ವ್ಯವಹಾರದಲ್ಲಿಯೂ ಏಳು ಬೀಳು ಇರುತ್ತದೆ	: Every business has ups and downs. ಎವೆರಿ ಬಿಸಿನೆಸ್ ಹ್ಯಾಸ್ ಅಪ್ಸ್ ಆ್ಯಂಡ್ ಡೌನ್ಸ್
: ಆತ್ಮವಿಶ್ವಾಸದಿಂದ ಮುಂದುವರಿ	: Proceed with confidence. ಪ್ರೊಸೀಡ್ ವಿತ್ ಕಾನ್ಫಿಡೆನ್ಸ್
: ಸಾಲ ಏನಾದರೂ ಬೇಕಿದ್ದರೆ ನಮ್ಮನ್ನು ಕೇಳು	: Ask us if you need loan for business. ಆ್ಯಸ್ಕ್ ಅಸ್ ಇಫ್ ಯು ನೀಡ್ ಲೋನ್ ಫಾರ್ ಬಿಸಿನೆಸ್
: ಆದರೆ, ಆತ್ಮವಿಶ್ವಾಸ ಕಳೆದುಕೊಳ್ಳಬೇಡ	: But never lose hope. ಬಟ್ ನೆವರ್ ಲೂಸ್ ಹೋಪ್
: ಭರವಸೆ ಇದ್ದಲ್ಲಿ, ಕಳೆದುಕೊಂಡ ವಸ್ತುಗಳು ಕೂಡ ನಿನಗೆ ವಾಪಸ್ ಸಿಗುತ್ತವೆ	: When there is hope, even the lost things will come back to you ವೆನ್ ದೆರ್ ಈಸ್ ಹೋಪ್, ಈವನ್ ದ ಲಾಸ್ಟ್ ಥಿಂಗ್ಸ್ ವಿಲ್ ಕಮ್ ಬ್ಯಾಕ್ ಟು ಯು
: ನೀನು ಸರಿಯಾದ ದಾರಿಯಲ್ಲಿ ಇರುವೆ	: You are on the right path. ಯು ಆರ್ ಆನ್ ದ ರೈಟ್‌ಪಾತ್

ದೂರವಾಣಿ ಸಂಭಾಷಣೆ
(TELEPHONIC CONVERSATION)

ದೂರವಾಣಿ, ಮೊಬೈಲ್ ಮತ್ತು ಅಂತರ್ಜಾಲ ಬದುಕಿನ ಅವಿಭಾಜ್ಯ ಅಂಗಗಳಾಗಿವೆ. ಸಂಪರ್ಕ ಸಾಧನಗಳಾದ ಇವನ್ನು ಹೊರತುಪಡಿಸಿ, ಸಂವಹನ ಸಾಧ್ಯವಿಲ್ಲ. ಗೆಳೆಯರ ನಡುವಿನ ಟೆಲಿಫೋನ್ ಮಾತುಕತೆ ಇಲ್ಲಿದೆ.

ರಾಕೇಶ್:	ನಾನು ನಾಡಿದ್ದು ಔತಣ ಕೂಟವನ್ನು ಏರ್ಪಡಿಸಿದ್ದೇನೆ. ದಯವಿಟ್ಟು ನೀವು ಬರಬೇಕು.	**Rakesh:**	I am organizing a party day after tomorrow. ಐ ಆ್ಯಮ್ ಆರ್ಗನೈಸಿಂಗ್ ಎ ಪಾರ್ಟಿ ಡೇ ಆಫ್ಟರ್ ಟುಮಾರೋ. Please ensure your presence there. ಪ್ಲೀಸ್ ಎನ್‌ಶ್ಯೂರ್ ಯುವರ್ ಪ್ರೆಸೆನ್ಸ್ ದೇರ್.
ಮೋಹನ್:	ಔತಣಕೂಟ ಎಲ್ಲಿ?	**Mohan:**	Where is the party? ವೇರ್ ಈಸ್ ದ ಪಾರ್ಟಿ?
ರಾಕೇಶ್:	ನಮ್ಮ ಮನೆಯಲ್ಲಿ	**Rakesh:**	At my house. ಎಟ್ ಮೈ ಹೌಸ್
ಮೋಹನ್:	ಅಲ್ಲಿಗೆ ಬಸ್ ಸಂಚಾರ ಇದೆಯೇ?	**Mohan:**	Do buses ply there? ಡು ಬಸಸ್ ಪ್ಲೈ ದೇರ್?
ರಾಕೇಶ್:	ದಯವಿಟ್ಟು ಒಳಗೆ ಬನ್ನಿ. ಫ್ಯಾನ್ ಕೆಳಗೆ ಕುಳಿತುಕೊಳ್ಳಿ.	**Rakesh:**	Please come in. Please be seated underneath the fan. ಪ್ಲೀಸ್ ಕಮ್ ಇನ್. ಪ್ಲೀಸ್ ಬಿ ಸೀಟೆಡ್ ಅಂಡರ್ ನೀತ್ ದ ಫ್ಯಾನ್
ಮೋಹನ್:	ನಾಳೆ ನಾವು ನಾಟಕ ಪ್ರದರ್ಶನಕ್ಕೆ ಹೋಗುತ್ತೇವೆ	**Mohan:**	We are going to witness a play tomorrow. ವಿ ಆರ್ ಗೋಯಿಂಗ್ ಟು ವಿಟ್ನೆಸ್ ಎ ಪ್ಲೇ ಟುಮಾರೋ.
ರಾಕೇಶ್:	ನೀನು ಹೋಗುವೆಯಾ?	**Rakesh:**	Would you go? ವುಡ್ ಯು ಗೋ?
ಮೋಹನ್:	ಅದು ಹಾಗಲ್ಲ, ವಾಸ್ತವವೆಂದರೆ, ನನಗೆ ನಾಳೆ ಬೇರೆಯದೇ ಕೆಲಸ ಇದೆ.	**Mohan:**	It's not like that. In fact I have some work to do tomorrow. ಇಟ್ಸ್ ನಾಟ್ ಲೈಕ್ ದಟ್. ಇನ್‌ಫ್ಯಾಕ್ಟ್ ಐ ಹ್ಯಾವ್ ಸಂ ವರ್ಕ್ ಟು ಡು ಟುಮಾರೋ.

ಬೆಳಗಿನ ಉಪಹಾರ

ಬೆಳಗಿನ ಉಪಾಹಾರದ ವೇಳೆ ಕುಟುಂಬದ ಎಲ್ಲ ಸದಸ್ಯರು ಹಾಜರಿರುವ ಸಾಧ್ಯತೆ ಹೆಚ್ಚು. ಆಗ ಉಭಯ ಕುಶಲೋಪರಿ, ಪರಸ್ಪರ ಸಂವಾದ ನಡೆಯುತ್ತದೆ.

ತಾಯಿ	:	ಶುಭ ಮುಂಜಾನೆ ಟೀನಾ. ಶುಭ ಮುಂಜಾನೆ ರಾಹುಲ್. ಇದು ಎಚ್ಚರಗೊಳ್ಳುವ ಸಮಯವಲ್ಲವೇ?
ಮಕ್ಕಳು	:	ಶುಭ ಮುಂಜಾನೆ ಅಮ್ಮ.
ತಾಯಿ	:	ಹಾಸಿಗೆಯನ್ನು ಹಾಗೆಯೇ ಬಿಡಬೇಡಿ. ಅದು ದುರಭ್ಯಾಸ. ಬೆಡ್‌ಶೀಟ್ ಸರಿ ಮಾಡಿ, ದಿಂಬುಗಳನ್ನು ಸರಿಯಾಗಿ ಇರಿಸಿ. ಹೊದಿಕೆಗಳನ್ನು ಸರಿಯಾಗಿ ಮಡಚಿ ಇಡಿ. ಬಳಿಕ ಉಳಿದ ಕೆಲಸ ಮಾಡಿ.
ಟೀನಾ	:	ಟೂತ್‌ಪೇಸ್ಟ್ ಎಲ್ಲಿ?
ರಾಹುಲ್	:	ನನ್ನ ಟವಲ್ ಎಲ್ಲಿ?
ತಾಯಿ	:	ನಿಮ್ಮ ವಸ್ತುಗಳನ್ನು ಸರಿಯಾಗಿ ಇಟ್ಟುಕೊಳ್ಳಿ. ನೀವು ಈಗ ಬೆಳೆದ ಮಕ್ಕಳು. ರಾಹುಲ್, ನಿನ್ನ ಮೇಜನ್ನು ನೋಡು, ಟವಲ್ ಅಲ್ಲಿರಬಹುದು. ಟೀನಾ, ನೀನು ನನ್ನ ಮಲಗುವ ಕೋಣೆಯಲ್ಲಿರುವ ಟೂತ್‌ಪೇಸ್ಟ್ ತೆಗೆದುಕೋ. ರಾಹುಲ್ ನಿನ್ನ ಶೂ ಪಾಲಿಶ್ ಆಗಿದೆಯಾ?
ರಾಹುಲ್	:	ಇಲ್ಲಮ್ಮ. ಮರೆತುಬಿಟ್ಟೆ. ಸ್ನಾನಕ್ಕೆ ಮುನ್ನ ಪಾಲಿಶ್ ಮಾಡಿಕೊಳ್ಳುವೆ.
ತಾಯಿ	:	ಸ್ನಾನ ಮಾಡಿದ ನಂತರ ಶಾಲೆಯ ಚೀಲವನ್ನು ಜೋಡಿಸಿಕೊಳ್ಳಿ. ನಂತರ ತಿಂಡಿಗೆ ಬನ್ನಿ. (ತಾಯಿ ತಿಂಡಿಯನ್ನು ಮೇಜಿನ ಮೇಲೆ ಜೋಡಿಸುತ್ತಾಳೆ)
ಟೀನಾ	:	ತಿಂಡಿ ಏನು ಅಮ್ಮ?
ತಾಯಿ	:	ಆಮ್ಲೆಟ್ ಮತ್ತು 2 ಲೋಟ ಹಾಲು.
ತಂದೆ	:	(ಗಡಿಬಿಡಿಯಿಂದ ಆಗಮಿಸುತ್ತಾನೆ) ನನಗೂ ತಿಂಡಿ ಕೊಡಬಹುದೇ. ಹೇಳಲು ಮರೆತೆ. 9 ಗಂಟೆಗೆ ಒಂದು ಮೀಟಿಂಗ್ ಇದೆ.
ತಾಯಿ	:	ನೀವು ನನಗೆ ಹೇಳಬೇಕಿತ್ತು. ನಾನು ಮಕ್ಕಳನ್ನು ನೋಡಿಕೊಳ್ಳುತ್ತಿದ್ದೇನೆ. ಅವರು ಶಾಲೆಗೆ ಹೋಗುವುದು ತಡ ಆಗಬಾರದು. ರೆಫ್ರಿಜರೇಟರ್‌ನಿಂದ ಹಣ್ಣಿನ ರಸ ತೆಗೆದುಕೊಳ್ಳಿ. ಸ್ಯಾಂಡ್‌ವಿಚ್‌ಗಳಿವೆ. ತಟ್ಟೆಯಲ್ಲಿ ಹಾಕಿಕೊಳ್ಳಿ.
ಟೀನಾ	:	ಅಮ್ಮ, ಕಾಫಿ ತೆಗೆದುಕೋ. ನಿನಗೆ ಸಹಾಯ ಮಾಡಲು ನನಗೆ ಇಷ್ಟವಿದೆ. ಆದರೆ, ಶಾಲೆಗೆ ತೆರಳುವ ಸಮಯ ಆಗಿದೆ ಹೊರಡಬೇಕು.
ತಾಯಿ	:	ಧನ್ಯವಾದ. ಮಗಳೇ ಇಷ್ಟು ಸಾಕು. ನಿನ್ನ ನೆರವು/ಭಾವನೆಗಳನ್ನು ಗೌರವಿಸುತ್ತೇನೆ.

A FAMILY AT BREAKFAST

A family get together is the most interactive place in a day. It's the time when we interact with all members of the family and share our day-to-day life proceedings with opinions and advice galore.

Mother	:	Good morning, Tina! Good morning, Rahul! Isn't it time you get up?
Children	:	Morning, mom.
Mother	:	Please don't leave your bed unmade. It's a bad habit. Smoothen the bed sheet, put the pillows right, and fold the covering sheets properly. Kindly attend to your daily morning routine after that.
Tina	:	Where is my toothpaste?
Rahul	:	And where is my towel?
Mother	:	Learn to take care of your things. You've grown up children now. Rahul, look into your drawer. Your towel may be there and Tina, you can take toothpaste from my bedroom. Are your shoes polished, Rahul?
Rahul	:	Oh! I forgot mummy. I'll just polish them before taking bath.
Mother	:	Ok, after taking bath, arrange your school bags and come for breakfast. *(Mother lays the breakfast table)*
Tina	:	What is there in breakfast, mom?
Mother	:	Omelet and two glasses full of milk for you two.
Father	:	*(enters in a hurry)* sorry dear, can I have my breakfast too Oh! I forgot to tell you that I have a meeting at sharp 9'o' clock.
Mother	:	You should have told me. I'm attending to children. They shouldn't be late for school. Please help yourself, take out the juice from the fridge and here are a couple of sandwiches.
Tina	:	Here is your coffee, mom. I would love to serve you but it is already our school time.
Mother	:	It's alright dear, thanks. I appreciate your sentiments.

ಷಿಾಯಿಯೆ ವಯೆಷಿಯೆ ವಯೆಗನ ನ್ಘಯೆವಲ ಮಾಷಿಯೆಕಷಿಲ

ತಾಯಿ, ಮಕ್ಕಳು ಭವಿಷ್ಯ, ಸಂಸಾರದ ಬಗ್ಗೆ ಸಲಹೆ, ಅಭಿಪ್ರಾಯ ವಿನಿಮಯ ಮಾಡಿಕೊಳ್ಳುವುದು ಸಹಜ. ಇಲ್ಲಿ ತಾಯಿ ತನ್ನ ಮಗುವಿಗೆ ಕೆಲವು ಸಲಹೆಗಳನ್ನು ನೀಡುತ್ತಿದ್ದಾಳೆ.

ತಾಯಿ : (ಮಗನಿಗೆ) ನೀನು ತಡಮಾಡಿ ಬಂದಿರುವೆ. ಈಗ ಸಮಯ 3 ಗಂಟೆ. ನಿನ್ನ ಪರೀಕ್ಷೆ 1 ಗಂಟೆಗೇ ಮುಗಿದಿದೆ.

ಸೋನು : ಅಮ್ಮ ನಾನು ಆಟವಾಡುತ್ತಿದ್ದೆ.

ತಾಯಿ : ನೀನು ನನಗೆ ಹೇಳಬೇಕಿತ್ತು.

ಸೋನು : ಹೇಗೆ ಹೇಳುವುದು? ಕೆಲವು ವಿದ್ಯಾರ್ಥಿಗಳು ಬ್ಯಾಡ್‌ಮಿಂಟನ್ ಆಡುತ್ತಿದ್ದರು. ನನ್ನನ್ನು ಕರೆದರು. ನಮ್ಮ ಪಿಟಿ ಸರ್ ಒಳ್ಳೆಯವರು ಎನ್ನುವುದು ನಿನಗೂ ಗೊತ್ತಿದೆ. ಪರೀಕ್ಷೆ ಬಳಿಕ ವಿದ್ಯಾರ್ಥಿಗಳು ಕೆಲ ಕಾಲ ಆರಾಮವಾಗಿ ಇರಬೇಕು ಎಂದು ಅವರು ಹೇಳುತ್ತಾರೆ. ಬ್ಯಾಡ್ಮಿಂಟನ್ ಬಲೆ ಹಾಗೂ ರ್‍ಯಾಕೆಟ್ ನೀಡಿದರು.

ತಾಯಿ : ಸರಿ. ಪರೀಕ್ಷೆ ಬಗ್ಗೆ ಹೇಳು.

ಸೋನು : ಚೆನ್ನಾಗಿ ಮಾಡಿರುವೆ. ಬಹಳಷ್ಟು ಪ್ರಶ್ನೆಗಳಿಗೆ ಉತ್ತರ ಗೊತ್ತಿತ್ತು.

ತಾಯಿ : ಒಳ್ಳೆಯದು. ಶಾಲೆ ಮುಗಿದ ಬಳಿಕ ಹೆಚ್ಚು ಕಾಲ ಅಲ್ಲಿರಬೇಡ. ಒಟ್ಟಾರೆ ಓದು ಹೇಗಿದೆ?

ಸೋನು : ಚೆನ್ನಾಗಿದೆ. ಬಹುತೇಕ ಶಿಕ್ಷಕರು ಉತ್ತಮ. ಸಂಸ್ಕೃತ ಹೊರತುಪಡಿಸಿ. ಅವರು ತರಗತಿಗಳನ್ನು ತೆಗೆದುಕೊಳ್ಳುವುದಿಲ್ಲ. ಸದಾ ಶಾಲೆಯ ಕೆಲಸದಲ್ಲಿ ತೊಡಗಿಕೊಂಡಿರುತ್ತಾರೆ. ನಿನಗೆ ಸಂಸ್ಕೃತ ಚೆನ್ನಾಗಿ ಗೊತ್ತಿದೆ. ನೀನೇಕೆ ನನಗೆ ಹೇಳಿಕೊಡಬಾರದು?

ತಾಯಿ : ಸಂತೋಷದಿಂದ ಆ ಕೆಲಸ ಮಾಡುತ್ತೇನೆ. ನಿನ್ನ ಗೆಳೆಯರು ಹೇಗಿದ್ದಾರೆ?

ಸೋನು : ನಿಗಮ್ ಹೊರತುಪಡಿಸಿ, ಉಳಿದವರು ಒಳ್ಳೆಯವರು. ಅವನು ನನ್ನ ಟೀಕಿಸುತ್ತಾನೆ. ಬೆನ್ನ ಹಿಂದೆ ಕೆಟ್ಟದಾಗಿ ಮಾತನಾಡುತ್ತಾನೆ. ಜತೆಗೆ, ಅವನು ತರಗತಿಯ ಮಾನಿಟರ್. ಎಲ್ಲರ ಮೇಲೆ ದಬ್ಬಾಳಿಕೆ ಮಾಡುತ್ತಾನೆ.

ತಾಯಿ : ನಾನು ತರಗತಿಯ ಶಿಕ್ಷಕರ ಜತೆ ಮಾತನಾಡುತ್ತೇನೆ. ನನಗೆ ಅವನ ತಾಯಿ ಗೊತ್ತು. ಅವರ ಜೊತೆಯೂ ಮಾತನಾಡುತ್ತೇನೆ. ಸೋನು ಉತ್ತಮ ಗೆಳೆಯರನ್ನು ಆಯ್ಕೆ ಮಾಡಿಕೊಳ್ಳಬೇಕು. ಏಕೆಂದರೆ, ಗೆಳೆಯರನ್ನು ನೋಡಿ ವ್ಯಕ್ತಿಯನ್ನು ಅಳೆಯುತ್ತಾರೆ. ಕೆಟ್ಟ ಗೆಳೆಯರು ಕೆಟ್ಟ ಹವ್ಯಾಸ ಬೆಳೆಸುತ್ತಾರೆ. ನಿನ್ನದು ಸುಲಭವಾಗಿ ಪ್ರಭಾವಿಸಬಹುದಾದ ವಯಸ್ಸು.

ಸೋನು : ನಾನು ಎಚ್ಚರಿಕೆಯಿಂದ ಇರುತ್ತೇನೆ ಅಮ್ಮ.

ತಾಯಿ : ಸರಿ. ಬೆಳಗ್ಗೆ ಹಾಲು ಕುಡಿಯುವುದನ್ನು ತಪ್ಪಿಸಬೇಡ. ನಿನಗೆ ಟೀ ಇಷ್ಟ ಎಂದು ನನಗೆ ಗೊತ್ತು. ನಿನಗೆ ಟೀ ಕೊಡುವುದಿಲ್ಲ.

ಸೋನು : ಸರಿ. ಭಾನುವಾರ ಟೀ ಕುಡಿಯಬಹುದೇ?

ತಾಯಿ : ಸರಿ. ತಡಮಾಡಿ ಏಳಬೇಡ. ನೀನು ತಡವಾಗಿ ಮಲಗುವೆ. ಕಥೆ, ಕಾದಂಬರಿ ಓದುತ್ತ ತಡವಾಗಿ ಮಲಗುತ್ತಿಲ್ಲ ತಾನೇ?

ಸೋನು : ಇಲ್ಲ, ಕೆಲವೊಮ್ಮೆ ಹಾರ್ಡಿ ಬಾಯ್ಸ್ ಓದುತ್ತೇನೆ. ಅವು ಚೆನ್ನಾಗಿರುತ್ತವೆ.

ತಾಯಿ : ತೊಂದರೆಯಿಲ್ಲ. ಅದೇ ಹವ್ಯಾಸ ಆಗಬಾರದು. ಸಂಜೆ ಹೊತ್ತು ಆಟ 2 ಗಂಟೆಗಿಂತ ಹೆಚ್ಚು ಕಾಲ ಕೂಡದು. ನಾನು ನಿಗದಿಗೊಳಿಸಿದ ಕಾಲ ಕೋಷ್ಠಕವನ್ನು ಉಲ್ಲಂಘಿಸಬಾರದು.

ಸೋನು : ಸರಿ ಅಮ್ಮ. ಅಂತೆಯೇ ಮಾಡುತ್ತೇನೆ.

A DIALOGUE BETWEEN MOTHER AND SON

A conversation between mother and her son invariably discusses future prospects, advice, and exchange of views and opinions.

Mother : *(to son)* you're late, Sonu. It is 3'o' clock now, your exam must have been over by 1'o' clock.

Sonu : Oh! Mom I began to play in the school!

Mother : You should have told me.

Sonu : How mom? Some students were playing badminton and they invited me. I couldn't help it, you know our PTI sir is very good. He says that after the exam, students should relax a bit. He gives us net and badminton rackets to play......

Mother : Ok, ok tell me about your exam.

Sonu : It was well. I knew most of the answers.

Mother : That's good. In future don't overstay in school. How are your studies going?

Sonu : All right. Most of our teachers good except that of Sanskrit.

Mother : What's the matter?

Sonu : Many times he doesn't take class. He is busy with some school work. You know Sanskrit so well, mom. Why don't you help me cover the topic?

Mom : I'll gladly do that. How is you friend circle?

Sonu : They are all good boys except Nigam. He criticizes me and talks ill of me behind my back. Besides, he is the monitor of the class and bit of a bully.

Mom : I'll talk to your class teacher and I think I know his mother. I'll talk to her also. Sonu, choose you friends wisely, a person is known by the company he keeps. Besides bad friends, inculcate bad habits and yours is a very impressionable age.

Sonu : I'll be careful, mom.

Mom : Good, also don't avoid the glass of milk at your breakfast table. I know you like tea, but that is ruled out.

Sonu : All right mom but can I drink tea on Sundays?

Mom : Ok, also don't wakeup late hours. You usually sleep late. I hope you aren't into reading novels.

Sonu : No mom. But sometimes I do read Hardy Boys novel, they are good.

Mom : No harm, but don't make it a habit and do not exceed the time limit of two hours' play in the evening stick strictly to the time table, I have made for you.

Sonu : Ok mom, I'll do that.

ಎಲಲದ್ಯರ ಭಲಯಿಕಿ

ವೈದ್ಯ ಮತ್ತು ರೋಗಿ ನಡುವಿನ ಮಾತುಕತೆಯ ಸಂಕ್ಷಿಪ್ತ ಹಾಗೂ ಎಷ್ಟು ಬೇಕೋ ಅಷ್ಟೇ ಇರುತ್ತದೆ. ರೋಗಿ ತನ್ನ ಮಾನಸಿಕ, ದೈಹಿಕ ಸಮಸ್ಯೆ ಬಗ್ಗೆ ಹಾಗೂ ರೋಗ ಲಕ್ಷಣದ ಬಗ್ಗೆ ವೈದ್ಯರಿಗೆ ತಿಳಿಸುತ್ತಾನೆ.

ರೋಗಿ : ಕಳೆದ ಕೆಲವು ದಿನಗಳಿಂದ ನನ್ನ ಆರೋಗ್ಯ ಪರಿಸ್ಥಿತಿ ಸರಿಯಾಗಿಲ್ಲ.

ವೈದ್ಯ : ಅದರ ಬಗ್ಗೆ ವಿವರವಾಗಿ ಹೇಳಿ.

ರೋಗಿ : (ಕೆಮ್ಮುತ್ತಾನೆ) ನೋಡಿ ಡಾಕ್ಟರ್, ಈ ಕೆಮ್ಮು, ಇದು ಚಳಿಗಾಲ ಅಲ್ಲವಾದರೂ ನನಗೆ ಸದಾ ಶೀತ ಇರುತ್ತದೆ.

ವೈದ್ಯ : (ರಕ್ತದೊತ್ತಡ ಮತ್ತು ದೇಹದ ಉಷ್ಣತೆಯನ್ನು ಪರೀಕ್ಷಿಸುತ್ತಾನೆ). ನಿಮ್ಮ ರಕ್ತದೊತ್ತಡ ಸರಿ ಇದೆ. ಆದರೆ, ಸ್ವಲ್ಪ ಜ್ವರ ಇದ್ದಂತಿದೆ. ದೇಹದಲ್ಲಿ ಎಲ್ಲಿಯಾದರೂ ನೋವು ಇದೆಯಾ?

ರೋಗಿ : ನಿರ್ದಿಷ್ಟ ಅಂಗದಲ್ಲಿ ನೋವು ಇಲ್ಲ, ಆದರೆ, ಸದಾ ಆಯಾಸ ಮತ್ತು ಸುಸ್ತು ಇರುತ್ತದೆ. ಹಾಸಿಗೆಯಲ್ಲಿ ಕೂಡಾ ತಳಮಳ ತಪ್ಪುವುದಿಲ್ಲ.

ವೈದ್ಯ : ಎಷ್ಟು ದಿನಗಳಿಂದ ಈ ಸಮಸ್ಯೆ ಇದೆ?

ರೋಗಿ : ಕಳೆದ 2–3 ದಿನದಿಂದ.

ವೈದ್ಯ : ನಾಲಗೆ ಹೊರಚಾಚಿ, ನಿಮ್ಮ ಗಂಟಲನ್ನು ಪರೀಕ್ಷಿಸುತ್ತೇನೆ (ಪರಿಶೀಲಿಸುತ್ತಾನೆ). ನಿಮಗೆ ಗಂಟಲಿನ ಸೋಂಕು ಆಗಿದೆ. ಇದನ್ನು ಹೊರತುಪಡಿಸಿ, ಬೇರೆ ಏನಾದರೂ ಸಮಸ್ಯೆ ಇದೆಯೇ?

ರೋಗಿ : ಆಗಲೇ ಹೇಳಿದೆನಲ್ಲ, ಸದಾ ಅಶಾಂತಿ, ಸುಸ್ತು ಮತ್ತು ಕೆಲವೊಮ್ಮೆ ಕೆಮ್ಮು-ಗಂಟಲಿನಲ್ಲಿ ಉರಿ ಆಗುತ್ತದೆ. ಇದರಿಂದ ಸೋಂಕು ಆಗಿರಬಹುದು. ನಾನು ಹೊರಗೆ ತಿನ್ನುವ ಇಲ್ಲವೇ ಕುಡಿಯುವುದೇ ಇಲ್ಲ.

ವೈದ್ಯ : ಕೆಲವು ಸಲ ಹೇಳಲು ಆಗುವುದಿಲ್ಲ. ನೀವು ಉಸಿರಿನ ಮೂಲಕ ಕೀಟಾಣುಗಳನ್ನು ತೆಗೆದುಕೊಳ್ಳಬಹುದು. ಸಾಂಬಾರ ಪದಾರ್ಥ ಅಥವಾ ತಂಡಿ ಪಾನೀಯಗಳಿಂದ ಗಂಟಲಿಗೆ ಕಿರಿಕಿರಿ ಆಗಬಹುದು. ಈ ಮಾತ್ರೆ ಹಾಗೂ ಔಷಧವನ್ನು ದಿನಕ್ಕೆ 3 ಬಾರಿ ತೆಗೆದುಕೊಳ್ಳಿ. ನಾಳೆ ಬನ್ನಿ.

ರೋಗಿ : ಗಂಭೀರ ಸಮಸ್ಯೆ ಅಲ್ಲ ತಾನೇ?

ವೈದ್ಯ : ಓಹ್ ಇಲ್ಲ, ಇದು ಸಾಮಾನ್ಯ ಸೋಂಕು. ಮೆಣಸಿನಕಾಯಿ, ಹುಳಿ ಪದಾರ್ಥ ಮತ್ತು ತಣ್ಣೀರು ಸೇವಿಸಬೇಡಿ. ಕೆಲ ದಿನಗಳಲ್ಲಿ ಸಂಪೂರ್ಣ ಗುಣಮುಖರಾಗುವಿರಿ.

ರೋಗಿ : ಧನ್ಯವಾದ ಡಾಕ್ಟರ್.

IN CONSULTATION WITH A DOCTOR

This type of conversation should be brief and to the point. One has to tell his physical and mental ailments in details and also the symptoms of the affected disease to the doctor.

Patient : I have not been feeling well for the last few days.
Doctor : Tell me about it:
Patient : *(coughs)* you see doctor there is this cough, also I'm feeling cold all the time although it is no season for cold.
Doctor : *(checks his BP and temperature)* Your BP is alright but you are running a mild temperature. Anywhere pain in the body.
Patient : Not pain at any exact place but all the time I seem run down and exhausted. I'm restless even in bed.
Doctor : For how many days it has been like that?
Patient : Well two, three days.
Doctor : Take out your tongue and let me see your throat. *(Checks)* well it seems to me a mild sort of throat infection. Is there any other thing that you would like to tell me?
Patient : As I told you, I feel restless, exhausted and cough at times – a sort of burning sensation in throat which might have caused this throat infection. I'm very careful about not eating or drinking out.
Doctor : You can never say. Sometimes, you can even inhale germs; sometimes the throat gets irritated by spices or very cold drinks. Here, take these tablets and syrup three times a day and come tomorrow.
Patient : I hope it is nothing serious.
Doctor : Oh no! It's just an ordinary infection. Avoid chilies, sour things and cold water. You'll be alright within a few days.
Patient : Thanks doctor.

ಉದಲರ್ಯ ಯಿಗ ಸಲಹಲ

ಇದು ಸಾಮಾನ್ಯ ಸಂಭಾಷಣೆಗಿಂತ ಭಿನ್ನವಾದುದು. ಇದರಲ್ಲಿ ತಜ್ಞರು ಇಲ್ಲವೆ ಸಲಹೆಗಾರರು ವಿದ್ಯಾರ್ಥಿಗಳಿಗೆ ವಿಷಯಗಳ ಆಯ್ಕೆ ಮತ್ತು ಉನ್ನತ ಶಿಕ್ಷಣ ಹಾಗೂ ಅದರಿಂದ ಸಿಗಬಹುದಾದ ಉದ್ಯೋಗದ ಬಗ್ಗೆ ವಿವರ ನೀಡುತ್ತಾರೆ. ಆಯ್ಕೆಗೆ ಸಹಕರಿಸುತ್ತಾರೆ.

ಲೋಕೇಶ್ : ಶುಭ ಮುಂಜಾನೆ ಸರ್. ನನಗಾಗಿ ಸ್ವಲ್ಪ ಸಮಯ ನೀಡಬಹುದೇ? ನನ್ನ ವೃತ್ತಿಗೆ ಸಂಬಂಧಿಸಿದಂತೆ ನಿಮ್ಮ ಬಳಿ ಮಾತನಾಡುವುದಿದೆ.

ಸಲಹೆಗಾರ : ಖಂಡಿತ. ನಿನ್ನ ವಿದ್ಯಾರ್ಹತೆ ಮತ್ತು ವಯಸ್ಸು ಎಷ್ಟು?

ಲೋಕೇಶ್ : 18 ವರ್ಷ. ನಾನು ಪಿಯು, ಕಲಾ ವಿಭಾಗದಲ್ಲಿ ತೇರ್ಗಡೆ ಆಗಿದ್ದೇನೆ.

ಸಲಹೆಗಾರ : ವೈದ್ಯ ಇಲ್ಲವೇ ಅಕೌಂಟೆನ್ಸಿಯಲ್ಲಿ ವೃತ್ತಿ ಸಾಧ್ಯವಿಲ್ಲ. ಶೇಕಡವಾರು ಅಂಕ ಎಷ್ಟು ಇದೆ?

ಲೋಕೇಶ್ : ಸರಾಸರಿ ಶೇ 85.

ಸಲಹೆಗಾರ : ಒಳ್ಳೆಯದು. ನೀನು ಶಿಕ್ಷಕ ವೃತ್ತಿ ಕೈಗೊಳ್ಳಬಹುದು. ಆಯ್ಕೆಯ ವಿಷಯದಲ್ಲಿ ಪದವಿ/ಆನರ್ಸ್ ಪಡೆಯಬಹುದು.

ಲೋಕೇಶ್ : ಇಲ್ಲ ಸಾರ್. ನನಗೆ ಶಿಕ್ಷಕ ವೃತ್ತಿಯಲ್ಲಿ ಆಸಕ್ತಿ ಇಲ್ಲ.

ಸಲಹೆಗಾರ : ರಕ್ಷಣಾ ಸೇವೆಯ ಪರೀಕ್ಷೆ ತೆಗೆದುಕೊಳ್ಳಬಹುದು.

ಲೋಕೇಶ್ : ಇಲ್ಲ ಸರ್. ನನ್ನ ಆರೋಗ್ಯ ಅಷ್ಟೇನೂ ಚೆನ್ನಾಗಿಲ್ಲ. ಜತೆಗೆ, ನನ್ನ ಕಣ್ಣಿನ ದೃಷ್ಟಿ ದುರ್ಬಲವಾಗಿದೆ.

ಸಲಹೆಗಾರ : ನಿನಗೆ ಕಂಪ್ಯೂಟರ್ ಎಂದರೆ ಇಷ್ಟವೇ?

ಲೋಕೇಶ್ : ಹೌದು ಸರ್. ನನಗೆ ಕಂಪ್ಯೂಟರ್ ಇಷ್ಟ.

ಸಲಹೆಗಾರ : ಸರಿ ಹಾಗಾದರೆ, ಇಗ್ನೋದಿಂದ ಬಿಸಿಎ ಮಾಡು. ಉತ್ತಮ ಅಂಕ ಗಳಿಸಿರುವುದರಿಂದ ಯಾವುದೇ ವಿಶ್ವವಿದ್ಯಾನಿಲಯದಲ್ಲಾದರೂ ಪ್ರವೇಶ ಸಿಗುತ್ತದೆ. ಬಿಸಿಎ ಅಥವಾ ಎಂಸಿಎ ಬಳಿಕ ಎಂಎನ್‌ಸಿಯಲ್ಲಿ ಕೆಲಸ ಸಿಗುವ ಸಾಧ್ಯತೆ ಇದೆ. ಡ್ರಾಯಿಂಗ್ ಹೇಗಿದೆ? ಅದು ನಿನ್ನ ವಿಷಯಗಳಲ್ಲಿ ಒಂದು ಅಲ್ಲವೇ?

ಲೋಕೇಶ್ : ಡ್ರಾಯಿಂಗ್‌ನಲ್ಲಿ ನನ್ನ ಸಾಧನೆ ಉತ್ತಮವಾಗಿದೆ.

ಸಲಹೆಗಾರ : ಸರಿ. ನೀನು ಆರ್ಕಿಟೆಕ್ಚರ್ ಕ್ಷೇತ್ರಕ್ಕೂ ಹೋಗಬಹುದು. ಕಂಪ್ಯೂಟರ್ ಜ್ಞಾನ ಅಲ್ಲಿ ಉಪಯುಕ್ತವಾಗಲಿದೆ.

ಲೋಕೇಶ್ : ಈ ಆಲೋಚನೆ ಸಮರ್ಪಕವಾಗಿದೆ. ನಾನು ಎಲ್ಲಿ ಅರ್ಜಿ ಸಲ್ಲಿಸಬೇಕು ಸರ್?

ಸಲಹೆಗಾರ : ಐಟಿಒ ಕ್ರಾಸಿಂಗ್ ಬಳಿ ಆರ್ಕಿಟೆಕ್ಚರ್ ಮತ್ತು ಪ್ಲಾನಿಂಗ್ ಶಾಲೆ ಇದೆ. ನಿನ್ನ ಸರ್ಟಿಫಿಕೇಟ್‌ಗಳೊಂದಿಗೆ ಅಲ್ಲಿಗೆ ಹೋಗು. ಪ್ರವೇಶ ಪ್ರಕ್ರಿಯೆ ಇನ್ನು ಮುಕ್ತವಾಗಿದೆ ಎಂದುಕೊಂಡಿದ್ದೇನೆ. ಅರ್ಜಿ ಭರ್ತಿ ಮಾಡಿ, ಸಲ್ಲಿಸು.

ಲೋಕೇಶ್ : ದಿಲ್ಲಿಯಲ್ಲಿ ಬೇರೆ ವಿಶ್ವವಿದ್ಯಾನಿಲಯಗಳಿಲ್ಲವೇ?

ಸಲಹೆಗಾರ : ಇಲ್ಲ, ಆದರೆ, ಇಲ್ಲಿ ಸೀಟು ಸಿಗದಿದ್ದರೆ ನಾಸಿಕ್‌ಗೆ ಹೋಗಬಹುದು. ನಾಸಿಕ್ ಆರ್ಕಿಟೆಕ್ಚರ್ ಶಾಲೆಗೆ ಬಹಳ ಒಳ್ಳೆಯ ಹೆಸರು ಇದೆ.

ಲೋಕೇಶ್ : ಧನ್ಯವಾದ ಸರ್, ನಿಮ್ಮ ಸಲಹೆಯಂತೆ ನಡೆದುಕೊಳ್ಳುವೆ.

CAREER COUNSELLING

This kind of conversation is different from normal discussion. In career counselling, experts or counsellors talk and advise the students to opt for their choice of subjects and continue their higher education, and make a career for themselves.

Lokesh : Good morning, sir, could you spare me a little time. I want to consult you about my career.

Counsellor : Sure, What is your qualification and age?

Lokesh : I'm eighteen sir, I have passed my 12th in Arts stream.

Counsellor : Well, any career in accountancy or medicine is ruled out. What is your percentage?

Lokesh : Average 85% in all subjects.

Counsellor : Good you can go in teaching line. You can do graduation with honors in your favourite subjects.

Lokesh : No sir, I don't have any aptitude for that.

Counsellor : What about appearing in defense services exams.

Lokesh : No sir, I do not keep very good health, besides my eye sight is weak.

Counsellor : Do you like computers?

Lokesh : Yes sir, I like computer operating.

Counsellor : Well, then you can do BCA from IGNOU. You can get admission in any university because your percentage is good. After BCA or MCA you can get a handsome job in any MNC. How is your drawing? Was it one of your subjects?

Lokesh : I'm very good at drawing.

Counselor : Good, then you can go in architecture line also. Your expertise in computers will be of great help.

Lokesh : That seems a good idea, sir. Where should I apply?

Counsellor : There is a School of Architecture and Planning at ITO crossing. Go there with your certificates and testimonials. I hope the admission is still open, fill up the application form for admission.

Lokesh : Any other institute in Delhi.

Counsellor : No, but you can go to Nasik if you don't get admission here. Nasik Architecture School has a very good reputation.

Lokesh : Thank sir, I'll do as you advise.

ಕಾಲಲಯಿಐನಲ್ಲಿ ಎಲಂದಲನಲ ದಿನ

ಪಾರ್ಟಿಗಳು, ಜನರನ್ನು ಭೇಟಿ ಮಾಡುವಾಗ ಚುಟುಕು ಮಾತು ಆಡಬೇಕಾಗುತ್ತದೆ. ಪಿಯುಸಿ ಮುಗಿಸಿ ಡಿಗ್ರಿ ಕಾಲೇಜಿಗೆ ಕಾಲಿರಿಸಿದವರಿಗೆ, ಆತಂಕ ಸಹಜ. ಕಾಲೇಜು ಶಿಕ್ಷಣದ ಬಗ್ಗೆ ಕನಸು ಇರುತ್ತದೆ. ಆದರೆ, ಏನೋ, ಎಂಥೋ ಎಂಬ ಭಯವೂ ಇರುತ್ತದೆ.

ವಿದ್ಯಾಥಿ : (ಆತಂಕದಿಂದ ಗುಂಪನ್ನು ನೋಡುತ್ತ, ಬಾಲಕನೊಬ್ಬನನ್ನು ಸಮೀಪಿಸುತ್ತಾನೆ) ಹಲೋ.

ಇನ್ನೊಬ್ಬ ವಿದ್ಯಾರ್ಥಿ : ಹಲೋ, ನೀನು ಇಲ್ಲಿಗೆ ಹೊಸಬನಾ?

ಮೊದಲಿನವ : ಹೌದು. ನನ್ನ ಹೆಸರು ಮುಖೇಶ್.

ಇನ್ನೊಬ್ಬ : ನಾನು ಆಕಾಶ್.

ಮುಖೇಶ್ : (ಆತನ ಕೈ ಕುಲುಕುತ್ತ) ನಿನ್ನನ್ನು ಭೇಟಿಯಾಗಿದ್ದು ಸಂತೋಷ. ನಿನ್ನ ವಿಷಯ ಯಾವುದು?

ಆಕಾಶ್ : ಬಿಕಾಂ. ನಿನ್ನದು?

ಮುಖೇಶ್ : ಇಂಗ್ಲಿಷ್ ಆನರ್ಸ್. ಇದು ನನ್ನ ಮೊದಲ ದಿನ, ನಾನು ಆತಂಕಿತನಾಗಿದ್ದೇನೆ. ನೀರಿನಿಂದ ಹೊರಗೆ ಬಂದ ಮೀನಿನಂತೆ.

ಆಕಾಶ್ : ನನ್ನದೂ ಅದೇ ಸ್ಥಿತಿ. ಆತಂಕಗೊಳ್ಳುವುದರಿಂದ ಉಪಯೋಗವಿಲ್ಲ. ಅದರಿಂದ ಕೆಡುಕೇ ಹೆಚ್ಚು.

ಮುಖೇಶ್ : ಸರಿ, ನೀನು ರ್‍ಯಾಗಿಂಗ್ ಬಗ್ಗೆ ಕೇಳಿರಬಹುದು. ನಮ್ಮಂತ ಹೊಸ ಹುಡುಗರು ಅವರಿಗೆ ಗುರಿ ಆಗಲಿದ್ದಾರೆ.

ಆಕಾಶ್ : ಬಾ, ಹೊರಗೆ ಹೋಗೋಣ. ಉದ್ಯಾನದಲ್ಲಿ ಕುಳಿತುಕೊಳ್ಳೋಣ. (ಇಬ್ಬರೂ ಕುಳಿತುಕೊಳ್ಳುತ್ತಾರೆ)

ಮುಖೇಶ್ : ನೀನು 12ನೇ ತರಗತಿ ಓದಿದ್ದು ಯಾವ ಶಾಲೆಯಲ್ಲಿ?

ಆಕಾಶ್ : ದರ್‍ಯಾಗಂಜ್‌ನ ಆಂಗ್ಲೋ ಸ್ಯಾನ್‌ಸ್ಕ್ರಿಟ್ ಸ್ಕೂಲ್‌ನಲ್ಲಿ.

ಮುಖೇಶ್ : ನಾನು ಆರ್.ಕೆ.ಪುರಂನ ಎಸ್‌ಬಿವಿ.

ಆಕಾಶ್ : ನೋಟಿಸ್ ಫಲಕ ನೋಡಿದೆ. ಆದರೆ, ನನ್ನ ತರಗತಿ ಎಲ್ಲಿದೆ ಎಂಬುದು ಗೊತ್ತಾಗಲಿಲ್ಲ. ನೀನು ಪ್ರಯತ್ನಿಸಿದೆಯಾ?

ಮುಖೇಶ್ : (ನಗುತ್ತಾನೆ). ಹೌದು. ಆದರೆ, ಆಗಲಿಲ್ಲ. ಇಲ್ಲಿ ತುಂಬ ಜನದಟ್ಟಣೆ ಇದೆ. ಈಗ ಹೋಗಿ, ನಾಳೆ ಬರೋಣ.

(ದಡೂತಿ ವ್ಯಕ್ತಿಯೊಬ್ಬ ಅವರನ್ನು ಸಮೀಪಿಸುತ್ತಾನೆ)

ವ್ಯಕ್ತಿ : ನೀವು ಹೊಸಬರಾ?

ಇಬ್ಬರೂ : (ಎದ್ದು ನಿಲ್ಲುತ್ತಾರೆ) ಹೌದು ಸರ್.

ವ್ಯಕ್ತಿ : (ನಗುತ್ತಾನೆ) ನಾನು ನಿಮ್ಮ ಸೀನಿಯರ್. ನಾವು ಹೊಸ ವಿದ್ಯಾರ್ಥಿಗಳ ಪರೇಡ್ ನಡೆಸುತ್ತಿದ್ದೇವೆ. ಬನ್ನಿ, ಏಳಿ.

ಇಬ್ಬರೂ : (ಆತಂಕದಿಂದ) ಬನ್ನಿ ಹೋಗೋಣ.

ವ್ಯಕ್ತಿ : (ಮತ್ತೆ ನಗುತ್ತಾನೆ) ನಾನು ತಮಾಷೆ ಮಾಡುತ್ತಿದ್ದೆ. ಇಲ್ಲಿ ಏನಾದರೂ ರ್‍ಯಾಗಿಂಗ್ ನಡೆಯುತ್ತಿದೆಯಾ ಎಂಬುದನ್ನು ಪರಿಶೀಲಿಸಲು ಪ್ರಿನ್ಸಿಪಾಲ್ ನನ್ನನ್ನು ನಿಯೋಜಿಸಿದ್ದಾರೆ. ಆರಾಮವಾಗಿರಿ, ನಾನು ಸಂಜೀವ್ ಮೆಹ್ತಾ, 3ನೇ ವರ್ಷದ ಬಿಕಾಂ. (ಕೈ ಕುಲುಕುತ್ತಾನೆ)

ಮುಖೇಶ್ : ಸರ್, ನಾನು ನನ್ನ ತರಗತಿ ಎಲ್ಲಿದೆ ಎಂದು ಹುಡುಕುತ್ತಿದ್ದೆ. ನಾನು ಕೂಡ ಬಿಕಾಂ ವಿದ್ಯಾರ್ಥಿ. ನೀವು ನನಗೆ ಸಹಾಯ ಮಾಡುವಿರಾ? ಆಕಾಶ್ ಇಂಗ್ಲಿಷ್ ಆನರ್ಸ್ ವಿದ್ಯಾರ್ಥಿ.

ಸಂಜೀವ್ : ಬನ್ನಿ ನನ್ನ ಜೊತೆ. ನಾನು ನೆರವಾಗುತ್ತೇನೆ.

FIRST DAY OF A STUDENT IN COLLEGE

Small talk is used at parties, when meeting people, etc. to be kind and get along with others at the events. Hopefully, small talk leads to more interesting conversations. However, the ability to small talk and use appropriate phrases can help get the conversation flowing.

A student	:	*(nervously looks at the crowd and consciously approaches a boy standing apart)* Hello!
Other student	:	Hello, are you new here?
First student	:	Yes, my name is Mukesh.
Other student	:	I am Akash.
Mukesh	:	*(shakes his hand)* Glad to see you. What is your subject?
Akash	:	B.Com, what is yours?
Mukesh	:	English Honours. It is my first day here and I'm feeling very nervous, like a fish out of water.
Akash	:	The same here, but nervousness is of no use, rather it may be to our disadvantage.
Mukesh	:	Right, have you heard about ragging! Nervous new comers like us are sitting targets!
Akash	:	Come, let's go out and sit in the garden there. *(Both sit on a bench)*
Mukesh	:	From which school did you pass your 12th?
Akash	:	Anglo Sanskrit School in Daryaganj.
Mukesh	:	I'm from SBV, R.K. Puram.
Akash	:	I looked at the notice board but couldn't locate my class. Did you try?
Mukesh	:	*(laughs)* Yes and I also failed. There is so much crowd here. Why not leave now and come tomorrow. *(A burly fellow approaching them)*
Fellow	:	Are you guys new here?
Both	:	*(nervously standing up)* Yes, sir.
Fellow	:	*(laughs)* I'm your senior we're parading the fresher's here, come, get up.
Both	:	*(very nervously)* please let's go, sir.
Fellow	:	(again laughs) I was joking. Actually, I have been deputed by the principal to check out if there is any ragging. Be at ease, I'm Sanjeev Mehta. 3rd year B.Com. *(Shakes hands with them)*
Mukesh	:	Sir, I was looking for my class. I'm also a B.Com student. Could you help us, Akash is English honors.
Sanjeev	:	Come with me. I'll help you.

ಕಾಲಲಯಿಐನಲ್ಲಿ ಸಶಭಾಷಣಲ

ಹೊಸ ಸ್ನೇಹಿತರನ್ನು ಮಾಡಿಕೊಳ್ಳಲು ಮೊದಲಿಗೆ ಆತನಿಗೆ ಅಭಿನಂದನೆ ಹೇಳಬೇಕು. ವ್ಯಕ್ತಿಗಳಿಬ್ಬರು ಪರಸ್ಪರ ಪರಿಚಯಿಸಿಕೊಂಡು, ಗುರುತು ಹೇಳಿಕೊಳ್ಳುತ್ತಾರೆ. ನಂತರ ಸಂಭಾಷಣೆ, ಕೆಲವೊಮ್ಮೆ ಮುಖ್ಯವಲ್ಲದ ಮಾತುಕತೆ, ಕೆಲವೊಮ್ಮೆ ಮುಖ್ಯ ವಿಷಯಗಳ ಬಗ್ಗೆ ಮಾತುಗಳು ಆಡಲ್ಪಡುತ್ತವೆ. ಬಳಿಕದ್ದು ವಿದಾಯ ಹೇಳುವಿಕೆ. ನಿಮ್ಮನ್ನು ಭೇಟಿಯಾದದ್ದು ಸಂತೋಷದ ವಿಷಯ ಎಂದು ಬೀಳ್ಕೊಡಲಾಗುತ್ತದೆ.

ಮೊದಲ ವಿದ್ಯಾರ್ಥಿ : ಕ್ಷಮಿಸಿ, ಶ್ರೀ ಕೊಹ್ಲಿ ಅವರು ತರಗತಿ ತೆಗೆದುಕೊಂಡಿದ್ದರೇ?

ಹುಡುಗಿ : ನನಗೆ ನೀನು ಗೊತ್ತೇ?

ಹುಡುಗ : ನನ್ನ ಹೆಸರು ಕುಣಾಲ್ ಕಪೂರ್. ಇಬ್ಬರೂ ಒಂದೇ ತರಗತಿಯಲ್ಲಿ ಓದುತ್ತೇವೆ. ತೊಂದರೆಗೆ ಕ್ಷಮಿಸಿ. ನಾನು ನಿನ್ನೆ ಕಾಲೇಜಿಗೆ ಬಂದಿರಲಿಲ್ಲ.

ಹುಡುಗಿ : ಶ್ರೀ ಕೊಹ್ಲಿ ತರಗತಿ ತೆಗೆದುಕೊಂಡಿದ್ದರು.

ಹುಡುಗ : (ಸ್ವಲ್ಪ ಕಾಲ ತಡೆದು) ನೀವು ತರಗತಿಗೆ ಹೋಗಿದ್ದಿರಾ?

ಹುಡುಗಿ : ಹೌದು.

ಕುಣಾಲ್ : ಹಾಗಿದ್ದರೆ ನೀವು ಟಿಪ್ಪಣಿ ಮಾಡಿಕೊಂಡಿರಬೇಕು. ನಿಮಗೆ ತೊಂದರೆ ಆಗುವುದಿಲ್ಲ ಎಂದಾದರೆ, ನಾನು ಅದನ್ನು ನೋಡಬಹುದೇ? ಕೊಹ್ಲಿ ನನ್ನ ಮೆಚ್ಚಿನ ಮೇಷ್ಟು. ಅವರ ತರಗತಿಯನ್ನು ನಾನು ತಪ್ಪಿಸಿಕೊಳ್ಳುವುದಿಲ್ಲ.

ಹುಡುಗಿ : ಅವರು ನನ್ನ ಮೆಚ್ಚಿನ ಮೇಷ್ಟು. ಅವರ ಟಿಪ್ಪಣಿ ನನ್ನ ಬಳಿ ಇದೆ. ನಾನು ಸಂಜನಾ ಗರ್ಗ್.

ಕುಣಾಲ್ : ಭೇಟಿಯಾಗಿದ್ದು ಸಂತೋಷ ಸಂಜನಾ.

ಸಂಜನಾ : (ನೋಟ್ ಪುಸ್ತಕವನ್ನು ತೆರೆದು ನೋಡುತ್ತಾಳೆ) ನೋಟ್ಸ್ ಇಲ್ಲಿದೆ.

ಕುಣಾಲ್ : ಧನ್ಯವಾದ. ಕೆಲಕಾಲದ ನಂತರ ವಾಪಸ್ ಮಾಡುತ್ತೇನೆ. ನೀನು ತಪ್ಪು ತಿಳಿದುಕೊಳ್ಳದಿದ್ದಲ್ಲಿ ಒಂದು ಒಪ್ಪಂದ ಮಾಡಿಕೊಳ್ಳೋಣ.

ಸಂಜನಾ : ಏನು ಒಪ್ಪಂದ?

ಕುಣಾಲ್ : ನಮ್ಮಿಬ್ಬರಲ್ಲಿ ಯಾರಾದರೂ ಕೊಹ್ಲಿ ಅವರ ತರಗತಿಯನ್ನು ತಪ್ಪಿಸಿಕೊಂಡಲ್ಲಿ ತರಗತಿಗೆ ಹೋದವರು ನೋಟ್ಸ್‌ನ್ನು ಇನ್ನೊಬ್ಬರಿಗೆ ಕೊಡಬೇಕು.

ಸಂಜನಾ : ಒಪ್ಪಿದೆ. ತರಗತಿ ಆರಂಭವಾಗುವ ಸಮಯ ಆಯಿತು. ಬೈ.

ಕುಣಾಲ್ : ಬೈ.

A BOY TALKING TO A GIRL IN COLLEGE

While making new friends, there are usually three parts of the conversation you will have with your new friend. The first is the greeting. In this part, you and your new friend will greet each other and tell each other your names. The second part is the conversation. Sometimes, the conversation is small talk and sometimes the conversation is about important matters; the third part of the conversation is the leave-taking. In this part, you tell your new friend that you are happy to meet him and that you must end the conversation.

A first year student: Excuse me; did Mr. Kohli take class yesterday?

Girl	:	Do I know you?
Boy	:	I am Kunal Kapoor. We study in the same class. Sorry for the botheration, I didn't come to college yesterday.
Girl	:	Mr. Kohli took the class.
Kunal	:	*(after a pause)* did you attend his class?
Girl	:	Yes.
Kunal	:	You must have taken notes if it is not much of trouble, could I have a look at them. Mr. Kohli is my favourite lecturer. I never miss his classes.
Girl	:	He is my favourite too. Let me see where his notes are. By the way I'm Sanjana Garg.
Kunal	:	Glad to meet you, Sanjana.
Sanjana	:	*(opening a page in the notebook)* Here are the notes.
Kunal	:	Thanks, I'll give it back to you in a short while. If you don't mind, let's make a pact.
Sanjana	:	What pact?
Kunal	:	Whenever one of us misses Mr. Kohl's lecture. The other one will help him or her with notes.
Sanjana	:	Agreed. It's time for class now, bye!
Kunal	:	Bye!

ಬ್ಯಾ ಶಿಕ್ ಖಾಷಿಲ ಷಿಲರಲಿಯಯೆಯೆವ್ಯದಯೆ

ಇದು ಸೌಹಾರ್ದದ ಮಾತುಕತೆ. ಆಲಿಸುವಿಕೆಗೆ ಮಾತ್ರವಲ್ಲ, ಎದುರಿನಾತ ಹೇಳುತ್ತಿರುವುದರಲ್ಲಿ ಮೌಲ್ಯವಿದೆ ಎಂದು ಭಾವಿಸುವ ಮನೋಪ್ರವೃತ್ತಿ.

ಗ್ರಾಹಕ : (ಬ್ಯಾಂಕ್ ಸಿಬ್ಬಂದಿಗೆ) ಸರ್, ನಾನು ಬ್ಯಾಂಕ್‌ನಲ್ಲಿ ಖಾತೆಯೊಂದನ್ನು ತೆರೆಯಬೇಕೆಂದಿರುವೆ. ಅದಕ್ಕೇನು ಮಾಡಬೇಕು?

ಸಿಬ್ಬಂದಿ : (ಅರ್ಜಿಯೊಂದನ್ನು ಕೊಡುತ್ತಾನೆ). ನೀವು ಎಲ್ಲಿ ವಾಸವಾಗಿದ್ದೀರಿ?

ಗ್ರಾಹಕ : ಲಕ್ಷ್ಮೀನಗರ.

ಸಿಬ್ಬಂದಿ : ಸರಿ, ಅರ್ಜಿಯನ್ನು ಸರಿಯಾಗಿ ಓದಿ. ನೀವು ಉಳಿತಾಯ ಖಾತೆ ತೆರೆಯುವಿರಾ ಅಥವಾ ಚಾಲ್ತಿ ಖಾತೆ ತೆರೆಯುವಿರಾ?

ಗ್ರಾಹಕ : ಉಳಿತಾಯ ಖಾತೆ.

ಸಿಬ್ಬಂದಿ : ಒಂಟಿಯಾಗಿ ಇಲ್ಲವೇ ಒಗ್ಗೂಡಿ.

ಗ್ರಾಹಕ : ಒಂಟಿಯಾಗಿ

ಸಿಬ್ಬಂದಿ : ಸರಿ, ನಾನು ಅಗತ್ಯವಾದ ಕಾಗದ ಪತ್ರ ಸಿದ್ಧಗೊಳಿಸುವೆ. ಇಲ್ಲಿ ಎರಡು ಕಾಲಂಗಳಿದ್ದು, ಇದರಲ್ಲಿ ಉಲ್ಲೇಖಿಸಿದ ಒಂದು ದಾಖಲೆಯನ್ನು ಉದಾಹರಣೆಗೆ ವಿಳಾಸದ ದಾಖಲೆ ಇಥವಾ ಟೆಲಿಫೋನ್ ಬಿಲ್ ತರಬೇಕು. ಉಳಿದಂತೆ, ಚುನಾವಣೆ ಐಡಿ ಕಾರ್ಡ್ ಅಥವಾ ಚಾಲನೆ ಪರವಾನಗಿ ಇಲ್ಲವೇ ಪಾಸ್‌ಪೋರ್ಟ್ ಕೊಡಬಹುದು.

ಗ್ರಾಹಕ : ಖಾತೆ ತೆರೆಯಲು ಎಷ್ಟು ಹಣ ಇಡಬೇಕು?

ಸಿಬ್ಬಂದಿ : ನಿಮಗೆ ಚೆಕ್ ಪುಸ್ತಕ ಬೇಕೇ?

ಗ್ರಾಹಕ : ಹೌದು

ಸಿಬ್ಬಂದಿ : ಹಾಗಿದ್ದರೆ, 1000 ರೂ. ಇಡಬೇಕು. 10 ರಿಂದ 15 ದಿನಗಳ ಬಳಿಕ ಚೆಕ್ ಪುಸ್ತಕವನ್ನು ಅಂಚೆಯಲ್ಲಿ ಕಳಿಸಲಾಗುವುದು.

ಗ್ರಾಹಕ : ನನಗೆ ಎಟಿಎಂ ಕಾರ್ಡ್ ಬೇಕು.

ಸಿಬ್ಬಂದಿ : ಏಕಿಲ್ಲ? ಅರ್ಜಿಯಲ್ಲಿ ಉಲ್ಲೇಖಿಸಿ ಚೆಕ್ ಬುಕ್‌ನಂತೆ ಅದನ್ನೂ ಕೆಲ ಕಾಲಾನಂತರ ತೆಗೆದುಕೊಳ್ಳಬಹುದು.

ಗ್ರಾಹಕ : (ಅರ್ಜಿಯನ್ನು ಓದುತ್ತಾನೆ) ಎರಡು ಸಾಕ್ಷಿ ಹಾಗೂ ಈ ಬ್ಯಾಂಕ್‌ನಲ್ಲಿ ಖಾತೆ ಹೊಂದಿರುವವರ ಸಹಿ ಬೇಕು ಎನ್ನಲಾಗಿದೆ.

ಸಿಬ್ಬಂದಿ : ಹೌದು. ಅದು ಬಳಹ ಮುಖ್ಯವಾದುದು. ಬ್ಯಾಂಕ್‌ನ ಒಬ್ಬರು ಗ್ರಾಹಕರು ನಿಮಗೆ ಗೊತ್ತಿರಬೇಕು. ಅವರ ಸಹಿ ಮತ್ತು ಖಾತೆ ಸಂಖ್ಯೆ ಬೇಕು. ಅಕ್ಕಪಕ್ಕದವರು ಸಾಕ್ಷಿ ಎಂದು ಪರಿಗಣಿಸಬಹುದು. ನಿಮ್ಮ ಅರ್ಜಿಯ ಪರಿಶೀಲನೆ ಹಾಗೂ 1000 ರೂ. ಇರಿಸಿದ ಬಳಿಕ ನಿಮಗೆ ಪಾಸ್‌ಬುಕ್ ನೀಡಲಾಗುತ್ತದೆ.

ಗ್ರಾಹಕ : ಧನ್ಯವಾದ ಸರ್.

ಸಿಬ್ಬಂದಿ : ಪರವಾಗಿಲ್ಲ ಬಿಡಿ. ಅರ್ಜಿಯನ್ನು ಸರಿಯಾಗಿ ಭರ್ತಿ ಮಾಡಿ. 2 ಫೋಟೋ ಬೇಕಾಗುತ್ತದೆ. ಒಂದನ್ನು ಅರ್ಜಿಗೆ ಅಂಟಿಸಬೇಕು ಹಾಗೂ ಇನ್ನೊಂದನ್ನು ಪಾಸ್‌ಬುಕ್‌ಗೆ ಅಂಟಿಸಬೇಕಾಗುತ್ತದೆ.

ಗ್ರಾಹಕ : ಧನ್ಯವಾದ ಸರ್.

BANK SCENARIO FOR OPENING AN ACCOUNT

A conversation demands great generosity. On the one hand, it demands the generosity of listening. And perhaps not just of listening but of assuming that the other person is saying something of value, something worth listening to.

Customer : *(to a bank employee)* Sir, I would like to open a bank account, what is the procedure?

Employee : *(gives him an application form)* where do you live?

Customer : In Laxmi Nagar.

Employee : Ok, please read this form very carefully. Do you want to open savings or current account?

Customer : Savings.

Employee : Joint or single?

Customer : Single

Employee : Ok, here I'll work the relevant papers. You see two columns here, you'll have to bring a document for each column for address proof, and for example, from this column you can bring an electricity bill or MTNL phone bill. For the other column you can bring your election ID card or driving license or passport.

Customer : How much I'll have to deposit for opening the account?

Employee : Do you want a cheque book?

Customer : Yes.

Employee : You have to open the account with one thousand rupees. You'll get the check book by post after 10 or 15 days from the date you open the account.

Customer : Can I have an ATM card also?

Employee : Why not? Just tick at the relevant column. Like check book, you'll get it after some time.

Customer : *(reads the form)* It says two witnesses are needed and a person whose account is in this bank.

Employee : Yes, that is very important, a person who has his account here must be known to you. His signature and account number will be needed, witness you can arrange from your neighbourhood, after your form is accepted and you have deposited Rs. 1000, and you'll be issued the passbook.

Customer : Thanks, Sir.

Employee : That's alright, fill in the form carefully and two photos will be needed, one you have to affix on the form, the other will be pasted on your passbook.

Customer : Again thanks, sir.

ಫಲರಿಯಿನ್‌ನಲ್ಲಿ ಸಿನಿಮಾ ಕಿಕಲಕ್ ಖರೀಯಿದಿ

ಟೆಲಿಫೋನ್ ಮೂಲಕ ಸಿನೆಮಾಕ್ಕೆ ಟಿಕೆಟ್ ಖರೀದಿಸುವುದು, ಆ್ಯಪ್ ಬಳಸುವುದು ಸಾಮಾನ್ಯ. ಇಲ್ಲಿ ಮಾತುಕತೆ ನೇರ ಮತ್ತು ಸ್ಪಷ್ಟವಾಗಿರಬೇಕು.

ಗ್ರಾಹಕ	:	ಹಲೋ, ಇದು ಡಿಲೈಟ್ ಸಿನೆಮಾ ತಾನೇ?
ಸಿಬ್ಬಂದಿ	:	ಹೌದು ಸರ್.
ಗ್ರಾಹಕ	:	'ಸಿಂಘಂ' ಚಿತ್ರಕ್ಕೆ ಟಿಕೆಟ್ ಬುಕ್ ಮಾಡಬೇಕಿದೆ.
ಸಿಬ್ಬಂದಿ	:	ಯಾವ ಪ್ರದರ್ಶನ.
ಗ್ರಾಹಕ	:	7.15 ಸಂಜೆ.
ಸಿಬ್ಬಂದಿ	:	ಎಷ್ಟು ಟಿಕೆಟ್?
ಗ್ರಾಹಕ	:	ನಾಲ್ಕು. ಟಿಕೆಟ್ ದರವೇನು?
ಸಿಬ್ಬಂದಿ	:	ಬಾಲ್ಕನಿಗೆ 110 ರೂ.
ಗ್ರಾಹಕ	:	ಟಿಕೆಟ್ ಬುಕ್ ಮಾಡಲು ಏನು ಮಾಡಬೇಕು? ನನ್ನ ಕ್ರೆಡಿಟ್ ಕಾರ್ಡ್ ನಂಬರ್ ಕೊಡಬೇಕೇ?
ಸಿಬ್ಬಂದಿ	:	ಬೇಡ ಸರ್. ನಿಮ್ಮ ಹೆಸರು ಹೇಳಿ.
ಗ್ರಾಹಕ	:	ಎಸ್.ಕೆ.ವರ್ಮ.
ಸಿಬ್ಬಂದಿ	:	ಅಷ್ಟು ಸಾಕು. ನಿಮ್ಮ ಟಿಕೆಟ್‌ಗಳು ಬುಕ್ ಆಗಿವೆ.
ಗ್ರಾಹಕ	:	ನಾನು ಟಿಕೆಟ್ ಎಲ್ಲಿ ಕೇಳಿ ಪಡೆದುಕೊಳ್ಳಲಿ?
ಸಿಬ್ಬಂದಿ	:	'ಬಾಲ್ಕನಿ' ಎಂದು ಫಲಕವುಳ್ಳ ಕೌಂಟರ್‌ನಿಂದ ತೆಗೆದುಕೊಳ್ಳಬಹುದು.
ಗ್ರಾಹಕ	:	ಧನ್ಯವಾದ.
ಸಿಬ್ಬಂದಿ	:	ಪರವಾಗಿಲ್ಲ, ಸರ್.

BOOKING MOVIE TICKETS ON PHONE

In this type of telephonic conversation, react to what a person says in the spirit in which that comment was offered.

Customer	:	Hello, is it the Delite Cinema?
Employee	:	Yes, Sir.
Customer	:	I'd like to book tickets for the movie 'Singham.'
Employee	:	Which show?
Customer	:	7:15 p.m.
Employee	:	How many tickets?
Customer	:	Four, what is the rate of tickets?
Employee	:	Rs. 110 for balcony.
Customer	:	What is to be done for booking? Do you need my credit card number?
Employee	:	No sir, just tell me your name.
Customer	:	S.K. Verma.
Employee	:	That's enough, your tickets are booked.
Customer	:	From where do I collect my tickets?
Employee	:	You can collect them from the ticket counter marked 'Balcony'
Customer	:	Thanks.
Employee	:	It's alright, sir.

ಮಾರಾಣ ಪ್ರತಿನಿಧಿಯಿಶದ ಬಾಸ್‌ಗಲ ವರದಿ ಸಲ್ಲಿಕಲ

ಇದು ಸಂವಾದಕ್ಕಿಂತ ಭಿನ್ನವಾದದ್ದು. ಮಾರಾಟ ಪ್ರತಿನಿಧಿಯು ತನ್ನ ಬಾಸ್‌ಗೆ ವರದಿ ಸಲ್ಲಿಸುತ್ತಿದ್ದು, ಆತನ ಪ್ರಶ್ನೆಗಳಿಗೆ ಉತ್ತರ-ಪ್ರತಿಕ್ರಿಯೆ ನೀಡುತ್ತಿದ್ದಾನೆ.

ಮುಖ್ಯಸ್ಥ : ಕಳೆದ ವಾರ ಹೇಗಿತ್ತು?

ಪ್ರತಿನಿಧಿ : ಉತ್ತಮವಾಗಿತ್ತು ಸರ್. 20 'ಪ್ಯೂರ್ ವಾಟರ್ ಸಿಸ್ಟಮ್'ಗಳ ಮಾರಾಟದ ಗುರಿ ಇತ್ತು. 14 ಯಂತ್ರಗಳನ್ನು ಮಾರಿದ್ದೇವೆ.

ಮುಖ್ಯಸ್ಥ : ಗುರಿಯಲ್ಲಿ 6 ಕಡಿಮೆ. ಇದನ್ನು 'ಉತ್ತಮ' ಎಂದು ನಾನು ಹೇಳುವುದಿಲ್ಲ.

ಪ್ರತಿನಿಧಿ : ನನಗೆ ನೀಡಿರುವುದು ಗೀತಾ ಕಾಲೊನಿ. ಅಲ್ಲಿರುವುದು 30 ಕುಟುಂಬ. ನನ್ನ ತಂಡದಲ್ಲಿ ಇರುವುದು ನಾಲ್ವರು. ಬೆಳಗ್ಗೆ 10 ರಿಂದ 4 ಗಂಟೆವರೆಗೆ ಕೆಲಸ ಮಾಡುತ್ತೇವೆ. ಆ ಪ್ರದೇಶವನ್ನು ನೋಡಿದ ಬಳಿಕ ಅವರ ಸಾಧನೆ ಉತ್ತಮ ಎನ್ನಬೇಕಾಗುತ್ತದೆ.

ಮುಖ್ಯಸ್ಥ : ಆ ಪ್ರದೇಶ ಹೇಗಿದೆ?

ಪ್ರತಿನಿಧಿ : ಅದು ಪಾಶ್ ಕಾಲೊನಿ ಅಲ್ಲ. ಎರಡನೆಯದಾಗಿ ಜಲ ನಿಗಮ ಪೂರೈಸುತ್ತಿರುವ ನೀರಿನ ಗುಣಮಟ್ಟ ಉತ್ತಮವಾಗಿದ್ದು, ಜನ ನಳದ ಸಂಪರ್ಕ ಹೊಂದಿದ್ದಾರೆ. ಹೀಗಾಗಿ, ಶುದ್ಧ ನೀರಿಗಾಗಿ 100 ರೂ. ವೆಚ್ಚ ಮಾಡಿ ಎಂದು ಒಪ್ಪಿಸುವುದು ಬಹಳ ಕಷ್ಟ.

ಮುಖ್ಯಸ್ಥ : ನಿನ್ನ ತಂಡದಲ್ಲಿರುವ ನಾಲ್ವರು ನಿಸ್ಪೃಹರೇ?

ಪ್ರತಿನಿಧಿ : ಒಬ್ಬನನ್ನು ಹೊರತುಪಡಿಸಿ, ಅವನನ್ನು ಬದಲಿಸುತ್ತೇನೆ.

ಮುಖ್ಯಸ್ಥ : ಬೇರೆ ಪ್ರದೇಶಗಳ ಮಾರಾಟ ವರದಿ ನಿನಗಿಂತ ಉತ್ತಮವಾಗಿದೆ. ಪ್ರಯತ್ನ ಇನ್ನಷ್ಟು ತೀವ್ರಗೊಳ್ಳಬೇಕು.

ಪ್ರತಿನಿಧಿ : ತಂಡಕ್ಕೆ ಹೆಚ್ಚುವರಿ ಸದಸ್ಯರ ನೇಮಕ ಆಗಬೇಕಿದೆ. ಅಲ್ಲಿ ನಾಲ್ಕು ಜನದಟ್ಟಣೆಯ ಶಾಪಿಂಗ್ ಸೆಂಟರ್‌ಗಳಿದ್ದು, ಅಲ್ಲಿ ನಮ್ಮ ಉತ್ಪನ್ನಗಳನ್ನು ಪ್ರದರ್ಶಿಸಬಹುದು. 'ಪ್ಯೂರ್ ವಾಟರ್ ಈಸ್ ಶೂರ್ ವಾಟರ್' ಎಂಬ ಘೋಷಣೆ ಮೂಲಕ ಉತ್ಪನ್ನಗಳ ಪ್ರದರ್ಶನ ನಡೆಸುವ ಆಲೋಚನೆ ಇದೆ.

ಮುಖ್ಯಸ್ಥ : ಆ ಘೋಷಣೆ ಆಕರ್ಷಣೀಯವಾಗಿಲ್ಲ. ಬೇರೆಯವರು ಬಳಸುತ್ತಿರುವ ಒಂದೆರಡು ಘೋಷಣೆಗಳನ್ನು ಇಲ್ಲಿಯೂ ಬಳಸೋಣ. ಜನದಟ್ಟಣೆ ಇರುವಲ್ಲಿ ಉತ್ಪನ್ನಗಳ ಪ್ರದರ್ಶನ ಉತ್ತಮ ನಡೆ. ಆದರೆ, ಚೆನ್ನಾಗಿ ಮಾತನ್ನಾಡಿ ಜನರನ್ನು ಆಕರ್ಷಿಸಬಲ್ಲ ಪ್ರತಿನಿಧಿಗಳನ್ನು ಅಲ್ಲಿ ನೇಮಿಸಬೇಕು. ರಸ್ತೆ ಬದಿ ಸಣ್ಣ ಸ್ಟಾಲ್‌ಗಳನ್ನು ಹಾಕಲೂಬಹುದು.

ಪ್ರತಿನಿಧಿ : ಅದನ್ನು ಮಾಡುತ್ತೇನೆ ಸರ್.

ಮುಖ್ಯಸ್ಥ : ನೀನಿನ್ನು ಹೋಗಬಹುದು. ಮುಂದಿನ ವಾರ ಉತ್ತಮ ವರದಿ ಜೊತೆಗೆ ನನ್ನನ್ನು ಭೇಟಿ ಮಾಡು.

SALES EXECUTIVE REPORTING TO HIS BOSS

This kind of conversation is different from a discussion. In a discussion everyone in talking about something.

Boss	:	How did the last week go?
Executive	:	Pretty well sir, we had targeted to sell 20 'Pure Water' systems. We sold 14.
Boss	:	We fell six short, I can't call it pretty well!
Executive	:	My area is Geeta Colony, sir, where about 30 insured people are living. I have a team of four persons; they're working from ten to four. Seeing the locality, I think they have worked well.
Boss	:	What about the locality?
Executive	:	It's not a posh colony sir, secondly the water supply from the Jal Board is good and people have taps. So, it becomes rather hard to convince them to spend Rs. 1000 more for better water.
Boss	:	The four people working under you, are they sincere?
Executive	:	They are, except one, I'll soon replace him.
Boss	:	Sales reports from other areas are better than yours. Intensify your efforts.
Executive	:	I'll have to increase my staff, sir. I have in my mind four busy shopping centres where we can display our 'Pure water' system with catchy slogans like 'Pure water is sure water' with surity of being germ-free.
Boss	:	I don't think it is a very catchy slogan. I'll provide you with one or two which others are using. Displaying the system in busy areas is a good step, but be sure that smart girls and boys sit there, who can offer a convincing talk. You can also arrange make-shift stalls on road-side.
Executive	:	I'll do that, sir.
Boss	:	You may go now, report to me next week with better sale figures.

ಎಲರಬಲಲಲ್ ಬಿಲ್ ಕಯೆರಿಷಿಯೆ ದರಿರಯೆ

ಮೊಬೈಲ್ ಬಿಲ್ ಸಮರ್ಪಕವಾಗಿಲ್ಲ, ನಿಗದಿಗಿಂತ ಹೆಚ್ಚು ಬಂದಿದೆ ಎಂಬ ದೂರುಗಳು ಸೇವಾ ಕೇಂದ್ರದಲ್ಲಿ ಸಹಜ. ದೂರು ನೀಡುವವರು ದೃಢವಾಗಿರಬೇಕು. ಆದರೆ, ಒರಟಾಗಿ ವರ್ತಿಸಬಾರದು.

ಗ್ರಾಹಕ : (ಫೋನ್‌ನಲ್ಲಿ) ಇದು ಗ್ಲೋಬಲ್ ಫೋನ್ ಕಚೇರಿಯೇ?

ಉತ್ತರ : ಹೌದು, ಹೇಳಿ.

ಗ್ರಾಹಕ : ನನ್ನ ಮೊಬೈಲ್ ಬಿಲ್ ಹೆಚ್ಚು ಬಂದಿರುವ ಬಗ್ಗೆ ದೂರು ನೀಡಬೇಕಾಗಿತ್ತು.

ಉತ್ತರ : ಮೊಬೈಲ್ ಬಿಲ್‌ನಲ್ಲಿರುವ ಗ್ರಾಹಕ ಸೇವಾ ಕೇಂದ್ರದ ಸಂಖ್ಯೆಗೆ ಕರೆ ಮಾಡಿ.

ಗ್ರಾಹಕ : ಧನ್ಯವಾದ (ಗ್ರಾಹಕ ಸೇವಾ ಕೇಂದ್ರಕ್ಕೆ ಫೋನ್ ಮಾಡುತ್ತಾನೆ) ದಿವಾಕರ್ ರೋಹಟ್ಗಿ ಮಾತನಾಡುತ್ತಿರುವುದು. ನನ್ನ ಫೋನ್ ಬಿಲ್ ಕುರಿತ ದೂರು. ಬಿಲ್ ಮೊತ್ತ ಊಹೆಯನ್ನು ಮೀರುತ್ತದೆ.

ಉತ್ತರ : ನಿಮ್ಮ ಫೋನ್ ಸಂಖ್ಯೆ ಹಾಗೂ ಬಿಲ್ ಮೊತ್ತ ಎಷ್ಟಿದೆ ಹೇಳಿ.

ಗ್ರಾಹಕ : ಮೊಬೈಲ್ ಸಂಖ್ಯೆ 9771056756, ಬಿಲ್ ಮೊತ್ತ 20,000 ರೂ.

ಉದ್ಯೋಗಿ : ಸ್ವಲ್ಪ ಕಾಲ ಕಾಯಿರಿ (ಬಳಿಕ). ಸರ್, ಬಿಲ್ ಸರಿಯಾಗಿದೆ.

ದಿವಾಕರ್ : ಅದು ಅಸಾಧ್ಯ. ನಿಮ್ಮ ಮ್ಯಾನೇಜರ್‌ಗೆ ಸಂಪರ್ಕ ಕಲ್ಪಿಸಿಕೊಡಿ. (ಮ್ಯಾನೇಜರ್ ಲೈನ್‌ಗೆ ಬರುತ್ತಾರೆ) ಸರ್, ನನಗೆ 20,000 ರೂ. ಬಿಲ್ ಬಂದಿದೆ. ಎಲ್ಲೋ ಏನೋ ತಪ್ಪಾಗಿದೆ. ನೋಡಿ, ನಾನು ಆಫೀಸ್ ಒಂದರಲ್ಲಿ ಉದ್ಯೋಗಿ, ವ್ಯಾಪಾರಿಯಲ್ಲ. ನಾನು ದೂರವಾಣಿ ಹೆಚ್ಚು ಬಳಸುವುದಿಲ್ಲ, ನನ್ನ ಬಿಲ್ ಈವರೆಗೆ 2,000 ರೂ. ದಾಟಿಲ್ಲ, ನನ್ನ ಬಿಲ್ ಸರಿಯಾಗಿ ನೋಡಿ. ನಾನೇ ಕಚೇರಿಗೆ ಬರಲೇ?

ಮ್ಯಾನೇಜರ್ : ಅಗತ್ಯವಿಲ್ಲ. ನಾವೇ ನಿಮಗೆ ಫೋನ್ ಮಾಡ್ತೇವೆ.

ಮಾರನೆಯ ದಿನ

ಮ್ಯಾನೇಜರ್ : (ಫೋನ್‌ನಲ್ಲಿ) ಶ್ರೀ ದಿವಾಕರ್?

ದಿವಾಕರ್ : ಹೌದು.

ಮ್ಯಾನೇಜರ್ : ನಿಮ್ಮ ಬಿಲ್‌ನ್ನು ಸರಿಪಡಿಸಿದ್ದೇವೆ. ಕಂಪ್ಯೂಟರ್‌ನ ದೋಷ

ದಿವಾಕರ್ : ಬಿಲ್ ಮೊತ್ತ ಎಷ್ಟು?

ಮ್ಯಾನೇಜರ್ : 2000 ರೂ.

ದಿವಾಕರ್ : ಧನ್ಯವಾದ. ಮುಂದೆ ಇಂಥ ತಪ್ಪು ಆಗದಂತೆ ನೋಡಿಕೊಳ್ಳಿ.

COMPLAINT ABOUT MOBILE PHONE BILL

This type of conversation should be to the point and concise as well as very official. One must be firm while complaining, but not rude.

Customer	:	*(on phone)* is it global phone office?
Answer	:	Yes, please.
Customer	:	I have to make a complaint about an inflated cell phone bill.
Answer	:	Please locate the customer care number on your phone bill and ring that number.
Customer	:	Thanks, *(rings customer care number)* Hello, I'm Diwakar Rohatgi speaking; it is about my phone bill. The amount is beyond my imagination. Please tell me your phone number and the amount of bill that you have received.
Mr. Diwakar	:	My cell phone number is 9771056756 and the bill amount is Rs. 20,000.
Employee	:	Please hold on for a moment. *(After a pause)* Sir, the bill is alright.
Diwakar	:	It's impossible; please connect me to your manager. *(Manager on line)* Sir, I have received a bill of Rs. 20,000. There is something wrong somewhere. You see I'm an office goer and no businessman. I don't make many calls. My bills arc never over Rs. 2000/-. Please get my bill thoroughly checked. Shall I come to you in person?
Manager	:	No, It's alright, you'll shortly hear from me.

Next Day

Manager	:	*(on phone)* Hello! Mr. Diwakar speaking?
Diwakar	:	Yes.
Manager	:	Sir, your bill has been corrected, It was a computer mistake.
Diwakar	:	What's the bill amount now?
Manager	:	Rs. 2000/-
Diwakar	:	Thanks, please take care that such mistakes don't happen in future.

ಕಾಲಲಯಿಐಗಲ ಸಲಯಿಷ್ವಲ

ವಿದ್ಯಾರ್ಥಿಯೊಬ್ಬ ಕಾಲೇಜಿಗೆ ಪ್ರವೇಶಕ್ಕೆಂದು ತೆರಳಿದ್ದು, ಡೀನ್ ಅವರನ್ನು ಭೇಟಿ ಮಾಡುತ್ತಾನೆ. ಇಂಥ ಸಮಯದಲ್ಲಿ ವಿದ್ಯಾರ್ಥಿಯ ಗ್ರಹಣ ಶಕ್ತಿ ಒಂದೆಡೆ ಕೇಂದ್ರೀಕೃತವಾಗಿರಬೇಕು.

ವಿದ್ಯಾರ್ಥಿ : (ಹೆಸರು ಕರೆದ ಬಳಿಕ ಪ್ರವೇಶಿಸುತ್ತಾನೆ) ಶುಭ ಮುಂಜಾನೆ ಸರ್.

ಡೀನ್ : ಶುಭ ಮುಂಜಾನೆ, ಕುಳಿತುಕೊಳ್ಳಿ. ನಿನ್ನ ಹೆಸರು ವಿ.ಕೆ.ಸಾರಸ್ವತ್.

ವಿದ್ಯಾರ್ಥಿ : ಹೌದು ಸರ್, ವೇದಕುಮಾರ್ ಸಾರಸ್ವತ್.

ಡೀನ್ : ನೀನು ಬಿಕಾಂ ಆನರ್ಸ್ ಕೋರ್ಸ್‌ಗೆ ಅರ್ಜಿ ಸಲ್ಲಿಸಿರುವೆ.

ವಿದ್ಯಾರ್ಥಿ : ಹೌದು ಸರ್,

ಡೀನ್ : ನೀನು ವ್ಯಾಸಂಗ ಮಾಡಿದ್ದು ಯಾವ ಶಾಲೆಯಲ್ಲಿ.

ಸಾರಸ್ವತ್ : ಮಾಡರ್ನ್ ಪಬ್ಲಿಕ್ ಸ್ಕೂಲ್.

ಡೀನ್ : (ಅಂಕಪಟ್ಟಿಯನ್ನು ಪರಿಶೀಲಿಸುತ್ತಾರೆ). ಸರಾಸರಿ ಶೇ 90 ಮತ್ತು ವಾಣಿಜ್ಯ ಶಾಸ್ತ್ರದಲ್ಲಿ ಶೇ 94. ಅದ್ಭುತ!

ಸಾರಸ್ವತ್ : ಧನ್ಯವಾದ ಸರ್.

ಡೀನ್ : ಈ ಕಾಲೇಜನ್ನು ಏಕೆ ಆಯ್ಕೆ ಮಾಡಿಕೊಂಡೆ?

ಸಾರಸ್ವತ್ : ದಿಲ್ಲಿ ವಿಶ್ವವಿದ್ಯಾನಿಲಯದ ಉತ್ತರ ಕ್ಯಾಂಪಸ್‌ನಲ್ಲಿ ನಿಮ್ಮದು ಅತ್ಯಂತ ಪ್ರತಿಷ್ಠಿತ ಕಾಲೇಜ್. ಜತೆಗೆ, ವಾಣಿಜ್ಯ ಮತ್ತು ಅರ್ಥಶಾಸ್ತ್ರ ವಿಭಾಗ ಉತ್ತಮವಾಗಿವೆ ಎಂದು ಕೇಳಿದ್ದೇನೆ.

ಡೀನ್ : ನಿನಗೆ ಇದು ಹೇಗೆ ಗೊತ್ತು?

ಸಾರಸ್ವತ್ : ಇಲ್ಲಿ ಓದಿದ ಕೆಲವು ಸ್ನೇಹಿತರು ಈ ಬಗ್ಗೆ ಹೇಳಿದ್ದಾರೆ.

ಡೀನ್ : ಇಲ್ಲಿ ಪಠ್ಯೇತರ ಚಟುವಟಿಕೆಗಳು ಹೆಚ್ಚು ಪ್ರಮಾಣದಲ್ಲಿ ನಡೆಯುತ್ತವೆ ಎಂಬುದೂ ಗೊತ್ತಿರಬಹುದು.

ಸಾರಸ್ವತ್ : ಹೌದು ಸರ್, ನಾನು ನಿಮಗೆ ನಿರಾಸೆ ಮಾಡುವುದಿಲ್ಲ. ನನಗೆ ಆಟ ಇಲ್ಲವೇ ಅಥ್ಲೆಟಿಕ್ಸ್ ಬಗ್ಗೆ ಹೆಚ್ಚು ಗೊತ್ತಿಲ್ಲ. ಆದರೆ, ಚರ್ಚಾ ಸ್ಪರ್ಧೆ, ನಾಟಕ ಇತ್ಯಾದಿ ಬಗ್ಗೆ ಆಸಕ್ತಿ ಇದೆ. ನಮ್ಮ ಶಾಲೆಯ ಪತ್ರಿಕೆಯ ಸಂಪಾದಕನಾಗಿದ್ದೆ.

ಡೀನ್ : ನಿನಗೆ ಇಂಗ್ಲಿಷ್‌ನಲ್ಲಿ ಒಳ್ಳೆಯ ಅಂಕಗಳು ಬಂದಿವೆ. ಅದನ್ನೇಕೆ ಆಯ್ಕೆ ಮಾಡಿಕೊಳ್ಳಲಿಲ್ಲ?

ಸಾರಸ್ವತ್ : ವಾಣಿಜ್ಯ ಮತ್ತು ಅರ್ಥಶಾಸ್ತ್ರ ನನ್ನ ಇಷ್ಟದ ವಿಷಯಗಳು.

ಡೀನ್ : ಸಾರಸ್ವತ್, ನೀನಿನ್ನು ಹೋಗಬಹುದು. ನಮ್ಮ ಕಾಲೇಜಿಗೆ ಬಂದಿದ್ದಕ್ಕೆ ಧನ್ಯವಾದ. ಪ್ರವೇಶ ಕುರಿತ ಮಾಹಿತಿಯನ್ನು ನಾಳೆ ನೋಟಿಸ್ ಬೋರ್ಡ್‌ನಲ್ಲಿ ಹಾಕಲಾಗುತ್ತದೆ.

ಸಾರಸ್ವತ್ : ಧನ್ಯವಾದ ಸರ್.

GETTING ADMISSION TO COLLEGE

Be very attentive, concise and to the point in this type of conversation.

Student	:	*(enters after being called)* Good morning, sir!
Dean	:	Good morning. Please be seated. Your name is V.K. Saraswat.
Student	:	Yes, sir. Ved Kumar Sarswat.
Dean	:	You have applied for B.Com (Hons.)
V.K.	:	Yes, sir.
Dean	:	Which school did you pass from?
V.K.	:	Modern Public School.
Dean	:	*(reads from transcripts)* 90% in aggregate and 94% in commerce, 'impressive'!
V.K.	:	Thank you, sir.
Dean	:	Why did you choose this college?
V.K.	:	Well sir, yours is one of the most reputed colleges in North Campus Delhi University. Besides Commerce and Economics sections are especially good here.
Dean	:	How do you know that?
V.K.	:	Sir, I have heard from some of my friends who have studied here.
Dean	:	Then you must also know that there are a lot of extra-curricular activities.
V.K.	:	I know that sir and I'll not disappoint you, I can't say much about sports or athletics but I'm fond of stage, dramatics, debates, etc. I was also the editor of my school magazine.
Dean	:	In English, you have good marks. Why didn't you go for that?
V.K.	:	Commerce and Economics fascinate me. They're my favourites.
Dean	:	You can go now Mr. Sarswat and thanks for coming here. The admission results will be displayed tomorrow.
V.K.	:	Thank you, sir.

ಕಾಯಿಲೆಲಲ ಕಯೆರಿಷಿಯೆ ಮಾಷಿಯೆಕಷಿಲ

ಇದು ಚರ್ಚೆಯಲ್ಲ, ಮಾತುಕತೆ. ಚರ್ಚೆಯಲ್ಲಿ ಎಲ್ಲರೂ ಮಾತನಾಡುತ್ತಾರೆ.

ವಿಕ್ರಮ್ : (ಆಸ್ಪತ್ರೆಯಲ್ಲಿ) ಸುರೇಶ್, ಹೇಗಿದ್ದೀರಿ?

ಸುರೇಶ್ : ನನ್ನ ಬಳಿ ಒಳ್ಳೆಯ ಸುದ್ದಿ ಇಲ್ಲ.

ವಿಕ್ರಂ : ಏನಾಯಿತು?

ಸುರೇಶ್ : ಜಠರದಲ್ಲಿ ತೀವ್ರ ಸೋಂಕು ಉಂಟಾಗಿದ್ದು, ಶಸ್ತ್ರಚಿಕಿತ್ಸೆ ಮಾಡಬೇಕಾಗುತ್ತದೆ ಎಂದು ವೈದ್ಯರು ಹೇಳಿದ್ದಾರೆ. ಒಂಟಿತನ ಮತ್ತು ಆ್ಯಂಟಿಬಯೋಟಿಕ್‌ಗಳು ನನ್ನ ಜೀವವನ್ನು ತಿನ್ನುತ್ತಿವೆ.

ವಿಕ್ರಂ : ಚಿಂತೆ ಮಾಡಬೇಡ. ನಾನು ನಿನ್ನ ಜತೆ ಇದ್ದೇನೆ. ಕುಟುಂಬದ ಸದಸ್ಯರು ಏನು ಮಾಡುತ್ತಿದ್ದಾರೆ?

ಸುರೇಶ್ : ಅವರು ಬರುತ್ತಾರೆ. ಆದರೆ, ಸದಾ ಬರಲ್ಲ. ತಂದೆ ಬೆಳಗ್ಗೆಯಿಂದ ಸಂಜೆವರೆಗೆ ಕೆಲಸದಲ್ಲಿ ತೊಡಗಿರುತ್ತಾರೆ. ತಾಯಿ ಬರುತ್ತಾರೆ. ಆದರೆ, ಹೆಚ್ಚು ಕಾಲ ಇರುವುದಿಲ್ಲ.

ವಿಕ್ರಂ : ಬೇರೆ ಸ್ನೇಹಿತರು ಬರುತ್ತಿರಬೇಕಲ್ಲ?

ಸುರೇಶ್ : ಬರುತ್ತಾರೆ. ಆದರೆ, ಹೆಚ್ಚು ಕಾಲ ಇರುವುದಿಲ್ಲ. ಇದರಿಂದ ಒಂಟಿತನದ ಭಾವನೆ ಕಾಡುತ್ತಿದೆ. ಕೆಲವೊಮ್ಮೆ ಭಯ ಹಾಗೂ ಕ್ಲೇಶ ಉಂಟಾಗುತ್ತದೆ.

ವಿಕ್ರಂ : ಅದು ಸ್ವಾಭಾವಿಕ. ಆದರೆ, ಆತಂಕ ಪಡುವ ಅಗತ್ಯವಿಲ್ಲ. ನನಗೆ 3 ದಿನ ರಜೆ ಇದೆ. ನಾನು ಪ್ರತಿದಿನ ಸ್ನೇಹಿತನ ಜೊತೆಗೆ ಬರಲಿದ್ದು, ನಾವು ಮೂವರು ಕುಳಿತು ಮಾತನಾಡೋಣ. ಕಾರ್ಡ್ ಆಡೋಣ, ಸಂಗೀತವನ್ನು ಕೇಳೋಣ. ನಾನು ನನ್ನ ಐಪಾಡ್ ತರುತ್ತೇನೆ. ತುಂಬ ಬೇಜಾರಾದಾಗ ಅದನ್ನು ಬಳಸಬಹುದು. ನಿನಗೆ ಸಂಗೀತ ಎಂದರೆ ಇಷ್ಟ ಅಲ್ಲವೇ?

ಸುರೇಶ್ : ನಾನು ನಿನ್ನ ಬಳಿ ಮಾತನಾಡಿದಾಗ ಇದೆಲ್ಲ ಏನು ಎಂದು ಹೇಳುತ್ತೇನೆ.

ವಿಕ್ರಂ : (ವೈದ್ಯರ ಜೊತೆಗೆ) ಸರ್, ಸುರೇಶ್ ಇನ್ನು ಎಷ್ಟು ಸಮಯ ಇಲ್ಲಿರಬೇಕು ಎಂದು ತಿಳಿಯಬಹುದೇ? ಆತನ ಆರೋಗ್ಯ ಸುಧಾರಿಸುತ್ತದೆ ಎಂದು ಕೊಂಡಿದ್ದೇನೆ.

ವೈದ್ಯ : ಆತನ ಜಠರದಲ್ಲಿ ಸ್ವಲ್ಪ ಸಮಸ್ಯೆ ಇದೆ. ಪರೀಕ್ಷೆಗಳನ್ನು ಮಾಡುತ್ತಿದ್ದೇವೆ. ಚಿಂತೆ ಬೇಡ, ಆತ ಹುಷಾರಾಗುತ್ತಾನೆ.

ವಿಕ್ರಂ : ಆದರೆ, ಅವನು ಇಲ್ಲಿ ಎಷ್ಟು ದಿನ ಇರಬೇಕಾಗುತ್ತದೆ?

ವೈದ್ಯ : ಪರೀಕ್ಷೆಗಳು ಮುಗಿಯುವವರೆಗೆ ಏನನ್ನೂ ಹೇಳಲು ಸಾಧ್ಯವಿಲ್ಲ.

ವಿಕ್ರಂ : ಧನ್ಯವಾದ ಸರ್. ನನ್ನ ಸ್ನೇಹಿತನನ್ನು ಚೆನ್ನಾಗಿ ನೋಡಿಕೊಳ್ಳಿ.

ವಿಕ್ರಂ : (ಸುರೇಶ್‌ಗೆ) ಚಿಂತೆ ಮಾಡಬೇಡ. ಎಲ್ಲವೂ ಸರಿಯಾಗುತ್ತದೆ. ನಾನು ವೈದ್ಯರ ಜೊತೆ ಮಾತನಾಡಿದ್ದೇನೆ. ಸೋಂಕು ಉಂಟಾಗಿದೆ ಎಂದಿದ್ದಾರೆ. ಬಾ ಈಗ ಕಾರ್ಡ್ಸ್ ಆಡೋಣ.

CONVERSATION ON ILLNESS

This kind of conversation is different from a discussion. In a discussion everyone is talking about something.

Vikram : *(in hospital)* How are you feeling, Suresh?

Suresh : I'm afraid it is no good news.

Vikram : What happened?

Suresh : The doctor was telling me that there is a severe kind of infection in intestines and they may have to operate. The antibiotics and loneliness are *almost* killing me.

Vikram : Please don't worry, I'm with you. What about the members of your family?

Suresh : They do come but not often. Father is busy from morning till night. Mother drops in regularly but she can't stay for long.

Vikram : Other friends must be visiting you.

Suresh : Yes, but the same thing, they can't stay for long. I feel so lonely and at times, so afraid and depressed.

Vikram : That's but natural. But don't you be afraid. I have three consecutive holidays coming. I'll be coming to you daily with a friend of mine and we all three will spend long hours chatting, playing cards, listening to music. I'll also bring you my pod, so that in moments of intense boredom, you can have diversion. You have an ear for music, don't you? *(Suresh words)*. Let me talk to you then I'll tell you what it is all this about.

Vikram : *(to the doctor outside)* Sir, may I know how long Suresh will be here. I hope he'll get well.

Doctor : He has some problem in his intestines, we are doing the tests. He'll get well, don't worry.

Vikram : But how long will he remain here, doctor?

Doctor : Nothing can be said with certainty till tests are done.

Vikram : Thanks doctor, please take care of my friend.

Vikram : *(to Suresh)* Don't worry, *yaar* everything is going to be ok. I have talked to the doctor. It is some mild sort of infection. Come, let's play cards.

ಸಲ್ಹಯಿಹಿಷನಿಗಲ ಉಷಿಲ್ತಯಿಎನ

'ಸಮಯಕ್ಕಾದವನೇ ಮಿತ್ರ' ಎಂಬ ಮಾತಿದೆ. ಸ್ನೇಹಿತರು ಎಲ್ಲ ಕಾಲದಲ್ಲೂ ಆಗಿ ಬರುವಂಥವರು. ಅವರಿಗೆ ಉತ್ತೇಜನ ನೀಡುವುದು ಕರ್ತವ್ಯ. ಇಂಥ ವೇಳೆ ಮೃದುವಾಗಿ ಹಿತಕರ ಮಾತುಗಳನ್ನೇ ಆಡಬೇಕು.

ದೀಪಕ್ : ನಿತೀಶ್ ಏನು ವಿಷಯ? ಬಹಳ ಬೇಸರದಲ್ಲಿರುವೆಯಲ್ಲ?

ನಿತೀಶ್ : ಏನೂ ಇಲ್ಲ (ನಿಟ್ಟುಸಿರು ಬಿಡುತ್ತಾನೆ) ವಾಸ್ತವದ ಸಮಸ್ಯೆ. ಬಹುತೇಕ ವಿಷಯಗಳಲ್ಲಿ ಅತಿ ಕಡಿಮೆ ಅಂಕ ಪಡೆದಿದ್ದೇನೆ. ಅನುತ್ತೀರ್ಣ ಆಗಿ ಬಿಡುತ್ತಿದ್ದೇನೋ? ಮನೆಯವರನ್ನು ಹೇಗೆ ಎದುರಿಸುವುದು ಎಂಬುದನ್ನು ಯೋಚಿಸಿದರೆ, ಮೈಯಲ್ಲಿ ನಡುಕ ಬರುತ್ತದೆ.

ದೀಪಕ್ : ಸರಿ ಸಮಸ್ಯೆ ಇದೆ. ಆದರೆ, ಅದು ಭಾರಿಯಾದದ್ದಲ್ಲ. ಪರಿಹಾರ ಎಂದರೆ, ಮತ್ತೆ ಪರೀಕ್ಷೆ ತೆಗೆದುಕೊಳ್ಳುವುದು, ಕಷ್ಟಪಟ್ಟು ಓದುವುದು ಹಾಗೂ ಉತ್ತಮ ಅಂಕ ಗಳಿಸುವುದು.

ನಿತೀಶ್ : ಅದು ಸರಿ. ಆದರೆ, ಒಂದು ವರ್ಷ ವ್ಯರ್ಥವಾಗುತ್ತದೆ.

ದೀಪಕ್ : ಅದು ಮುಖ್ಯವಲ್ಲ. ಜೀವನ ಬಹಳ ದೀರ್ಘವಾದುದು. ಅದರಲ್ಲಿ ಒಂದು ವರ್ಷ ಮುಖ್ಯವಲ್ಲ. ನೀನು ತೇರ್ಗಡೆಯಾಗು ಇಲ್ಲವೇ ಅನುತ್ತೀರ್ಣನಾಗು, ಸಮಯ ಸರಿದು ಹೋಗುತ್ತದೆ.

ನಿತೀಶ್ : ನೀನು ಹೇಳುವುದು ಸರಿ.

ದೀಪಕ್ : ಇದೇ ವೇಳೆಯಲ್ಲಿ ನೀನು ಯಾವುದಾದರೂ ಒಂದು ವರ್ಷ ಅವಧಿಯ ಕಂಪ್ಯೂಟರ್ ಕೋರ್ಸ್ ಮಾಡಬಹುದು ಖಾಸಗಿ ಸಂಸ್ಥೆಯಲ್ಲಿ. ನನ್ನ ನೆನಪು ಸರಿ ಇದ್ದರೆ, ಪದವಿಗೆ ನೀನು ಕಂಪ್ಯೂಟರ್ ಲೆಕ್ಕಶಾಸ್ತ್ರ ವಿಷಯ ತೆಗೆದುಕೊಂಡಿದ್ದೆ, ಅಲ್ಲವೇ?

ನಿತೀಶ್ : ಹೌದು, ಪ್ರಾಥಮಿಕ ಕಂಪ್ಯೂಟರ್ ಅಕೌಂಟೆನ್ಸಿ ಪಾಠಗಳು ನನ್ನ ಮರುಪರೀಕ್ಷೆಗೆ ನೆರವಾಗಲಿದ್ದು, ಅದನ್ನು ಕಲಿಯಬಹುದಾಗಿದೆ.

ದೀಪಕ್ : ಅದು ಮಾಡಲೇಬೇಕಾದ ಸರಿಯಾದ ಕೆಲಸ. ನಿನ್ನ ಪೋಷಕರು ಕೆಟ್ಟದಾಗಿ ಪ್ರತಿಕ್ರಿಯಿಸಬಹುದು. ಆದರೆ, ಧೈರ್ಯ ತಂದುಕೊಂಡು ಅವರ ಜೊತೆ ಮಾತನಾಡಲೇ ಬೇಕಾಗುತ್ತದೆ.

ನಿತೀಶ್ : ಧನ್ಯವಾದ ಮಿತ್ರ. ನೀನು ನಿಜವಾದ ಗೆಳೆಯ.

ENCOURAGING A FRIEND TO SCORE GOOD MARKS

This type of conversation is very different and unique in itself. One must be very careful with the usage of words, i.e., one should always use sympathetic words and the tone should be soft, yet very inspiring.

Deepak : What's the matter Nitish, you look so downcast?

Nitish : Nothing *yaar, (pause)* but the problem is real. I have scored very poor marks in almost every subject, I almost failed. I shiver to think how I'll face the members of my family.

Deepak : Yeah, the problem is there but not that big. The solution is to appear again, work hard, and get better marks.

Nitish : That's there but a year will be wasted.

Deepak : Does it matter? Life is long and one year doesn't matter much. Time passes all the same whether you pass or fail.

Nitish : You seem to be right.

Deepak : In the mean time you can take up any computer one year course in a private computer institution. If I remember rightly, you've opted for computer accountancy in your degree course.

Nitish : Yes, and come to think of it, I can learn preliminary computer accountancy steps which are addition to my academic studies for reappearing.

Deepak : That'll be the right thing to do. That way your parents will react in a somewhat difficult way, have the courage to talk to them.

Nitish : Thanks buddy, you're a real friend.

ವಿವಾಹಕಲ್ಕ ಆವಯೆಶಿಷ್ರಣ

ವಿವಾಹಕ್ಕೆ ಸ್ನೇಹಿತರು/ನೆಂಟರು-ಇಷ್ಟರು ಹಾಗೂ ನೆರೆಹೊರೆಯವರನ್ನು ಆಹ್ವಾನಿಸುವಾಗ ಸೌಜನ್ಯದ ವರ್ತನೆ ಅತ್ಯಗತ್ಯ.

ಹರ್ಷ : ಹಲೋ ಪುನೀತ್, ಹೇಗಿರುವೆ?

ಪುನೀತ್ : ಚೆನ್ನಾಗಿದ್ದೇನೆ. ನೀನು?

ಹರ್ಷ : ಚೆನ್ನಾಗಿರುವೆ. ನಿನಗೊಂದು ಒಳ್ಳೆಯ ಸುದ್ದಿ ಹೇಳುವುದಿದೆ. ನನ್ನ ತಂಗಿಯ ಮದುವೆ ಮುಂದಿನ 18ನೇ ತಾರೀಖು ನಡೆಯಲಿದೆ.

ಪುನೀತ್ : ಒಳ್ಳೆಯದು. ಇದು ನಿಜವಾಗಿಯೂ ಒಳ್ಳೆಯ ಸುದ್ದಿ. ಅವಳ ಹೆಸರು ಶಿಲ್ಪಾ ಅಲ್ಲವೇ? ಬುದ್ಧಿವಂತ ಯುವತಿ. ನಾನು ಅವಳನ್ನು ನಿಮ್ಮ ಮನೆಯಲ್ಲಿ 2-3 ಬಾರಿ ನೋಡಿದ್ದೇನೆ. ಅವಳು ಎಂಬಿಎ ಓದಿದ್ದಾಳೆ. ಹುಡುಗ ಏನು ಮಾಡುತ್ತಾನೆ?

ಹರ್ಷ : ನಿಧಾನ. ನಾನು ಹೇಳುತ್ತೇನೆ. ಅವಳು ಎಂಬಿಎ ಮುಗಿಸಿ, ಎಂಎನ್‌ಸಿ ಒಂದರಲ್ಲಿ ಖರೀದಿ ಅಧಿಕಾರಿಯಾಗಿ ಕಾರ್ಯ ನಿರ್ವಹಿಸುತ್ತಿದ್ದಾಳೆ. ಹುಡುಗ ಅಮೆರಿಕದಲ್ಲಿ ಎಂಡಿ ಮಾಡಿದ್ದು, ಆತ ಹೃದ್ರೋಗ ತಜ್ಞ.

ಪುನೀತ್ : ಉತ್ತಮ ಜೋಡಿ. ಇದು ಹೇಗೆ ಸಾಧ್ಯವಾಯಿತು?

ಹರ್ಷ : ಬೆಂಗಳೂರಿನಲ್ಲಿರುವ ಚಿಕ್ಕಪ್ಪನ ಪ್ರಯತ್ನದಿಂದ ಸಂಬಂಧ ಕೂಡಿತು. ಪ್ರಾರಂಭದಲ್ಲಿ ಜಾತಕ ಹೊಂದಾಣಿಕೆ, ಮದುವೆ ಬಳಿಕ ಶಿಲ್ಪಾ ಕೆಲಸ ಮಾಡಬೇಕೇ ಇತ್ಯಾದಿ ಸಣ್ಣ ಸಮಸ್ಯೆಗಳು ಇದ್ದವು. ಆದರೆ, ಅವೆಲ್ಲ ನಿವಾರಣೆಯಾದವು.

ಪುನೀತ್ : ಹೇಗೆ?

ಹರ್ಷ : ಜಾತಕ ಜೋಡಣೆಗೆ ಕುಶಲ ಪಂಡಿತನೊಬ್ಬನನ್ನು ಹುಡುಕಿದೆವು. ಹುಡುಗ, ಆತನ ಹೆಸರು ಕರಣ್‌ಗೆ ದಿಲ್ಲಿಯಲ್ಲೇ ಕೆಲಸ ಸಿಕ್ಕಿತು. ಹೀಗಾಗಿ, ಆತ ಶಿಲ್ಪಾ ಕೆಲಸಕ್ಕೆ ಹೋಗಲು ಒಪ್ಪಿದ. ಪುನೀತ್, ನೀನು ಮದುವೆಗೆ 2 ದಿನ ಮೊದಲೇ ಬರಬೇಕು. ನೀನು ನನ್ನ ಹತ್ತಿರದ ಮತ್ತು ಉತ್ತಮ ಸ್ನೇಹಿತ.

ಪುನೀತ್ : ಖಂಡಿತ ಬರುತ್ತೇನೆ. ನನ್ನ ಕೈಲಾದ ನೆರವು ನೀಡಲು ನನಗೆ ಸಂತೋಷವಿದೆ.

INVITATION FOR WEDDING

One has to be naturally very polite and formal in this type of conversation. However, while inviting a friend, one can be informal too!

Harsh : Hello Punet, how're you?

Puneet : Fine, just as ever, how about you?

Harsh : Everything is fine. I have good news to tell you. My sister's wedding is going to take place on the coming 18th.

Puneet : Well that's really good news. Her name is Shilpa, isn't it? A bright young lady, I have seen her twice or thrice at your house. Harsh she completed her MBA and what about the boy.

Harsh : Take it easy, man. I'll tell you. She has done her MBA and is right now serving as a purchase officer in a multinational company. The boy has returned from the USA having done his MD, he is a cardiologist.

Puneet : A fine match, I must say. How did it all happened?

Harsh : Actually, my uncle who lives in Bangaluru found the match. There were some initial hurdlers, like matching of horoscope, whether Shilpa would work after marriage or not etc., etc. but it all ended fine.

Puneet : How?

Harsh : We put some clever pandit on trail for matching horoscope and the boy, his name is Karan, found a job right in Delhi and as such he agreed to let Shilpa do her job. Mind you Puneet, you have to come two days in advance for the marriage. After all, you are my best and closest friend.

Puneet : Done, I'll be too glad to be of any service to you.

ಆಣಗಾರರ ಏಲಂಷಿಲ ಕಲಂಯಿಲ್ ಸಶಿಭಾಷಣಾಲ

ತರಬೇತುದಾರನ ಮಾತು ಸ್ಫೂರ್ತಿದಾಯಕವಾಗಿರಬೇಕು ಹಾಗೂ ಮನಮುಟ್ಟುವಂತಿರಬೇಕು. ಸಂಕ್ಷಿಪ್ತವಾಗಿ, ಸ್ಪಷ್ಟವಾಗಿ ಹಾಗೂ ನೇರವಾಗಿ ಏನು ಮಾಡಬೇಕು, ಮಾಡಬಾರದು, ಎದುರಾಳಿ ತಂಡದ ವಿರುದ್ಧ ತಂತ್ರ ಹೇಗಿರಬೇಕು ಎಂದು ತಿಳಿಸಿಕೊಡಬೇಕು.

ಕೋಚ್ : (ಪಂದ್ಯ ಆರಂಭಕ್ಕೆ ಮುನ್ನ) ರಣಜಿ ಟ್ರೋಫಿಯ ಮೂರನೇ ಸುತ್ತು ಪ್ರವೇಶಿಸಿದ್ದೇವೆ. ಎದುರಾಳಿ ತಂಡ ಬಲಿಷ್ಠವಾಗಿದೆ. ಆದ್ದರಿಂದ, ಆರಂಭದಿಂದಲೇ ಎಲ್ಲರೂ ಆಕ್ರಮಣಕಾರಿಯಾಗಿ ಆಟ ಆಡಬೇಕು.

ಒಬ್ಬ ಆಟಗಾರ : ಸರ್, ನಿಮಗೆ ನನ್ನ ಸಮಸ್ಯೆ ಗೊತ್ತಿದೆ. ಯಾವಾಗ ಬಾರಿಸಲು ಆರಂಭಿಸುತ್ತೇನೋ, ಕ್ಯಾಚ್ ಕೊಟ್ಟು ಹೊರಬರುತ್ತೇನೆ.

ಕೋಚ್ : ಹೊಡೆತದಲ್ಲಿ ಬಲವಿಲ್ಲದಿರುವುದು ನಿನ್ನ ಸಮಸ್ಯೆಗೆ ಕಾರಣ. ಹೀಗಾಗಿ, ನೀನು ನಿಧಾನಗತಿಯಲ್ಲೇ ಆಟವಾಡಿ ರನ್ ಗಳಿಸಬೇಕು. ಫೀಲ್ಡರ್‌ಗಳ ನಡುವೆ ಜಾಗ ಮಾಡಿಕೊಂಡು ಹೊಡೆಯುವುದರಲ್ಲಿ ನೀನು ಪರಿಣತ. ಹೀಗಾಗಿ, ಚೆಂಡನ್ನು ಎತ್ತರಕ್ಕೆ ಹೊಡೆಯಬೇಡ. ಚೆಂಡು ನೆಲದಲ್ಲೇ ಚಲಿಸುವಂತೆ ಮಾಡು. (ಇನ್ನೊಬ್ಬ ಆಟಗಾರನಿಗೆ) ಎಡಗೈ ಡ್ರೈವ್‌ಗಳು ಬೇಡ. ಅದರಿಂದ ಈವರೆಗೆ ಯಾವುದೇ ಪ್ರಯೋಜನ ಆಗಿಲ್ಲ. ನಾನು ವಿಶಾಲ್‌ಗೆ ಹೇಳಬೇಕಾದ್ದು ಏನೂ ಇಲ್ಲ. ಅವನು ಅತ್ಯುತ್ತಮ ಆಟಗಾರ. ಕೇತನ್ ಮತ್ತು ಸ್ವಾಮಿ ನೀವಿಬ್ಬರೂ ಕೊನೆಯಲ್ಲಿ ಬ್ಯಾಟ್ ಮಾಡಲಿದ್ದೀರಿ. ನೀವಿಬ್ಬರೂ ಬೌಲರ್‌ಗಳು, ಅದು ನಿಮ್ಮ ವೈಶಿಷ್ಟ್ಯ.

ಒಬ್ಬ ಆಟಗಾರ : ಮೋಡ ಮುಸುಕಿದ ವಾತಾವರಣ ಇದೆ. ತಕ್ಷಣ ಬೆಳಕು ಕಡಿಮೆಯಾಗುವುದು ಇಲ್ಲವೇ ತೀಕ್ಷ್ಣ ಬೆಳಕಿನಿಂದ ಚೆಂಡಿನ ಗತಿಯನ್ನು ನಿರ್ಧರಿಸುವುದು ಕಷ್ಟವಾಗಲಿದೆ.

ಕೋಚ್ : ನಿನ್ನ ಅವಲೋಕನ ಸರಿಯಿದೆ. ಇದಕ್ಕೆ ಇರುವುದು ಒಂದೇ ಪರಿಹಾರ ಅಲ್ಲವಾದರೂ, ಇದು ಮೊದಲ ದರ್ಜೆಯ ಕಾರ್ಯ ನೀತಿ. ನಾನು ಹಲವು ಸಾರಿ ಹೇಳಿದ್ದೇನೆ. ನಿಮ್ಮೆಡೆಗೆ ಬರುತ್ತಿರುವ ಚೆಂಡಿನ ಮೇಲೆ ನಿಮ್ಮ ಕಣ್ಣುಗಳು ನೆಟ್ಟಿರಲಿ. ಚೆಂಡು ನೇರವಾಗಿ ಬರುತ್ತಿದ್ದರೆ, ಅದನ್ನು ಯಾವ ದಿಕ್ಕಿನಲ್ಲಾದರೂ ಹೊಡೆಯಬಹುದು. 4 ಇಲ್ಲವೇ 6 ರನ್ ಹೊಡೆಯುವುದೂ ಸಾಧ್ಯವಿದೆ. ಅಪಾಯಕಾರಿ ಗೂಗ್ಲಿ ಆಗಿದ್ದರೆ, ರಕ್ಷಣಾತ್ಮಕ ಆಟ ಆಡಿ. ಬೇರೆ ಪ್ರಶ್ನೆ ಇಲ್ಲವೇ ಸಂದೇಹಗಳಿವೆಯೇ?

(ಮೌನ), ನಡೆಯಿರಿ ಆಟವಾಡಿ. ನಿಮ್ಮ ಜೀವನ ಇಲ್ಲಿನ ವಿಜಯದ ಮೇಲೆ ಇದೆ ಎಂಬಂತೆ ಆಟವಾಡಿ.

A COACH TALKING TO PLAYERS

In this kind of conversation, the coach should be very inspiring and encouraging to his players and he should be very precise and to the point. The players, on the other hand must be polite and attentive towards their coach.

Coach :	*(to a team before beginning of a match)* we'll soon be entering the 3rd round for the Ranji Trophy. The opposite team is very strong, so I want all of you to be aggressive right from the beginning.
One player :	You know my problem sir, the moment I begin to hit, I'm usually caught out.
Coach :	Yeah, that's there I'm sorry to say that your lift strokes lack poser, it would be better if you keep a low profile, that way more runs can be scored. You're an expert in hitting the ball in right direction between spaces. So don't lift, keep the ball to ground. *(Looks at another player)* You avoid your left hand drives. It has not paid so far. I have nothing to say to Vishal, he is a brilliant player. Ketan and Swami, you'll be at the tail end. Your specialty is bowling and not batting.
One player :	It seems a cloudy today. Sudden darkness and brightness sometimes result in wrong judgement of the direction of the oncoming ball.
Coach :	That is right there is only one solution for that. Even otherwise it is a first class strategy, as I have told you many times also, keep your eyes glued to the oncoming ball, if you can do that then if the ball is straight you can drive it in any direction, even for fours and sixes. If it is a dangerous googly, you can be on defense. Any more doubts or questions? *[Silence]* Then play and play, as if your life depends on victory.

ಎಕಿಎಶ ಕ್ಖಾವ್ ಕಳವ್ಯ ಬಗಲ್ಗ ಬ್ಯಾ ಶಿಕ್‌ಗಲ ದಂರಯೆ

ಬ್ಯಾಂಕ್‌ಗೆ ತೆರಳಿ ಹಣ ತೆಗೆದುಕೊಳ್ಳುವವರು ಕಡಿಮೆ ಆಗಿದ್ದಾರೆ. ಎಟಿಎಂಗಳು ಸರ್ವವ್ಯಾಪಿ ಆಗಿರುವುದರಿಂದ ಹಾಗೂ ಅವುಗಳ ಬಳಕೆ ಸುಲಭವಾದ್ದರಿಂದ ಬಹುತೇಕರು ಅದನ್ನೇ ಆಧರಿಸಿದ್ದಾರೆ. ಇಲ್ಲಿ ಎಟಿಎಂ ಕಾರ್ಡ್ ಕಳೆದುಕೊಂಡವರು ದೂರು ದಾಖಲಿಸಲು ಮುಂದಾಗಿದ್ದಾರೆ.

ಗ್ರಾಹಕ : (ಗುಮಾಸ್ತನಿಗೆ) ನಾನು ನನ್ನ ಎಟಿಎಂ ಕಾರ್ಡ್ ಕಳೆದುಕೊಂಡಿದ್ದೇನೆ.

ಗುಮಾಸ್ತ : ಆ ಕೌಂಟರ್ ಬಳಿ ಹೋಗಿ, ಗುಪ್ತಾ ಎಂಬುವರ ಜೊತೆ ಮಾತನಾಡಿ.

ಗ್ರಾಹಕ : (ಗುಪ್ತಾ ಅವರಿಗೆ) ಸರ್, ನಾನು ನನ್ನ ಎಟಿಎಂ ಕಾರ್ಡ್ ಕಳೆದುಕೊಂಡಿದ್ದೇನೆ. ಹೊಸ ಕಾರ್ಡ್ ಪಡೆದುಕೊಳ್ಳಲು ಏನು ಮಾಡಬೇಕು ಎಂದು ಹೇಳುವಿರಾ?

ಗುಪ್ತಾ : ಎಟಿಎಂ ಮಶಿನ್‌ನಿಂದ ಬಂದ ರಶೀತಿ ಇದೆಯಾ?

ಗ್ರಾಹಕ : ಇದೆ ಸರ್.

ಆ ಚೀಟಿಯ ಕೆಳಭಾಗದಲ್ಲಿ ಫೋನ್ ಸಂಖ್ಯೆ ಇದೆ. ಕರೆ ಮಾಡಿ ನಿಮ್ಮ ಎಟಿಎಂ ಕಾರ್ಡ್ ಬಳಸದಂತೆ ಮಾಡಲು ಸೂಚಿಸಿ. ಇದರಿಂದ ಕಾರ್ಡ್ ದುರ್ಬಳಕೆ ತಡೆದಂತೆ ಆಗಲಿದೆ. ಆತನಿಗೆ ನಿಮ್ಮ ಅಕೌಂಟ್ ಸಂಖ್ಯೆ ತಿಳಿಸಿ.

ಗ್ರಾಹಕ : ಆನಂತರ ಸರ್.

ಗುಪ್ತಾ : ಆತ ನಿಮಗೊಂದು ಸಂಖ್ಯೆಯನ್ನು ಕೊಡುತ್ತಾನೆ. ಅದನ್ನು ಬರೆದುಕೊಳ್ಳಿ. ಬಳಿಕ ಬ್ಯಾಂಕ್ ಮ್ಯಾನೇಜರ್‌ಗೆ ಪತ್ರ ಬರೆದು, ಅದರಲ್ಲಿ ನಿಮಗೆ ಕೊಡ ಮಾಡಿದ ಸಂಖ್ಯೆಯನ್ನು ನಮೂದಿಸಿ, ಬೇರೆ ಎಟಿಎಂ ಕಾರ್ಡ್ ಕೊಡಬೇಕೆಂದು ಅರ್ಜಿ ಸಲ್ಲಿಸಿ.

ಗ್ರಾಹಕ : ಹೊಸ ಕಾರ್ಡ್ ಪಡೆದುಕೊಳ್ಳಲು ಎಷ್ಟು ಕಾಲ ಹಿಡಿಯಬಹುದು?

ಗುಪ್ತಾ : ನಮಗೆ ಅರ್ಜಿ ಸಲ್ಲಿಸಿದ ಭಳಿಕ 10 ರಿಂದ 15 ದಿನದ ಬಳಿಕ ಬ್ಯಾಂಕ್‌ನಿಂದ ನಿಮಗೊಂದು ಪತ್ರ ಬರುತ್ತದೆ. ಅದನ್ನು ತೆಗೆದುಕೊಂಡು ಬನ್ನಿ.

(10 ದಿನಗಳ ಬಳಿಕ ಗ್ರಾಹಕ ಎ.ಕೆ.ಜೈನ್ ಪತ್ರದೊಂದಿಗೆ ಬರುತ್ತಾರೆ)

ಜೈನ್ : (ಗುಪ್ತಾ ಅವರಿಗೆ) ಪತ್ರ ಇಲ್ಲಿದೆ ಸರ್.

ಗುಪ್ತಾ : ನಿಮ್ಮ ಚಾಲನೆ ಪರವಾನಗಿ ಅಥವಾ ಚುನಾವಣಾ ಗುರುತಿನ ಪತ್ರ ಕೊಡಿ. ಕಾರ್ಡ್ ಸರಿಯಾದ ವ್ಯಕ್ತಿಗೆ ಹೋಗುತ್ತಿದೆಯೇ ಎಂಬುದನ್ನು ನಾವು ಖಾತ್ರಿ ಮಾಡಿಕೊಳ್ಳಬೇಕು. ನೀವು ಪಾಸ್ ಬುಕ್ ತಂದಿದ್ದೀರಾ?

ಜೈನ್ : ಹೌದು.

ಗುಪ್ತಾ : ದಾಖಲೆಗಳನ್ನು ಶರ್ಮ ಅವರಿಗೆ ತೋರಿಸಿ.

(ಜೈನ್ ದಾಖಲೆಗಳನ್ನು ಶರ್ಮ ಅವರಿಗೆ ತೋರಿಸುತ್ತಾರೆ)

ಶರ್ಮ : ಸರಿ. ಒಂದು ನಿಮಿಷ (ಕಡತವನ್ನು ತೆಗೆದು, ಅದರಲ್ಲಿ ಹೆಸರನ್ನು ನೋಡುತ್ತಾನೆ) ಇಲ್ಲಿ ನಿಮ್ಮ ಹೆಸರಿನ ಎದುರು ಸಹಿ ಮಾಡಿ. (ಜೈನ್ ಸಹಿ ಮಾಡುತ್ತಾನೆ) ಈ ಕವರ್ ತೆಗೆದುಕೊಳ್ಳಿ. ಎಚ್ಚರಿಕೆಯಿಂದ ತೆರೆಯಿರಿ. ಅದು ಕೂಡ ಮನೆಯಲ್ಲಿ. ಇದರಲ್ಲಿ ಎಟಿಎಂ ಕಾರ್ಡ್ ಮತ್ತು ಪಿನ್ ಸಂಖ್ಯೆ ಇದೆ. ನಿಮ್ಮನ್ನು ಹೊರತುಪಡಿಸಿ, ಬೇರೆಯವರಿಗೆ ಅದು ಗೊತ್ತಾಗಬಾರದು. ಹೊಸ ಕಾರ್ಡ್‌ಗೆ 200 ರೂ. ಶುಲ್ಕ. ಅದನ್ನು ನಿಮ್ಮ ಖಾತೆಯಿಂದ ಕಡಿತ ಮಾಡಿಕೊಳ್ಳಲಾಗುವುದು.

ಜೈನ್ : ಧನ್ಯವಾದ ಶರ್ಮ.

ಶರ್ಮ : ಪರವಾಗಿಲ್ಲ, ಬಿಡಿ.

REPORTING THE LOSS OF A.T.M CARD IN BANK

The need to maintain equanimity in the times of adversity is a paramount need and necessity for positive social interaction and satisfactory outcome.

Customer : *(to the clerk)* I have lost my A.T.M card.

Clerk : Please go to that counter and talk to Mr. Gupta.

Customer : (to Mr. Gupta) Sir, I have lost my A.T.M card; please tell me the procedure of how to get a new one.

Mr. Gupta : Ok. Do you have the balance slip from the A.T.M machine?

Customer : Yes, sir there it is.

Mr. Gupta : Very well, you see this phone number at the bottom. Instruct the person at this phone number to block your A.T.M card so that no other person can use it. Tell him your account number.

Customer : After that, Sir?

Mr. Gupta : He'll give you a number, note it down carefully. Then write an application to the manager of the bank. In the application quote that code number along with the request to issue you a new A.T.M card.

Customer : How much time will it take to get me a new card?

Mr. Gupta : Ten or fifteen days after you have submitted the application to us. After that you'll receive a letter from the bank. Bring it here. *(After ten days the customer A.K Jain gets a letter from the bank.)*

Mr. Jain : *(to Mr. Gupta)* there is the letter, sir.

Mr. Gupta : Your driving license or your election ID card. The bank wants to make sure that the card goes to the right person. Have you brought your bank passbook?

Mr. Jain : Yes, sir.

Mr. Gupta : Very well, show all those documents to Mr. Sharma.
(Mr. Jain shows the paper to Mr. Sharma)

Mr. Sharma : All right, Mr. Jain a moment, please. *(Takes a register and finds his name)*. Please, sign against your name. *(Mr. Jain does so.)* Here is your envelope. Open it carefully, preferably at home in privacy because it contains your ATM card as well as the ATM pin number. None other than you must know that number. The fee of the new card is Rs. 200. The amount will be deducted from your account. Open the envelope carefully.

Mr. Jain : Thank you, Mr. Sharma.

Mr. Sharma : It is alright.

ಪಲರಿಯಿಷಕರಯೆ, ಶಿಕ್ಷಕರ ಸಭಲ

ಶಾಲೆಗಳಲ್ಲಿ ಪೋಷಕರು-ಶಿಕ್ಷಕರ ಸಭೆ ನಡೆಯುತ್ತದೆ. ಮಗುವಿನ ಪ್ರಗತಿ, ಅಂಕ ಗಳಿಕೆ, ಯಾವ ವಿಷಯದಲ್ಲಿ ಹಿಂದೆ-ಮುಂದೆ ಇದೆಲ್ಲದರ ಕುರಿತು. ಲೋಪ ಸರಿಪಡಿಸಲು ಮಾಡಬೇಕಾದ್ದು ಏನು ಎಂಬ ಕುರಿತು ಚರ್ಚಿಸಲು ಇದು ಉತ್ತಮ ವೇದಿಕೆ.

ತಂದೆ : ನಮಸ್ತೆ. ನಾನು ರಾಜೀವ್ ತಂದೆ.

ಶಿಕ್ಷಕ : ದಯವಿಟ್ಟು ಕುಳಿತುಕೊಳ್ಳಿ. ಇದು ರಾಜೀವ್‌ನ ಮಾಸಿಕ ಪ್ರಗತಿ ಪತ್ರ. ಅವನು 3 ವಿಷಯಗಳಲ್ಲಿ ಅನುತ್ತೀರ್ಣನಾಗಿದ್ದಾನೆ.

ತಂದೆ : ಹೌದು, ಆತ ವಿಜ್ಞಾನ ಮತ್ತು ಗಣಿತಶಾಸ್ತ್ರದ ಪರೀಕ್ಷೆ ದಿನ ಅನಾರೋಗ್ಯದಿಂದ ಬಳಲುತ್ತಿದ್ದ.

ಶಿಕ್ಷಕ : ಸರಿ. ಆದರೆ, ಸಮಾಜಶಾಸ್ತ್ರದ ಕತೆ ಏನು? 20ಕ್ಕೆ 4 ಅಂಕ ಮಾತ್ರ ಬಂದಿದೆ. ಇಂಗ್ಲಿಷ್‌ನಲ್ಲಿ ಅವನಿಗೆ ಪಾಸಾಗುವಷ್ಟು ಅಂಕ ಮಾತ್ರ ಬಂದಿದೆಯಷ್ಟೆ.

ತಂದೆ : ಹೌದು. ನಾನು ಕೂಡ ಅವನ ಬಗ್ಗೆ ಚಿಂತಿತನಾಗಿದ್ದೇನೆ. ರಾಜೀವ್‌ಗೆ ಓದಿನಲ್ಲಿ ಆಸಕ್ತಿಯಿಲ್ಲ.

ಶಿಕ್ಷಕ : ಆತ ದೈಹಿಕವಾಗಿಯೂ ಬಲವಾಗಿಲ್ಲ ಎಂಬುದು ನನ್ನ ಅಭಿಪ್ರಾಯ.

ತಂದೆ : ಹೌದು. ನೀವು ಹೇಳಿದ್ದು ಸರಿ.

ಶಿಕ್ಷಕ : ಅವನ ಕಣ್ಣುಗಳ ಪರೀಕ್ಷೆ ಮಾಡಿಸಿ. ಅವನಿಗೆ ಬೋರ್ಡ್ ಮೇಲೆ ಬರೆದಿದ್ದು ಕಾಣಿಸುವುದಿಲ್ಲ ಎಂಬುದನ್ನು ನಾನು ಗಮನಿಸಿದ್ದೇನೆ.

ತಂದೆ : ಅವನನ್ನು ನೇತ್ರ ತಜ್ಞರ ಬಳಿ ಇಂದೇ ಕರೆದೊಯ್ಯುತ್ತೇನೆ. ಆತನ ಆರೋಗ್ಯದ ಬಗ್ಗೆ ವೈದ್ಯರನ್ನು ಸಂಪರ್ಕಿಸುತ್ತೇನೆ.

ಶಿಕ್ಷಕ : ಜತೆಗೆ ಆತನಿಗೆ ವಿಜ್ಞಾನ-ಗಣಿತಶಾಸ್ತ್ರದಲ್ಲಿ ಹೆಚ್ಚುವರಿ ತರಬೇತಿ ಅಗತ್ಯವಿದೆ. ಅವನಿಗೆ ಮನೆಯಲ್ಲಿ ಯಾರು ಓದಿಸುತ್ತಾರೆ?

ತಂದೆ : ನಾನು. ಆದರೆ, ಪ್ರತಿದಿನ ಪಾಠ ಹೇಳಿಕೊಡಲು ಆಗುತ್ತಿಲ್ಲ.

ಶಿಕ್ಷಕ : ಆತನಿಗೆ ಪ್ರತಿದಿನ ಪಾಠ ಕಡ್ಡಾಯವಾಗಿ ಹೇಳಿಕೊಡಬೇಕು. ಆತನ ಬರಹ ಕೂಡ ಚೆನ್ನಾಗಿಲ್ಲ. ಬರಹವನ್ನೂ ಕಲಿತುಕೊಳ್ಳಬೇಕಿದೆ.

ತಂದೆ : ಸರಿ. ನಾನು ಆತನ ಬಗ್ಗೆ ಹೆಚ್ಚು ಕಾಳಜಿ ವಹಿಸುತ್ತೇನೆ.

ಶಿಕ್ಷಕ : ದಯವಿಟ್ಟು ಅದನ್ನು ಮಾಡಿ. ಪ್ರಯತ್ನ ಹಾಕಿದರೆ, ಆತ ಸುಧಾರಿಸುತ್ತಾನೆ.

ತಂದೆ : ನನ್ನ ಕೈಯಲ್ಲಿ ಆದಷ್ಟು ಪ್ರಯತ್ನಿಸುತ್ತೇನೆ. ನಿಮಗೆ ಧನ್ಯವಾದ. ಆತನ ಬಗ್ಗೆ ವಿಷಯ ತಿಳಿಸುತ್ತಿರಿ.

ಶಿಕ್ಷಕ : ಖಂಡಿತ.

ತಂದೆ : ಸರಿ. ಬೈ ಸರ್.

PARENTS TEACHER MEETING

Interact with the teacher in the spirt of understanding the comments made about your ward and continue with the flow of the conversation.

Father	:	Good morning, Mr. S.K. Yadav. I am Rajeev's father.
Class Teacher	:	Yes, please sit down. Here is Rajeev's monthly progress report. He has failed in three subjects.
Father	:	Yes, he was unwell during the Science and Maths test.
Class Teacher	:	Fine, but what about Social Science? He got only 4 marks out of 20. In English also, he has hardly got pass-marks.
Father	:	Yes. Actually, even I'm quite worried about him. Rajeev does not take interest in studies.
Class Teacher	:	I think, he is a bit weak physically also.
Father	:	Yes, you are right.
Class Teacher	:	Please, get his eyes tested. I have noticed that he is unable to read the blackboard properly.
Father	:	I will take him to an eye specialist today itself. I will also consult the doctor regarding his general health.
Class Teacher	:	Besides, Rajeev needs extra coaching in Science and Maths. Who teaches him at home.
Father	:	I do. But not regularly.
Class Teacher	:	Please, be regular in future. His writing is also poor. He must practice hand writing at home.
Father	:	Yes, I'll definitely pay more attention to him now.
Class Teacher	:	Please do that. With a little effort, he will definitely improve.
Father	:	I will try my best. Thank you very much. Please keep me informed about him.
Class Teacher	:	Yes, of course.
Father	:	O.K. Bye Mr. S.K. Yadav.

ವಿಮಾನ ನಿಲ್ದಾಣದಲ್ಲಿ

ವಿಮಾನ ಯಾವ ಸಮಯದಲ್ಲಿ ಹೊರಡುತ್ತದೆ. ತಡವಾಗುವುದೇ ಇಲ್ಲವೇ ಸಮಯಕ್ಕೆ ಸರಿಯಾಗಿ ಹೊರಡುವುದೇ ಎಂದೆಲ್ಲ ವಿಚಾರಣೆಗೆ ಸಂವಹನ ಅಗತ್ಯ.

ಹಮಾಲಿ	:	ನೀವು ಯಾವ ವಿಮಾನಕ್ಕೆ ಹೋಗಬೇಕು?
ಪ್ರಯಾಣಿಕ	:	ಲಂಡನ್‌ಗೆ ಹೋಗುವ ವಿಮಾನ. ಬೇಗ ಹೊರಡಿ.
ಹಮಾಲಿ	:	ಚಿಂತೆ ಬೇಡ ಸರ್. ಇನ್ನೂ ಸಾಕಷ್ಟು ಸಮಯವಿದೆ. ನಿಮ್ಮ ಲಗೇಜ್‌ನ ಶುಲ್ಕವನ್ನು ಕೌಂಟರ್‌ನಲ್ಲಿ ಪಾವತಿಸಿ.
ಉದ್ಘೋಷಕ	:	ದಯವಿಟ್ಟು ಗಮನಿಸಿ: ಲಂಡನ್‌ಗೆ ತೆರಳುವ ಪ್ರಯಾಣಿಕರು ತಮ್ಮ ಲಗೇಜ್‌ನ್ನು ಟಿಕೆಟ್ ಕೌಂಟರ್‌ನಲ್ಲಿ ತಪಾಸಣೆ ಪಡಿಸಿಕೊಳ್ಳಬೇಕು. ಧನ್ಯವಾದ.
ಟಿಸಿಒ	:	ನಿಮ್ಮ ಟಿಕೆಟ್ ನೋಡಬಹುದೇ?
ಪ್ರಯಾಣಿಕ	:	ಖಂಡಿತ, ತೆಗೆದುಕೊಳ್ಳಿ.
ಟಿಸಿಒ	:	ನಿಮ್ಮ ಲಗೇಜನ್ನು ಯಂತ್ರದ ಮೇಲೆ ಇರಿಸಿ.
ಪ್ರಯಾಣಿಕ	:	ಸರಿ ಸರ್.
ಟಿಸಿಒ	:	ನಿಮ್ಮ ಲಗೇಜ್‌ಗೆ ಟಿಕೆಟ್, ಹ್ಯಾಂಡ್‌ಬ್ಯಾಗ್‌ಗೆ ಟ್ಯಾಗ್ ಹಾಗೂ ಟಿಕೆಟ್ ಮತ್ತು ಬೋರ್ಡಿಂಗ್ ಪಾಸ್.
ಪ್ರಯಾಣಿಕ	:	ಈಗ ನಾನೇನು ಮಾಡಬೇಕು?
ಟಿಸಿಒ	:	ಲಾಂಜ್‌ಗೆ ಹೋಗಿ. ಸ್ವಲ್ಪ ಕಾಲದ ಬಳಿಕ ಬಸ್ ಬರಲಿದ್ದು, ನಿಮ್ಮನ್ನು ಏರೋಡ್ರೋಮ್‌ಗೆ ಕರೆದೊಯ್ಯುತ್ತದೆ.
ಉದ್ಘೋಷಕ	:	ಇತ್ತ ಗಮನ ನೀಡಿ. ಲಂಡನ್‌ಗೆ ತೆರಳುವ ಎಲ್ಲ ಪ್ರಯಾಣಿಕರು ಸುರಕ್ಷತಾ ಅಧಿಕಾರಿ ಕಡೆಗೆ ಚಲಿಸಿ.
ಎಸ್‌ಒ	:	ನಿಮ್ಮ ಬಳಿ ಯಾವುದೇ ಶಸ್ತ್ರಾಸ್ತ್ರ ಇಲ್ಲ ತಾನೇ?
ಪ್ರಯಾಣಿಕ	:	ಇಲ್ಲ ಸರ್.
ಎಸ್‌ಒ	:	ದಯವಿಟ್ಟು ನಿಮ್ಮ ಬೋರ್ಡಿಂಗ್ ಪಾಸ್ ಕೊಡಿ.
ಪ್ರಯಾಣಿಕ	:	ತೆಗೆದುಕೊಳ್ಳಿ.
ಎಸ್‌ಒ	:	(ಮುದ್ರೆ ಒತ್ತಿದ ಬಳಿಕ ವಾಪಸ್ ಕೊಡುತ್ತಾನೆ) ನಿಮ್ಮ ಬಳಿಯೇ ಇರಿಸಿಕೊಳ್ಳಿ.
ಉದ್ಘೋಷಕ	:	ಲಂಡನ್‌ಗೆ ತೆರಳುವ ವಿಮಾನ ಹೊರಡಲು ಸಿದ್ಧವಾಗಿದೆ. ಪ್ರಯಾಣಿಕರು ವಿಮಾನದ ಬಳಿಗೆ ತೆರಳಬೇಕು ಹಾಗೂ ಪರಿಶೀಲನೆಗೆ ಬೋರ್ಡಿಂಗ್ ಕಾರ್ಡ್‌ಗಳನ್ನು ತೆಗೆದಿರಿಸಿಕೊಳ್ಳಬೇಕು.
ವಿಮಾನ ಪರಿಚಾರಕಿ	:	ಈ ಕಡೆ ಬನ್ನಿ ಸರ್. ಕುಳಿತುಕೊಳ್ಳಿ.
ಪ್ರಯಾಣಿಕ	:	ಧನ್ಯವಾದ.

AT THE AIRPORT

Within the precincts of the airport we need to be equipped with good communication skills to find our way around to our queries and concerns.

Porter : Which flight do you want to board.

Passenger : London bound, hurry up.

Porter : Don't worry Sir, there is still sufficient time. Please pay cartage of your luggage at the counter. .

Announcer : Your attention please; London bound passengers are requested to get their luggage checked at the ticket counter. Thanks!

T.C.O. : May I see your ticket please?

Passenger : Yes sir, take this.

T.C.O. : Please put your luggage on the machine.

Passanger : Yes, sir.

T.C.O. : Here is the ticket for your luggage, a tag for your hand bag and here is your ticket and boarding pass.

Passenger : What have I to do, now?

T.C.O. : You please move to the lounge. After sometime a bus will come which would take you to the aerodrome.

Announcer : Attention please! All London bound passengers are requested to move towards the Security Officer.

S.O. : You don't have any arms etc.

Passenger : No, Sir.

S.O. : Please, give your boarding card to be stamped.

Passenger : Take this, Sir.

S.O. : *(After Stamping)* you keep it, please.

Announcer : London bound plane is ready to take off. Passengers are rqeuested to move towards the aircraft and to keep their boarding cards ready for checking.

Hostess : Come this way Sir, Take your seat, please.

Passenger : Thank you, Miss!

ಅಂತ್ಯದಲ್ಲಿ...

ಪ್ರಿಯ ಓದುಗ,

ನೀವು ಪುಸ್ತಕವನ್ನು ಸಂಪೂರ್ಣವಾಗಿ ಓದಿ, ಸಫಲರಾಗಿದ್ದೀರಿ. ಇದಕ್ಕಾಗಿ ನಿಮಗೆ ಶುಭಾಶಯ. ಈಗ ನಿಮಗೆ ಇಂಗ್ಲಿಷ್‌ನಲ್ಲಿ ಉತ್ತಮವಾಗಿ ಸಂಭಾಷಣೆ ನಡೆಸಲು ಸಾಧ್ಯವಾಗುತ್ತಿದೆ ಎಂಬ ವಿಶ್ವಾಸ ನಮಗಿದೆ. ಆದರೆ, ಒಂದು ವೇಳೆ ಪುಸ್ತಕದ ಓದಿನ ನಂತರವೂ ಇಂಗ್ಲಿಷ್‌ನಲ್ಲಿ ಸಂಭಾಷಣೆ ಕಷ್ಟಕರವಾಗಿದ್ದಲ್ಲಿ, ನೀವು ಮತ್ತೊಮ್ಮೆ, ಮಗದೊಮ್ಮೆ ಪುಸ್ತಕವನ್ನು ಓದಬೇಕಾದ ಅವಶ್ಯ ಕತೆ ಇದೆ.

ಇಂಗ್ಲಿಷ್ ಕಲಿಕೆಯನ್ನು ಕೆಳಕಂಡ ಅಂಶಗಳು ನಿರ್ಧರಿಸುತ್ತವೆ:

೧. ವ್ಯಕ್ತಿಯ ಕಲಿಕೆಯ ಕ್ಷಮತೆ

೨. ಕಲಿಕೆಯಲ್ಲಿ ಆಸಕ್ತಿ ಮತ್ತು ಪುನರ್ಮನನ

೩. ಪದಗಳ ಸಮರ್ಪಕ ಜ್ಞಾನ

೪. ಹೆಚ್ಚು ಪುಸ್ತಕಗಳ ಅಧ್ಯಯನ

೫. ನಿರಂತರ ಸಂಭಾಷಣೆ

ಕಲಿಕೆಗೆ ಸಂಬಂಧಿಸಿದಂತೆ, ಪ್ರತಿಯೊಬ್ಬ ವ್ಯಕ್ತಿಯ ಕ್ಷಮತೆ ಭಿನ್ನವಾಗಿರುತ್ತದೆ. ಕೆಲವರಿಗೆ ಕಲಿಕೆಗೆ ಹೆಚ್ಚು ಸಮಯ ಬೇಕಾಗುತ್ತದೆ. ಅಂಥವರು ಮತ್ತೆ ಮತ್ತೆ ಪುಸ್ತಕವನ್ನು ಓದಬೇಕಾಗುತ್ತದೆ. ಇಂಗ್ಲಿಷ್ ಕುರಿತ ಭಯವನ್ನು ಹೋಗಲಾಡಿಸಲು ಕುಟುಂಬ ಇಲ್ಲವೇ ಸ್ನೇಹಿತರ ಜೊತೆಗೆ ಸಂಭಾಷಣೆ ನಡೆಸಬೇಕು. ಒಂದು ವೇಳೆ ತಪ್ಪಾಗಿದ್ದಲ್ಲಿ ಅವರು ತಿದ್ದಲಿದ್ದಾರೆ ಮತ್ತು ತಪ್ಪಾಗಿ ಭಾವಿಸು ವುದಿಲ್ಲ. ನಿರಂತರ ಪ್ರಯತ್ನ-ಅಭ್ಯಾಸದಿಂದ ಇಂಗ್ಲಿಷ್‌ನ್ನು ಅರ್ಥ ಮಾಡಿಕೊಳ್ಳುವ ಸಾಮರ್ಥ್ಯ ಹೆಚ್ಚುತ್ತದೆ. ಎದುರಿನ ವ್ಯಕ್ತಿ ಹೇಳಿದ್ದನ್ನು ಸರಿಯಾಗಿ ಗ್ರಹಿಸಿದರೆ, ಉತ್ತರ ನೀಡುವುದು ಕೂಡ ಸುಲಭವಾಗುತ್ತದೆ. ಈ ಮೂಲಕ ಲೋಪವನ್ನು ಸರಿಪಡಿಸಿಕೊಂಡು, ಅದನ್ನು ನಿವಾರಿಸಿಕೊಳ್ಳಲು ಪ್ರಯತ್ನ ನಡೆಸಬಹುದು. ಅಭ್ಯಾಸ-ಅಧ್ಯಯನ ಹೆಚ್ಚಿದಂತೆ ಆತ್ಮವಿಶ್ವಾಸ ಬೆಳೆಯುತ್ತದೆ: ಇಂಗ್ಲಿಷ್ ನಿಮಗೆ ದಕ್ಕುತ್ತದೆ.

ನೀವು ಇಂಗ್ಲಿಷ್‌ನ್ನು ಕರಗತ ಮಾಡಿಕೊಂಡಿದ್ದೀರಿ. ನಿಮ್ಮ ಭವಿಷ್ಯ ಉಜ್ವಲವಾಗಲಿ ಎಂದು ಹಾರೈಸುತ್ತೇವೆ.

Note

ಇಂಗ್ಲಿಷ್ ಒಂದು ಜಾಗತಿಕ ಭಾಷೆ. ಅದನ್ನು ಸಂಪೂರ್ಣವಾಗಿ ಕರಗತ ಮಾಡಿಕೊಳ್ಳಲು ಗಹನ ಅಧ್ಯಯನದ ಅಗತ್ಯವಿದೆ. ಭಾಷೆ ಕಲಿಕೆ ವ್ಯಾಪ್ತಿಯನ್ನು ಇನ್ನಷ್ಟು ವಿಸ್ತರಿಸಿಕೊಳ್ಳಬೇಕು ಎಂದುಕೊಂಡಿರುವವರು ನಮ್ಮದೇ ಪ್ರಕಾಶನದ ಪುಸ್ತಕಗಳಾದ ಎಕ್ಸೆಲ್ ಇಂಗ್ಲಿಷ್ ಸ್ಪೀಕಿಂಗ್ ಕೋರ್ಸ್, GOOD ENGLISH, ENGLISH GRAMMAR AND USASE, BUSINESS ENGLISH ಮಾತ್ರವಲ್ಲದೆ ಮಾರುಕಟ್ಟೆಯಲ್ಲಿ ಲಭ್ಯವಿರುವ ಉತ್ತಮ ಪ್ರಕಾಶನಗಳ ಪುಸ್ತಕಗಳನ್ನು ಖರೀದಿಸಿ, ಅಧ್ಯಯನ ಮಾಡಬಹುದಾಗಿದೆ. ಜ್ಞಾನ ಎನ್ನುವುದು ಎಲ್ಲೆಯಿಲ್ಲದ ಸಾಗರ. ಎಷ್ಟು ತಿಳಿದುಕೊಂಡರೂ ಗೊತ್ತಿಲ್ಲದೆ ಇರುವುದು ಹೆಚ್ಚೇ ಇರುತ್ತದೆ. ನಿರಂತರ ಓದಿನಿಂದ ಜ್ಞಾನ ವೃದ್ಧಿಸುತ್ತದೆ. ವಿವೇಚನೆ, ವಿವೇಕ ಬೆಳೆಯುತ್ತದೆ. ಓದು ಎಂದೂ ವ್ಯರ್ಥವಾಗದ, ಕ್ಷಯಿಸದ ಸಂಪತ್ತು. ಆ ಮಾರ್ಗದಲ್ಲಿ ನಮ್ಮೆಲ್ಲರ ಪ್ರಯಾಣ ಸಾಗಬೇಕಿದೆ.